அம்பேத்கரின் உலகம்

தலித் இயக்க உருவாக்கம்

எலினார் ஸெல்லியட் *(1926-2016)*

அமெரிக்க ஆய்வாளர், அம்பேத்கரிய சிந்தனையாளர். இந்தியா, தென் கிழக்கு ஆசியா, வியட்நாம், தீண்டாமை, சமூக இயக்கம் உள்ளிட்ட துறைகளில் கவனம் செலுத்தி ஆராய்ந்தவர். அம்பேத்கரையும் தலித் இயக்கங்களையும் மேற்குலகுக்கு அறிமுகம் செய்து வைத்தவர்களில் குறிப்பிடத்தக்கவர். மூன்று நூல்கள், எண்பதுக்கும் மேற்பட்ட கட்டுரைகள் வெளிவந்துள்ளன. மிகச் சிறந்த ஆய்வாளராக மட்டுமின்றி, தன் மாணவர்களிடம் நீடித்த செல்வாக்கு செலுத்திய ஓர் ஆசிரியராகவும் நினைவுகூரப்படுகிறார்.

தருமி

சாம் ஜார்ஜ் எனும் இயற்பெயர் கொண்ட தருமி மதுரை அமெரிக்கன் கல்லூரியில் பேராசிரியராகப் பணியாற்றியவர். இரு நூல்களின் ஆசிரியர் (மதமும் சில விவாதங்களும், கடவுள் என்னும் மாயை). ஏழு நூல்கள் மொழிபெயர்த்திருக்கிறார். மாநில அளவில் பரிசுகள் வென்றிருக்கிறார்.

அம்பேத்கரின் உலகம்

தலித் இயக்க உருவாக்கம்

எலினார் ஸெல்லியட்

தமிழில்: தருமி

கிழக்கு

அம்பேத்கரின் உலகம்
Ambedkarin Ulagam

Eleanor Zelliot ©

© First published in Tamil by *New Horizon Media Private Limited* in arrangement with *Navayana*.

Originally Published in English as
Ambedkar's World: The Making of Babasaheb and the Dalit Movement

First Edition: November 2019
344 Pages
Printed in India.

ISBN: 978-93-86737-88-5
Kizhakku 1177

Kizhakku Pathippagam
177/103, First Floor, Ambal's Building, Lloyds Road,
Royapettah, Chennai - 600 014. Ph: +91-44-4200-9603
Email : support@nhm.in   Website : www.nhm.in

◼ kizhakkupathippagam   ◘ kizhakku_nhm

Kizhakku Pathippagam is an imprint of New Horizon Media Private Limited

The views and opinions expressed in this book are the author's own and the facts are as reported by the author, and the publishers are not in any way liable for the same.

All rights reserved. No part of this publication may be reproduced, stored in a retrieval system, or transmitted, in any form or by any means, electronic, mechanical, photocopying, recording or otherwise, without the prior permission of the publishers.

சமர்ப்பணம்
மீனாக்ஷி மற்றும் மறைந்த வஸந்த் மூன்
சுதீர் மற்றும் புஷ்பா வாக்மரே
எஸ்கே மற்றும் விமல் தொராத்
விலாஷ் மற்றும் வாஷ்
மறைந்த எஸ்.டி.கெய்க்வாத்

பொருளடக்கம்

~

	முகவுரை	/	09
	முன்னுரை	/	14
1.	மஹர் பின்புலம்	/	23
2.	அம்பேத்கரும் அவரது தீண்டாமை ஒழிப்பு இயக்கமும், 1917-35	/	84
3.	அரசியலில் 'தாழ்த்தப்பட்ட மக்கள்', 1917-1935	/	140
4.	மதம் மாறும் இயக்கம், 1935-1956	/	191
5.	அரசியல் வளர்ச்சி, 1935-56	/	234
6.	முடிவுரை	/	271
	குறிப்புகள்	/	285

முகவுரை

~

1969-ல் முடித்த என் முனைவர் ஆய்வுக் கட்டுரையின் மூன்றாவது வடிவம் இது. அக்கட்டுரைக்கு நான் முதலில் வைத்திருந்த தலைப்பு 'முனைவர் அம்பேத்கரும் மஹர் இயக்கமும்'. ஆனால், அம்பேத்கரின் வாழ்க்கையை மிகவும் சுருக்கிய ஒன்றாக இத்தலைப்பு தவறாகப் புரிந்து கொள்ளப்பட்டது. அம்பேத்கர் ஆக்கபூர்வமான தன் வாழ்நாள் முழுவதிலும் அனைத்து சாதிகள், பல்வேறு துறைகள், தளங்கள் எனப் பரவலாகப் பலவற்றை அரவணைத்துத் தன் பணிகளைத் தொடர்ந்தார். மகாராஷ்டிர மாநிலத்தில் சக தாழ்த்தப்பட்ட மக்களின் நடுவே செல்வாக்கு பெறாதவராக இருந்தபோதிலும், நாடு முழுமைக்கும் தாழ்த்தப்பட்ட இனத்தவர்களின் முகமாகவே அவர் இன்று மாறிவிட்டார். இன்று அவர் சாதிகள், மாநிலங்கள் என்ற பல வரையறைகளை உடைத்து வெளிவந்து, அவரது வாழ்க்கையில் இருந்ததைவிட இப்போது தேசியப் பெருந்தலைவராக நிமிர்ந்து உயரத்தில் இருக்கிறார்.

நான் இந்தியாவுக்கு வந்து என் ஆய்வைத் தொடங்கும்போது முனைவர் அம்பேத்கரின் அரசியல் வாழ்க்கை வரலாற்றை மட்டும் எழுத வேண்டும் என்றுதான் நினைத்தேன். ஆனால், மெல்ல ஆய்வின் போக்கை மாற்றினேன். மஹர்களின் வாழ்வையும் மகாராஷ்டிர மாநிலத்தின் வரலாற்றையும் இணைத்து, இவை எப்படி அம்பேத்கரைச் செதுக்கியது; அந்த மாற்றத்தால் எப்படி அவர் தன் இனத்தின் வரலாற்றையே மாற்றினார் என்பதையும் ஆராய வேண்டும்

என்ற எண்ணமும் எழுந்தது. அதாவது தனி மனிதன் மேலிருந்த குவியத்தை அவரது இயக்கத்தின் மீது திருப்பவேண்டும் என்று தீர்மானித்தேன்.

இதைச் செயல்படுத்த எழுத்துபூர்வ ஆவணங்களை வாசிப்பதோடு நின்றால்போதாது; அதிகாரபூர்வமாக எழுதப்படாது விடப்பட்டதும் பெருமளவில் பௌத்த மதக்காரர்களாக இருப்பவர்களுமான மஹர்கள் பங்குபெற்றுவரும் துடிப்பான இயக்கம் ஒன்றைப்பற்றியும் ஆராய வேண்டிவந்தது. தங்களது அன்றைய வாழ்வின் நிகழ்வுகளையும் நினைவுகளையும் என்னோடு பங்கிட்டுக் கொண்ட மக்களுக்கு நான் மிகவும் நன்றிக்கடன்பட்டிருக்கிறேன். யார் யாரிடம் நான் செய்திகளைச் சேகரித்தேனோ, அவர்களது பெயர்களை நூலின் இறுதியில் நன்றியோடு குறிப்பிட்டுள்ளேன்.

என் ஆய்வின் முதல் பகுதி 1963-65 -களில் நடந்தது. அதாவது 1956-ல் அம்பேத்கர் ஆரம்பித்துவைத்த மத மாற்றங்கள் நடந்து கிட்டத்தட்ட 10 ஆண்டுகள் கழிந்துவிட்டிருந்தன. அம்பேத்கர் மறைந்ததும் அதே 1956ஆம் ஆண்டுதான். அந்தக் காலகட்டத்தில் இருந்த உத்வேகமும் நம்பிக்கை உணர்வும் இந்தப் புத்தகத்தில் எதிரொலிக்கும்.

•

1969-ல் ஆய்வுக் கட்டுரையைச் சமர்ப்பித்த பிறகு, அவ்வப்போது ஆனால், அழுத்தமாக வரும் வேண்டுகோள்களால் என் கட்டுரையைப் பதிப்பிப்பது என்று 2004-ல் முடிவெடுத்தேன்; இந்த முடிவை எடுப்பதற்கான இறுதி உந்துதல் ஆங்கிலத்தில் தலித் படைப்புகளை மட்டுமே வெளியிடும் ஒரே தலித்திய பதிப்பகமான 'புளூ மூன்' மூலம் வந்தது. அந்த இரண்டாவது வடிவத்தில் நூலின் தலைப்பு: 'முனைவர் பாபா சாகேப் அம்பேத்கரும் தாழ்த்தப்பட்ட மக்களின் இயக்கமும்'. எனது ஆய்வுக்கட்டுரையைப் பொதுவெளிக்குக் கொண்டு வந்தமைக்கு அந்தப் பதிப்பகத்துக்கு மிகவும் நன்றிக் கடன்பட்டுள்ளேன்.

எனது கட்டுரையைப் பதிப்பிக்கக் கூடாது என்ற எண்ணம் எப்போதும் இருந்ததில்லை. ஆனாலும், அது தள்ளிப்போய்க்கொண்டே இருந்தது. ஆனாலும், 1963-ல் என் ஆய்வை ஆரம்பித்த பின் முனைவர் அம்பேத்கரைப் பற்றியும் அவரது இயக்கத்தைப் பற்றியும் கட்டுரைகள் வேண்டுமென்று பலரும் என்னிடம் கேட்க ஆரம்பித்தனர். அது போன்று எண்பது கட்டுரைகள் இதுவரை எழுதியுள்ளேன். அதுவும் 1969-க்குப் பிறகு இது போன்ற வேண்டுகோள்கள் அகராதி, கலைக்

களஞ்சியங்கள், கட்டுரைத் தொகுப்பு நூல்கள் தயாரிப்பவர்களிடம் இருந்தும் நிறைய வர ஆரம்பித்தன. இதில் பல வேண்டுகோள்களுக்கும் உடனே செவிமடுத்தேன்.

கட்டுரைகள் எழுதுவதிலும் எனக்கு மிகுந்த ஆர்வம் இருந்தது. இதற்காக தலித் வரலாறு, இயக்கங்களின் செயல்பாடுகள், தலித் இலக்கியம் என்று பலவற்றைப் பற்றி அவ்வப்போது ஆராய்ந்து, என்னை நானே தொடர்ந்து செழுமைப்படுத்திக் கொண்டிருந்தேன். இக்கட்டுரைகளில் தேர்ந்தெடுக்கப்பட்ட சில, *From Untouchable to Dalit: Essays on the Ambedkar Movement* - Manohar, 3rd Ed, 2001, New Delhi (தீண்டப்படாதவரிலிருந்து தலித் வரை: அம்பேத்கரின் இயக்கம் பற்றிய கட்டுரைகள்) என்ற என் நூலில் இடம் பெற்றுள்ளன.

இருவருக்கு நான் மிகவும் கடமைப்பட்டுள்ளேன். ஆன் ஃபெல்டாஸ் என் ஆய்வுக் கட்டுரையின் இறுதியில் வரும் பொருளடக்க அட்டவணையைத் தயாரித்து உதவி புரிந்தார். மாக்ஸின் பெர்ன்ஸ்டென், ஜேன் சாகி இருவரும் என் எழுத்துப் பிரதியை வாசித்து தவறுகளைத் திருத்தி உதவினர். இதில் மாக்ஸினுக்கு பிரகாஷ் அன்புலே, மஞ்சிரி நிம்ப்கார், சமீரா குரெஷி, யசோதரா ஆகியவர்கள் உதவினர். இவர்கள் அனைவருக்கும் என் நன்றி.

•

இந்த மூன்றாவது வடிவத்தில் இயக்கத்தின் வரலாற்றில் புத்தம் புதிய சொல் ஒன்று இணைந்துள்ளது. 'தலித்'. நான் இச்சொல்லை 'அழுத்தப் பட்ட அல்லது நொறுங்கிய' என்ற பொருளில் பயன்படுத்தியுள்ளேன். அம்பேத்கரின் இயக்கத்தைச் சார்ந்தவர்கள் 1970-களில் இச்சொல்லைப் பயன்படுத்த ஆரம்பித்தனர். 'தலித் சாகித்யம்' என்பது மராத்திய இலக்கியத்துக்கே பெரும் மாற்றத்தைக் கொடுத்தது. இந்தியாவின் பிற பகுதிகளுக்கும் அந்த வார்த்தை பரவியது.

அமெரிக்க-ஆப்ரிக்க மக்கள் அமெரிக்காவில் பயன்படுத்திய 'கருஞ்சிறுத்தைப் புலி' போன்ற சொற்கள் இங்கு மாற்றத்துக்கு உட்பட்டு புதிய சொற்களாக உருவாகின. அமெரிக்காவின் 'கறுப்பு' என்பதுபோல் இங்கே தலித் என்ற சொல் அம்மக்களாலேயே தேர்ந்தெடுக்கப்பட்டது தான். அந்த அடையாளத்துக்குள் வரும் அனைவருக்கும் பொருந்தக் கூடியது அல்ல; எனினும் அனைத்து ஒதுக்கப்பட்ட மக்களையும் குறிப்பிட மிகவும் பயனுள்ள சொல்லாக இருக்கிறது.

'கடவுளின் மக்கள்' என்ற பொருளில் காந்தி வைத்த 'ஹரிஜனங்கள்' என்ற பெயருக்குப் பதிலாக இந்தச் சொல் பயன்பாட்டுக்கு வந்தது.

தலித் என்ற சொல்லானது உள்ளார்ந்த குறைபாடுகள் எதுவும் இல்லாமல் புற சக்திகளால் தீர்மானிக்கப்படும் தீண்டாமை நிலையைக் குறிப்பதாக இருக்கிறது. அரசு அதிகாரிகளின் மொழியில் பட்டியல் இன மக்கள், பட்டியல் பழங்குடி மக்கள் போன்றவை எல்லாம் தலித் என்ற சொல்லுக்குக் கீழ் வருகிறது. அதேநேரம் அரசு அளிக்கும் அந்தச் சலுகைகளைப் பெறுபவர்கள் மட்டுமே என்ற அர்த்ததோடு நின்றுவிடுவதில்லை.

இந்த மூன்றாம் வடிவத்தின் ஆங்கிலத் தலைப்பான *Ambedkar's World: The Making of Babasaheb and the Dalit Movement* நவயானாவினால் பரிந்துரைக்கப்பட்டது. இந்நூல் மூலம் எனது ஆய்வுக் கட்டுரை வெகு வித்தியாசமான வாசகர்களைச் சென்றடையும். 1969-ல் எழுதப் பட்டதிலிருந்து எந்தவொரு மாற்றத்தையும் நாங்கள் செய்யவில்லை. அன்று எப்படி இருந்ததோ அப்படியே அதாவது அன்றைய காலத்தின் வரலாற்று ஆவணமாகவே வெளியிடப்பட்டுள்ளது.

அம்பேத்கரின் இயக்கத்தை நன்கு புரிந்துகொள்ள வேண்டுமானால் 'பாபா சாகேப்' என்ற சொல்லின் பொருளை முதலில் புரிந்துகொள்ள வேண்டும். மரியாதையும் கனிந்த அன்பும் கலந்த ஒரு பட்டப்பெயர் இது. அம்பேத்கர் வாங்கிய ஏராளமான கல்விப் பட்டங்களுக்கு ஈடான அன்பான பட்டம் இது. அம்பேத்கர் பெற்ற கல்விப் பட்டங்களைப் பற்றிய ஒரு பாடல்கூட உண்டு. அந்தப் பட்டங்கள்: பி.ஏ., எம்.ஏ., முனைவர் பட்டம், டி.எஸ்.ஸி., டி.லிட், பார்-அட்-லா(B.A., M.A., Ph.D., D.S.C. D.Lit., Bar-at-law). அம்பேத்கர் லண்டனில் உள்ள கொலம்பியா பல்கலையிலும், லண்டன் பொருளாதாரப் பள்ளியிலும் பயின்றவர். ஜான் டூயி போன்ற பேராசிரியர்களுடன் பயின்று, பழகி வந்தவர். அந்த உலகம் பற்றித் தெரிந்திருந்தும் அங்கு வாழவில்லை. இந்தியாவுக்கே திரும்பினார். அங்கு கற்றுக்கொண்டவற்றைத் தன்னைச் சுற்றியுள்ள இந்தியப் பகுதிகளில் செயல்படுத்தினார்.

இந்தியாவில் திரும்புமிடமெல்லாம், கிராமங்கள், சிறு நகரங்கள், பெருநகரங்கள் அனைத்திலும் இன்று எளிதாகக் கண்ணில் படக்கூடியது அம்பேத்கருக்கு அமைக்கப்பட்ட எண்ணில்லா உருவச் சிலைகள். பல சிலைகள் அந்தந்த பகுதியில் உள்ளவர்களால் குடிசைத் தொழில்போல் செய்யப்படுகின்றன.எனினும் எளிதில் அடையாளம் காண முடியும்வகையிலேயே அவை வடிவமைக்கப்படுகின்றன. எல்லாச் சிலைகளிலும் அம்பேத்கர் ஆங்கிலேய முழு ஆடையான கோட், சூட்டுடன் கல்வியறிவில் மேம்பட்டவர்கள் அணியும் அந்த உடையில்தான் காட்சி தருவார். தடித்த கண்ணாடி அவரது தொடர்ந்து வாசிக்கும் பழக்கத்தைக் காட்டும்வகையில் இருக்கும். ஒரு கையில்

இந்திய அரசியல் சாசனப் புத்தகம் இடம் பெற்றிருக்கும். இன்னொரு கை கல்வி கற்றுக் கொடுக்கும் பாணியில் உயர்ந்து நிற்கும்.

சிலை மேற்கத்திய பாணியில் இருந்தாலும் அதற்குரிய மரியாதைகள் அனைத்தும் இந்திய பாணியில் இருக்கும். அங்கு பாடப்படும் பாட்டு பாலி மொழியில் எழுதப்பட்ட புத்த மதப் பாடலாக இருக்கும். சிலையின் பீடத்தில் பொறிக்கப்படும் வார்த்தைகள் பிரெஞ்சுப் புரட்சி முழக்கம்போல் இருக்கும். 'விடுதலை, சமத்துவம், தோழமை' என்ற வார்த்தைகளோ, பெரும்பாலும் அம்பேத்கரின் அறிவுரைகளான 'கற்பி, கிளர்ச்சி செய், ஒன்று சேர்' என்ற வார்த்தைகளோ இடம் பெறும். சிலையில் அம்பேத்கரின் கழுத்தில் இருக்கும் மலர் மாலைகள் இந்திய கலாசாரத்தின் அடையாளம். பல இடங்களில் சிலைகளுக்குப் பக்கவாட்டில் ஏணி ஒன்றும் கட்டப்பட்டிருக்கும். சிலைக்கு மரியாதை செய்ய, மாலைகள் போட ஏறிச்செல்ல அது ஏதுவாக இருக்கும். சுருக்கமாகச் சொல்லவேண்டுமெனில், அம்பேத்கர் தன் மேற்கத்திய கல்வியை தலித் முன்னேற்றத்துக்கு இந்திய முறையில் மாற்றிச் செயல்படுத்தியதுபோல், அனைத்து மேற்கத்திய அம்சங்களும் இந்தியமயமாக்கப்பட்டுவிட்டிருக்கும்.

•

எனது ஆராய்ச்சிக் காலத்தில் இந்தியாவில் இருந்த நிலை இப்போது மிகவும் மாறியுள்ளது. இலக்கியம், கலை, கல்வி, அரசியலுக்கான முக்கியத்துவம் எல்லாம் மாற்றங்களுக்கு உள்ளாகிவிட்டன. இடப் பெயர்ச்சிகள் அதிகரித்ததைத் தொடர்ந்து சர்வ தேசப் பார்வை வலுவாகியிருக்கிறது. அதோடு அரசாங்க முயற்சிகள் மூலம் தலித்துகளின் பிரச்னைகளைத் தீர்க்கவும், அவர்களை முன்னேற்றவும் முயற்சிகள் தொடர்ந்து நடந்துகொண்டிருக்கின்றன.

எலினார் ஸெல்லியட்

ராண்டால்ஃப், மினசோட்டா,
20 அக்டோபர் 2012

முன்னுரை

~

1890-ல் ஆரம்பித்து 1956 வரையிலான காலகட்டத்தில் மஹாராஷ்டிராவின் மஹர் சாதி மக்கள் அரசியல் விழிப்புணர்வு பெற்றனர்; அவர்களிடையே ஒற்றுமை பலப்பட்டது; ஏனைய உயர் சாதிகளுடன் சேர்ந்துகொண்டு தங்களுக்கான சமத்துவப் போராட்டத்தை முன்னெடுத்தனர். இந்த விஷயங்கள் பிற தாழ்த்தப்பட்ட மக்களில் இருந்து இந்த சாதியினரைத் தனித்துக் காட்டியது. மற்ற தாழ்த்தப்பட்ட சாதி மக்களும் தங்களை உயர்த்திக் கொள்ளவும், தங்களின் ஒற்றுமையை மேம்படுத்தவும், சமூக சமத்துவத்தை நோக்கிப் பயணிக்கவும் அரசியல் தளத்தில் முயற்சிசெய்து கொண்டுதான் வருகின்றனர். ஆயினும் மஹர்களின் போராட்டம் மிகவும் முழுமை யானதாக இருந்தது. அவர்களது அரசியல் விழிப்புணர்வு அவர்களது அரசியல் முயற்சிகளில் மஹர்களை இணைத்தது மட்டுமல்லாது, பல புதிய அரசியல் கட்சிகள் உருவாவதற்கும் காரணமாக இருந்தது. அதையும் விட இந்திய அளவில் பெருமை பெற்ற ஓர் அரிய தலைவரையும் மஹர்சாதி தந்தது. அதுவே அவர்களின் பெருமைக்கான காரணமாக இருந்தது.

மஹர்களுக்குள் ஏற்பட்ட ஒற்றுமையுணர்வினால் ஒரு கிராமத்து மஹர் நகரத்து மஹருடன் நெருங்கிய நட்பை, உறவை உருவாக்கிக் கொள்ள முடிந்தது. அதனால் முன்னெப்போதும் இருந்திராத வகையில் மாபெரும் மக்கள் சக்தியாகத் திரளமுடிந்தது. அவர்கள் சமூகக் கட்டமைப்பில் தொட்டடுத்த மேல் அடுக்குக்கு மட்டும் செல்ல விரும்பியிருக்க வில்லை. சமூகத்தின் உச்சிக்குச் செல்ல விரும்பினர். இந்த முயற்சிகளில் அவர்கள் பழைய பாரம்பரியமான முயற்சிகளைத் தவிர்த்துவிட்டு நவீன முறைகளைத்தான் கைகளில் எடுத்துக்கொண்டனர்.

தாழ்த்தப்பட்ட மக்கள் இந்திய அரசாங்கத்தின் தீவிர முயற்சிகளினால் பல்வேறு நன்மைகளைப் பெற்றுவருவது உண்மையே. எனினும், தாழ்த்தப்பட்ட சமூகத்தைச் சேர்ந்தவர்களாலே ஆரம்பிக்கப்பட்ட இயக்கம் என்றவகையில் மஹார் இயக்கம் தனித்து நிற்கிறது. அகில இந்திய குடியரசுக் கட்சி என்று ஓர் அமைப்பு உருவானது; புத்த மதத்துக்குத் திரளான மக்கள் மதம் மாறினர். புதுப் பள்ளிகளும், கல்லூரிகளும் மக்கள் கல்வி அமைப்பு போன்றவற்றின் மூலமாக ஆரம்பிக்கப்பட்டன. இந்த முயற்சிகளில் மஹார் அல்லாதவர்களின் பங்களிப்பும் உண்டு என்றாலும் மஹார் சமூகத்தினரின் போராட்டங்கள் உருவாக்கிய நம்பிக்கையும் வழிகாட்டுதலுமே அதற்கு முக்கிய காரணங்கள். இதைப் போன்ற பல இயக்கங்கள் இந்தியாவில் செயல் பட்டிருக்கின்றன; எனினும் இத்தனை அளவு மாற்றங்களை, முயற்சிகளை வேறெந்த தாழ்த்தப்பட்ட மக்களின் இயக்கமும் செய்யவில்லை.

மஹார்கள் இயக்கம் ஏன், எப்படி உயர்ந்தோங்கி வளர்ந்தது என்பதைக் கண்டறிய 1909-க்குப் பின்னோக்கிச் செல்லவேண்டும். அப்போதுதான் மஹார்களின் உரிமைக் குரல்கள் உரத்துக் கேட்க ஆரம்பித்தன. இந்த இயக்கம் தொடர்ந்து அம்பேத்கர் இறந்த 1956-யும் தாண்டி வளர்ந்தது. முனைவர் பி.ஆர். அம்பேத்கர் தொடர்ந்து முப்பது ஆண்டுகளுக்கு மேலாக மஹார்களின் தன்னிகரற்ற தலைவராக இருந்துவந்தார். 1890-லிருந்தே மஹார்களின் போராட்டங்கள் அனைத்தும் முறையாக அவர்களால் ஆவணப்படுத்தப்பட்டன. அதுபோலவே அம்பேத்கரின் மறைவுக்கு முன்பே மஹார்களின் முக்கியமான கல்விச் சாலைகளும், அவற்றை நடத்தும் முறைகளும் முறைப்படி எழுதி வைக்கப்பட்டன.

எனது ஆய்வுகள் முடிந்தவரை அவர்களால் தொகுக்கப்பட்ட ஆவணங்களிலிருந்தும் தரவுகளிலிருந்தும் கிடைத்த தகவல்களைக் கொண்டே நடத்தப்பட்டன. மகாராஷ்டிர மாநிலத்தின் செல்வம் மிகுந்தோரின் வாழ்க்கை, இந்தியர்களின் மனதில் பொங்கிப் பெருக்கெடுத்த தேசிய உணர்வுகள், ஆங்கிலேய அரசின் மாறி வந்த கொள்கைகள், கோட்பாடுகள் இவையெல்லாம் அனைவரும் அறியும்வகையில் ஆவணப்படுத்தப்பட்டவையே. இந்த தேசிய இயக்கங்களினூடே அச்சமயத்தில் நடந்த தாழ்த்தப்பட்ட மக்களின் இயக்கங்களும் தேசிய அளவிலான மொத்த வரலாற்றின் தவிர்க்கமுடியாத ஒரு பகுதிதான்.

மே மாதம் 1890-ல் பம்பாயிலிருந்து வெளிவந்த ‘இந்து பிரகாஷ்’ என்ற செய்தித்தாள் முதல் முறையாக மஹார் மக்கள் தங்கள் முன்னேற்றத்துக்காக எழுப்பிய முதல் உரத்த குரலைத் தாங்கி வந்திருந்தது.[1] அந்த நாளிதழில், ‘ஒதுக்கப்பட்டவர்களின் ஓங்கி ஒலிக்கும் குரல்’ என்றொரு தலைப்புடன் செய்தி ஒன்று வந்தது. கோபால் பாபா வாலங்கர் என்ற ராணுவத்தில் அதிகாரியாக இருந்த மஹார் பிரதிநிதி இந்து சமூகத்

தலைவர்களுக்கு எதிராக நடத்திய எதிர்ப்புக் குரல் அது என்று செய்தி வெளியிட்டிருந்தது. மேலும் அவர், 'தீவிரமான... ஆனால், எல்லாமே சரி என்று சொல்ல முடியாத' அளவில் தாழ்த்தப்பட்ட மக்களின் துன்பங்கள் குறித்த பட்டியலைத் தந்திருந்தார்.

கல்வியறிவு பெற முடியாத சூழல்; புனிதப் பயணிகளுக்கான சத்திரங்களிலும், தர்மசாலாக்களிலும் தங்க முடியாமை; பயணங்களிலும் கூட ஒதுக்கி வைக்கப்படுதல்; வாணிகம் செய்வதற்கான தடைகள்; ராணுவத்தில் சேர்ந்து ஓரளவு வளர்ந்தாலும் அவர்கள் மீது நடைமுறைப்படுத்தப்படும் சமூக ஒடுக்குதல்கள்; இறந்த விலங்குகளைப் புதைப்பதால் மஹார்கள் மீது காட்டப்படும் அருவருப்பு... என்று பெரிய பட்டியலைத் தந்திருந்தார். இந்தக் குறைகளைக் களைவதற்கான வழிகள் எதையும் வாலங்கர் குறிப்பிடவில்லை. ஆயினும் நியாயம் வேண்டித் தொடங்கப்பட்ட ஒரு வெகு நீண்ட போராட்டத்தின் முதல் குரலாக அது ஒலித்தது.

வாலங்கரின் குரல் ஒலித்த ஓராண்டுக்குள், தன் வாழ்வை மஹார் இயக்கத்துக்காக இறக்கும்வரை அர்ப்பணித்த பீமாராவ் ராம்ஜி அம்பேத்கர் என்ற வழிகாட்டி பிறந்தார். வாலங்கரின் உறவுக்காரக் குடும்பத்தில்தான் அம்பேத்கர் பிறந்தார். ராணுவப் பணியில் இருந்த குடும்பம்தான் இது. முதல் குரல் எழுப்பிய பத்தொன்பதாம் நூற்றாண்டின் தீரரான வாலங்கரும், இருபதாம் நூற்றாண்டில் மஹார்களின் மிகப் பெரிய தலைவராக உருவெடுத்த அம்பேத்கரும் ராணுவ வீரர்கள் இருந்த குடும்பத்திலிருந்து வந்தவர்கள் என்பதே மஹார்களின் தீவிரத்தன்மைக்கான நல்லதொரு சான்று. பரம்பரையாக கிராமப்பணிகளில் மூழ்கிப் போயிருந்த மஹார்களின் நடுவில் இருந்து வெடித்துக் கிளம்பிய ஒளிப் பிழம்புகள் இவ்விருவரும். மகாராஷ்டிரத்தில் இருந்த ஆங்கிலேயரின் ஆளுமையால் வழக்கத்துக்கு மாறாக சமூக, பொருளாதாரத்தில் மேலெழுந்து உயர் வர்க்கத்தை எட்டியவர்கள் அவர்கள் இருவரும்.

மஹார்களின் பரம்பரைத் தொழில் கிராமத்துப் பணி செய்து கிடப்பதே. மராத்தி மொழி பேசப்படும் மேற்கு மத்திய இந்திய கிராமங்கள் அனைத்திலும் அநேகமாக 'மஹார்வாடா' என்ற ஒதுக்கப்பட்ட பகுதிகள் உண்டு. அதுதான் மஹார்களின் சேரிகள். இம்மக்களுக்கென்று தனிப்பட்ட திறமைகளோ, தொல் அறிவுகளோ ஏதும் கிடையாது. ஆனால், அனைத்துக் கீழ்நிலைப் பணிகளையும் செய்தல், காவல் காப்பது, இறந்த விலங்கினங்களை அப்புறப்படுத்துவது, வெட்டியான் வேலை, வந்து போகும் அரசு அதிகாரிகளுக்கான அனைத்து வேலைகள் எல்லாம் செய்யவேண்டும்.

கிராமம் சார்பில் தரப்படும் தானியங்கள், பிற பொருட்கள், பரம்பரை உரிமையாகக் கிடைக்கும் நிலங்களில் இருந்து கிடைக்கும் விளைச்சல், விவசாயக் கூலித் தொழில் இவற்றின் மூலம் அவர்களுக்கு வருமானம் கிடைத்தன. இம்மக்களின் பணிகள் கிராமங்களுக்கு மிக மிக அவசியமானவை. ஆனால் சமூக அந்தஸ்தோ குறைவானது. எனினும் அவர்களுக்கு பணி உத்தரவாதம் இருந்தது.

ஆங்கிலேயர் வருகைக்குப் பின்பு புதிய அதிகார முறைகளும், நிர்வாக முறைகளும் அமலுக்கு வந்தன. இதனால் மஹர்களின் முக்கியத்துவங்கள் கிராமங்களில் குறைய ஆரம்பித்தன. ஆனால், சாலைகள் அமைத்தல், புதுக் கட்டடங்கள், பாலங்கள் கட்டுதல், ரயில் பாதைகள் அமைத்தல், ஆலைகள் கட்டுதல், ராணுவத் தளவாடங்கள் செய்வது என்று பல புதிய பணிகள்... அதிலும் ஆங்கிலேயர் தமக்காக அமைத்த ராணுவங்களில் புதிய பணிகளுக்கான வாய்ப்புகள் என்று நித்தம் நித்தம் புதிய வாய்ப்புகள் பிறந்தன. இந்த வாய்ப்புகளால் மஹர்கள் தங்கள் பரம்பரைத் தொழில்களிலிருந்து மெல்ல விடுபட ஆரம்பித்தனர். இப்படிப் பழமையிலிருந்து விடுபட்ட மஹர்களிடமிருந்து தான் புதிய தலைவர்கள் தோன்ற ஆரம்பித்தனர். பரம்பரைத் தொழிலில் இருந்து இதுபோல் வெளியேறும் வாய்ப்பு கிடைத்த மஹர்கள் இந்தத் தலைவர்களின் பின்னால் அணி திரள ஆரம்பித்தனர்.

இந்தப் புதிய இயக்கங்கள் அனைத்துமே பொருளாதார மாற்றங்களின் மேல்தான் எழுப்பப்பட்டன. இந்த இயக்கங்கள் மூலமாகத்தான் பத்தொன்பதாம், இருபதாம் நூற்றாண்டுகளில் மகாராஷ்டிர மாநிலத்தின் போக்குகளிலும், வாழ்க்கை முறைகளிலும் மாற்றங்கள் ஏற்பட்டன. அம்பேத்கரின் வாழ்க்கை முறைகளும் இந்த இயக்கங்களின் தீவிர அழுத்தத்தினாலேயே மாறின. இதனால் அம்பேத்கரும் அதே தீவிரத்தின் மூலமே மஹர்களுக்குப் புதிய அரசியல் மாற்றங்களைக் கொண்டு வருவதற்குக் காரணமாயிருந்தார்.

1891-ல் அம்பேத்கர் பிறந்தார். அதே காலதத்தில்தான் மஹர்களின் போராட்டங்கள் பொது வெளியில் வர ஆரம்பிக்கின்றன. சாதியின் உள்ளும் வெளியிலும் நடந்த மாற்றங்கள் மூலம் மஹர்களின் மனங்களில் தோன்றிய புதிய எண்ணங்கள் அம்பேத்கர் மனதிலும் தோன்ற ஆரம்பித்தன. வழக்கமான கிராமத்துப் பணிகளிலிருந்து விலகி, படித்த, ராணுவத்தில் பணி செய்த மஹர்களோடு பழகும் வாய்ப்பு அவருக்கு இளம் வயதில் வாய்த்தது. ராணுவ வீரர்களின் மீது மிகுந்த மதிப்பு கொண்டவராக வளர்ந்தார். கிராமங்களில் காணப்படும் இந்து மதத்தில் இருந்து மாறுபட்ட சடங்குகள் மிகுந்த இந்து மதத்தைப் பற்றியும் அறிந்துகொண்டார். வாழ்க்கையும் அவருக்கு நகரப் பகுதிகளில் தான் அதிகமாக இருந்தது.

தெற்கு பம்பாயின் குன்றுகளுக்கு நடுவில் தனிமைப்பட்டுக் கிடந்த ரத்னகிரி கிராமத்துக்குச் செல்வது வெகுவாகக் குறைந்தது. அவரது தூரத்து உறவினர்கள் மட்டுமே அப்போது அங்கு வாழ்ந்து கொண்டிருந்தனர். மகாராஷ்டிராவில் பத்தொன்பதாம் நூற்றாண்டில் ஆரம்பிக்கப்பட்ட இந்து சீர்திருத்த இயக்கங்கள் அனைத்துமே தாழ்த்தப் பட்ட மக்களுக்கு கல்வியறிவு அளிக்கவேண்டும் என்ற எண்ணத்தோடு தான் தொடக்கத்தில் இருந்தே செயல்பட்டன. அம்பேத்கருக்குக் கிடைத்த அப்பெரும் கல்விச் செல்வம் பல சாதி இந்து ஆசிரியர்களாலும், சீர்திருத்த மனப்பான்மையோடு இருந்த சில இளவரசர்களாலும்தான் கிடைத்தது.

பிராமணரல்லாதவர்களும் விவசாய சாதியினராகவும் இருந்த மராத்தி மக்களின் இயக்கங்களும் அம்பேத்கர் மீது தாக்கங்களை ஏற்படுத்தின. அதிலும் 1827-1890ஆம் ஆண்டுகளில் வாழ்ந்த ஜோதிபா பூலே என்ற பிராமணரல்லாத போராளி, புதிய இயக்கங்களை ஆரம்பித்தார். பிராமணர்களின் அளவில்லாத அதிகாரங்களை, மேலாண்மையைக் கேள்விக்குட்படுத்தி, அனைத்து சாதிகளின் சமத்துவத்துக்காகப் போராடினார். அவருடைய குரலும் அம்பேத்கர் மீது தாக்கத்தை ஏற்படுத்தியது.

மஹர் இயக்கத்தின் மீது புதியதோர் தாக்கம் இருபதாம் நூற்றாண்டு களில் ஏற்பட்டது. சுதந்தரப் போராட்டத்தின் ஆரம்ப கட்டங்களில் தாழ்த்தப்பட்ட மக்களின் பங்களிப்போ ஆர்வமோ எதுவும் இருந்திருக்க வில்லை. இந்த நிலையில், 1909-ல் இருந்து ஆங்கிலேய அரசிடமிருந்து தொடர்ச்சியாக பல நன்மைகளை மஹர்கள் பெறத் தொடங்கினர். சீர்திருத்தங்களைக் கொண்டு வரவிரும்பிய ஆங்கிலேய ஆணையக் குழுக்கள் நாடு முழுவதும் பயணம் செய்து மக்களிடம் கருத்துக் கேட்டது. அதன் மூலமே கீழ்நிலை சாதியினருக்கு முதல் முறையாகத் தங்கள் குறைகளை வாய் திறந்து சொல்லக்கூடிய வாய்ப்பு உருவானது.

1919க்குப் பிறகு தாழ்த்தப்பட்ட மக்களுக்கு அரசு தரப்பில் கூடுதல் பிரதிநிதித்துவம் கிடைக்கத் தொடங்கியது. அது காலப்போக்கில் அதிகரித்துவந்தவண்ணம் இருந்தது. சட்டசபையில் அவர்கள் தரப்பில் ஒரு குரல் எழும்புவதைக்காட்டிலும், நாட்டின் மக்களில் ஆறில் ஒரு பங்கினராக இருக்கும் தாழ்த்தப்பட்ட மக்களுடைய அரசியல் முக்கியத்துவம் அதிகரிப்பது அவசியமாக இருந்தது. தேசம் மெதுவாக ஜனநாயகமயமாகிக் கொண்டிருந்தது. பெரும்பான்மையாகவும் சிறுபான்மையாகவும் இருந்த இந்து முஸ்லிம் சமூகங்களிடையே நிரந்தரமான மோதல் இருந்துவந்தது. தேசத்தின் ஆறில் ஒரு பங்கு மக்கள் அந்த இரண்டு சமூகங்களின் பழமைவாதக் கட்டமைப்புகளுக்கு வெளியில் இருந்தநிலையில், தமது அரசியல் முக்கியத்துவத்தைப் புரிந்துகொள்ளத் தொடங்கினர்.

புதிதாகப் பிறந்த இருபதாம் நூற்றாண்டில் ஏறத்தாழ 20 ஆண்டுகள் கழிந்த பின் அம்பேத்கர் ஒரு தலைவராக உருவாகும் வாய்ப்பு வந்தது. அவரின் முன்னோடி வாலங்கரைவிட அம்பேத்கருக்குக் கிடைத்த வாய்ப்புகள் மிக அதிகம். இரட்டைப் பணியை எளிதாக அவர் மேற்கொண்டார். ஒருபுறம் தன் சாதி மக்களை ஒருங்கிணைத்து அவர்களிடம் சீர்திருத்தங்களைக் கொண்டு வரமுயன்றார். மறுபுறம் அனைத்து தாழ்த்தப்பட்ட மக்களின் நலனுக்காக அரசாங்கத்திடம் பேசிவந்தார்.

1890-ல் வாலங்கர் தீவிரமான, அதேநேரம் அரசியல் நெளிவு சுளிவுகள் இல்லாத பாணியிலான விண்ணப்பத்தை அரசிடம் கொடுத்திருந்தார். 1919-ல் அம்பேத்கர் நீண்ட, அரசியல் நிபுணத்துவ மொழியில் கூடுதல் பிரதிநிதித்துவம் கேட்டு விண்ணப்பங்களைக் கொடுத்தார். இந்த இரு நிகழ்வுகளுக்கு நடுவே மகாராஷ்டிரத்தில் பல இடங்களில் கல்வி முன்னேற்றம் ஏற்பட்டிருந்தது. நிர்வாக அமைப்பும் வலுவடைந் திருந்தது. வேறு சில தாழ்த்தப்பட்ட மக்கள் மஹர்களைவிடவும் அதிகமாக முன்னேறியிருந்தனர். திருவிதாங்கூரின் ஈழவர்கள் ஸ்ரீ நாராயணகுரு தலைமையிலும் வழிகாட்டலிலும் 1902-லேயே தங்களுக்கென்றே தனித்தனியான பள்ளிகளையும், கோயில்களையும் சாதி இந்துக்களுக்கு இணையாக உருவாக்கி முன்னேறத் தொடங்கியிருந்தனர்.[2] மெட்ராஸ் மாகாணத்தின் ஆதி திராவிடர்கள் கிறிஸ்துவப் பிரசாரகர்களின் முயற்சிகளால் பெரும் மாற்றங்களைக் கண்டிருந்தனர். இந்தியாவின் மேற்குப் பகுதியில் மஹர்கள் கண்ட மாற்றங்களைவிட இவர்கள் அதிகமாக முன்னேறியிருந்தனர்.[3] 1912-ல் வங்காளத்தில் இருந்த நாம சூத்திரர்கள் கல்கத்தாவில் தங்களுக்கான சாதி நிறுவனம் ஒன்றை உருவாக்கியிருந்தனர்.[4]

மேற்சொன்ன முனைப்புகளுக்கு மாற்றாக, மஹர்கள் தங்கள் சாதிக்கான மாநாடுகள் பலவற்றை நடத்தியிருந்தபோதிலும் அனைத்து அம்சங்களையும் உள்ளடக்கிய சாதி நிறுவனம் எதையும் நிறுவியிருக்க வில்லை. பெரார் பகுதியில் ஒரு சில புதிய பள்ளிகள் மஹர்களின் முயற்சியால் ஆரம்பிக்கப்பட்டிருந்தன. ஆனால், பெருமளவிலான கல்வி வாய்ப்புகள் சாதி இந்து சீர்திருத்த அமைப்புகள், கிறிஸ்துவ அமைப்புகள் மூலமாகவே கிடைத்து வந்தன.

மகாராஷ்டிர மாநிலத்தின் பல பகுதிகளில் சமூக, சமய மாற்றங்கள் ஏற்பட்டுக்கொண்டிருந்தன. பம்பாய், புனே, கிழக்குப் பகுதியில் நாசிக் பகுதிகளில் இருந்த மஹர்களிடையேயும் இந்த மாற்றங்கள் பரவின. இவை ஒன்றுக்கொன்று தொடர்பில்லாமல் இருக்கலாம்; ஆனால், ஆங்கிலேய அரசோடு தொடர்பு கொண்டிருந்த தலைவர்களாலோ சாதி இந்துக்களில் உள்ள சீர்திருத்தக்காரர்களாலோ இம்மாற்றங்கள் நடக்க

ஆரம்பித்திருந்தன. இவற்றால் செல்வாக்கு பெற்ற மஹர்கள் கிராமப்புற பாரம்பரிய தொழில்களில் இருந்து விலகிவந்து விட்டிருந்தனர். அவர்களுக்கு வேறு வாழ்வாதார வழிகள் திறந்து விட்டிருந்தன. அம்பேத்கரின் நவீன சொல்லாடல்களைப் புரிந்து கொள்ள முடிந்த ஒரு குழு ஒருங்கிணைக்கப்படத் தயாராக உருவாகி விட்டிருந்தது.

அம்பேத்கருக்கு 'பாபா சாகேப்' என்ற மரியாதைக்கும், அன்புக்கும் உரிய பெயர் கொடுக்கப்பட்டது. மஹர்கள் அவரைக் கிட்டத்தட்ட கடவுள்போலவே மதித்துப் போற்றிவந்துள்ள நிலையில் மஹர்களுக்காக அவர் செய்த சேவைகளை மிகையின்றிச் சொல்வது சிரமமே. அவர் மஹர் இயக்கத்தின் ஒவ்வொரு செயல்பாட்டையும் திறம்பட முடுக்கிவிட்டார். சமுதாயம், சமயம், அரசியல் என்று அனைத்துத் தளங்களிலும் வழிநடத்தினர். அது எந்த அளவுக்கு அழுத்தமாக இருந்ததென்றால் இந்த முன்னேற்றங்களில் பிற விஷயங்கள், காரணிகள் ஆற்றிய பங்கு பற்றி எதுவும் சொல்லப்படமுடியாமல் போய்விட்டது. சுருக்கமாகச் சொல்வதானால், 1920-ன் நடுப் பகுதிக்குப் பிறகு மஹர்கள் வரலாறு எழுதப்பட வேண்டுமானால் அதன் மையப் புள்ளியாக அம்பேத்கர்தான் இருப்பார் என்றே சொல்ல வேண்டும். மஹர் சாதியினரின் நவீன மற்றும் இந்து மரபு சாரா வளர்ச்சிக்கு முக்கிய காரணம் அம்பேத்கரே.

அம்பேத்கரின் மேதமையானது இரு மாறுபட்ட அம்சங்களைக் கொண்டதாக இருந்தது. ஒரு பக்கம் தனது சாதி மக்களுக்குப் புரியும்வகையில் அவரால் பேச முடிந்தது. இரண்டாவதாக தனது மேற்கத்திய கல்விப்புலமையாலும், சமூகப் பிரச்னைகளுக்கு ஜனநாயகப் போராட்ட வழிமுறைகளில் அவருக்கு இருந்த மிகுந்த நம்பிக்கையினாலும் அரசு அதிகாரிகளிடம் எளிதாகத் தன் கருத்துகளை முன்வைக்க அவரால் முடிந்தது. புதிதாக உருவான சமூக அரசியல் சூழலுக்கான மஹர்களின் எதிர்வினையானது, அம்பேத்கரின் தலைமையினால், பிற தாழ்த்தப்பட்ட மக்களுடைய எதிர்வினைகளில் இருந்து மாறுபடத் தொடங்கியது.

1919-1935 - இந்த ஆண்டுகள் அம்பேத்கர் மஹர்களுக்காக உழைத்த காலகட்டத்தின் முதல் பகுதி என்று சொல்லலாம். இதில் மஹர்கள் தங்களுக்குள்ளேயே சில முன்னேற்றங்களைக் கொண்டு வந்தனர். அதோடு சில சமூக, அரசியல் உரிமைகளையும் சலுகைகளையும் அதிகாரவர்க்கத்திடமிருந்து பெற்றனர். இரண்டு தளங்களில் நடந்த மாற்றங்களை தெளிவாகப் புரிந்துகொள்வதற்காக இரண்டையும் தனித்தனியாக விவரிக்கிறேன். உண்மையில், காலவாரியாகச் சொல்வ தென்றால் மஹர்களிடையே கொண்டுவரப்பட்ட ஒற்றுமை,

அவர்களது சமூகப் போராட்டம் ஆகியவற்றை அவர்களுடைய அரசியல் போராட்டத்திலிருந்து தனியே பிரித்துப் பார்க்க முடியாது.

இக்காலகட்டத்தில் இந்த சாதியினர் பெரும் அமைப்புகளை ஏற்படுத்தினர். பல செய்தித்தாள்களை மாநிலத்தின் பல பகுதிகளிலிருந்து வெளியிட்டனர். பல மாணவர் விடுதிகளை ஆரம்பித்தனர்; பொதுக்குளங்களில் தண்ணீர் எடுக்கும் உரிமைக்காகவும், ஆலய நுழைவுக்காகவும் பல சத்யாகிரகங்களை நடத்தினர். இதே நேரத்தில் மஹர்களின் பிரதிநிதிகள் அரசின் சீர்திருத்த அமைப்புகளில் தமது கோரிக்கைகளை வைத்தனர்; வாக்குரிமைகளுக்கான சவுத்பரோ ஆணையம், சைமன் ஆணையம், ஸ்டார்ட் ஆணையம், வட்ட மேசை மாநாடு, 1932-ல் நடந்த வாக்குரிமை ஆணையம் போன்ற அமைப்பு களிலும் அம்பேத்கர் பங்கெடுத்தார். இந்த அரசியல் நடவடிக்கைகள் இந்தப் புத்தகத்தின் முதல் பாகமாக அமைகின்றன.

1935-ல் இந்த இரண்டு தளத்து சீர்திருத்த முயற்சிகளும் புதியதொரு கட்டத்தை அடைந்தன. மஹர்களைப் பொறுத்தவரை இந்த ஆண்டு இந்து சமூகப் படிநிலைகளில் உயர்நிலை அடையவேண்டும் என்ற போராட்டம் ஒரு முடிவுக்கு வந்தது. சம்ஸ்கிருதமயமாக்கம் (பிராமணமயமாக்கம்),[5] இந்த இடத்தில் உயர் சாதிகளின் சடங்கு ஆசாரங்களைப் பின்பற்ற முயற்சி செய்தல் மட்டுமல்ல ஆலய நுழைவு உரிமையை வென்றெடுத்தல் போன்ற போராட்டங்களுக்கும் முயற்சிகளுக்கும் அம்பேத்கர் பெரும் முற்றுப்புள்ளியை வைத்தார். இந்து மதத்தை விட்டு நாங்கள் விலகுகிறோம் என்பதே அவரது ஆணித்தரமான முடிவு.

நவீனப்படுத்தும் முயற்சியாக பெரும் நிறுவனங்களை ஆரம்பிப்பது, மேற்கத்திய நாகரிகம் கற்ற உயர் வர்க்கத்தினர்போல் புதிய சமூகப் பழக்க வழக்கங்களைப் பின்பற்றுவது என மஹர்கள் மாறத் தொடங்கினர். ஏற்கெனவே நடந்துவந்த சம்ஸ்கிருதமயமாக்கத்தின் போதும் இந்த நவீனமயமாக்கம் ஒரு பக்கத்தில் நடந்துதான் வந்தது. எனினும் இந்தக் காலகட்டத்தில் முழு கவனமும் நவீனமயமாக்கம் பக்கம் திரும்பியது.

1935ஆம் ஆண்டு மஹர்களின் வரலாற்றிலும் அனைத்து தாழ்த்தப்பட்ட மக்களின் வரலாற்றிலும் மிக முக்கியமானது. ஏனெனில், அரசாங்கக் களத்தில் இம்மக்களுக்கு முழு பிரதிநிதித்துவம் கிடைத்தது. சட்டசபை முதற்கொண்டு அனைத்து அரசுத் தளங்களிலும் இந்தச் சீர்திருத்தம் கொண்டு வரப்பட்டது. வெறும் கோரிக்கைகளை மட்டும் முன்வைத்துக் கொண்டும், பிரதிநிதித்துவத்துக்கான வேண்டுகோளை அரசிடம் கொடுத்துக் கொண்டும், அரசாங்கத் தளத்தில் நியாயமான பங்கீடு

வேண்டும் என்றும் கோரிக் கொண்டிருந்த மஹார்கள், இப்போது தங்களுக்கான அரசியல் கட்சி ஒன்றை ஆரம்பிக்கும் வலுவான நிலைக்கு உயர்ந்துவிட்டிருந்தனர்.

புத்தகத்தின் நான்காம் அத்தியாயம் மிக முக்கியமான 1935ஆம் ஆண்டிலிருந்து துவங்குகிறது. தங்களுக்குள்ளேயே பல நல்ல மாற்றங்களைக் கொண்டுவந்த பின் தங்களுக்கான ஓர் அரசியல் கட்சியையும் ஆரம்பித்த மஹார்கள் 1935-லிருந்து இந்துமதத்தைப் புறக்கணிக்க ஆரம்பித்தார்கள். 1956-ல் இந்தப் பெரும் மாற்றத்தின் காரணமாக புத்த மதத்துக்கு மதம் மாறும் அளவுக்குச் சென்றனர்.

ஐந்தாம் அத்தியாயத்தில் மூன்று அரசியல் கட்சிகளின் ஆரம்பங்கள் பட்டயிலிடப்படுகின்றன. மூன்றும் அம்பேத்கரால் ஆரம்பிக்கப்பட்டு மஹார்களின் ஒருமித்த ஆதரவைப் பெற்றன. இறுதியாக அம்பேத்கரால் ஆரம்பிக்கப்பட்ட குடியரசுக் கட்சியும் புத்த மத மாற்றச் செயல்பாடுகளும் தொடர்ந்து நடந்துகொண்டிருந்த போதிலும், டிசம்பர் 1956-ல் அம்பேத்கரின் மறைவோடு இந்தப் புத்தகத்தை நிறுத்திக்கொண்டிருக்கிறேன்.

ஆய்வின் இறுதி அங்கமாக இப்போதுள்ள காலத்தில் பெரிதும் பௌத்தர்களாக இருக்கும் மஹார்களின் நிலைமை, இன்றைய இந்தியாவில் உள்ள அனைத்து தாழ்த்தப்பட்ட மக்களின் நடுவே மஹார் மக்களின் நிலை, அம்பேத்கரின் தொலைநோக்குகள் எந்த அளவு நிறைவேற்றியுள்ளன என்பவை பற்றிச் சுருக்கமாகச் சில ஆய்வுகளை நடத்தியுள்ளேன்.

இந்நூலில் அம்பேத்கர் மட்டுமே ஒற்றை மையப்புள்ளியாக இருந்தாலும் இது ஒன்றும் அம்பேத்கரின் அரசியல் வரலாறு நூல் அல்ல; அப்படித் திட்டமிட்டிருந்தால் மஹார்களையும் தாண்டி அனைத்து தாழ்த்தப்பட்ட மக்களுக்கும் அவர் ஆற்றிய சேவைகள் இடம் பெற்றிருக்கவேண்டும். அதையும் விட மேலாக, மஹார் சாதித் தலைவர் என்பதையும் தாண்டி தன்னை ஒரு பெரும் அரசியல் மேதையாகவும், நேர்மையான நிர்வாகியாகவும் 1940களிலிருந்து 1950ஆம் ஆண்டுகள் வரை தன் திறமைகளை வெளிப்படுத்தியுள்ளார். அவையும் இங்கு விவரணப்படுத்தப்பட்டிருக்கவேண்டும். ஆனால் அவை இங்கு இடம்பெறவில்லை. அதுபோல் இந்த நூல் அனைத்து தாழ்த்தப்பட்ட மக்களின் ஒட்டுமொத்த வரலாற்றைப் பேசவும் இல்லை; அந்தப் பிற விஷயங்களையெல்லாம் விலக்கிவிட்டு, மஹார் சாதி மக்களைப் பற்றியும், அவர்களின் பெரும் தலைவரான அம்பேத்கர் பற்றியுமே அதிகம் பேசியுள்ளது. பாபா சாகேப் அம்பேத்கரை உருவாக்கிய மற்றும் அவரை மிக நெருக்கமாகப் பின்தொடர்ந்த மஹார் சாதியைப் பற்றிப் பேசியுள்ளது.

1

மஹர் பின்புலம்

~

வரலாற்றுப் பக்கங்களில் மஹர் இயக்கத்துக்குரிய இடத்தை மகாராஷ்டிரா மாநிலத்தின் வரலாற்றோடும், அந்த மாநிலப் பண்பாட்டுடன் இணைத்தே நிறுவமுடியும். 'மகாராஷ்டிராா' என்ற சொல் பல்லாயிரம் ஆண்டுகளாகப் பயன்படுத்தப்பட்டது. மராத்தி மொழி பேசும் மக்கள் வாழும் இந்தியாவின் மத்திய மேற்குப் பகுதியைக் குறிக்கும் சொல். ஆனால் இப்போதுள்ள மாநிலம் இதே பெயரில் 1960-லிருந்துதான் அதிகாரபூர்வமாக மகாராஷ்டிரா மாநிலமாக உருவாக்கப்பட்டது. பல வட்டாரப் பேச்சு வழக்குகளும், வேறுபட்ட சமூக அமைப்புகளும் இம்மாநிலத்தில் நிறைந்திருந்தாலும், அனைத்துமே ஒரு பொதுவான வரலாற்றுக் குடையின் கீழ் ஒருமித்தே நிற்கின்றன.

இந்த மாநிலம் மொத்தம் 118,117 சதுர மைல் பரப்பு கொண்டது. இரண்டு பூகோள அம்சங்களைக் கொண்டது. 300 மைல் நீளமுள்ள கொங்கன் கடற்கரைப் பகுதியானது மேற்குத் தொடர்ச்சி மலையின் சஹ்யாத்ரி மலைப்பகுதிக்கும் அரேபியக் கடலுக்கும் நடுவில் உள்ளது. அடுத்ததாக 'தேஷ்' என்ற பெரும் லாவா சமவெளிப் பகுதி மலைத் தொடரிலிருந்து கிழக்கு நோக்கி நீள்கிறது. இந்த இரு பெரும் பகுதிகளும் வரலாற்றுப் போக்கில் நான்கு பகுதிகளாகப் பிரிக்கப் பட்டன. கொங்கன் பகுதியும், தேஷ் பகுதியின் மேற்குப் பகுதியும் பழைய பாம்பே மாநிலப் பகுதியாக மாறின. கிழக்குப் பக்கத்திலுள்ள, மராத்தி மொழியில் விதர்பா என்று அழைக்கப்பட்ட அப்பகுதி 'பெரார்'

என்ற பகுதியாகவும், ஆங்கிலேயர் ஆட்சியில் அவர்களது மத்திய ப்ராவின்ஸின் பகுதியாகவும் அமைந்தது. தென்கிழக்குப் பகுதி 'மரத்வாடா' என்று அழைக்கப்படுகிறது. இது முன்பு ஹைதராபாத் அரசரின் ஆட்சிப் பகுதியில் இருந்து வந்தது.

இம்மகாராஷ்டிரா மாநிலம் இந்தியாவின் வடக்கையும் தெற்கையும் இணைக்கும் ஒரு பாலம்போல் இருக்கிறது. அதன் மொழியும் கலாசாரமும் வடக்கேயுள்ள 'ஆர்யப்' பகுதியின் அம்சங்களையும், தெற்கேயுள்ள 'திராவிடப்' பகுதியின் அம்சங்களையும் கொண்டதாக இருக்கிறது. மொழியைப் பொறுத்த வரையிலும், மராத்தி மொழியின்[1] எழுத்துகளும், பொதுவான அமைப்பு முறையும் வடமொழியைச் சார்ந்து உள்ளன; ஆனால், மகாராஷ்டிரா சாதிய முறைகள் தெற்கே வாழும் பக்கத்து மாநில மக்களின் முறை சார்ந்து உள்ளன. அதாவது சாதியப் பிரிவினைகள் தெற்கேயுள்ளதுபோல், பிராமணர், பிராமணல்லாதவர், தீண்டப்படாதவர்கள் என்ற மூன்றடுக்காக உள்ளன. ஆனால் வழக்கமாக இந்த சாதிய வேறுபாடுகள் நாலடுக்காக இருப்பதே வழக்கம் - பிராமணர், சத்திரியர், வைசியர், சூத்திரர் என்று நான்கு படி நிலைகளும், அதனோடு தீண்டப்படாதவர்கள் என்ற ஐந்தாவது பிரிவு என்ற வர்ண முறைகள்தான் வழக்கத்திலுள்ளன.

மகாராஷ்டிராவில் மிக முன்னேறிய பிராமண சமுதாயம் எண்ணிக்கையில் மிகவும் குறைவாக - 4 விழுக்காடு மட்டும் - உள்ளனர். இப்பகுதியின் அதிக எண்ணிக்கையில் உள்ள - ஏறத்தாழ முப்பது விழுக்காட்டினரான - மராத்தியக் குழுவினர்[2] விவசாயப் பணியில் அதிகமாக ஈடுபட்டிருக்கிறார்கள். தெற்கேயுள்ள மாவட்டப் பகுதிகளில் இவர்கள் எழுபது விழுக்காடு வரை உள்ளனர். இச்சமூக அமைப்பின் கடைசிப்படியில் உள்ள தீண்டப்படாத சாதியினரும், வனவாசிகளும் இருபது விழுக்காட்டினராக உள்ளனர். மஹர் சாதியினர் மொத்த மக்கள் தொகையில் ஒன்பது விழுக்காடு என ஒரு பெரிய சாதியமைப்பாக சாதிகளின் மூன்றாம் அடுக்கில்[3] உள்ளனர்.

மகாராஷ்டிராவின் சமூக அமைப்பில் பிராமணர்கள், பிராமணல்லாதவர்கள் அல்லது மராத்தியர்கள், தீண்டத்தாகாதவர்கள் என்ற மூன்றடுக்கோடு மராத்தி பேசாத வேறு சில சாதிக்குழுக்களும் உள்ளனர். இவர்களோடு எண்ணிக்கையில் மிகச் சிறிதேயுள்ள ஓர் 'உயர்ந்த' சாதியினரும் உண்டு. இவர்கள் பிராமணர்களுக்கு அடுத்த அடுக்கில் உள்ளவர்கள். இவர்களில் முக்கியமானவர்கள் காயஸ்த்தா அல்லது எழுத்தாள சாதி என்பவர்கள். பிராமணர்களோடு கல்வியிலும், சமூக நிலைகளிலும் போட்டியிடும் இம்மக்களில் உள்ள தலைவர்கள் பல முறை 'பிராமணரல்லாத தலைவர்கள்' என்ற பெயரைப் பெறுவதுமுண்டு.

வைசியர்கள் இல்லாத சாதியப் படிக்கட்டுகளில் புதியதாக இந்தி பேசும் வியாபாரிகள், குஜராத்திகள் இடம் பிடித்துள்ளனர்[4]. இவர்களையும் தவிர, இஸ்லாமியர்கள் ஏறத்தாழ எட்டு விழுக்காட்டளவில் உள்ளனர், இவர்கள் வணிகத்திலோ, கைவினைத் தொழிலிலோ ஈடுபட்டுள்ளனர். அடுத்து, ஜைனர்கள் ஒரே ஒரு விழுக்காடோ அதற்கும் கீழேயோ உள்ளனர். இந்த ஜைனர்கள் மராத்தி பேசுகின்றனர்; பெருமளவில் அவர்கள் விவசாயிகள்; குஜராத்தியும் இந்தியும் பேசிக்கொண்டு அவர்கள் வணிகத்திலும் ஈடுபட்டுள்ளனர்.

கிறிஸ்துவ மக்களும் ஜைனர்கள் போலவே மிகுந்த குறைந்த எண்ணிக்கையில் உள்ளனர். இவர்கள் இன்னும் இரு பிரிவுகளாக உள்ளனர்; எல்லா சாதிகளில் இருந்தும் மதம் மாறிய கோவா கிறிஸ்தவர்கள்; இன்னொரு கிறிஸ்தவ வகையினர் மகாராஷ்டிராப் பகுதியில் உள்ள தாழ்த்தப்பட்ட சாதியில் இருந்து மாறியவர்கள்.

மஹர் இயக்கத்தின் மீது மேற்சொன்ன பல குழுக்களில் சிலவற்றின் தாக்கம் இருந்தது. சில குழுக்கள் உதவிகள் செய்தன. சில முன்னுதாரனமாக இருந்தன. ஆனால் இம்மாநிலக் கிராமப் பக்கங்களில் பிராமணர், பிராமணல்லாதவர், தீண்டப்படாதவர்கள் என்ற பிரிவினையே மஹர்களின் வாழ்க்கைப் பார்வையைத் தீர்மானிப்பதாக இருந்தது. மஹர்கள் பழைய வரலாற்றிலும், மகாராஷ்டிரா சமூக அமைப்பிலும் தீர்மானிக்கும் சக்தியாக இருந்ததில்லை; ஆனாலும் மகாராஷ்டிரா சமூக வளர்ச்சியிலும் வரலாற்றிலும் மஹர்களுக்கும் பங்கு நிச்சயம் இருந்தது.

மகாராஷ்டிரா மண்ணின் கலாசாரத்தை வடிவமைத்த பக்தி இயக்கம், பதின்மூன்றாவது நூற்றாண்டிலிருந்து ஆரம்பித்திருந்தது. இன்றும் அது செல்வாக்குடனே திகழ்கிறது. அந்த பக்திப் பாரம்பரியத்தில் வந்த பல பக்திக் கவிஞர்களில் ஒருவரான சொக்கமேளா (Cokhamela) பதினான்காம் நூற்றாண்டின் மஹர் சாதியைச் சேர்ந்தவர். பல நூற்றாண்டுகளாகவே மஹர்கள் மற்ற சாதியினரோடு இணைந்து அவர்களது பக்தி மரபின் மத்தியப் புள்ளியான தெற்கு மகாராஷ்டிராவில் உள்ள பந்தர்பூர் வரை பயணித்துள்ளனர்.[5]

பதினேழாவது நூற்றாண்டில் சத்ரபதி சிவாஜி நிறுவிய மராத்தா அரசே மகாராஷ்டிரர்களின் பெருமைக்குரிய சாதனையாகப் போற்றப்படுகிறது.[6] மஹர்கள் அக்காலக்கட்டத்தில் காவலாளிகளாகவும், படை வீரர்களாகவும் பணிபுரிந்துள்ளனர். அதோடு மராத்தாவினர் தங்கள் ஆட்சிப்பகுதியை விரிவுபடுத்தும் பணியிலும் மகாராஷ்டிரர்களோடு மஹர்களும் இணைந்து பணியாற்றியுள்ளனர்.

சிவாஜியின் காலத்துக்குப் பிறகு பேஷ்வாக்களின் ஆட்சி ஆரம்பமாகிறது. இவர்களது காலத்திலும் மஹர்கள் தங்கள் பழைய பணியைத்

தொடர்ந்திருக்கின்றனர். ஆனால் பேஷ்வா என்ற பிராமணர்களின் கைகளுக்குள் அதிகாரம் சென்ற பின் மஹர்களின் நிலை மோசமடைய ஆரம்பித்துவிடுகிறது. மஹர்கள் தங்கள் எச்சிலைத் துப்புவதற்காகவே ஒரு பாத்திரத்தை எப்போதும் தூக்கிச் செல்லவேண்டும். பொதுவிடத்தில் துப்பி மாசுபடுத்தக்கூடாது. மேலும், அவர்கள் தாங்கள் நடந்து சென்ற வழியை விளக்குமாற்றால் பின் பக்கத்தில் துடைத்து அவர்கள் நடந்து வந்ததால் ஏற்படும் மாசினைத் துடைக்க வேண்டும். இந்த கடும் நடைமுறைகள்தான் இன்னும் மஹர்களின் மனதில் உறைந்து கிடக்கின்றன.[7] இத்தகைய ஒரு கீழான நிலையில் இருந்த மஹர்களுக்கு ஆங்கிலேயரின் வருகை அடக்குமுறையாக அல்ல; விடுதலைக்கான ஒரு வாய்ப்பாகவே இருந்தது.

ஆங்கிலேயர்கள் நம் நாட்டில் காலடி எடுத்து வைத்த ஆரம்ப காலத்தில் விரிந்து கிடந்த மராத்தா பேரரசை எதிர்க்காது ஒதுங்கி இருந்தனர். சிவாஜியின் ஆட்சிக்காலமான 1662-ல் பம்பாய்க்குள் நுழைந்த ஆங்கிலேயர்கள் மராத்தா அரசை விரோதித்துக் கொள்ளவில்லை. ஆனால் 1774-ல் நிலைமை முற்றிலும் மாறிவிட்டது. அப்போது மராத்தா பேரரசு ஆப்கானியர்களோடு போர் தொடுத்தும், தங்களுக்குள்ளேயே சண்டையிட்டும் தங்கள் வலிமையை இழந்திருந்தார்கள். பேரரசு துண்டுகளாகப் போய் விட்டிருந்தது.

1818-ல் நிலைமை மேலும் மாறிவிட்டிருந்தது. அப்போதும்கூட ஆங்கிலேயர்கள் தேஷ் என்ற மேற்குப் பகுதியையும், கொங்கன் பகுதியையும் மட்டுமே தங்கள் கட்டுப்பாட்டுக்குள் கொண்டு வந்திருந்தனர். கோலாபூர் போன்ற மன்னர்களின் கட்டுக்குள் இருந்த நிலப்பகுதிகளைத் தவிர ஏனைய இடங்களில் ஆங்கிலேயர்கள் தங்கள் ஆட்சியை நிறுவினர். ஏனெனில் இன்னும் பல இடங்களில் சிவாஜியின் வழித்தோன்றல்கள் பெயரளவிலாவது தங்கள் ஆட்சியை நடத்திவந்தனர்.

1854-ல் விதர்பாவும் ஆங்கிலேயர்களின் ஆட்சிக்குள் வந்தது. இங்கெல்லாம் ஆங்கிலேயர்கள் தங்கள் மேற்கத்தியப் படைகளை நிறுவும்போது கொங்கன், ரத்னகிரி பகுதிகளில் உள்ள மஹர்களைத் தங்கள் படையில் சேர்த்துக்கொண்டனர். மராத்தா மன்னர்களுக்கும் அவர்களது பேரரசுக்கும் உழைத்த மஹர்கள் இப்போது ஆங்கிலேயர் களோடு இணைந்து பேஷ்வாக்களுக்கு எதிராகப் போராடினர்.

பத்தொன்பதாம் நூற்றாண்டு பிறந்தது. மகாராஷ்டிரா முழுவதும் ஆங்கிலேயர்களின்[8] அதிகாரத்துக்குள் வந்தது. இதனால் மஹர்களின் வாழ்க்கையில் பல கோணங்களில் மாற்றங்கள் ஏற்பட்டன. அவர்களது அடிப்படையான கிராமிய வாழ்க்கை மாற்றத்துக்குள்ளானது. கிராமத்து

வாழ்க்கையில் இதுவரை அவர்கள் பொறுப்பில் ஏற்றப்பட்டிருந்த வழக்கமான, கீழான கடமைகளிலிருந்தும் பலருக்கு விடுதலை கிடைத்தது. படைகளில் சேருவதோடல்லாமல், ஆலைகள், அரசுப் பொதுப்பணிகள் போன்றவற்றில் வேலை வாய்ப்புகள் கிடைக்க ஆரம்பித்தன. சமுதாய மாற்றங்கள் நடைபெற ஆரம்பித்தன.

இந்த நூற்றாண்டின் பின் பகுதியில் புதிதாக வந்த முன்னேற்றங்கள் சாதி இந்துக்களை நெருக்கடிக்கு உள்ளாக்கின. தங்களின் முதல் நிலை சமூகத்தில் மாறுவதை உணர்ந்தனர். இதே நேரத்தில் மராத்தியர்களில் பெரும்பான்மையோர் பிராமணத்துவத்துக்கு எதிராகப் போர்க்கொடி தூக்க ஆரம்பித்தனர். பிராமணர்கள் மதத்திலும், சமூகத்திலும் காண்பிக்கும் மேலாண்மைக்கு எதிரான போர் அது. இத்தகைய போராட்டங்கள் 1870-ல் முழு உருவம் அடைந்தது. ஆயினும் புகைந்து கொண்டிருந்த இப்போராட்டம் 1930களிலும், 1940களிலும் மேலும் வளர்ந்து, பிராமணர்களுக்கு எதிரான உரிமைப் போராட்டமாக ஆனது.

அரசியல் அதிகாரத்தைக் கைப்பற்ற நடந்த இப்போராட்டம் மகாராஷ்டிராத்தில் பலமாக இருந்த காங்கிரஸ் கட்சியின் மூலமாக மேலும் வலுப்பெற்றது. மஹர்கள் இப்போராட்டத்தில் நேரடிப் பங்கு வகிக்கவில்லை என்றாலும் மாற்றத்தால் எழுந்த அலைகள் அவர்களுக்கு வெகுவாக உதவின. சமூகத்தில் அனைவரும் ஒன்று என்ற நிலைப்பாடுகளும், கல்வி முன்னேற்றமும் அவர்களுக்கும் உதவியாக இருந்தன. பிராமணர்களுக்கு எதிராக எழுந்த இப்போராட்டத்தில் பிராமணர் அல்லாதார் மட்டுமின்றி சில பிராமணர்களுமே இந்த சீர்திருத்தங்களுக்குப் பெரும் முயற்சி எடுத்தனர்.

பக்தி மரபு; மராத்தா சாம்ராஜ்ஜிய வளர்ச்சி; ஆங்கிலேயர் ஆட்சி; பிராமணரல்லாதோரின் போராட்டங்கள்[9] ஆகிய மகாராஷ்டிர வரலாற்றின் நான்கு முக்கிய திருப்புமுனைகளில் மூன்று மஹர்களை வெகுவாகப் பாதித்தன. பக்தி மரபு அவர்களுக்கு ஒரு சமுதாயத் தலைவரைக் கொடுத்தது மட்டுமின்றி மகாராஷ்டிரா பக்தி வழியில் அவர்களை இணைத்துக்கொண்டது. ஆங்கிலேயரின் ஆட்சி அவர்களின் வழக்கமான கிராமிய வாழ்க்கையிலிருந்து அவர்களை விடுவித்து, முன்னேறுவதற்கான புது வழிமுறைகளைக் கொடுத்து உதவியது. பிராமணல்லாதாரின் போராட்டங்கள் அவர்களை அரசியல் சூழலுக்குள் இழுத்துக் கொண்டன. அப்படியாக இந்த மஹர் இயக்கம் வெற்று வெளியில் தானாக நடந்த நிகழ்வல்ல.

பின்வரும் பக்கங்களில், சம்பிரதாயமான வரலாற்றை விளிம்பு களுக்குத் தள்ளி மஹர் சமூகத்தை முன் வரிசைக்குக் கொண்டுவந்து அலசிப்பார்க்கவிருக்கிறோம்.

பாரம்பரியமாக மஹர்களின் பங்களிப்புகள்

ஆங்கிலத்தில் பழமொழி ஒன்று உண்டு: 'எங்கெல்லாம் ஒரு மந்தை இருக்கிறதோ அங்கெல்லாம் ஓர் கறுப்பு ஆடு கட்டாயம் இருக்கும்'[10]. இதைப் போலவே மராத்திப் பழமொழியும் ஒன்றுண்டு: 'எங்கெல்லாம் ஒரு கிராமம் இருக்கிறதோ அங்கெல்லாம் மஹர் சேரி ஒன்றும் இருக்கும்'.[11] சமூகத்தில் மஹர்களின் தாழ்ந்த அந்தஸ்தை இப்பழமொழி துல்லியமாக விளக்கிக் காட்டும். மானுடவியல் ஆய்வாளர் ஐராவதி கார்வே (Irawati Karve) இன்னொரு பழமொழியை எடுத்துக் காட்டுகிறார். விதர்பாவின் கிழக்குப் பக்கத்தில் இந்தி பேசும் மக்களும், மராத்தி பேசும் மக்களும் கலந்து காணப்படுவர். அப்பகுதியில் ஒரு மஹர் மிகுந்த பெருமையுடன் கார்வேயிடம் ஒரு பழமொழியைப் பகிர்ந்துள்ளார்: 'எங்கெங்கு மஹர்களைப் பார்க்கிறீர்களோ நிச்சயம் அது மகாராஷ்டிராவாகத்தான் இருக்கும்'[12]. இதன் மூலம் மகாராஷ்டிரா முழுமையும் மஹர்கள் பரவியிருந்துள்ளனர் என்பது தெளிவாகும்.

மஹர்கள் மகாராஷ்டிரா பகுதியில் மிகவும் அதிகமாக இருக்கிறார்கள் என்ற பரவலான செய்தியை மக்களின் கணக்கெடுப்புப் பட்டியலும் சரியெனவே சொல்கிறது. தீண்டப்படாத சாதியினரில் மஹர் சாதியினர் மட்டுமே மகாராஷ்டிர மாவட்டங்கள் எல்லாவற்றிலும் விரவியுள்ளார்கள். மராத்தா சாதியினருக்கு அடுத்த அளவில் அதிகமாக இருப்பவர்கள் இவர்களே. கடற்கரைப் பகுதிகளில் வெறும் ஐந்து விழுக்காடு மட்டும் இருக்கும் மஹர்கள், மாநிலத்தின் கிழக்கு மாட்டங்களில் இருபது விழுக்காட்டுக்கு அதிகமாக இருக்கின்றனர். மஹர்கள் போன்ற தீண்டப்படாத சாதியினரான ஆந்திர மாநிலத்திலுள்ள மாலா சாதியினரும், கன்னட மாநிலத்தின் மைசூரு பகுதியிலுள்ள ஹொலையா சாதியினரும் மஹர்களோடு மக்கள் கணக்கெடுப்பில் இணைக்கப்பட்டுள்ளார்கள். இதிலிருந்து மராத்தி பேசும் பகுதியில் மட்டுமே மஹர்கள் தமது முழு அடையாளத்துடன் இருக்கிறார்கள் என்பது தெரிகிறது.

மகாராஷ்டிரத்தின் மக்கள் தொகையில் ஒன்பது விழுக்காடுள்ள மஹர்கள் ஏனைய தீண்டப்படாதவர்களைவிட எண்ணிக்கையில் அதிகமாக உள்ளனர். சம்பர்கள் என்ற தோல் தொழிலில் ஈடுபடும் தீண்டப்படாதவர்கள் - இவர்கள் வடக்கு மாநிலங்களில் இருக்கும் சாமர்கள் போன்றவர்கள்; மங்குகள் என்றழைக்கப்படும் கூடை தைப்பவர்கள், கயிறு முடைபவர்கள், கிராமத்து இசை வல்லுனர்கள் என்று எல்லோரும் சேர்ந்து மொத்தம் பன்னிரண்டு விழுக்காடு என்ற நிலையை கணக்கெடுப்பில் பெற்றுள்ளனர்.[13] இவர்கள் மத்தியில்

அகமண உறவு வைத்துக்கொள்ளும் வேறு பல சிறு சாதிகளும் உண்டு. இவர்களுக்கு இடையே ஏற்றத்தாழ்வுகளும் உண்டு. அந்த ‘மஹார் போத்ஜாத்கள்’ (அகமண உறவுக்காரர்கள்) பிரிவுகளில் சோம்வம்ஷி என்ற உட் சாதியினர் ரத்னகிரி என்ற இடத்திலும் தேஷ் பகுதியின் மேற்குப் பக்கத்திலும் அதிகமாக உள்ளனர். இம்மக்கள் மஹார் சாதியினரைவிட உயர்வாகக் கருதப்படுகின்றனர்.

1911-ல் எடுக்கப்பட்ட மக்கள்தொகை கணிப்பில் பம்பாய் மாநிலத்தில் மஹார்கள் ஐம்பத்து மூன்று உட் சாதிப்பிரிவுகளாகக் கணக்கிடப் பட்டுள்ளனர்.[14] இந்தக் தகவல்களைத் தாங்கி நிற்கும் வேறு ஆவணங்கள் ஏதும் கிடையாது. மஹார்களே எழுதியுள்ளவற்றில் கூட இந்த உட் சாதிகள் பற்றிய குறிப்புகள் ஏதுமில்லை. மஹார்களை விட தாழ்ந்தவர்களாகக் கருதப்படும் மங்குகள், அவர்களை விட உயர்வாகக் கருதப்படும் சம்பர்கள் என்று மூன்று உட் சாதியினரும் மஹார் சாதிக் குழுவில் இருக்கும் ஏனைய பிரிவினரை விட முக்கியமானவர்கள்.

ஒவ்வொரு கிராமத்திலும் இருக்கும் 12 கிராமப் பணியாளர்களில் (பலூதெடார்கள் - balutedars) மஹார்களும் அடங்குவர். அவர்கள் அனைவரும் கிராமத்துக்கான சேவையில் ஒரு தனி முதலாளியின் கீழ் இல்லாமல் பொதுப்பணி மட்டுமே புரிவர். இதற்கான கூலியாக (baluta) தானியங்களோ வேறு பொருள்களோ பெறுவார்கள். கிராமமே இதை அவர்களுக்குக் கொடுக்கும். இந்தப் பணியாளர்களின் எண்ணிக்கை மகாராஷ்டிராவின் ஒவ்வொரு கிராமத்திலும் சிறிது மாறுபடலாம். ஆனால் அப்பணிக்குழுவில் கட்டாயம் மஹார்கள் இடம் பெறுவார்கள்.[15]

இந்த பணியாளர்களில் மஹார்கள் தவிர மங்கு, சம்பர், சோனார் (தங்க ஆசாரி), சுத்தார் (மர ஆசாரி), லோகார் (இரும்பு ஆசாரி), கும்பர் (சுமை தூக்கிகள்), ஜோஷி (ஜோசியர்கள்), பரித் (வண்ணான்மார்கள்) போன்ற பல சாதியினரும் இருந்தாலும், இவர்கள் எல்லோரையும் வி மஹார்கள் மட்டும் ‘வதன்’ (watan) என்ற தனிச்சலுகை பெற்றவர்கள். அதாவது, சொந்த நிலத்துக்கு பரம்பரையாக உரிமை பெற்றவர்கள். இதைப்போல் நில உரிமை பெற்றவர்களை ‘வதன்தார்கள்’ என்று அழைக்கிறார்கள். வதன்தார்களில் பட்டீல் (தலைமை மனிதர், இவர் எப்போதும் ஒரு மராத்தா சாதிக்காரராக மட்டுமிருப்பார்), குல்கர்னி (கிராமத்து கணக்காளர், இவர் அநேகமாக ஒரு பிராமணராக இருப்பார். இவர்களை விதர்பாவில் பத்வாரி என்று அழைப்பார்கள்), கௌகுலா (பட்டீலுக்கு உதவியாளர்கள்) போன்றவர்களும் அடங்குவர்.

வதன்தாராக இருப்பது மஹார்களுக்கு சமூக அந்தஸ்து எதையும் தந்திருக்கவில்லை. ஆனால் அந்த நில உடைமை மஹார்களை அந்தக்

குறிப்பிட்ட கிராமத்தோடு நெருங்கிய தொடர்புள்ளவராகவும் அந்த கிராமத்துக்கு மஹர்களின் தேவை எவ்வளவு முக்கியம் என்பதையும் எடுத்துக்காட்டுகிறது.[16]

மஹர்களின் வருமானம் 'பலுத்தா' மட்டுமல்ல; அவர்கள் தங்களது வதனாக வந்துள்ள நிலத்தில் சாகுபடி செய்து கொள்ளலாம். அதோடு 'ஐம்பத்திரண்டு உரிமைகள்' என்ற பெயரில் அவர்களுக்கு வேறு பல வருமான வழிகள் உண்டு. இந்த 'ஐம்பத்திரண்டு உரிமைகள்'[17] என்னவென்ற பட்டியல் ஏதுமில்லை. ஆனால் காலங்காலமாக அவர்களுக்கென்று இருந்து வரும் அந்த உரிமைகள்: கிராமத்தில் பசு மாடு இறந்தால் அதன் தோலை எடுத்துக்கொள்ளலாம்; இறந்தவர்களை எரிப்பதற்கு முன்பு போட்டிருக்கு உடைகள், ஒவ்வொரு வீடாகச் சென்று இரந்து பெறும் உணவு, பல சடங்கு முறைகளில் வரும் சன்மானம் - உதாரணமாக, புதுப் பெண் அல்லது புது மாப்பிள்ளையின் அம்மாவின் தலையைச் சுற்றி விளக்கு ஒன்றைச் சுற்றும்போது தட்டில் விழும் பணம், போன்ற உரிமைகள் அவை.[18] இதுபோல் பலூதேதார்களாக இல்லாத மஹர்கள் கிராமத்தில் உள்ளவர்களின் நிலங்களில் உழைத்து உண்ண வேண்டும்.

ஆங்கிலேயர்களின் ஆட்சிக்காலத்தில் இந்த பலூதேதார்களை 'கீழ்மையான கிராமத்துப் பணியாளர்கள்' என்று அழைத்தனர். இந்தப் பெயர் பலகாலம் நிலைத்து நின்றுவிட்டது. அலெக்சாண்டர் ராபர்ட்சன் என்ற ஸ்காட் மதப்போதகர் பல ஆண்டுகள் விதர்பாவில் உள்ள மஹர்களோடு வசித்திருக்கின்றார். அவர் 1129 பொது ஆண்டில் எழுதப்பட்ட ஓர் ஒப்பந்த கடிதத்தின் நகலில் மஹர்களின் கடமைகள், அவர்களுக்குத் தரவேண்டிய கூலிப் பணம், அவர்களுக்கு மற்ற பலூதேதார்களுக்கும் இடையேயிருந்த உறவுகள் பற்றிய குறிப்புகளைப் பார்த்திருக்கிறார். அந்தக் கடிதத்தில் நாசிக், ஜுன்னர், கெஹட், பூனே, பந்தர்புர், நெதார், பைத்தான் போன்ற இடங்களில் இருந்த பட்டீல், குல்கர்னி மக்கள் கையெழுத்திட்டிருந்தனர்.[19] இதோடு மஹர்களை உள்ளடக்கிய பலூதேதார்கள் தங்களுக்கான பஞ்சாயத்துகளை வைத்திருந்திருக்கலாம்[20] என்றும் தெரிகிறது. பொதுவாக மஹர்கள் கிராமத்துக்கு வெகுவாகப் பயனுள்ள தொழிலைச் செய்து வந்துள்ளனர்; ஆனால் கிராமத்தில் அவர்களுக்கான இடம் வெகு தாழ்வானதாகவும், அதிகாரம் ஏதுமற்றதாகவுமே இருந்து வந்திருக்கிறது.

மஹர் பலூதேதார்கள் செய்ய வேண்டிய பணிகளின் பட்டியல் மிக நீளமானது. அவர்களே கிராமங்களுக்கான காவலாளிகள்; நில எல்லை தொடர்பாக வரும் தகராறுகளைத் தீர்த்து வைக்கும் பொறுப்பும் அவர்களிடம் இருந்தது; ஊருக்குள் புதிதாக வரும் அரசு

அதிகாரிகளுக்கான வழிகாட்டிகள் இவர்களே; நிலவரி கட்ட நில உடைமையாளர்களுக்கு நினைவுட்டவேண்டும்; அரசின் கருவூல அதிகாரிகளுடன் செல்லவேண்டும்; திருடர்களைத் தேடிக் கண்டுபிடிக்க வேண்டும்; கிராமத்துச் சாவடிகளையும், ஊர்ப் பொதுக் கிணற்றையும் கவனித்துக்கொள்ளவேண்டும்; கிராமத்து சாலைகளைச் சுத்தம் செய்யவேண்டும்; இறப்புச் செய்திகளை பக்கத்து கிராமங்களுக்கு எடுத்துச் செல்லவேண்டும்; இறந்த கால்நடைகளைக் கிராமத்திலிருந்து அகற்றிச் சுத்தம் செய்ய வேண்டும்; சுடுகாட்டில் பிணம் எரிக்க விறகு சேகரிக்கவேண்டும்.[21]

மஹர்கள் இதைத் தவிர சமயத் தொடர்பான சடங்கு முறைகளிலும் குறிப்பிட்ட பணிகள் செய்யும் கடப்பாடு உடையவர்கள். ஹோலிப் பண்டிகையன்று முதல் கொள்ளியை அவர்கள்தான் பற்ற வைக்க வேண்டும்; அதிலிருந்து தான் மற்றவர்கள் தீயைப் பெருக்க வேண்டும்.[22] கிராமத்து தேவதையான மாரியம்மாளின் கோவிலை சுத்தமாகப் பேணுவது, அத்தெய்வத்தின் பல்லக்கைப் பேணி வருவதும் அவர்கள் பணியே.[23] திருமண விழாக்களிலும் மஹர்களுக்கான தனிப் பணிகள் உண்டு.

இத்தனையும் இருந்தும் மஹர்களின் தீண்டாமையும் அவர்களோடு இறுக்கமாகவே இணைக்கப்பட்டுள்ளது. அவர்கள் தொட்டாலே தீட்டு... சில இடங்களின் அவர்களின் நிழல் பட்டாலே தீட்டு. அவர்கள் எந்த சாதி இந்துவையும் நேருக்கு நேர் வரவோ, எந்த சாதி இந்துக்களின் வீட்டுக்குள் நுழையவோ முடியாது. கிராமத்துப் பள்ளிக்கூடம், கோவில், கிணறு அனைத்தும் மஹர்கள் இருக்கும் சேரிப் பகுதியிலிருந்து தள்ளியே இருக்கும். மஹர்களின் வாழ்க்கைக்கே புறம்பான இடங்கள் அவை.

இடங்கள் மட்டுமல்ல; வேறு பல கட்டுப்பாடுகளும் உண்டு. அவர்களின் உடை, பயன்படுத்தும் பொருட்கள் என்று பலவற்றிலும் கட்டுப்பாடு உண்டு. சாதி இந்து ஒருவரின் உடை, பாவனை அனைத்திலிருந்தும் மஹர் வித்தியாசமாக இருக்கவேண்டும். மேலாடையாக ஒரு கம்பளியைத் தோளைச் சுற்றி அணிந்து, கையில் ஒரு நீண்ட குச்சியுடன் (*kathi*)[24] இருக்க வேண்டும். மற்ற உயர் சாதி மக்களிடம் பேசும் போது, ஜோஹர் என்று விளித்து, அவருடைய பெயருக்கு அடுத்து 'நாக்' என்ற மரியாதைச் சொல்லோடு பேசவேண்டும்.

மஹர்களுக்கு கிராமத்தில் தாழ்ந்த அந்தஸ்தே இருந்தது. ஆனால் அவர்கள் செய்யவேண்டிய எல்லா பணிகளுமே இழிவானவை அல்ல. அவர்களை விடவும் கீழாக மதிக்கப்படும் சாதியினருக்கு அந்தப்

பணிகள் கொடுக்கப்படுகின்றன. மஹார்கள் கழிவறைகளைச் சுத்தம் செய்யும் வேலைகளைச் செய்வதில்லை; வடக்கு திசையிலிருந்து வரும் 'பாங்கிகள்' என்ற சாதியினரே அந்த வேலையைச் செய்கிறார்கள். மகாராஷ்டிராவில் வெளியிலிருந்து வரும் பாங்கிகளும், குஜராத்தில் உள்ள கீழ் சாதியினரும் பயன்படுத்தப்படுகிறார்கள்.

மஹார்கள் இறந்த விலங்குகளை அப்புறப்படுத்தும் வேலையைச் செய்வதாலேயே அவர்கள் தீண்டப்படாதவர்களாக ஆகிவிடுகிறார்கள். இந்தியாவிலுள்ள பிற தீண்டப்படாதவர்கள் போலவே மஹார்களும் தாங்கள் அப்புறப்படுத்தும் இறந்த மாடுகளின் மாமிசத்தை உண்பதுண்டு. ஆனாலும் அவர்கள் செய்யும் சில பணிகளில் அவர்களுக்கு அதிகாரம் உண்டு. நிலத்தின் எல்லைகள் குறித்த வழக்குகளில் அவர்களின் வார்த்தைகளுக்கு மதிப்புண்டு. ஆனாலும் எந்த அளவுக்கு அதிகாரம் உண்டு என்பது தொடர்பான சட்டப்பூர்வ சான்றுகள் ஏதும் கிடையாது.[25]

ஒருபுறம் தீண்டாமையால் கட்டுப்படுத்தப்பட்ட போதும், மஹார்களின் பலூதேதார்கள் தங்கள் பணிகளின் மூலம் தங்களை புத்திசாலிகள் என்று நிரூபணம் செய்துள்ளனர், அந்த மரியாதை அவர்களுக்குக் கொடுக்கப் படுகிறது. மவுண்ட் ஸ்டுவர்ட் எல்ஃபின்ஸ்டோன் என்பவர் மஹார்கள் எதையும் தெரிந்துகொள்ள எடுக்கும் முயற்சிகளையும், அவர்களது கவனிப்புத் திறனையும் பற்றிப் புகழ்ந்து பேசுகிறார்.[26] எல்லா சமூகங்களிலும் ஒரு குறிப்பிட்ட தாழ்த்தப்பட்ட மக்கள் மிகவும் பொறுப்புள்ளவர்களாகவும், பல தனித்திறமைகளோடும் இருப்பது வழக்கம்தான். ஆனால் மஹார்கள் இதில் இன்னுமொரு உயர் நிலையை அடையக்கூடியவர்கள் என்று குறிப்பிட்டிருக்கிறார்.

சி.பி. அகர்வால் 'நிலம் தொடர்பானவற்றில் மஹாரின் முடிவு இருபுறத்தாராலும் ஏற்றுக் கொள்ளப்படுகிறது. இதனால் ஒரு மஹார் சாட்சியாகவும், நீதிபதியாகவும் ஒரு சேர இருக்க முடிகிறது' என்கிறார்.[27] இது ஒரு சமீபத்திய மேற்கோள். ஒருவேளை, மஹார்களுக்கு மரியாதை கொடுக்கும் ஆவலில் இது சொல்லப்பட்டிருக்கலாம். இதுபோன்ற வெளிப்படையான உணர்வுகள் ஏதும் பழைய மேற்கோள் ஒன்றில் இருக்க வாய்ப்பில்லை. அப்படிப்பட்ட ஒரு மேற்கோள் இது. பத்தொன்பதாம் நூற்றாண்டின் மத்தியில் ஒரு ஆங்கிலேயரால் சொல்லப்பட்டது. அநேகமாக இது அன்றைய மஹார்களின் உண்மையான நிலையைக் காட்டும். ஆகவே, மஹார்கள் இச்சமூகத்தில் எவ்வாறு கருதப்பட்டார்கள்; நடத்தப்பட்டார்கள் என்பதற்கு இது ஒரு நல்ல உதாரணமாக இருக்க முடியும்:

> கிராமத்தின் கண் என்று ஒரு மஹரைத் திடமாக அழைக்க முடியும். அவர் கிராமத்தின் காவலாளியாகவும், காவலராகவும் இருக்கிறார்.

அவர் கிராமத்தின் நிகழ்ச்சிகள் அனைத்தும் தெரிந்தவராக உள்ளார். அவரது இருக்கும் சூழலாலும், அவரது கவனிக்கும் திறமையாலும் அவர் ஒவ்வொரு கிராமத்தவரைப் பற்றியும் நன்கு அறிந்திருக்கிறார். இதனால் நடக்கும் எல்லாவற்றிலும் அவரது சாட்சியம் அதிகம் தேவைப்படுகிறது. இரு விவசாயிகள் மத்தியில் நிலத்தைப் பற்றி நடக்கும் ஒரு சச்சரவில் அவரது சாட்சியமே முடிவெடுக்கப் பயன்படுகிறது. இரு பக்கத்து கிராமங்களுக்குள் பிரச்னைகள் தோன்றும் போதும் மஹர்கள் நடுவில் நின்று நியாயம் பேசி பிரச்னைகளைத் தீர்க்கும் முக்கிய புள்ளிகளாக இருக்கிறார்கள். மஹர்களின் பணிகள் மிக அதிகம். அவற்றைப் பட்டியலிடுவதே மிகக் கடினம். ஓர் அரசுப் பணிமனையில் ஒரு பியூன் எத்தனை முக்கியமோ அதே அளவு கிராமத்தில் மஹர்களின் மதிப்பும் தேவையும் முக்கியம்'.[28]

மகாராஷ்டிராவில் மஹர்களின் எண்ணிக்கை மிக அதிகம். எல்லா இடங்களிலும் அவர்கள் இருக்கிறார்கள். இதனால் தீண்டப்படாமை என்ற வார்த்தைக்கே மஹர் என்பது ஓர் ஆகுபெயராகிவிட்டது. பத்தொன்பதாம் நூற்றாண்டின் இறுதியில் எழுதப்பட்ட ஒரு கவிதை மஹர்கள் மத்தியில் படித்த சிலரின் மத்தியில் எழுந்த விழிப்புணர்வு பற்றியும், சமூகக் கொடுமைகளினால் மஹர் மக்களுக்கு அளிக்கப்பட்ட கொடுமை பற்றியும் தெளிவாகக் குறிக்கிறது.

தீண்டாமைச் சுழலில் சிக்கிய சிறுவன் ஒருவனின் முதல் கேள்வி

அவர்கள் தீண்டப்படாத குலத்தில்
பிறந்த சிறு குழந்தைகள்
தெருவில் துள்ளிக் குதித்து விளையாடுகின்றனர்

தூரத்திலிருந்து வந்த ஒரு பிராமணர்
அவர் துள்ளி விளையாடும் குழந்தைகளை
பார்த்து என்ன சொல்வார்?

ஓ! மஹர்களின் சின்னச் சனியன்களே! விலகிப் போங்கள்.
இங்கே என்ன விளையாட்டு உங்களுக்கு
சனியன்களே ஒழிந்து போங்கள், ஓடுங்கள்
நாங்கள் வரும் வழியில் உங்களுக்கு என்ன விளையாட்டு

எல்லோரும் ஓடி விட்டனர் - ஒருவனைத் தவிர
பிராமணர் தன் கைக்கம்பை உயர்த்தினார்
உரத்துக் கத்தினார்
மூதேவி! உன் நிழல் கூட என் மேல் படக்கூடாது
ஓடிப்போய் விடு

இல்லையேல் தொலைத்து விடுவேன்
கம்பும் ஆடியது; குரலும் ஏறியது

பாவப்பட்ட பையன்
துவண்டு போய் வீட்டை நோக்கி நடந்தான்
பல கேள்விகள்...
என் நிழல் பட்டால் என்னாகி விடும் அவருக்கு?
அதில் என்ன தவறு இருக்கிறது?

வீடு சேர்ந்த பையன்
அம்மாவிடம் கேட்டான்
பாவப்பட்ட அம்மா சொன்னார்:
நாம் தாழ்ந்தவர்கள்; அவர்கள் உயர்ந்தவர்கள்
அவர்கள் எதிரில் வந்தால்
நாம் விலகி வழி விடணும்
அம்மா போகிற போக்கில்
சாதாரணமாக இதைச் சொன்னார்.

அம்மாவுக்கு எப்படி தெரியும்
இந்த உலகின் உயர்வு தாழ்வெல்லாம்
பாவத்திலும் வீண் பெருமையிலும்
அடுத்தவரை இழிவுபடுத்தியதன் மூலமும்தான்
உருவானதென்று.

3 செப்டம்பர், 1888[29]

மஹர் இன்னும் மற்ற சாதியினர் பற்றி நாட்டார் பாடல்கள் பல பேசுகின்றன. மராத்தி பழமொழி ஒன்றுண்டு. எல்லா சாதியினர் பற்றியும், பிராமண சாதியையும் சேர்த்தே மிகச் சில தேர்ந்தெடுக்கப் பட்ட வார்த்தைகளில் மிக மட்டமாக வர்ணிப்பதுண்டு. ஆனாலும் மஹர்களின் கீழான சமூக நிலையும் அதில் வந்துவிடுகிறது. ‘கன்னடாக்காரன் ஏமாற்றுக்காரன்; தெலுகு ஒரு திருடன்; மஹர் கண்டதைத் தின்னும் கழிசடை’ என மகாராஷ்டிரல்லாதவர்களையும், தாழ்த்தப்பட்ட சாதியினரையும் இழிவுபடுத்துகிறது ஒரு பழமொழி.[30]

இன்னும் சில பழமொழிகள்: ‘மஹரின் அம்மாவை சம்பர் எடுத்துக் கொள்ளட்டும்’ என்ற விகாரமான பழமொழி ஒன்று. ‘மஹர் செத்துட்டான்; அசிங்கமும் போய்விட்டது’. ‘கோழியும் ஆடுகளும் பெரிய சொத்தில்லை; மஹர்களும் மங்குகளும் சாதியே அல்ல’. இப்பழமொழி சில சாதிகள் மீது மக்கள் வைத்திருந்த அருவருப்பையேதான் வெளிப்படுகிறது.[31]

1831-ல் எழுதப்பட்ட மராத்தி - ஆங்கில அகராதியில் 'maharkavla' என்ற ஒரு பறவைக்கு 'கறுப்பான, அருவருப்பான காக்கா' என்று பொருள் கூறியிருந்தது. ஏனெனில் இந்தக் காக்கை மஹர் போலவே சுடுகாட்டுக்கு அடிக்கடி போய்வரும் அசிங்கம் பிடித்த பறவை என்ற பொருள் கொடுத்தது. இதே அகராதியில் 'maharki' என்றொரு சொல். இச்சொல்லுக்கு மஹரின் கடமைகள், உரிமைகள் அல்லது மிக மட்டமான, அலுப்பு தரும் விஷயம் என்ற பொருள் கொடுக்கப்பட்டது. இந்தச் சொல் இன்னும் அதே மட்டமான பொருளில் இன்றும் வழங்கப்படுகிறது.

இன்னும் ஒரு பழமொழி - இப்பழமொழி மட்டும் மஹர்கள் பதில் சொல்வது போல் அமைந்துள்ளது. மஹர்களுக்குப் பிணம் எரிக்க விறகு சேகரிக்கும் பணி உண்டு. இதற்கு மஹர் ஓர் எதிர்வினை கொடுப்பது போலிருக்கும். பிராமணர் ஒரு மஹரைப் பார்த்து 'வெளியே போ' என்று கத்துகிறார். பதிலுக்கு மஹர், 'ஒரு நாள் உன்னை எரிப்பதற்கான சாணி வெறட்டியை நான்தான் கொண்டு வருவேன், பார்' என்கிறார்.[32]

சமயங்களின் தாக்கமும் மத மாற்றத்தால் கிடைத்த நல்விளைவுகளும்

மஹர்கள் இந்து சமயச் சடங்குகளிலும், சமூக விழாக்களிலும் கலந்து கொண்டு தங்களுக்கான பணிகளைச் செய்து வந்தாலும் அவர்களது சமயமும், நடைமுறைகளும் வேறாக இருந்தன. அவர்களது சமயங்களுக்கும் பிராமணர்களது வழிபாட்டு முறைகளுக்கும் எந்தத் தொடர்பும் இல்லாமல் இருந்தன. பத்தொன்பதாம் நூற்றாண்டின் இறுதிப் பகுதியில் அரசுப் பதிவாளர் ஒருவர் 'மஹர்கள் தங்கள் சாதிய சடங்குகளில் மிகுந்த ஆர்வத்தோடும், ஆழத்தோடும் பங்கு பெற்று வந்தனர் என்றும், அதனைப் பார்த்து மற்ற சாதியினர் கேலி செய்து சிரித்ததாகவும்' எழுதி வைத்துள்ளார். அவர்களது கடவுள்களில் முக்கியமானவர் நோய் தீர்க்கும் மாரியம்மா. இவரோடு ஏனைய பல தெய்வங்களையும் வணங்கி வந்தனர். அக்கடவுள்கள் மஹர்களுக்கு மட்டுமல்லாது வேறு பல தாழ்த்தப்பட்ட சாதியினருக்குமான கடவுள்களாகவும் இருந்து வந்துள்ளனர். 1894-ல் எழுதப்பட்ட ஓர் ஆவணத்தில் மஹர்களின் வழிபாட்டு முறை பற்றி எழுதப்பட்டுள்ளது:

> *'எம் கடவுள்களின் பெயர்கள்: சத்வி, ஜார்வை, மெசை,*
> *வெடல், ம்ஹாசா, பஹ்ரி, பாதவி, மாரியாயி*
> *பிரம்மா, விஷ்ணு, மஹேஷ், கிருஷ்ணா, ருக்மாய்,*
> *ராம்-சீதா, லக்ஷ்மண் போன்றோரைத் தெரியாது'.*[34]

மஹர்களின் கடவுள்கள் எல்லாம் தாய் வடிவிலோ, பூத-பிசாச வடிவிலோ அல்லது முழுவதுமாக மகாராஷ்டிர பாணி வழிபாட்டு மரபுகளாகவோ இருக்கலாம். ஆனால் நிச்சயமாக அவை இந்துக் கடவுள்களான பிரம்மா, விஷ்ணு, சிவன் இல்லை. கந்தேஷ், விதர்பா என்ற இடங்களில் ஐந்து கற்களை நட்டு வைத்து, அதன் பின்னால் ஐந்து சகோதரர்கள் பற்றிய ஒரு புராணக் கதையை உருவாக்கி அதனை வணங்கிவந்துள்ளனார்.[35] பத்தொன்பதாம் நூற்றாண்டுப் பதிவாளர்கள் ஒரு குறுகிய நிலப்பகுதிக்குள் இருந்த பல்வேறுபட்ட சமயப் பழக்க வழக்கங்கள் பற்றி குறிப்பிட்டுள்ளனர்.

மஹரிடையே சன்னியாசிகள் உண்டு. அவர்களை கொசாவிகள் என்று அழைப்பார்கள். இவர்கள் இன்னும் ஏனைய தாழ்த்தப்பட்ட சாதியினரிடையேயும் இருந்து வந்தனர். பிச்சை எடுத்து தங்கள் சமய வாழ்க்கையை நடத்துபவர்கள் இவர்கள். மகாராஷ்டிர பகுதியில் சில இடங்களில் இந்த கொசாவி ஸ்வாமிஜிகள் மற்ற சாதியினராலும் வணங்கப்படுகிறார்கள்.[36] அவர்களது பாரம்பரிய முறையில் இருந்து விலகி இக்காலத்தில் சமயத் தலைமைப் பதவி படித்த சில மஹர்களிடம் இடம் பெயர்ந்துவிட்டது. அவர்களது கடமைகள், செயல்பாடுகள் பற்றி அதிகம் தெரியவில்லை. ஆனாலும் ஒன்று மட்டும் நிச்சயம். மஹர்களின் சமயக் கோட்பாடுகளுக்கும், பிராமணிய கோட்பாடுகளுக்கும் எவ்விதத் தொடர்பும் இல்லை.

மஹர்கள் தங்கள் கிராமத்தில் நடத்தும் சமயச் சடங்குகள் மிகவும் கவனமாகக் கட்டுப்படுத்தப்பட்டவையாக உள்ளன. அதிலும் சமயத் தலைவர்கள் எவரும் மஹர்களின் பாரம்பரிய கிராமப் பணிகளிலிருந்து உயர வழிமுறை ஏதும் சொல்லித் தரவில்லை. சில இந்து சமயக் குழுக்கள் சமூக சமத்துவத்தை உருவாக்கித் தந்திருக்கவில்லை. ஆனால், மஹர்களைத் தமது அமைப்புக்குள் சேர்த்துக்கொண்டு ஆன்மிக விடுதலையைத் தந்தன. இந்த அமைப்புகளின் காலம் பற்றித் தெரியவில்லை. கிறிஸ்தவ அமைப்புகளில் மஹர்கள் சேர்ந்தது மட்டுமே ஆவணப்படுத்தப்பட்டுள்ளன.

அம்ரோத்தி, பந்தாரா போன்ற இடங்களில் உள்ள பல மஹர்கள் மஹானுபவ பந்த் என்ற அமைப்பில் இணைந்தனர். இந்த அமைப்பு சக்ராதர் சுவாமி என்பவரால் 13ம் நூற்றாண்டின் இறுதியில் ஆரம்பிக்கப் பட்ட ஒரு இந்து மதக் கிளை. ஆனால் இவ்வமைப்பு அடுத்த நூற்றாண்டில் இந்துக்களின் மதிப்பில் இருந்து தாழ்ந்து போனது. ஏனெனில் இவ்வமைப்பில் 'சாதி அமைப்பு பற்றிய தெளிவின்மை இருந்தது. ஆனால், பிராமண எதிர்ப்பை அடிப்படையாகக் கொண்டிருந்தது என்பது உண்மையே'.[37]

மஹானுபவ பந்த் அமைப்பின் உறுப்பினர்கள் தங்கள் பழைய சாதியை விட்டொழிக்கவில்லை. அதே சமயத்தில் மற்ற இந்து மக்களிடமிருந்து இவர்கள் தனித்துப் பிரித்துப் பார்க்கப்பட்டார்கள். நம்பிக்கைகளிலும் சமயச் சடங்கு முறைகளிலும் அவர்கள் வேறுபட்டு நின்றார்கள். வேறு சில மஹர்கள் இன்னொரு இந்து அமைப்பில் சேர்ந்து கொண்டனர். கபிர் அல்லது ராமானந்த பந்த் என்ற அமைப்புகளே இவை. இதைப் பற்றிய விவரங்கள் சி.பி. கைர்மோத் என்பவரது விளக்கத்தில் மட்டுமே கிடைக்கப்பெற்றன. இவர் இவ்வமைப்புகளில் ராணுவத்தில் இருந்த மஹர்கள் மட்டுமே அதிகமாக இணைந்துள்ளனர் என்று கூறுகிறார். இது போன்ற ராணுவ ஆட்கள் ஏற்கெனவே தங்கள் கிராமிய தொடர்புகளைத் துண்டித்து விட்டவர்களாகவே இருந்து வந்துள்ளனர்.[38]

1909-ல் எழுதப்பட்ட சந்தா மாவட்ட அரசு ஆணவம் ஒன்றில், மத்திய மாநிலப்பகுதியில் பல மஹர்கள் தேஷ் பகுதி மக்களைவிட வளமாக இருந்து வந்துள்ளனர் என்றும், 'மஹர்கள் புத்திசாலித்தனம் கொண்ட மக்கள் என்றும் பல நல்ல விவசாயிகளும், துணி நெய்பவர்களும் தங்கள் சாதியைத் துறந்து, கபிர் பந்தில் இணைந்துவிட்டனர்' என்றும் குறிப்பிட்டுள்ளார்.[39] மராத்தி மொழி அதிகமாகப் பேசும் வர்காரிஸ் அல்லது பந்தர்புர் பகுதியில் உள்ள மக்களின் பங்களிப்பு பற்றி பின்பு விரிவாகப் பார்க்கலாம். ஏனெனில் இதற்கான ஆவணங்கள் மஹர்களின் வரலாற்றுக்கு மிகுந்த பயனளிக்கும்.

மகாராஷ்டிராவின் கிறிஸ்துவ திருச்சபையின் வரலாற்றுக் குறிப்பில், மஹர்கள் வாய்ப்பு கிடைக்கும்போதெல்லாம் தங்களுடைய முன்னேற்றத்துக்கானவற்றை இறுகப்பிடித்து முன்னேற தயாராக இருந்தனர் என்ற செய்தியை அறிய முடிகிறது. 1824-ல் எழுதிய குறிப்பேட்டில் எல்பின்ஸ்டோன், 'மதப்பிரச்சாரகர்கள் எப்போதும் தாழ்த்தப்பட்ட மக்களே தங்களுக்கான நல்ல உறுப்பினர்கள் என்று செயல்பட்டார்கள்' என்று எழுதியுள்ளார்.[40]

மேலும், மராத்தியப் பகுதியில் நடந்த மதப்பிரச்சாரத்தின் ஐம்பது ஆண்டு வரலாற்றைப் பற்றி, கிறிஸ்துவத்துக்கு மதம் மாறிய அகமத் நகரில் இருந்த ஒரு பிராமணர் குறிப்பிடுகையில், 'நம் கிறிஸ்தவ சபையில் பெரும்பான்மை மக்கள் மஹர்களே' என்று குறிப்பிட்டுள்ளார்.

1832-ல் அகமத் நகரில் கிறிஸ்துவர்களின் சமயப்பணி ஆரம்பித்தது. ஏழைகளுக்கான விடுதி ஒன்றில் இப்பணி ஆரம்பித்தது. அவ்விடுதிக்கு வருபவர்களில் பெரும்பான்மை மக்கள் மஹர்களே. இக்கூட்டத்தினரே முதலில் மாறிய கிறிஸ்துவர்கள். 'மேலும், கிறிஸ்துவப் பிரச்சாரகர்கள் தங்கள் உதவிக்கு மஹர்களையே வேலைக்கு அமர்த்தியிருந்தனர். அவர்களோடு அமர்ந்து தங்கள் சமய நூலை வாசிப்பதும், அதைப்

பற்றிப் பிரசாரம் செய்வதும் வழக்கமாக இருந்தது. அதிகமாக மஹர்களே மதம் மாறியமைக்கு இன்னொரு காரணமும் இருந்தது. உயர்சாதி மக்களிடையே யாரேனும் கிறிஸ்துவத்துக்கு மதம் மாறினால், அவரது சாதியினர் அவர்களை ஒதுக்கி வைத்துவிடும் பழக்கம் இருந்தது. ஆனால் மஹர்களோ, மங்குகளோ மதம் மாறினால் அவர்களுக்குப் புதிய நிலமை உருவாகியது. அவர்கள் தாழ்த்தப் படுவதற்குப் பதில் சமூகத்தில் உயர்ந்த நிலை கிடைத்தது.[41]

புதிதாக மாறிய அவர்களுக்கு பொருளாதார முன்னேற்றத்துக்கான வாய்ப்புகள் வந்தன. சமூக நிலைகளிலும் மாற்றங்கள் வந்தன. புது வேலை வாய்ப்புகளால் வந்த மாற்றங்கள் இவை. இதனோடு வழக்கமான மஹர்களின் காலங்காலமாய் இருக்கும் சமய வழிபாட்டு முறைகளைவிட புதிய மதத்தின் வழிபாட்டு முறைகள் வித்தியாச மாகவும் புதிதாகவும் இருந்தன. மேற்கத்திய கிறிஸ்துவர்கள் இருக்குமிடங்களில் மஹர்கள் கிறிஸ்துவராவது அவர்களுக்குப் பல புதிய வழிகளைத் திறந்துவிட்டன. ஆனாலும் இந்த மத மாற்றம் மிகக் குறைவாகவே அங்கங்கே நடந்தன. தென்னிந்தியாவில் நடந்தது போல் இங்கு பெருமளவில் கூட்டம் கூட்டமாக மக்கள் மதம் மாறவில்லை.[42]

பத்தொன்பதாம் நூற்றாண்டில் மஹர்களின் கிராமிய வாழ்க்கையில் ஏற்பட்ட மாற்றங்கள்

கிராமங்களிலும் மஹாராஷ்டிர சமுதாயத்திலும் மஹர்களின் நிலை சுவாரசியமானதாகவும் கொஞ்சம் சிக்கலானதுமாகவும் இருந்தது. மஹர்களின் சாதியக் கட்டமைப்போ, பழைமைக்கு விரோதமான புதிய இந்து மத அமைப்புகளில் சேர அவர்கள் எடுத்துக்கொண்ட முயற்சிகளோ மஹர் சாதிகளின் ஒன்றுபட்ட போராட்ட இயக்கத்துக்கு எந்த அடித்தளமும் அமைத்துத் தந்திருக்கவில்லை. மஹர்களுக்கு சாதிய இந்துக்களோடும், அரசியல் அதிகாரிகளோடும் தொடர்பிருந்தன. மஹர்கள் கிராமம் கிராமமாக இறப்புச் செய்திகளைக் கொண்டு சென்று தொடர்புகளை ஏற்படுத்தியிருந்தனர். திருடர்களைத் தேடிப்பிடித்து சமூகத்துக்கு நன்மை செய்து வந்திருந்தனர். என்றாலும் அந்த தொடர்புகள் எந்த அளவுக்கு அவர்களுக்குப் பயனளித்தது என்பது ஒரு பெரும் கேள்வி. அவர்களது கருத்துப் பரிமாற்றங்களுக்கு இப்பணிகள் உதவியாக இருந்திருக்குமா என்பதே ஒரு பெரும் கேள்விதான்.[43]

மஹர் இயக்கமும் ஒவ்வொரு இடத்திலும் ஒவ்வொரு வகையில் இருந்தது. சில இடங்களில் தலைமைப் பொறுப்பில் பட்டீல் அல்லது மெஹ்த்ரா என்பவர் இருந்தார்; இன்னொரு இடத்தில் பரம்பரையாக வரும் ஒருவர் தலைவராக இருந்தார். எந்தோவன், ‘சாதிய

முரண்பாடுகளையும், சிக்கல்களையும் அந்தந்த கிராமத்தில் உள்ளவர்கள் தலைமைப் பொறுப்பில் உள்ளவர்களின் உதவியுடன் அல்லது அது இல்லாமலே தீர்த்துக்கொள்வது வழக்கம்' என்று சொல்கிறார்.[44] இது அவர்களது சமூகத்தில் உள்ள நெகிழ்ச்சியைக் காட்டுகிறது. இந்த நெகிழ்வு நிலையால் அவர்கள் யாவரும் ஒன்றாக அணி திரள வழி இல்லாமல் போயிற்று. ஆனால் இது அவர்களை புதிய வழிகளைத் தேடுவதற்குத் தடையாகவும் இருந்ததில்லை.

அப்போதிருந்த சூழலில் கிராமங்களில் மஹர்கள் மட்டுமல்லாது அனைத்து தீண்டப்படாதவர்களும் தங்களை முன்னேற்றிக் கொள்வதற்கான எந்த கூட்டு முயற்சிகளையும் எடுக்க முடியாதபடி கடினமான சூழ்நிலையே இருந்துவந்தது. இதிலும் மஹர்களும் மங்குகளும் எப்போதுமே காலங்காலமாக ஒருவருக்கொருவர் எதிரிகளே. 1885-ல் எழுதப்பட்ட சத்தாரா அரசியல் பதிவேட்டில் இந்த இரு சாதியினரின் போட்டி தெற்குப் பகுதியிலும், மகாராஷ்டிராவின் ஏனைய பகுதிகளிலும் இருந்துவந்தது என்று குறிப்பிட்டுள்ளது. அதில், 'மஹர்களும் மங்குகளும் பரம்பரை பரம்பரையாக ஒருவருக்கொருவர் எதிராளிகளாகவும், ஒருவரை மற்றொருவர் ஆள வேண்டும் என்ற நினைப்பிலேயே உள்ளனர்' என்று கூறப்பட்டுள்ளது.[45]

இந்த இரு சாதியினரை விட சம்பர் சாதியினர் ஒரு படி ஏற்கெனவே முன்னேறிவிட்டிருந்தனர். ஆகவே இப்போட்டியிலும் வெறுப்பிலும் அவர்களுக்கு இடமில்லை. இந்த சாதியினர் தோல் பொருள் தயாரிப்பில் உள்ளவர்கள். ஆகவே இவர்களுக்கு வியாபாரத் துறைக்குள் நுழைய பல வாய்ப்புகள் கிடைத்தன. புது நகரங்களிலும் பெருநகரங்களிலும் அவர்களுக்கான வாய்ப்புகள் நிறையவே இருந்தன. மேலும் அந்த இரு சாதியினரை விடவும் சம்பர் சாதியினர் சிறிது கூடுதலான சமூக நிலைப்பாட்டில் இருந்தனர். தீண்டப் படாதவர்களின் மத்தியில் அவர்களது படி நிலை சிறிது உயரத்தில் இருந்தது. இப்போதும், முந்திய காலத்திலும் மகாராஷ்டிர கிராமங்களில் சம்பர்களின் வீடுகள் சாதி இந்துக்களின் வீடுகளுக்கு சற்று அருகில் இருக்கும். மஹர்கள்-மங்குகளின் வீட்டுகள் சற்று தொலைவில்தான் இருக்கும். எழுத்து வடிவங்களிலும் மஹர்-மங்கு என்ற இரு சாதியினரும் இணைத்தே பேசப்படுகின்றனர்; எழுதப்படு கின்றனர். பழமொழிகளில்கூட இந்த இரு சாதியினரையும் இணைத்துப் பல உண்டு.

ஜோதி பூலே போன்ற பத்தொன்பதாம் நூற்றாண்டின் நடுவில் இருந்த சமூகத் தலைவர்கள்கூட தீண்டப்படாதவர்களை 'மஹர்-மங்கு-சம்பர்' என்று கூறுவதில்லை; மஹர்-மங்கு என்று மட்டுமே சொல்வார்கள். பின் வந்த காலமான பத்தொன்பது- இருபதாம் நூற்றாண்டிலும்

மங்குகள், சம்பர் சாதியினர் எண்ணிக்கையிலும், முன்னேறத் துடிப்பதிலும் நிச்சயமாக மஹர்கள் அளவுக்கு இல்லை. ஏனெனில் மங்கு சாதியினர் மஹர்களை விடவும் கீழான நிலையில் இருந்தனர். பழக்கவழக்கங்கள், சடங்குகள், சாதிகளுக்கு நடுவே இருந்த போட்டிகள் என்று அனைத்திலும் மங்குகள் கீழ் நிலையிலே தேங்கி நின்றுவிட்டனர். இதனால் பொருளாதாரத்திலும் அவர்களின் நிலை மிகவும் கீழ் நிலையிலேயே நின்று போய்விட்டது. ஆனால் சம்பர்கள் ஏற்கெனவே கீழ்சாதியினருக்குள் மேலாக மதிக்கப்பட்டதாலும், எளிதாக பொருளாதார மேம்பாட்டை ஓரளவு எளிதில் அடைய வழிமுறைகள் இருந்ததாலும் அவர்களிடையே மஹர்களுக்கு இருந்த முன்னேற்ற ஆர்வம் குறைந்து காணப்பட்டது.

இத்தனை முனைப்பு இருந்தும் மஹர்களின் பாரம்பரிய வாழ்க்கையே பல தடைகளை விதித்தது. அவர்கள் ஏதேனும் ஒரு தொழிலையோ திறமையையோ வளர்த்துக் கொள்ளும் வாய்ப்பில்லாதவர்கள். இதனால் நகர வாழ்க்கைக்குள் அவர்களால் நுழைந்து முன்னேற முடியவில்லை. பிச்சைப் பொருள் போல் கிடைக்கும் மிகக் குறைந்த கூலி, இறந்த கால்நடைகளின் உடலைத் தின்பவர்கள் என்பதால் ஏற்படும் இழிவுப் பேச்சுகள். ஏழ்மைதான் காரணம் என்றாலும் இவை எல்லாமே 1890-லிருந்தே சமூக சீர்திருத்தவாதிகளால் சாடப்பட்டு வந்துள்ளன. 'வதன்' என்ற நில உரிமையும், பலூதேதார்களாக இருந்த மஹர்களும் தங்கள் கிராமத்தோடு பிணைக்கப்பட்டிருந்தார்கள்.

மஹர்கள் கிராமத்து நாடோடி 'தமாஷா' குழுக்களில் இடம் பெற்றிருந்தனர். இன்றும் மகாராஷ்டிரா கிராமங்களில் அவர்களின் பங்களிப்பு உண்டு. இதன் மூலம் புதிய கருத்துகள் அவர்களின் மனதில் நுழைந்திருக்கலாம். ஆனாலும் அவர்களது பங்களிப்பு மிகவும் கீழான சுவையோடு ஆபாசமாக இருந்ததாகவே நவீன நாகரிக மனிதர்களால் கருதப்பட்டு வந்தது. அதோடு இது போன்ற நாடகங்களில் பெண்கள் நடிகராகவோ, பார்வையாளராகவோ இருப்பது உயர்நிலை ஒழுக்கங்களுக்குப் புறம்பானதாகவே இருந்தது.

பத்தொன்பதாம் நூற்றாண்டில் மாறி வரும் சமூக, பொருளாதார மாற்றங்களுக்கு ஏற்றதுபோல் மாற மஹர்களுக்கான வழிமுறைகள் ஏதுமில்லை. அவர்களால் முடிந்தது தங்கள் பழைய கிராமிய வாழ்க்கையிலிருந்து தங்களைப் பிரித்தெடுப்பது மட்டுமே. மங்குகள் தங்கள் வழக்கமான கூடை முடைதல், கயிறு திரித்தல் போன்ற பணியிலிருந்தும், விவசாயக் கூலியிலிருந்தும் தங்கள் பொருளாதார நிலையை உயர்த்திக் கொள்ள முடிந்தது. சம்பர்களின் தோல் தொழில் விவசாயத்துக்கு உறுதுணையாக இருந்தாலும் அவர்கள் இப்போது புதியதாக வந்துள்ள காலணித் தொழிலுக்காக புதிய நகரங்களுக்குக் குடி பெயர்ந்தனர்.

ஆனால், ஆங்கிலேயர்கள் ஆட்சி விரிவடைந்ததைத் தொடர்ந்து, தொலைத் தொடர்புகளில் மாற்றங்கள் ஏற்பட்டது. அவர்களது அமைதியை நிலைநாட்டும் முயற்சிகள், சட்டமுறைகள் எல்லாம் அதுவரை கிராமங்களில் இருந்த மஹர்களின் பணிகளுக்கு நெருக்கடியைக் கொண்டுவந்தன. மஹர்களின் வேலைகளுக்கு அதுவரை சமூக அந்தஸ்து குறைவாகத்தான் இருந்தது. என்றாலும் ஒரு கிராமத்துக்கு அவர்களுடைய சேவை மிகவும் அவசியமாக இருந்தது. இப்போது அவர்கள் இழவுச் செய்திகளை எடுத்துக்கொண்டு ஊர் ஊராகப் போக வேண்டிய அவசியம் இல்லாது போயிற்று. தபால் தந்தி அலுவலகங்கள் அதனைச் செய்ய ஆரம்பித்துவிட்டன.

காவல் துறை அறிமுகப்படுத்தப்பட்டதால் திருடர்களைத் தேடி ஓடும் வேலையும் குறைந்து போனது. நிலம் தொடர்பான குழப்பங்களைத் தீர்க்க இப்போது வேறு நிர்வாக அமைப்புகள் வந்துவிட்டன.

வெறும் காவல்கார வேலை, பொதுக்கிணற்றைப் பேணுவது போன்ற முக்கியமில்லாத வேலைகள் மட்டுமே மஹர்களுக்கு இப்போது மிச்சமாக இருந்தது. மஹர்களை இப்போது கிராமங்களில் கட்டிப் போட்டது 'வதன்' என்ற ஒரே விஷயம் மட்டுமே. ஆயினும் மஹர்கள் வேறு வேலைகளை இப்போது நாடிப்போவது எளிதாயிற்று. பதினெட்டாம் நூற்றாண்டின் இறுதியில் ஆங்கிலேய அரசின் ராணுவத்துக்குள் மஹர்கள் பெரும் அளவில் சேருவது கொங்கன் போன்ற பிற்பட்ட இடங்களில் அதிகமாகவே நடந்தன.

அடுத்த பத்தொன்பதாவது நூற்றாண்டின் முழுவதிலும், குறிப்பாக அதன் இறுதிப் பகுதியில் மஹர்களுக்கு இன்னும் பல புதிய பாதைகள் திறந்தன. அதில் முதலாவதாக இருந்தது ரயில்வே துறை. 1880-ல் பம்பாய் கெஸட்டியர் வெளியீட்டின் கந்தேஷ் தொகுப்பில் இந்தப் புதிய வழியைப் பற்றி விளக்கமாகக் கூறப்பட்டுள்ளது. இந்த புதிய வழிமுறையால் ஏற்பட்ட சமூக மாற்றங்களை அவ்வெளியீடுகளில் எடுத்துரைக்கப்பட்டுள்ளன. பாரம்பரிய மஹர்களை 'சோம்பேறி', 'ஊதாரி', 'புத்திசாலி' கிராமப்பணியாள் என்றழைக்கும் அந்த அரசின் வெளியீட்டில்,

'மஹர்கள் வெறும் கூலிகளாகவும், விவசாயக் கூலிகளாகவும் துக்காராம் பாடல்களை பாடிக்கொண்டு விறகும் புல்லும் விற்றுக் கொண்டு தங்கள் பிழைப்பை ஓட்டிக் கொண்டிருந்தனர். ஆனால் இப்போது அவர்கள் ரயில்வேயில் தண்டவாளம் அமைக்கும் வேலைகளில் மிகச் சிறந்த தொழிலாளர்களாக மாறிவிட்டிருக் கின்றனர். போட்டியின்றி அவர்களே முழுவதுமாக அந்த தொழிலுக்குள் இறங்கிவிட்டனர். இதே சமயத்தில் கிராமங்களில்

நில உடைமையாளர்களுக்கும் கிராமத்து மஹர்களுக்கும் இடையே பல கருத்து வேறுபாடுகளும், தகராறுகளும் உருவாகின. ரயில்வேதுறை மஹர்களுக்குப் பெரும் உதவியாக இருந்துள்ளது. இதில் சிலர் பணம் சேர்த்து அதனை முதலீடாக வைத்து, சிறு ஒப்பந்தக்காரர்களாகவும் மாறினர். காசு கைவசம் வந்தது. அவற்றைத் தாங்களாகவே, உயர்சாதி கணக்கர்கள் யாரின் உதவியும் இல்லாமல் கையாண்டனர். பொருளாதார வளர்ச்சி கூடியதால் தங்கள் மகன்களைப் பள்ளிகளுக்கு அனுப்ப ஆரம்பித்தனர்.'[46]

1886-ல் கோலாப்புர் அரசு வெளியீட்டில் இன்னொரு சமூக மாற்றம் குறிப்பிடப்படுகிறது - சாலைகள் போடுதல், கட்டடங்கள் கட்டுதல்: 'மாநில பொதுப்பணித்துறையின் கீழ் நடக்கும் தொடர் வேலைகள் மஹர்களின் நிலைமையை மேலும் உயர்த்தியுள்ளது. மஹர்கள் 'குன்பிஸ்' சாதியினர் கடனில் மூழ்கி இருப்பது போலல்லாது வளமாக இருந்தனர்.'[47]

நகரங்களிலும் பல தொழில் மூலம் மஹர்களுக்கான வாய்ப்புகள் கூடின. உயர் சாதிக்காரர்களுக்கு வந்த அளவு இல்லாவிட்டாலும் கணிசமான வாய்ப்புகள் வந்தன. தீண்டப்படாதவர்களுக்கு பம்பாய் ஆலைகளில் மற்ற சாதியினருக்குக் கிடைத்ததுபோல் முதலில் வேலை கிடைக்கவில்லை. ஆனால் பத்தொன்பதாம் நூற்றாண்டின் இறுதியில் மஹர்கள் அதிக எண்ணிக்கையில் பம்பாய் ஆலைகள் மட்டுமல்லாமல் வேறு தொழில் வளர்ந்த ஷோலாப்புர், அகோலா, நாக்பூர் என்ற இடங்களின் ஆலைகளிலும் வேலை வாய்ப்பு பெற்றார்கள்.[48] நூற்பாலைகளில் தாமதமாக வேலைக்குள் சேர்ந்ததால், அவர்களுக்கு முதலில் மிகவும் கீழ்த்தரமான வேலைகளில் மிகக் குறைந்த கூலிக்கு மட்டுமே வேலை கிடைத்தன. ஆனால் 1872 - 1921 கணக்கின்படி அவர்களுக்கு வேலைவாய்ப்புகள் திறந்து விட்ட வழியின் சிறப்பு புரியும்.

1872-ல் பம்பாய் நகரத்து நூற்பாலைகளில் தீண்டப்படாதவர்களின் பட்டியல் வெறும் ஒரு விழுக்காட்டுக்கும் குறைவாகவே இருந்தது. ஆனால் பம்பாய் முழுவதும் எடுத்தால் தீண்டப்படாதவர்களின் எண்ணிக்கை ஐந்து விழுக்காட்டுக்குச் சிறிதே குறைவாக இருந்தது. 1921-ல் தீண்டப்படாதவர்களின் எண்ணிக்கை பம்பாய் முழுமைக்கும், நூலாலைகளின் எண்ணிக்கையிலும் பன்னிரண்டு விழுக்காட்டுக்கு அருகில் வந்திருந்தது.[49] தீண்டப்படாத மக்களின் வேலை வாய்ப்புகள் அடுத்து துப்புரவுத் தொழிலிலும், துறைமுகத்திலும் இருந்தன. பத்தொன்பதாம் நூற்றாண்டின் எண்ணிக்கை பற்றிய விவரங்கள் எதுவுமில்லை; ஆகவே இந்த வேலைகள் எந்த அளவு அவர்களுக்கு ஆதரவளித்தது என்பது தெரியவில்லை.

மஹர்கள் துறைமுக வேலைகளுக்கு நிச்சயமாக 1933-லிருந்தே வந்திருக்க வேண்டும் என்று ஐயமறத் தெரிகிறது. 1941-ல் நடத்தப்பட்ட ஆய்வின் படி 1933-லிருந்து மாற்றங்கள் அதிகமில்லை; மஹர்கள் சில இடங்களில் குறிப்பிட்ட சில வேலைகளில் இருந்தனர்; துறைமுக வேலையில் சத்தாரா மஹர்கள்; நிலக்கரி வேலைகளில் சத்தாரா, புனே, ஷோலாப்புர் மஹர்கள்; சத்தாரா மஹர்கள் நிலக்கரிச் சுரங்க வேலையிலும், புனே மஹர்கள் கடற்கரை வேலையிலும் இருந்தனர்; நாசிக், ரத்னகிரி மஹர்கள் ரயில் தண்டவாளம் அமைக்கும் வேலையிலும் இருந்தனர். இந்த வெளியீட்டில் மஹர் தொழிலாளர்களின் ஒற்றுமை பற்றியும் குறிப்பிடப்பட்டிருக்கிறது: 'மஹர்கள் பொதுவாக 'மட்டாரி' வேலை (பைகள் தூக்கும் தொழில்) பார்க்கிறார்கள். அவர்களுடைய ஒற்றுமை மிகவும் உறுதியானதாக இருக்கிறது. அவர்கள் வேலை செய்யுமிடத்தில் வேறு யாரும் வேலை செய்ய நுழைந்துவிட முடியாது.

இதற்கான காரணங்கள் இரண்டு: அவர்கள் செய்யும் வேலை மிகக் கடினமானது; இரண்டாவதாக, அவர்கள் தங்களுக்குக் கிடைக்கும் கூலியை தங்கள் தலைவன் மூலம் அவர்களுக்குள் பிரித்துக் கொள்கிறார்கள். அந்த தலைவர்களை 'முக்காடம்' என்று அழைக்கிறார்கள்.[50] ஆனாலும் மஹர்கள் ஆலைகளில் தலையெடுத்து அதிக எண்ணிக்கையில் இருந்தது போல் துறைமுக வேலைகளில் இருக்கவில்லை. அவர்கள் துறைமுக வேலைகளில் 12 விழுக்காடும், ஏனைய மராத்தா மக்கள் 78 விழுக்காடும் இருந்தனர். நிலக்கரி சுரங்க வேலையில் இருந்த இரண்டாயிரம் வேலைகளில் அவர்கள் 98 விழுக்காடும், இஸ்லாமியர்கள் இரண்டு விழுக்காடும் இருந்தனர். இஸ்லாமியர்கள் மஹர்களோடு பல காலமாக இணைந்து உழைத்துவந்தனர். அவர்களுடைய பொது வாழ்வு முறையும், பொதுக்குணங்களும் மஹர்களோடு மிகவும் ஒத்துப்போயின.[51]

மஹர்கள் தாங்கள் தொழில் செய்யும் நகரங்களுக்குப் பக்கத்திலிருக்கும் கிராமங்களிலிருந்து மெல்ல வெளியேற ஆரம்பித்தனர். ஆனால் இது கெஜட் வெளியீடுகளில் செய்தியாக இருபதாம் நூற்றாண்டில்தான் வர ஆரம்பித்தது; ஆனால் அவர்கள் அதற்கு முன்பே வர ஆரம்பித்திருக்கவேண்டும். ஹரால்ட் மன் என்பவர் புனேயிலிருந்து 16 மைல் தொலைவில் இருந்த சஸ்வத் என்ற இடத்தில் நடத்திய ஆய்வுகளின் படி மஹர்கள் பெரும் எண்ணிக்கையில் வெளியேறியது தெரிகிறது. ஆறாயிரம் பேர் இருந்த அந்த நகரத்தில் 59 விழுக்காட்டு குடியிருப்புகள் (288 ஆட்கள்) மஹர்களுடையதாக இருந்தது என்பது தெரிகிறது.

கிராமத்தில் மற்ற சாதியினரோடு இருப்பதை ஒப்பிடும்போது இது மிக அதிகம். இந்தச் சிறு குழுவிலும் 60 விழுக்காட்டு வீடுகளில் குறைந்த

பட்சம் வீட்டுக்கொருவர் சஸ்வத் அல்லது வேறு இடங்களுக்குச் சென்றிருந்தனர். இருபது பேர் பம்பாயிலும், ஏழு பேர் புனேயிலும், ஆறு பேர் நாசிக்கிலும், நால்வர் வேற்றிடங்களிலும் சென்று பணி புரிந்து வந்தனர். சஸ்வதிலிருந்து சென்றவர்களில் பத்தொன்பது பேர் கொத்தனார் களாகவும், பதினைந்து பேர் கூலியாட்களாகவும், இருவர் சமையல் காரர்களாகவும், ஒருவர் மேற்பார்வையாளராகவும் இருந்தனர்.

சஸ்வதில் அறுபது ஆண்களும் 112 பெண்களும் இருந்தனர். ஆண்களில் இருபத்து ஒன்பது பேர் கூலியாட்களாகவும், பத்து பேர் கொத்தனார் களாகவும், ஒருவர் தச்சராகவும், இருவர் கணக்கர்களாகவும், ஒருவர் கிடைத்த வேலையைச் செய்பவராகவும், இன்னும் எட்டு பேர் கொசாவி அன்று அழைக்கப்படும் நாடோடித் துறவிகளாகவும் இருந்தனர். இந்தப் பட்டியலின் படி 21% மக்கள் திறன்வாய்ந்த தொழிலில் இருந்தனர். இது மற்றவர்கள் எதிர்பார்த்ததைவிட மிக அதிகம்.

கிராமத்தை விட்டு வெளியேறியவர்களில் நாற்பத்திரண்டு பேர் மேம்பட்ட பொருளாதாரத்தில் இருந்தனர்; 'வதன்' உரிமைகளோடு இருந்தவர்கள் இன்னும் அந்தத் தொடர்பை அறுத்துக் கொள்ளவில்லை. மொத்தமிருந்த 101 மஹர் குழந்தைகளில் பதினேழு பையன்களும், ஒரு பெண்ணும் பள்ளியில் சேர்ந்து கல்வி பயின்றனர். ஒரு பையன் மட்டும் உயர்நிலைப் பள்ளியில் பயின்று வந்தான்.[52]

ஹரால்ட் மன் புனேவுக்கு அருகில் உள்ள இன்னும் இரு கிராமங்களைப் பற்றி ஆய்வு செய்து வந்தார். இந்த ஆய்வும் முந்திய ஆய்வு போலவே பல புதிய தகவல்களைக் கொண்டிருந்தன. ஜதே கான் புத்ருக் என்ற கிராமத்தில் மஹர்கள் இன்னும் சில முக்கியப் பணிகளைச் செய்து வருவதைக் கண்டார். ஆனால் அதே நேரத்தில் மஹர்களில் பதினான்கு பேர் இருபதிலிருந்து இருபத்தைந்து ஆண்டுகளுக்கு முன்பே பம்பாய்க்கு வேலை நிமித்தம் சென்று விட்டனர். இதனால் 1895-லேயே மஹர்கள் தங்கள் ஊரை விட்டு வெளியே செல்ல ஆரம்பித்துவிட்டனர் என்பது தெரிகிறது.[53]

இன்னொரு கிராமம் - பிம்ப்லா சௌதாகர் என்ற கிராமம். இது தப்போடி - சின்ச்வாட் என்ற இரு ஊர்களுக்கு நடுவில் (இப்போது இவையிரண்டும் தொழில் நகரங்கள்) இருந்தது. அக்கிராமத்திலிருந்த முப்பது மஹர்களில் இருபத்தி நான்கு பேர் கிர்க்கீ என்ற இடத்திலிருந்த வெடிமருந்து தொழிற்சாலையில் 1917லிருந்து வேலை பார்த்தனர்.[54]

இந்த ஆய்வுகள் மட்டுமே நம்பத் தகுந்த விவரங்களைத் தருகின்றன. ஆனாலும் இதை வைத்தே மகாராஷ்டிராவில் புது வேலைகளுக்காக மஹர்கள் இடம் விட்டு இடம் பெயர்ந்து சென்றனர் என்பதை உணர முடியும். ஹரால்ட்மன் 1917, 1921 ஆண்டுகளில் செய்த ஆய்வுகளில்

இதுபோன்ற வேலைக்கான நகர்வுகள் உள்ளன என்பதை அறிய முடியும்; ஆனால் இதையே பத்தொன்பதாம் நூற்றாண்டின் முழுமைக்கும் பொருத்திப் பார்க்க முடியாது. ஆனாலும் பொருளாதாரச் சூழலை வைத்துப் பார்க்கும்போது மூன்று கருத்துகளை நிறுவ முடியும்.

முதலாவதாக, மஹர்களுக்கு தீட்டு சார்ந்து எந்தவித மனத் தடைகளும் இருந்திருக்கவில்லை. மிகவும் தரம் தாழ்ந்த வேலைகளுக்கும் கடுமையான வேலைக்கும் தயாராக இருந்தனர். மேலும் குறிப்பிட்ட திறமை என்று ஏதும் இல்லாதிருந்ததால் எந்தப் பணிக்கும் செல்லத் தயாராக இருந்தனர்.

இரண்டாவதாக, மற்ற சாதியினரைப்போல இவர்களும் சாதிக் குழுக்களாக வேலைக்குச் சென்றனர். அதிலும் ரயில் தண்டவாளம் போடுதல், துறைமுக வேலைகள் என்ற இரண்டிலும் ஒரே சாதியினர் ஒன்றாக, ஒற்றுமையாக இணைந்து பணி புரிந்தனர். மற்ற சாதியினரை விட இந்த இரு வேலைகளிலும் அவர்கள் முனைந்து பணி செய்தனர்.

மூன்றாவதாக, பல பணிகளில் ஈடுபட்டதால் அவர்கள் கல்வியை நோக்கியும் நகர ஆரம்பித்தனர். கிராமங்களில் எழும் பிரச்னைகளையும் மீறி, பழையவற்றைப் புறந்தள்ளி புதிய பாதையில் துணிந்து நடக்க ஆரம்பித்தனர்.

அம்பேத்கர் காலத்துக்கு முன்பே இரு வேறு பணிகள் மூலம் மஹர்கள் முன்னேற்றப் பாதைகளில் பயணிக்க ஆரம்பித்துவிட்டனர். அதில் முதலாவது, ஆங்கிலேயர்களின் ராணுவம். இதற்காகத் தனி கவனம் கொடுக்கவேண்டும். ஏனெனில் இப்பணியின் மூலம் மஹர்கள் மனத்தளவிலும், பொருளாதாரத்திலும் வலிமை பெற்றனர். இன்னொரு பணி, ஆங்கிலேயர்களின் வீடுகளில் பணியாற்றும் வாய்ப்பு. இதன் மூலம் மஹர்கள் தாங்கள் சிறை வைக்கப்பட்ட பழமையான கீழ்மைப் பணிகளிலிருந்து விடுதலை பெற்றனர். அது மட்டுமின்றி ஆங்கிலத்தைப் பயிலும் வாய்ப்பும் கிடைத்தது.

புது வாழ்வும் புது மொழியும் அவர்களது வாழ்க்கைத் தரத்தை உயர்த்தியது. அப்படி உயர்ந்த ஒரு சமூகத்தலைவரும் அவர்களுக்குக் கிடைத்தார். அவர் ஷிவ்ராம் ஜன்பா காம்ப்ளே. புனே பகுதிக்காரர். வளர்ந்து வந்த மஹர்கள் 1920களில் 'சமையல்காரரின் மகன்கள்' என்ற பெயரில் அழைக்கப்பட்டனர். இவர்கள் கிராமத்திலிருந்த இளைஞர்களைவிட உயர்ந்தவர்களாக நிமிர்ந்து நின்றனர்.[55]

மேல் சொன்ன ஆய்வுத் தகவல்களை நிரூபிப்பதுபோல் 1921-ல் எடுத்த பம்பாய் ராஜதானியின் மக்கள் தொகைக் கணக்கெடுப்பின்படி மஹர்களின் நிலைமை சம்பர், மங்குகளோடு ஒப்பிடும்போது நன்கு தெரிகிறது.[56]

சாதி	எண்ணிக்கை	வழக்கமான பணி	பழைய பணியில் %
சம்பர்	64,099	35,226	55%
மஹர்	290,871	37,948	13.05%
மங்ஸ்	65,284	21,678	33.25%

இந்த புதுப் பணி மாற்றங்களால் பெரும்பான்மை மஹர்கள் நகரங்களை நோக்கி வந்துவிட்டனர் என்பது ஒரு தவறான முடிவு. ஏனெனில், 1961 மக்கள் தொகைக் கணக்கெடுப்பின்படி இரு உண்மைகள் வெளிவருகின்றன. முதலாவதாக, சம்பரோடு ஒப்பிடும் போது அவர்களைவிட மஹர்கள் குறைந்த அளவே நகரத்திற்கு வந்துள்ளனர்.[57] இரண்டாவதாக, மொத்த மகாராஷ்டிரத்தில் அனைத்து தீண்டப்படாதவர்களின் எண்ணிக்கை மிகக் குறைந்த அளவே நகரத்துக்குக் குடிபெயர்ந்துள்ளனர்.

பத்தொன்பதாம் நூற்றாண்டில் பம்பாய் ராஜதானியின் பொருளாதார மாற்றம் என்பது மக்கள் தங்கள் பழைய பணிகளிலிருந்து மீண்டு வெளியே வர உதவியிருக்கிறது; சுதந்திரமாக கல்வியிலும் முன்னேற வழிவகுத்திருக்கிறது. இந்தப் புதிய தலைமுறையிலிருந்து கிளர்த்தெழுந்த சில தலைவர்கள் புதிய மஹர்களுடன் மட்டுமல்ல, இன்னும் கிராமியச் சூழலில் சிக்குண்டு கிடக்கும் பழைய தலைமுறையினருடனும் தங்கள் கருத்துகளைப் பரப்ப முடிந்தது.

விதர்பா பகுதியில் பத்தொன்பதாம் நூற்றாண்டில் இன்னொரு மாற்றம் நிகழ்ந்தது. மஹர்கள் விதர்பாவின் மாவட்டங்களின் மேற்குப் பகுதியில் உள்ள தீண்டப்படாதவர்களுக்கு சமமாகவோ அல்லது அதையும் தாண்டியோ பொருளாதாரத்திலும் முன்னேறவேண்டும் எனும் முனைப்பில் உயர்ந்து நின்றார்கள். மஹர் உழைப்பாளிகளைப் பொறுத்தவரை கிழக்குப் பகுதியில் அம்மக்களின் சமூக நிலையில் நல்ல முன்னேற்றம் இருந்தது. நெசவு வேலையிலும், சிறு பொருட்களை வாங்கி வியாபாரம் செய்வதிலும் பல மஹர்கள் முனைந்து முன்னேறினர்.

ஒருவேளை மஹர்களின் எண்ணிக்கை கிராமங்களில் அதிகமாக இருந்ததும், அதனால் பலருக்கு பலூதேதார் அலுவல் கிடைப்பது சிரமம் என்பதால் மஹர்கள் பிறந்த பூமியிலிருந்து வெளியேறுவது ஒரு கட்டாயக் காரணமாக இருந்திருக்கலாம். இதோடு பல பலூதேதார்கள் பருத்தி விளையும் இடங்களிலும் நல்ல பொருளாதார வளர்ச்சியைக் கொண்டுவந்தார்கள். அப்போது அமெரிக்காவில் நடந்த உள்நாட்டுப்

போரினால் இங்கிலாந்துக்கு வர வேண்டிய பருத்தியின் அளவு வீழ்ச்சியடைந்தது. இதனால் கிழக்கு மகாராஷ்டிரப் பகுதிகளில் பருத்தி உற்பத்தி அதிரடியாக உயர்ந்தது.[58]

பத்தொன்பதாம் நூற்றாண்டு முடிவடைந்தது. பருத்தி விளைவிக்கும் பெரார், மத்திய ராஜதானிப் பகுதிகளில் மஹர்களின் கிராம சேவைக்குக் கூலியாக பணம் கொடுக்க ஆரம்பித்தனர்.

கொத்வாலுக்குத் தரப்படும் சம்பளத்துக்காக பருத்தி மீது செஸ் வரி விதிக்கப்பட்டது. கொத்வாலாக மஹர்களே இருந்தனர். பொதுவாக, அந்தக் கூலிக்காக ஒட்டு மொத்த மஹர் குடும்பமும் கிராமத்துக்கு சேவை செய்தாக வேண்டிய நிலை முன்பு இருந்தது. தற்போது தனிநபர் ஒருவர் கொத்வாலாக நியமிக்கப்பட்டு அவருக்கு சம்பளமாகப் பணம் தரப்பட்டது. அவருடைய குடும்பத்தினரை கிராமத்துக்கு கட்டாயசேவை செய்யச் சொல்வது சட்டவிரோதமானது என்று சொல்லப்பட்டது.[59]

பல வேலைகளுக்கான கதவுகள் திறந்தன; பருத்தி விளைச்சல் உள்ள இடங்களில் மஹர்களுக்கு என்று தனியொரு சம்பளம் என்று ஒன்று உருவாகிவிட்டது. இரட்டிப்பான வாய்ப்புகள். இதனால் கிழக்குப் பகுதியிலுள்ள மஹர்களின் நிலை மிக உயர்ந்தது என்பது வெளிப்படை உண்மை. 1899-ல் 'நாக்பூர் லேண்ட் செட்டில்மெண்ட் அறிக்கை'யில் (Nagpur Land Settlement Report) மஹர்களின் புது நகர்வுகள் பற்றியும், எதிர்கால கணிப்பும் மிகச் சரியாகச் செய்யப்பட்டிருந்தன.

'மஹர்கள் எதற்கும் ஏற்றதுபோல் தங்கள் திறமையை வளர்த்துக் கொண்டார்கள்; சிலர் தச்சு வேலை, சிலர் சாயமிடும் வேலை என்று மாறினர். ஆனாலும் பலர் வழக்கமான விவசாயக் கூலிகளாக இருந்தனர். எது எப்படியிருந்தாலும், மஹர்கள் இதுபோன்ற கீழ் நிலையில் நெடுநாள் இருக்கமாட்டார்கள். பழமையிலிருந்து விடுபட்டு, தாழ்வான நிலையிலிருந்து மெல்ல மெல்லத் தங்களை உயர்த்திக் கொள்ள ஆரம்பித்துவிட்டனர். சில இடங்களில் அவர்கள் கிணறு வெட்டும் வேலையில் இறங்கியுள்ளனர். நகரங்களில் தங்கள் பிள்ளைகளுக்காகப் புதிய பள்ளிக்கூடங்களை ஆரம்பித்து விட்டனர்.

சில கிராமங்களில் சில மஹர்கள் மிகப் பெரிய பணக்காரர்களாக வளர்ந்து விட்டனர். இப்புதிய பணக்காரர்கள் வியாபாரிகளாகவோ, தொழில் ஒப்பந்தக்காரர்களாகவோ மாற ஆரம்பித்துவிட்டனர். நாக்பூர் பத்வாரிகளுக்கு நடுவே ஒரு மஹரும் உறுப்பினரானார். மஹர்கள் வளர்ந்த இந்த நிகழ்வு இந்த மாவட்டத்தில் அடுத்த ஐம்பது அல்லது நூறு ஆண்டுகளுக்கு பேசப்படும் அரிதான ஒரு நிகழ்வு போன்றது. இன்று உயர்ந்து நிற்கும் மஹர்களுக்கு

ஒருவேளை எழுதப் படிக்கத் தெரியாமல் இருக்கலாம். இன்னும் தன் சுயமரியாதை பற்றி அதிகம் யோசிக்காதவராக இருக்கலாம். ஆனால் இவையெல்லாமே படிப்படியாக அவரிடம் வளர்வதற்கு அதிக காலம் தேவையில்லை. விரைவில் மஹார்கள் இந்திய நாட்டின் மாஜிஸ்ரேட்டுகளாகக் கூட உயர்ந்துவிடுவார்கள்'.[60]

மேற்கு மகாராஷ்டிரப் பகுதியில் ராணுவ வேலைகளிலும், நகரத்தில் பல தொழில்களிலும் ஈடுபட்டு ஓர் ஆர்வமுள்ள குழுவாக மஹார்கள் உயர்ந்துள்ளனர். இதன் மூலம் அதிகாரமிக்க அரசியல் தலைமைப் பொறுப்புக்கு வரும் அளவுக்கு உயர்ந்தனர். கிழக்கு மகாராஷ்டிராவிலும் பொருளாதார வளர்ச்சியினால் கிராமத்து, நகரத்து மஹார்கள் புதிய உயர்ந்த நிலைக்கு மாறினர். மேற்கு, கிழக்கு மகாராஷ்டிராாவிலும் பழைய பரம்பரையான வேலைகளிலிருந்து விடுபட்டு, ஆங்கில அரசினால் ஏற்பட்ட புதிய வேலை வாய்ப்புகளினால் உந்தப்பட்டு உயர்ந்தனர். இந்த மாற்றங்கள் மூலமாக மஹார்கள் இணைந்து ஒருமுகமாக ஒரே நோக்கோடு இயங்குவதற்கான நேரம் நெருங்கியது.

சமூகச் சீர்திருத்த இயக்கங்களின் விளைவுகள்

பத்தொன்பதாம் நூற்றாண்டின் நடுப் பகுதியில் மகாராஷ்டிரத்தில் இரு வித மறுமலர்ச்சி அலைகள் உருவெடுத்தன. ஒன்று பிராமணர் அல்லாதாரிடமிருந்தும், இன்னொன்று பிராமண மேட்டுக்குடியினரிட மிருந்தும் ஆரம்பித்தன. இச்சமூக சீர்திருத்தங்கள் மாநிலத்தின் முக்கிய நிகழ்வுகளாக இருந்தன. அவை மிக மெதுவாக, ஆனால் இந்திய நாட்டில் வேறெங்கும் நடந்ததைவிட தாழ்த்தப்பட்டவர்கள் மத்தியில் அதிகச் செல்வாக்கைச் செலுத்தின.[61] தீண்டப்படாதவர்கள் என்று ஒதுக்கி வைக்கப்பட்ட மஹார்கள் தங்கள் பாரம்பரிய கிராமியப் பணிகளிலிருந்து விடுபட்டு கல்வி கற்கும் அளவுக்கு உயர்ந்தனர். மஹார்களின் முன்னெடுப்பும், அதே சமயத்தில் எழுந்த சமூக விழிப்புணர்வுகளும் ஒன்றிணைந்தன.

வழக்கமாகத் தங்களை அடக்கி வைத்திருந்த பாரம்பரியத் தடைகளை மீறி புதிய இலக்கை நோக்கி, கல்வியின் மூலம் விழித்தெழுந்தனர். ஆயினும் சமூக அழுத்தங்கள் நின்ற பாடில்லை. 1940 வரை இக்கடினப் போராட்டமும் நீடித்தது. இதையும் தாண்டி மஹார்கள் தங்களுக்குக் கிடைத்த சில வாய்ப்புகளைப் பயன்படுத்திக் கொள்ள ஆரம்பித்தனர்.

ராணுவத்திலிருந்த மஹார்களுக்கும் கிறிஸ்துவர்கள் நடத்திய பள்ளிக்கு அருகில் குடியிருந்த மஹார்களுக்கும், மொத்த எண்ணிக்கையில் சிறிதே இருந்தாலும் அவர்களுக்கே முதலில் கல்வி கற்கும் வாய்ப்பு

கிடைத்திருக்கும். ஆனால் அனைத்து தீண்டப்படாதவர்களுக்கான பள்ளி 1852-ல் பிராமணரல்லாத சமூக சீர்திருத்தவாதியான ஜோதிபா கோவிந்தராவ் பூலே அவர்களால்தான் ஆரம்பிக்கப்பட்டது.[62] இவர் மாலி சாதியைச் சேர்ந்த ஒரு விவசாயக் குடும்பத்திலிருந்து வந்தவர். இவ்வகைப் புரட்சியை ஆரம்பித்த முதல் தலைவர் என்று இவரைக் கூறலாம். இவர் சத்யஷோடக சமாஜ் (சத்தியத்தைத் தேடுபவர்களின் அமைப்பு) என்ற அமைப்பினை 1870-ல் உருவாக்கினார். பிராமணரல்லாதாரிடம் சுய மரியாதையையும், முன்னேற வேண்டுமென்ற பேராவலைத் தூண்டவும் இவ்வமைப்பை ஆரம்பித்தார்.

இந்த அமைப்பு ஆரம்பிப்பதற்கு முன்பே இரு பள்ளிகளை ஒதுக்கப்பட்ட மக்களுக்காக ஆரம்பித்தார். பெண்களுக்காகவும் தாழ்த்தப்பட்ட மக்களுக்காகவுமே இவை ஆரம்பிக்கப்பட்டன. ஆனால் இப்பள்ளிகளை வெற்றிகரமாகத் தொடர முடியாது போயிற்று. சிறிது காலமேயாயினும் இப்பள்ளியிலிருந்து சில மஹர்கள் படித்து வெளிவந்தனர். ஆயினும் இப்புதிய முயற்சி அதிக வெற்றியளிக்கவில்லை.

பூலேயின் இந்த முயற்சி தோற்றுவிட்டாலும் அதுவே பின் வந்த பல சமூகப்புரட்சியாளர்களுக்கு ஒரு வழிகாட்டியாக அமைந்தது. ஒரு பெரும் கல்வியாளர், ‘காலத்தின் போக்கில் மற்ற எந்த சமூகப் புரட்சியாளரை விட பூலேயின் கருத்துகளே மகாராஷ்டிராவில் ஆதிக்கம் செலுத்தத் தொடங்கியது’ என்று உறுதியாகச் சொல்கிறார்.[63] வேறு இரு பிராமணரல்லாதார் நடத்திய புரட்சியும் முக்கிய இடத்தைப் பெற்றன. அவர்களும் கல்வியை முன்னிலைப்படுத்தினர். கோலாபூரின் மகாராஜா பிற மாரத்தாக்களுக்காவும், மஹர்களுக்காகவும் கல்வி உதவிகள் செய்ய ஆரம்பித்தார். இம்மக்கள் பிராமணருக்குப் போட்டியாக வரவேண்டும் என்று அவர் முயற்சியெடுத்தார்.[64]

கோலாபூர் சமஸ்தானத்தின் நேரடி முயற்சியால் 1909-ல் ஒரு மாணவர் விடுதி மஹர்களுக்காக ஆரம்பிக்கப்பட்டது. பின்னாளில் முனைவர் பி.ஆர்.அம்பேத்கரின் கல்விக்காகப் பண உதவியும் அளித்தது. ‘மகாத்மா பூலே’யின் நேரடி வாரிசு கல்வித் துறையில், போல் சத்தாரா தொகுதியில் இருந்து வந்த ஜைனர் பாஹுராவ் பட்டீல். இவர் 1920களில் தனது தொண்டினைத் தொடங்கினார்.[65] தனி ஒரு மனிதராக பல இடங்களில் பல பள்ளிகளை நிறுவிய இவரின் முயற்சியால் தென் மகாராஷ்டிரா பகுதி பெரும் மாற்றம் கண்டது. ஆயிரக்கணக்கான மராத்தர்களுக்கும் மஹர்களுக்கும் கல்வியின் ஒளி இவரால் கிடைத்தது.

பிராமணரல்லாதாரின் இம்முயற்சிகள் நடந்து வந்தாலும், மராத்தா உயர்சாதி பிரமுகர் ஆரம்பித்த ப்ரார்த்தனா சமாஜ் (Prayer Society)

கல்வியை தாழ்த்தப்பட்ட சாதியினருக்கு எடுத்துச் சென்ற பெரும் பணியைத் திறம்படச் செய்தது. விட்டல் ராம்ஜி ஷிண்டே என்பவர் பல பள்ளிகளையும் மாணவர் விடுதிகளையும் ஆரம்பித்தார். 1906-ல் ஆரம்பித்த இப்பணி உச்சத்தில் இருக்கும்போது மொத்தம் முப்பது பள்ளிகள் இருந்தன. பம்பாயில் 1916-ல் எடுத்த கல்விப் புள்ளிவிவரங்களில் 1600 தாழ்த்தப்பட்ட மக்கள் பள்ளியில் படித்து வந்தனர். அதில் மூன்றில் ஒரு பங்கு அல்லது ஏறத்தாழ 500 மாணவர்கள் ஷிண்டே நடத்திய தாழ்த்தப்பட்ட சாதிக்கான உதவிப் பள்ளிகளில் (Depressed Classes Mission Schools) படித்து வந்துள்ளனர்.[66]

இருபதாம் நூற்றாண்டின் ஆரம்பத்தில் உயர்சாதி மக்களால் நடத்தப் பட்ட இந்த நன்முயற்சிகள் வெறுமனே தீண்டப்படாதவர்களுக்கான உதவி என்று மட்டுமல்லாமல், அது தீண்டப்படாதவர்களின் தேவைகளுக்கு பதிலளிக்கும் ஒரு முயற்சிதான். ஷிண்டே தான் எடுத்திருக்கும் முயற்சிகள் எல்லாமே மஹர் சாதியினர் எடுக்கும் முயற்சிகளுக்கு முழு உருவம் அளிப்பதற்குத்தான் என்றே குறிப்பிட்டுள்ளார்.

தான் நடத்திய தாழ்த்தப்பட்ட சாதியினருக்கான உதவி அமைப்பு என்ற தன் குழுவின் வரலாற்றை எழுதும்போது, ‘சுய வளர்ச்சிக்கான இயக்கங்களை நான் தொடர்ந்து கவனித்து வந்துள்ளேன்’ என்று சொல்லியுள்ளார். அது போன்ற சில இயக்கங்களின் பெயர்களையும் அதில் குறிப்பிடுகிறார். சோம்வம்ஷியா சமாஜ் (Somvanshiya Hitachintak Mandali) என்ற அமைப்பு புனேயில் காம்ப்ளே என்பவராலும், கிசான் ஃபகோஜி பன்சோத் என்பவரால் மொஹப்பா தாழ்த்தப்பட்டோர் அமைப்பு (Mohapa Low Caste Association) என்ற அமைப்பு நாக்பூர் பகுதியிலும், ஸ்ரீபத்ராவ் தோராத், பண்டோபா டாங்கிளே என்பவர்களின் தலைமையில் ஆரம்பிக்கப்பட்ட சமூக சீர்திருத்த அமைப்பும் (Social Reform Association) அவர் பட்டியலில் இடம் பிடித்திருந்தன. மேலும் அவர், ‘சமூக சீர்திருத்த அமைப்பும், பம்பாயின் ப்ரார்த்தனா சமாஜ் என்ற அமைப்பும் இணைந்து பணியாற்றினால் அது இரு வகை முயற்சிகளை ஒன்றிணைப்பதாக இருக்கும்; சாதி இந்துக்கள் எடுக்கும் எழுச்சி முயற்சிகளும், தீண்டப்படாதவர்கள் தங்கள் முன்னேற்றத்துக்காக எடுக்கும் முயற்சிகளும் ஒன்றாக சேர்ந்து மகிழ்ச்சிக்கும் கூட்டுறவுக்கும் வழி வகுக்கும்’ என்று கூறியுள்ளார்.[67]

சமுதாயத்தில் அனைவரும் சமம் என்ற நோக்கம் கொண்ட இந்தத் தலைவர்களும், மறுமலர்ச்சிக்கான முயற்சியாளர்களும் கல்விக்காகப் புதுப் பள்ளிகள் ஆரம்பித்ததே மிகவும் போற்றுதலுக்குரியது. ஆனால் அவர்களது இப்பள்ளிகளும் மற்ற சேவைகளும் மகாராஷ்டிர மக்கள்

மனதில் ஒரு விழிப்புணர்வை நிச்சயமாக ஏற்படுத்தியிருக்கும் என்பதே அவர்களது சேவையைவிடவும் மிகச் சிறப்பான விஷயம்.

ஷிண்டே பள்ளிகளை ஆரம்பித்தார். அவை அல்லாமல் ப்ரார்த்தனா சமாஜ் தலைவர்கள் வேறு பள்ளிகளை ஆரம்பிக்கவில்லை; ஆனால் அதைவிட இன்னொரு பெரும் காரியத்தைச் செய்தனர். தீண்டப் படாதவர்களைத் தங்கள் சமாஜில் சேர்த்துக் கொண்டார்கள்.[68] தங்களது அறிவுபூர்வமான உந்துதல் மூலம் தீவிரவாத மறுமலர்ச்சியை மக்கள் மனதில் ஏற்றி வைத்தனர். ப்ரார்த்தனா சமாஜ் தலைவர்கள் பலரும் சமூகத்தின் அறிவாளிகள் மட்டுமல்ல; அவர்களில் பலரும் அரசியல் தலைவர்களாவும் இருந்தார்கள். அவர்கள் அனைவரும் முதலிலிருந்தே தீண்டாமைக்கு எதிராக மிகக் கடுமையாக எழுதி வந்தனர்.

இவர்களில் சிலர்: மஹாதியோ கோவிந்த் ரானடே - 1842-1925; கோபால் கிருஷ்ண கோகலே - 1866-1915; ராமகிருஷ்ணா கோபால் பந்தார்க்கர் - 1837-1895.[69]

பிராமணர்கள் நடுவிலிருந்தும் தீவிர புரட்சியாளர்கள் தோன்றினர். அவர்களுள் கோபால் கணேஷ் அகர்க்கர் (1856-1895) என்பவரின் தாக்கம் மகாராஷ்டிராவின் ஒவ்வொரு மூலையிலும் எதிரொலித்தது.[70] இவர் தனி அமைப்பு ஏதும் ஆரம்பிக்கவில்லை. இருந்தும் அவரது பணி தீவிரமாக இருந்தது. இந்த மறுமலர்ச்சியாளர்களின் சிந்தனை ப்ரார்த்த சமாஜ் அமைப்பின் மையப்புள்ளியாக இருந்தது. ஆனாலும் அதைவிட தங்கள் சிந்தனைகளில் இவர்கள் மிகுந்த வேகத்தையும், விவேகத்தையும் காண்பித்தனர்.

ஷிண்டே, தான் ஆரம்பித்த தாழ்த்தப்பட்ட சாதியினருக்கான அமைப்பை ப்ரார்த்தனா சமாஜுக்கு வெளியேதான் ஆரம்பிக்க வேண்டியிருந்தது.[71] ஏனெனில் ஷிண்டேயின் அமைப்பு முழுமையாக உயர்சாதி இந்துக்களின் மன ஓட்டத்தில் தான் இருந்தது. அது தீண்டப்படாதவர் களுக்கான சேவையைவிட தீண்டப்படாதவர்களுடன் கூட்டுறவாகச் செயல்படவேண்டும் என்ற எண்ணத்துடனே இருந்தது. இந்த அடிப்படை வேற்றுமையை மோஹன்தாஸ் கே. காந்தி (1869-1948) 1915ல் கோகலே ஆரம்பித்த 'இந்திய சமூகத்தின் சேவகர்கள்' (Servants of India Society) என்ற கூட்டம் புனேவில் நடந்தபோது புரிந்து கொண்டார். அதோடு அந்த அமைப்பு தீண்டாமைக்கு எதிராக எப்படி போராடப் போகிறது என்பதைக் கூறியபோது காந்தியடிகள், 'இதனால் ஹரிஜனங்கள் சமூகத்துக்கு எதிராகப் போர்க்கொடி தூக்கலாம் என்று அச்சமாக உள்ளது' என்றாராம். அதற்கு பதிலாக இந்த அமைப்பின் தலைவர்களில் ஒருவரான ஹரி நாராயண் ஆப்தே, 'ஆம் ... அப்படி ஒரு

போராட்டம் வெடிக்க வேண்டும்; அதுதான் நான் விரும்புவது' என்றாராம்.[72]

பிராமணர், பிராமணரில்லாதவர் ஆகியோரின் சீர்திருத்த மனோபாவமானது தீண்டப்படாதவர்கள் மத்தியில் மிகுந்த உற்சாகத்தையும் நம்பிக்கையையும் ஊட்டின. பத்தொன்பதாம் நூற்றாண்டின் இறுதியில் பெரார், நாக்பூர் போன்ற இடங்களில் மஹர்கள் புதிய பள்ளிகளை ஆரம்பித்தனர். தேஷ் பகுதியில் இந்த முனைப்புகள் சிறிது காலதாமதமாக ஆரம்பித்தன. இதே சமயத்தில் தான் பம்பாய் அரசு எல்லோருக்கும் பொதுக் கல்வி என்ற திட்டத்தைக் கொண்டு வந்தது. இது மிகச் சரியானதாகவும், இத்திட்டத்தை அப்படியே தங்களுக்காக முழுமையாகப் பயன்படுத்திக் கொள்ளும் நிலையிலும் மஹர்கள் இருந்தார்கள்.

சாதி இந்துக்கள் தீண்டப்படாதவர்களின் கல்விக்காக முனைந்து போராடிக் கொண்டிருந்தாலும் பம்பாயில் பத்தொன்பதாம் நூற்றாண்டின் ஆங்கிலேய அரசு அந்த அளவு முயற்சியெடுக்கவில்லை. அப்போதிருந்த ஆளுநர் மவுண்ட்ஸ்டுவர்ட் எல்பின்ஸ்டோன் 1824-ல் தாழ்த்தப்பட்ட மக்களிடையே நல்ல மாணவர்கள் உண்டு என்பது உண்மைதான்; ஆனால் அதற்காக அவர்களுக்குத் தனிப்பட்ட முறையில் ஊக்கப்படுத்தத் தேவையில்லை என்று சொல்லியுள்ளார். 'அவர்கள் மிகவும் வெறுக்கப்பட்டவர்கள் மட்டுமல்ல; சமூகத்தின் எண்ணற்ற பிரிவுகளுள் இவர்கள் மிகவும் குறைந்த எண்ணிக்கையில் உள்ளவர்களே. இவர்கள் மத்தியில் நம் கல்வி போய்ச் சேர்ந்தால் அங்கேயே தங்கி தேங்கி நின்று விடும்'.[73]

தங்களைப் பாதுகாத்துக் கொள்ள ஏற்படுத்திக் கொண்ட இந்தக் குறுகிய மனம் 1850 வரையிலும் கூடத் தொடர்ந்தது. ஆனால் அதை ஒட்டிய ஆண்டுகளில், தார்வாரில் இருந்த ஒரு மஹர் மாணவன் அரசு பள்ளிக்கூடத்தில் சேர அனுமதிக்காகக் காத்திருந்தான். இடம் கிடைக்கவில்லை. இதனால் அவன் பம்பாய் ராஜதானியின் கல்வித் துறைக்கு 1856-ல் மேல்முறையீடு செய்தான். ஆனால் அவனது வேண்டுகோள் ஏற்கப்படவில்லை. 'தனியொரு மாணவனுக்கு ஆதரவாக முடிவெடுப்பது தவறாகப் போய்விடலாம். முதன் முதலில் ஒரு மஹர் பையன் கல்விக்கு அனுமதி கேட்டு வந்துள்ளான். ஆனால் அப்பள்ளியில் முழுவதும் சாதி இந்துக்கள் பயின்று வருகிறார்கள். அந்த மஹர் மாணவனுக்கு இடம் கொடுத்துவிட்டால் மற்ற மாணவர்கள் வராமல் போனால் பள்ளியே மூடப்படவேண்டிய நிலைக்குப் போய்விடும். பெரும் எண்ணிக்கையில் உள்ள சாதி இந்து மாணவர்கள் இதனால் பாதிக்கப்படுவார்கள்' என்ற பதிலைத்தான் கல்வித் துறை கொடுத்தது.[74]

பம்பாய் கல்வித் துறை தந்த இந்தப் பதிலால் அந்த மாணவன் கல்கத்தாவில் உள்ள பிரிட்டிஷ் இந்திய அரசிடம் மேல்முறையீடுக்குச் சென்றான். அங்கும் பம்பாய் அரசின் கல்வித்துறையின் முடிவே சரியென்று சொல்லப்பட்டது. ஆனால் அந்த முடிவோடு ஒரு கடுமை யான கருத்தையும் அரசு கொடுத்தது: 'பெங்கால் ராஜதானியில் உள்ள பள்ளிகளில் இப்பையனுக்கு இடம் நிச்சயம் கிடைத்திருக்கும்' என்றும் சேர்த்து சொன்னது.[75]

இந்த நிகழ்வுக்குப் பிறகு நீதிமன்றமே ஒரு புதிய சட்டத்தைக் கொண்டுவந்தது. அரசுப் பள்ளிகளில் எல்லா வகுப்புகளிலும் எல்லா மாணவர்களும் சேர்க்கப்பட வேண்டும். ஆனால், 'ஒரு பள்ளியில் ஒரு தீண்டப்படாத மாணவனைச் சேர்த்தால் உயர் சாதியினரின் கடும் எதிர்ப்பு எந்த அளவு அதிகமாக இருக்குமென்றால், மிக நல்ல உள்ளம் கொண்டவர்களால் நிரம்பியிருந்தாலும் கல்வித் துறையால் அதிகமாக ஏதும் செய்ய இயலாத நிலைதான் இருக்கும்' என்றும் சொன்னது.[76] தனிப்பள்ளிகள் அமைப்பது வேறு வகையான தீர்வாக இருக்கலாம், அப்படிப்பட்ட பள்ளிகள் மெட்ராஸ் மாகாணத்தில் இருந்தன. ஆனால் மகாராஷ்டிராவில் இத்தகைய தனிப்பள்ளிகளின் எண்ணிக்கை வெகு குறைவு.

பம்பாய் ராஜதானியில் 1882ல் தீண்டப்படாதவர்களுக்கான பள்ளிகள் 16 இருந்தன. மாணவர்களின் எண்ணிக்கை 564. மத்திய மாகாணத்தில் 111 மாணவர்களுக்கான 4 தனிப் பள்ளிகள் இருந்தன.[77] அந்த நூற்றாண்டின் கடைசியில் இந்த நிலை அதிகமாக மாறியிருந்தது. ஆனால் சாதி இந்து சமூக சீர்திருத்தவாதிகள் எடுத்த கடினமான முயற்சிகளை அரசு எடுக்கவேயில்லை. பத்தொன்பதாம் நூற்றாண்டின் கடைசியில் பரோடாவின் கெயிக்வாட் பல மிக வித்தியாசமான, பெரும் முனைப்புகளை முன்னெடுத்திருந்தார்.[78] தீண்டப்படாதவர்களுக்கான பள்ளிகள் பதினெட்டைத் தன் மாநிலத்தில் திறந்தார். ஆனால் 1920 ஆண்டுக்குப் பிறகுதான் மாணவர்களின் எண்ணிக்கை சில ஆயிரங்களைத் தாண்டியது. ஆனால் இந்தக் காலத்தில் தீண்டப் படாதவர்கள் பள்ளிகளில் இடங்களை சலுகையாகக் கேட்கவில்லை; கட்டாய இலவச ஆரம்பப் பள்ளிகள் எல்லாக் குழந்தைகளுக்கும் வேண்டும் என்ற கோரிக்கையாக உரிமையுடன் கேட்டார்கள்.

மஹர்கள் கல்வியறிவுக்காக எடுத்த முயற்சிகளோடு சமூகத்தில் புதிதாக முளைத்த புது பொருளாதார வாய்ப்புகள் அவர்களுக்கு உறுதுணையாக உதவின. இதன் மூலம் அவர்கள் அரசுப் பள்ளிகள் மட்டுமின்றி சமூகப் புரட்சியாளர்களின் பள்ளிகளிலும் இடம் பெற்றனர். அதோடு நிற்காமல் அவர்கள் தங்கள் குழந்தைகளுக்காகவே உள்ளுறை

இடங்களோடு தனிப் பள்ளிகளை ஆரம்பித்தனர். இப்படி ஆரம்பித்த பள்ளிகள் எண்ணிக்கையில் குறைவாக இருக்கலாம். ஆனால் அது ஒரு பெரும் உள்வளர்ச்சிதானே! இவ்வளவு முயன்றும் படித்தவர்களின் எண்ணிக்கையும் மிகவும் குறைவாகவே இருந்து வந்தது. 1930ல் அவர்களில் கல்வியறிவு பெற்றோரின் எண்ணிக்கை வெறும் 3 விழுக்காடுதான். ஆனாலும் முனைவோர்க்கும், படித்து தலைமை களாக உருவாக நினைப்பவர்களுக்கும் கல்வி இப்போது ஒரு எட்டாக் கனியல்ல. மகாராஷ்டிராவின் ஒவ்வொரு பகுதியிலுமே கல்விக்கான தேடல் நன்கு வளர்ந்திருந்தது. இதனால் சாதி இந்துக்களிலிருந்து வந்த சமூக மறுமலர்ச்சியாளர்கள், மஹர்கள் ஆகியோரின் மனோபாவங்கள் கல்விக் கனவுகளை உற்சாகத்துடன் சாத்தியமாக்கின.

புராணங்கள், புனைவுகள், பாரம்பரியப் பெருமிதங்கள்

மஹர்கள் கல்வியாலும் வேலை வாய்ப்புகளாலும் ஒரு புதிய தலைமுறையாக வளர ஆரம்பித்தனர். இந்தக் காலகட்டத்தில் அவர்களது மிக முக்கியமான தேவை என்னவெனில் அவர்களுடைய இலக்குகளுக்கு ஒரு நியாயம், ஒரு புனைவு, வலிமை அல்லது ஒரு புராண பின்பலம்தான். வர்ணாசிரம அடுக்கில் அவர்களுக்கு ஒரு உயர் நிலையைத் தரும் புராணப் பின்பலம் தேவை. இப்போது அவர்கள் வெறுக்கக்கூடிய அவர்களுடைய நிலைக்கு எப்படித் தள்ளப் பட்டார்கள் என்பது தொடர்பான ஒரு கதை தேவை.

மகாராஷ்டிரத்தில் நிலவும் சமூக மனப்பான்மையும் அவர்களது வரலாறும் மஹர்களின் இந்த இலக்கை நிறைவேற்ற மூன்று வழிகள் மட்டுமே அவர்கள் கண்களுக்குப் புலப்பட்டன: ஒன்று, தங்களை ஆர்ய வம்சம் வருவதற்கு முன்பிருந்தே இருந்த ஆதிவாசிகள் என்று நிறுவுவது; தாங்கள் இந்த 'மண்ணின் மைந்தர்கள்' என்றும், சமூகப்போட்டியில் தோற்று தரம் தாழ்த்தப்பட்டோம் என்றும் சொல்வது; இரண்டாவதாக, நாங்கள் சத்திரியர்கள் என்று நிறுவுவது; பழைய போர்களில் ஏற்பட்ட தோல்விகள் மூலம் சத்திரிய நிலையில் இருந்து இப்போதைய இழி நிலைக்குத் தள்ளப்பட்டோம் என்ற சொல்வது; மூன்றாவதாக, பதினான்காம் நூற்றாண்டின் பக்தி வழியில் வந்த புனிதக் கவிஞர் சொக்காமேளாவின் வழி வந்தவர்கள் என்று நிறுவுவது.

ஆனால், இந்த மூன்று சாத்தியங்களையும் அம்பேத்கரின் தலைமை முற்றாக ஒதுக்கிவிட்டது. அந்த மூன்று வழிகளில் கடைசி இரண்டு வழிகளையும் ஒதுக்கியது படித்த மஹர்களுக்குக் கவலையளித்தது. ஏனெனில் அவர்களுக்கு அவை மிகவும் பிடித்தவையாக இருந்தன.

ஒன்றில் வீரம்; இன்னொன்றில் பக்தி. இரண்டையும் கைவிட்டு விட மஹார்களுக்கு மனமில்லை. மஹார்களின் இயக்கத்துக்கு உந்துதலைத் தர இவை பயன்படுத்திக் கொள்ளப்படவில்லையென்றாலும் இவை பற்றி விரிவாகவே பார்ப்போம்.

தாங்களே இம்மண்ணின் முதல் குடிமக்கள் என்றும், ஆர்ய வருகைக்கு முன்பே தாங்கள் இந்த மண்ணை ஆண்டவர்கள் என்றும் பெருமை யோடு 1834ம் ஆண்டிலேயே அரசுக்கு எழுதிய விண்ணப்பத்தில் குறிப்பிட்டனர். 'அனார்ய தோஷ்பரிஹார் மண்டலி' (Anarya Doshparihar Mandali) - ஆரியர்கள் அல்லாதோர் குறைகளைத் தீர்க்கும் அமைப்பு - என்ற அமைப்பின் மூலம் தீண்டப்படாதவர்களுக்கான வேலைவாய்ப்பை மீண்டும் கொண்டு வருவதற்காக எழுதப்பட்ட விண்ணப்பம் அது. நாங்களே 'மண்ணின் மைந்தர்கள்' என்ற கோட்பாட்டை மஹார் தலைவரான நாக்பூரைச் சேர்ந்த கிசான் ஃபகோஜி பன்சோத் வலியுறுத்தினார்.

மஹார்கள் இழந்த தங்கள் சுய மரியாதையை மீட்டெடுக்க வேண்டும் என்றும், தங்கள் சமூக, சமய உரிமைகளை மீட்டெடுக்க வேண்டு மென்றும் குரல் கொடுத்தார். இன்னும் மஹார்களின் கிராமங்களில் மஹார்களே முதல் குடிமக்கள் என்பதற்கான சான்றுகள் உண்டு - மாரியம்மாவைக் காக்கும் உரிமை, நிலத் தகராறுகளைத் தீர்க்கும் பணி, நில எல்லைகளை அவர்களே தீர்மானிப்பார்கள் என்ற நிலை... என்ற எல்லாமே அவர்களின் மண்ணின் மைந்தர்கள் என்பதை நிலை நிறுத்தும் சில சான்றுகள். இந்திய எழுத்தாளர்கள் மட்டுமல்ல ஆங்கிலேய எழுத்தாளர்களும் மஹார்கள் ஆதிகுடி மக்களின் வழித்தோன்றல்கள் என்றே எழுதி வந்துள்ளனர். பல எழுத்தாளர்கள், அதிலும் சிறப்பாக ஆங்கிலேய எழுத்தாளர்கள் 'மஹார்களின் நாடு' என்ற பெயரில் இருந்தே மகாராஷ்டிராம் என்ற சொல் பிறந்திருக்க வேண்டும் என்று கருதுகிறார்கள்.[79]

இதே போன்று 'முதல் குடிமக்கள்' என்ற கொள்கையும், இந்துக்களின் நடுவே எழுந்த சாதிப்பிரிவுகளும் 1920களில் மெட்ராஸிலும், பஞ்சாபிலும் நடந்த தீண்டாமைக் கொள்கைகளுக்கான இயக்கங்களிலும் பெரும் சிறப்பைக் கொண்டிருந்தன. அந்த இயக்கங்களில் மெட்ராஸில் நடந்த இயக்கங்களில் 'ஆதி -திராவிடர்' என்ற பெயர் தெற்கிலுள்ள தீண்டப் படாதவர்களையும், பஞ்சாபில் 'ஆதி-தர்ம' (சனாதன தர்மத்துக்கு முந்திய) என்ற பெயர் வடக்கிலுள்ள தீண்டப்படாதவர்களையும் குறிப்பிட்டன. இந்த இயக்கங்கள் இந்தப் புதிய வழக்காற்றுச் சொற்களோடு தங்களுக்கான தனிப்பட்ட அரசியல் சுதந்திரத்துக்காகப் பாடுபட ஆரம்பித்தன.[80]

ஆனால் மஹர்கள் மத்தியில் இக்கருத்து முழுமையாக எடுபடாமல் போனதற்கு அம்பேத்கரின் சிந்தனை ஒரு காரணமாக இருந்தது. தீண்டப்படாதவர்கள் சாதிப்பாகுபாட்டால் பிரிந்தவர்கள் அல்ல என்பது அம்பேத்கரின் கருத்து.[81] 'மண்ணின் மைந்தர்கள்' என்பதோ, முதல் குடிமக்கள்' என்பதோ மக்களின் மனதில் ஆழமாக உருவானவை[82] ஆனால் இந்த அழகான வார்த்தைகள் அம்பேத்கர் தலைமைக்கு வந்த பிறகு எந்த வித சமூக, அரசியல் பயன்களும் இல்லாத சொற்களாகிவிட்டன.

மஹர் ராணுவப் பாரம்பரியம்

1931-ல் நாட்டின் மத்தியப் பகுதியிலும், பெரார் பகுதியிலும் நடந்த மக்கள் கணக்கெடுப்பு நேரத்தில் அம்ரோத்தியிலிருந்து துணை ஆளுநர் அளித்த அதிகாரபூர்வமற்ற அறிக்கை ஒன்று உண்டு. அதில் அவரது மாவட்டத்திலுள்ள மராத்தா, தெலி, மாலி போன்றோரெல்லாம் தங்களைச் சத்ரிய மராத்தா, சத்ரிய தெலி, சத்ரிய மாலி என்று அழைத்துக் கொண்டனர். மேலும் சில இடங்களில் மஹர்களும் தங்களைச் சத்திரிய மஹர்கள் என்று அழைத்துக் கொண்டனர் என்று தெரிவிக்கிறது.[83] ஆனால் அதிகாரபூர்வ அறிக்கைகளில் இந்தப் புதிய அல்லது மாறிய சாதியப் பெயர்கள் அப்படிப் பதிவிடப்படவில்லை. மகாராஷ்டிர பகுதி எங்கும் இப்புதிய பெயர்களுக்கு இடமில்லை. சரியான காரணத்தோடுதான் இம்முடிவு எடுக்கப்பட்டது.

அப்படிப்பட்ட ஒரு மாற்றம் மகாராஷ்டிராவில் முழுவதுமாக வெற்றிகரமாகச் செயல்படுத்த முடியாது. ஏனென்றால் மராத்தா மக்கள் தங்களை மிகவும் பெரிய உயர்ந்த சாதியினராக, ஒரு பெரும் மன்னவனையும், ஒரு பேரரசையும் உண்டாக்கியவர்களாக தங்களைப் பற்றிய பெருமையோடு இருப்பதுண்டு. அதுமட்டுமின்றி இப்பேரரசுக் காகப் போராட்ட வீரர்களாக தொடர்ந்து பல போர்க்களங்களைக் கண்ட பெருமை அவர்களுக்கு மட்டுமே உண்டு.

பத்தாரே ப்ரபு, சந்த்ரசேனியா காயஸ்த்தா ப்ரபு போன்ற உயர் சாதி மக்கள் கூட பிராமணர்களின் மனதில் தாங்கள் வெறும் சூத்திரர்கள் என்று கருதப்படுவதைக் கண்டு திருப்திப்பட்டுக்கொள்வதும் உண்டு. 1894-ல் ஆரியரல்லாத குழு ஒன்று தப்போலி என்ற இடத்தில் வலங்கார் தலைமையில் விண்ணப்பம் ஒன்றை அரசுக்குக் கொடுத்தனர். அதில் தங்களுடைய முன்னோர்களின் சத்ரிய பாரம்பரியம் பற்றி குறிப்பிட்டுள்ளனர். அதாவது இன்று தீண்டப்படாதவர்களாகக் கருதப்படும் பர்வாரி (மஹர்), மொச்சி (சம்பர்), மங்கு என்ற மூன்றினத்தவரும் முன்பு சத்திரியராக இருந்து, பின்னாளில் 1676 மஹா

துர்கா தேவி பஞ்ச காலத்தில் தங்கள் உயிரைக் காப்பாற்றுவதற்காகக் கைக்கு கிடைத்த எல்லாவற்றையும் தின்றதால் அப்போதைய பேஷ்வாக்களால் தாழ்த்தப்பட்ட மக்களாக ஆக்கப்பட்டனர் என்று குறிப்பிட்டுள்ளனர்.

மஹர்கள் இப்படி ஒரு சத்திரிய பாரம்பரியத்தைக் கோருவது அவர்களின் பிரதான சிந்தனையோட்டத்தில் இருந்திருக்கவில்லை. அம்பேத்கரின் காலத்துக்கு முன்பும் கூட அவர்கள் அரசிடம் கல்விக்காக விண்ணப்பங்கள் தொடர்ந்து கொடுத்து வந்துள்ளனர். மஹர் சாதித் தலைவர்களின் மனதிலும் கல்விக்கான ஆர்வம் இருந்ததேயொழிய சத்திரியப் பெயரில் பெரிய ஈடுபாடு ஒன்றும் கிடையாது. சத்திரிய சாதியின் உயர்வு அவர்களுக்குப் பொருட்டாக இருந்ததில்லை. அதனால் சத்திரிய பெயர் பற்றிய அவர்களது கோரிக்கைகளில் வலு ஏதுமில்லை.

ஆனால் மஹர்களின் ராணுவ வரலாற்றின் மீது அவர்களுக்கு மிகப் பெரும் பெருமிதம் இருந்தது. வரலாற்றை ஒட்டி எழுந்த புராணக் கதைகள் மீதும் அந்தத் தாக்கம் இருந்தது. அதன் பிறகும் ஒரு நூற்றாண்டு கால கட்டத்தில் மஹர்கள் ஆங்கிலேய ராணுவத்தில் சேர்ந்து போராடியது இன்னொரு பெருமைக்குரிய ஒன்றாக இருந்தது. அவர்கள் பொருளாதாரத்தில் மேம்பட்டது மட்டுமல்ல... ராணுவத்தில் இருந்த பெருமையும் இணைந்தே அவர்கள் மஹர் இயக்கம் ஆரம்பிப்பதற்கான காரணங்களாக இருந்தன.அவர்களது பாரம்பரியக் கதைகளில்கூட அவர்களது ராணுவத் திறமையையும் தாண்டி இன்னும் பல முற்காலத்திய வீரச்செயல்கள் அவர்களது பெருமைக்குச் சான்றாக இருந்தன.

சத்ரபதி சிவாஜி ஆண்ட காலமான பதினேழாம் நூற்றாண்டில் மஹர்களின் ராணுவச் சேவை அவர்கள் அப்போது கிராமத்துக் காவலர்களாக இருந்தார்களே அதன் நீட்சியாகவே இருந்தது. ‘சத்ரபதி சிவாஜி தனது ஆட்சிக்காலத்தில் மஹர்களை வேலைக்கமர்த்தினார். அவர்கள் அவரது கோட்டையின் அடிவாரத்துக் காட்டுப் பகுதியைக் காவல் காக்கவும், அங்கு வழிகாட்டிகளாக இருக்கவும் நியமித்தார். அதோடு கோட்டைக்கு விறகும், கால்நடைத் தீவனமும் அனுப்பும் பணியையும் கொடுத்திருந்தார்’.[84]

மஹர்களின் நடுவே செவிவழிச் செய்தி போல் இன்னொரு தகவலும் சுற்றி வருவதுண்டு. மஹர்கள் சிவாஜியின் தாயார் ஜீஜாபாய் அவர்களின் பாதுகாப்புக்கு அரசரின் கோட்டைக்குக் கீழ்ப்பக்கம் இருந்த அவரது கோட்டையான ரெய்காட் என்பதைக் காப்பாற்றும் பொறுப்பும் அவர்களிடமிருந்தது. சிவாஜியின் காலத்துக்குப் பின் வந்த பேஷ்வா ஆட்சிக்காலத்தில் வெறும் காவலாளிகளாக இருந்த மஹர்கள்

போர்க்களத்தில் போரிடும் போர் வீரர்களாகவே மாறினர். இந்தப் பணிகளைப் பற்றி 1921-ல் பம்பாய் மக்கள் சபைக் கூட்டத்துக்கு முதன் முதல் தீண்டப்படாதவர்களின் உறுப்பினராகச் சென்ற டி.டி.கோலப் (D.D.Gholap) மிகப் பெருமையுடன் நினைவு கூறுகிறார்: 'மிகவும் கொடிய கடுமையான பிராமண பேஷ்வாக்கள் கூட எந்தவிதக் கேள்வியும் ஐயமும் இன்றி மஹர்களின் வீரத்தையும் தீரத்தையும் போற்றியது மட்டுமில்லாமல் அவர்களுக்கு வேலையளித்து காக்கவும் செய்துள்ளனர். ஆங்கில ராணுவத்தின் சிப்பாய்கள் தங்கள் தந்தை நாட்டைக் காத்ததைவிட அதிகமாக மஹர்கள் மகாராஷ்டிர அரசிடம் நாட்டுப்பற்றோடு இருந்து வந்துள்ளார்கள்' என்று கூறியுள்ளார்.[85]

சி.பி. அகர்வால் சொல்லும் ஒரு கதையில் எப்படி மஹர்களின் தீண்டாமையையும் தாண்டி அவர்களது ராணுவத் திறமைகளே மீறி நின்றன என்பது புரியும்:

> சித்தநாத் மஹர், கார்தா பகுதிக்கு வந்ததும் தனது கூடாரத்தை பிராமணர்களும், மராத்தர்களும் இருந்த இடத்துக்கு அருகில் அமைத்தார். சர்தார்களுக்கு இது சுத்தமாகப் பிடிக்கவில்லை. இந்தத் தகவல் கடைசியாக சவாய் மாதவராவ் காதுகளுக்குப் போய்ச் சேர்ந்தது. ஹிரோஜி பதாங்கர் என்ற வயதான மராத்தா சர்தார் பேஷ்வாவுக்கு அருகில் உட்கார்ந்திருந்தார். பேஷ்வா குற்றச்சாட்டை முழுவதுமாகக் கேட்டார். கேட்டு முடிந்ததும் அருகில் இருந்த பதாங்கரைப் பார்த்தார். பின் பேஷ்வா, 'இது ஒன்றும் விருந்துக் கொண்டாட்டம் இல்லை; இது போராடும் வீரர்களின் கூட்டு. இங்கே தீட்டு, தீண்டாமை போன்ற எதுவும் சுத்தமாகக் கிடையாது', என்றார்.
>
> பேஷ்வாவின் முடிவே இறுதியானது. மஹர்களின் கூடாரம் அங்கேயே இருந்தது. வாசிப் போரில் துக்நாத் மஹர் பெரும் வீரத்துடன் போராடினார். அதற்காக பேஷ்வாவிடமிருந்து பரிசும் பெற்றார். திரு. அபா சந்தோர்க்கர் என்பவரது ஆய்வு தீண்டத்தாகதவர்கள் மத்தியில் பல பதக்குகள் அல்லது மஹர்களின் படைப் பிரிவுகள் இருந்தன என்று கூறுகிறது.[86]

இரண்டாம் உலகப் போர்க் காலத்தில் இருந்த படையணிகளின் வரலாற்றில் மஹர்கள் துப்பாக்கிப் படையணி இடம் பெற்றிருந்தது. அது மஹர்களின் ஆங்கிலேய ராணுவப் பங்களிப்பைப் பற்றித் தெளிவாகக் கூறுகிறது:

> பதினெட்டாம் நூற்றாண்டில் ஜான் ஜேக்கப் என்பவர் தனது கட்டுரையில், 'பம்பாய் ராணுவத்தில் பிராமணர்கள், மஹர்கள் அல்லது பர்வாரிகளுடன் தோளோடு தோளாக நெருங்கி நின்று

போரிட்டனர்; அவர்களோடு ஒன்றாக ஒரே கூடாரத்தில் படுத்து உறங்கி இருந்துள்ளனர். வேறு எந்த எதிர்ப்பும் அவர்களிடமிருந்து வரவில்லை.' பம்பாயின் ராணுவம் பதினெட்டு, பதினொன்பதாம் நூற்றாண்டுகளில் பெருமளவு மராத்தர்களால் நிரப்பப்படவில்லை. பதிலாக பெரும்பான்மையான மஹர்களால் தான் ஆக்கப் பட்டிருந்தது. அதன் பிறகு ஆங்கிலேயர்கள் 1802-ல் தக்காணப் பகுதிகளில் நன்கு காலூன்றிய பின்பும், 'பேசின் உடன்பாடு' கையெழுத்து இட்ட பிறகே பெருமளவில் மராத்தர்களும் தக்காண இஸ்லாமியரும் படையணிக்குள் வந்தனர். பழைய பம்பாய் ராணுவம் பெரும்பான்மையாக மராத்தர்களாலும், மஹர்களாலும் (அப்போது அவர்கள் பர்வாரிகள் என்றும் அழைக்கப்பட்டனர்.) நிரப்பப்பட்டு இருந்தன. அவர்களே பம்பாய் ராணுவத்தின் முதுகெலும்பாக இருந்தனர்.[87]

ஆங்கிலேய ராணுவப் படையணிகளை சாதிவாரியாகப் பிரித்தால் அதில் மஹர்களின் எண்ணிக்கை குறிப்பிட்ட அளவில் இருந்தது. இதற்கான குறிப்பு பேஷ்வா நீதிமன்றத்தில் பைரவ் ரகுநாத் என்பவர் நானா ஃபட்னிஸ் என்பவருக்கு எழுதிய அறிக்கை ஒன்றில் உள்ளது. இந்த அறிக்கையில் சார்ல்ஸ் வாரன் மேலாட் என்ற ஆங்கிலேயர் பம்பாயிலிருந்து புனேவுக்கு ஒரு தூதராக 1790-ல் தொடர்ச்சி மலை வழியாக வருகிறார். அவரோடு ஆறு தொப்பி அணிந்தவர்கள் (ஆங்கிலேயர்கள்), 35 குதிரைகள், 200 காவலாளிகள், 100 வேலைக் காரர்கள், 50 கமாதி சுமை தூக்கிகள், 75 பல்லக்குத் தூக்கிகள், 425 மஹர்கள், 2 யானைகள், 4 பல்லக்குகள், ஒரு இஸ்லாமிய நடனப் பெண் அனைவரும் வருகிறார்கள்.[88] காவலாளிகள், வேலைக்காரர்கள் என்று தனித்துச் சொல்லி பின்பு மஹர்கள் என்று தனியாகக் குறிப்பிட்டிருப்பதால் மஹர்கள் நிச்சயமாக ராணுவத்தோடு தொடர்புடையவர்களாகத்தான் இருக்கவேண்டும்.

வழக்கமான ஆங்கிலேயப் படையில் மஹர்கள் நிறைய எண்ணிக்கையில் கடல் படையிலும், முன்னோடிப்படையிலும் சேர்க்கப்பட்டனர். 1811ம் ஆண்டில் 107வது முன்னோடிப் படையில் இருந்த மொத்த எண்ணிக்கையான 1064 பேரில், 256 பர்வாரிகளும் (மஹர்கள்), 30 மோச்சிகளும் (சம்பர்கள்), 387 மராத்தர்களும் இருந்தனர்.[89] அந்த நூற்றாண்டின் இறுதிப் பகுதியில் இன்னும் பல மஹர்கள் படையில் வேலைக்கு சேர்ந்துவிட்டனர். ரத்னகிரி பகுதியில் மஹர் குடும்பங்கள் நிறைய இருந்தன. அது போலவே அப்பகுதியிலிருந்து படைக்கு வந்த மஹர்களும் அதிகம்.

1880ம் ஆண்டின் அரசின் ஆவணக் குறிப்புகளில், 'மஹர்கள் அதிக எண்ணிக்கையில் ராணுவத்தில் சேர்ந்தனர். அவர்கள் மிகவும்

பணிவானவர்களாகவும், உறுதியான ஆட்களாகவும், திறமையான தைரியமான வீரர்களாகவும் இருந்தனர். 2180 ரத்னகிரி மஹர்கள் அப்போது படையில் இருந்தனர்' என்று குறிப்பிடப்பட்டுள்ளது.[90]

புனேவுக்கு அருகில் கோரேகாவ் என்ற கிராமத்தில் ஒரு நினைவுத் தூண் நிறுவப்பட்டுள்ளது. அது மஹர்களின் வீரத்துக்கான வரலாற்றுச் சான்றாக நிற்கிறது. அது 1918-ல் மராத்தா பேரரசின் பேஷ்வாக்களுக்கும் ஆங்கிலேயர்களுக்கும் நடந்த கடும்போரின் நினைவுச் சின்னம் அது. உணவும் நீரும் இல்லாமல் சுற்றிவளைக்கப்பட்ட சிறிய அளவிலான ஆங்கிலேய, இந்திய சிப்பாய்கள் அந்த இடத்தில் இருந்து தீவிரத்துடன் போராடினர்; அப்பகுதியை பெரும் படையோடு இருந்த பேஷ்வாக்களிடமிருந்து காப்பாற்றியுள்ளனர். அத்தூணில் போராடிய ராணுவப் பிரிவில் தங்கள் உயிரைப்பணயம் வைத்து உயிர் நீத்த நாற்பத்தொன்பது பேரின் பெயர்கள் பொறிக்கப்பட்டுள்ளன.

அந்த நாற்பத்தொன்பது பேரில் பர்வாரிகள் அல்லது மஹர்கள் இருபத்தி இரண்டு பேர்; (இப்பெயர்கள் 'நாக்' என்று முடிவதால் மஹர்கள் என்று அடையாளப்படுத்தப்பட்டார்கள்.) பதினாறு மாராத்தர்கள்; எட்டு பேர் ராஜ்புத், இரண்டு முஸ்லீம்கள், ஒருவர் யூதராக இருக்கலாம்.[91] கோரேகாவ் நினைவுத் தூணிருக்கும் அந்த இடமே மஹர்கள் அணிதிரளும் இடமாக, அவர்களது செயல் கூட்டம் நடக்கும் இடமாக 1920-1930-களில் மாறி நின்றது. இன்றைய சமுதாயத்தாருக்கும் உத்வேகம் ஊட்டும் இடமாக அது இருந்து வருகிறது. வெற்றி பெற்ற வீரர்களின் பெயரும், அவர் தம் வீரச்செயலும் இன்று நடக்கும் பல போராட்டங்களுக்கு உயிர்ப்பு தரும் மையப்புள்ளியாக நிற்கிறது.

பழைய ராஜதானிய ராணுவங்கள் மெல்ல அழிக்கப்பட்டன. அப்போது மஹர்கள் ராணுவத்தில் இருந்து நீக்கப்பட்டனர். 1892லிருந்து 1895 வரை இந்த நீக்கம் நடைபெற்றது. தீண்டப் படாதவர்களுக்கு ராணுவத்தில் இடம் கொடுப்பதை அரசு நிறுத்தியது. ராணுவம் இப்போது ஒரு 'முழுமையான ராணுவமாக' மாற வேண்டும் என்ற எண்ணத்தில் தீண்டப்படாத சாதியினரை ராணுவத்தில் சேர்ப்பதை நிறுத்தி விட்டது. மஹர்களின் எண்ணிக்கை ராணுவத்தில் குறைந்துவிட்டது. இதனால் புதிய பாதை நோக்கி மஹர்களின் வாழ்வியல் திரும்பியது. பம்பாயிலுள்ள ஆலைகளில் வேலைக்கு சேர ஆரம்பித்தனர்.

அரசின் முடிவினால் அந்த சாதியினரின் வாழ்க்கை முறையும் மாறியது. மஹர்களை ராணுவத்திலிருந்து நீக்கியதற்குக் கடுமையான எதிர்ப்பு இருந்தது. படைகளிலிருந்து அவர்களை நீக்கியமைக்கு எதிர்த்தும்

அவர்களை ராணுவத்தில் மீண்டும் சேர்க்க வேண்டுமென்றும் மஹார்களின் இயக்கம் உருவானது. இந்த இயக்கத்தின் தீவிரம் வெற்றியடைந்து, 1942-ல் ஒரு மஹார் குழுவே 'மஹார்கள் பட்டாலியன்' என்ற பெயரில் ராணுவத்தில் உருவானது.

இந்த மாற்றத்துக்கு முன்பே, 1890-ல் முதல் விண்ணப்பம் ஒன்றினை கோபால் பாபா வாலங்கர் எழுதினார். அவர் இதற்கு முன்பே ராணுவத்திலிருந்து ஓய்வு பெற்றதும் ஒரு புதிய இயக்கத்தை மஹார்களுக்காக ஆரம்பித்தார். பிராமணர்களில் ஜோஷி என்றொரு குழுவினர் இருந்து வந்தனர். இவர்கள் மஹார்களுக்கு கல்யாணத்துக்காக நல்ல நாள் குறித்துக் கொடுக்கும் பணியை மட்டுமே செய்து வந்தனர். இவர்களுக்குப் பதிலாக மஹார் சாதியைச் சேர்ந்த புரோகிதர்களையே தமது சாதிக்கு உதவி செய்து கொள்ளலாமே என்று வாலங்கர் முயற்சி எடுத்தார்.

இவர் இன்னுமொரு அரிய பணியைச் செய்தார். தீண்டப்படாத மக்களுக்காக மட்டும் ஒரு செய்தித்தாளை 1888-ல் ஆரம்பித்தார்.[92] அதன் பெயர் 'விட்டல் வித்வான்சக்' (Vital Vidhvansak). மஹார்களையும் ஏனைய தீண்டப்படாதவர்களையும் ராணுவத்தில் சேர்க்கக்கூடாது என்று பிரிட்டிஷ் அரசு முடிவெடுத்ததும் வாலங்கர் புதிய நீண்ட விண்ணப்பம் ஒன்றினைத் தயாரித்து அதனை நன்கு விளம்பரப்படுத்தி அரசுக்கு அனுப்பி வைத்தார். தீண்டப்படாதவர்களின் பல வேதனை களைப் பட்டியலிட்டு அரசுக்கு அனுப்பினார். தீண்டப்படாதவர்கள் ராணுவத்தில் மட்டுமல்ல, காவல் துறை, அரசின் பொதுப்பணிகள் என்று எல்லா துறைகளிலும் அவர்களுக்குப் போதிய இடமளிக்க வேண்டுமென்று உரத்து குரல் கொடுத்த விண்ணப்பம் அது. விட்டல் ராம்ஜி ஷிண்டே என்ற மராத்தா கல்வியாளர் தன்னுடைய நினைவுக் குறிப்புகளில் வாலாங்கர் எடுத்த முயற்சிகள் பற்றியும் அதன் விளைவுகள் பற்றியும் குறிப்பிடுகிறார்:

> இதுவரை தீண்டப்படக்கூடியவர்கள் தீண்டப்படாதவர்களுக்காக ஆரம்பித்த இயக்கங்கள் பற்றி மட்டும் பேசினோம். ஆனால் தீண்டப்படாதவர்களும் தங்கள் சுய மரியாதைக்காகச் சில இயக்கங்களை முன்னெடுத்தனர். முதலில், தீண்டப்படாதவர்கள் ஆங்கிலேய அரசு ராணுவத்தில் சேர்க்கப்பட்டுக் கொண்டிருந் தார்கள். அது நிறுத்தப்பட்டது. 1890-1891ஆண்டுகளில் புதிதாக ஆளெடுப்பது நிறுத்தப்பட்டது. மஹார்களும் சம்பர்களும் தங்கள் வாய்ப்பை இழந்தனர். அதன்பின் ராணுவத்தில் ஏற்கெனவே இருந்த தாழ்த்தப்பட்டவர்களும் வெளியேற்றப்பட்டனர்.

இதனை எதிர்த்து முதல் முயற்சியாக மஹத் தாலுக்காவிலுள்ள ரண்டுல் என்ற கிராமத்திலிருந்து ஹவில்தார் கோபால் நாக், விட்டல் நாக் வாலங்கர் என்ற ராணுவத்திலிருந்து ஓய்வு பெற்ற வயதானவர் விண்ணப்பம் ஒன்றை எழுதினார். எம். ஜோதிபா பூலே, அவரது மனைவி பாபா பத்மாஜி போன்ற சிலர் அவருக்கு உறுதுணையாக நின்று உதவி செய்தனர். 1895ம் ஆண்டு புனேவில் காங்கிரஸ் பேரியக்கம் ஆரம்பிக்கப்பட்ட நேரத்தில் தான் இவரும் தன் இயக்கத்தை ஆரம்பித்திருந்தார்.

தப்போலி (ரத்னகிரி) மாவட்டத்தில் நிறைய ராணுவ ஓய்வு பெற்றவர்கள் இருந்தனர். ஆயினும் அவரது முயற்சிக்கு எந்த வித வெற்றியும் கிடைக்கவில்லை. அதன்பின் அரசுக்கு ஒரு விண்ணப்பத்தை அனுப்பினார். ஆனால் இதில் வாலாங்கர் தனித்தே நிற்க வேண்டியதிருந்தது. ஓய்வு பெற்றோர் கையெழுத்து போடவும் அஞ்சி நின்றனர். அதன்பின் புனேவில் உள்ள ஷிவ்ராம் ஜன்ப காம்ப்ளே என்பவர் 1903-1910ல் வலுவாக முழு முயற்சி எடுத்தார். இன்னும் அந்த முயற்சி நடந்துகொண்டே இருக்கிறது.[93]

வாலாங்கர் எழுதிய விண்ணப்பம் மிக நீண்டதாகவும், சொல்ல வந்ததைச் சுற்றிச் சுழன்று எழுதியதாகவும் இருந்தது. ஆரம்பத்திலேயே அப்போதிருந்த 'பக்தி வழிப்பாடல்' பாணியிலான ஒன்றோடு விண்ணப்பத்தை ஆரம்பித்திருப்பார். அதில் மஹர்களின் சடங்கு சம்பிரதாயங்களையும் பிராமணர்கள் எப்படித் தங்களை கீழ் நிலைக்கு எடுத்துச் சென்றார்கள் என்பதையும் ஒருசேர விமர்சித்திருப்பார். அந்த விண்ணப்பம் தப்போலியில் உள்ள அனார்யா தோஷ்பரிஹார் மண்டலி என்ற அமைப்பிலிருந்து கொடுக்கப்பட்டது. இதில் எப்படி இப்போதுள்ள தீண்டத்தாகதவர்கள் ஒரு காலத்தில் சத்திரியர்களாக இருந்தனர் என்றும், அதனால் தான் ராணுவத்தில் அவர்கள் வீரத்தோடும், உறுதியோடும் திறமையாகப் போராட முடிந்தது என்றும் எழுதியிருப்பார்.

அதோடு எந்த சாதியுமே சுத்தமான தனி சாதியாக இருக்க முடியாது. அந்தச் சூழலில் எப்படி ஓரிரு சாதியைத் தாழ்த்தப்பட்டதாகக் கூற முடியும் என்ற கேள்வியை எழுப்பினார். இத்திட்டம் வருவதற்கு முன் எப்படி பல தீண்டப்படாதவர்கள் ராணுவத்தில் திறமையாகப் போராடினார்கள் என்றும் அவர் ஆங்கில அரசுக்கு நினைவூட்டினார். அந்த வீரர்களில் யாரும் ராணுவ எதிர்ப்புப் புரட்சிகளில் ஈடுபட வில்லை என்றும் கூறியிருந்தார்.

அவரது விண்ணப்பம் அரசுக்காக எழுதப்பட்டிருந்தாலும் அது முழுமையாக சாதி இந்துக்களைப் பற்றிய குறிப்புகளே மிகுதியாக

இருந்தது. வாலங்கரைப் பொறுத்தவரையில் ராணுவக் கல்வியே இந்து மக்களின் ஆரம்பம், அவர்களது கோட்பாடுகள், எண்ணங்கள், பண்பாடுகள் பற்றிய நியாயமான கேள்விகளை எழுப்ப தங்களுக்கு உதவியிருப்பதாக அதில் குறிப்பிட்டிருக்கிறார். மேலும் உயர்சாதி இந்துக்கள் தென் திசையிலிருந்து வந்த 'ஆஸ்திரேலியாவின் செமிட்டிக் ஆரியர்கள் அல்லாதவர்கள்', ஆப்ரிக்க நீக்ரோக்கள் என்றும், சித்பவன் பிராமணர்கள் மத்திய கிழக்கு 'காட்டுமிராண்டி யூதர்கள்' என்றும், உயர்சாதி மராத்தா மக்களின் முன்னோர்கள் 'துருக்கிக்காரர்கள்' என்றும் தாங்கள் தெரிந்து கொண்டிருப்பதாகக் கூறியுள்ளார். இவர்களைத் தண்டிக்கவே கடவுள் அயல் நாட்டுக்காரர்களை ஆட்சி செய்ய அனுமதித்துள்ளார் என்றும் குறிப்பிட்டுள்ளார்.

1890-ல் எழுதப்பட்டு 'இந்து பிரகாஷ்' செய்தித் தாளில் விளம்பரம் செய்யப்பட்ட பழைய விண்ணப்பம் சாதி இந்துக்களுக்காக எழுதப் பட்டது. அதில் இந்து மதத்துக்குள் எந்தப் பரிகாரம் மூலம் தாழ்த்தப் பட்டவர்களின் இழிநிலையை நீக்க முடியும் என்று வாலாங்கர் கேட்டிருந்தார். அக்கேள்விகளுக்கு இன்று வரை பதிலேதும் இல்லை. இதனால் வாலாங்கர் அடுத்த முயற்சியாக மத மாற்றம் பற்றிப் பேசுகிறார். 'நாங்கள் ஓரிறைத் தத்துவம் உள்ள மதங்களுக்கு மாறப்போகிறோம்; அங்கே சாதியும் உயர்வும் தாழ்வும் இல்லை'.

அரசு தீண்டத்தாகதவர்களுக்கு எதிராகத் தீயவர்களின் கைகளில் சேர்ந்துவிடக்கூடாது என்றும், காங்கிரஸ் கட்சியில் இருக்கும் உயர் சாதியினர் 'தங்கள் வேதநூலின்படி தங்கள் அரசு தங்கள் கைக்கு வந்து விடும் என்ற நம்பிக்கையோடு உள்ளனர்' என்றும் குறிப்பிடுகிறார். இவ்விண்ணப்பத்தின் அடிப்படைக் கோட்பாடே தீண்டப்படாதவர் களை அரசு ராணுவத்திலும், காவல் துறையிலும், பொதுப்பணித் துறைகளிலும் வேலைக்குச் சேர்த்துக் கொள்ள வேண்டும் என்றும், ஆங்கிலேயர் முழு அதிகாரம் பெற்றுள்ள ராணுவம் போன்றவற்றில் எவ்வித சாதி வேறுபாடுகள் இல்லாமல் அனைவரையும் ஒன்றாக மதித்து நடத்தவேண்டும் என்றும் கேட்டுள்ளார்.[94]

வாலங்கர் விண்ணப்பத்துக்குப் பிறகு ஷிவ்ராம் ஜன்ப காம்ப்ளே, புனே மஹர்கள் எழுதியவை அடுத்த தலைமுறையினரின் விண்ணப்பங் களாக வந்தன. ஆனால் மாற்றங்கள் வர வெகு காலம் எடுத்தது. மஹர்களுக்கு ராணுவத்தில், காவல் துறையில், பொதுப்பணிகளில் அனுமதி என்ற வாலங்கரின் கோரிக்கை வெற்றிபெற்றது அம்பேத்கரின் அதிகாரம் உச்ச நிலையில் இருந்த 1940களில்தான்.

வாலங்கர் எழுதிய விண்ணப்பம் காலத்தால் மிக முந்தியது. அவர் மட்டுமே கையெழுத்திடும் நிலை அன்று. தப்போலியில் இருந்த மற்ற

ஓய்வு பெற்றவர்கள் கையெழுத்திட அஞ்சினர். ஆனாலும் அந்த நிலையிலும் இது போன்ற கோரிக்கைகளை முன் வைத்தவர்கள் வேறு சிலரும் இருந்தனர். காம்ப்ளேவின் முயற்சியோடு சுபேதார் பகதூர் கங்காராம் கிருஷ்ணாஜி, சுபேதார் ஆர். எஸ். காட்கே போன்றவர்களும் ராணுவப் பயிற்சி அளித்த அறிவுபலத்தோடு துணிந்து எழுந்து நின்றனர். ரத்னகிரியில் தண்ணீர் உரிமைக்காக நடந்த சத்யாகிரகத்தில் ஒரு பழைய ராணுவ வீரர் பங்கு கொண்டார். நாக்பூர் பகுதியில் ராணுவத்தில் மஹர்களின் பங்கு குறைவாகவே இருந்தாலும் அங்கு நடந்த போராட்டங்களில் மஹர்களும் ஈடுபட்டனர்.

அம்பேத்கரின் எழுச்சிக்கு அவரது குடும்பத்து உறவினர் பலர் ராணுவத்தில் பணியாற்றியதும், அங்கே தீண்டப்படாதவர்கள் சம உரிமை கேட்டதும் காரணமாக இருக்கலாம்.

ஆங்கிலேயர் வரும் காலம்வரை தீண்டப்படாதவர்கள் தங்களின் நிலை குறித்து ஏதும் சிந்தித்ததாகத் தெரியவில்லை. தங்கள் விதி இதுதான் என்ற நிலையில் தான் இருந்து வந்துள்ளனர். ஏனெனில் இது எல்லாமே கடவுளால் நிர்ணயம் செய்யப்பட்டதாகவும், இந்து அரசால் நடைமுறைப்படுத்தப்பட்டதாகவும் ஏற்றுக் கொள்ளப் பட்டன. இதிலிருந்து விடுபடும் வழியும் ஏதுமில்லை என்பதும் அவர்களின் எண்ணமாக இருந்தது. இச்சூழலில் நல்லதோ கெட்டதோ, கிழக்கிந்தியக் கம்பெனி நாட்டுக்குள் வந்தது. அவர்களுக்கு ஒரு ராணுவம் தேவையாக இருந்தது. அதில் சேருவதற்கு தீண்டப்படாத மக்கள் மட்டுமே தயாராக இருந்தனர். அப்போதிருந்த ராணுவத்தில் பெரும்பான்மையாக இவர்களே இருந்தார்கள். இப்போது அவர்கள் போர் வீரர் சாதியைச் சேர்ந்தவர்கள் அல்ல என்று அடையாளப்படுத்தப்பட்டு ராணுவத்தில் இருந்து விலக்கப்பட்டுவிட்டார்கள்.

ஆனால், ஆங்கிலேயர்கள் இந்தியாவைத் தங்கள் கட்டுக்குள் கொண்டுவர உதவியது அவர்களது ராணுவத்தில் இருந்த இந்த தீண்டப்படாத மக்கள்தான். கிழக்கிந்திய கம்பெனியின் படையில் இருக்கும்போது படையினரும், அவர்களது குழந்தைகளும், ஆணாக இருந்தாலும் பெண்ணாக இருந்தாலும், கட்டாயம் கல்வி பயில வேண்டும் என்ற நிலை இருந்தது. இது அவர்களுக்குத் திறந்து விடப்பட்ட அறிவுக் கதவு. இதுவரை கல்வியின் பக்கமே வர முடியாமல் இருந்த அவர்களுக்கு அந்நிய அரசாங்கம் கல்வி அளித்தது. இது அவர்களுக்குக் கிடைத்த மிகப் பெரிய வாய்ப்பு.

புதிய பார்வைகளும், புதிய விழுமங்களும் கிடைக்கும் வாய்ப்பு இந்தப் புதிய அறிவுத் தேடலால் கிடைத்தது. இப்போது தான்

அவர்கள் மேல் அழுத்தி வைக்கப்பட்டிருந்து சாதிப் பழு பற்றியும், தன்னை அது எந்த அளவு கீழ்மைப்படுத்தி வைத்துள்ளது என்பதையும் உணர ஆரம்பித்தனர். இது ஒன்றும் தானாக வந்த சுமையல்ல; சுமத்தப்பட்ட ஒன்றே என்றுணர்ந்தனர். புரோகித வர்க்கத்தின் சூழ்ச்சிப் பின்னலில் சிக்கியவர்களே தாங்கள் என்பதை உணர்ந்து கொண்டனர். இந்தச் சாதியச் சுமையைப் பற்றி வெட்கமும் வேதனையும் ஒருங்கே பெற்றனர். இதிலிருந்து விடுபட வேண்டும் என்ற ஆழ்ந்த உறுதியையும் கல்வி மூலம் பெற்றனர்.[95]

சொக்கமேளாவும் மஹர்களின் வழிபாட்டு முறைகளும்

மஹர்களின் வரலாற்றுப் பக்கங்களில் அவர்கள் நில உடைமையாளர் களாக இருந்திருக்கிறார்கள்; பட்டாளத்தில் சேர்ந்து உழைத்துப் படித்து முன் வந்திருக்கிறார்கள்; இந்த இரண்டையும் தாண்டி மூன்றாவதாக இன்னொரு வழியின் மூலமும் அவர்கள் முன்னேற வாய்ப்பு கிடைத்தது. சமூக வழியிலும், மேல்-கீழ் என்ற நிலையிலும் அவர்களின் நிலை தாழ்ந்தே இருந்தது. என்றாலும் பதின்மூன்றாம் நூற்றாண்டில் ஆரம்பித்த பக்தி இயக்க வழிபாட்டு முறைகளில் மஹர்களும் ஆன்மிக வழியில் எல்லோருக்கும் சமமாக இருக்க முடிந்திருக்கிறது.

அந்த இடைக்காலத்தில் எல்லோராலும் புகழப்பட்ட ஒரு மஹர், பெரும் பக்தி இயக்கக் கவிஞர் என்று புகழ் பெற்றார். அவர் சொக்கமேளா என்ற துறவி. இதைப் போலவே முழு ராஜதானிகளில் உள்ள சாமார்களுக்கும்[96], மகராஷ்ட்ராவில் உள்ள சம்பர்களுக்கும்[97] தெய்விக பக்தி வழி ஞானிகள் இருந்தார்கள். அவர்கள் சாமர்களின் ரெய்தா, சம்பர்களுக்கான ரோஹிதா ஆகியோர். இந்த ஞானிகளின் பெயர்களை வைத்தே இந்த தாழ்த்தப்பட்ட சாதியினர் தங்கள் சுய மரியாதையையும், சமயச் சிறப்பையும் பேணி வந்துள்ளனர். இதைப் போலவே மஹர்களும் சொக்கமேளாவின் பெயரால் சமூகத்தில் தங்கள் சமய நிலையைப் பேணி வந்துள்ளனர். இந்த வழியும் சில புதிய தடங்கல்களால் தடை செய்யப்பட்டது. இருந்தும் இந்த பக்தி வழிமுறைகள் மூலமாக மஹர்கள் தற்காலத்து சமூக விழிப்புணர்வுக்கும் மஹர் இயக்கத்துக்கும் வழி தேடுகிறார்கள்.

பந்தர்பூரின் கோவிலில் உள்ள விட்டல் என்ற கடவுள் (வித்தோபா அல்லது வித்து என்ற கடவுள்) மஹர்களின் குல தெய்வம் அல்லது சாதிக் கடவுள். மஹர்கள் வழிவழியாக வணங்கி வரும் தெய்வம். இந்தத் தெய்வத்தின் புகழ்பாடிய ஞானக் கவிஞர்தான் சொக்கமேளா. இப்பக்தி மரபினரை 'வித்தோபா வழிபாட்டு மரபு' என்றழைப்பர். இம்மரபினரின் பக்திப் பாடல்கள் நிறைய உண்டு. சொக்கமேளாவைப்

போல் இன்னும் பல பக்திக் கவிஞர்கள் உள்ளனர். நாம்தேவ், ஏக்நாத், துக்காராம் போன்ற பக்திக் கவிஞர்களும் சொக்கமேளாவும் தங்கள் பக்திப் பாடல்கள் மூலம் மகாராஷ்டிராவின் பக்தி மரபை மராத்தி மொழியில் செம்மைப்படுத்தினார்கள்.

ஞானதேவ் என்ற ஞான குரு பதிமூன்றாம் நூற்றாண்டில் இந்தப் பக்தி வழியை ஆரம்பித்துவைத்தார். அதன் கடைசிக் கவிஞர் பதினேழாம் நூற்றாண்டின் பக்திக் கவிஞர் துக்காராம். ஆயினும் இந்த பக்தி வழி இன்னும் மகாராஷ்டிராவில் தழைத்தோங்கி இருக்கிறது. பீமா நதிக் கரையில் பந்தர்புரிலுள்ள வித்தோபாவுக்கான இந்தக் கோவில் 'வித்தோபா வழி'யின் மையப்புள்ளியாய் இன்றும் இருக்கிறது. ஏராளமான பக்தர்களைத் தன்பக்கம் கொண்டுள்ளது. இந்தப் பக்தர்களை 'வர்க்கரிகள்' என்றழைக்கின்றனர். இவர்களது புண்ணிய ஸ்தல யாத்திரை ஆலந்தி, பந்தர்பூர், தேகு போன்ற இடங்களுக்கு வருடத்துக்கு இருமுறை சென்று வணங்கி வருவதாகும்.[98]

சொக்கமேளா பதினான்காம் நூற்றாண்டின் ஆரம்பத்தில் பந்தர்பூர் என்ற இடத்துக்கு அருகில் வாழ்ந்தவர். அங்கிருந்து தான் தன் பக்திப் பாடல்களை எழுதி வந்துள்ளார். அவரது சமாதி பந்தர்பூர் வித்தோபா கோவிலின் பிரதான வாசலுக்குக் கீழே உள்ளது.

சொக்கமேளாவைப் பற்றிய கதைகளும், அவரது பாடல்களும் அவரது கடவுள் பக்தியை மட்டுமல்ல, அப்போதிருந்த தீண்டாமை பற்றியும் பாடியுள்ளார். அவரைப் பற்றிய பல கதைகளில் பல அவரது பிறப்பு பற்றியது; ஆனால் ஏனைய கதைகள் அவரது பக்தி மேம்பாட்டைப் பறை சாற்றும் பாடல்களாக இருக்கும். எந்த சாதியில் பிறந்தாலும், பக்தியின் மூலமாக கடவுளை அடைவதுதானே முறை. பதினெட்டாம் நூற்றாண்டில் 'பக்தவிஜயா' (பக்தியின் வெற்றி) என்ற பெயரில் எழுதப்பட்ட மகிபதியின் கதையில் ஞானிகள், பக்தர்கள் எப்படி வாழ்ந்தார்கள் என்று எழுதியதில் மேலே சொன்ன கருத்து மிகத் தெளிவாக இருக்கும் - பக்தியே கடவுளை அடையும் வழி.

> வித்தோபா என்ற கடவுளே சொக்கமேளாவைக் கோவிலுக்குள் இட்டுச் சென்று அங்குள்ள கடவுளின் சிலையை ஆராதிக்க அழைத்துச் சென்றார். ஆனால் பிராமணர்கள் இதனைக் கண்டு கோபத்தில் சொக்காவை வெளியே விரட்டிவிடுகிறார்கள். மனம் தளர்ந்த சொக்கமேளா அங்கிருந்த நதியைத் தாண்டிச் செல்கிறார். ஆனால் கடவுளே நேரில் வந்து சொக்கமேளாவுடன் அமர்ந்து இருவரும் ஒரே உணவை உட்கொள்கின்றனர். இதை ஒரு பிராமணர் பார்க்கிறார். சொக்கமேளா தனியே அமர்ந்து கண்ணுக்குத் தெரியாத

நபரோடு பேசிக்கொண்டே சாப்பிடுவது போல் தெரிகிறது. நடுவே எதிரில் இருப்பவரை 'விட்டலா' என்றழைத்து, தயிர் சிந்திவிட்டது என்று சொல்கிறார். இதைப் பார்த்துக் கொண்டிருந்த பிராமணர் மிகவும் கோபமடைந்து, விரைந்து சென்று சொக்கமேளாவின் முகத்தில் ஓங்கி அறைகிறார். அடித்த பிராமணர் நேரே கோவிலுக்கு வருகிறார். அங்கே கடவுளின் உடை மீது தயிர் சிந்தியுள்ளதைப் பார்க்கிறார். அதோடு விட்டலின் கன்னம் அடிவாங்கி சிவந்திருப்பதையும் காண்கிறார்![99]

இன்னும் வேறு பல கதைகளில் இருப்பதுபோல் இங்கும் ஒரு பிராமணரே தீயவராக உள்ளார். சொக்கமேளாதான் கதை நாயகர். இங்கும் தீண்டாமை தீங்கு என்றோ தப்பு என்றோ சொல்லப்பட வில்லை. தீண்டப்படாதவனாக இருந்தாலும் பக்தி மூலம் கடவுளை அடைய முடியும் என்ற கருத்தே சொல்லப்படுகிறது.

சொக்கமேளாவின் பாடல்கள் 'அபங்க்' என்ற இலக்கண வகைப் பாடல்கள். இன்றும் இந்தப் பாடல்களை புனித யாத்திரிகர்கள் ஆளந்தி என்ற இடத்திலிருந்து பந்தர்பூர் கோவிலுக்குச் செல்லும் போது பாடுகிறார்கள். அது மட்டுமின்றி இன்றும் வானொலியில் இப்பாடல்கள் ஒலிபரப்பப்படுகின்றன. பல அபங் பாடல்கள் பக்தியுடன் பாடும் தெய்வீகப்பாடல்கள்தான்; இருப்பினும் இன்னும் பல பாடல்கள் தீண்டாமையின் கொடுமையையும், அது தரும் மோசமான தாக்கத்தைப் பற்றிச் சொல்லும் சோகமான, விரக்தியான பாடல்களாக இருக்கும். கீழே கொடுக்கப்பட்ட பாடல் மேலே சொன்ன சம்பவத்தை குறிக்கிறது. அபங் 5 என்ற பாடல்:

ஓடு... ஓடு... விட்டலா, மெல்ல நடக்காதே
பத்வே ஏதோ ஒரு தவறுக்காக என்னை அடிக்கிறான்
'வித்தோபாவின் கழுத்தில் கிடந்த மாலை எப்படி உன் கழுத்துக்கு வந்தது?'
என்னைத் திட்டுகிறார்கள்; சபிக்கிறார்கள்:
'ஏன் எங்கள் கடவுளை தீட்டாக்கி விட்டாய்?'
உன் வாசலில் காவலுக்குப் படுத்திருக்கும் நாய் தான் நான்;
உன் தயவில்லாமல் என்னை ஓட விடாதே.
காலச் சக்கரத்தைச் சுழற்றும் என் கடவுளே!
நீ தான் எங்களைப் படைத்துக் காப்பவன்
சொக்காவாகிய நான் கரங்கூப்பி கையேந்துகிறேன் கடவுளே!
நான் உன்னிடம் இறைந்து மன்றாடுவதைப் பார்த்து என் மேல் சினம் ஏதும் கொள்ளாதே.[100]

இன்னொரு அபங்கில் சொக்கமேளா தன்னையே 'மிகவும் தாழ்த்தப் பட்ட மஹர்' என்று அழைத்துக் கொள்கிறார். அதற்கான காரணமாக கிருஷ்ணனைக் கேவலப்படுத்திய சந்திர வம்சத்தின் பரம்பரையில் பிறந்த பாவத்தால்தான் என்று சொல்கிறார்.[101] இன்னொரு பாடலில் கடவுளை அழைத்து கேள்வி கேட்கிறார்: 'எனக்குப் பிறப்பொன்று கொடுக்க வேண்டுமென்றால், ஏனிந்த இழி பிறப்பைக் கொடுத்தாய்? தவறு செய்துவிட்டாய் நீ; இரக்கமற்றவன் நீ'.[102]

வேறு சில அபங் பாடல்களில் சொக்கமேளா உன்னதம், அழுக்கு; உயர்வு, தாழ்வு போன்ற வார்த்தைகளைக் கேலி செய்கிறார்:

அழுக்குபடிந்த மனங்களுக்கு
கடவுள் கூட களங்கப்பட்டவர் தான்
நீர் ஊற்றி அவரைக் கழுவுகிறீர்கள்
அவர் மேல் எந்தக் களங்கமும் இல்லை
அவர் மேல் அழுக்கு இருக்கும் என்றால்
பார்த்த உன் கண்களில் தான் அழுக்கு[103]
ஐம்பூதங்களும் அழுக்கு தான்;
உலகத்திலே ஒன்றே ஒன்றுதான் பரிசுத்தம்.
சுத்தம், அழுக்கு .. என்றால் என்ன?
உலகை சிருஷ்டித்தவரே அழுக்கையும் சிருஷ்டித்தார்
ஆதியிலும் இறுதியிலும் மிஞ்சி நிற்பது அழுக்கு மட்டும் தான்
புத்தம் புதிதாய் சுத்தமாகப் பிறந்தது யார்
யாருக்கும் தெரியாது பதில்
சொக்கா ஆச்சரியத்தோடு ஒரு கேள்வி கேட்கிறார்:
நம்மில் யார் தான் தூய்மையானவர்கள்?[104]

ஏனைய பக்திக் கவிஞர்களும், அதிலும் சிறப்பாக தையல்காரராக இருந்த நாம்தேவ் என்பவரும் சொக்கமேளாவின் பாடல்களைப் பாடினார்கள். ஜனாபாய் சொக்கமேளா பற்றி அத்தனை உயர்வாகப் பேசுகிறார்: 'சொக்கா மிகவும் தாழ்த்தப்பட்ட சாதியில் பிறந்திருந்தாலும் மற்ற ஞானிகளின் நடுவே அரசன் போல் உயர்ந்து நிற்கிறார்.'[105] நாம்தேவ் எளிதான, உணர்ச்சி பூர்வமான கவிதைகள் படைத்தவர். கவிதைகளின் தரத்திலும், புகழிலும் அவர் துக்காராமுக்கு அடுத்ததாக இருப்பார். சொக்கமேளாவிடம் மிகவும் நெருங்கிப் பழகி வந்துள்ளார். சொக்கா இறந்ததும் அவரது உடலை பந்தர்புருக்கு எடுத்து வந்து, கோவிலின் பெருங்கதவுக்குப் பக்கத்தில் உடலை அடக்கம் செய்தார். சொக்கமேளா மஹர்களுக்காக உழைத்துக் கொண்டிருந்தபோது, ஒரு கிராமத்துச் சுவற்றைச் சுத்தம் செய்து கொண்டிருக்கும்போது மரணமடைந்தார். இதைத் தன் கவிதையில் கூறும் நாம்தேவ்,

சொக்கமேளாவைப் பற்றி ஒரு நல்ல நண்பனாக இருந்து அவரைத் தனக்கும் மேலே உயர்த்திப் பாடுகிறார்.

சொக்கப்பா
என் உயிரும் நீயே
என் வேர்களும் நீயே
என் வாழ்வும், பண்பும்
ஏன்
என் கடவுளும் சொக்கா நீயே. [106]

இப்பாடல்களும், புனைகதைகளும் எல்லா சாதி மக்களின் வழிபாட்டு மரபுகளிலும் கலந்துவிட்டிருந்தன. அதிலும் பல அபங் பாடல்களில், அவரைப் பற்றிய கதையாடல்கள் அனைத்தும் மகாராஷ்டிராவின் எந்த மூலையில் உள்ளவருக்கும் நிச்சயமாகப் பரிச்சயமாக இருக்கும். தீண்டாமைக்குள் சூழப்பட்டுக் கிடந்தாலும் மஹர்கள் மகாராஷ்ட்ரிய வாழ்வினோடு முழுமையாக கலந்து விட்டிருந்தனர். சமூக வாழ்வில் மிகவும் கீழான ஒரு நிலைக்குள் தள்ளப்பட்டிருந்தாலும் சமய வாழ்வில் மஹருக்கு முழு சுதந்திரமும், சம நிலையும் கிடைத்தன.

பிற பக்தி புராணக் கதைகள் இரண்டு விஷயங்களைச் சுட்டிக்காட்டு கின்றன. ஒன்று, சமூகத்தில் மஹருக்கென்று ஓரிடம் ஒதுக்கப்பட்டது. அது மிகவும் தாழ்ந்த நிலை என்பது உண்மைதான். மகாராஷ்டிர சமூக நிலைகளில் அடித்தள நிலையில் தான் அவர்கள் நிறுத்திவைக்கப் பட்டனர். இரண்டாவதாக, கடவுளின் மீதுள்ள ஆழ்ந்த பக்தி சாதிகளை மீறி எழ வழிவகுத்துத் தந்திருக்கிறது. ஏக்நாத், மஹர் பற்றிய கதைகள் எல்லோருக்கும் தெரியும். கீழே கொடுக்கப்பட்டுள்ள கதை இரண்டாம் வகுப்பு பயிலும் ஒரு மராத்தி மாணவரின் பாட நூலில் உள்ளது:

> ஏக்நாத் என்ற மிகவும் புகழ்பெற்ற பக்திக் கவிஞர் தன் சாதிப் பிராமணர்களுக்காக தன் வீட்டில் ஒரு விருந்து ஏற்பாடு செய்திருந்தார். பிராமண விருந்தினர் இன்னும் வரவில்லை. ஆனால் மிகுந்த பசியோடு சில மஹர்கள் அவரது வீட்டுக்கருகில் வந்தனர். அவர்களுக்கு விருந்துணவைக் கொடுத்து உபசரித்தார். ‘பசித்தோருக்கு உணவளிப்பதே சிறந்த வழிபாடு’ என்றார் ஏக்நாத். பின்பு வந்த பிராமணர்களுக்கு இதைப் பார்த்துப் பெருங் கோபம். அடுத்த விருந்தையும் தயார் செய்தார் ஏக்நாத். ஆனால் பிராமணர்கள் அவர் வீட்டு வாசலையும் மிதிக்கத் தயாராகவில்லை. ஏக்நாத் கோவிலுக்குச் சென்று கடவுளிடம் மன்றாடினார். கோவிலை விட்டு வெளியே வந்து விருந்தினைப் பரிமாறி சுவர்க்கத்தில் இருக்கும் இறந்துபோன தன் உறவினர்களைச் சாப்பிட அழைத்தார். சுவர்க்கத்திலிருந்த அவரது பிராமண உறவுகள் வந்து வயிறாரச்

சாப்பிட்டனர். ஏக்நாத்தைத் திட்டிக் கொண்டிருந்த பிராமணர்கள் இந்த அதிசயக் காட்சியைக் கண்டு வெட்கப்பட்டனர். விரைந்து ஏக்நாத்திடம் சென்று மன்னிப்புக் கேட்டனர்.[107]

பந்தர்பூரில் இயங்கி வந்த இப்பக்தி வழிபாடு வளர்த்த இலக்கியச் செல்வங்களும், ஆன்மிக ஈடுபாடும் கேள்விகளுக்கு அப்பாற்பட்டது. ஆனால் அது சமூகத்தின் மீது என்ன தாக்கம் கொண்டிருந்தது என்பது விவாதங்களுக்குரியது. அதைப்பற்றி நீதிபதியும், சமூக ஆர்வலராகவும் இருந்த எம். ஜி. ரானடே, 'சாதியக் கெடுபிடிகளை இது சற்று மாற்றியது. சூத்திர சாதியினர் இப்போது பிராமணர்கள் போல் சமூகத்தளத்தில் முக்கியத்துவத்தையும், பக்திப் பண்பாட்டில் ஆன்மிக முக்கியத்துவத்தையும் பெற்றுவிட்டனர்' என்றார்.[108]

இதையொட்டி வேறு பல கருத்துகளும் எழுந்தன. அவற்றில் பல ரானடேயின் கருத்துகளைவிட உரத்த குரலில் பேசின. பக்தி வழிபாட்டு முறை தனி மனித மேம்பாட்டை முன்வைத்தது. அதே சமயத்தில் சமூக மேல்-கீழ் நிலைகளை உறுதிப்படுத்தியது. ஏனெனில், பக்தி வழிபாட்டின் முக்கியக் கோட்பாடும், மையப்புள்ளியும் கடவுள் மேலான பக்திதான். எந்தத் தனி மனிதனும் அதை இறுகப்பற்றி பக்தியின் மூலம் தன்னை உய்வித்துக் கொள்ள முடியும். இந்த கடவுள்-மனித உறவில் சமூக சிந்தனைகளுக்கு இடமில்லை. சமூகத்தின் குற்றங்களும் குறைகளும் பக்தி வழிபாட்டுக்குள் நுழையத் தேவை ஏதுமில்லை. சமூகத்தின் அநியாயங்களைத் திருத்தும் பணியும், நோக்கமும் பக்தி வழியில் வருவதற்கான நோக்கமும் சாத்தியமும் இல்லை.[109]

பக்தி மார்க்கம் சமூக மாறுபாடுகளைக் களைவதில் எந்த ஈடுபாட்டையும் காண்பிக்கவில்லை என்றாலும், சமூகப்புரட்சிகள் நடந்தேறும் இன்றைய காலகட்டத்தில் மேற்கத்திய மதிப்பீடுகளான சமத்துவம், நீதி போன்றவற்றுக்கு பழங்காலப் பாரம்பரியத்திலும் இடம் இருந்திருக்கிறது என்பதை எடுத்துச்சொல்ல சமகால சீர்திருத்தவாதிகளுக்கு உதவுவதாகவே இருக்கிறது. தீண்டாமையை நொறுக்கித் தள்ளுவதற்காக தீண்டப்படாதவர்கள் எடுத்துள்ள போராட்டம் பற்றியும், சமநிலைக்காகப் போராடும் மக்களையும் பற்றி 'போராட்டங்களில் ஹரிஜனங்கள்' என்ற நூலை எழுதிய சி.பி. அகர்வால் கீழ்க்கண்டவாறு தன் நூலில் எழுதுகிறார்:

...(முனைவர் மூஞ்சேயும் மகாத்மா காந்தியும் எதிர்க் கருத்து கொண்டிருந்தாலும்) நடுநிலையான ஓரவஞ்சனை இல்லாத ஓர் ஆய்வை மேற்கொண்டால் சாஸ்திரங்களில் தீண்டாமை முழுமையாக சொல்லப்பட்டிருப்பது தெளிவாகப் புரியும். நாமோ

சாஸ்திரங்களைக் கைக்கொள்ளாமல், சமத்துவம், மனிதத் தன்மை என்ற பண்புகளைப் போற்றுகிறோம். சாஸ்திரங்களில் ஹரிஜனங்கள் வேத நூல்களைக் கேட்கவோ படிக்கவோ கூடாது என்று கூறப்பட்டுள்ளது. மகாராஷ்டிரா மண்ணில் பிறந்த மிகப் பெரிய சமூகப் போராளி தியானேஷ்வர், வேத நூல்களை அனைத்து இந்துக்களுக்கும் - ஹரிஜனங்களையும் சேர்த்து திறந்துவைத்தார். இதனால் ஹரிஜன இந்துக்களை நிரந்தர பேரின்பத்துக்குப் பாத்திரமாக்கிவிட்டார். தியானேஷ்வர் என்ற சமூகப் போராளியின் வழிவந்த சொக்கமேளா என்ற பக்திக் கவிஞர் எழுதியவற்றை வாசித்தாலே அவரின் அளவற்ற மகிழ்ச்சியைக் காண முடியும்... தியானேஷ்வர் மஹராஜ் வேதங்களைப் படிக்கத் தகுந்தவர்களாக மதித்த நபர்களை, நாம் தொடுவதற்குக்கூட அருகதையற்றவர்கள் என்று கூறுவதை எப்படி ஒத்துக் கொள்ள முடியும்.[110]

முனைவர் ஆர்.ஜி. பண்டார்கர், ராணடே, கோகலே, அகர்க்கர் போன்ற படித்த பிராமணர்களோடு இணைந்து சமூக மறுமலர்ச்சிக்காக முயற்சிகள் எடுத்தார். இந்த மாற்றத்துக்குக் காரணம் வர்க்கரி மஹர் அவர் மேல் செலுத்திய தாக்கமே காரணம். 1895ம் ஆண்டு நடந்த ஒன்பதாவது இந்திய சமூக கூட்டமைப்புக் கூட்டத்தில் பண்டார்கர் தன் தலைமை உரையில் கீழ்க்கண்டதைக் கூறினார்:

மஹர்களும், மங்குகளும் நாட்டின் இந்தப் பகுதியிலும், பறையர்கள் நாட்டின் இன்னொரு பகுதியிலும் தீண்டப்படாதவர்கள் என்றும் கீழ்சாதியினர் என்றும் ஓரங்கட்டப்பட்டுள்ளார்கள். இந்துச் சமூகத்திலிருந்து அவர்கள் வெளியே தள்ளப்பட்ட சாதிக்காரர்களாக இருக்கின்றனர். தீண்டப்படாதவர்களாக நெடுங்காலமாக மிகவும் இழிநிலையில் உள்ளனர். சில ஆண்டுகளுக்கு முன்பு என் வீட்டில் பக்திக் கீர்த்தனைகள் பாடிய மஹர் சாதி ஹரிதாஸ் என்பவர் தன் முன்னுரையில் பாடியவை, பேசியவை எல்லாம் மிகவும் மனதைத் தொடுவதாக இருந்தது. ஹரிதாஸ், 'வேத நூல்களும், சாத்திரங்களும் எங்களை ஒதுக்கி வைத்து விட்டன. ஆனால் நல்ல வேளையாக சந்நியாசிகளும், இந்து சமய ஞானிகளும் மத்திய காலத்திலிருந்து எங்கள் மீது மிகுந்த இரக்கத்தோடு இருந்துவந்துள்ளனர்' என்று கூறினார்.

எனக்குக் கிடைத்த வாய்ப்புகளில் நான் கண்டவையும், கேட்டவையும் வைத்துப் பார்க்கும்போது மஹர்கள் இயற்கையாகவே மிகுந்த புத்திசாலிகளாக இருந்துள்ளார்கள். எந்த உயர் கல்வி பயிலவும் தகுதியுடையவர்களாகவே எனக்குத் தோன்றினர். இப்படிப்பட்டவர்களை இன்னும் ஒதுக்கி வைத்திருப்பதோ, கல்வியிலிருந்து விலக்கி அவர்களை அறியாமையில் முக்கி

வைத்திருப்பதோ தவறு. நமது நாட்டிலிருந்து பல திறமைசாலிகளை, புத்திசாலிகளை ஒதுக்கிவைத்து நாட்டுக்கு நட்டம் விழைவிப்பது போன்றது இது.[111]

பக்தி வழிபாட்டின் தாக்கம் மஹார்கள்மீது எந்த அளவு இருந்த தென்பதைக் கண்டுபிடிப்பது மிகக் கடினம். சிலர் இவ்வியக்கத்தால் ‘வர்க்கரிகள்’ ஆனார்கள் - வித்தோப மரபைப் பின்பற்றுபவர்கள் இவர்கள். இவர்கள் மாமிச உணவை விலக்கியவர்கள்; கழுத்தில் எப்போதும் துளசி மாலைகள் அணிந்திருப்பர்; ஆளந்தி, பந்தர்பூர் என்ற இரு இடங்களுக்கும் ஆண்டுக்கு இரு முறை புனித யாத்திரை மேற்கொள்வார்கள். ஆனால் அவர்கள் கோவிலுக்குள் செல்ல முடியாது. அவர்களின் பயணம் கோவிலின் முன்னால் உள்ள சொக்க மேளாவின் சமாதி வரை மட்டும் தான். வர்க்காரிகள் தங்கள் பெயரோடு தங்கள் சாதியான மஹார் என்பதையும் சேர்த்துக் கொள்வார்கள்.[112]

இதன் மூலம் அவர்கள் சொக்கமேளாவின் பெயரை இணைப்பதால் தாங்கள் பெருமையடைவதாகக் கருதினர். அதன் மூலம் தங்கள் சமூக நிலையை உயர்த்திக் கொள்வதாகவும் கருதினர். பின்னாளில் மஹார்களில் பலர் கல்வி அறிவு பெற்றதும், பொருளாதாரத்தில் முன்னேறியதும் தங்களுக்காகவே ஒரு சொக்கமேளாவுக்கான கோவில் ஒன்று கட்டுவதற்கு முயற்சி எடுத்தனர். அதன் மூலம் சமய மரியாதை ஒன்றை ஏற்படுத்திக்கொள்ள முடியுமென நினைத்தனர். ஆனால் அதற்குள் புத்த மதத்துக்கு மாறும் எண்ணம் அவர்களுக்குள் ஏற்பட ஆரம்பித்ததால் அந்த முயற்சி நின்று போனது.

இருந்தும் தங்கள் சாதியில் பிறந்த ஒருவருக்கு சமயத்தில் இத்தனை மதிப்புள்ளது, அவர் ஒரு பெரும் ஞானக் கவிஞராகப் போற்றப்பட்டார் என்பது அவர்களுக்கு எப்போதும் மரியாதைக்குரிய, பெருமைக் குரியதாகவே இருந்துவந்தது. பக்தி வழிபாட்டை முழுவதுமாக ஒப்புக்கொள்ளும்போது கர்மா-தர்மா என்ற விதியின் படி ஒருவரின் தகுதிக்கேற்ப மறு பிறப்பில் பயன்கள் மாறும். இருபதாம் நூற்றாண்டில் சில வர்க்காரி மஹார்கள் பக்தி வழியில் மிகவும் ஈடுபாட்டோடு இருந்து, அதன் மூலம் மறு பிறவி இனிய, உயர்ந்த பிறவியாக வரும் என்ற நம்பிக்கையோடு இருந்தனர். அது தங்களுக்கு ஒரு புதிய சமுதாய உயர்வைக் கொடுக்கும் என்றும் நம்பினர்.[113]

ஆனால் பல மஹார் தலைவர்கள் அம்பேத்கரின் தலைமைக்கு முன்பே சொக்கமேளாவின் பெருமையை ஒப்புக்கொண்டாலும், மறுபிறவி, கர்மா பற்றிய நம்பிக்கையின்றி இருந்தனர். ஆனால் பக்தி வழி காண்பிக்கும் தத்துவ விளைவுகளையும், சமுதாய வரலாற்று தரவுகளையும் தாண்டி இன்னொரு முக்கிய கேள்வி அம்பேத்கர்

முன்னால் நின்றது: பந்தர்பூருக்குச் சென்றாலும் அங்குள்ள கோவிலுக்குள் தன்னால் நுழைய முடியாது என்பதால் சொக்கமேளாவின் பெயரை தன்னுடைய சமுதாய முன்னேற்றப் போராட்டத்தில் அவரால் இணைத்துப் பார்க்க முடியவில்லை.

அம்பேத்கரின் தலைமைக்கு முந்திய காலம்: பன்சோத் மற்றும் காம்ப்ளே

மஹர்களின் வரலாற்றுப் பக்கங்களில் தங்கள் முன்னேற்றத்தைக் காண்பிக்க உண்மை நிகழ்வுகளையும், புனைவுக் கதைகளையும் இணைத்து அதன் மூலம் புதிய மரியாதை பெற முயன்றனர். இருபதாம் நூற்றாண்டின் முதல் இருபத்தைந்து ஆண்டுகளில் இந்த முயற்சிகள் பற்றிய மேலும் பல விவரங்கள் இரு பெரும் தலைவர்களின் வாழ்க்கையிலிருந்து நமக்குக் கிடைக்கின்றன. நாக்பூரில் உள்ள பன்சோத், புனேவில் உள்ள காம்ப்ளே ஆகியோரே அந்த இரு தலைவர்கள். மஹர்கள் ஆரம்ப காலங்களிலிருந்தே தங்கள் வரலாற்று உண்மைகளைச் சிறப்பாகப் பாதுகாத்து வைக்க வேண்டும் என்பதில் ஆர்வம் கொண்டவர்கள். ஆனால் சாதாரண மக்களை விடவும் தலைவர்களிடம் இந்த உணர்வு அதிகமாக இருந்து வந்துள்ளன.

பன்சோத், காம்ப்ளே என்ற இருவரும் அந்தக் காலத்து மஹர்கள் போலில்லாமல் வித்தியாசமாக இருந்துள்ளனர். மஹர்கள் இரு வேறு துறைகளில் சிறந்து விளங்க முயற்சித்துள்ளனர் என்பதை அவர்களின் வரலாற்றிலிருந்து உணர முடியும்.

ஏற்கெனவே மஹர்களை மீண்டும் ராணுவத்தில் சேர்க்க வேண்டுமென 1894ம் ஆண்டு கொடுத்த விண்ணப்பத்தை அதன்பின் பதினாறு ஆண்டுகள் கழித்து புனே பகுதி மஹர்கள் புதுப்பித்தனர். 1910-ல் இதனை முன்னெடுத்துச் சென்றவர் காம்ப்ளே. இவர் வாலங்கரைவிட வித்தியாசமானவராக இருந்தார். இவருக்கு ஆங்கிலக் கல்வியறிவு உண்டு. இப்போது இந்த விண்ணப்பத்தை ஆங்கில் அரசின் உயர்நிலைக்கு எடுத்துச் செல்லும் ஆற்றல் இருந்தது. முந்திய விண்ணப்பத்தைவிட இது மிகுந்த வித்தியாசமாகவும் அதிக தரத்தோடும் இருந்தது.

பழைய விண்ணப்பத்தில் ஆர்யரல்லாதவர்கள் என்ற சொற்றொடர் பயன்படுத்தப்பட்டது, இதில் அந்த சொல்லுக்குப் பதில் ‘தென்பகுதி மஹர்களின் கூட்டமைப்பு’ என்ற எளிய அடையாளம் பயன்படுத்தப் பட்டது. இச்சமயத்தில் சுபேதார் பகதூர் கங்காராம் கிருஷ்ணாஜி என்பவர் மஹர்களின் தலைவராகவும், காம்ப்ளே அதன் செயலராகவும் இருந்தனர். காம்ப்ளே மேஸோனிக் ஹாலில் சமையற்காரராக வேலை

பார்த்து வந்தார். அவர்கள் கொடுத்த விண்ணப்பத்தில் 'பொதுத் துறையில் மிகுந்த கீழ்நிலை வேலைகளுக்கும், ராணுவத்தில் சிப்பாய் வேலைகளுக்கும், காவல் துறையில் காவலர்கள் வேலைக்கும் வாய்ப்பளிக்க வேண்டுமென்று கேட்டிருந்தனர்'.[114]

இந்த விண்ணப்பத்தை மஹர்கள் சத்திரிய குலத்தில் உதித்துத் தாழ்த்தப்பட்டவர்கள் என்ற அடிப்படையில் கேட்காமல், தாங்கள் ஏற்கெனவே ஆங்கிலேய ராணுவத்தில் பங்காற்றியதின் அடிப்படையிலும், அதைவிட ஆங்கிலேயர்களின் நீதி முறைகளின் மேலுள்ள நம்பிக்கையாலும், ஆங்கிலேயர்களுக்கு மனித மாண்பு பற்றிய கோட்பாடுகளின் அடிப்படையிலும் அவ்விண்ணப்பத்தை எழுதியதாகக் குறிப்பிட்டிருந்தனர். 'எங்கள் நாட்டில் முதன் முறை ஆங்கிலேயர்கள் படைப்பிரிவு ஆரம்பித்த நாளிலிருந்து மஹர்கள் அதில் முழுமையாக ஈடுபட்டிருந்தார்கள். அதிலும் தங்கள் திறமையாலும், வீரத்தாலும், பண்பாலும் பதவி உயர்வு பெற்று, உயர் பதவிகள் பெற்றனர்' என்று எழுதியிருந்தனர். ஆங்கிலேயர்களின் பல நற்பண்புகளை வைத்தே இந்த வேண்டுகோளை அவர்கள் முன் வைத்தனர்; அப்படி அவர்கள் எழுதிய விண்ணப்பங்களில் இதுவும் ஒன்று:

> இப்போதுள்ள மரியாதைக்குரிய மக்கள் அவையில் அரசுச் சட்டத்தின்படி ஓரளவு ஆங்கில சமூகத்தின் அடித்தட்டில் உள்ள உழைப்பாளி மக்களுக்கும் பிரதிநிதித்துவம் கொடுத்து வந்துள்ளதை அறியும்போது அது ஓர் ஊக்கம் தரும் செயலாகத் தெரிகிறது. இந்த அடித்தட்டு மக்கள் கால் நூற்றாண்டுகளுக்கு முன்பு கூட சமூகத்தில் மிகவும் கீழானவர்களாக இருந்துள்ளனர். மஹர்களையும் பறையர்களையும் வசதி படைத்த, படிப்பறிந்த மக்கள் மிகவும் மட்டமாக, தாழ்வாக நடத்தி வந்துள்ளனர். இன்று ஆங்கில அரசில் பிராமணர்களும், முகமதியர்களும் ஆங்கில மக்களுக்கான அனைத்து உரிமைகளையும் பெறுவதுபோல் எங்களுக்கும் அதே உரிமைகளைத் தரவேண்டும்.'[115]

அந்த விண்ணப்பம் மேலும் ஜப்பானிய அரசு கீழ்மட்ட மக்களை உயர்த்தி வைத்த நல்ல பண்பை சான்றாகக் காட்டியது. அடுத்த ஒரு முக்கிய கருத்தாக மதம் மாறிய கிறிஸ்துவ மஹர்கள் சிறந்த பதவிகள் பெற்றது பற்றி மறைமுகமாக ஒரு குறிப்பையும் கொண்டிருந்தது: 'ஆங்கிலேயரின் அரசு நாங்களும் எங்கள் மதத்தைப் புறந்தள்ளி விட்டுவந்தால் தான் நியாயமான பதவிகளைப் பெறமுடியும் என்ற எண்ணத்தில் இருக்காது என்று நம்புகிறோம்.'

இந்த விண்ணப்பத்தால் பெரிதாகப் பயனேதும் கிடைத்ததோ என்னவோ தெரியாது. ஆனால் இந்த விண்ணப்பம் மிக அதிகமாக நாடெங்கும் பரவிப் பலரின் பார்வைகளுக்கும் சென்றது. அதிலும் தீண்டாமைச் சகதியில் கட்டுண்டு கிடந்தவர்களின் கண்களுக்கும், சமூகப் போராளிகளின் கண்களுக்கும் சென்று சேர்ந்தது. மஹர்கள் விரைவில் தொழிலாளிகளாக வேலைக்கு எடுக்கப்பட்டனர். இது அவர்கள் விண்ணப்பத்தாலா முதலாம் உலகப் போர் கொடுத்த பெரிய தேவையினால் நடந்ததா என்பது தெரியவில்லை. நிச்சயமாக போரின் அழுத்தம் முக்கிய காரணமாக இருந்திருக்கும். மஹர்கள் தொழிலாளிகளாக போர்க்காலத்தில் சேர்க்கப்பட்டனர். அவர்கள் போர் முடிந்ததும் இரு குழுக்களாக காலாட்படை வீரர்களாக ஆங்கிலேயரின் ராணுவத்தில் இருந்தனர். அவர்கள் அதன் பின் பதினோராவது மஹர் படைக்குழுவாக இருந்தனர். போர் முடிவுக்கு வந்ததும் இக்குழுக்கள் அப்படியே கலைக்கப்பட்டன.

காம்ப்ளே புனே பகுதியில் மஹர்களின் தலைவராக இருந்து அவர்கள் முன்னேற்றத்துக்காகப் பெரும் பாடுபட்டார். 'சோம்வம்ஷியா மித்ரா' (சோமவம்ஷியாவின் நண்பன்) என்றொரு செய்தித் தாளை மராத்திய மொழியில் 1909-ல் புனேவிலிருந்து பதிப்பித்தார்.[116] சோமவம்ஷியா என்பது மஹர் சாதிக்கும் கீழே உள்ள ஒரு பகுதியினர்; இந்து மதப் புராணத்தின்படி 'சந்திர வம்சம்' என்று கருதப்பட்ட குழுவினர் அவர்கள். படித்த மஹர்களால் படிக்காத மஹர்களுக்காக நடத்தப்பட்ட 'அன்னா ஃபண்ட்' (Anna Fund) என்ற இரவுப் பள்ளிகளில் காம்ப்ளே மிகத் தீவிரமாக ஈடுபட்டிருந்தார்.

பார்வதி கோவில் அறப்போர் (சத்யாகிரகம்) என்று ஒரு போராட்டம் மஹர்களாலும் சில சாதி இந்துக்களாலும் 1929-ல் நடத்தப்பட்டது. அதை முன்னின்று வழிநடத்தியவரும் காம்ப்ளே. இவர் பல விண்ணப்பங்கள், கடிதங்கள் எழுதி அரசின் பல அதிகாரிகளுக்கு அனுப்பி வந்தார். அதோடு செய்தித் தாள்களிலும் தொடர்ந்து தன் கட்டுரைகளைப் பதிப்பித்து வந்துள்ளார். இவரது இப்போராட்டம் ஓரிரு ஆண்டுகள் அல்ல... 1904லிருந்து 1920 வரை தொடர்ந்த நீண்ட நெடிய போராட்டம் அது. மஹர்களின் குறைகளைப் பறை சாற்றுவதும், அவர்களுடைய உரிமைகளைப் பெற்றுத் தரவும் நடந்த போராட்டம் அது.

இந்த சூழலில் அம்பேத்கர் 1920-ல் சமூகக் களத்தினுள் இறங்குகிறார். காம்ப்ளே அவரை முழுமனதுடன் வரவேற்கிறார். கற்றறிந்தவர் என்று மரியாதை கொடுத்து வரவேற்கிறார். காம்ப்ளே சோம்வம்ஷ்யா அன்னா பண்ட் கழகத்தின் தலைவராக இருக்கிறார். இந்த அமைப்பின்

கூட்டம் ஒன்று 1926-ல் நடைபெறுகிறது. அதில் காம்ப்ளே அம்பேத்கரையும், சுபேதார் ஆர். எஸ். கட்கே (Subedar R.S. Ghatge) என்ற இருவரையும் பம்பாயின் சட்ட சபைக்கு தாழ்த்தப்பட்டோர்களின் பிரதிநிதிகளாக முன்மொழிந்தார்.[117]

அதற்கு அடுத்த ஆண்டு பிரதிநிதிகளான அவ்விருவரும் கோரே காவ் (Koregaon) என்ற இடத்திலிருந்த ராணுவ நினைவுத் தூணுக்கு அருகே ஒரு கூட்டம் நடந்த போது, அங்கேயுள்ள பாரம்பரிய உடையில் இருந்த மக்களோடு அம்பேத்கர் தன்னுடைய மேல்நாட்டு உடையோடும், கழுத்தில் மாலையோடும் நிற்பது போன்ற புகைப்படம் ஒன்று உண்டு. அவர்கள் இருவரும் அதே ஆண்டில் முனைவர் ஹரால்ட் மண் (Dr. Harold H. Mann) என்பவருக்கு அளிக்கப்பட்ட விடைபெறு விழா ஒன்றில் கலந்துகொண்டார்கள். ஹரால்ட் பம்பாய் ராஜதானியின் விவசாய இயக்குனராக இருந்தவர். அவர் புனேவில் இருந்த தாழ்த்தப்பட்டவர்களை உய்விக்கும் குழுவினருக்கு எப்போதும் முழு ஆதரவு அளித்தவர்.[118]

1930-ல் நாக்பூரில் நடக்கப் போகும் அகில இந்திய தாழ்த்தப்பட்டோர் ஒருங்கிணைப்பின் வட்ட மேஜை மாநாட்டில் அம்பேத்கர் தாழ்த்தப் பட்டோரின் சார்பாளராகக் கலந்து கொள்ள காம்ப்ளே சம்மதித்தார்.[119] ஆனால் 1937-ல் தேர்தல் நிகழ்வுகளின் ஊடே இந்த இருவருக்கும் நடுவில் ஏற்பட்ட விரிசலால் காம்ப்ளே அம்பேத்கரின் இயக்கத்தி லிருந்து விலகும் சூழல் உருவானது.

இவ்விருவரின் போராட்ட வழிமுறைகள் ஒன்றாகவே இருந்தன. மாநாடு நடத்துதல், விண்ணப்பங்கள் அளித்தல், செயல் திட்டங்களை நிறைவேற்றுதல், மக்களாட்சியின் அடிப்படை உரிமைகளுக்காகப் போராடி அரசில் பங்கு பெறுதல் போன்றவைதான் காம்ப்ளே ஏற்படுத்திக் கொண்ட வழிமுறைகள். அம்பேத்கரும் இதே வழியில் தான் தன் இயக்கத்தை நகர்த்தினார். ஆனால் ஒரே ஒரு வித்தியாசம் இருந்தது. காம்ப்ளே தன் நடவடிக்கைகளை ஆங்கிலேயர்களின் மூலமாகவும், அவர்களோடு இருந்த தொடர்பாலும் நடத்த முடிந்தது. மஹர்களுடனான தொடர்புகள் வழியாகவோ, வேறு சில இந்து - சமுதாய போராளி களுடனோ அவருக்கு எந்தவொரு தொடர்பும் இல்லை.

இந்து சமுதாயத்துக்குள் சமத்துவம் கொண்டுவர வேண்டும் என்பதற்காக பார்வதி சத்தியாக்ரகம் ஆரம்பித்தாலும், காம்ப்ளே அம்பேத்கரைவிட அப்போதிருந்த இந்தியப் பொது உணர்விலிருந்து மிகவும் விலகியே இருந்தார். 1930ல் தீண்டப்படாதவர்களுக்கும் சம உரிமை கிடைக்குமென்றால் நாட்டுக்கு சுதந்திரம் வருவது நல்லதே என்றும் அதுவே நடைபெற வேண்டும் என்றும் அம்பேத்கர் கூறி

வந்தார். ஆனால் காம்ப்ளே மாற்றுக் கருத்து கொண்டிருந்தார். அவர் அந்த ஆண்டு இந்திய தேசிய புரட்சி எதிர்ப்பு கட்சி என்று ஒன்றினை ஆரம்பித்தார். இக்கட்சி காந்தியின் சட்ட மறுப்புக்கு எதிரான ஒன்றாக இருந்தது. காம்ப்ளே 'தீண்டாமை முழுமையாகத் துடைக்கப்படவும், 'சதுர்வர்ண முறை' முற்றுமாக அழித்தொழிக்கப்படவும் வேண்டும் என்றும், அது நடக்கும்வரை ஆங்கில அரசுக்குத் துணை போவதென்றும்' முடிவெடுத்தார்.[120]

ஆனால் இக்கட்சி தன் ஆரம்பக் கட்டத்திலேயே நின்றுவிட்டது. அம்பேத்கர் புனே மஹர்களிடம் ஆரம்பித்த பணி, அவரின் எதிர்கால அரசியல் முயற்சிகளுக்கு நல்லதொரு அடிக்கல்லாக அமைந்தது.

அம்பேத்கர் தன் இயக்கத்தை ஆரம்பிப்பதற்கு முன்பே விதர்பாவி லிருந்து இன்னொரு சமுதாயச் சீர்திருத்தவாதி மஹர்களின் முன்னேற்றம் தொடர்பாக முயற்சிகள் எடுத்துள்ளார். விவசாயியாக இருந்த அவர் பகோஜி பன்சோத் (1879 - 1946). நாக்பூரிலிருந்து இருபத்து நான்கு மைல் தொலைவிலுள்ள மோப்லா என்ற ஊரில் பிறந்தவர். அவரது குடும்பம் ஒரு சிறு கடையை நடத்தி வந்தது. விதர்பா பகுதியில் இருந்த சமூகச் சுதந்திரம் இந்த வாய்ப்பை அவர்களுக்குக் கொடுத்துள்ளது. விதர்பாவில் மஹர்கள் பல்வேறு தொழிலில் ஈடுபட்டுக்கொண்டிருந்தனர். அங்கே பலர் நெசவுத்தொழிலிலும், சிறு வியாபாரத்திலும், கடைகள் நடத்துவதிலும் இருந்தனர்.

இவர் தன் பள்ளிப் பருவத்தில் வகுப்பறையை விட்டு வெளியே வராந்தாவில் உட்கார வைக்கப்பட்டிருந்தார். ஆனால் தங்க ஆசாரி சாதியில் இருந்து வந்த அவரது ஆசிரியர், ஜி.ஜி. அகர்கர் (G.G. Agarkar) என்ற சமூகச் சீர்திருத்தவாதியைப் பின்பற்றுபவர். அவர் பன்சோத்தை வகுப்பின் உள்ளே அமரச் செய்தார். பன்சோத் தான் தீண்டப் படாதவர்களுள் மற்ற சாதி மாணவர்களோடு ஒன்றாக அமர்ந்து கல்வி பயின்ற முதல் மாணவர்.[121]

மோப்லா நகரமும் இது போன்ற சமூக சீர்திருத்தங்களின் தாக்கங்களை 1900 ஆண்டிலிருந்து கண்டு கொண்டிருந்தது. 1908-ல் சமூக சீர்திருத்த இயக்கம் (Sudharak Mandal) ஒரு பிராமணரை பன்சோத்தின் வீட்டுக்கு அழைத்து வந்து, புராணக் கதைகளை வாசிக்க வைத்தது. பலருக்கு இது பிடிக்கவில்லை. ஆனால் ஊர் மக்கள் எதிர்த்துப் போராட்டம் நடத்தலாமா என்று யோசித்தபோது இந்த நிகழ்வும் ஒரு பிராமண சமூக சீர்திருத்தவாதியால் நடத்தப்பட்டதால் அந்தப் போராட்ட எண்ணம் கைவிடப்பட்டது. இதன் பின் பன்சோத் அச்சகம் ஒன்றை ஆரம்பித்தார். அதிலிருந்து தன் வாழ்க்கை நடத்துவதற்கான பணம் சம்பாதிப்பதோடு நில்லாது, பல செய்தித்தாள்களையும் சிற்றேடுகளையும்

புத்தகங்களையும் அச்சடிக்கவும் செய்தார். அவ்வெளியீடுகள் அனைத்துமே தீண்டாமைக்கு எதிரானவை.

இன்னும் ஓரடி முன்னே போய் அவர் ஒரு படிப்பகத்தை மோப்லா நகரத்தில் ஆரம்பித்தார். அதற்கு உயர் சாதியினரின் ஆதரவும் அதிகமாக இருந்தது. அவர்களிடமிருந்து 30 பெட்டிகளில் புத்தகங்கள் நன்கொடையாக வந்தது. பன்சோத் மீதும் அவரது முயற்சிகள் மீதும் அவர்களுக்கு அத்தனை மரியாதை இருந்ததையே இது காண்பிக்கிறது.

பன்சோத்துக்கு சாதி இந்துக்களோடு இருந்த உறவு மிகவும் உறுதியானது. 1910-ல் பன்சோத் அம்ரோத்தி என்ற இடத்தில் உள்ள இன்னொரு மஹர் ஜி.ஏ. கவாய் என்பவரோடு சேர்ந்து மேற்கு மகாராஷ்டிரப் பகுதிக்குச் சென்று அங்குள்ள ப்ரார்த்தனா சமாஜில் இணைந்தார்.[122] பன்சோத் எழுதிய சொக்கமேளாவின் வாழ்க்கை வரலாறு 1941ம் ஆண்டு அவரது அச்சகத்திலேயே அச்சடிக்கப்பட்டது. அந்த நூல் ப்ரார்த்தனா சமாஜின் தலைவரும், தீண்டாமைக்கு எதிராகப் போராடி வந்தவருமான விட்டல் ராம்ஜி ஷிண்டே என்பவருக்கு சமர்ப்பிக்கப்பட்டது.

பன்சோத் வேறு பல இந்து மகாசபையின் உறுப்பினர்களோடு தொடர்பு வைத்திருந்தார். மகாசபையின் சில கொள்கைகளை பன்சோத் ஒத்துக் கொள்ளவில்லை. இருப்பினும் அவர் மகாசபையின் முக்கிய தலைவராக இருந்த பண்டிட் மதன் மோகன் மாளவியாவோடு தொடர்ந்து தொடர்பில் இருந்து வந்துள்ளார். பன்சோத் இந்து மதத்தினர் மாற்று மதமான கிறிஸ்துவத்துக்கு மாறுவதை எதிர்த்துப் போராடி வந்துள்ளார். அப்படி மாறுவதற்குப் பதிலாக சமூக நிலைகளில் தீண்டாமை ஒழிக்கப்பட்டு, இந்து சமயத்தில் அனைவரும் சமம் என்ற நிலைக்காகப் போராட வேண்டும்; தீண்டப்படாதவர்களும் இந்து சமூகத்தில் உயர்ந்தவர்களாகக் கருதப்பட வேண்டும்; மேலும் மகாசபை இந்து மதத்தில் கூறப்பட்டுள்ள நான்கு வர்ணங்களும் அனைத்தும் சமமே என்று ஒரு தீர்மானம் இயற்ற வேண்டுமென அவர் முயற்சி செய்ததாகவும் சொல்லப்பட்டது.[123]

பன்சோத் செய்த பல காரியங்கள் மஹர் பலரின் வாழ்வில் பல மாற்றங்களைக் கொண்டு வந்தது. அவர் நாக்பூரில் இருந்த எம்ப்ரஸ் மில்ஸ் என்ற ஆலையின் தொழிலாளிகளின் தலைவராக இருந்துள்ளார். அத்தொழிலாளர்களில் பலரும் தீண்டப்படாதவர்கள். அங்கே ‘மஸ்தூர் செய்தித்தாள்’ என்ற செய்தித்தாளை 1918-22 வரை நடத்தியுள்ளார். இதன் மூலம் தொழிலாளர்களின் அறிவு மேம்பட உழைத்துள்ளார்.

தீண்டப்படாதவர்களுக்காகப் பல கூட்டங்கள் நடத்தியதோடு நில்லாமல், தொடர்ந்து மஹர்வாடாக்களில் உள்ள பல மஹர்களின்

வீடுகளுக்கே நேரில் போய் அறிவுரை கூறி வருவார். 'முற்பிறவியின் பாவத்தினால்தான் இந்தப் பிறவியில் தீண்டாமை மூலம் தண்டிக்கப் பட்டுள்ளோம் என்ற நினைவோடு வாழும் மக்களிடம் சென்று சுய மரியாதை பற்றிய விளக்கங்களைக் கொடுத்து வருவார்.[124] மஹர்கள் ஒரு காலத்தில் நாட்டை ஆண்டவர்கள் என்று சொல்லி, அவர்களின் பெருமையை உயர்த்தி வைப்பார்.

1907-ல் பெண் பிள்ளைகளுக்காகவே ஒரு பள்ளியை ஆரம்பித்தார். பன்சோத்தின் மனைவி மஹர் சாதிப் பெண்களுக்கு சைக்கிள் ஓட்டச் சொல்லிக் கொடுத்தார். அந்தப் பெண்களில் பலருக்கு வளையல் வியாபாரம் செய்ய சொல்லிக் கொடுத்தார். இதனால் அவர்கள் ஏற்கெனவே வளையல் வியாபாரம் செய்யும் இஸ்லாமிய வியாபாரி களிடம் செல்லத் தேவையில்லாமல் போனது.

எந்த உணவு விடுதியிலும் சென்று உணவு உண்ணவோ, தேநீர் குடிக்கவோ அவர்களை உந்தும் படியாக 'அன்னா பண்டு' ஒன்றை ஆரம்பித்தார். பந்தர்பூருக்கு அடிக்கடி சென்று வந்து, இது வரை பிரசுரிக்கப்படாத சொக்கமேளாவின் அபங் பாடல்களைத் திரட்டினார். இந்தப் பாடல்கள் மூலமாகவும், தன்னுடைய சொந்தப் பாடல்கள் மூலமாகவும் 'உயர் நிலை' சமயத்தைத் தன் மக்களுக்குப் போதித்தார்.

பன்சோத் ஆரம்பித்து நடத்திய பல குழு அமைப்புகளும், அவர் முன்னின்று பல கூட்டங்கள் நடத்தி அதில் இயற்றிய தீர்மானங்களும் இரு முக்கியமான விஷயங்களை முன் வைக்கின்றன: முதலாவதாக அந்தக் காலத்தில் மஹர்களின் வாழ்வியல் நிலைப்பாடுகள் எப்படி இருந்தன என்பதை மிகத் தெளிவாகக் காண்பிக்கின்றன. அப்படி இருக்கும் மக்களுக்காக அவர் எடுத்த பெரும் முயற்சிகளையும் அவை விளக்கிக் காண்பிக்கின்றன. அவர் 1903ம் ஆண்டு அக்டோபர் மாதம் 3ம் தேதி போப்லாவில் ஆரம்பித்த 'தாழ்த்தப்பட்ட மக்களின் இயக்கமும், நல்வழிப்படுத்துதலும்' என்ற இயக்கம் மக்களின் அறியாமையைக் களைவதற்காகவே ஆரம்பிக்கப்பட்டது. 'இதன் மூலம் தீண்டாமை ஒழிக்கப்பட்டு விடும்' என்பது அவரது நம்பிக்கையாக இருந்து வந்துள்ளது.

மேலும் இந்த இயக்கம் 'மஹர்கள், மங்குகள், சம்பர்கள் அனைவரும் கிறிஸ்துவ மதத்துக்கு மாறிச் சென்று விடக்கூடாது; தின்னத் தகாதவைகளைத் தின்னக் கூடாது; குடிக்கக் கூடாததை குடிக்கக் கூடாது; கல்வியறிவைப் பரவலாக்கவேண்டும்; மக்கள் தங்கள் குடியுரிமையை நிலை நாட்டவும், பொருளாதார நிலையை உயர்த்தவும், சாதி இந்துக்களும் எல்லா வகையிலும் கீழ் நிலையில் இருக்கும் தீண்டப்படாதவர்கள் நிலை உயர வேண்டும் என்று

நினைக்கவேண்டும்' என்றும் பற்பல கோட்பாடுகளுடன் ஆரம்பிக்கப் பட்டது. பள்ளியிறுதி வரை படித்த அம்ரோத்தி நகரத்து மஹரான கவாய் இந்த இயக்கத்தின் தலைவராக இருந்தார். அதில் பொறுப்பாளராக பன்சோத் இருந்து வந்தார்.[125]

மோப்லாவில் இருந்த 'அந்த்யஜா சமாஜ்' (கடைப் பிறப்பாளர்கள் அல்லது தீண்டப்படாதவர்களுக்கான அமைப்பு) 1919ம் ஆண்டு சில புதிய கடும் சட்ட திட்டங்களை மஹர்களுக்குக் கொடுத்தது. மஹர் சாதியினருக்குள் நடைமுறைப்படுத்தப்பட வேண்டிய கட்டளைகள் அவை:

> மஹர்கள் அனைவரும் ஒன்றாகக்கூடி அமர்ந்து உணவருந்துவது கூட இல்லை. மஹரின் உட்பிரிவுகளான லத்வன், பவானி என்ற வேறுபாடுகள் ஒழிக்கப்பட வேண்டும். சமய ஊர்வலங்கள் நடத்தப்பட வேண்டும். நாம் கறி தின்னக் கூடாது; குடிக்கக் கூடாது; பசுக்களைக் கொல்லப்படுவதற்காக விற்கக்கூடாது. பிற மத நூல்களை நாம் வாசிக்கக்கூடாது. இந்து ஆசிரியர் மூலம் நம் பிள்ளைகளுக்குப் பாடங்கள் சொல்லித் தரப்பட வேண்டும். நாம் பன்றி வளர்க்கக்கூடாது. ஏனெனில் இதனாலேயே நாம் தீண்டத் தகாதவர்கள் என்று பழிக்கப்படுகிறோம். நம் வீட்டுப் பெண்கள் வெளியே நடக்கும் தமாஷா நிகழ்ச்சிகளுக்குப் போகக்கூடாது. நடக்கும் அத்தனை இந்து மத சடங்குகளையும் பின்பற்ற வேண்டும்.[126]

1924ம் ஆண்டு ஜுன் மாதம் பன்சோத் தலைமையில் பத்னூரில் நடைபெற்ற மஹர் மாநாடு ஒன்றில் கீழ்வரும் தீர்மானங்களை நிறைவேற்றினர். இதே காலகட்டதில் அம்பேத்கர் மும்பையில் தன் இயக்கத்தின் முதல் முயற்சிகளை எடுத்துக் கொண்டிருந்தார்.

> இனி நாம் இறந்த பசுவின் கறியைத் தின்னமாட்டோம். இறந்த மாடுகளின் உடலை இழுத்துச் செல்லவும் மறுப்போம். உயிரோடு உள்ள ஒரு பசு மாட்டை கறிக்கடைக்காரருக்கு விற்றால் ஐம்பது ரூபாய் தண்டம் விதிக்கப்படும். கணவன் உயிரோடு இருக்கும் போது ஒரு பெண் விவாகரத்து பெறாமலேயே இன்னொருவரோடு வாழக்கூடாது. பசுமாட்டின் சாணியை அள்ளுவதோ, அடுத்தவர் குதிரையைச் சுத்தம் செய்வதோ கூடாது.
>
> இறந்த ஒரு நாயை, அல்லது பூனையையோ இழுத்துச் சென்றபின் உடனே குளித்துத் தன்னைச் சுத்தம் செய்துகொள்ள வேண்டும். செத்தவர்களைப் போர்த்திய துணியை எடுத்துக் கொள்ளக்கூடாது. வரதட்சணை 16-20 ரூபாய்க்குள் கொடுக்கலாம். திருமண

விழாக்களில் கெட்ட வார்த்தைகளைப் பயன்படுத்துவதைத் தவிர்க்க வேண்டும். காதி உடைகளையே அணிய வேண்டும்.

நம் பிள்ளைகளுக்கு நல்ல கல்வி கொடுக்க வேண்டும். 'பெகார்' என்று அழைக்கப்படும் கொத்தடிமை வேலை பார்க்கக் கூடாது. கொத்வால் - காவல் வேலை பார்க்கும் ஒரு கிராமத்து மஹர் - பத்து ரூபாய் மாதச் சம்பளமாகப் பெற வேண்டும். மதிப்பீட்டுக் குழுவிலும், ஏனைய நகரத்து முனிசிபல் குழுக்களிலும் ஒரு தாழ்த்தப்பட்டவர் உறுப்பினராக இருத்தல் வேண்டும்.[127]

மேற்சொன்ன தீர்மானங்கள் எல்லாமே உயர் சாதியினரால் ஒத்துக் கொள்ள முடியாத புரட்சிக் கருத்துகள்; பரம்பரையாக இருந்து வரும் பழக்க வழக்கங்களை உடைத்தெறியும் புரட்சித் தீர்மானங்கள்; மஹர்களின் சமுதாயச் சுதந்திரத்தையும் உள்ளக் கிடக்கைகளையும் தடை செய்வதை எதிர்க்கும் தீர்மானங்கள்; தீண்டப்படாதவர்களிடமிருந்து உயர் சாதியினர் எதிர்பார்க்கும் கொத்தடிமைத்தனத்தை எதிர்க்கும் தீர்மானங்கள்; கிராமத்து மஹர் தொழிலாளர்களுக்கான கூலியை உயர்த்தும் தீர்மானங்கள்; அரசின் துறைகளில் மஹர்களுக்கான பிரதிநிதித்துவம் பற்றிப் பேசும் தீர்மானங்கள்; சாதி இந்துக்களோடு போட்டி போட்டுக் கொண்டு சமத்துவம் கொண்டு வரும் தீர்மானங்கள். இத்தகைய தீர்மானங்களுக்கு எப்படி உயர் சாதியினரின் எதிர்ப்பில்லாமல் போகும். இந்தத் தீர்மானங்களில் உயர் சாதியினரின் மதிப்பீடுகளைப் பின்பற்றும் சமஸ்கிருதமயமாக்கமும் நவீனத்துவ சிந்தனைகளும் சம அளவில் கலந்திருந்தன.

பன்சோத் மக்களால் பெருமையாக 'மகா குரு' (Gurvarya) என்றழைக்கப்பட்டார். அவர் இறந்த பிறகு அவரது மகன் பன்சோத் எழுதிய கவிதைகளைத் தொகுத்து வெளியிட்டார். அந்த நூலின் வெளி அட்டையில் இருந்த பல கோட்டுச் சித்திரங்கள் பன்சோத்தின் பல கருத்துகளை அழகாகவும் தெளிவாகவும் விளக்கின. மகாத்மா புலே, அம்பேத்கர் ஆகியவர்களின் படங்கள் அதில் இருந்தன. ஒருவர் சாதி இந்துகளின் நடுவில் உதித்த சீர்திருத்தவாதி; இன்னொருவர் தீண்டப்படாதவர்களில் கல்வியறிவு பெற்ற தலைவரான அம்பேத்கர். இன்னொரு படத்தில் குத்துக் காலிட்டு உட்கார்ந்திருக்கும் ஒரு தீண்டப்படாதவர் கை குவித்து சாதி இந்து ஒருவர் ஊற்றும் நீரை மிக மரியாதையாக குடிக்கும் நிகழ்ச்சி படமாக்கப்பட்டிருக்கும். ஏனெனில் அவர் பொதுக் கிணற்றில் நீர் எடுத்துக் குடிக்க அனுமதிக்கப் படுவதில்லை.

இன்னொரு படத்தில் கோவிலை விட்டுத் துரத்தப்படும் ஒரு தீண்டப்படாதவர் இருப்பார். பல படங்களில் தீண்டப்படாதவர்கள்

அனுபவித்து வரும் தீமைகளும், அவர்கள் எதிர்க்க வேண்டிய துயரங்களும் வரையப்பட்டிருக்கும். மற்றொரு படத்தில் கல்வி பயிலும் பெண்கள் ஒரு பக்கமும், தினசரி ஒன்றை வாசித்துக் கொண்டிருக்கும் ஒரு மனிதனின் படமும், சிறார்கள் பள்ளிக்குச் செல்லும் காட்சியும் இருக்கும். பழமைகளை உடைத்து விட்டு புதிய சமூகம் ஒன்று புதுக் கொள்கைகளோடு வெளிக் கிளம்பும் நிகழ்வுகள் அவை. இந்நூலில் உள்ள ஒரு கவிதை பன்சோத்தின் மதம் சார்ந்த நோக்கத்தை நன்கு வெளிக்காண்பிக்கும்:

ஏன் எல்லா சாபங்களையும்
உன் தலை மேல் ஏற்றுக் கொள்கிறாய்?
சொக்கா எவ்வளவு திண்மையுடன்
கோவிலுக்குள் நுழைந்தார்.
ஆனால்,
ஏன் நீ மட்டும் ஒடுங்கி ஒதுங்கி நிற்கிறாய்?
நீயும் சொக்காவின் வழி வந்தவன் தானே.
ஆனால்,
ஏன் நீ மட்டும் கோவிலுக்குள் நுழையாது
வெளியே நின்று விட்டாய்?
என்ன அச்சம் உனக்கு
கைகளை உயர்த்திக் கொள்
மார்பை விரித்துக் கொள்
எல்லோரும் இணைந்து
அழுக்குகளை வெற்றி கொள்வோம்.[128]

பன்சோத் அம்பேத்கரோடு நெருங்கிய உறவைக் கொண்டிருந்தார். ஆனால் அந்த உறவு அம்பேத்கர் மதம் மாறும் எண்ணத்தை 1935-ல் தெரிவிக்கும் வரைதான் நீடித்தது. ஏனெனில் பன்சோத் இக்கருத்துக்கு எதிர்க் கருத்து கொண்டிருந்தார். பலமுறை இருவரும் சந்தித்திருக் கிறார்கள். 1926-ல் பன்சோத் அம்பேத்கரை நாக்பூருக்கு அழைத்து, அங்கு இந்தோரா என்ற இடத்தில் எம்ப்ரஸ் மில் அருகே அதிகமாக மஹர்கள் இருக்கும் பகுதியில் அவரை 'மஹர்களின் தலைவர்' என்று அறிமுகம் செய்து வைத்தார். ஆனால் இந்த உறவு 1936 வரை நீடிக்கவில்லை. பன்சோத் தான் நடத்திய சொக்கமேளா என்ற செய்தித்தாளில் அந்த ஆண்டின் பிப்ரவரி 27ம் தேதியன்று அம்பேத்கருடைய மதம் மாறும் எண்ணத்தின் மீது கடும் கண்டனங்களைத் தெரிவித்து எழுதியிருந்தார்.

நாக்பூர் மஹர்களிடையே பன்சோத் மீது மதிப்பு அதிகமாக இருந்தது. ஆயினும் அம்பேத்கர் வழியே நடக்கவே அவர்கள் தயாராக இருந்தனர்.

அம்பேத்கரின் ஆணைக்கு அத்தனை மதிப்பு அவர்களிடையே இருந்தது. நாக்பூரில் தான் அதிக எண்ணிக்கையில் மக்கள் மதம் மாறத் தயாரானார்கள்.

விதர்பா மக்களுக்காக பன்சோத் கொடுத்த பல்வேறு கருத்துகள் போலவே அம்பேத்கரின் கருத்துகளும் இருந்தன. ஆனால் ஒரு வேற்றுமை இருந்தது. பன்சோத் முழுமையாக இந்து மதத்தோடு ஒன்றியிருந்தவர். அதனால் அவரின் கருத்துபடி, உயர் சாதி இந்துக்கள் மஹர்களுக்கு உதவிக் கரம் நீட்டி, அவர்களை உய்விக்க வேண்டும் என்ற கருத்தோடு இருந்தார். அதிலும் அவரது பேச்சுகளிலும் மத மாற்றம் பற்றிப் பேசும்போது, கிறிஸ்தவர்களுக்கும், இஸ்லாமியர்களுக்கும் எதிராகப் பல தீவிரமான கருத்துகளைக் கூறுவதுண்டு.

பன்சோத், காம்ப்ளே இருவருக்கும் தலைமைப் பொறுப்புக்கான, வழி நடத்துவதற்கான தகுதிகள் நிறைய இருந்தன. ஆனால் இன்னொரு முக்கிய தேவையான கல்வியறிவு அவர்களிடம் இல்லை. இதனால் அவர்கள் மஹர்களுக்காக உழைத்த போதும், அவர்களுக்குத் தேவையான அரசியல் உரிமைகளைப் பெற்றுத் தர இயலவில்லை. அரசியல் சுதந்திரம் எவ்வளவு முக்கியமானது என்று அவர்களுக்குத் தெரிந்திருந்தாலும், அதன் மூலமாகவே அவர்கள் விழையும் பயனைப் பெற முடியும் என்று தெரிந்திருந்தாலும் அதை நோக்கி அந்த இருவராலும் நகர முடியவில்லை.

1930களின் நடுவில் அம்பேத்கரின் அரசியல் இயக்கங்கள் நன்கு வலுவடைந்திருந்தன. ஆனால் அந்தக் கால கட்டத்தில் இந்த இருவரும் நம் நாட்டு அளவுகோல்களின் படி மிக வயதானவர்களாக ஆகிவிட்டனர். அம்பேத்கரின் இயக்கத்துக்கான அடிக்கல்லை அவர்கள் அமைத்துக் கொடுத்தனர்; அம்பேத்கரின் முழு ஆளுமை அதன் மீது ஏறி அதையும் தாண்டிச் சென்றது.

2

அம்பேத்கரும் அவரது தீண்டாமை ஒழிப்பு இயக்கமும், 1917-35

~

பீம்ராவ் ராம்ஜி அம்பேத்கர் - தீண்டப்படாதவர்களின் சார்பாகக் குரல்கொடுக்கும் நபராகத் தன்னை 1919ஆம் ஆண்டு பொதுவெளியில் முன்னிறுத்தினார். அந்த ஆண்டில் தேர்தல் தொகுதி உருவாக்கம் தொடர்பான குழுவில் அவர் ஒரு பிரதிநிதியாகப் பேசிய விதம் அவரது அபாரத் திறமைகளுக்குக் கட்டியம் கூறியது. அதோடு மஹர் இயக்கங்களின் முன்னோடித் தனிப் பெரும் தலைவராக அவரை விமர்சனங்களுக்கு அப்பாற்பட்டு முன்னிறுத்தியது. அது மட்டுமின்றி, அன்றிருந்த மாறிவரும் அரசியல், சமூகச் சூழலானது ஒரு தீண்டப்படாதவர் தனிப்பெரும் தலைவராகத் தனித்து நிற்கும் வாய்ப்பையும் அளித்தது.

அம்பேத்கர் அந்தக் குழுவின் முன் பேசியவை பற்றி அடுத்து வரும் பகுதிகளில் பார்க்கலாம். அதில் மஹர்களின் அரசியல் முன்னெடுப்பு, ஆங்கிலேய அரசின் புதிய மறுமலர்ச்சித் தீர்மானங்கள், 1933-ல் இயற்றப்பட்ட இந்திய அரசின் சட்டம் ஆகியவைபற்றிய விளக்கங் களையும் பார்க்கலாம். நூலின் இந்தப் பகுதியில் உட்சாதி மாற்றங்கள் பற்றியும், அம்பேத்கர் ஒரு பெரும் சாதியத் தலைவராக உருவெடுத்தது பற்றியும் உள்ள விளக்கங்களைக் காணலாம்.

பின்னாளில் அவர் வலிமையானவராக உருவெடுத்ததைப் புரிந்து கொள்ள அவரது முதல் முயற்சியின் சிறப்புத் தன்மை பற்றிப் பேசவேண்டியது மிகவும் அவசியம். புதிதாக உருவான சீர்திருத்தங்கள் மூலம் தீண்டப்படாதவர்களுக்குப் போராடுவதற்கான வாய்ப்புகள் உருவாகின. இந்தப் புதிய சூழலை அம்பேத்கர் திறம்படக் கையாண்டார். அது அவர் பகோஜி பன்சோத், ஷிவ்ராம் ஜன்பா காம்ப்ளே போன்ற சீர்திருத்தவாதிகளையும் தாண்டிச் செல்ல உதவியது. தன் சாதியினரின் ஒற்றுமையையும், அவர்களது எதிர்பார்ப்புகளையும் அடுத்தகட்டங்களுக்குக் கொண்டுசெல்ல முடிந்தது.

1919-ல் அம்பேத்கர் ஆற்றிய உரையின் கருத்துகள் மட்டுமல்ல, வேறு மூன்று சிறப்பு அம்சங்கள் அம்பேத்கரை ஒரு மாபெரும் தலைவராக ஆக்கி, அவருக்கென்று தனி இடத்தைப் பெற்றுக் கொடுத்தது. அம்மூன்றில் முதலாவதாக, அவர் எந்த அமைப்பின் சார்பாகவும் பேசவில்லை. ஆனால், G.A. கவாய் போன்றவர்கள் இந்திய தாழ்த்தப்பட்டோர் அமைப்பின் சார்பாளராகவே பேசினர். இந்த அமைப்பு தன் ஆரம்ப நாட்களில் பிராமணரல்லாத இந்துக்கள், ஆங்கில அரசின் ஒத்துழைப்பு போன்றவற்றை எதிர்பார்த்துச் செயல்பட்டது. ஆனால், அம்பேத்கர் எவ்வித சார்பு ஏதுமின்றி தனித்து இயங்கினார்.

அவர்தான் பம்பாய் ராஜதானியிலுள்ள தீண்டப்படாதவர்களின் மத்தியில் எழுந்த முதல் கல்லூரிப் பட்டதாரி என்ற பெருமையும் அவருக்கிருந்தது. அதுவே அவரைத் தனிப்பட்ட தலைவராகக் காண்பித்தது. இதற்குப் பின்னாலும் அவர் புதிய அமைப்புகளை உருவாக்கியபோதும், திரளான மக்களின் ஆதரவு கிடைத்தது. தன் ஆளுமைக்கு முழுமையாகக் கட்டுப்படாத எந்த அமைப்புடனும் அவர் இணைந்து செயல்பட்டிருக்கவில்லை. இந்தத் தனித் தன்மை அம்பேத்கருக்கு வலிமையையும் ஆதிக்கத்தையும் தந்தது. தீண்டப் படாத மக்களுடைய நலனை மட்டுமே கணக்கில் கொண்டு அவர் செய்த பயணத்தில் பிறர் எவரின் ஆதிக்கமும் குறுக்கீடலும் இல்லாமல் செயல்பட முடிந்தது.

இரண்டாவதாக, அதிகாரப் பரவலாக்கக் குழுவின் முன் அவர் பேசியது நீண்ட நெடும் பேச்சாக இருந்தது. தெளிந்த அவரது சிந்தனையும், அழகிய மொழி வல்லமையும், பேச்சின் நடுநடுவே உயர்சாதி இந்து மக்கள் மீது அவர் கொடுத்த குத்தல்களும் ஒரு கைதேர்ந்த வழக்கறிஞரின் தொகுப்புரையைவிட மிகச் சிறப்பாக இருந்தது. இந்தியாவின் மிகவும் படித்த வழக்கமான வல்லுனர்களின் பேச்சில் இருப்பதைவிட மிக அதிகமாகவே கேட்டவரை மயக்கும் நயம் அவர் மொழிநடையில் இருந்தது. அவர் தாழ்த்தப்பட்டவர்களின் பிரதிநிதியாக இருந்ததோடு, இந்த உலகில் போட்டியிட்டு வெல்ல வேண்டும் என்ற அந்த மக்களது எதிர்பார்ப்புகளின் முழு உருவமாகவும் இருந்தார்.

மூன்றாவதாக, 1919-ல் அவர் அளித்த அந்தச் சொற்பொழிவில், தாழ்த்தப்பட்டவர்களின் குறைகளையும் அவர்களுடைய அரசியல் பிரதிநிதித்துவத்தின் தேவையையும் மட்டுமே பேசி நிறுத்திவிடவில்லை; ஜனநாயக அரசு ஒன்றின் அடிப்படைகள், ஒட்டு மொத்த தேசத்துக்குமான அதிகாரப்பரவலாக்கம் ஆகியவை பற்றியும் பேசினார். அனைத்து தரப்புகளின் பிரதிநிதித்துவம் உள்ள அரசுதான் சமூக நீதியைத் தரமுடியும் என்ற கருத்தை முன்வைத்தார்.

இந்தக் குழுமுன் தமது தரப்பை முன்வைக்க தென்னாட்டு மெட்ராஸ் ராஜஸ்தானியின் தாழ்த்தப்பட்டோர் வர மறுத்துவிட்டனர். அந்தக் குழுவில் இருந்த சில பிராமணர்கள் பேசிய பேச்சில் இருந்த சில எதிர்மறைக் கருத்துகளுக்கு எதிராக அங்குள்ள பிராமணரல்லாதார்களின் வழியைப் பின்பற்றியே இம்முடிவை அவர்கள் எடுத்திருந்தனர்.

அம்பேத்கர் தனக்குக் கிடைத்த வாய்ப்பைப் பயன்படுத்திக்கொண்டு, அந்தப் பொது மேடையில் மக்கள் நல அரசின் மீது தனக்குள்ள மிகுந்த நம்பிக்கையை வெளிப்படுத்தினார். அதே நேரத்தில் தாழ்த்தப்பட்டவர்களின் கோரிக்கைகளையும், அவர்களது அடித்தள தேவைகளையும் பற்றி விரிவாகப் பேசினார். அரசியலில் ஏற்படும் சீர்திருத்தங்கள் மூலமே நல்லவை நடந்தேறும் என்ற அவரது முழு நம்பிக்கை மஹர்களின் இயக்கங்களுக்கு வலு சேர்த்தது. அரசியலின் மூலமாகவே சமூக சீர்திருத்தங்களைக் கொண்டு வர முடியும் என்ற அவரது ஆணித்தரமான நம்பிக்கையே அவரது சாதியினரை ஒரு குடையின் கீழ் கொண்டு வர வழிவகுத்தது.

தனித்து நின்ற பெருமிதம், அழகான சொல் வன்மை, நம்பிக்கையின் தனித்த அடையாளம் - எல்லாம் ஒரு சேர இணைந்து முன்னேறி வரும் - முன்னேறத் துடிக்கும் மஹர் சாதியினரின் இயக்கத்துக்குப் பெரும் நம்பிக்கைத் தூணாக உயர்ந்து நின்றார். பழைய பாரம்பரிய கிராமப் பழக்க வழக்கங்களிலிருந்து வெடித்து வெளிக் கிளம்பிய மஹர்கள் மகாராஷ்டிர நிலத்தில் நடக்கும் சமூக மாற்றங்களையும், சீர்திருத்தங்களையும் எதிர்கொள்ளத் தயாராக இருந்தனர். மஹர்களின் பெரும் ஆவலின் ஒரு முகமாக அம்பேத்கர் தனித்து உயர்ந்து நின்றார். மஹர்களின் ஆசைகளின் கருத்துருவமாக, தலைவனாக நின்றார் அம்பேத்கர்.

அம்பேத்கரின் தலைமைப் பண்புக்கான பின்புலம்

அம்பேத்கர் மஹர் என்ற தீண்டப்படாத சாதியில் பிறந்தார். ஆனால், அவர் பிறந்தபோது அவரது குடும்பம் வழக்கமான கிராமிய மஹர் குடும்பத்து சமூக நிலைகளைத் தாண்டி ஏற்கெனவே

முன்னேறியிருந்தது. ஆங்கில ராணுவத்தில் அவர் குடும்பத்து உறுப்பினர்கள் பணியாற்றியதே இதன் காரணமாக இருந்தது.[1] அம்பேத்கரது தாத்தா மாலோஜிராவ் சக்பால், ரத்னகிரி மாவட்டத்தில் உள்ள அம்பாவாட் என்ற கிராமத்திலிருந்து ராணுவத்தில் சேர்ந்திருந்தார். கூடவே தன் மூன்று மகன்களையும் ராணுவத்தில் சேர்த்திருந்தார். அந்த மகன்களில் இளையவரான ராம்ஜி சக்பால்தான் அம்பேத்கரது தந்தை. இவர் தனது 18 வயதிலேயே ராணுவத்தின் 106ஆவது படைப் பிரிவின் ஒரு பிரிவில் (Sappers and Miners) பணியில் சேர்ந்தார். இவர் பீமாபாய் முர்பத்கர் என்பவரைத் திருமணம் செய்து கொண்டார். முர்பத்கரின் தந்தை ஆங்கிலேயரின் ராணுவத்தில் இந்தியர்கள் அதிகபட்சமாகப் பெறக்கூடிய மிக உயர்வான சுபேதார் மேஜர் என்ற பதவியில் அப்போது இருந்தார்.

அப்படியாக, இரு பெற்றோரின் வழியிலும் பரம்பரையாக ராணுவத்தில் பணிபுரிபவர்களை அம்பேத்கர் தமது முன்னோடிகளாகக் கொண்டிருந்தார். இப்போதைய மத்தியப் பிரதேசத்தில் உள்ள மகு (Mahu or Mhow) என்ற ஊரில் 1891-ல் பிறந்தார். அப்போது அவரது தந்தை அந்த ஊரில் ராணுவம் நடத்தி வந்த பள்ளி ஒன்றில் ஆரியராக இருந்தார். தாத்தாவும் அப்பாவும் படித்தவர்கள். வீட்டுப் பெண்களும் கல்வியறிவு பெற்றிருந்தனர். அதனால் பீம்ராவ் கல்வி கற்றது பெரிய காரியமில்லை. பதினான்காவது பிள்ளை. ஆனாலும், கல்வியறிவுக்குக் குறைவில்லை.[2]

பீம்ராவ் பிறந்த பிறகு பணியிலிருந்து ஓய்வு பெற்ற அவரது தந்தை ராம்ஜி சக்பால் ரத்னகிரி மாவட்டத்தில் உள்ள தப்போல் என்ற இடத்தில் மஹர்கள் வாழும் பகுதிக்குக் குடிபெயர்ந்தார். முதலில் பீம்ராவின் கல்வி அந்த ஊரில் ஆரம்பித்தது. அதன்பின் அவர் தந்தை ராணுவம் நடத்தி வந்த பண்டக சாலையின் காப்பாளராகப் பணியில் சத்தாராவில் சேர்ந்தார். பீம்ராவின் பள்ளிப் படிப்பு சத்தாராவில் தொடர்ந்தது. இங்கும் அவர்களது குடும்பம் மஹர்கள் இருந்த பகுதியில் இருந்தது. அங்கு இருந்தவர்களில் பலர் ராணுவ ஓய்வூதியம் வாங்குபவர்கள். அதிலும் இம்மக்கள் கொங்கன் அல்லது ரத்னகிரிப் பகுதியில் இருந்து வந்தவர்கள்.

அங்கிருந்த ராணுவ முகாம் பள்ளியில் தன் கல்வியைத் தொடர்ந்தார் அம்பேத்கர். அப்பள்ளியில் அவருக்கு ஆசிரியராக இருந்த பிராமண ஆசிரியர்தான் 'அம்பேத்கர்' என்ற பெயரை பீம்ராவுக்குச் சூட்டினார். வாழ்வு முழுவதும் மட்டுமில்லை; காலாகாலத்துக்கும் நிலைத்த பெயராக அது ஆகிவிட்டது. பீம்ராவின் குடும்பப் பெயர் சக்பால். அவர் பிறந்த மண்ணின் பெயர் அம்பவதேக்கர். இந்த இரு பெயர்களில் ஒன்றே மகாராஷ்டிய வழக்கப்படி இரண்டாவது பெயராக

இருந்திருக்கவேண்டும். ஆனால், ஆசிரியரின் அன்பு இதையெல்லாம் தாண்டி, அவருக்குப் புதிய பெயர் ஒன்றை அளித்தது. இப்பெயரை அந்த ஆசிரியரே பள்ளிப் பதிவேடுகளில் பதிவிட்டுவிட்டார்.[3]

1900-ல் அம்பேத்கர் சத்தாராவில் இருந்த ஆங்கிலப் பள்ளியில் சேர்ந்தார். ஆனாலும், வகுப்பில் தனியாகவே அமரவைக்கப் பட்டிருந்தார். பிள்ளைகளின் மேற்படிப்பை யோசித்து, குடும்பம் பம்பாய்க்கு 1904-ல் மாற்றலானது. 1907-ல் அம்பேத்கர் தன் பள்ளி இறுதிப் படிப்பை முடித்தார். மெட்ரிகுலேஷன் படிப்பு அது. இந்தக் கல்வி நிலையைக் கடந்த இரண்டாவது மஹர் அம்பேத்கர்தான். அவரது குடும்பத்தில் பலரும் படித்திருந்தும் யாரும் இந்த மெட்ரிகுலேஷன் படிப்பை எட்டியதில்லை. அம்பேத்கரின் தந்தை போன்ற சிலர் ராணுவப் பள்ளிகளில் மெட்ரிகுலேஷன் இறுதித் தேர்வுக்குச் சமமான கல்வி கற்றிருந்தனர். அப்போது அம்பேத்கர் குடியிருந்த பகுதியின் பெயர் தபாக் சால்.

1908-ல் அங்கிருந்த மக்கள் அம்பேத்கர் வெற்றிகரமாக மெட்ரிகுலேஷன் இறுதிப் படிப்பை முடித்தமைக்காக விழா ஒன்றை எடுத்தனர். அதில் மஹர்கள் அல்லாத சில சாதி இந்துக்களும் பங்கு கொண்டனர். அதில் ஒருவர் S.K. போலே. இவர் பின்னாளில் மாநில சட்டசபையில், அரசாங்கத்தின் பொறுப்பில் இருக்கும் அனைத்து இடங்களிலும் தாழ்த்தப்பட்டவர்களும் வரலாம் என்ற ஆணை பிறப்பிக்க மசோதா ஒன்றைக் கொண்டு வந்தார். வந்த விருந்தினரில் இன்னொருவர் ஆசிரியர். அவர் K.R. கெலுஸ்கர். அன்று அவர் அம்பேத்கருக்குத் தான் எழுதிய நூல் ஒன்றினை அன்பளிப்பாகக் கொடுத்தார். நூலின் பெயர் புத்தரின் வாழ்க்கை வரலாறு (*Life of Buddha*). மஹர் சாதியினரின் நாட்டுப்புறக்கதைகளில் இந்த நிகழ்வு ஒரு தீர்க்க தரிசன நிகழ்வாக இடம்பெற்றுவிட்டது.[4]

மெட்ரிகுலேஷன் முடிப்பதற்கு முன்பே அம்பேத்கருக்குத் திருமணம் நடந்தது. ராமாபாய் வாலங்கர் என்ற பெண்ணுக்கு அப்போது வயது ஒன்பது அல்லது பத்தாக இருக்கலாம். கொங்கணியில் உள்ள மஹர் குடும்பத்துப்பெண்.[5] பெண்ணின் தந்தை கூலி வேலை செய்து கொண்டிருந்தார். இருப்பினும் அக்கம் பக்கத்திலுள்ளவர்கள் பலர் ராணுவத்திலும் பணி புரிந்து வந்தனர். மஹர் சாதியில் முன்பே தோன்றிய சீர்திருத்தவாதியான கோபால் பாமா வாலங்கர் இப்பெண்ணுக்கு உறவினர். படித்தவர்கள் இருந்த குடும்பத்திலிருந்து வந்திருந்தாலும் ராமாபாய்க்குக் கல்வியின் மேலோ, உயர்நிலைக்கு முன்னேற வேண்டும் என்ற அம்பேத்கரின் முனைப்பிலோ சிறிதும் நாட்டம் இல்லை. மண வாழ்க்கையில் அவர்களுக்கு நான்கு குழந்தைகள் பிறந்தும், ஒன்று மட்டுமே உயிர் பிழைத்தது.

அம்பேத்கரின் பன்முக வாழ்க்கையின் பின்னே மறைந்ததொரு வாழ்க்கையை வாழ்ந்திருந்தார் ராமாபாய்.

அடுத்த படிநிலையாக அம்பேத்கர் எல்பின்ஸ்டோன் கல்லூரியில் மேற்படிப்பைத் தொடர்ந்தார்.[6] பெற்றோர் அளித்த உற்சாகம், ஆசிரியர்கள் கொடுத்த ஊக்கம், இதையும் தாண்டி பரோடாவின் மன்னர் கெயிக்வாட் மாதா மாதம் அளித்த ஊக்கத்தொகையான இருபத்தி ஐந்து ரூபாய். மேற்கல்வியைத் தொடர்வதற்கு அவருக்கு இத்தனையும் கை தூக்கிவிட்டன. பி.ஏ. பட்டம் வாங்கினார். ஆங்கிலத்திலும் பாரசீக மொழியிலும் பட்டம். அவரது சாதி சம்ஸ்கிருதப் பாடம் பயில்வதிலிருந்து அவரைத் தடுத்திருந்தது.[7]

பட்டம் வாங்கியதும் பரோடா மன்னரிடம் வேலைக்குச் சென்றார். தான் பெற்ற ஊக்கத் தொகையை ஈடுகட்டுவதற்கான வேலை அது. ஒன்பது நாட்கள்தான். அதற்குள் தன் தந்தை உடல் நலிவுற்றிருப்பது தெரிந்து பம்பாய்க்குத் திரும்புகிறார். தந்தை காலமானார். பரோடாவுக்குத் திரும்பிச் செல்ல அவருக்கு மனமில்லை. பரோடா அரசு இவரை நடத்தியவிதமும் இவருக்குப் பிடிக்கவில்லை. கொடுத்திருந்த தங்குமிடமும் பிடிக்கவில்லை (ஆனால் ஏற்கெனவே அவர் ஆர்ய சமாஜ் அலுவலகத்தில்தான் தங்கியிருந்தார்).

இதனால் பம்பாயிலிருந்த கெயிக்வாட் அரசரை நேரடியாகச் சென்று பார்த்தார். தான் மேலும் படிக்க விரும்புவதாகவும், அதற்கு மன்னர் உதவ வேண்டும் என்று கேட்டுக் கொண்டார். அப்போதுதான் கெயிக்வாட் அமெரிக்கா சென்று, அங்குள்ள ஹார்வர்டு பல்கலையில் தன் மகனைச் சேர்த்துவிட்டு வந்திருந்தார். ஊக்கத் தொகைக்கு ஈடாக வேலை செய்யவேண்டும் என்பதையும் தள்ளி வைத்துவிட்டு, மேற்படிப்புக்காக கொலம்பியா பல்கலைக்கழகத்துக்கு அனுப்பிப் படிக்க வைத்தார் மன்னர்.[8]

1913-1916. மூன்று ஆண்டுகள் கொலம்பியாவில் வாழ்க்கை. புதிய வாழ்க்கை, புதிய பாடங்கள் கற்றுக்கொண்டார். அம்பேத்கரின் வார்த்தைகளிலே சொல்ல வேண்டுமானால், 'தனது ஆற்றல்' என்ன என்பதை அவர் புரிந்துகொண்ட ஆண்டுகள் அவை. அந்தக் காலகட்டம் கொலம்பியா பல்கலையின் சிறப்பான ஆண்டுகள். இருபதாம் நூற்றாண்டின் சிறந்த அமெரிக்கப் பேராசிரியர்களின் பட்டியல் ஒன்றை எடுத்தால், அதில் உள்ள மிகப் பலரும் கொலம்பியாவில் அப்போது இருந்தனர். பின்னாளில் அம்பேத்கர் எழுதிய குறிப்பில், 'என் வாழ்வின் மிகச்சிறந்த நண்பர்களாக வாய்த்தவர்கள் என்னுடன் கொலம்பியாவில் பயின்ற வகுப்புத் தோழர்களும், மதிப்புக்குரிய என் பேராசிரியர்களான

ஜான் டூவி, ஜேம்ஸ் ஷாட்வெல், எட்வின் செலிக்மேன், ஜேம்ஸ் ஹார்வி ராபின்சன்[9] ஆகியோரும்தான்' என்று எழுதியுள்ளார்.

இவர்களில் எட்வின் செலிக்மேன்[10] என்ற பொருளாதாரப் பேராசிரியருடன் அம்பேத்கர் இந்தியா வந்த பிறகும் முழுத் தொடர்பில் இருந்து வந்துள்ளார். அதோடு அவர் பம்பாயில் உள்ள சிதன்ஹாம் கல்லூரியில் ஆசிரியராக இருந்த போது தன் மாணவர்களை இப்பேராசிரியரிடம்தான் அனுப்பிவைத்தார். இருப்பினும் பேராசிரியர்களில் ஜான் டூவியே அம்பேத்கரிடம் பெரும் தாக்கத்தை ஏற்படுத்தியவர். டூவியின் நடைமுறை, தத்துவம், கல்வியைப் பொறுத்த வரையில் அவரின் கோட்பாடுகள், மக்களாட்சி பற்றிய கருத்துகள் அனைத்தும் அம்பேத்கர் பின்னாளில் எழுதிய எழுத்துகளில் அப்படியே எதிரொலிக்கும். தன் எழுத்துகளில் டூவியின் பெயரை அம்பேத்கர் நேரடியாகப் பயன்படுத்தாமல் இருந்தாலும், அவரின் தாக்கம் மிக அதிகமாக அம்பேத்கரிடம் இருந்தது வெளிப்படை உண்மை. 1954-ல் லண்டனிலிருந்த மஹர் சாதி மாணவர் ஒருவருக்கு, டூவியின் ஜனநாயகம் பற்றிய அச்சில் இல்லாத புத்தகம் ஒன்றின் நகலை எழுதி அனுப்புமாறு கேட்டிருந்தார். தான் அப்போது எழுதிக் கொண்டிருந்த மக்களாட்சி பற்றிய கட்டுரைக்கு அது தேவை என்பதால் அனுப்பச் சொல்லியிருந்தார்.'[11]

கொலம்பியாவில் அம்பேத்கரின் முக்கிய பாடம் பொருளாதாரம் தான். ஆயினும் அதோடு அவர் சமூகவியல், வரலாறு, அரசியல், தத்துவம் என்ற வேறு பல பாடத் திட்டங்களையும் பயின்றார். மானுடவியல் பாடத் திட்டத்தில் அலெக்ஸாண்டர் கோல்டன்வெய்சர் (Alexander Goldenweiser) என்ற ஆசிரியரின் ஓராண்டுக்கான கருத்தரங்க வகுப்பிலும் பங்கு பெற்றார். இந்தப் படிப்பின் வழியாக அம்பேத்கர் தன் முதல் ஆய்வுத்தாளை 'இந்தியாவில் சாதிகள்: அவற்றின் இயங்குமுறைகள், துவக்கம், வளர்ச்சி' என்ற தலைப்பில் வெளியிட்டார். இந்த ஆய்வுத்தாள் 1917ஆம் ஆண்டு மே மாதத்தில், 'இந்தியன் பழம் பொருள் திரட்டு' (Indian Antiquary) என்ற ஆய்விதழில் வெளிவந்தது.

இரு ஆர்வம் ஊட்டும் முக்கிய கோட்பாடுகளை அம்பேத்கர் தன் ஆய்வுத்தாளில் குறிப்பிட்டிருந்தார். முதலாவது கருத்தில், இந்தியா முழுமையும் ஒன்றுபட்ட நாடு என்று கூறியிருந்தார். இரண்டாவதாக, சாதி வேறுபாடுகளின் காரணம் பிராமணர்கள். புறமணத் தடை விதித்து, தங்கள் சாதிக்குள்ளேயே அகமணங்களை மட்டும் புரிந்து வந்தனர்; இதையே பின்னாளில் பிராமணரல்லாதாரும் கடைப்பிடிக்க ஆரம்பித்தனர். அதுவே சாதி வேறுபாடுகளின் காரணம் எனக் கூறியிருந்தார். இக்கருத்துகள் மிக முக்கியமானவை. ஏனெனில்,

பின்னாளில் அம்பேத்கர் தீண்டப்படாதவர்களுக்கான உரிமை களுக்காகப் போராடியது இந்தக் கோட்பாடுகளின் அடிப்படையில் தான். தீண்டாமைக்கு எதிரான அந்தப் போராட்டத்தில் தீண்டப் படாதவர்களைத் தனித்த சாதியாகவோ, வேறுபட்ட சாதியாகவோ அம்பேத்கர் கருதவில்லை. ஆனால், வரலாற்றின் அடிப்படையினால் அவர்கள் மேல் திணிக்கப்பட்ட கொடுமைகளை நீக்கவேண்டும் என்று போராடினார்.

1916-ல் நடந்த ஒரு கருத்தரங்குக்காக அம்பேத்கர் கீழ்க்கண்டவாறு எழுதியிருந்தார்.

'சாதிவாரியாக எல்லா மக்களும் வெவ்வேறு வகையினரே. எல்லோரும் ஒன்று என்பதே நமது கலாசாரத்தின் ஒற்றுமையினால் மட்டுமே. இதைச் சொல்லும்போது, நான் துணிந்து இந்தியாவைப் போல் கலாசார ஒற்றுமை கொண்ட வேறு எந்த நாடும் இல்லை என்று சொல்லுவேன். இங்கு நிலங்கள் மட்டுமே இணைந்திருக்க வில்லை; அதையும் தாண்டி அடிப்படையான ஒற்றுமை ஆழமாக அனைவரையும் அணைத்திருக்கிறது. கலாசார ஒற்றுமை நாட்டின் முழுமையையும் பரவி நிற்கிறது.'

அம்பேத்கர் தனது ஆய்வுத் தாளில் எழுதியபடியே மக்களுக்கு நடுவே தோலின் நிறமோ, பார்க்கும் வேலைகளோ சாதிக்கான காரணம் என்று நினைத்தவர்களைக் கடுமையாக எதிர்த்தார். அக்கருத்தை நிராகரித்தார். அகமணக் கலாசாரம் என்ற பிராமணியக் கோட்பாடே சாதிப் பிரிவுகளின் ஆரம்பப் புள்ளியாக இருந்தது. நாளடைவில் மற்ற சாதியினரும் இது போன்ற அகமண உறவுகள் என்று தொடர்ந்ததால் சிலர் ஒரு குழுவிலிருந்து விலகவும், விலக்கப்படவும் சாதிகள் பிரிந்து, பெருகின.

தீண்டாமையின் தோற்றம், வளர்ச்சி பற்றிய அம்பேத்கரின் கருத்துகள் அதன்பின் வந்த அவரின் படைப்புகளில் தான் இருந்தது. ஆனால், முந்திய எழுத்துகளில் சாதிப் பிரிவினைகளை 'சமூகத்தின் மேலடுக்கில் இருந்தவர்கள் திட்டமிட்டு உருவாக்கியது' என்று அவர் கூறவில்லை. ஆனால், 'குறிப்பிட்ட சூழ்நிலைகளுக்கு உட்பட்டிருந்த மனித சமூகத்தில் பிரக்ஞைபூர்வமற்ற முறையில் உருவான சமூக நிலை' என்று சாதியைப் பற்றிக் கூறியிருந்தார். அந்த ஆய்வுத் தாளில் இந்த சாதிப் பிரிவினைகளைக் களைவது எப்படி என்ற வழிமுறைகள் பற்றி அவர் ஏதும் கூறவில்லை. ஆனால், இந்த 'பிரக்ஞைப்பூர்வமற்ற முறையில் உருவான சமூக நிலை' என்பது ஒரு தேவையற்ற தீச்செயல் என்பது அவரது ஆய்வுத்தாளின் அடித்தளமாக இருந்தது.

கொலம்பியா பல்கலையில் அம்பேத்கரின் முதுகலைப் பட்டம் 1915 ஜூன் மாதம் கிடைத்தது. 1916ஆம் ஆண்டே அவர் நியூயார்க் நகரத்திலிருந்து புறப்பட்டிருந்தாலும் அவரது ஆராய்ச்சிப் பட்டம் 1927-ல்தான் கிடைத்தது. நிதிப்பற்றாக்குறையால் அவரது முனைவர் ஆய்வுக் கட்டுரை, ‘பிரிட்டிஷ் இந்தியாவின் மொத்தப் பொருளாதாரத்தின் பரிணாமம்’ உடனே பிரசுரிக்க முடியாமல் போனது ஒரு காரணமாக இருக்கலாம். ஆனால் இந்த ஆய்வுக் கட்டுரையின் சிறப்பு கருதி P.S. கிங் குழுமத்தினால் லண்டனில் 1925ஆம் ஆண்டே பிரசுரிக்கப்பட்டது. ஆனால், முனைவர் பட்டமோ 1927-ல்தான் கொலம்பியா பல்கலைக்கழகத்தால் அளிக்கப்பட்டது.

பரோடாவின் திவான், கல்வி அதிகாரி அமைச்சர் இருவரின் எதிர்ப்பை ஓரங்கட்டி, பரோடா மஹாராஜா தானே தலையிட்டு மேலும் ஓராண்டுக்கு லண்டனில் மேற்படிப்புக்கான செலவை பரோடா கல்வித்துறையிலிருந்து பெறும்படி உதவினார்.[12] பேராசிரியர் எட்வின் செலிக்மேன் அம்பேத்கரை அறிமுகப்படுத்தி சிட்னி வெப் என்ற பேராசிரியருக்குக் கடிதம் ஒன்றைக் கொடுத்தார். அக்கடிதத்தில் அம்பேத்கரை ‘சிறந்த மாணவன்’ என்றும், ‘இனிய, நல்ல படிப்பாளி, திறமைசாலி’ என்றும் கூறியிருந்தார். அக்கடிதம் மூலம் அம்பேத்கர் லண்டனிலிருந்த பொருளாதார, அரசியல் கல்வி மையத்தில் (School of Economics and Political Science) சேர்ந்தார்.[13]

1916 நவம்பர் மாதம் அம்பேத்கர் சட்டம் படிக்க ‘கிரேஸ் இன்’ என்பதில் அனுமதிக்கப்பட்டார். மேலும் சில காலம் இங்கிலாந்தில் கல்வி பயில பரோடா சமஸ்தானம் உதவி செய்ய மறுக்கவே, வேறு வழியின்றி 1917-ல் கோடைக் காலத்தில் பம்பாய்க்கு வந்து சேர்ந்தார். அங்கிருந்து பரோடாவுக்குச் சென்றார். தான் பெற்ற கல்வித் தொகைக்கு ஈடு கட்ட பத்தாண்டுகள் அவர் பரோடாவில் பணியாற்ற வேண்டியதிருந்தது. ராணுவச் செயலராகச் சேர்ந்தார். ஆனால், முன்பு போலவே பரோடாவில் தான் நடத்தப்பட்ட விதம், தங்குமிடத்தில் இருந்த குறைகள் அவரை வதைத்தன. ஒரு பார்ஸியின் பெயரில் தங்கியிருந்தவர் அது தெரியவந்ததும் பார்ஸி விடுதியிலிருந்து வெளியேற வேண்டிய கட்டாயம் வந்தது.

பிராமணரான பேராசிரியர் ஜோஷி என்பவர் கொடுத்த ஒரு விடுதியில் சேர்ந்து, பின்பு ஜோஷியின் பழமைவாத மனைவியால் அங்கிருந்தும் வெளியேற வேண்டிய கட்டாயம். இப்படிப் பல தொல்லைகள் தொடர்ந்து துரத்த பம்பாய்க்குத் திரும்பினார் அம்பேத்கர்.[14]

அடுத்த ஒன்றரை ஆண்டுகள் சில பார்ஸி குடும்பத்தினருக்குத் தனிக் கல்வி போதித்தார்; பங்குச் சந்தை ஆலோசகராக சில காலம்

முயற்சித்தார். பின்பு தார்வர் கல்லூரியில் ஆசிரியராகச் சில காலம் அதன் பின் ஈராண்டுகளுக்குச் செய்டன்ஹாம் என்ற வணிகக் கல்லூரியில் ஆசிரியராக வேலைக்கு அமர்ந்தார். அம்பேத்கரின் கல்விப் பணி பற்றி அறிந்துகொள்ள ஆங்கிலப் பேராசிரியர் எட்வர்டு கானான் (Edward Cannan) என்பவர் செய்டன்ஹாம் கல்லூரியில் உள்ள பெர்ஸி அன்ஸ்டே (Persey Anstay) என்ற பேராசிரியருக்கு அம்பேத்கர் - ஜோஷி என்ற இருவரைப் பற்றிக் கொடுத்த நற்சான்றிதழிலிருந்து நன்கு தெரிந்து கொள்ளலாம்.

> இருவருமே வழக்கத்துக்கு மீறியவகையில் மிக நல்லவர்கள். அம்பேத்கரைப் பற்றி எனக்கு மிக அதிகமாக ஏதும் தெரியாது. அவர் என்னிடம் ஆய்வுக் கட்டுரை எழுதுவதற்காக வந்தார். அவர் அக்கட்டுரையையும் சரி, என்னையும் சரி உண்டு இல்லை என்று செய்துவிட்டார். அதிலிருந்து அவருக்கு மிகப் பெரும் அளவில் நடைமுறை சார்ந்த அறிவுத் திறன் அதிகம் என்று புரிந்தது. அவர் உண்மையிலேயே ஓர் இந்தியர்தானா என்று எனக்கு ஐயமே வந்தது. அவரிடம் நான் பார்த்தது எல்லாம் ஒரு ஸ்காட்டிஷ் - அமெரிக்கரின் குணங்கள்தான். ஆனால், உருவத்தில் முழுமையான பருமனான இந்தியன்தான்.
>
> அம்பேத்கர் எந்த வேலையையும் முழு முனைப்போடு, தன்னை ஈடுபடுத்திக்கொண்டு செய்வார். ஆனால், ஜோஷி அந்த வேலைக்கான திறனை மட்டுமே கொடுப்பார். அவர்கள் இருவரில் யார் நல்ல ஆசிரியர் என்று தீர்மானிப்பது சிறிது சிரமமாக எனக்கு இருக்கிறது. அம்பேத்கர் தேவையான அத்தனையையும் இழுத்துப் போட்டுக்கொண்டு, எளிமையாக, தன்னை நம்பும் மாணவனை நன்கு கற்க வைத்து தேர்வுகளுக்கு அனுப்பிவைப்பார். ஆனால், ஜோஷியோ மிகவும் 'உத்வேகமூட்டுபவராக' இருப்பார் என்றே தோன்றுகிறது.[15]

அந்த வேலை அம்பேத்கருக்குக் கிடைத்தது. 1918ஆம் ஆண்டின் நவம்பர் 10ஆம் தேதி வேலைக்கு சேர்ந்து மார்ச் 1920 வரை வேலை செய்தார். இங்கு வேலை செய்ததில் பணம் சேமித்து, மீண்டும் லண்டன் சென்று தன்னுடய முதுகலை (M.Sc.) படிப்பையும், D.Sc. பட்டத்தையும் முடித்து, அதோடு வழக்கறிஞர் துறையில் உள்ள 'Bar' தேர்வையும் முடித்துவிட்டார்.

மூன்று ஆண்டுகள் இடைவெளி அவரது இரு அயல் நாட்டுப் பயணங்களுக்கும் நடுவில் இருந்தது. அதற்குள் அவர் மனோநிலையில் பல மாற்றங்கள். ஆனால் தன் படிப்பு முடிவடையும் வரை அவர் சாதியப் பிரச்னைகளுக்கான இயக்கம் எதிலும் தன்னை ஈடுபடுத்திக்

கொள்ளவில்லை. இரண்டு பெரும் மாநாடுகளில் - சாதியப் போராட்டங்கள் பற்றிய மாநாடுகளில் மட்டும் கலந்து கொண்டார். மராத்தி மொழியில் புதிய செய்தித் தாளை ஆரம்பித்தார். 'மூக் நாயக்' (குரலற்றோரின் தலைவர்) என்ற செய்தித் தாள் இது. இதே சமயத்தில் பிரிட்டிஷார் அமைத்த அதிகாரப் பரவலாக்கப் பரிந்துரைக் குழுவில் தன் கருத்துகளைப் பதிவு செய்தார். ஆனாலும், இச்சமயத்தில் அவரது முழுக் கவனமும் தன் படிப்பை லண்டனில் முடிப்பதும், அதற்கான பணச் சேமிப்பும் என்பதில் மட்டுமே இருந்தன.

இன்னொரு மேற்கத்தியத் தாக்கம் பெற்ற இந்திய அரசர் அம்பேத்கரது கல்விகளுக்கான செலவுக்கு உதவிக்கரம் நீட்டினர். கோலாப்புர் மகாராஜ் என்ற மராத்திய சாதியைச் சார்ந்த, பிராமணரல்லாத இயக்கத்தின் தலைவர் அவர். அம்பேத்கரின் அடுத்த கட்டப் படிப்புக்கு அவர் பெரும் உதவியாக இருந்தார்.[16] ஷாகு மகாராஜ் அம்பேத்கர் பிராமணரல்லாதவர்களின் கருத்தை லண்டனில் இடம் பெறச் செய்ய வேண்டும் என்று விரும்பினர். அதனைப் பற்றி அங்குள்ளவர்களிடம் பேச வேண்டும் என்று ஷாகு விரும்பினார். ஆனால், அம்பேத்கருக்குப் போதுமான நேரம் அதற்குக் கிடைக்கவில்லை. M.Sc., D.Sc., Bar என்று தொடர்ந்த அவரது கல்வி நிலை உயர்ந்து கொண்டிருந்தது. அதன் சுமைகளால் இச்சமூகச் செயலுக்கு நேரம் ஒதுக்க முடியவில்லை. M.Sc., பட்டப் படிப்பை 'பிரிட்டிஷ் இந்தியாவில் ஆங்கிலப் பேரரசின் பொருளாதாரத்தை பன்முனைப்படுத்துதல்' (*Provincial Decentralization of Imperial Finance in British India*) என்ற ஆய்வுக் கட்டுரையோடும், D.Sc., பட்டப் படிப்பை 'ரூபாயின் மீதான பிரச்னைகள்'[17] என்ற ஆய்வுக் கட்டுரையோடும் முடித்தார். 'பார்' செல்லும் பட்டப் படிப்பையும் க்ரேஸ் இன்னில் முடித்தார்.

படிப்பை முடித்து இந்தியா திரும்பிய அம்பேத்கர் பரோடா அரசில் சேர்ந்து கல்விக் கடனுக்கு ஈடான பணியேதும் செய்யாமல் ஓர் வழக்கறிஞராகவும், ஆசிரியராகவும் பணி செய்து வாழ்க்கையைத் தொடர்ந்தார். வழக்கறிஞர் தொழிலோடு அதிக ஊதியத்துக்காக பட்லிபாய் கணக்கியல் பயிற்சி நிறுவனத்தில் 1925 முதல் 1928 வரை மூன்றாண்டும், பின் 1930 வரை அரசு சட்டக் கல்லூரியில் பகுதி நேர மாலை நேரத்து வேலையிலும் பணி செய்தார். ஆயினும் பம்பாய்க்குத் திரும்பி வந்த 1923-லிருந்து இரு முக்கியப் பணிகளையும் செய்ய ஆரம்பித்திருந்தார். ஒன்று, மஹர் சாதியினருக்கான சீர்திருத்த இயக்கங்கள் ஆரம்பிப்பது; இரண்டாவதாக, அரசிடம் தாழ்த்தப்பட்ட அனைத்து மக்களின் குறைகளைப் பிரதிநிதிப்படுத்துவது.

தன் அறிவுத் திறமையால் பட்டங்கள் பல பெற்று, உயர் பதவிகளில் பணி புரிந்து வந்தாலும் அம்பேத்கர் தன் சாதியின் அடிப்படையில் பல

நேரங்களில் புறக்கணிக்கப்பட்டார். அல்லது தாழ்த்தப்பட்டார். கல்விச்சாலைகளின் கதவுகள் அவருக்கு மூடப்படாமல் திறந்தே இருந்திருக்கலாம். ஆனாலும், பல இடங்களில் பல நேரங்களில் சமுதாயத்தில் அவருக்கான தாழ்ந்த இடத்தையும், மரியாதையற்ற நிகழ்வுகளையும் அவர் தொடர்ந்து சந்திக்க நேர்ந்தது. சத்தரா பள்ளியில் பயிலும் போதுகூட, அவர் ஆங்கிலப் பாடத் திட்டத்தில் சேர்ந்து படித்தாலும், அவர் வகுப்பில் தனியேதான் உட்கார வைக்கப்பட்டிருந்தார். முடி வெட்டும் இடத்திலும் அவருக்கு முடி வெட்ட யாரும் தயாரில்லை. வண்டிக்கார்களும் அவரை ஏற்றுவதில்லை. வகுப்பிலிருந்த கரும் பலகையில் அவர் எழுதுவதைக்கூட வகுப்பு மாணவர்கள் எதிர்த்தனர். ஏனெனில், அவர்களின் சாப்பாட்டுப் பாத்திரங்கள்கரும்பலகைக்குப் பின்னால்தான் வைக்கப்பட்டிருந்தனவாம்.

இந்த நிகழ்வுகளை அவர் மறக்கவும் இல்லை. பல ஆண்டுகள் கழித்து 1956-ல் நாக்பூரில் மத மாற்றம் சமயத்தில் நடந்த கூட்டத்தில், எப்படி அவருக்குப் பள்ளியில் நீரருந்தவும் முடியாதிருந்தது என்பதை நினைவுகூர்ந்து வருந்தினார். கல்லூரி நாட்களிலும் அவர் சம்ஸ்கிருதம் பயில வேண்டும் என்று ஆசைப்பட்டாலும் அம்மொழிக் கல்வி அவருக்கு சாதியால் மறுக்கப்பட்டது. அதற்குப் பதிலாக பாரசீக மொழி கற்றுக் கொள்ள வேண்டியதிருந்தது.

நியூயார்க்கிலும் லண்டனிலும் இருந்தபோது அனைத்து சாதிகளைச் சேர்ந்த இந்தியர்களுடன் பழக வாய்ப்பு கிடைத்தது. ஆனால், லாலா லஜபதிராய் நியூயார்க்குக்கு 1914-ல் வந்து ஹோம் ரூல் இயக்கத்தின் அமெரிக்க கிளையை ஆரம்பித்து வைத்த நிகழ்வுக்கு அம்பேத்கர் வர மறுத்துவிட்டார். ஏனெனில், 'அரசியல் அடிமைத்தனத்தில் இருந்து விடுதலை பெற விரும்பியோரின் அடிமைகளாக இன்னும் தாழ்த்தப் பட்டோர் இருப்பதால்' அதனை மறுத்துவிட்டார்.[18]

பரோடாவில் அவர் வாழ்ந்த வாழ்க்கை பற்றியும் அம்பேத்கர் வேதனையோடு நினைவுபடுத்தியுள்ளார். அவரது மேசையிலிருந்து எட்ட நின்று கொண்டு கணக்கர்கள், அலுவலக உதவியாளர்களும் கோப்புகளை இவரிடம் தூக்கி எறிவார்கள். பெரிய அதிகாரிகள் இவரை உணவிடங்களில் தனித்து உட்கார வைத்து, ஏதேனும் ஒரு இஸ்லாமியர் மூலம் தனியே உணவு பரிமாறுவார்கள். இதையெல்லாம் விடத் தங்குவதற்கு இடமின்றி தவித்த தவிப்பும் அவர் நினைவில் ஆழமாக நின்றுவிட்டன. அந்த நினைப்புகளே வேதனைதான் அவருக்கு. பரோடாவில் வாழ்ந்த பரிதாப வாழ்க்கைக்குப் பின் இருபதாண்டுகள் கழித்தும் அதைப் பற்றிப் பேசும்போது உணர்ச்சியில் கண்கள் குளமாகின.

அரசுப் பள்ளியிலோ பார்ஸிகளின் பள்ளியிலோ அவர் பணி புரியும் போது அவரது சாதி பெரும் தடைக்கல்லாக இருந்ததில்லை. ஆனால், எப்போது அவர் சொந்தமாகத் தொழில் செய்ய முற்பட்டாரோ, அப்போது அவர் கழுத்தில் சாதிக் கல் கட்டப்பட்டு விட்டது. தொழில் செய்வதே சிரமமாகிவிட்டது. அவரது வரலாற்றை எழுதிய மராத்திய ஆசிரியர், 'அவரது தொழில் வெற்றிகரமாகவே ஆரம்பித்தது. ஆனால், அதன்பின் அவர் ஒரு 'தெட்' (Dhed - மஹர் சாதியினரை ஏளனப்படுத்தச் சொல்லக்கூடிய சொல் அது) என்ற செய்தி காற்றில் பரவியதும் ஷட்டியா, பட்டியா (குஜராத்தியில் வியாபார சாதியினர்) அப்படியே தங்கள் தொழில் தொடர்பை முழுவதுமாகக் கத்தரித்தனர்.'[19]

சாதி இந்துக்களின் வழக்குகளையும், தாழ்த்தப்பட்டவர்களல்லாத ஏனைய சாதியினரின் வழக்குகளையும் எடுத்தார். என்றாலும் இதே பிரச்னை அவரது வழக்கறிஞர் தொழிலிலும் குறுக்கிட்டது. சத்தாராவிலும், தப்போலியிலும், பம்பாயிலும் அவரது வீடு மஹர்கள் அதிகமாக இருந்த பகுதியில்தான் இருந்தது. ஆனால், அவர் வேண்டுமென்றே பிராமண இந்துக்கள் அதிகமாக இருக்கும் தாதர் பகுதிக்கு பம்பாய் இம்ப்ரூவ்மெண்ட் ட்ரஸ்ட் சால் பகுதியில் இருந்து மாறினார்.

உயர்கல்வி, வாழ்க்கைத் தரம் என்று அவரது குடியிருப்பும், வாழும் முறையும் மஹர் சமுதாயத்தினரின் வாழ்க்கையை விட உயர்ந்து வித்தியாசமாகவே இருந்தது. இப்படியெல்லாம் இருந்தும் அவரால் மஹர்களிடமிருந்து தனித்து விலகி நிற்க முடியாது போயிற்று. உண்மையிலேயே அவர் விரும்பியிருந்தாலும் அது முடிந்திருக்காது தான். ஓர் ஆசிரியராக ஓர் அமைதியான, அடையாளமற்ற வாழ்க்கை ஒன்றை அவர் வாழ்ந்திருக்கலாம். ஆனால், அரசியலுக்குள் அவர் தன் கால்களை ஊன்றினால் நிச்சயம் அனைவராலும் அவர் தீண்டப் படாதவர்களின் தலைவர் என்று மட்டுமே பார்க்கப்படுவார். இந்திய வாழ்க்கையும் அரசியல் நிலைப்பாடுகளும் அப்படித்தான் இருந்தன. அவர் காங்கிரஸ் கட்சியிலோ வேறு எந்தக் கட்சியிலோ இணைந்திருந்தாலும் அவரது பின்னே வரும் திரள் மட்டுமே அவருக்கு ஒரு மரியாதையை அளித்திருக்கும். ஆனால், அப்படி வரும் மக்கள் திரள் நிச்சயமாக தீண்டப்படாத மக்களின் திரளாக மட்டுமே இருந்திருக்கவும் முடியும்.

அம்பேத்கரின் வழிமுறைகள்: மாநாடுகள்

தீண்டாமையை எதிர்த்துப் போராடும் தலைவராக ஆனதும் அம்பேத்கர் பல புது விஷயங்களைத் தன் இயக்கத்தில் விதைத்து விட விரும்பினார்.

பிராமணர்களுக்கும் கூட எட்டாத ஒரு கல்வி அறிவு, ஜனநாயக ஆட்சி முறையில் முழு நம்பிக்கை, தனித்துவமான, ஆனால் அதே சமயத்தில் மிகத் தீவிரமான மனோநிலை என்ற பண்புகளை இணைத்துக் கொண்டார். நிராதரவான மக்களுடைய துயரங்களைப் போக்க வேண்டும் என்பதில் உறுதியாக நின்றார். ஒருவகையில் பிறப்பின் மூலமாகவும் அந்த மக்களின் துயரங்களில் அவர் பங்குகொள்பவராக இருந்தார்.

1936-க்கு முன்பு தீண்டப்படாதவர்களைக் காலத்துக்கு ஏற்ற மாதிரி மாற்றவும், அரசியல் உரிமை பெறும் தன் முயற்சியை முழுமையாக்கவும் தனக்கு முந்திய அரசியல், சமூகத் தலைவர்கள் ஏற்கெனவே பயன்படுத்திய பழைய முறைகளான மாநாடுகள், செய்தித் தாள்கள், புதிய குழு அமைப்புகள் என்பதையே அம்பேத்கரும் முயற்சி செய்தார். தனக்கு முந்தியிருந்த தலைவர்களைவிட அம்பேத்கர் மக்களைப் புதுமை நோக்கிச் செலுத்த முயன்றார். ஆயினும் இதே நோக்கும், வேகமும் வாலங்கர், பன்சோத், காம்ப்ளே போன்ற சில தலைவர்களும் ஏற்கெனவே முயற்சி செய்ததுதான். அம்பேத்கர் தாழ்த்தப்பட்ட மக்களை ஒன்று சேர்ப்பதிலும், அவர்களது மனப்பாங்கை உயர்த்துவதிலும் முழு முனைப்போடு இருந்தார்.

1936-ல் புதிய கட்சி ஒன்றை ஆரம்பிப்பதற்கு முன்பும், அதிகாரப் பகிர்வு குழுவில் பேசுவதற்கு முன்பும் இந்த முனைப்பை அவர் கொண்டிருந்தார். மஹர்களின் தலைவர் என்ற பெயர் அவரை வந்தடைந்தாலும் அவர் அனைத்துத் தாழ்த்தப்பட்ட மக்களையும் ஒரே குடையின் கீழ் கொண்டு வரவே பெரும் முயற்சி எடுத்தார். அதுவே தன் இயக்கத்தை உறுதியாக்கும் என்று நம்பினார். சமூகத்திலும், அரசியலிலும், சமயத்திலும் எவ்வித உரிமைகளும் இல்லாமல் கையொடிந்த நிலையில் இருக்கும் தாழ்த்தப்பட்டோருக்காகப் போராட வேண்டும். படித்த அல்லது படிக்காத விவசாயக் கூலிகளாகவும் தொழிற்சாலைக் கூலிகளாகவும் வறுமையில் வதங்குவதை விட்டு பொருளாதாரத்திலும் அவர்கள் மேம்பட வேண்டும் என்று முயற்சித்தார்.

மக்களின் முன்றேற்றத்துக்கு அரசியல் மாற்றம் வர வேண்டுமென அவர் நிச்சயமாக நம்பினார். இருந்தும் முதலிலிருந்தே தாழ்த்தப் பட்டோர் தங்கள் வாழ்வியல் முறைகளிலிருந்து வெளிவந்து, தங்கள் மனப்பாங்கையும் மாற்றவேண்டும் என்பதற்கு அவர் தீவிரமாக உழைத்தார். தாழ்த்தப்பட்டவர்கள் நேரம் கிடைக்கும் போதெல்லாம் புதிய வாய்ப்புகள் கிடைக்கும் போதெல்லாம் அவற்றை முழுமனதோடு அள்ளி அணைத்துக் கொள்ளத் தயாராகவேண்டும் என்று விழைந்தார். கல்வியறிவு ஏதுமில்லாமல், சிதறிக் கிடக்கும் மக்கள்; பெரிதாகச் சாதிக்க வேண்டும் என்ற மனப் பாங்கு இல்லாத மக்கள்;

இப்படிப்பட்ட மக்களை உய்விக்க வேண்டும் என்பதே அவர் இயக்கத்தின் உயிர் மூச்சாக இருந்தது.

இயக்கங்களுக்குப் பல வழிமுறைகள் இருந்தாலும் மாநாடுகள் நடத்துவதே சிறந்த வழியாகத் தோன்றியது. இதன் மூலம் தாழ்த்தப்பட்ட மக்களுக்கான அனைத்து செய்திகளையும் கடத்துவது எளிது; விழிப்புணர்வு கொண்டு வருவதும் எளிது. அதே போல் பொது மக்களின் ஆதரவைப் பெறுவதும் எளிது. சமுதாய விழிப்புணர்வுகளை ஆராய்ந்து எழுதும் S. நடராஜன் என்ற வரலாற்று ஆசிரியர், '1930-ல் மீண்டும் மீண்டும் பல மாநாடுகள் நடத்தி தாழ்த்தப்பட்ட மக்களைத் தனது இயக்கத்துக்குள் இழுத்து வர முனைவர் பி.ஆர். அம்பேத்கரால் முடிந்தது'[20] என்று எழுதியுள்ளார். ஒரு வேளை இக்கூற்று கொஞ்சம் மிகையாகக்கூட இருக்கலாம். ஆனால், ஆயிரமாயிரம் தீண்டப் படாதவர்கள் பத்துப் பனிரெண்டு மாநாடுகளின் மூலமாக அம்பேத்கரின் குரலை மகாராஷ்டிராவின் பல பகுதிகளிலும் கேட்டிருப்பார்கள் என்பது உண்மை.

அம்பேத்கரின் காலத்துக்கு முன்பே 1930-ல் சஸ்வாத் என்ற இடத்தில் மஹார்களுக்காக முதல் மாநாடு கூட்டப்பட்டது. புனேயிலிருந்து இருபத்தி ஐந்து மைல் தொலைவில் இருந்தது சஸ்வாத் என்ற இடம். ஷிவ்ராம் ஜன்ப காம்ப்ளே இந்த மாநாட்டை நடத்தினர் என்று தெரிகிறது. இதன் பிறகு நடத்தப்பட்டவை பிற தீண்டப்படாதவர் களையும் ஒன்றிணைக்கும் மாநாடுகளாகவே நடந்தன. தலைமை ஏற்றவர்களும் கலந்துகொண்டவர்களும் நிறையவே மஹார்களாக இருந்தனர். ஆனாலும், இவை எந்தக் குறிப்பிட்ட சாதியினருக்கு மட்டும் நடந்ததாக இல்லை. எல்லாம் அனைத்து தாழ்த்தப்பட்ட சாதியினருக்கான மாநாடாகவே நடந்தன. மாநாடுகளுக்கு வைத்த பெயர்களும், அங்கு பேசப்பட்ட பேச்சுகளும், இறுதியில் நிறைவேற்றப்பட்ட தீர்மானங்களும் எந்த ஒரு நிலப் பகுதியையோ, எந்த ஒரு தனிப்பட்ட சாதியினருக்கோ என்றில்லாமல் தாழ்த்தப்பட்ட அனைவருக்கும் பொதுவானதாக இருந்தது.

லண்டனுக்கு மீண்டும் 1920-ல் திரும்பிச் செல்வதற்கு முன் அம்பேத்கர் இரு மாநாடுகளில் கலந்துகொண்டார். முதலாவது மாநாடு கோலாப்பூரில் மங்கோவன் என்ற இடத்தில் நடந்தது. அம்பேத்கரின் தலைமையில் அது நடந்தேறியது. கோலாப்பூரின் மகாராஜாவும் அதில் பங்கு பெற்றார். அவர் அக்கூட்டத்தில், 'உங்களைக் காப்பாற்றுவதற் கான ஒரு தலைவரை (அம்பேத்கரை) நீங்கள் கண்டுபிடித்துவிட்டீர்கள்' என்று கூட்டத்தினரைப் பார்த்துக் கூறியுள்ளார்.[21] மாநாட்டின் முடிவில் சம பந்தி உணவு வழங்கப்பட்டது. மகாராஜாவும் அங்கு அவர்களோடு

அமர்ந்து உண்டு மகிழ்ந்தார். அந்தக் காலகட்டத்தில் இது ஒரு மிகப் பெரும் வித்தியாசமான, ஆச்சரியத்துக்குரிய, புரட்சிகரமான செயல்.

அடுத்த மாநாடு 1920-ல் நாக்பூரில் தாழ்த்தப்பட்ட மக்களுக்கான மாநாடு என்று நடத்தப்பட்டது. கோலாப்பூர் மகாராஜா இங்கும் மாநாட்டின் தலைவராக இருந்து நடத்தி வைத்தார். முக்கிய பேச்சாளர் அம்பேத்கர். சில சீர்திருத்தவாதிகள் தாழ்த்தப்பட்டவருக்கான அரசியல் பிரதிநிதித்துவமானது, தேர்தல் மூலமாக இல்லாமல், நியமனமாக இருக்கவேண்டும் என்று கூறுகிறார்கள்; இதிலிருந்து தாழ்த்தப்பட்ட மக்களின் மனநிலையை சாதி இந்துக்களால் முழுமையாகப் புரிந்து கொள்ளவோ அவர்களுக்குத் தலைமை ஏற்கவோ முடியாது என்பது தெரியவருகிறது என்று கூறினார். இந்த மாநாடும் சமபந்தியோடு முடிவடைந்தது. மஹர் சாதியினரை தமது உட்பிரிவு சாதியினரோடு இணைந்து சமபந்தி உணவு உண்ண அம்பேத்கர் முயற்சிகள் எடுத்தார். அனைத்து தாழ்த்தப்பட்டவர்களையும் சம பந்தியில் அமர்த்த முயற்சி செய்யவில்லை.[22]

இந்த மாநாடுகள் பற்றிய புள்ளிவிவரங்கள் ஏதும் பின்னாளில் கிடைக்கவில்லை. நடத்தியது யார், வருகை தந்தவர்கள் எத்தனை பேர், தீட்டிய திட்டங்கள் எத்தனை, நிறைவேற்றிய தீர்மானங்கள் எத்தனை... எந்தக் குறிப்புகளும் இல்லை. ஒருவேளை அச்சமயத்தில் சீர்திருத்தங்களுக்கு முந்திய காலத்தில் நடந்த மாநாடுகள் பல பிராமணரல்லாதார் நடத்திய மாநாடுகளாகவே இருந்திருக்கக்கூடும். ஆனால், அம்பேத்கரின் வாழ்க்கை வரலாற்று ஆசிரியரான தனஞ்ஜெய் கீர் நாக்பூரில் நடந்த மாநாட்டை 'தாழ்த்தப்பட்டோருக்காக இந்தியாவில் நடந்த முதன்முதல் மாநாடு' என்று குறிப்பிடுகிறார்.[23]

1924-ல் தாழ்த்தப்பட்ட சாதிகளின் மாநாடு ஷோலாபூர் மாவட்டத்தில் உள்ள பார்ஷி என்ற ஊரில் நடந்தது. இந்த மாநாட்டில் தான் முக்கிய தீர்மானம் ஒன்று நிறைவேறியது. தாழ்த்தப்பட்டோர் அனைவரையும் 'வளப்படுத்தி உயர்த்தவேண்டும்' என்ற கருத்தோடு ஓர் அமைப்பு ஆரம்பிக்கவேண்டும் என்ற தீர்மானம் அது. இந்தத் தீர்மானத்தின்படி பம்பாயில், 'பகிஷ்கிரித் ஹிதாகரணி சபா' ஆரம்பிக்கப்பட்டது. இதன் பொருள் 'ஒதுக்கப்பட்டோர்களின் நலன் காக்கும் இயக்கம்'. ஆங்கிலத்தில் இச்சபை 'Depressed Classes Institute' என்றழைக்கப் பட்டது. அதன் நிர்வாகத் தலைமைப் பொறுப்பு அம்பேத்கருக்குக் கொடுக்கப்பட்டது.

இச்சபை அனைத்து சாதி இந்துக்கள், தீண்டப்படாதவர்கள் என்ற அனைத்து மக்களுக்குமானது. இதன் மூலம் வேறு பல அமைப்புகளை பம்பாய் ராஜதானியில் பல குறிக்கோள்களோடு

ஆரம்பிக்க முடிவு செய்யப்பட்டது. இது போன்ற பல மாநாடுகளைத் தொடர்ந்து நடத்த ஒரு வழிமுறை உருவாக்கப்பட்டது. இப்போதிருப்பது போலவே அக்காலத்திலும் அந்தந்தப் பகுதி மக்களாலேயே கூட்டங்கள் நடத்தப்பட்டன. வெளியிலிருந்து நன்கு பேசக் கூடிய பிரமுகர்களை, தலைவர்களை அக்கூட்டங்களில் பேசுவதற்காக அழைப்பார்கள். அவர்கள் வந்தால்தான் கூட்டம் சேரும். அதோடு அவர்களால் உள்ளூர் பிரமுகர்களைவிட விஷயங்களைச் சிறப்பாகச் சொல்லவும் முடியும்.

பம்பாய் ராஜதானியில் ஆரம்பித்த 'ஒதுக்கப்பட்டோர்களின் நலன் காக்கும் இயக்கம்' விதர்பா பகுதியில் ஆரம்பிக்கப்படவில்லை. அப்பகுதிகளுக்கு சொற்பொழிவாற்ற அம்பேத்கர் அடிக்கடி அழைக்கப் பட்டார். பார்ஷியில் ஆரம்பித்த மாநாட்டுக்குப் பிறகு ஓராண்டு கழித்து இன்னொரு நாடு இப்போது கர்நாடகாவில் இருக்கும் பெல்காம் பகுதியில் உள்ள நிப்பானி என்ற ஊரில் நடந்தது. 1927-ல் ரத்னகிரியில் உள்ள மஹத் என்ற ஊரிலும், 1930-ல் நாக்பூரில் மிகப் பெரிய அளவிலும், 1932-ல் காம்ப்ரி என்ற ஊரிலும் தொடர்ந்து மாநாடுகள் நடத்தப்பட்டன. இன்னும் வேறு பல மாநாடுகளும் நடந்தேறின. ஆனால், இங்கு குறிப்பிடப்பட்டிருக்கும் மாநாடுகள், அவற்றில் நிறைவேற்றிய தீர்மானங்கள் ஆகியவற்றுக்கான பதிவுகள் மட்டுமே காணக் கிடக்கின்றன.[24]

இது போன்ற மாநாடுகளில் பேசும்போது அம்பேத்கரின் உரையில் பல நல்ல செய்திகள் கலந்து கிடைக்கும். அரசியல் தொடர்பான விளக்கங்கள், புதிய அமைப்புகளை ஆரம்பித்து தங்கள் உரிமைகளுக் காகப் போராட வேண்டும் என்ற போதனைகள், இன்னும் தங்கள் பழைய மோசமான வாழ்க்கை நிலைகளை விட்டு வெளிவராத தீண்டப்படாதவர்களை வெகுண்டு தட்டிக் கேட்பது... என்று அனைத்துமே அவரது பேச்சில் அடங்கியிருக்கும்.

1924-ல் பார்ஷியில் நடந்த மாநாட்டில் அம்பேத்கரது உரை ஆறுதல் தருவதாகவும் வெற்றி பெறுவோம் என்ற நினைவோடு பேசிய பேச்சாக இருந்தது. மேலும், இந்திய நாட்டின் வறுமையும் தீண்டாமையை வைத்து நடைபெறும் கொடுமைகளும் அவர் பேச்சில் எதிரொலித்தன. அது மட்டுமின்றி விரைவில் வரப்போகும் சுதந்திரத்தைப் பற்றிய அவரது அளவற்ற ஆனந்தமும் இருந்தது. சுதந்திரம் மக்களுக்குள் ஒற்றுமையையும், நல்ல ஒழுக்க முறைகளையும் கொண்டு வரும் என்ற நம்பிக்கை அவரிடம் இருந்தது. ஓட்டுரிமை நிலைமையை வெகுவாக மாற்றிவிடும் என்ற நம்பிக்கையும் மேலோங்கி இருந்தது.[25]

அதற்கு அடுத்த ஆண்டு நிப்பானியில் நடந்த மாநாட்டில் அம்பேத்கர் அப்போது திருவனந்தபுரத்தில் நடந்த வைக்கம் சத்யாகிரகம் பற்றி நீண்ட நெடும் நேரம் பேசினார். அப்போராட்டம் மகாத்மா காந்தியின் முழு ஆதரவோடு, ஈழவ மக்களாலும் வேறு சில சாதிய இந்து சீர்திருத்தவாதிகளாலும் நடத்தப்பட்டது. இந்த நிகழ்வு நடப்பதற்கு ஓராண்டுக்கு முன், தீண்டப்படாதவர்கள் இஸ்லாத்துக்கு மதம் மாறிவிடுவார்கள் என்ற அச்சத்தினால்தான் பிராமணர்கள் சத்யாகிரகத்துக்கு ஆதரவு தருவதாகக் குறிப்பிட்டிருந்தார்.

1925-ல் அவரது மேடைப் பேச்சுகளில் மகாத்மா காந்தியின் முயற்சிகள் மீது தனது நல்லெண்ணத்தைத் தெரிவித்தார். ஆனால் அதன்பின் காந்தியின் மீது தனது ஏமாற்றத்தையும், காந்தியின் மீது தனது குற்றச்சாட்டையும் பொதுவில் வைத்தார். தீண்டாமையை முற்றாக ஒழிக்கவேண்டும் என்ற நிலைக்கு காந்தி வராததும், இந்துக்கள் தீண்டாமையை ஆதரிக்கும் வகையில் உள்ள இந்து சமயத்தின் பழங்கோட்பாடுகளைப் புறந்தள்ளாதிருந்த காந்தி மீது குற்றம் சாட்டினார். இதெல்லாம் ஒருவேளை பின்னாளில் வரப் போகும் ஏமாற்றத்துக்கும், விட்டுக் கொடுத்துப் போக வேண்டிய கட்டாயத்துக்கும் ஒரு முன்னோடியாக இருந்திருக்கலாம்.

இன்றைய நாளில் நம் நாட்டில் நடப்பதிலேயே நமக்கு மிக முக்கியம் வாய்ந்தது வைக்கத்தில் நடக்கும் சத்யாகிரகம்தான். அங்கு நடப்பவை மீதான விவாதங்கள் உங்கள் அனைவருக்கும் தெரியும். வைக்கம் பகுதியிலுள்ள தீண்டப்படாதவர்கள் அங்குள்ள எல்லா மக்களும் பயன்படுத்தும் சாலையைத் தாங்களும் பயன்படுத்தும் உரிமை வேண்டும் என்று கேட்கின்றனர். அச்சாலை எல்லா மக்களாலும் மட்டுமல்ல; விலங்கினங்களாலும் பயன்படுத்தப் படுகின்றன. இப்போராட்டத்தினால் எழும்பியுள்ள கருத்துக்கு எதிரான கருத்துகளும், 'விட்டுக் கொடுத்துப் போகவேண்டும்' என்ற ஆற்றாமை கலந்த விஷயங்களும் எழுந்துள்ளன. அதில் நாம் மனதில் பதிய வைக்க வேண்டியது ஒன்று - ஓராண்டாகப் போராட்டம் தொடர்ந்தும் இதுவரை அதனால் பயனேதுமில்லை. ஆனால், சில அரசியல் தலைவர்கள் தங்கள் மனதைச் சிறிது மாற்றிக் கொண்டுள்ளனர். ஆனாலும், ஆயிரம் சொன்னாலும் சமூக மாற்றத்தின் முன் அரசியல் மாற்றம் என்பது பொருளற்றதாகி விடுகிறது...

மகாத்மா காந்திக்கு முன்பு எந்த அரசியல்வாதியும் நாட்டில் இருக்கும் சமூக அநீதிகளைத்தான் முதலில் களைய வேண்டும்; அப்போதுதான் சமூக மோதலும் பதற்றமும் தணியும் என்று நினைத்தது இல்லை. அந்த அநீதிகளைக் களைவதே ஒவ்வொரு

இந்தியனின் புனிதமான செயலாக இருக்கும் என்று அவருக்கு முன் ஒருவரும் நினைத்தது இல்லை. மகாத்மா காந்தியைப் பொறுத்தவரையில் சமூகக் காரணங்களும் அரசியல் காரணங்களும் பிரிக்க முடியாதவை. அவை இரண்டும் ஒன்றானவை என்று எண்ணினார். இதனாலேயே அவர் தான் செல்லும் இடமெல்லாம் இந்து-முஸ்லீம் ஒற்றுமை, தீண்டாமை ஒழிப்பு என்ற இரண்டும் நடக்காது போனால் சுதந்திரம் கிடைக்காது என்று கூறுகிறார்.

ஆனால், சிறிதே உற்று நோக்கினால் மகாத்மா காந்திக்கும், தீண்டாமைக்கும் நடுவே ஒரு பிளவு உண்டு என்பதைக் காண முடியும். கஸ்தூரிபா காந்திக்கும் லக்ஷ்மிக்கும் நடுவில் ஏற்பட்ட விரிவு போன்றது அது. ஏனெனில், காந்தி இந்து-முஸ்லீம் ஒற்றுமை பற்றிப் பேசும் அளவுக்கோ, காதி உடையைப் பற்றிப் பேசிய அளவுக்கோ தீண்டாமை ஒழிப்புப் பற்றிப் பேசியதேயில்லை. தீண்டாமை மேல் அவருக்கு அத்தனை அக்கறையிருந்திருந்தால் கை ராட்டை சுற்றினால்தான் காங்கிரஸில் சேர முடியும் என்ற நிபந்தனை விதித்தது போல் காங்கிரஸ் உறுப்பினர் ஆவதற்கு முன் நிபந்தனையாக தீண்டாமை ஒழிப்பையும் வைத்திருப்பார். ஆனால் எது எப்படியிருந்தாலும் மற்ற அனைவராலும் துன்பங்களுக்கு ஆளாக்கப்பட்டுவரும் நிலையில் காந்தி காண்பித்த கரிசனம்கூட பொருட்படுத்தத்தகுந்த ஒன்றே.[26]

அம்பேத்கர் மேலும் பேசுகையில், வைக்கம் போராட்டத்தில் காந்தியிடம் பிராமணர்கள், தீண்டாமைக்கு தங்கள் வேத நூல்களிலிருந்து ஆதாரங்களை எடுத்துக் கூறியதாகவும் கூறினார். ‘இதிலிருந்து நமக்குத் தெரிவது என்னவென்றால், ஒன்று நாம் புனித நூல்களில் தீண்டாமைக்காகக் கூறப்பட்டிருக்கும் காரணங்களை நாம் மீண்டும் ஆய்வு செய்ய வேண்டும்; இல்லாவிடில் அனைத்து புனித நூல்களையும் சுட்டெரித்து சாம்பலாக ஆக்கவேண்டும். புனித நூல்களின் கூற்றுக்களைத் தவறென நாம் நிரூபிக்காமல்விட்டால், நாம் காலங்காலமாக தீண்டாமையின் தவறுகளை நம் தலை மீது எப்போதும் சுமந்திருக்க வேண்டும்!... இந்த புனித நூல்கள் உண்மையிலேயே மக்களுக்கு இழுக்கு. அரசே இதைப் பல ஆண்டுகளுக்கு முன்பே தடைசெய்திருக்கவேண்டும்’ என்றார்.[27]

இரண்டாண்டுகளுக்குப் பிறகு மஹதில் நடந்த மாநாடு ஒன்றில், மத நூல்களை எரிக்கவேண்டும் என்ற பேச்சு, செயலாக மாறியது. ஆனால், பொதுச் சொத்தான நீர்நிலை ஒன்றைப் பயன்படுத்துவது தொடர்பான போராட்டம் நெருக்கடிக்கு உள்ளாக்கப்பட்டதற்கு பின்னாலே இது நடந்தது. 1927-ல் மஹதில் நடந்த மாநாடுகள் மஹர்கள் மனதில் பேரெழுச்சி உருவாகக் காரணமாக இருந்தன. மஹர்களின்

ஒற்றுமைக்கும் அரசியல் விழிப்புணர்வுக்கும் இந்த மாநாடுகளே ஆரம்பப்புள்ளிகளாக இருந்தன. இம் மாநாடுகள் பற்றிய மேலதிக விவரங்கள் நிறையவே உள்ளன. இதன் மூலம் தாழ்த்தப்பட்டோர் இயக்கங்களின் எண்ணங்களும் திட்டங்களும் மிக நன்றாகப் புரியும். மேலும், அவை சாதி இந்துக்களின் தீண்டாமை எதிர்ப்புகள் 1920-களில் எப்படி இருந்தன என்பதையும் புரியவைக்கும்.

மஹத் என்ற இடம் கொலாபா மாவட்டத்தில், பம்பாய்க்குத் தெற்குப் பக்கத்தில் உள்ள ஓர் அழகான ஊர். செம்பு, வெண்கலத்தில் வீட்டுப் பொருட்கள் செய்வதில் சிறப்பான ஊர் அது. ஏழாயிரத்திலிருந்து எட்டாயிரம் வரை இருந்தது மக்கள் தொகை. இதில் நானூறுக்கும் குறைவாக தீண்டப்படாதவர்கள் இருந்தார்கள். மாநிலத்தின் மொத்த மக்கள் தொகையில் 10-12 விழுக்காடு இருந்தாலும், மஹதில் மஹர்கள் குறைவான எண்ணக்கையில்தான் இருந்தனர். அந்நகரின் ஒருபுறத்தில் சாதி இந்துக்களின் வீடுகள் இருந்தன. அப்பகுதியின் பெயர் சௌதார் குளம்.

நகரத்தை விட்டு சிறிது விலகியிருந்த மஹர்கள் ஏரியிலிருந்து சிறிது தள்ளியிருந்தனர். மஹர்களைத் தாண்டி சம்பர் சாதியினர் வசித்தனர். மஹத் நகரத்தின் முனிசிபாலிட்டி தலைவர் சுரேந்திரநாத் டிப்னிஸ். இவர் சந்திரசேனிய காயஸ்த பிரபு என்றழைக்கப்படும்[28] சாதியைச் சார்ந்தவர். 1923-ல் பம்பாய் சட்டசபையில் நிறைவேற்றப்பட்ட ‘போலே தீர்மானம்’ (Bole Resolution) ஆணையிட்டபடி பொது இடங்களை எல்லா சாதியினருக்கும் திறந்துவிட்டிருந்தார். ஆனால், இந்த ஒரு நல்ல காரியத்தைத் தீண்டப்படாதவர்கள் பயன்படுத்திக் கொள்ள முடிந்திருக்கவில்லை. காரணம் சாதி இந்துக்களின் மீதான அச்சம்; இன்னொன்று தொலைவு.

டிப்னிஸ் அம்பேத்கரோடு தொடர்பில் இருந்தவர். அதோடு அகர்கர் என்ற சமூக ஆர்வலரைப் பின்பற்றுபவர். மஹதில் தாழ்த்தப்பட்ட மக்களுக்காக ஒரு மாநாடு நடத்தும்படி அம்பேத்கரைக் கேட்டுள்ளார். மாநாட்டின் வேலைகளை டிப்னிஸே பார்த்தார். டிப்னிஸோடு இணைந்து வேறு சிலரும் மாநாட்டு வேலைகளுக்கு உதவினர். அவர்கள் ஆனந்த்ராவ் சித்ரே என்ற CKP சாதி பிரமுகர்; மஹர் சாதியைச் சேர்ந்த சுபேதார் சவத்கர் என்ற பழைய ராணுவ வீரர்; மஹதில் மாநாடு நடத்த நகரத்துக்கு வெளியே இருந்த இஸ்லாமியர் ஒருவரின் இடத்தைத் தேர்ந்தெடுத்தனர்.[29]

சவத்கர் வேறாரு மஹரையும் அழைத்துக் கொண்டு, பக்கத்திலிருந்த கிராமம் கிராமமாகச் சென்று மக்களை மாநாட்டுக்கு அழைத்தார். ஒரு மாத காலம் பணியில் அவர் முனைந்து நின்று, மக்களை மாநாட்டுக்கு

அழைத்து வந்தார். பம்பாயில் இருந்து மக்கள் திரண்டு வந்தனர். பிராமணரல்லாதவர் ஒருவர் புனேயிலிருந்து மஹார் மக்களின் ஆதரவாளர்களைத் திரட்டிக் கூட்டிக்கொண்டு வந்தார்.[30]

தனஞ்ஜெய்கீர் மதிப்பின்படி பத்தாயிரம் மக்கள் மகாராஷ்டிராவின் பல பகுதிகளிலிருந்தும், குஜராத்திலிருந்தும் வந்திருந்தனர். ஆனால், இது ஒருவேளை மிகைப்படுத்தப்பட்டதாகவும் இருக்கலாம்.[31] ஏனென்றால், அப்போது பம்பாயிலிருந்த ஒரு செய்தித் தாள் வந்தவர்கள் வெறும் ஆயிரத்து ஐந்நூறு என்று குறிப்பிட்டிருந்தது. ஆனால் எண்ணிக்கை எதுவாயிருந்தால் என்ன? அந்த மாநாட்டுக்கு வந்தவர்களின் எண்ணிக்கை மஹார் சாதியின் பெரும் பேரெழுச்சியாகக் கருதப்பட்டது. மாநாட்டை ஒட்டி நடந்த சத்யாகிரகமும் இம்மாநாட்டின் வெற்றியைப் பலமாக எதிரொலித்தன. அந்த மாநாடு ஒரு பெரிய பந்தலின் கீழ், 19, மார்ச், 1927-ல் நடந்தேறியது. பந்தலுக்கு அப்பகுதியின் தெய்வமான வீரேஷ்வர் பெயரை இட்டிருந்தனர்.

மாநாட்டில் அம்பேத்கர் பேசினார். மாநாடு வெற்றிகரமாக முடிந்தது. மாலை செயல் கூட்டம் கூடியது. அதில் அடுத்த நாள் சௌதார் குளம் வரை ஊர்வலமாகச் சென்று, அப்பொது இடத்திலிருந்து தண்ணீர் எடுத்து வருவது, அதன் மூலம் தீண்டப்படாதவர்கள் பெற்ற உரிமையை நிலை நாட்டுவது என்றும் முடிவெடுத்தனர். டிப்னிஸ் இந்த முடிவு தானாகத் தோன்றியது என்றும், இது பற்றி முன் கூட்டியே ஏதும் பேசவில்லை என்றும் அழுத்தமாகக் கூறியுள்ளார்.

திட்டமிட்டபடி அடுத்த நாள் ஓர் நீண்ட அணிவகுப்பு சௌதார் குளத்தை நோக்கிச் சென்றது. சாதி இந்துக்களும் அதில் இருந்தனர்; தீண்டப்படாதவர்கள் அணி வகுத்துச் சென்றனர். ஏரியை அடைந்தனர். தலைவர்கள் குனிந்து நீரெடுத்துக் குடித்தனர். இது முடிந்ததும் மக்களிடையே அடுத்த வதந்தி ஒன்று பரவியது. எல்லோரும், தீண்டப் படாதவர்களும் இணைந்து, வீரேஷ்வர் கோவிலுக்குள் நுழைவது என்று முடிவெடுத்திருக்கிறார்ககள். வதந்தி பரவியது. அடுத்து சாதி இந்துக்களைச் சார்ந்த 'ரௌடிகள்' சிலர் தீண்டப்படாதவர்களை அடித்து உதைக்க ஆரம்பித்தனர் என பம்பாய் செய்தித் தாள் ஒன்று செய்தி வெளியிட்டிருந்தது.

பம்பாயிலிருந்து வரும் பம்பாய் க்ரோனிக்கிள் என்ற செய்தித் தாள் தீண்டப்படாதவர்கள் அஹிம்சையாளர்களாகவே நின்றனர்; இருபது பேர் காயமடைந்தனர். எனினும் தீண்டப்படாதார்கள் தரப்பில் இருந்து எந்த பதில் தாக்குதலும் நடக்கவில்லை என்று செய்தி வெளியிட்டிருந்தது.[32] காவல் துறை விசாரணை நடத்தியது. நான்கு சாதி இந்து பிரமுகர்களுக்கு மாவட்ட மேஜிஸ்ட்ரேட் நான்கு

மாதச் சிறைத் தண்டனை விதித்தார்.[33] தீண்டப்படாத மக்கள் மேலும் துன்பப்பட்டனர். அவர்கள் வீடு திரும்பியபோது சில சாதிய இந்துக்களால் கிராமங்களில் அடித்துத் துன்புறுத்தப் பட்டனர்.[34] ஆனாலும், தீண்டப்படாதவர்கள் காட்டிய அறவழிப் போராட்டத்துக்கு - சத்யாகிரகத்துக்கு - பலர் ஆதரவளித்தனர். அவர்களில் வீர் சாவர்காரும் ஒருவர். இவர் இந்து மதம் ஒருங்கிணைந்து உறுதியாக நிற்கவேண்டும் என்ற ஆவல் கொண்டவர். அதுவே அவரது போராட்டத்துக்கு ஆதரவளிப்பதற்கான காரணம், ஆயினும் ஆதரவு அளித்தது மிகவும் துணிகரமான வழக்கத்துக்கு மாறான செயலே.[35]

இந்த நிகழ்வு முடிவடைந்ததும், அடுத்து நடந்த ஒரு செயல் இன்னொரு மாநாடு போடவேண்டிய கட்டாயத்தைத் தந்தது. ஏரியில் நுழைந்து தீண்டப்படாதவர்கள் நீர் எடுத்தார்கள் அல்லவா? அதற்காக ஏரியைப் புனிதப்படுத்தும் சடங்கொன்று நடந்தது என்ற செய்தி பரவியது. இதற்கு எதிர்ப்பாக அடுத்து ஒரு மாநாடு மஹதில் நடத்தினர். அம்பேத்கர் தான் நடத்திய 'பஹிஷ்கிரித் பாரத்' என்ற செய்தித் தாளில் தாழ்த்தப்பட்ட மக்கள் அனைவருக்கும் 1923 ஜூன் மாதம் 26ஆம் தேதி அறைகூவல் ஒன்றை விடுத்தார்:

மஹத் இந்துக்கள் சௌதார் குளத்தைச் சுத்தம் செய்து தீட்டுக் கழித்ததற்கு எதிராக அனைத்து தாழ்த்தப்பட்ட மக்களும் ஒன்று திரள வேண்டும்; தங்களது அனைத்து சாதிகள் மீதும் மஹர் சாதி இந்துக்கள் செய்த சடங்கினால் ஏற்பட்ட தீட்டைக் கழிக்க விரும்புபவர்கள் எல்லோரும் 'பஹிஷகிரித் ஹிதாகரினி சபா'வில் உள்ள அலுவலகத்தில் முதலிலேயே பெயர் கொடுத்திட வேண்டும் என்று அறிவித்திருந்தார்.[36]

இதன் பின் விளைவாகவோ என்னவோ மஹத் நகராட்சி தாழ்த்தப்பட்ட மக்களுக்கு ஆதரவாக 1924-ல் பிறப்பித்த சீர்திருத்தச் சட்டத்தை மீண்டும் புதுப்பித்துக் கொண்டு வந்தது. தாழ்த்தப்பட்ட மக்களும் குளத்தைப் பயன்படுத்தும்படியான சட்டம் அது. இந்தப் புதிய மாற்றங்களை எதிர்த்து சில பழமைவாத இந்துக்களின் தலைவர்கள் வழக்கு ஒன்றினை அம்பேத்கர், S.N. ஷிவ்தர்க்கார், கிருஷ்ணாஜி எஸ்.கடம், கன்யா மாலு சம்பர் என்பவர்களுக்கு எதிராகத் தொடுத்தனர். இவர்களில் கன்யா மாலு சம்பர் தோல் தொழிற்சாலை ஒன்றினை மஹதில் நடத்திக் கொண்டிருந்தார். இவர் அவ்வழக்குக்கு எதிராகத் தடை உத்தரவு பெற ஒரு வழக்கைத் தொடர்ந்தார். இவ்வழக்கை விசாரித்த மாவட்ட மாஜிஸ்ட்ரேட் இவ்வழக்கு முடியும்வரை எவ்விதப் போராட்டமும் நடத்த வேண்டாமென்று வேண்டுகோள் ஒன்றைவைத்தார்.

அம்பேத்கர் 1927 டிசம்பர் 25ஆம் தேதி புதிய மாநாடு ஒன்றைக் கூட்டினார். அம்மாநாட்டின் தீர்மானங்களில் முதல் முக்கியமான தீர்மானம் மனித உரிமைகளுக்கானது. சமுதாய சமத்துவத்தை மீறும் இந்து மதத்தின் புனித நூல்களையும், அதன் மேலாண்மையையும் இது எதித்துக் கேள்வி கேட்டது. தீண்டாமையைத் தூக்கிப் பிடிக்கும் இந்துக்களின் சட்டப் புத்தகமான 'மனுஸ்மிருதி'யை மாநாட்டு மேடையின் முன் தோண்டப்பட்ட பள்ளத்தில் இட்டு எல்லோரும் பார்க்கும் வண்ணம் தீயிட்டு எரிக்கப்பட்டது. மனுஸ்மிருதியை எரிப்பது என்பது மிகவும் புரட்சிகரமான செயல். இன்றுவரை சாதி இந்துக்கள் இதே நிகழ்வை நினைவுகூர்ந்து அதை எதிர்ப்பதும் உண்டு. இந்த புரட்சிகரச் செயலுக்கு அம்பேத்கரை சிலர் முனைந்து சம்மதிக்கச் செய்தனர் என்றும் அப்போது சொல்லப்பட்டது.

இம்மாநாடு நடப்பதற்குப் பல மாதங்களுக்கு முன்பே அம்பேத்கர் வடமொழியில் இருந்த மனுஸ்மிருதியை ஒரு வடமொழிப் பண்டிதர் மூலம் முழுவதுமாக வாசித்து முடித்தார். ஆரம்பப் பள்ளி ஆசிரியர் ஒருவரை வைத்து சூத்திரர்களின் கீழ்ப்படியாமைக்குக் கொடுக்கப்படும் தண்டனைகளின் பட்டியல் ஒன்றை எடுத்துக் கொண்டார். இப்படி மனுஸ்மிருதியை எரிக்கும் யோசனையை அம்பேத்கரோடு பல ஆண்டுகள் இணைந்திருந்த சித்பவன் பிராமணரான G.N. சகஸ்ரபுத் கொடுத்திருக்கவேண்டும் என்று கருதப்பட்டது.[37]

இந்த இரண்டாம் மாநாட்டில் கலந்துகொண்ட அனைவரும் போடப் பட்டிருந்த தடைச் சட்டத்தை மீறவேண்டும் என்றும், எது நடந்தாலும் எல்லோரும் சௌதார் குளத்தில் நீரெடுக்க வேண்டும் என்பதில் மிக உறுதியாக இருந்தனர். அம்பேத்கருக்குத் தங்கள் போராட்டங்களை தெருவில் நடத்துவதைக் காட்டிலும் வழக்காடு மன்றங்களில் நடத்த வேண்டும் என்பதில் ஆர்வம் இருந்தது.

டிசம்பர் 27ம் தேதி அந்த மாநாட்டில் தன் உரையில் போராட்டத்துக்கு முன் ஒன்றுக்கு இரண்டு தடவையாவது யோசித்து முடிவெடுக்க வேண்டும் என்றார். அரசை எதிர்த்து நின்று, அவர்களது பகைமையை வளர்த்துக்கொள்ள வேண்டாம் என்றார். போராட்டத்தைத் தள்ளிவைக் கலாம் என்றார். ஆனால், என்றும் போராடித்தான் தீர வேண்டும் என்பதில் உறுதியாக இருந்தார்.[38]

மாநாட்டில் கலந்து கொண்டவர்கள் அனைவரும் அணிவகுத்து குளத்தை நோக்கி மஹத் தெருவின் வீதிகளில் சென்றனர். ஆயினும் அப்போது யாரும் நீரெடுக்கவில்லை. குறியீடாக தங்கள் எதிர்ப்பை இவ்வாறு காண்பித்தனர். பின் பம்பாய் உயர்நீதிமன்றத்தில் 1937ஆம் ஆண்டு அம்பேத்கர் தொடுத்த வழக்குக்கு வெற்றி கிடைத்தது.

தீண்டாமையைக் காரணம் காட்டி சாதி இந்துக்கள் தீண்டப் படாதவர்களை ஒதுக்கிவைப்பது காலங்காலமாக இருந்து வரும் பழக்கமல்ல என்ற தீர்ப்பை வழங்கியது.[39]

இத்தீர்ப்பு மஹர்களுக்கு எந்த அளவு உதவியாக, பயனுள்ளதாக இருந்ததோ தெரியவில்லை. ஏனெனில், அவர்கள் அந்தக் குளத்திலிருந்து வெகுதொலைவு தள்ளி வசித்து வந்தனர். ஆனால், மஹர்கள் நடத்திய சத்யாகிரகப் போராட்டமும், நீதிமன்றத்தில் அவர்களுக்குக் கிடைத்த சாதகமான தீர்ப்பும் வரலாற்றின் பக்கங்களில் மிக ஆழமாக, அழுத்தமாக எழுதப்பட்டுவிட்டன.

இன்றும் மஹத் பகுதியானது அன்று நடந்த அந்த சத்யாகிரகப் போரட்டத்தோடும், அவர்கள் எரித்த மனுஸ்மிருதியோடும் இணைத்தே நினைவுகூரப்படுகிறது. அன்று நடந்த அந்தப் பெரும் மாநாடும், அதில் அம்பேத்கர் ஆற்றிய உரைகளும் அனைவரின் ஆர்வத்தையும் தூண்டுபவையாகவே இருந்தன. அதோடு மறுநாள் தீண்டப்படாதவர்கள் முன்னெடுக்க வேண்டிய புதிய பாதைகளை இவை வெளிச்சம் போட்டுக் காண்பித்தன.

முதல் மஹத் மாநாட்டின் தீர்மானங்கள் சாதி இந்துக்களையும் அரசையும் நோக்கி எழுப்பும் கோரிக்கைகளாக இருந்தன. சாதி இந்துக்கள் தீண்டப்படாத மக்கள் தங்கள் சமூக உரிமைகளைப் பெறுவதற்கு உதவவேண்டும்; அந்த மக்களுக்கு வேலை வாய்ப்பு களைத் தரவேண்டும்; பள்ளிகளில் அந்த சாதி மாணவர்களுக்கு உணவு கொடுத்து உதவவேண்டும்; இறந்து போன கால்நடைகளை அவரவர்களே புதைத்துக் கொள்ள வேண்டும் என்று கேட்டுக் கொண்டது.

அதேபோல், அரசு தீண்டப்படாத மக்கள் இறந்த விலங்குகளைத் தின்பதற்குத் தடை விதிக்க வேண்டும்; மது விலக்கைச் சட்டமாக்க வேண்டும்; தாழ்த்தப்பட்ட மக்களுக்கு இலவசக் கட்டாயக் கல்வி தர வேண்டும்; தாழ்த்தப்பட்ட மாணவர்களுக்கு விடுதிகள் அமைத்து உதவ வேண்டும்; முன்பே இயற்றிய 'போலே தீர்மானங்கள்' உண்மையில் நடைமுறைப்படுத்தப்பட வேண்டும். தீர்மானங்களின் வழியாக இந்தக் கோரிக்கைகளை சாதி இந்துக்கள் மீதும், அரசின் மீதும் அம்பேத்கர் வைத்தார்.[40]

இரண்டாவது மாநாட்டின் தீர்மானங்கள் வேறு விதமாக இருந்தன. மீண்டும் மீண்டும் சாதி இந்துக்களையும், அரசினையும் வற்புறுத்தக் கூடாது என்பதாலோ அல்லது இயக்கம் தனித்து நிற்கும் வல்லமை பெற்று நிற்கிறது என்ற எண்ணத்தினாலோ, ஒன்பது மாதங்கள் கழித்து

நடந்த இரண்டாம் மஹத் மாநாட்டில் எடுக்கப்பட்ட புதுத் தீர்மானங்கள் மாற்றுப் பார்வையோடு இருந்தன. நான்கு தீர்மானங்கள் அதில் நிறைவேற்றப்பட்டன. மனித உரிமைகள் பற்றிய தீர்மானமும், மனுஸ்மிருதியைச் சாடும் தீர்மானம் ஒன்றும், இந்துக்கள் அனைவரும் ஒரே தரத்தில் மதிப்பிட வேண்டும் என்ற மூன்றாவது தீர்மானமும், அர்ச்சகர்களாக அனைத்து சாதியினரும் ஆகலாம் என்ற அறிவுறுத்தல் கடைசித் தீர்மானமாகவும் வந்தன.[41]

அம்பேத்கர், தான் பேசும் கூட்டங்கள் அனைத்திலும் தாழ்த்தப்பட்ட மக்கள் தங்களுக்குள் பிளவு ஏதுமின்றி ஒன்றுபட்டு நிற்க வேண்டும் என்பதை வலியுறுத்திக் கொண்டே இருந்தார். பெண்களுக்கான கூட்டம் ஒன்றில் அவர் பேசியது:

உங்களை நீங்களே தாழ்த்திக் கொள்ளாதீர்கள். நீங்கள் தீண்டப்படத் தகாதவர்கள் என்ற நினைப்பை அறுத்தெறியுங்கள். சுத்தமான வாழ்க்கை வாழப் பழகுங்கள். நீங்களும் மற்ற சாதிப் பெண்கள் போல் உடையணியுங்கள். உங்களுக்குள்ளே ஒருவருக்கு ஒருவர் நட்புறவையும் நல்ல எண்ணங்களையும் வளர்த்துக் கொள்ளுங்கள். உங்கள் கணவன்மார்களோ, மகன்களோ குடித்திருந்தால் அவர்களுக்கு உணவளிக்காதீர்கள். பிள்ளைகளைப் பள்ளிகளுக்கு அனுப்புங்கள். அவர்களுக்கு மட்டுமல்ல, பெண்களுக்கும் கல்வி மிகுந்த தேவையான ஒன்று. நீங்கள் எல்லோரும் கல்வி கற்றுக் கொண்டால் முன்னேற்றம் வெகு விரைவில் ஏற்படும். நீங்கள் எப்படியோ... அப்படித்தான் உங்கள் பிள்ளைகளும் இருப்பார்கள். பிள்ளைகளை முறையாக நல்லொழுக்கத்தோடு உருவாக்குங்கள்.[42]

இந்த மகளிர்க்கான கூட்டத்தில் மூவாயிரம் பேர் திரண்டு வந்திருந்தார்கள் என்று கீர் கூறியுள்ளார். அதோடு பெண்களுக்கு மட்டுமே என்று கூடிய கூட்டம் இந்தியாவிலேயே இதுதான் முதல் முறை. பெண்கள் வெறுமனே கூட்டத்துக்கு வந்து போனதையும் தாண்டி, பல பெண்கள் மாநாட்டின் அதிகாரபூர்வ நிகழ்வுகளிலும் கலந்து கொண்டனர். மனுஸ்மிருதிக்கு எதிரான தீர்மானத்தை திருமதி கங்குபாய் சவாந்த் என்பவர் வழிமொழிந்தார்.[43]

மஹதில் நடந்த இன்னொரு சம்பர் மாநாட்டிலும் அம்பேத்கர் சொற்பொழிவு ஆற்றினார். ஆனால், இந்த மாநாட்டில் ஒரே ஒரு சம்பர் தலைவர் மட்டுமே கலந்து கொண்டார். பல சம்பர்கள் மாநாட்டில் கலந்து கொள்ளவில்லை. அம்பேத்கர் தன் உரையில் 'சுயமரியாதை யோடு நீங்கள் வாழ விரும்புகிறீர்களா அல்லது கூண்டில் அடைபட்டுக் கிடக்கும் செல்லப் பிராணிகள் போல இருக்கப் போகிறீர்களா?' என்று வன்மையோடு கேட்டார்.[44]

மஹறதில் பேசிய இந்தப் பேச்சில் இரு உண்மைகள் தெரிகின்றன. சம்பர்கள் அம்பேத்கரின் இயக்கத்தில் பெருமளவில் சேர விரும்பவில்லை. அம்பேத்கரின் உரையை உரைகல்லில் தேய்த்துப் பார்த்தால் அவரும் மிகச் சரியான முறையில் அவர்களை அணுகவில்லை. சம்பர்கள் எண்ணிக்கையில் மிகக் குறைவானவர்கள். அவர்கள் மஹர்கள்போல் இல்லாமல் பெரும்பாலும் நகர்ப் புறங்களில் வாழும் மக்கள். தோல் தொடர்பான தொழிலிலும், காலணி செய்வதிலும் ஈடுபட்டு, பொருளாதாரத்தில் மஹர்களைவிட உயர்ந்த இடத்தில் இருந்தனர். அதேபோல் மஹர்களைவிட கல்வியிலும் உயர்நிலையில் இருந்தனர். மஹர்களைவிடத் தாங்கள் உயர்ந்தவர்கள் என்ற மனப்பான்மையோடு அவர்கள் இருந்ததால், அவர்கள் மஹர்களோடு இணைந்து போராடும் கடும் முயற்சியில் இறங்க மறுத்துவிட்டனர்.

அம்பேத்கரின் போரட்ட முறைகள்: ஆலய நுழைவுப் போராட்டம்

குளத்து நீரை எடுத்துப் பயன்படுத்துவதற்கு வந்த எதிர்ப்பையடுத்து மஹத் அமைப்பு தன்னிச்சையாகப் பல போராட்டங்களை முன்னெடுத்தது. அதே 1927-ல் மூன்று கோவில்களில் நுழைவுப் போராட்டம் ஆரம்பித்தது.

மாநாடும் அதனைத் தொடர்ந்து அந்தப் போராட்டங்களும் சில சாதகமான அறிகுறிகளைக் கொடுத்தன. மஹர்கள் ஓரளவு ஒற்றுமையாக இணைந்துகொண்டனர்; சுதந்திர உணர்வும் பிறந்திருந்தது. இதனால் தங்களுக்கு இந்தப் போராட்டங்களால் பின்னால் விளையக் கூடிய சமூக, பொருளாதாரப் புறக்கணிப்புகளை எதிர்கொள்ளும் தைரியம் பிறந்திருந்தது. இதனால் பாரம்பரியமாக இருந்த பல பழமையான பழக்க வழக்கங்களைப் புறக்கணித்து, எதிர்த்து நிற்க முயன்றனர்.

ஆலய நுழைவும் ஒரு மாநாடு நடத்துவது போன்ற ஒரு பெரும் முயற்சிதான். நகரத்துத் தலைவர்களை ஒருங்கிணைத்து ஒரு பெரும் கூட்டத்துக்குத் தயார் செய்ய வேண்டும். சாதி இந்துத் தலைவர்களில் சிலரின் ஒத்துழைப்பைப் பெறவேண்டும். இதற்கும் மேலே, அம்பேத்கரது தலைமையும், அவரது முன்னிலையும் பெரும் பங்கு வகித்தது.

அம்ரோத்தி, புனே, நாசிக் என்ற இந்த மூன்று இடங்களில்தான் ஆலய நுழைவுப் போராட்டம் நடந்தது. இதே நகரங்களில் தான் ஏற்கெனவே மஹர்கள் புதிய இயக்கங்களையும், பள்ளிகளையும் ஆரம்பிக்க

முனைந்திருந்தனர். இந்த மஹர் இயக்கங்களின் வளர்ச்சியில் பிறந்தது தான் ஆலய நுழைவுப் போட்டம். இப்போராட்டத்தை அவர்கள் 'ஆலய சத்யாகிரகம்' என்றழைத்தனர். போராட்டம் முழுமையும் அமைதியான, வன்முறையற்ற போராட்டங்களுமாக இருந்தன. இந்தமுறைகளுக்கு முக்கிய காரணமாக இருந்தது மகாத்மா காந்தியின் தாக்கம்தான். ஆனால், காந்தியோ, அவரது தொடர்பில் உள்ளவர்களோ இப்போராட்டங்கள் எதிலும் சிறிது கூட கலந்து கொள்ளவில்லை. அவையெல்லாம் தீண்டப்படாதவர்களின் முயற்சிகளாகவே இருந்தன.

இந்த சத்யாகிரகப் போராட்டங்களில் அம்பேத்கரது நிலைப்பாடு சிறிது தெளிவற்றே இருந்தது. முதல் இரு கோவில் சத்யாகிரகத்திலும் அவர் நேரடியாகப் பங்குகொண்டார். மூன்றாவது போராட்டத்தில் அவர் நேரடியாகப் பங்கு பெறாவிட்டாலும், அவரது பெயர் முன்னிலைப் படுத்தப்பட்டது. ஆனால், இந்த மூன்று போராட்டங்களின் ஆரம்பப் புள்ளியோ, மையப் புள்ளியோ அவர் இல்லை. தூண்டுகோலாகக்கூட அவர் இப்போராட்டங்களில் இல்லை. தீண்டப்படாதவர்கள் நடத்தும் பெரும் போராட்டங்களில் தவிர்க்கமுடியாமல் நடக்கும் வன்முறைகள் அஹிம்சையை விரும்பிய அம்பேத்கருக்கு உவப்பானதாக இருந்திருக்கவில்லை.

அதோடு இந்து சமயத்தோடு அவருக்கிருந்த பிணக்குகள், கல்வியின் மேல் அவருக்கிருந்த அக்கறை, சமயம் சார்ந்த உரிமைகளைவிட நாடாளுமன்ற பிரதிநிதித்துவத்துக்கு அவர் தந்த முன்னுரிமை இவையெல்லாம் இந்த ஆலய நுழைவுப் போராட்டத்தில் அவர் இணைந்து நிற்பதை எதிர்க்கவில்லை. ஆனால், அம்பேத்கர் இந்த ஆலய நுழைவுப் போராட்டங்களை முன்னின்று வழிநடத்தியிருக்க வில்லை. இப்போராட்டங்களில் அவரது முனைப்பும் ஈடுபாடும் பெயரளவில் மட்டுமே இருந்தன. ஆனால், மஹர் சமுதாயத்துக்குள் ஏற்பட்ட உணர்ச்சி அலைகள் தொடர்ந்து ஓடி, இறுதியில் அம்பேத்கர் விரும்பும் ஒற்றுமையையும், புத்துணர்வையும் வெளிக்கொண்டு வந்தன.

மஹர்களின் ஆலய நுழைவுப் போராட்டம் முதன்முதலில் பம்பாய்க்கு அருகில் உள்ள பெரார் பகுதியில் உள்ள அம்ரோத்தி என்ற சிறு நகரத்தில் ஆரம்பித்தது.[45] இரு தலைவர்கள் இதில் மிகுந்த ஈடுபாட்டோடு கலந்து கொண்டனர். ஒருவர் முனைவர் பஞ்சப்ராவ் தேஷ்முக் - சாதி இந்துவான இவர் பிராமணரல்லாதார் இயக்கங்களில் முழு மூச்சுடன் செயல்பட்டவர். இன்னொருவர்ஜி.ஏ. கவாய் - கல்வித் துறையிலும் (முனிசிபாலிடி) நகர அமைப்புக் குழுவிலும் திறமையோடு செயல்பட்டு வந்த மஹர். இந்த இரு தலைவர்களும்

பல மாதங்களாக கோவில் நிர்வாகத்தினரோடு பேச்சுவார்த்தை பல தடவை நடத்தினர். பயன் ஏதுமில்லை.

இதனைத் தொடர்ந்து 1927, நவம்பர் 13ஆம் தேதியில் அம்ரோத்தி நகரில் உள்ள திரைப்பட அரங்கில் தீண்டப்படாத மக்களின் கூட்டம் ஒன்று நடந்தது.[46] அப்பகுதி மக்கள் தலைவர்கள் அம்பேத்கரை தலைமை தாங்க அழைத்தனர். அம்பேத்கர் தன் முதல் உரையைப் பேசி முடித்தபின், அவரது சகோதரர் உயிரிழந்த செய்தி வந்து, அவர் பம்பாய்க்குத் திரும்பச் சென்றுவிட்டார். கூட்டத்தில் சத்யாகிரகத்தைச் சிறிது காலம் தாழ்த்தி நடத்தலாம் என்று முடிவெடுக்கப்பட்டது. ஆனால், அதன்பின் நடந்த நுழைவுப் போராட்டம் சரியான தலைமை இல்லாததால் அரைகுறையாக முடிந்தது. தீர்வு எதுவும் இல்லை. இதனால் ஜி.ஏ. கவாய் சத்யாகிரகம் நடக்கவே இல்லை என்று குறிப்பிட்டார். ஆனால் வயதான இரு மஹர்கள் அம்பா தேவி கோவிலுக்கு மஹர் சாதியினர் அணி வகுத்துச் சென்றனர் என்றும் இதனால் சில மஹர்களுக்கு காவல் துறையின் தாக்குதலோ அல்லது சிறைத் தண்டனையோ அல்லது இரண்டுமோ சேர்ந்து கிடைத்தன என்று நினைவுகூர்ந்தனர்.

அம்ரோத்திசத்யாகிரகம் வெற்றிகரமான நிகழ்வு என்று மஹர் வரலாற்றில் குறிப்பிட முடியாது. ஒரு அரைகுறை நிகழ்ச்சியே அது. ஆனாலும் அது வரலாற்றில் ஓர் அடையாளக் கல்தான். ஏனெனில், தோல்வியுற்ற இந்த நிகழ்வு மஹர் சாதியினரின் உள்ளுணர்வுக்கும் எழுச்சிக்கும் அடையாளமாக என்றும் இருக்கும். பெரிய முடிவு என்று ஏதும் எட்டாமல் போயிருக்கலாம். ஆனால், மாதக்கணக்காக கோவில் நிர்வாகத்தோடு நடந்த பேச்சு வார்த்தைகள்... மாநாடு நடத்தத் திட்டமிடல்... இரண்டாண்டுகளாக அதற்காக நடந்த முயற்சிகள்... அனைத்தும் மஹர்களின் போராட்டத்தின் அடித்தளம்தான். அவற்றுக்கு வரலாற்றில் நிச்சயம் இடம் உண்டு.

1929ஆம் ஆண்டு புனே அருகில் பார்வதி என்ற இடத்தில் நடந்த இரண்டாம் சத்யாகிரகம் மிகவும் தீவிரமாக இருந்தது. இந்தப் போராட்டத்துக்காக அமைக்கப்பட்ட குழுவின் தலைவராக பழைய மஹர் தலைவர் ஷிவ்ராம் ஜன்ப காம்ப்ளே இருந்தார். அவருக்குத் துணையாக பிராமணர் அல்லாதாரின் மராத்தியத் தலைவராக இருந்த கே.எம். ஜெதே என்பவர் சகாயக் மண்டல் (ஒத்துழைக்கும் குழு) என்ற அமைப்பின் சார்பாக இப்போராட்டத்தில் கலந்துகொண்டார். மேலும், இரண்டு மஹர் தலைவர்கள் - ஆர் தோரத், ஆர்.எஸ். காட்கே என்பவர்களும், மங் சாதியினர்[47] என்ற சந்தேகத்துக்குரிய கேஜி. படதே (Patade), இரண்டு பிராமணர்களான என்.வி.காட்கில், எஸ்.எம்.ஜோஷி

என்ற இருவரும் காம்ப்ளேயோடு இணைந்து செயலாற்றினர்.[48] இவர்களோடு இன்னும் பல சாதி இந்துக்களும் போராட்டத்தில் நேரடியாகக் கலந்துகொண்டனர்.

போராட்டம் நடந்த அன்று பார்வதி மலைப் பகுதியின் அடிவாரத்தில் நூற்றுக்கணக்கான மக்கள் ஒன்று திரண்டனர். பேஜ்வா காலத்தில் கட்டப்பட்ட கோயில்கள் அந்த மலையின் உச்சியில் மகுடம் போல் காட்சியளித்துக்கொண்டிருந்தன. அக்கோயிலை நோக்கிச் செல்லும் படிக்கட்டுகளில் நான்கு பெண்கள் உட்பட பன்னிரண்டு சத்யாகிரகிகள் கோவிலை நோக்கி மலையேற ஆரம்பித்தனர். சாதி இந்துக்களால் அவர்கள் தாக்கப்பட்டனர். பல சத்யாகிரகிகள் தாக்கப்பட்டனர். பின்னாளில் அம்பேத்கரோடு இணைந்து செயல்பட்ட சம்பர் சாதித் தலைவர் ப.என். ராஜ்போஜ் என்பவரும் இந்தத் தாக்குதலில் காயமடைந்தார். அவர்கள் மருத்துவமனைக்குக் கொண்டு செல்லப்பட்டனர்.

அதற்குள் ஆங்கிலேய ஆட்சியரும், காவல் துறையும் போராட்டக் களத்துக்கு வந்து போராட்டக்காரர்களுக்குப் பாதுகாப்பு அளித்தனர். அவர்களது உதவியுடன் சில சத்யாகிரகிகள் மலையேறி கோவில் வாசலை அடைந்துள்ளனர். ஆனால், கோவில் கதவுகளை அவர்களுக்காக அங்கு யாரும் திறந்து வைத்திருக்கவில்லை. போராட்டக்காரர்கள் தினந்தோறும் நாலைந்து பேர் கோவில் வாசலில் இரவும் பகலும் தொடர்ந்து அமர்ந்திருந்தனர். நான்கு மாதங்கள் இப்போராட்டம் நீடித்தது. கோவிலின் கதவுகளைப் பூட்டியே வைத்துள்ளனர். மாதங்கள் கடந்ததும் போராட்டம் மெல்ல கரைந்து இறுதியில் நின்று போனது.

இந்திய தேசிய காங்கிரஸின் தீண்டாமைக்கு எதிரான உதவிக் குழு 1929 ஏப்ரல்-டிசம்பர் மாதங்களில் அறிக்கை ஒன்றை வெளியிட்டது. பார்வதி சத்யாகிரகத்தைப் பற்றியும், அதன் மீது காங்கிரஸ் கட்சி கொண்டிருந்த கருத்து பற்றியும் அவ்வறிக்கை தெளிவாகப் புரிய வைத்தது. அக்குழுவில் பண்டிட் மாளவியா, ஜம்னாலால் பஜாஜ் என்ற வார்தா பகுதியின் தொழிலதிபரும் இருந்தார்கள். இவர்களில் பஜாஜ் தனது மாவட்டத்தில் தீண்டப்படாதவர்களுக்காக என்றே தனிக் கோவில் ஒன்று கட்டிக் கொடுத்துள்ளார். அவர்கள் தங்கள் அறிக்கையில் ஏறத்தாழ ஆறு கோவில்களில் தீண்டப்படாத மக்களையும் கோவிலுக்குள் வர அனுமதி அளித்துள்ளனர் என்றும், புனேயில் நடந்த சத்யாகிரகப் போராட்ட வடிவத்துக்கு எதிரான தங்கள் கருத்தையும் விரிவாகப் பதிவிட்டிருந்தனர்:

சார்ஜென்ட் போபத்கர் புனேயின் அஸ்பரிஷ்யாத்த நிவாரக் மண்டல் (தீண்டாமை தடுப்புக் குழு, புனே) குழுமத்தின் தலைவர். இவர் புனேயில் உள்ள பார்வதி கோவிலின் காப்புக் குழுவுக்குப் பொருள் பொதிந்த கருத்துக்களோடு, எல்லா இந்து மக்களோடு தீண்டப்படாத மக்களையும் கோவிலுக்குள் அனுமதிக்கும்படி கோவிலின் கதவுகளை அவர்களுக்காகத் திறந்து விட வேண்டுமென்ற வேண்டுகோளைத் தன் அறிக்கையில் கொடுத்திருந்தார். பல சாதி இந்துக்களும் இம்முயற்சிக்குத் தங்கள் ஆதரவைத் தெரிவித்திருந்தனர்.

இம்முயற்சி வெற்றியடையும் நிலைக்கு வருவதாக இருந்தபோது, திடீரென்று, 'ஆலய நுழைவு சத்யாகிரகம்' என்று அதிரடியாக நேரடிச் செயலில் சிலர் இறங்கிவிட்டனர். புனேயில் உள்ள தீண்டப் படாத மக்களின் தலைவர்களில் சிலர் இந்த முயற்சியைக் கையில் எடுத்துக்கொண்டுள்ளனர். பார்வதி கோவிலுக்குள் எப்படியும் நுழைந்துவிடுவது என்று முயற்சியெடுத்துள்ளனர்.

திடீரென்று ஒரு சுயமரியாதை உணர்வு தாழ்த்தப்பட்டவர்களின் மனதில் சமீப காலத்தில் எழுந்துள்ளது. அவர்களின் தலைவர்கள், மாற்றங்கள் மிக மெதுவாக நடப்பதால் தங்கள் பொறுமையை இழந்துள்ளனர். சாதி இந்துத் தலைவர்களையும் பணியாளர் களையும் தாக்கியுள்ளனர். இஸ்லாமியரும், கிறிஸ்துவர்களும் கூட பொறாமையுடன் பார்க்கும்வகையில் தீண்டப்படாத மக்களின் தரத்தை உயர்த்துவதற்காகவே தாங்கள் இத்தனை முயற்சியெடுப் பதாகக் கூறியுள்ளனர்.

மக்கள் எல்லோரும் சமமே என்ற கருத்தை முன் வைத்து, வெளியிடங்களில் சமத்துவம் காண வேண்டும். பொது இடங்களில் அனைவரும் ஒன்றாக உணவருந்துவது, கலப்புத் திருமணம் போன்றவை நடந்தேற வேண்டும் என்கின்றனர்.

தாழ்த்தப்பட்ட இந்து மக்கள் இஸ்லாமிய மதத்துக்கு மாறிச் செல்வதே இந்து சமயத்துக்கு தக்க பதிலடியாக இருக்கும் என்ற கருத்தில் மதம் மாறுபவர்களை ஊக்குவிக்கின்றனர். பம்பாயில் தீண்டப்படாத மக்களின் தலைவர்கள் நடத்திய சத்யாகிரகப் போராட்டம் மகாத்மா காந்தியின் சத்யாகிரகப் போராட்டத்தோடு எவ்வித ஒட்டுதலும் ஒற்றுமையும் கொண்டதில்லை. அஹிம்சை வழிமுறைகள் குறித்து அவர்கள் பெரிதாக எதையும் பொருட் படுத்தவில்லை. பம்பாயிலும் புனேயிலும் உள்ள இந்து மக்களின் மனதை இப்போராட்டம் கசப்படைய வைத்துள்ளது. இதுவரை

இருந்த நல்லெண்ணங்கள் திசைமாறிவிட்டன. இப்போராட்டம் நிலவியிருந்த நல்ல சூழலை மிகவும் பாதித்துவிட்டது...

புனே சத்யாகிரகம் இரு வார காலத்துக்கு நிறுத்தி வைக்கப்பட்டது. அஸ்பரிஷ்யாத்த நிவாரக் மண்டல் அமைப்பின் தலைவர்களான திருவாளர்கள் கேல்கர், ஜெயகர், ஜம்னாலால் பஜாஜ் கோவில் நிர்வாகிகளிடம் பேச்சுவார்த்தை நடத்தினர். அப்பேச்சுவார்த்தை தோல்வியடைந்ததற்கு நிர்வாகிகள் மனதில் தோன்றி விட்ட நம்பிக்கையின்மையும், கசப்பான சூழ்நிலையும் முக்கிய காரணிகளாக இருந்தன. இதனால் நிறுத்திவைக்கப்பட்டிருந்த சத்யாகிரகம் மீண்டும் தொடர்ந்தது. தீண்டப்படாத மக்களின் சிறு குழுக்களும், அவர்களுக்கு தரவு தரும் சாதி இந்துக்களும் இப்போராட்டத்தைத் தொடர்ந்தனர்.

ஆதரவு தரும் சாதி இந்துக்கள் போராட்டத்தின் ஆரம்பத்திலிருந்தே சத்யாகிரகப் போராட்டக்காரர்களுடன் தங்களை முழுமையாக இணைத்துக்கொண்டார்கள். தினமும் அவர்கள் பார்வதி கோவிலுக்கு வந்து, கோவில் வாசலுக்கு எதிர்த்தாற்போல் உள்ள படிகளில் அமர்ந்து கொண்டு போராட்டத்தைத் தொடர்ந்தார்கள். போராட்டம் ஆரம்பித்ததும் கோவில் நிர்வாகிகளால் பூட்டப்பட்ட கோவில் கதவு இன்னும் திறக்கப்படாமல் பூட்டியே கிடந்தது. இந்த இறுகிய சூழலிலும் போராட்டக்காரர்கள் எவ்வித வன்முறையிலும் இறங்காமல் இருந்தனர். சில நேரங்களில் எதிராளிகளாக இருந்த சாதி இந்துக்களிடமிருந்தோ, காவலுக்கு நிர்வாகிகளால் நிறுத்தி யிருந்த காவலாளிகளாலோ தூண்டிவிடப்பட்டாலும், வன்முறை களை ஆரம்பித்தாலும் போராட்டக்காரர்கள் முழுமையாக அமைதி காத்து நின்றனர்.

இந்த சமாதானக் குழு பல மாதங்கள் தொடர்ந்து கடினமாக உழைக்க வேண்டியிருந்தது. பிராமணர் - பிராமணர் அல்லாதார் நடுவே ஏற்கெனவே புனே பகுதிகளிலும் தக்காணப் பகுதிகளிலும் இருந்து வந்த கசப்புணர்வு போராட்டத்தின் தன்மையை மிகவும் கடுமையாக்கியது.[49]

மராத்தி மொழியில் போவாடா (Powada) பாணியில் எழுதப்படும் நீண்ட கவிதை மூலம் பார்வதி சத்யாகிரகம் பற்றிய பாடல் ஒன்று மஹர்களின் பரம்பரையிலிருந்து எழுதப்பட்டது.[50] வழக்கமான முறையில் கடவுள் கணபதிக்கான வணக்கத்தோடு பாடல் ஆரம்பிக்கிறது. அதன் பின் பார்வதி கோவிலிலுள்ள சிவன் பார்வதியை அவர்களது பல பெயர்களோடு அழைத்து, பாடல் தொடர்கிறது.

உடன்பிறப்புகளே!
எழுமின்! வாருங்கள் அனைவரும்
அன்னை பார்வதியின் அடி தொழுவோம்
உண்மையென்னும் கொடிகளை இறுகப் பற்றிக் கொண்டு
சங்கரரைக் காணச் செல்வோம்

அருள்நிறை சங்கரர் சதாசிவம்
நமக்காகக் காத்திருக்கிறார்
ஏழையோ.. செல்வந்தனோ...
எல்லோருமே அவருக்கு ஒன்றுதான்
ஏற்றத் தாழ்வு அவரிடமில்லை
யாரையும் அந்தத் தெய்வம் ஒதுக்குவதுமில்லை

உண்மை தரும் பாதுகாப்போடு
நாமும் செல்வோம் நம் தெய்வம் சம்பாவிடம்
நம் மனதின் அனைத்து துயரங்களையெல்லாம்
கொட்டித் தீர்ப்போம் அன்னை பார்வதியிடம்

நம் மனத்தின் முழுத் திண்மையோடு
கணபதி தெய்வத்திடம் முறையிடுவோம்
உண்மை வலியது

போவோடா மேலும் தொடர்கிறது. தங்களுக்குத் துணையாக நிற்கும் மராத்தா மக்கள் பற்றியும், பிராமணர்கள் பற்றியும் பேசுகிறது; போராட்டத்தை வேடிக்கை பாக்கும் மக்கள், படம் எடுக்கும் புகைப்படக்காரர்கள் பற்றியும் வர்ணிக்கிறது. அடிப்படைவாதிகளின் தாக்குதல்களும், அடிபட்ட ராஜ்போஜ் நிலை பற்றியும், ஆட்சியர் வருகை பற்றியும், போராட்டத்தை நீர் ஊற்றி அணைக்க எடுக்கும் முயற்சி பற்றியும் விவரங்களாகப் பாட்டில் வருகின்றன.

இறுதி வரிகள் இறைவன் சங்கரிடம் இவ்வாறு இறைஞ்சுகின்றன. 'அமைதியாக நின்று விடாதே; உன் பிள்ளைகளைக் காப்பதுவே உன் கடமை இல்லையா?'

பாடல் முழுவதும் அம்பேத்கரின் பெயர் இடம்பெற்றிருக்கும். அப்பெயரோடு சிவாஜி மகாராஜ் அவர்களின் பெயரும், சொக்க மேளாவின் பெயரும் அவ்வப்போது இணைந்து வரும். பாட்டின் இறுதியில் சத்யாகிரகத்தை முடிவுக்குக் கொண்டு வரும் முயற்சிகள் பற்றிச் சொல்லிவிட்டு, இறுதியாக, 'யாருடைய அறிவுரையையும் கேட்காதே, அம்பேத்கரைத் தவிர' என்று சொல்லி முடிக்கப் பட்டிருக்கும்.

இப் பாடலைப் படிக்கும் ஒருவருக்கு சத்யாகிரகிகள் அனைவரும் கடவுளும் நியாயமும் தங்கள் பக்கமே இருப்பதாக நினைத்ததும், சிவாஜி மஹராஜுக்கும் சொக்க மேளாவுக்கும் இணையாக அம்பேத்கர் அம்மக்களுக்குப் பெரும் கதாநாயகராக இருந்தாரென்பதும் எளிதாகப் புரிந்திருக்கும்.

காலத்தின் ஓட்டத்தில் பார்வதி கோவில் சத்யாகிரகப் போராட்டம் நடுவில் கரைந்து போனது. ஆனால், அப்போராட்டத்தின் விளைவாக மக்களிடம் எழுந்த ஆற்றல் வேறு பக்கம் திரும்பியது. தாழ்த்தப்பட்ட மக்களுக்கு வெற்றிகரமாகப் பல தேநீர்க் கடைகள் திறந்துவிடப் பட்டன. 1947வரை கோவில்களும் கடவுள்களும் தீண்டப்படாத பக்தர்களின் கவனத்துக்கு அப்பால் பத்திரமாக இருந்தன.

போராட்டத்தின் இன்னொரு விளைவாக மஹர் சாதி மக்கள் தங்களுக்குக் கிடைத்த விளம்பரம், தங்களுக்குள் ஏற்பட்ட ஒற்றுமை மூலம் இயக்கத்துக்குப் புத்துயிர் ஊட்டினர். ஆனாலும் இந்த ஒற்றுமை வேறு தாழ்த்தப்பட்ட சாதியினரோடோ, சாதி இந்துக்கள் கூடவோ ஏற்படவேயில்லை. இருந்த உறவுகளும் விலகிப்போய்விட்டன. இப்போராட்டத்தின் மூலம் இன்னொரு உண்மையும் தெளிவாகத் தெரிந்தது. சத்யாகிரகம் தோற்றது - ஏனெனில் சமய உரிமைகளைப் பெற போராட்டத்தினாலேயோ, எதிர்ப்பினாலேயோ முடியாது என்பது புரிந்தது. அதுவும் இப்போராட்டத்துக்குத் தடுப்பாகவும், தடங்கலாகவும் காங்கிரஸ் தலைவர்கள் இருந்தார்கள். இதனால் மஹர்களுக்கு காந்தியின் மீதும், காங்கிரஸ் கட்சியினர் மீதும் சுத்தமாக நம்பிக்கை இல்லால் போனது.

ஆலய நுழைவுப் போராட்டத்தின் இறுதி நிகழ்வு மிகவும் பெரிய அளவில் கோதாவரிக் கரையில் இருக்கும் நாசிக் நகரில் நடந்தது. மகாராஷ்டிரா மாநிலத்தில் நடக்கும் மிகப் பெரிய புனிதப் பயணம் இந்த நகரத்துக் கோவிலுக்குப் போவதுதான். நாசிக் நகரத்து டி.கே. கெய்க்வாட் இப்போராட்டத்தை அதிகமாகத் தூண்டிவிட்டார். அம்பேத்கரும் இந்த சத்யாகிரகத்தில் மிகுந்த ஆர்வம் காட்டினார். அவ்வப்போது கெய்க்வாடுக்கு வழிகாட்டிக் குறிப்புகளைப் பம்பாயிலிருந்து அனுப்பிவைத்தார். சத்யாகிரகம் நடக்கும் இடங்களுக்கு நேரடியாக வருகை தந்தார்.

இந்த ஆலய நுழைவுப் போராட்டம் 1930-ல் ஆரம்பித்தது. அம்பேத்கர் வேறு மதத்துக்கு மாறிவிடவேண்டும் என்று முடிவெடுத்த 1935ம் ஆண்டோடு முடிவுக்கு வந்தது. ஆனால், பார்வதி கோவில் சத்யாகிரகம் போலில்லாமல் திடமான திட்டத்தோடு இந்த சத்தியாகிரகம் நீடித்து நடந்தது. கிட்டத்தட்ட மஹர்கள் மட்டுமே

தனித்துத் திரண்டு நின்று நடத்தினர். அச்சமயத்தில் லண்டனில் வட்டமேஜை மாநாடு நடந்தது. அதில் அம்பேத்கர் தீண்டப்படாதவர்கள் சாதி இந்துக்களிலிருந்து விலகி, தனித்து நிற்பவர்கள் என்றும், இவ்விதமாகவே அரசினால் அவர்கள் தனித்துக் கருதப்பட வேண்டும் என்றும் வாதிட்டார். மஹர்களின் நாசிக் கோவில் போராட்டம் அம்பேத்கரின் அந்தத் தீர்மானத்துக்கு வலுச் சேர்த்தது.

நாசிக்கில் நடந்த ஆலய நுழைவுப் போராட்டம் காலாராம் கோவிலில் நடந்தது. இந்த இடத்துக்குப் புராணக் கதைகள் மூலம் ஒரு சிறப்பிடம் இருந்தது. ராமாயணக் காவியத்தில் அயோத்தியாவை விட்டு நாடு கடந்து செல்லும் போது, ராமன், சீதா, லட்சுமணன் ஆகியோர் அந்த இடத்தில் தங்கியிருந்ததாகச் சொல்லப்படுவதுண்டு. அதனால் இந்து சமயத்தினருக்கு இது ஒரு புனித இடம். இந்நகர் நோக்கி மக்கள் புனிதப் பயணமாக வருவார்கள். இக்கோவிலில்தான் அம்பேத்கர் ஆலய நுழைவுப் போராட்டத்தை மேற்கொண்டார். மஹர் சாதித் தலைவரான கெய்க்வாட் போராட்டத்தை முன்னின்று வழி நடத்தினார்.[51] திட்டங்களை அம்பேத்கர் தீர்மானித்தார்.

1930, மார்ச் மாதம் 4ஆம் தேதி போராட்டம் ஆரம்பித்தது. இதற்கு முன்பே பல முன்னேற்பாடுகளும், நிறைய விளம்பரங்களும் செய்யப்பட்டன. பத்தாயிரம் தீண்டப்படாத மக்கள் நாசிக்கில் திரண்டனர்.[52] என்.வி.காட்கில் என்ற பிராமணர் பார்வதி சத்யாகிரகத்திலும் பங்கேற்றவர், இந்த நாசிக் போராட்டத்தைப் பற்றியும் தன் கருத்துகளைத் தந்துள்ளார். அவருக்கு மஹர்களின் போராட்டத்தின் மீது மிகுந்த அக்கறையும் இரக்கமும் இருந்தது. நாசிக் போராட்டத்தில் அம்பேத்கர் மஹர்கள் கூட்டத்தில் பேசியதை காட்கில் தொகுத்தளித்துள்ளார்:

நமது பிரச்னைகள் கோவிலுக்குள் நுழைவதால் மட்டும் முடிந்து விடப் போவதில்லை. அரசியல், பொருளாதாரம், கல்வி, மதம் அனைத்துமே நமது பிரச்னைகளுக்கான காரணம். இன்று நடக்கும் ஆலய நுழைவுப் போராட்டம் இந்து சமயத்தினருக்கு முன் நிற்கும் ஒரு கேள்விக்குறி. இந்துக்கள் நம்மையெல்லாம் மனிதர்களாகக் கருதப்போகிறார்களா இல்லையா என்பதற்கான பதில் இன்று நமக்குக் கிடைக்கும்.

கோவிலின் உள்ளே கடவுளாக வீற்றிருப்பது வெறும் ஒரு கல்தான். சாமி தரிசனமும், அவருக்குப் பூசை நடத்துவதும் நமது பிரச்னைகளின் தீர்வாக இருக்காது. இருப்பினும் ஒரு முயற்சி எடுப்போம். போராட்டத்தை ஆரம்பிப்போம். அது சாதி

இந்துக்களின் மனதை எந்த அளவு மாற்றுகிறது என்று பொறுத்திருந்து பார்ப்போம்.[53]

சத்யாகிரகம் ஆரம்பித்தது. ஒரு மாதம் உருண்டோடிவிட்டது. ஆண்டுதோறும் நடக்கும் தேர்த் திருவிழா வந்தது. அதுவும் நடந்து முடிந்தது. நடந்து முடிந்த பேச்சுவார்த்தைகளின் மூலம் மஹர் சாதி மக்கள் தேர் வடம் பிடிக்கலாம் என்று முடிவு செய்யப்பட்டிருந்தது. ஆனால், திருவிழா நடந்த போது மஹர்களால் தேர் வடத்தைப் பிடிக்க முடியவில்லை. இதை மஹர்கள் தீவிரமாக எதிர்த்தனர். கலகம் பிறந்தது. மீண்டும் கோவில் கதவுகள் இழுத்து மூடப்பட்டன.

அடுத்து ஐந்து ஆண்டுகளுக்குப் போராட்டம் தொடர்ந்தது. வசந்த காலத்தில் நடக்கும் நாட்களில் பெருமளவு எண்ணிக்கையில் மஹர்களின் போராட்டம் நடக்கும். ஏனைய நாட்களில் ஆண்டு முழுவதும் குறைந்த எண்ணிக்கையில் சத்யாகிரகிகள் கோவில் வாசலின் முன் உட்கார்ந்து போராட்டத்தைத் தொடர்வார்கள். மழை நாள் தவிர, ஏனைய நாட்களில் இப்போராட்டம் தொடர்ந்து நடந்தது. நடுவில் அவ்வப்போது கைகலப்புகள் நடப்பதுண்டு. அப்படிப்பட்ட நிகழ்ச்சியில் சாதி இந்துப் பையன் ஒருவன் இறந்துவிட்டான்.

1931ஆம் ஆண்டு இலையுதிர் காலத்தில் மத்தியப் பகுதி காவல் துறை ஆணையர் நாசிக் மக்கள் தங்கள் போராட்டத்தை நிறுத்தும்படி பேச வேண்டும் என்று அம்பேத்கரிடம் கேட்டுக்கொண்டார். இதனையொட்டி அம்பேத்கர் பி.கே. கெய்க்வாட் அவர்களுக்குக் கீழ்க்கண்ட கடிதம் ஒன்றை எழுதினார்:

> நான் ஆணையரிடம் போராட்டத்தை நிறுத்தமுடியாது என்று திட்டமாகச் சொல்லப் போகிறேன். நாம் பழமைவாத சாதி இந்துக்களின் உத்தரவுக்குக் கீழ்படிய மறுப்பது போலவே அரசின் கட்டளைக்கும் பணிய மறுக்க வேண்டும். நெடுங்காலமாக அரசு தீண்டாமையை ஒழித்துவிடும் என்று நம்பிக் கொண்டே இருந்திருக்கிறோம். ஆனால், இந்த அரசு இதுவரை சுண்டுவிரலைக் கூட அசைக்கவில்லை. அப்படிப்பட்ட இந்த அரசுக்கு நமது போராட்டத்தை நிறுத்தச் சொல்ல எந்த உரிமையும், தகுதியும் இல்லை.
>
> இனி நமது சுமைகளை நாமே தூக்கிச் செல்லவேண்டும். நாம் விழுந்து கிடக்கும் பள்ளத்திலிருந்து எழுந்து வர நாம்தான் முயற்சி செய்ய வேண்டும். நம் தலை மேல் கிடக்கும் சாபத்தை நாம் தான் தூக்கி எறிய வேண்டும். அரசு எந்த உதவியையும் செய்யாமலும் முயற்சிகளுக்குத் தடைக் கற்களாகவும் இருக்கக்கூடாது; இன்னும் பிற சாதிகளோடும், பிற குழுக்களோடும் நாம் பகைமை

பாராட்டாமல் இருக்க வேண்டும் என்று சொல்லிக்கொண்டே இருப்பதிலும் பொருளேதுமில்லை.

போராட்டத்தை நிறுத்தச் சொல்லும் அரசின் இந்த ஆணை அனைத்துத் தரப்பு மக்களுக்கும் சொல்லப்பட வேண்டும். அது நமக்கு மட்டுமே உள்ள கட்டளையாக இருக்கக்கூடாது. அதிலும் தவறான கொள்கைளோடு இருக்கும் மக்களுக்கு, மேலும் மேலும் தவறுகள் செய்யும் மக்களுக்குத் தான் இந்த அரசின் ஆணைகள் அதிகம் தேவை. இக்கடிதத்தை நகல் எடுத்து கைப்பிரதிகளாக நீங்கள் வெளியிடுங்கள்...[54]

1932 கோடைக்காலம். மீண்டும் அரசு களத்துக்குள் குதித்தது. நாசிக் மாவட்ட குற்றவியல் நடுவர் (மாஜிஸ்ட்ரேட்) தீண்டப்படாத மக்களை கோயிலுக்கு அருகில் உள்ள புனிதக் குளங்களில் குளிக்கக் கூடாது என்றும், மாவட்ட சிவில் வழக்காடு மன்றத்தில் முன் உத்தரவு வாங்கினால் மட்டுமே குளத்தில் குளிக்க முடியும் என்றும் ஒரு தடை உத்தரவைப் பிறப்பித்தார்.[55] ஏற்கெனவே அம்பேத்கரின் மஹத் பகுதியில் நடந்த போராட்டம் போலவே இங்கும் ஒரு சிவில் வழக்கு தொடரலாமென நினைத்தார்.[56] ஆனால், ஏனோ வழக்குத் தொடரவில்லை.

நாசிக் சத்யாகிரகம் பற்றிய செய்தி இந்தியாவில் மட்டுமல்ல, இங்கிலாந்திலும் மிக வேகமாகப் பரவியது. தீண்டப்படாதவர்கள் சாதி இந்துக்களிலிருந்து வேறுபட்டவர்கள்; காங்கிரஸ் கட்சி தீண்டாமையைத் தாங்கிப் பிடித்துக்கொண்டு, தீண்டப்படாதவர்களின் முன்னேற்றத்துக்கு முட்டுக்கட்டையாக இருக்கிறது என்ற அம்பேத்கரின் கருத்துகள் வேகமாகப் பரவின. பம்பாயில் உள்ள பி.ஜி. ஹெர் என்ற பெரிய காங்கிரஸ்காரர் சத்யாகிரகத்தில் இணைந்து செயல்பட்டார். இவர் மாவட்ட காங்கிரஸ் கட்சியின் தலைவராகவும் இருந்தார். இப்படியெல்லாம் இருந்தும் இவர் ஆலயநுழைவுப் போராட்டத்தில் சாதி இந்துக்களுக்கு ஆதரவாகவே நடந்துகொண்டார். அது காங்கிரஸ் மீதான அம்பேத்கருடைய விமர்சனங்களை மேலும் கூர்மைப்படுத்தியது.[57]

லண்டனில் நடந்த மாநாட்டில் அம்பேத்கர் தாழ்த்தப்பட்டவர்களின் பிரச்னைகளாகப் பேசவிருந்த விஷயங்களுக்கு வலுச்சேர்க்கும் நோக்கிலேயே இந்த சத்தியாகிரகம் நடத்தப்பட்டதாக ஒரு பார்வையும் முன்வைக்கப்படுகிறது.[58] லண்டனில் வட்ட மேஜை மாநாடு நடக்கவிருந்த காலகட்டத்தில்தான் சத்யாகிரகப் போராட்டமும் நடந்து, அதற்கு உலகளாவிய விளம்பரமும் கிடைத்தது என்பது உண்மைதான். ஆனால், அம்பேத்கர் சமய உரிமைகளுக்காக நிச்சயமாக அந்த சத்தியாகிரகத்தில் ஈடுபடவில்லை. சத்யாகிரகப் போராட்டம்

தன்னிச்சையாக நடந்ததுதான். அரசியல் விளைவுகளை ஏற்படுத்தும் என்ற கருத்தோடு இந்தப் போராட்டம் ஆரம்பிக்கப்படவில்லை.

நாசிக் பகுதி மஹர்கள் இந்து மதத்தில் ஆழமான மரியாதை கொண்டவர்கள். இந்து நம்பிக்கையின் காரணமாகவே, நாசிக்கின் வழியாகப் பாயும் கோதாவரியின் உற்பத்திஸ்தானமான த்ரையம்பக் பகுதியில் 1927-ல் அவர்கள் தங்களுக்காக ஒரு கோயிலைக் கட்டிக்கொள்ள முடிவெடுத்தார்கள். அதற்கும் முன்பே காலாராம் கோவிலுக்குக் கீழே உள்ள நதியில் தங்களுக்கென படித்துறை ஒன்றைக் கட்டினார்கள். அங்கே நீராடுவதற்கு மட்டுமேயன்றி, சத்யாகிரகப் போராட்ட திட்டமிடுதலுக்கும் அவ்விடத்தல் கூடுவார்கள். ஆகவே, அம்பேத்கருக்குச் சமய காரணங்கள் இல்லாமல் இருக்கலாம். ஆனால், பல மஹர்களுக்கு இந்தச் சத்யாகிரகப் போராட்டங்கள் உண்மையிலேயே சமய நம்பிக்கை தொடர்பானவையே.

1934-ல் கெய்க்வாட் சத்யாகிரகப் போராட்டத்தைத் தொடர்ந்து நடத்துவது பற்றி அம்பேத்கரின் அறிவுரைகளைக் கேட்டார். அதற்கான அம்பேத்கரின் பதில்:

> நாசிக் காலாராம் கோவிலில் வரும் ராம நவமி திருவிழாவின் போது தாழ்த்தப்பட்ட மக்களின் போராட்டத்தைத் தொடர்ந்து நடத்துவது பற்றி என் கருத்தைக் கேட்டமைக்கு மிக்க நன்றி. அப்படிப்பட்ட ஒரு போராட்டம் தேவையற்ற ஒன்று என்று எந்தத் தயக்கமுமின்றி என்னால் கூற முடியும். அப்போராட்டத்தை அவ்வப்போது நிறுத்தி வைப்பதைவிட ஒரேயடியாக முழுமையாக நிறுத்திவிடலாம். நான் இதைச் சொல்வது உங்களுக்கு ஆச்சரியமாகத் தெரியலாம். அதுவும் இந்த வார்த்தைகளை சத்யாகிரகப் போராட்டத்தை ஆரம்பித்து வைத்த நானே சொல்வதென்றால் நிச்சயம் அது அதிர்ச்சி தரக்கூடிய ஒன்றுதான்.
>
> இப்படியான போராட்டக்கள மாற்றம் பற்றிச் சொல்ல எனக்கெந்த அச்சமுமில்லை. கும்பிடக்கூடாது என்று தடுக்கப்பட்ட தாழ்த்தப் பட்ட மக்கள் மீண்டும் அதே தெய்வங்களைக் கும்பிடுவதற்காகவே ஆலய நுழைவு கேட்பது எனக்குச் சரியாகத் தோன்றவில்லை. அதற்காக இந்தப் போராட்டம் ஆரம்பிக்கப்படவும் இல்லை. அதோடு அவ்வாறு நம் மக்கள் கோவிலுக்குள் நழைந்து விட்டால் அவர்கள் உடனே இந்து சமுதாயத்துக்குள் சம உரிமைகளோடு கலந்துவிடுவார்கள் என்ற எண்ணமும் எனக்கில்லை.
>
> கையில் எடுத்திருக்கும் இப்போராட்டத்தின் மூலம் இந்து சமுதாயத்தையே ஒட்டுமொத்தமாக மாற்றியமைக்க முனைய வேண்டும் என்பதே நம் நோக்கம். இந்து சமுதாயம் மட்டுமல்ல,

இந்து சமய இயலும் மாற்றப்பட வேண்டும். இந்த மாற்றங்கள் நடந்த பிறகே அவர்கள் இந்து சமுதாயத்தின் பாகமாக மாற வேண்டும். ஆலய நுழைவுக்காக நான் ஆரம்பித்த சத்யாகிரகப் போராட்டம் எல்லாமே தாழ்த்தப்பட்ட மக்களின் மனதைத் தூக்கி நிறுத்தி புது சக்தியை அவர்களுக்குள் செலுத்துவதற்குத்தான்.

சமுதாயத்தில் அவர்களின் நிலை என்ன என்பதை அவர்கள் அறிந்து கொள்ள வேண்டும். இந்த மாற்றங்களை அவர்களிடம் ஏற்கெனவே கொண்டுவந்தாகிவிட்டது என்று நம்புகிறேன். ஆகவே, இனி ஆலய நுழைவுப் போராட்டம் ஏதும் தேவையில்லை. இனி வரும் நாட்களில் தாழ்த்தப்பட்ட மக்கள் தங்கள் சக்தியையும், திறமை களையும் அரசியல் பக்கமாகவும், கல்வியின் பக்கமாகவும் முழுமையாகத் திருப்பவேண்டும். இந்த அரசியலும் கல்வியும் தங்களுக்கு எவ்வளவு முக்கியமானது என்பதை அவர்கள் விரைந்து உணர வேண்டும். எனது நம்பிக்கையும் ஆசையும் அதுவே.'[59]

அம்பேத்கர் மனத்தளவில் இப்போராட்டத்தை நிறுத்தும் நிலைக்கு வந்துவிட்டாலும்கூட அப்போராட்டம் தொடர்ந்து 1935 வரை நடந்தது. ஆயினும், ஆலய நுழைவு என்பதே நடந்தேறவில்லை. ஏராளமான மக்கள் நாசிக் நகருக்கு புனிதப் பயணம் செல்வதும், அங்கே உள்ள வணிகமும் சிறிது தடைப் பட்டன. ஆனால், நடந்த முக்கிய மாற்றம் என்னவெனில் கிராமிய மஹர் மக்கள் மீது இப்போராட்டத்தின் தாக்கம் மிக அதிகமாக இருந்தது. அதனால் ஏற்பட்ட எழுச்சியும் மிக அதிகம்.

1935-ல் அம்பேத்கர் தன்னை ஒரு இந்துவாகப் பார்ப்பதை மாற்றிக் கொண்டார். இந்த அறிவிப்பு வந்த 1935-க்குப் பிறகு இந்த ஆலய நுழைவுப் போராட்டம் முழுமையாக நின்று போனது. இதனால்தான் நாசிக் மாவட்டத்தில் இயோலா என்ற இடத்தில் நடந்த கூட்டத்தில் இந்து பழமைவாதத்தை உடைத்து நொறுக்கி அதிக எண்ணிக்கையில் மக்களை இந்த மதத்தில் இருந்து வெளிக் கொணரும் கடும் முயற்சியாக அவரது பேச்சு இருந்தது.

அம்பேத்கரின் செய்முறைகள்: செய்தித் தாள்கள்

சிறிய, பெரிய மாநாடுகளைத் தொடர்ந்து நடத்துவதோடு தீண்டப்படாத மக்களுக்கு மேலும் மேலும் பதிய கருத்துகளை அளிக்க, புத்துலகின் வளர்ச்சியை அடைய புதிய செய்தித் தாள்களும், சேவை அமைப்புகளும் உதவிக்கு வந்தன. ஆனால், இப்புதிய முறைகள் அம்பேத்கரால் புதிதாகக் கண்டுபிடிக்கப்பட்ட வழிமுறைகள் அல்ல. முந்தையோர் ஆரம்பித்த இந்த வழிகளைப் புதுமையாக்கி முந்தையோரைவிட மிகச் சிறப்பாகச் செயல்படுத்தினார். அதுவும்

இப்புதிய முறைகளை அப்போதிருந்த அரசியல் சூழ்நிலைக்குத் தகுந்தது போல் பயன்படுத்தினார்.

முதன்முதலில் 1920-ல் ஒரு மராத்திய செய்தித்தாளை வெளிக் கொணர்ந்தார். இது அப்போதைய மகராஷ்டிர இயக்கங்களின் வழிமுறைகளுக்கு ஏற்பப் பதியப்பட்டது. ஆனால், அப்போது அவருக்கு ஆதரவான தீண்டப்படாதவர்களும்,[60] சாதி இந்து ஆதரவாளர்களும் எண்ணிக்கையில் மிகவும் குறைவு. அது மட்டுமின்றி அவருக்குக் கிடைத்த பொருளாதார உதவிகளும் மிக மிகக் குறைவு. இதனால் அவர் ஆரம்பித்த முதல் இரு செய்தித் தாள்களும் மிகச் சில காலத்துக்கு மட்டுமே தாக்குப் பிடித்தன. 1920இல் 'மூக் நாயக்' - 'குரலற்றோரின் நாயகன்' என்ற செய்தித் தாளும், 1927-ல் 'விலக்கப்பட்ட இந்தியா' (Bahishkrit Bharat) என்ற செய்தித் தாள்கள் பிறந்து, விரைந்து மறைந்தன. அவரது மூன்றாவது முயற்சியில் 'மக்கள்' (Janata) என்ற செய்தித்தாள் 1929-ல் ஆரம்பித்து வெற்றிகரமாகத் தொடர்ந்தது. ஆனாலும், 1955 வரைதான் அதுவும் தொடர்ந்தது. அதன் பின் 'எழுச்சி பெற்ற இந்தியா' (Prabuddha Bharat) என்ற செய்தித் தாள் 'மக்கள்' செய்தித்தாளையும் தாண்டி வளர்ந்தது.

மூக் நாயக் 1920 ஜனவரி 31ம் தேதி வெளிவந்தது. அதன் ஆசிரியர் பி.என். பட்கர் என்ற மஹர். இவர் பல்கலை மெட்ரிகுலேஷன் தேர்வில் தேறிய முதல் மஹர். ஆனால், முதல் நாள் தலையங்கமும், அதன் பின் தொடர்ந்து பதிமூன்று தலையங்கங்களும் அம்பேத்கர் எழுதியவையே[61] செய்தித் தாளின் முகப்புப் பக்கத்தின் தலைப்பின் கீழ் நான்கு வரிப் பாடல் ஒன்று இடம் பிடித்திருந்தது அதை எழுதியவர் கவிஞரான புனிதர் துக்காராம். இச் செய்தித் தாளின் தலைப்புக்குப் பொருள் கூறி நிற்கிறது அப்பாடல்.

> நான் ஏன் வெட்கப்பட்டு நிற்க வேண்டும்?
> என் தயக்கங்களை ஒதுக்கி விட்டு என் குரலை ஓங்கி எழுப்புகிறேன்
> ஊமைப் பிறவிகளை யாரும் கவனிப்பதில்லை
> அளவுக்கும் மீறிய அடக்கத்தினால் ஆகப் போகும் நல்லது எதுவுமில்லை.[62]

தனது முதல் தலையங்கத்தில் அம்பேத்கர் இச்செய்தித்தாள் 'தாழ்த்தப் பட்ட மக்களின் பிரச்னைகளை விவாதிக்கவும், தீண்டாமை ஒட்டிய பிரச்னைகளைப் பற்றி முன்பே எழுதப்பட்டு அச்சிடப்பட்டவற்றை மீண்டும் தரவும்' என்று விளக்குகிறார். சோம்வம்ஷிய மித்ரா (Somvanshiya Mitra), ஹிந்துநகரிக் (HinduNagarik), விட்டல் வித்வான்சக் (Vittal Vidhvansak) என்ற பழைய நின்றுபோன செய்தித் தாள்களில் அச்சிடப்பட்ட கட்டுரைகள்தான் அவை.

இந்த மூன்றில் முதல் செய்தித் தாள் ஷிவ்ராம் ஜன்பா காம்ப்ளே 1909-ல் ஆரம்பித்தது. பகோஜி பன்சோத் என்ற நாக்பூர்வாசி 1910-ல் ஆரம்பித்த நாளிதழ் இரண்டாவதாக பட்டியலில் உள்ளது. மூன்றாம் செய்தித் தாள் புனேயிலிருந்து கோபால் பாபா வாலங்கரின் செய்தித் தாளாக 1888-லிருந்து வெளிவந்தது. அச்செய்தித் தாள்களில் வந்த கட்டுரை களை அம்பேத்கரால் தொகுக்க முடிந்ததில் இருந்து ஒரு விஷயம் தெரியவருகிறது. அவர் மஹர்கள் பல இடங்களில் முந்திய காலம் தொட்டே நடத்தி வந்த போராட்டச் சிந்தனைகள் பற்றி முழுவதுமாகத் தெரிந்துவைத்திருந்திருக்கிறார்.

அம்பேத்கர் அழகான, நல்ல நடையில், மராத்தி மொழியில் தன் கட்டுரைகளை எழுதி வந்தார். அறிவுத் தேடல் மட்டுமே மக்களை மூடத்தனத்திலிருந்து மீட்க முடியும். அறிவுத் தேடல் அத்தனை எளிதல்ல; நல்ல விலை, அதிகமான நல்லுணவுப் பொருட்களைச் சிரமப்பட்டு வாங்குவது போல அறிவுத் தேடலுக்கும் அதிக விலை கொடுக்க வேண்டியதிருக்கும். அரசும், சாதிய இந்துக்களும் அறிவுப் பெட்டகத்தை பூட்டி வைத்து காவல் காத்துக் கொண்டிருக்கின்றனர். தாழ்த்தப்பட்ட மக்கள் அதற்காகப் போராடி தங்கள் அறிவுத் தேடலை வெற்றி பெறச் செய்ய வேண்டும்.

வேறு சில கருத்துகளும் அம்பேத்கரின் தலையங்கத்தில் இடம் பெறுவதுண்டு.

> ‘பெரிய அடுக்குமாடிக் கட்டடம் போல் நிற்கிறது இந்து மதம். அதில் பல சாதிகளின் அடுக்குகள் ஒன்றன்மேல் ஒன்றாக நிற்கின்றன. ஆனால், அவை ஒன்றுக்கொன்று தொடர்பில்லாமல், நடுவில் இணைக்கும் ஏணி ஏதுமில்லாமல் இருக்கின்றன. பிராமணர்கள் மற்ற மக்கள் அனைவரும் தங்களுக்குச் சேவை செய்யவே பிறந்திருப்பதாக நினைக்கின்றனர். பிராமணர்கள் செய்த ஒரே நல்ல காரியம், அறிவைத் திரட்டி அவற்றை மத புத்தகங்களில் எழுதி வைத்துள்ளதுதான். அந்த மதம் மிகப்பெரிய முரண்பாட்டைத் தன்னுள் கொண்டிருக்கிறது. உயர்ந்த கருத்துகள், தாழ்ந்த நடத்தைகள். சுதந்திரம் கிடைக்கிறதென்றால், பிற்படுத்தப் பட்டோரின் குரல்கள் முழுவதுமாகக் கேட்கப்பட வேண்டும். பிற்படுத்தப்பட்டோருக்கு அந்த ஞானம் இப்போது வந்துவிட்டது.[63]

அந்தத் தலையங்கத்துக்குப் பிறகு எழுதிய இன்னொரு தலையங்கம் அம்பேத்கரின் மனதுக்குள் நடந்து வந்த போராட்டத்தைத் தெளிவாகப் புலப்படுத்துகிறது. அந்த உள்மனப் போராட்டம் இந்து மதத்தைப் பற்றியதே. அந்தப் பிரச்னைகளைத் தீர்ப்பது எப்படி? அவற்றைத்

திருத்த முடியுமா? அம்மதம் பேசுவது ஒரே ஆன்மா என்ற கொள்கையைப் பற்றி; ஆனால், அதன் சமூகக் கோட்பாடுகளும், பழக்க வழக்கங்களும் ஒற்றை ஆன்மாவைப் பற்றிய கருத்துகளுக்கு நேர்மாறானவை. இந்தப் பிரச்னையைத் தீர்க்கும் வழி தேட வேண்டுமா அல்லது இந்த சமூகக் கோட்பாடுகளைக் கண்ணை மூடிக் கொண்டு கடந்து செல்வதா என்பதே அவர் மனதில் ஓடிய பிரச்னை.

அக்காலகட்டத்தில் 'சோம்வம்ஷிய நிராஷிரித் நிதி' குழு மஹர்களுக்காகத் தனிக் கோவில் ஒன்று கட்டுவிப்பதற்காகப் பணம் வசூலித்து வந்தது. அம்பேத்கர் அதற்குத் தன் ஆதரவைத் தெரிவித்தார். அப்படி கட்டப்படும் கோவிலில் மஹர்கள் ஒன்றாக அமர்ந்து அச்சமூகத்துக்குத் தங்களது சேவைகளை எங்ஙனம் தரலாம் என்பது பற்றி ஆலோசிக்கலாம். ஆனாலும், இப்படிப்பட்ட ஆதரவைத் தெரிவித்திருந்தாலும், தீண்டப்படாதவர்களுக்காகவென்றே ஒரு தனிக் கோவில் கட்ட வேண்டுமா அல்லது இந்துக் கோவில்களுக்குள் சம உரிமைகளோடு நுழைவதற்காகத் தொடர்ந்து போராட வேண்டுமா என்ற பெரிய கேள்விக்குறி மனதுக்குள் ஓடிக் கொண்டிருப்பது பற்றியும் பேசினர்.[64]

அம்பேத்கரது செய்தித்தாள்களில் பல பெரும் சமூகத் தலைவர்களின் செயல்பாடுகள் பற்றிய செய்திகள் வந்தன. தாழ்த்தப்பட்ட மக்கள் அனைவரும் இணைந்து மாநாடுகளுக்குத் தவறாது வர வேண்டும் என்ற அழைப்பும், சத்யாகிரகங்களில் ஆர்வத்தோடு அவர்கள் கலந்து கொள்ள வேண்டும் என்ற அறிவுரையும் அதில் இருந்தன. உலக நிகழ்வுகளைப் பற்றிய தரவுகளைத் தாழ்த்தப்பட்ட மக்களுக்காகத் தருவதையும் அச்செய்தித்தாள்கள் தொடர்ந்து செய்துவந்தன.

மராத்திய பாரம்பரியத்தின்படி செய்தித் தாளின் மொழி நடை கூர்மையாகவும், சீர்தூக்கியும் இருந்தன. செய்தித் தாள்கள் எந்த அளவு மக்களிடம் போய்ச் சேர்ந்தது என்பது உறுதியாகத் தெரியவில்லை. பல முதியோர் அந்த நாட்களில் கிராமங்களில் படித்த ஒருவர் இச் செய்தித் தாள்களை ஊரின் நடுவே அமர்ந்த உரத்து வாசிப்பதையும், பலரும் சுற்றி அமர்ந்து கேட்பதையும் நினைவு கூர்ந்தார்கள். ஆனால், இந்தச் செய்தித் தாள்களைவிட மாநாடுகளும், ஊர் ஊராகச் சென்று தங்கள் கொள்கைகளைப் பரப்பிய பாடகர்களும், சொற்பொழிவாளர்களும் கிராமத்து மஹர்களிடம் அதிக ஈடுபாட்டை ஏற்படுத்த முடிந்தது.

அந்தப் பழைய செய்தித்தாள்களின் நகல்கள் கிடைப்பது மிக மிகச் சிரமம். ஆனால், தங்கள் வரலாற்றில் ஆர்வம் கொண்ட மஹர்கள் 'ஜனதா' என்ற புதுச் செய்தித்தாள்களைக் கவனமாகப் பாதுகாத்து வைத்திருந்தனர். ஏனைய அச்சிடப்பட்டவைகளையும் மிகச் சிறிய

அளவிலே பின்னால் திரட்ட முடிந்தது. ஆனால், 1930-ல் நடந்த பார்வதி சத்யாகிரக போவாடா, ஷிவ்ராம் ஜன்பா காம்ப்ளேயின் வாழ்க்கை வரலாறு, கிசான் பகோஜி பன்சோத் அவர்களின் இலக்கியப் படைப்புகள் அனைத்தும் அன்றைய மஹார்களின் ஆழ்ந்த ஈடுபாட்டையும், அவர்களது அறிவுத் தெளிவையும் நிரூபிக்கும் சான்றுகளாகக் காணக் கிடக்கின்றன.

மஹார்களின் கல்வியறிவும் இலக்கியமுமே சமூகத்தில் சாதிக்க நினைப்பவர்களுக்கான கட்டாயத் தேவைகள் என்பதை அவர்கள் அறிந்து வைத்திருந்தனர்.

அம்பேத்கரின் செய்முறைகள்: தாழ்த்தப்பட்ட மக்களுக்கான நிறுவனங்கள்

அம்பேத்கரின் மூன்றாவது வழிமுறை இது. இதில் பல நிரந்தர நிறுவனங்கள் ‘பகிஷ்கிரித் ஹிதாகர்னி சபைகள்’ மூலமாக நிறுவப்பட்டன. பம்பாயிலும் அதனைச் சார்ந்த பகுதிகளில் உள்ள பள்ளிகளிலும் விடுதிகளிலும் 1925-லிருந்து 1930-களின் நடுக்காலம் வரை நடந்து வந்தன. இப்புது முயற்சியில் அம்பேத்கர் தாழ்த்தப்பட்ட மக்கள் அனைவரையும் ஒருங்கிணைத்து ஒரே ஒற்றுமையான அமைப்பாக மாற்ற முயன்றார். அமைக்கப்பட்ட புது நிறுவனங்களின் செயல்பாடுகள் மூலம் தாழ்த்தப்பட்ட மக்கள் வாழும் பகுதிகளில் ஊடுருவிப் பணி செய்யவேண்டும் என்றும் முனைந்தார்.

இதற்கு முன்பு எடுத்தவை மஹார்களுக்கு மட்டுமே என்ற முயற்சிகளாக இருந்தன. இந்த முயற்சிகள் மூன்று அமைப்புகளால் நடத்தப்பட்டன. அந்த மூன்று அமைப்புகள்: சோமவம்ஷி சமாஜின் தொண்டர் குழாம்;[65]; மஹார் சேவக் சமாஜ்;[66] சொக்க மேளா மறுமலர்ச்சி அமைப்பு.[67]

1919-ல் நாக்பூரில் இந்திய தாழ்த்தப்பட்டோர்களின் சங்கம் என்ற அமைப்பு பல சாதியினரையும் இணைக்கப் பாடுபட்டிருக்கலாம். ஆனால், அவ்வமைப்புகளின் தலைவர்கள் எல்லாருமே மஹார் சாதியினராகவோ, ஆங்கிலேயர்களாகவோ இருந்தனர். அவர்களது நடவடிக்கைகள் அனைத்தும் அரசியலைச் சார்ந்தே இருந்தன.[68] வேறு பல அமைப்புகளும் செயல்பட்டன. அவை பெரும்பாலும் பள்ளிகள் நடத்துவதிலும் மாணவ விடுதிகள் நடத்துவதிலும் முனைந்திருந்தன.

‘தாழ்த்தப்பட்ட மக்களுக்கான நிறுவனம்’ - பகிஷ்க்ரித் ஹிதாகரினி சபா - 1924ஆம் ஆண்டு பம்பாயில் ஆம்பிக்கப்பட்டது. பார்ஷி என்ற பகுதியில் நடந்த மாநாடு ஒன்று முடிந்ததும் இந்த நிறுவனம்

ஆரம்பிக்கப்பட்டது. அந்த மாநாட்டில் தாழ்த்தப்பட்டவர்களின் முன்னேற்றத்துக்காக உறுதியாக உழைக்கும் இந்திய நிறுவனம் ஒன்றை ஆரம்பிக்கும் தீர்மானம் நிறைவேறியது.[69]

இந்த அமைப்பின் நிறுவனச் சட்டங்கள் - ஐயமேதுமின்றி அம்பேத்கர் எழுதியவையே - தாழ்த்தப்பட்ட மக்கள் வசிக்கும் அனைத்து வசிப்பிடங்களிலிருந்து மக்கள் பிரதிநிதிகள் ஒன்றுகூடி ஒரு கட்டமைப்புக் குழு அமைக்கப்வேண்டும் என்ற கருத்தை வலியுறுத்தியது. 'இவ்வமைப்பின் நிர்வாகக் குழுவில் மஹர், சம்பர், மங்க், தெட் என்ற அனைத்து தாழ்த்தப்பட்ட மக்களின் சார்பாக கொங்கன் பகுதியிலிருந்த நால்வரும், குஜராத் பகுதியிலிருந்து இருவரும், கானரிஸ் பகுதியிலிருந்து இருவரும், பம்பாய் ராஜதானியின் பிற பகுதிகளிலிருந்து எண்மரும் உறுப்பினர்களாக இருக்கவேண்டும். உயர் சாதி மக்களும் புறக்கணிக்கப்படவில்லை. இக்குழுவை ஆரம்பித்தவர்களுக்கு சாதி இந்துக்களின் ஆதரவும் அக்கறையும் இருந்தால் மட்டுமே தாழ்த்தப்பட்ட மக்கள் தாங்கள் விரும்பும் விடுதலையை, சமூக உயர்வை அடையமுடியும் என்று மனதார நம்பினார்கள்.[70]

பெயர் பெற்ற சாதி இந்துக்கள் அமைப்பின் உறுப்பினர்களாகச் சேர்க்கப்பட்டனர். நீதியரசராகவும் லிபரல் கட்சியின் உறுப்பினராகவும் இருந்த Dr சி.ஹெச். செதல்வாத் என்ற குஜராத்தி பிராமணர் இந்த அமைப்பின் தலைவராகப் பொறுப்பேற்றார். உதவித் தலைவர்களாக மெய் நிஸ்ஸதிம், ஜி.கே.நாரிமன், Dr. வி.பி.சவான், Dr. ஆர்.பி. பராஞ்சபை, பி.ஜி.கெர் ஆகியோர் பார்ஸி, மராத்தா, பிராமண சமூகங்களிலிருந்து பொறுப்பேற்றனர். ஆனால், இவ்வமைப்பை ஆளுமை செய்யும் பொறுப்பு முழுவதும் தாழ்த்தப்பட்டவர்களின் கைகளில் தான் இருந்தது. அம்பேத்கர் அமைப்பின் மேலாண்மைப் பொறுப்பாளராகவும், சம்பர் சாதி எஸ்.என். ஷிவ்தர்க்கார் பொதுச் செயலராகவும், என்.டி. ஆனாதவ் பொருளாளராகவும் இருந்தனர்.

அம்பேத்கரின் குடும்பம் பம்பாயின் பரேல் பகுதியில் பம்பாய் வளர்ச்சிக் குழுமத்தின் சிறு குடியிருப்புப் பகுதியில் வாழ்ந்து வந்தது. இதற்கருகில் சமூக சேவை அமைப்பு தனியே ஒரு கட்டடம் வைத்திருந்தனர். இக்கட்டடத்தில் தாமோதர் என்ற பெயரில் இருந்த ஒரு நீண்ட அறையில் பஹிஷ்க்ரித் ஹிதாகர்னி சபாயின் அலுவலகம் இயங்கி வந்தது. இப்புதிய அமைப்பின் கோட்பாடுகளிலும் குறிக்கோள்களிலும் புதுமையாக ஏதுமில்லை. அவை ஏற்கெனவே தேஷ், விதர்பா பகுதிகளில் செய்ததைப் போலவே இங்கும் தாழ்த்தப் பட்ட மக்களுக்காகப் பள்ளிகளும், மாணவர் விடுதிகளும் அமைத்து

தாழ்த்தப்பட்டோர் உயர்கல்வி பெற வேண்டும் என்ற பழைய முனைப்புகளில் புதிய உறுதியான நடவடிக்கைகள் எடுத்து வந்தனர்.

புதிய நூலகங்கள்... சமூக அமைப்புகள்... குழு படிப்பினைகள்... படிப்புக் குழுக்கள்... பொருளாதார மேம்பாட்டு முயற்சிகள்... புதிய தொழிற் பள்ளிகள்... விவசாயப் பள்ளிகள் என்று பல்வேறு புதிய திட்டங்களும் முயற்சிகளும் ஆரம்பிக்கப்பட்டன. அம்மக்களின் குறைகளைக் கேட்டு அவற்றைத் தீர்க்கும் முயற்சிகளும் எடுக்கப்பட்டன.

1925-ல் எழுதப்பட்ட அறிக்கை ஒன்றில் மூன்று நல்ல மாற்றங்கள் இந்த முயற்சிகளால் ஈடேறின எனக் குறிப்பிடப்பட்டுள்ளது. மாணவர்களுக் கான ஒரு தங்கும் விடுதி - வித்யார்த்தி ஆஷ்ரம் - 1925 ஜனவரி முதல் தேதியில் ஷோலாபூரில் ஆரம்பிக்கப்பட்டது. பதினைந்து மாணவர் களுக்கு மட்டும் என்றிருந்த விடுதி அதிக மாணவர்கள் அனுமதி வேண்டியதால் இருபத்தைந்து மாணவர்களுக்கான விடுதியாக மாறியது. சபா ஏற்கெனவே இருந்த தஜல்கோவான் விடுதியைத் தன் பொறுப்பில் எடுத்துக்கொண்டது. இவ்விடுதி மிகவும் மோசமாக நடைபெற்று வந்தது என்று எஸ்.என். மேதா என்ற அப்பகுதியின் மஹர் ஒருவரால் கொடுத்த புகாரின் பேரில் இந்தப் பொறுப்பு மாற்றம் நடந்தது.

கொலபா மாவட்டங்களில் உள்ள மாணவர்களுக்காகப் பதினைந்து மாணவர்களுக்கான இன்னொரு மஹர் விடுதி பன்வால் பகுதியில் ஆரம்பிக்கப்பட்டது. பஹிஷ்க்ரித் வித்யார்த்தி சம்மேளன் - தாழ்த்தப் பட்ட மாணவர்களின் சகோதரத்துவ அமைப்பொன்றினை 'கற்றலில் ஆர்வம்; சேவையில் மகிழ்ச்சி' என்ற நோக்கங்களை வளர்ப்பதற்காக ஆரம்பித்தனர். கலாசார வளர்ச்சி என்ற நோக்கில் பம்பாய் ஆலைத் தொழிலாளர்கள் அதிகம் இருக்கும் மஹர் பகுதியான பைகுல்லாவில் க்ளார்க் சாலை நூலகம் ஒன்றும், படிப்பறை ஒன்றும் ஆரம்பிக்கப்பட்டன. இந்த இரு இடங்களிலும் 'வாசிக்க மக்கள் திரண்டு வந்ததாக' அவ்வமைப்புகளின் செயலர் கூறினார்.

'மஹர் ஹாக்கி க்ளப்' ஒன்று கலைந்து போகும் நிலையில் இருந்தது. அதனை நன்கு திருத்தி அமைத்து சிறப்பாகச் செயல்பட வைத்தனர். முதல் ஆண்டில் நடந்த பல நல்ல மாற்றங்களில் கலாசார வளர்ச்சி என்ற நோக்கில் செய்யப்பட்ட ஒரே செயல்பாடாக இது முதலாண்டு அறிவிப்பில் இடம் பெற்றது.

பஹிஷ்க்ரித் ஹிதாகர்னி சபாவின் முதலாண்டில் மக்களின் குறை தீர்க்க நல்லதொரு நடவடிக்கை எடுக்கப்பட்டது. நாசிக் மாவட்டத்திலுள்ள தியோல், மன்மத் என்ற இடங்களிலும் மஹர் மக்களின் 'வதன்'களுக்கு

வருவாய்த் துறை அதிகாரிகள் கொடுத்த 'தவறான உத்தரவு' ஒன்றை நிவர்த்தி செய்து கொடுத்ததைக் குறிப்பிடலாம்.

மக்களின் பொருளாதார முன்னேற்றத்துக்காகத் தொழில், விவசாயக் கல்வி நிலையங்கள் ஆரம்பிக்கவேண்டும் என்ற ஆவல் இந்த சபாவுக்கு இருந்தது. ஆனால், அது அவர்களின் சக்திக்கு மீறிய ஆவலாக இருந்தது. அவர்களால் செய்ய முடிந்த இன்னொரு முயற்சியாக அவர்கள் மூன்று கூட்டுறவு அமைப்புகளைப் பொருளாதார வளர்ச்சிக்காக ஆரம்பித்தனர். இந்த மூன்று அமைப்புகளின் அமைப்பாளராக ஜி.என்.சகஸ்ரபுத்தே இருந்தார். இந்த அமைப்புகளின் வெற்றி, தோல்வி பற்றிய மேலதிகத் தகவல்கள் ஏதுமில்லை.

பஹிஷ்க்ரித் ஹிதாகர்னி சபாவின் முதலாண்டு வரவு செலவக் கணக்கு ரூ. 3,000 வரை இருந்தது. அடுத்த ஆண்டான 1926-ல் அதனை ரூ. 25,000 முதல் ரூ. 30,000 வரை கொண்டு வர வேண்டுமென்று ஆசைப்பட்டனர். அரசின் உதவிப் பணம் கிடைக்கும் என்றும் நம்பியிருந்தனர். இந்த ஆசைகள் ஏதும் நிறைவேறில்லை. சபா வெளியில் இருந்து கிடைக்கும் நன்கொடைகள் மூலமாகவே நடைபெற வேண்டியிருந்தது.

1925-ன் குறிப்புகளில் ரூ. 646 நன்கொடையளவும் ரூ. 480 அரசின் உதவிப் பணமாகவும் வந்தது என்று குறிப்பிட்டிருந்தது. அதன் பின் வந்த ஆண்டுகளில் கிடைத்த அறிவிப்புகளில் பொருளாதார உதவி பற்றிய குறிப்புகள் ஏதுமில்லை. ஆனால் சபா தொடர்ந்து நடைபெற்றுக்கொண்டுதான் இருந்திருக்கிறது. அகமதாபாத்தில் மாணவர்களுக்கான இன்னொரு உணவு - உறைவிடம் ஒன்றை நடத்தி வந்தது. இந்தச் சபையை ஒட்டியே அம்பேத்கரின் இரண்டாவது செய்தித் தாளான 'பஹிஷ்க்ரித் பாரத்' 1927 ஏப்ரலில் இருந்து 1929 வரை வெளியிடப்பட்டது. பின் பணப் பற்றாக்குறையால் செய்தித் தாள் நின்று போனது.

சபா பற்றிய அடுத்த ஆவணமாக, 1931-ல் லண்டனில் அச்சடிக்கப்பட்ட பிரசுரத்தைச் சொல்லலாம். வட்டமேஜை மாநாட்டு வளாகத்தில் அது விநியோகிக்கப்பட்டிருக்கும் என்பது தெளிவாகவே தெரிகிறது. தாழ்த்தப்பட்ட மக்களுக்கான அந்த அமைப்பின் பார்வையில் கணிசமான மாற்றம் ஏற்பட்டிருந்ததை அது பறைசாற்றுகிறது. முந்தைய ஆவணங்களில் இருந்த சாதி இந்துத் தலைவர்களின் பெயர் முற்றாக நீக்கப்பட்டிருந்தது. தலைவர் பெயராக அம்பேத்கரின் பெயர் மட்டுமே அந்த முறையீட்டில் இடம் பெற்றது.

அதில், 'தாழ்த்தப்பட்ட மக்களின் சபாவானது தாழ்த்தப்பட்ட மக்களுக்கான இயக்கமாக, தாழ்த்தப்பட்ட மக்களின் நலனுக்காக

தாழ்த்தப்பட்ட மக்களால் நடத்தப்படுகிறது' என்று குறிப்பிடப் பட்டிருந்தது.[71] கல்விக்கான முக்கியத்துவம் பற்றி ஏதும் அதில் இடம் பெறவில்லை என்பது இன்னொரு அதிர்ச்சித் தகவல். நடத்திவரும் மாணவர்களுக்கான விடுதி பற்றிய குறிப்புகளும் அதில் இடம் பெறவில்லை. அந்த விண்ணப்பத்தில் முதலிடம் பிடித்தது 'பிரசார' செயல்பாடு மட்டுமே. 1929-ல் நின்றுபோன பஹிஷ்கரித் பாரத் செய்தித் தாளுக்குப் பதிலாக 'ஜனதா' என்ற புதிய செய்தித் தாள் பற்றிய குறிப்பும், அதன் மூலம் தாழ்த்தப்பட்ட மக்களுக்குத் தங்கள் அடிப்படை உரிமைகள் பற்றிய விழிப்புணர்வைப் பெறமுடியும் என்ற குறிப்பும் இருந்தது.

கொடுக்கப்பட்ட அந்த பிரசுரத்தில் 1931-லிருந்து சமூக உரிமைகளுக் கான போராட்டத்தை சபா தொடங்கியிருக்கிறது என்ற குறிப்பு இருந்தது. 'தாழ்த்தப்பட்ட மக்களிடமிருந்து தங்கள் உரிமை பறிக்கப் பட்டது தொடர்பாக, வேறெங்கும் சொல்ல முடியாத முறையீடுகள் இந்த சபைக்கு ஏராளம் வந்திருக்கின்றன. தாழ்த்தப்பட்ட மக்களுக்குப் பள்ளிகளில் இடம் மறுக்கப்பட்டது தொடர்பாக, பேருந்துகளிலும், படகுகளிலும், சத்திரங்களிலும் இடம் மறுக்கப்பட்டது தொடர்பாக என பல்வேறு பிரச்னைகளுக்கு இந்த சபை எடுத்த கடினமான முயற்சிகளைப் பற்றி விளக்கிச் சொல்ல இந்த அறிக்கை போதாது.' பொது நீர்நிலைகளைப் பயன்படுத்த மஹர்களைத் தடை செய்ததற்கு எதிராகத் தொடுத்த வழக்கு போன்றவற்றில் தாழ்த்தப்பட்ட மக்களின் சபை 'மிகப் பெரிய விலை கொடுத்து' தீவிரமாக ஈடுபட வேண்டிய திருந்ததாகச் சொல்லப்பட்டிருந்தது.

1931ஆம் ஆண்டு பிரசுரத்தில் ஆலய நுழைவு தொடர்பாக ஒரு வழக்கு தொடரத் திட்டமிட்டிருப்பது பற்றிய குறிப்பும் இடம்பெற்றிருக்கிறது. ஒரு வேளை நாசிக் நகரில் நடத்தப்பட்ட சத்யாகிரகம் நீதிமன்றங்களில் வழக்காக எடுக்கப்படத் திட்டமிடப்பட்டிருக்கலாம். இந்த வழக்கில் அம்பேத்கர் எவ்விதத்திலும் பங்கெடுக்க முடியாதபடி போயிற்று. 1930-1932 வரை அவர் வட்ட மேஜை மாநாட்டில் முழுக் கவனம் செலுத்த வேண்டியதாயிற்று. அதோடு அதிகாரப் பரவல் தொடர்பான மாநாடு ஒன்றும் அவரை அந்த வழக்கிலிருந்த தள்ளி வைத்திருந்தது.

இதற்கும் மேலாக, அநேகமாக இந்து மதக் கோட்பாடுகளின் மீது அவருக்கு ஏற்பட்டுவிட்ட முழுமையான ஏமாற்றம், எதிர்ப்புத் தன்மை ஆகியவையும் கூட அவரை சட்டப் போராட்டங்களின்மீது பெரும் ஈடுபாடில்லாமல் வைத்திருக்கலாம். கோவில் நழைவுச் சட்டம் இந்தியாவில் இயற்றப்பட்ட பிறகும் காஷ்மீர், திருவனந்தபுரம் அரசர்களின் ஆணையின்படி அரசின் கட்டுப்பாட்டுக்குள் இருந்த

கோவில்களில் இது நடந்தது. 1937-39-ல் காங்கிரஸ் ஆட்சியில் இயற்றப்பட்ட இந்தச் சட்டத்தின் மூலம் கோவில் அறங்காவலர்கள் தாங்கள் விருப்பப்பட்டால் கோவில்களை அனைவருக்கும் திறந்து விடலாம். ஆனால், இதற்கு முன்பு மஹர்கள் தொடர்ந்த ஆலய நுழைவு வழக்கு தோல்வியில்தான் முடிவடைந்திருந்தது.[72] இந்த வழக்கில் வெற்றி பெற சட்ட நுணுக்கங்களில் உள்ள சில ஓட்டைகளின் வழியே அந்த வழக்கை வெல்வதற்கு வழி கண்டுபிடிக்க அம்பேத்கரால் இயலாது போயிற்று.

தாழ்த்தப்பட்ட மக்களின் இந்த இயக்கம் தனி ஒரு குழுவை அமைத்திருந்தது. தாழ்த்தப்பட்ட மக்களின் பிரச்னைகளை அரசோடு பேசித் தீர்த்து வைப்பதற்கு இக்குழு முழு முயற்சி எடுத்தது. பொருளாதாரப் பிரச்னைகளையும் கையிலெடுத்தது. இரு வேறு சிக்கல்களை வெற்றிகரமாகத் தீர்த்துவைத்தது. தாழ்த்தப்பட்ட மக்களுக்கு அரசு வேலைகளில் அதிகமான எண்ணக்கையில் வாய்ப்பு களைப் பெற்றுத் தந்தது. இதுவரை காவல் துறைகளில் பணி வாய்ப்பே பெறாத மக்களுக்கு அத்துறைகளின் வாசல் கதவுகள் இக்குழுவின் முயற்சியால் திறந்துவிடப்பட்டன. மேலும், அரசுக்குப் பல மனுக்கள் அனுப்பி, தாழ்த்தப்பட்ட மக்களும் அரசின் பயன்படுத்தப்படாத நிலங்களைக் குத்தகைக்கு எடுக்கும் வாய்ப்பைப் பெற்றனர். இதனால் நிலங்களில் அன்றாடக் கூலிகளாக வேலை பார்த்தவர்கள் இப்போது நில உரிமையாளர்களாக மாறினர்.

மூன்று முக்கிய காரணங்களுக்காகப் பணம் திரட்டும் முயற்சி ஒன்றும் ஆரம்பித்தது. மொத்தம் நாற்பதாயிரம் பவுண்டுகள் என்ற நோக்கில் வேண்டுகோள் பரப்பப்பட்டன. 'ஜனதா'செய்தித் தாள் முறையாக நடத்த தனிப் பெரும் அச்சகம் ஒன்றை உருவாக்கும் முயற்சி; இதில் விளம்பரங்கள், புத்தக வெளியீடுகள், வெளி வேலைகளை எடுத்து அச்சிடுதல் போன்ற பல பணிகளைச் செய்து அச்சகத்தை வெற்றிகரமாக எடுத்துச் செல்லுதல் முதல் முக்கிய பணியாகக் கருதப்பட்டது.

அடுத்து இயந்திரத்துக்குத் தனியாக ஒரு தலைமை அலுவலகம் அமைப்பது; இயக்கப் பணியாளர்களுக்கு, அதுவும் முழு நேரப் பணியாளர்களுக்கு மாதச் சம்பளம் கொடுப்பது என்ற திட்டங்களுக் காகப் பணம் தேவைப்பட்டது. இப்பணத்துக்கான விண்ணப்பங்கள் பலருக்கும் அனுப்பப்பட்டன. இதன் மூலம் 1930-ல் 1300 பவுண்டுகள் மட்டும் திரட்டப்பட்டது. பல மன்னர்கள் உதவி செய்தனர். ஆகா ஹான் பார்ஸி சர் கௌஸ்ஜி ஜெஹாங்கீர் போன்ற அரசர்கள் பொருளுதவி செய்தனர்.

இந்த இயக்கத்தின் முனைப்புகளில் பெரும் மாற்றம் நிகழ்ந்திருந்தது. 1925-1931ஆம் ஆண்டுகளில் இந்த மாற்றம் நடந்தது. முக்கிய காரணியே

அம்பேத்கர்தான். ஏனெனில் அப்போது இயக்கம் முழுமையாக அம்பேத்கரின் சொந்த இயக்கமாக மாறியிருந்தது. சாதி இந்துக்கள் இயக்கத்தின் சட்டப்படி உறுப்பினர்களாக இருந்தும், மஹர் இல்லாதவர்களும் இயக்கத்தில் ஈடுபட்டிருந்தாலும், தனித்தனிப் பகுதிகளுக்குப் பல உறுப்பினர்கள் இருந்தாலும் இயக்கம் அம்பேத்கரின் முழு ஆளுமைக்குக் கீழாகவே இயங்கி வந்தது. இந்த இயக்கம் அம்பேத்கரின் பணிகளை முழுமையாக எதிரொலித்தது.

பல தங்கும் விடுதிகளும், நூலகங்களும் ஏற்கெனவே அமைக்கப் பட்டிருந்ததால் அவற்றின் மூலம் விளம்பரங்களையும், சம உரிமைக்கான போராட்டங்களையும் நடத்த முடிந்தது. இத்தரத்தில் அம்பேத்கர் முழுமையாக இயக்கத்தைப் பொது மக்களின் இயக்கமாக மாற்றியிருந்தார். சட்டபூர்வமான திருத்தங்களைப் பெறவும், சமூக முரண்பாடுகளைக் களைந்து அரசியல் பிரதிநிதித்துவம் பெறவும் முனைந்து போராடிக் கொண்டிருந்தார். அப்போது அவர் லண்டனில் இருந்த கே.பி. ஜாதவ் என்ற நண்பருக்க 1933 ஜூன் மாதம் 28ஆம் தேதி எழுதிய கடிதத்தில் அவரது நிலைகளின் சாரத்தை முழுமையாக வெளிப்படுத்தினார்.

ஜாதவ் கல்வி மாநாடு ஒன்றை நடத்தலாமா என்று கேட்டிருந்த கேள்விக்கு அம்பேத்கர் தன் சம்மதத்தைக் கொடுத்ததோடு மேலும் பலவற்றை அக்கடிதத்தில் பகிர்ந்துள்ளார்.

> இதே நேரத்தில் அடிக்கடி மறுக்கப்படும் இரண்டு விஷயங்களை உங்கள் முன் கொண்டுவருகிறேன். கல்விக்கும், மக்களின் இயக்கங்களுக்கும் கொடுக்கப்பட வேண்டிய முக்கியத்துவம். பலமுறை நீங்களும் உங்கள் நண்பர்களும் மக்களின் இயக்கங்கள் மீது வைத்துள்ள அலட்சியத்தை நான் பலமுறை பார்த்திருக்கிறேன். அந்தப் பார்வை என்னிடம் எப்போதும் கிடையாது. கல்விக்குக் கொடுக்க வேண்டிய சிறப்பான இடத்தை நான் மறக்கவில்லை. ஆனால், அதே போல் மக்கள் இயக்கங்களுக்கும் நான் முக்கியத்துவம் அளிக்கிறேன்.
>
> இரண்டாவதாக, கல்விக்காக நான் எந்தவித தனிப்பட்ட பொறுப்பும் எடுக்க இயலாது. ஆரம்பத்தில் நானும் பொறுப் பெடுத்துக் கொண்டேன். ஆனால், நமது ராஜதானி முழுமைக்கும் - முழு இந்தியாவுக்கும் என்ற விரிவான எல்லைக்குள் செல்லாமல் - பொறுப்பேற்க வேண்டிய எனக்கு, முழுச் சமூகத்தின் நன்மைக்காகப் பாடுபட வேண்டிய எனக்கு, கல்விக்கான பொறுப்பைத் தலை மேல் சுமக்க முடியாது.[73]

பஹிஷ்க்ரித் ஹித்தாகர்னி சபாவிடம் இருந்த பணம் செய்தித் தாள் வெளியிடவும், வழக்குகளை நடத்தவுமே போதுமானதாக இல்லை. அம்பேத்கர் தன் மக்களுக்காக எழுதியவற்றில் கல்வியின் முக்கியத்துவம் பற்றிக் குறிப்பிட்டிருந்தார். ஆனால், சபா ஆரம்பித்த சில ஆண்டுகள் கழித்து, பள்ளிகளை ஆரம்பித்து நடத்தும் பொறுப்பை மற்றவர்கள் எடுத்துக் கொள்ள வேண்டியதாயிற்று. மீண்டும் கல்வியின் பக்கம் அம்பேத்கரின் கவனம் திரும்பியது 1945ஆம் ஆண்டில்தான். அது ஒரு புதிய கல்லூரியை ஆரம்பிப்பதற்காக. ஏனெனில், கீழ்நிலை கல்வி வளர்ச்சிக்கு மற்றவர்களின் உதவிகளும், முயற்சிகளும் போதுமானதாக இருந்தது. அவர்களால் மஹர்களுக்காக மகாராஷ்டிராவில் பல பகுதிகளில் 1920 முதல் 1930கள் வரை தங்கும் விடுதிகள் கட்டப்பட்டன. அவை சில குறைந்த ஆயுளோடு முடிந்தது; சில கரணம் தப்பி இன்னும் உயிரோடு உள்ளன. இந்த விடுதிகளே பழைய முயற்சிகளுக்கான இன்றைய சான்றுகள்.

சபா கொடுத்த விண்ணப்பங்களில் எல்லோருக்கும் தெரிந்த சாதி இந்துக்களின் எந்தப் பெயரும் இடம் பெறவில்லை. இதுவரை அவர்கள் முழு மூச்சுடன் சபாவின் பணிகளில் பங்கு பெறவில்லை என்பதே இதற்கான உண்மைக் காரணமாக இருக்கலாம். செதல்வாத், பரஞ்சபே போன்றோர் தாங்கள் எழுதிய சுய வரலாறுகளில்கூட இச்சபையைப் பற்றிய குறிப்புகள் எதையும் எழுதவே இல்லை. 1920-1939 ஆண்டுகளில் அம்பேத்கரோடு நெருங்கி நின்ற சாதி இந்துக்கள் சிலர் சத்யாகிரகப் போராட்டத்தில் முழுமையாக முனைந்து போராடினர்; 1936ஆம் ஆண்டில் இந்த நண்பர்கள் அம்பேத்கரோடு இணைந்து ஓர் அரசியல் கட்சி ஆம்பிப்பதற்கான முதல் கட்டப் பணிகளிலும் ஈடுபட்டனர்; இந்த சிறு குழு மட்டுமே 1925ம் ஆண்டு வெளிவந்த குறிப்பேடுகளில் குறிப்பிடப்பட்டுள்ளவர்களில் இருந்து தனித்து நின்றனர்.[74]

அம்பேத்கர் தன் களப் பணி ஆரம்பித்த வேளையில் மிகவும் தாரள மனமும், பரந்த சிந்தனையும் கொண்ட பிரபலமான பலர் அவர் பக்கம் நின்றனர். ஆனால், காலப்போக்கில் இந்த மக்களின் கூட்டம் மெல்ல மெல்ல சிறுத்து, காணாமல் போய் விட்டது. ஏனெனில், அம்பேத்கர் தன் அடுத்த கட்டப் பணியாக சத்யாகிரகத்தில் ஈடுபட்டது, ஆலய நுழைவுப் போராட்டத்தை நடத்தியது, பொது நீர்நிலைகளில் சமத்துவம் வேண்டி நடத்திய போராட்டம், எல்லாவற்றுக்கும் மேலாக இந்துக்களின் சட்ட நூலும், வேத நூலுமான மனுஸ்மிருதியைத் தீயிட்டு எரித்தது ஆகியவை இந்த வெளியேற்றத்துக்குக் காரணிகளாக அமைந்துவிட்டன.

அம்பேத்கர் இங்கிலாந்திலிருந்து திரும்பி வந்ததும் சாதி இந்துக்கள் சிலர் மஹர் இயக்கங்களில் கலந்து கொண்டனர். இவர்கள் சமூகத்தில் பிரபலமானவர்கள் இல்லை. ஆனால், மகாராஷ்ட்டிர மாநிலத்தில் சமூக நிலைப்பாடுகளில் புதிய மாற்றங்களைக் கொண்டு வர முயற்சித்தவர்கள். அதில் ஓர் அமைப்பு பஹிஷ்க்ரித் ஹித்தாகர்னி சபாவின் துணை அமைப்பாக பம்பாயின் தாதர் பகுதியில் 1920களில் ஆரம்பிக்கப்பட்டது. அம்பேத்கரை இதன் தலைவராக இருக்கும்படி கேட்டுக் கொண்டனர். அவ்வமைப்பு மராத்தி மொழியில் 'சமாஜ் சமதா சங்' (சமூக சமத்துவ அமைப்பு) என்றழைக்கப்பட்டது.

சாதிக் கட்டுப்பாடுகளை உடைத்து அனைவரும் ஒன்றிணைந்து செயல்பட வேண்டும் என்ற கருத்தாக்கத்தில் உருவான குழு இது. பல சம பந்தி விருந்துகளை இக்குழு நடத்தியது. பல செய்தித் தாள்களை வெளியிட்டது. சமஸ்கிருத மொழியில் நடக்கும் விழாக்களையும், திருமண விழாக்களையும் நடத்தி வந்தனர். பூணூல் அணியும் விழாக்களையும் நடத்தி வந்தனர். தியோராவ் நாய்க் என்ற தேசாஸ்த்தா பிராமணரும், பாஸ்கரராவ் கத்ரேக்கர் என்ற பண்டாரியும் இக்குழுவின் முக்கிய தலைவர்களாக இருந்தார்கள். லோகமான்ய திலகரின் மகன் ஸ்ரீதர் பல்வந்த் திலக் தனது திடீர் மரணத்துக்கு முன்புவரை புனேயில் இவர்களோடு இணைந்து செயல்பட்டார்.[75]

இன்னொரு பிராமணர் இக்குழுவில் இருந்து மிகுந்த ஈடுபாட்டுடன் பல்வேறு பணிகளில் செயல்பட்டார். அவர் ஜி.என். சஹஸ்ரபுத்தே. சீர்திருத்தங்களை வேகமாக முன்னெடுத்துச் செல்லும் ஆர்வம் கொண்டவர். ஏறத்தாழ பதினைந்து ஆண்டுகளாக அம்பேத்கரின் செய்தித் தாள்களுக்குப் பதிப்பாசிரியராக இருந்து உதவி வந்தார். பல கூட்டுறவு நிகழ்ச்சிகள் நடத்தி வந்தார். மாநாடுகள் பலவற்றையும் நடத்தி வந்தார். இப்படி அம்பேத்கரின் பணிகளில் உதவிய சாதி இந்துக்களோடு பிராமணர்கள் இருந்தார்கள். ஆனால், அவர்களே அமைப்பின் முதுகெலும்பாக இருந்து உழைத்தார்கள் என்று கூற முடியாது. பிராமணர்கள்போல் உயர் கல்வி கற்ற ஆனால் பிராமணர்கள் போல் சுய சாதி பெருமிதம் இல்லாத பலர் அம்பேத்கருக்குத் துணையாக நின்றனர்.

'சந்திரசேனிய காயஸ்தா பிரபு' (CKP - Chandraseniya Kayastha Prabhu) என்ற சாதியிலிருந்து பல எழுத்தாளர்கள், பல அறிவு ஜீவிகள் 1920களிலிருந்து 1930 வரை அறிவார்ந்த துணைவர்களாக இருந்து வந்துள்ளனர். கோகலே கல்வி அமைப்பிலிருந்து உருவான ஆர்.எம். பட் உயர்நிலைப் பள்ளியின் முதல்வராக இருந்த எம்.பி. தாந்தே அம்பேத்கரோடு இணைந்து அரசியல், சமூக சீர்திருத்தம் தொடர்பான பல கூட்டங்களைத் தொடர்ந்து நடத்தி வந்துள்ளார்.[76] இது போன்ற

கூட்டங்கள் மீது சமூக வெளிச்சங்கள் ஏதும் விழவில்லை. ஆனால், அம்பேத்கரின் அறிவார்ந்த தேடல்களுக்கு இவை பெரும் துணையாக நின்றன.

மஹர்களில் படித்தவர்களின் எண்ணிக்கை மிகச் சிறிய அளவிலேயே இருந்ததால் இக்கூட்டங்கள் அம்பேத்கருக்கு மிகத் தேவையானதாக இருந்தன. அம்பேத்கர் தன் முதல் அரசியல் கட்சியைத் திட்டமிட இவர்களே உதவினர். இக்குழுவில் இருந்தவர்களே பின்னாளில் கல்லூரி அளவில் அம்பேத்கரின் பணி விரிவடைந்த போது முக்கிய பொறுப்புகளை எடுத்து உதவினர்.[77] மஹர்களின் பேராவலோடு ஆரம்பித்த பல திட்டங்களுக்கு சாதிய இந்து அமைப்புகள் பெரிதும் உதவவில்லை. ஆனால், மகாராஷ்டிர மாநிலத்தில் நடுநிலை சாதியினரில் படித்த பலரும் அவற்றுக்கு உறுதுணையாக இருந்துள்ளனர்.

பஹிஷ்க்ரித் ஹிதாகர்னி சபையும், அதன் துணை அமைப்பும் சாதி இந்துக்களால் நடத்தப்பட்ட 'சமாஜ் சமதா சங்கம்' என்ற அமைப்பும் தான், அம்பேத்கருடைய அமைப்புகளில் முழுமையான ஆவணப்பதிவு களைக் கொண்டிருக்கின்றன. இதைத்தவிர மேலும் பல அமைப்பு களும் சங்கங்களும் தொழிலாளர் அமைப்புகளும் கூட அம்பேத்கரால் ஆரம்பிக்கப்பட்டு சாதி இந்துக்களால் நடத்தப்பட்டுள்ளன.

இந்த அமைப்புகள் பெரும்பாலும் பம்பாயிலிருந்து இயங்கி வந்தன. ஆனால், இந்த அமைப்புகளின் ஆரம்பம், வரலாறு, அதனை நடத்தியவர்களின் பெயர்ப் பட்டியல், அவற்றின் சிறப்பு போன்ற வற்றிற்கு எவ்விதக் குறிப்புகளும் கிடைக்கவில்லை. 1920-களில் பம்பாய் ஆலைத் தொழிலாளர் கூட்டமைப்பு ஆரம்பிக்கப்பட்டது. அநேகமாக 1929-ல் கிரேட்டர் பாம்பே மில் வேலை நிறுத்தம் நடந்தபோது அந்தக் கூட்டமைப்பு ஆரம்பிக்கப்பட்டிருக்கலாம். அந்த அமைப்பு 'கிர்னி காம்கார் அமைப்புக்கு' (ஆலைத் தொழிலாளர் அமைப்பு) எதிராக ஆரம்பிக்கப்பட்டது. அந்தப் பெரிய தொழிலாளர் அமைப்பில் இருப்பவர்களை தீண்டப்படாதவர்களுக்கு சம உரிமைகளைத் தரவைக்கும் நோக்கில் அம்பேத்கர் வெளியில் இருந்து தொழிலாளர்களை அழைத்துவந்ததாகவும் சொல்லப்படுகிறது.[78]

இந்த அமைப்பு 1930கள் வரை நீடித்தது. இதற்கு அம்பேத்கர், பெருந் தொழிலாளர் தலைவர்களான என்.எம்.ஜோஷி, ஆர்.ஆர். பக்காலே, ஜி.என். சஹஸ்ரபுத்தே போன்றவர்கள் பல்வேறு காலகட்டங்களில் தலைவராக இருந்து வந்துள்ளனர். ஆனாலும், அம்பேத்கர் எடுத்த பெரும் முயற்சிகள் எதுவும் தொழிற்சங்க அமைப்புகளின் வரலாற்றில் இடம் பெறவே இல்லை. தனியாகத் தங்களுக்கென புதிய தொழிற்சங்க அமைப்புகள் ஆரம்பிக்கும் அளவுக்கு தீண்டப்படாதவர்களின்

எண்ணிக்கை அதிகமாகவே இருந்தது. ஆனால், நிலைபெற்று நீடிக்கும் தொழிற்சங்கமாக அவை இருக்கமுடிந்திருக்கவில்லை என்பதும் உண்மையே.

மஹர்கள், ஏனைய தீண்டப்படாதவர்கள், பிராமணரல்லாதோர்

மகாராஷ்டிரத்தில் மஹர் இயக்கம் தீவிரமாக வளர்ந்த போதும், அது அனைத்துத் தீண்டப்படாத மக்களுக்கான இயக்கம் என்று தொடர்ந்து கூறிக்கொண்டிருந்தாலும் மற்ற சாதியினர்களைத் தங்களோடு இணைத்துக் கொள்வதில் தோல்வியைத்தான் கண்டது. 1920-1935 ஆண்டுகளில் இந்த இயக்கம் பிராமணரல்லாதார் நடத்திய இயக்கங்களிலிருந்தும் விலகிவிட்டது. பிராமணரல்லாதார் இயக்கம் 1850-களிலிருந்து தொடர்ந்து அவர்களது தலைவர்களான ஜோதிராவ் பூலே, கோலாப்பூர் மகாராஜா போன்றவர்கள் மூலம் இயங்கி வந்தது. பத்தொன்பதாம் நூற்றாண்டிலும் தீண்டப்படாதவர்களுக்கான அவர்களது முனைப்பு நீண்டு வளர்ந்தது.

அம்பேத்கர் தலைமை ஏற்றதில் இருந்து 1936வரை அவர்கள் நடத்திய எந்த மாநாடும் குறிப்பிட்ட சாதிப் பெயர் இல்லாமல்தான் நடந்துவந்தது. இருப்பினும் மஹர் சாதியின் பெயர் இந்த இயக்கத்தோடு முத்திரை குத்தப்பட்டுவிட்டிருந்தது. அது தவிர்க்க முடியாத விஷயமும் கூட. மங்கு சாதியினரும் சம்பர் சாதியினரும் கிராமங்களில் தங்களுக்கு இருந்த முக்கியத்துவத்தை இழந்திருக்கவே இல்லை. மஹர்களின் நிலைமை அது அல்ல; அந்த சாதியினர் தங்கள் தொழில் திறமைகளால் தனித்து இயங்க முடிந்தது. அதிலும் சம்பர்கள் அவர்களது தோல் தொழிலின் மூலம் இருபதாம் நூற்றாண்டிலும் சமூகத்தில் தங்களுக்கான தனித்துவ இடத்தைத் தக்க வைத்துக்கொள்ள முடிந்தது.

தீண்டப்படாத சாதியினரின் நடுவே ஒற்றுமை மிகத் தேவையானதாகி யிருந்தது. இந்தியச் சூழலில் உயர்சாதி மக்களுக்குத் தேவையில்லாத இந்த ஒற்றுமை தாழ்த்தப்பட்ட மக்களுக்கு அதிகமாகத் தேவைப் பட்டது. ஒரு மங் அல்லது சம்பர் சாதிக்காரரைத் தனி ஒருவராக அம்பேத்கர் தன் இயக்கத்தோடு இணைத்துக் கொள்ள முடிந்தது. ஆனால், மஹர் சாதியைச் சேர்ந்த அம்பேத்கரால் அந்த இரண்டு சாதியினரின் முழு மதிப்பையோ விசுவாசத்தையோ ஒருபோதும் பெற முடிந்திருக்கவில்லை.

அம்பேத்கர் தன் இயக்கத்தை ஆரம்பித்த புதிதில் சம்பர் சாதியினரான எஸ்.என். ஷிவ்தர்க்கார் என்பவர் அம்பேத்கரோடு இணைந்து

பணியாற்றினார்.[79] சம்பர் கிரிக்கெட் வீரர் பல்வங்கர் பாபு என்பவருக்கான வாழ்த்து மடல் ஒன்றை எழுதுவதற்காக அம்பேத்கர் அழைக்கப்பட்டிருந்தபோது முதன்முறையாகச் சந்தித்துக் கொண்டனர். இச்சந்திப்பும், அம்பேத்கரின் நல்லெண்ணச் செயல் பாடும் பாபுவிடம் அம்பேத்கருக்கு நட்புறவை உருவாக்க முடிந்திருக்க வில்லை. ஆனால், ஷிவ்தர்க்கார் முழுமையாக அம்பேத்கரின் இயக்கத்தோடு ஒன்றிவிட்டார். பஹிஷ்க்ரித் ஹிதாகர்னி சபையின் செயலாளராகப் பணி புரிந்தார். 1920-லிருந்து 1936-வரை அம்பேத்கரோடு இணைந்து செயல்பட்டார். 1936-ல் அவர் விலகியது தீண்டப்படாத மக்களுக்குள் இருந்த வேற்றுமை உணர்வுக்கு ஒரு சாட்சியாக அமைந்தது.

அம்பேத்கர் மீது ஏற்பட்ட ஏமாற்றத்தினால்தான் ஷிவ்தர்க்கார் இயக்கத்திலிருந்து வெளியேறினார். அம்பேத்கர் வரவிருந்த தேர்தல் ஒன்றில், 'சுதந்திர தொழிலாளர் கட்சி'யின் சார்பாக வெளியிட்ட வேட்பாளர் பட்டியலில் மஹர் அல்லாத சாதியினருக்குக் குறைந்த இடங்களை ஒதுக்கியதே முதல் காரணமாகிவிட்டது. ஷிவ்தர்க்கார் தனது சாதிக்காரர்களாலேயே வெறுத்து ஒதுக்கப்பட்டிருந்தார். ஏனெனில் அவர் சமதா சங்கம் நடத்திய சமபந்தி விருந்துகளில் ஏனைய சாதியினரோடு ஒன்றாக அமர்ந்து உணவருந்தினார் என்பதே காரணமாக இருந்தது. அப்படியெல்லாம் நடந்த பிறகும் ஷிவ்தர்க்கார் அவரது சாதி அடையாளத்துடன்தான் பார்க்கப்பட்டார்.

அம்பேத்கரை விட்டுப் பிரிந்துபோனாலும், ஷிவ்தர்க்காரின் மனதில் அம்பேத்கர் மீது இருந்த நல்லெண்ணம் மாறவேயில்லை. பிரிவுக்குப் பின் முப்பது ஆண்டுகள் கழித்து, 1965-ல் ஷிவ்தர்க்கார் தான் அம்பேத்கருடன் செலவழித்த ஆண்டுகளே தன் வாழ்நாளில் சிறந்த பகுதி என்று கூறியுள்ளார்: 'அம்பேத்கர், அனைத்துப் பட்டியல் சாதியினரின் கண்களையும் திறந்துவைத்தார்; அவரைப் பின்பற்றாதவர்கள் உட்பட.' மேலும், ஷிவ்தர்க்கார், 'அம்பேத்கர் செய்தவற்றின் பலனை காந்தி எடுத்துக் கொண்டார்' என்றும் கூறினார். இக்கூற்று தெளிவற்று இருக்கலாம். ஆனால், அம்பேத்கரின் செயல்பாடுகளுக்கு எதிர்வினை யாகவே காங்கிரஸ் கட்சி தீண்டப்படாதவர்களுக்கு நன்மைகள் செய்யத் தொடங்கியது; இதனால் அவர்கள் பல இடங்களில் காங்கிரஸுக்கு ஆதரவாக ஆனார்கள் என்ற அர்த்தத்தில் அவர் சொல்வதாகப் புரிந்துகொள்ளவேண்டும்.

இது போன்ற சாதியப் போராட்டங்களின் மாதிரியை பிரட்ரிக் பெய்லி என்பவர் ஒரிஸ்ஸாவில் உள்ள ஒரு கிராமத்தில் நடந்த நிகழ்வோடு ஒப்பிட்டுப் பேசுகிறார். 1948-ல் அக்கிராமத்தில் 'போட்' (Boad) என்ற தாழ்த்தப்பட்ட மக்கள் ஆலய நுழைவுப் போராட்டம் நடத்தினர்.

கோபமுற்ற உயர் சாதியினர் இந்தத் தாழ்த்தப்பட்ட மக்களை அனைத்து கிராமத்து நிகழ்வுகளிலிருந்தும் ஒதுக்கி வைத்தனர். இந்த தண்டனைக்குப் பிறகு போட் சாதியினர் தங்களுக்காகவே ஒரு தனிக் கோவிலைப் புதிதாகக் கட்டினார்கள். பாரம்பரியமான கிராமத்தின் சமூகப் பழக்க வழக்கங்களிலிருந்தும் வெளியேறினர்.

அவர்களில் ஆக்ரோஷமாக இருந்தவர்கள் ஒரு 'தனி கிராமத்துச் சமூகத்தை' உருவாக்கும் பாதையில் நடைபோட்டனர். இப்போராட்டத்தில் அதுவரை ஓரங்கட்டப்பட்டிருந்த கஞ்சம் என்ற பிற தாழ்த்தப்பட்ட மக்களும், சுத்திகரிப்பு செய்யும் சாதியினரும் உயர்த்தப்பட்ட மக்களோடு ஒட்டிக்கொண்டனர். 'அதுவே அவர்களுக்கு நன்மை தருவதாக இருந்தது'![80]

மகாராஷ்டிர மாநிலத்தில் இன்னுமொரு புது விஷயமும் நடந்தது. மஹர் சாதியினர் சம்பர் சாதியினரைவிட ஆறு மடங்கும், மங்கு சாதியினரைவிட ஐந்து பங்கும் அதிக எண்ணிக்கையில் இருந்தனர். பிரபலமான பெரிய மனிதர்கள் மஹர் சாதியில் இருந்ததோடு எண்ணிக்கையிலும் அதிக அளவில் இருந்தனர். ரயில்வே மற்றும் துறைமுகப் பிரிவுகளில் பணிபுரிந்த மஹர்களிடையே வெளிப்படையாகக் காணப்பட்ட சாதி உணர்வு, உத்வேகம் எல்லாம் அந்த சாதிக்கே பொதுவான குணமாகவே இருந்தது. மஹர்களுடைய நிபந்தனைகளுக்கு உட்பட்டே பிற தாழ்த்தப்பட்ட சாதியினருக்கு அவர்களுடன் பழக வேண்டியிருந்தது. இதனால், பிற சாதியினருக்கும் மஹர்களுக்கும் இடையே சமூக உறவு ஏற்படுவது மிகவும் சிரமமாகவே இருந்தது.

பிராமணரல்லாதார் நடத்திய சமூக இயக்கங்களிலும் மஹர்கள் தனிமைப்படுத்தப்பட்டிருந்தனர். இதனை அரசியல் பார்வையிலும், சமூகப் பார்வையிலும் விளக்கவும் முடியும். இந்த சமூக இயக்கப் போராட்டங்களின் மையப் புள்ளியே பிராமண ஆதிக்கத்தைக் கருவறுக்க வேண்டும் என்பதே. அரசியல், அதிகாரம் என்ற இரு முனைகளிலும் பிராமணர்களின் ஆதிக்கத்தைத் தாண்டி ஏனையோர் வாழ வேண்டும் என்பதே. ஆனால், மராத்தா மக்கள் எண்ணிக்கையில் அதிகமாக இருந்ததால் அவர்களிடம் வாக்குரிமைச் சக்தியும் அதிகமாக இருந்தது. வளர்ந்து வந்த ஜனநாயகச் சூழலில் இது அவர்களுக்கு மிக சாதகமான உந்து சக்தியாக இருந்தது.

1920-1930களில் தங்கள் சக்தியைப் புரிந்துகொண்ட அந்த மக்கள் காங்கிரஸ் கட்சியில் பெரும்பான்மை பலத்தோடு இணைந்து கொண்டார்கள். அதன் மூலம் அரசியல் அதிகாரம் அவர்கள் கைகளுக்கு எளிதாக எட்டியது. இம்மக்கள் தங்களை மஹர் சாதியினரைவிட ஒரு

படி மேலாக நினைத்துக்கொண்டனர். நில உடமையாளர்களான அவர்களுடைய எதிர்பார்ப்புகளும் 'சுத்தமான சாதியினர்' என்ற பெருமிதமும் மஹர்களிடமிருந்து மிகவும் மாறுபட்டதாகவே இருந்தன. இதையும் தாண்டி, மஹர்களின் புரட்சிகரமான மத ரீதியிலான செயல்பாடுகள் பழைமையில் தோய்ந்த மராத்தி மக்களிடமிருந்தும் பிராமணர்களிடமிருந்தும் அவர்களை விலக்கிவைத்தன.

கிராமங்களிலோ நிலைமை மேலும் கடினமானதாக இருந்தது. மராத்திகளின் கைகளில் நிலங்களும் மேலான பொருளாதார நிலையும் இருந்தன. கிராமத் தலைவர்களாகவும் அவர்களே இருந்தனர். ஆனால், மஹர்கள் வேலையாட்களாகவும், விவசாயக் கூலிகளாகவும் இருந்தனர். இரு சாதிகளின் தலைவர்களிடையே ஒற்றுமை ஏற்பட்டிருந்தாலும்கூட கிராமங்களில் அதனால் எந்த மாற்றமும் ஏற்பட்டிருக்காது.

கிராமத்தில் இப்படிப்பட்ட மோசமான சூழல் இருந்த போதும், அரசியல் சீர்திருத்தங்கள் நடந்தபோது, மராத்தா மக்கள் மஹர்களை அரசியலில் ஈடுபடும்படி உற்சாகமூட்டினர். பிராமணரல்லாத தலைவர்கள் - முக்கியமாக, விட்டல் ராம்ஜி ஷிண்டே, பாஷ்ராவ் பட்டீல் போன்றவர்கள் தாழ்த்தப்பட்ட மக்கள் கல்வி பெறுவதில் மிகுந்த ஆர்வம் காட்டினர். கல்வி வாய்ப்புகள் மிகுந்தன. பிராமணரல்லாதாரும், மஹர்களும் தங்களுக்குள் ஓர் ஒருமித்த தலைவரைக் கொண்டிருந்தனர். ஜோதிபா பூலே - தாழ்த்தப்பட்ட மக்களுக்குக் கல்வி, சாதி இந்து மராத்தி மக்களுக்கு சத்ய ஷோடக் (உண்மையைக்கண்டறிதல்) என்ற இயக்கத்தையும் ஆரம்பித்து வைத்த பொதுவான நாயகர் அவர்.[81]

1930களின் நடுவில் மஹர் இயக்கம் தனக்கென ஒரு புதிய கொள்கையைக் கைக்கொண்டது. அம்பேத்கரின் தலைமையில், இந்த இயக்கம்தான் உரிமைகளுக்கான போராட்டத்தை நமது பாரம்பரிய முறையால் நியாயப்படுத்தாமல் மேற்கத்திய இலக்குகள் மூலம் வலுப்படுத்திக்கொண்டது. சுதந்திரம், சமத்துவம், சகோதரத்துவம் என்ற சொற்களோடு, மராத்திய மொழியில் 'மனிதம்' என்ற பொருள் தரும் 'மனுஷ்கி' என்ற சொல்லும் பயன்படுத்தப்பட்டன. மனுஷ்கி என்ற சொல்லை மனிதாபிமானம், ஆண்மை, மனிதத்தன்மை என்ற சொற்களால் விவரிக்கலாம்.

மஹர் இயக்கங்கள் சுயமரியாதைக்கு மதிப்பளிக்க முயன்றன. சமூக, சமய உரிமைகளைக் கைக்கொள்ள முனைந்தன. தனிப்பட்ட முறையில் பல சாதி இந்துக்கள் தங்களது ஆதரவையும் பொருளுதவியையும் செய்யத் தயாராக இருந்தனர். ஆனால், இந்து மதத்தின் சட்டங்கள் குறுக்கே வந்தன. தாழ்த்தப்பட்ட மக்கள் கோவிலுக்குள்

நுழைவதையும், மதச் சடங்குகளிலும் மதப் புரோகிதத்திலும் அவர்கள் பங்குபெறுவதையும் சுத்தமாக இந்து மதச் சட்டங்கள் தடுத்தன.

மஹர்களின் ஆசைகளும் குறிக்கோள்களும் கல்வி பெறுவதிலும் பொருளாதார வளர்ச்சியிலும் அரசாங்கத்தில் பங்கெடுப்பதிலும் நிர்வாகப் பொறுப்புகளைப் பெறுவதிலும் இருந்தன. புதிய பாதையில் பாரம்பரிய பழைய வழிமுறைகளிலிருந்து மடைமாற்ற, வளரும் புதிய உலகத்தின் கதவுகளைத் திறக்க விழைந்தனர். அந்தப் புதிய உலகத்தில் பள்ளிகள், காவல் துறை, ஊர் பஞ்சாயத்துகள், சட்ட சபைகள், ரயில் தடங்கள், ஆலைகள் என்று பல அமைப்புகள் அவர்களின் குறிக்கோள் களாக இருந்தன. இவற்றை அடைய வெளிப்புறத்திலிருந்த மஹர்களின் முயற்சியும், உள்ளிருந்து சீர்திருத்தவாதிகளின் உந்துதலும் இருந்தாலும் பல தடைகள் குறுக்கே வழி மறைத்தன. அவை அவர்களைத் தடுத்து நிறுத்திக் கொண்டிருந்தன.

அம்பேத்கரின் அடுத்த முயற்சி - மதம் மாறுதல். அதை அவர் ஓர் அதிர்ச்சி வைத்தியமாகவும், அச்சுறுத்தும் ஆயுதமாகவும் கருதினார். பழைமையை இறுக்கப் பிடித்துக்கொண்டு கிடக்கும் மக்கள் இந்த அதிர்ச்சி வைத்தியத்தால் தங்கள் பிடிகளைச் சிறிது தளர்த்திக் கொண்டு தடங்கல்களைக் கைவிடலாம். அரசியல்வாதிகளுக்கு இந்த அதிர்ச்சி மூலம் சமயப் போராட்டம் அரசியல் போராட்டமாக மாறி வலு சேர்க்கலாம் என்ற அச்சம் வரலாம். ஏனெனில், தீண்டப்படாதவர்கள் எண்ணிக்கையில் மிகுந்திருந்தனர். இஸ்லாமியரோடு இணைந்து இந்துக்களுக்கு எதிரான வலுவான அமைப்பாக மாறும் என்ற அச்சத்துக்கு வாய்ப்புகள் அதிகமே. அம்பேத்கர் காலங்காலமாக இருந்து வரும் பழைய போராட்டத்துக்குப் புதிய கோணத்தையும் புது அர்த்தத்தையும் கொண்டுவந்து சேர்த்தார்.

3

அரசியலில் 'தாழ்த்தப்பட்ட மக்கள்', 1917-1935

~

மஹார் இயக்கத்தின் செயற்பாடுகள், மாநாடுகள், செய்தித் தாள்கள், சுய முன்னேற்ற முயற்சிகளின் மூலமாக சமுதாய, சமய உரிமைகளுக்கான போராட்டங்கள் முன்னெடுக்கப்பட்டன. அச்சமயத்தில் அரசியல் மாற்றங்களும் புது உருவம் பெற்றன. இந்த இயக்கம் ஆரம்பத்தி லிருந்தே அரசியலோடு தன்னைத் தொடர்புபடுத்திக் கொண்டே இருந்து வந்துள்ளது. 1894-லேயே அரசிடம் தங்கள் குறைகளைக் கூறி மாற்றங்களைக் கேட்க ஆரம்பித்திருந்தனர். ஆனால், அரசியல் மாற்றங்கள் ஒன்றன் பின் ஒன்றாக வரும் போது, மஹார்களின் இயக்கங்களிலும் அரசியலைப் பொறுத்தவரையில் பல திருப்பு முனைகள் வந்தன. அரசிடம் தங்கள் குறைகளைக் கூறிக் கொண்டிருந்த மஹார்கள் அரசியலில் பங்கு வேண்டும் என்று தங்கள் குரலை உயர்த்தினர். சமுதாய, சமய உரிமைகளுக்கான போராட்டங்கள் தொடர்ந்து மேலெழுந்து வந்தன. 1920-1930களில் நடந்த போராட்டங்கள் ஜனநாயகம் நோக்கி நடை பயில ஆரம்பித்த காலத்துக்கு ஏற்றதுபோல் இயக்கத்தின் போக்கும் இருந்தது.

முதல் உலக யுத்தம் முடிந்தது. அதிலிருந்து நம் நாட்டுக்கு சுதந்திரம் வரும் வரை இந்திய அரசியலில் இரு முக்கிய நடவடிக்கைகள்

நடந்தன. ஒன்று, ஆங்கிலேயர்களால் ஏற்படுத்தப்பட்ட அரசியல் அமைப்புகளின் பொறுப்பான பங்களிப்புகள்; இரண்டாவதாக, மிகத் தெளிவாக நடந்தேறிய மகாத்மா காந்தியால் நடத்தப்பட்ட ஒத்துழையாமை இயக்கமும், சட்ட மீறல்களும். இந்த இரண்டுமே தாழ்த்தப்பட்ட மக்களை அரசியல் பொது வெளியிலும், சமுதாய விழிப்புணர்விலும் பங்கேற்கவைத்தன.

காந்தி, 'தீண்டாமை இந்து மதத்தின் நோய்க்கூறு' என்றார். சுதந்திரத்துக்கு முன்பே தீண்டாமையை ஒழித்தால்தான் நாம் சுதந்திரம் வாங்கும் தகுதியைப் பெற்றவர்களாவோம் என்றும் கருதினார். நாடாளுமன்றத்தில் விளைந்த சில சீர்திருத்தங்கள் தீண்டாமை ஒழிப்புக்கு அதிக முக்கியத்துவம் அளித்தன. ஏனெனில், தீண்டப் படாதவர்கள் அரசு அமைப்புகள் அனைத்திலும் பங்கு பெறுகிறார்கள். அது மட்டுமின்றி எண்ணிக்கையிலும் அவர்கள் அதிகமாக உள்ளனர். பொதுத் தேர்தல்களில் இந்து-முஸ்லிம்களுக்கான பிரதிநிதித்துவம் அவர்களுடைய எண்ணிக்கையின் அடிப்படையில் அமையத் தொடங்கியது. தீண்டப்படாதவர்களை முழுமையாக இந்து அமைப்புக்குள் இழுக்க வேண்டும் என்பது அரசியல் அவசியமாகிவிட்டது.

மஹர்கள் மட்டுமின்றி நாட்டின் பல பகுதிகளிலும் தீண்டப் படாதவர்கள் அரசியல் விழிப்புணர்வு பெறத்தொடங்கினர். தங்கள் உரிமைகளைப் பெறவும், புதிய சீர்திருத்தங்களைப் பெறவும் போராட ஆரம்பித்திருந்தனர். பெரிய அளவில் நாட்டின் சுதந்திரத்துக்காக ஆங்கிலேயரை எதிர்த்துப் போராடுவதைவிடத் தங்கள் உரிமை களையே முன்வைத்துப் போராடினர். இதற்கான காரணங்களை எளிதாகப் புரிந்துகொள்ளலாம்.

முதலாவதாக, அரசியலில் ஈடுபட்ட படித்த தீண்டப்படாத மக்களுக்கு ஆட்சியை மாற்றப் போராடிக் கொண்டிருந்த படித்த இந்தியப் பெருமக்களைவிட ஆட்சி செய்த ஆங்கிலேயர்கள் 'எளிதான தலைவர்களாக' இருப்பதாகத் தோன்றியது.

இரண்டாவதாக, வாழ்க்கையில் உயர்நிலை அடைய வேண்டும் என்று விரும்பிய தாழ்த்தப்பட்ட மக்கள் அப்போதிருந்த அரசியல் அமைப்பில் உயர் பதவிகளைப் பெறவே ஆசைப்பட்டனர். ஏனெனில், சுதந்திரம் அடைந்த பிறகு என்ன நடக்கும், ஏது நடக்கும் என்பது அவர்களுடைய யூகங்களுக்கு அப்பாற்பட்டதாகவே இருந்தது. ஆனால், இவை எல்லாவற்றுக்கும் மாற்றாக அம்பேத்கர் யோசித்தார். அவர் ஆரம்பித்திலிருந்தே சமூக நீதி கிடைக்க அரசியல் சுதந்திரம் தேவை என்று கூறி வந்திருந்தார். ஆனால், அவர் விரும்பி நின்ற அந்தச் சமூக நீதியைக் கொடுக்க அப்போதைய தேசியவாதிகள் தயாராக

இல்லை. அவரது தீர்க்கமான நிலைப்பாடு இந்திய தேசிய காங்கிரஸ் கட்சிக்கு பெரும் முட்டுக்கட்டையாகத் தெரிந்தது. இஸ்லாமியரின் ஏமாற்றமும் எதிர்ப்பும் போலவே இதுவும் காங்கிரஸ் கட்சிக்கு எதிராக இருந்தது.

முதலாம் உலகப் போர் முடிந்து, அதன் பின் நம் நாட்டில் 1937ஆம் ஆண்டு தேர்தலில் கலந்து கொள்ள ஒரு புதிய அரசியல் கட்சி ஆரம்பிக்கும்வரை, தன் களப் பணியைப் பொது மேடைகள் மூலம் நடத்தி வந்தார். அதற்கேற்றதுபோல் அரசியல் சீர்திருத்தங்களும் அணிவகுத்து வந்தன. 1909-ல் மிண்ட்டோ-மார்லி சீர்திருத்தங்கள் வந்த போது அம்பேத்கர் மிகவும் இளைஞர். அதனால் அந்தச் சீர்திருத்தத்தில் அவர் ஏதும் செய்ய முடியாது போயிற்று. இச்சீர்திருத்தம் மூலம் அரசியல் உட்கட்டமைப்பில் இந்தியர்களின் பங்கு அதிகமாயிற்று. மேலும் இந்துக்களுக்கும் இஸ்லாமியருக்கும் தனித்தனி வாக்கு என்ற கருத்தும் அப்போது நிறுவப்பட்டது. இச்சீர்திருத்தங்கள் நிறைவேறிய போது அப்போதிருந்த மஹர் தலைவர்களின் கவனத்துக்கும் சென்றது. அதனுடைய தாக்கம் இந்திய அரசியலமைப்பில் மட்டுமின்றி, தீண்டாமைச் சுழலுக்குள் இருந்த மக்களையும் சென்றடைந்தது.

மாண்டேகு-செம்ஸ்போர்டு சீர்திருத்தம் 1919-ல் நிறைவேற்றப்பட்டது. அந்தக் காலகட்டத்தில்தான் அம்பேத்கர் முதன்முறையாக மேடையேறினார். அந்த நாளிலிருந்து 1936ஆம் ஆண்டு இந்திய அரசு சட்டம் நிறைவேறும் நாள் வரை அவர் ஆங்கிலேயர் அமைத்த கமிஷன்கள், மாநாடுகள் அனைத்திலும் தீவிரமாகக் கலந்து கொண்டார். அந்த அமைப்புகள்தாம் நம் நாட்டை ஜனநாயகத்தை நோக்கி நடக்க வைத்தன.

அப்படி நடந்த கமிஷன்கள், மாநாடுகள் பட்டியல் மிக நீளமானது. அவை மேற்கொண்ட பணிகள் மிக அதிகம். மாண்டேகு-செம்ஸ்போர்டு கமிஷனுக்குப் பிறகு வந்தது முடிமான் கமிஷன். 1924-ல் நடந்த இந்த கமிஷன் மூலம் இரட்டை ஆட்சி சில மாற்றங்களோடு வந்தது. மேலும் வளர்ந்து வந்த சுதந்தர உணர்வின் அழுத்தத்தால் 1928-ல் இந்திய சூழலை முழுமையாக ஆய்வு செய்ய சைமன் கமிஷன் வந்தது. அதை ஒட்டி அடுத்து வந்த கமிஷன் ஹர்டாக் கமிஷன். இந்த கமிஷன் கல்வி முறைகளை ஆய்வு செய்ய வந்தது. பின் வந்த ஸ்டார்ட் கமிஷன் பம்பாயிலுள்ள பூர்வகுடி மக்கள், தாழ்த்தப்பட்ட மக்கள் போன்றோரின் முன்னேற்றத்துக்காக அமைக்கப்பட்டது.

1930-களின் ஆரம்பத்தில் மூன்று வட்ட மேஜை மாநாடுகள் லண்டனில் நடத்தப்பட்டன. அவற்றில் வரப் போகும் அரசியல் சட்டங்களைப்

பற்றிய விவாதங்கள் நடந்தேறின. ஆட்சி முறை கமிஷன் நடந்ததைத் தொடர்ந்து தேர்தலமைப்பு கமிஷனும் நடந்தன. இந்தக் காலகட்டத்தில் தீண்டப்படாதவர்கள் மிக மிகச் சிலரே சட்டசபையில் இருந்தனர். அப்போது நாட்டில் இருந்த தேசிய உணர்வுகளின் வேகத்துக்கு ஈடுகட்ட முடியாத அளவில் புதிய சீர்திருத்தங்கள் ஒவ்வொன்றாக வந்தன. ஆனால், தாழ்த்தப்பட்ட மக்களுக்கு அந்த 16 ஆண்டு காலத்தில் நிறைய நன்மைகள் கிடைத்தன.

1919-ல் நடந்த மாண்டேகு-செம்ஸ்போர்டு கமிஷன் மூலம் தாழ்த்தப் பட்ட மக்களுக்கு மிகச் சிறிய அளவில் மாகாண அரசியல் அமைப்புகளில் அரசு நியமனம் மூலம் பிரதிநிதித்துவம் கிடைத்தது. 1935-ல் வந்த இந்திய அரசியல் சட்டத்தின் மூலம் நேரடி தேர்தல் மூலம் மக்கள் தொகையின் கணக்கீட்டின்படி இடம் பெறும் வாய்ப்பு கிடைத்தது. இதேகாலத்தில்தான் 'பிராயச்சித்த ஒடுக்குமுறை'[1] என்பது தாழ்த்தப்பட்ட மக்களுக்கு கல்வியிலும், அரசு வேலை வாய்ப்புகளிலும் கொடுக்கவேண்டும் என்ற சிறப்புக் கண்ணோட்டம் ஆரம்பித்தது. அதைப் போலவே காவல் துறையிலும், அரசு நிர்வாகத் துறைகளிலும் அவர்கள் வேலை செய்வதற்காக இருந்த தடைகள் நீங்கின.

சீர்திருத்தங்கள் அணிவகுத்து வந்தன. அவற்றால் மஹர்களின் அரசியல் விழிப்புணர்வு ஓங்கி வளர்ந்தது (இந்த மாற்றம் தாழ்த்தப்பட்ட சாதியினர் அனைவரிடமும் ஏற்படவில்லை). அந்த வளர்ச்சியின் விளைவாக அவர்கள் தங்களுக்காக ஓர் அரசியல் கட்சியை ஆம்பித்தனர். மஹர் சாதியினரின் அந்த அரசியல் கட்சி அரசியல், மதம் என்ற இரண்டிலும் சாதி இந்துக்களிடமிருந்து மிகுந்து விலகி நின்றது. வேறு யாருடனும் எவ்வித உடன்பாடும் இல்லாது தனித்து இருந்தது. இந்திய அரசியல் சட்டம் அரங்கேறிய 1936-ல் அம்பேத்கர் தனக்கென ஓர் உயர்ந்த தனியிடத்தையும், தலைமையையும் பெற்றுவிட்டிருந்தார். அதனால் மஹர்களை ஒன்றாகத் திரட்டுவது மட்டுமின்றி, அனைவரையும் இந்து மதத்திலிருந்து வெளியேற வேண்டுமென்று அவர்களை உந்தித் தள்ளவும் முடிந்தது.

இந்த இரு செயல் திட்டங்களும் மிகவும் புதிதாக இருந்தன. அம்பேத்கரும் தான் முன்பு கைக்கொண்ட நடைமுறைகளைச் சார்ந்திருக்கவில்லை. இயக்கத்துக்குப் புது முகம் கிடைத்திருந்தது. தனது சாதி மக்களை ஒருங்கிணைப்பதும், புதிய எல்லைகளை நோக்கி அவர்களை வழிநடத்தவும் அவர் எடுத்த முயற்சிகளை முன்பே பார்த்துவிட்டோம். அதோடு மஹர்கள் அன்றைய அரசியல் உலகத்தில் எந்த அளவு ஈடுபாட்டுடன் பாடுபட்டார்கள் என்பதையும் சேர்த்துக் கொள்ள வேண்டும்.

சீர்திருத்தங்களும் மஹர்களின் எதிர்வினைகளும்

1910-லேயே ஒரு மஹர் சாதித் தலைவர் சமூகத்தில் ஆரம்பித்த சீர்திருத்தங்கள் பற்றிய உணர்வோடு இருந்து வந்துள்ளார் என்பது தெளிவாகத் தெரிகிறது. ஷிவ்ராம் ஜன்பா காம்ப்ளே தன் மஹர் சாதியினரை மீண்டும் ராணுவத்தில் பணிக்குச் சேர்த்துக் கொள்ள வேண்டும் என்ற வேண்டுகோளை கீழ்க்கண்டவாறு ஆரம்பித்திருந்தார்.

> இந்திய மக்கள் மனதில் ஏற்பட்டிருக்கும் அதே முக்கியமான விழிப்புணர்வை பம்பாய் ராஜதானியில் வாழ்ந்து வரும் மஹர் சாதி மக்களாகிய நாங்களும் முழுவதுமாக உணர்ந்துள்ளோம். சிறப்பு மிகுந்த நமது நாட்டுப் பேரரசர் அளித்துள்ள புது சலுகைகளை அனுபவிக்க ஆவலோடு காத்திருக்கிறோம்.[2]

அந்தப் 'புதுச் சலுகைகள்' 1909ஆம் ஆண்டு மிண்ட்டோ-மார்லி கமிஷனால் கொடுக்கப்பட்டன.[3] அந்த கமிஷனின் சீர்த்ருத்தங்களில் இரண்டு மஹர்களுக்கு மிக முக்கியமானவை. ஆனால், அன்று அவற்றின் நேரடிப் பாதிப்பு எதுவும் இல்லைதான். அது வரை இருந்து வந்த சட்டசபை இனி பெரிதாக்கப்படும்; அதோடு அதிக எண்ணிக்கையில் இந்தியர்கள் அரசமைப்பில் ஈடுபடுத்தப்படுவார்கள்.

பெரும்பான்மையான இந்துக்களின் ஆளுமைக்குள் மற்ற சிறுபான்மையினர் மூழ்கி விடாமலிருக்க, இஸ்லாமியர்களுக்குத் தனி ஓட்டுரிமை கொடுக்க வேண்டும் என்பது இரண்டாவது முக்கிய சீர்திருத்தம். இஸ்லாமியருக்கத் தனி ஓட்டுரிமை என்பது மக்களின் எண்ணிக்கைக்கு ஒரு முக்கியமான இடத்தைத் தந்தது. இந்த விவாதங்களில் எண்ணிக்கையில் மிக அதிகமாக இருக்கும் தாழ்த்தப் பட்ட மக்கள் உண்மையிலேயே இந்துக்கள்தானா என்ற ஒரு கேள்வியும் அல்லது அப்படி எண்ணப்படலாமா என்ற கேள்வியும் எழுந்தன. இக்கேள்வி முதன்முறையாக ஒரு மிக முக்கியமான கேள்வியாக முன்னெழுந்தது.

காம்ப்ளே 1910-ல் இன்னொரு விண்ணப்பத்தில் எழுதிய வார்த்தைகள்: 'நாங்கள் கல்வி கேள்விகளில் சிறந்து விளங்கவில்லை. ஆகவே, நாங்கள் மிக உயர்ந்த பதவிகளுக்கோ, அரசியல் ஆதாயங்களுக்கோ ஆசைப்படவில்லை. ஆனால் நாங்கள் இறைஞ்சிக் கேட்பது பொதுப்பணிகளில் உள்ள மிகச் சாதாரண கீழ்நிலை வேலைகளான காவல் துறையின் காவலர்கள் வேலையோ அல்லது இந்திய ராணுவத்தின் அடிப்படை சிப்பாய் வேலையோதாம்.'[4]

காம்ப்ளேயின் தாழ்மையான வேண்டுகோள் இது. வேறு எந்தவித பெரிய அரசியல், சமூக ஆசைகளை மஹர் 1917 வரை எழுப்பவில்லை.

ஆனால், தாழ்த்தப்பட்ட மக்களின் புதிய அரசியல் முக்கியத்துவம் அவர்களுடைய இடம்பற்றி அரசியல் அமைப்பில் அனைவரையும் சிந்திக்க வைத்தது.

தாழ்த்தப்பட்ட மக்களின் பிரச்னைகளை மட்டும் முன்வைத்து எழுதப்பட்ட முதல் நூல் மிண்ட்டோ-மார்லி சீர்திருத்தங்களுக்கு மூன்று ஆண்டுகள் கழித்து வெளிவந்தது. அந்த நூல், 'தாழ்த்தப்பட்ட மக்கள்' என்ற தலைப்போடு வெளிவந்தது. 'இந்தியன் ரிவ்யூ' என்ற இதழில் கடந்த இரண்டாண்டுகளில் வந்த கட்டுரைகளின் தொகுப்பே அந்நூல். பல ஆசிரியர்களின் பலவகைக் கருத்துகள் அக்கட்டுரைகளில் பரிமாறப்பட்டன. தாழ்த்தப்பட்ட மக்களை முன்னேற்றுவதே அக்கட்டுரைகளின் நோக்கம். அந்தக் கட்டுரைகளில் இரு முக்கிய கருத்துகள் மீதான கவனம் அதிகமாக இருந்தது. மிண்ட்டோ-மார்லி சீர்திருத்தங்களின் நீட்சியே அவை.

பரோடாவாசியான கெய்க்வாட், நீதியை நிலை நாட்ட வேண்டிய நியாயமான தேவைகள் இருப்பதை வலியுறுத்தும் செய்தியை வெளியிட்டிருந்தார்:

> 'அரசியல் உலகில் இப்போது ஒரு போராட்டம் ஆரம்பித்துவிட்டது. சாதி சார்ந்த சமத்துவமும் சுயாட்சி முறையும், இந்தப் போராட்டத்தின் மையப் புள்ளிகள். நமக்கு அரசியல் நீதி வேண்டும் என்று கேட்க வைக்கும் கொள்கைகள் நமக்குள்ளேயே சமூக நீதியை வழங்கவும் தூண்டவேண்டும். அயல் நாட்டுக் கல்வி, மேற்கத்திய சிந்தனைகள் பெற்ற நம் கண்களுக்கு இச்சமுதாய அவலங்களும் கண்ணில் படவேண்டும்.'[5]

இதைவிட தீண்டப்படாத மக்களுக்கான அரசியல் நீதி பற்றி வெளிப்படையாகப் பேசும் இன்னொரு கூற்றைக் கண்டுபிடிப்பது மிகவும் சிரமமே.

அதே இதழில் எழுதப்பட்ட இன்னொரு கட்டுரையில் சீக்கியர் ஒருவர் இஸ்லாமியர்களுக்குத் தீண்டப்படாதோர் மீதான கரிசனம் பற்றிக் குறிப்பிட்டு, இச்சூழலில் தீண்டப்படாதோர் மீதான இந்துக்களின் அக்கறையை விமர்சிப்பது சரியே என்றும் கூறியுள்ளார்.

> 1909-ல் மிண்ட்டோ-மார்லி சீர்திருத்தங்கள் கொண்டுவரப்பட்ட பிறகு இஸ்லாமியர்கள் மிகத் தீவிரமாகவும், தெளிவாகவும் 'தாழ்த்தப்பட்ட மக்கள் இந்து மதத்திலிருந்து மிகத் தொலைவில் தள்ளி இருக்கின்றனர். அதனால் அவர்கள் எண்ணிக்கையை இந்த மதத்தின் கூட்டு எண்ணிக்கையை அதிகரிப்பதற்காகவே பயன்படுத்தக் கூடாது' என்று சொல்லத் தொடங்கியிருக்கிறார்கள் என்று குறிப்பிட்டிருக்கிறார்.[6]

சீர்திருத்தங்களின் இரண்டாம் நிலையில், மாண்டேகு-செம்ஸ்போர்டு திட்டங்களுக்குப் பிறகு, தீண்டாமையில் உழன்ற மக்களிடமிருந்து புதியதொரு உத்வேகம் பிறந்தது. ஆனால், இந்த ஊக்கம் அவர்களின் சாதிக்கு வெளியிலிருந்த சக்திகளின் அரசியல் நோக்கங்களால் தூண்டப்பட்டவையாகவே இருந்தது.

1917-ல் இந்தியாவின் உள்நாட்டுச் செயலராக இருந்த எட்வின் மாண்டேகு ஆங்கிலேய அரசின் கொள்கைகளாக, 'இந்தியர்களின் பங்களிப்பு அரசின் அதிகாரமையங்களில் தொடர்ந்து கூடிக்கொண்டே செல்லும்; மெல்ல இந்தியர்களே அனைத்து அரசுப் பணிகளையும் ஏற்று நடத்தும் நிலைக்குக் கொண்டுவருவோம்' என்றார்.

1917-18-ன் குளிர்காலத்தில் இந்தியா முழுமைக்கும் மாண்டேகும், இந்தியாவின் வைஸ்ராயாக இருந்த லார்ட் செம்ஸ்போர்டும் சுற்றி வந்து, மக்களின் குறைகளை நேரடியாகக் கேட்டறிந்தனர். செய்ய வேண்டிய புதிய சீர்திருத்தங்களைப் பற்றியும் தெரிந்துகொண்டனர். இந்தியா முழுமைக்கும் 21 பின்தங்கிய சாதி அமைப்புகளிடமிருந்து கோரிக்கைகள் வந்திருந்தன. அதில் 11 குழுக்கள் தாழ்த்தப்பட்ட மக்களைப் பிரதிநிதித்துவம் செய்தன. 'பஞ்சமர்கள், ஒடுக்கி வைக்கப் பட்ட மக்கள், ஆதி-ஆந்திரர்கள், ஈழவர்கள்,[7] தென்னிந்தியாவில் உள்ள புத்த மதத்தினர்,[8] தெட்டுகள், தாழ்த்தப்பட்ட மக்களுக்கான மிஷனரி அமைப்புகள், பம்பாயில் இருந்த அகில இந்திய தாழ்த்தப்பட்டோரின் அமைப்புகள், வங்காளத்தில் இருந்த நாம-சூத்திரர்கள் போன்ற அனைவரிடமிருந்தும் கோரிக்கைகள் வந்திருந்தன.

ஆனால், இந்த அனைத்து தரப்பின் வேண்டுகோள்களையும் உன்னிப்பாக ஆய்வு செய்தால் அவை அனைத்துமே அந்தத் தரப்பினரின் உள்ளிருந்து வராமல், அவர்களுக்கு வெளியில் இருக்கும் அரசியல் சக்திகளின் உந்துதலின் மூலமாக வந்தவையாகத் தோன்றுகின்றன. ஏற்கெனவே தென்னிந்தியப் பகுதிகளில் இருந்தும், பம்பாய் பகுதியில் இருந்தும் இது போன்ற வேண்டுகோள்கள் முன்பே அரசியல் அமைப்புகளுக்கு அனுப்பப்பட்டிருந்தன. ஆகவே தங்கள் உரிமைக்கும், உதவிக்கும் அந்த மக்கள், நேரடியாக அரசின் உயர் அமைப்புகளுக்கு எட்டும் வகையில் தங்கள் ஒருமித்த குரலை எழுப்பும் அளவுக்கு வளராத நிலையிலேயே இருந்தனர்.

தென்னிந்தியப் பகுதியில் இருந்த தாழ்த்தப்பட்டவர்களின் குழுக்கள் அப்பகுதியில் பரவியிருந்த திராவிட இயக்கத்தினை ஒட்டியே இருந்து வந்தனர். அத்தகைய பிராமணரல்லாத சாதியினரின் அமைப்பைப் போலவே புதிதாக வரும் பல சீர்திருத்தங்கள் பிராமணர்களின் அதிகாரங்களை இன்னும் மேலே உயர்த்தி விடுமோ என்ற அச்சத்தில்

இருந்தனர்.[9] மதராஸ் ஆதி திராவிடர் மகாஜன சபை மாண்டேகு-செம்ஸ்போர்டு அவர்களின் சுற்றுப் பயணத்தின்போது அவர்களோடு தனிப்பட்ட முறையில் உரையாடல் நிகழ்த்தியபோது கீழ்க்கண்டவாறு தங்கள் கருத்துகளைப் பகிர்ந்து கொண்டனர்.

> ‘சுதந்திரம் என்ற பெயரில் அதிகாரங்கள் கை மாறும்போது இந்து மத மேல் சாதியாகச் சொல்லப்படுபவர்களின் கைகளுக்கு அதிகாரங்கள் சென்று விடக்கூடாது என்று எங்கள் கடைசிச் சொட்டு ரத்தம் இருக்கும் வரை போராடுவோம். காலங்காலமாக இதுவரை எங்களை மிகவும் கீழ்த்தரமாகவே நடத்திவந்துள்ளனர். ஆங்கிலேய அரசின் சட்டங்கள் இல்லாமல் போனால் அந்த அடக்குமுறையே மீண்டும் தொடர ஆரம்பிக்கும்.’[10]

இதே நேரத்தில் பம்பாயில் உள்ள பல குழுக்கள் தாழ்த்தப்பட்டவர்களின் மீதான தங்கள் அக்கறையைக் காண்பித்துக் கொண்டிருந்தனர். 1917-ல் மாண்டேகு இந்தியாவுக்கு வருகை தருவதற்கு முன்பே தாழ்த்தப்பட்ட மக்களின் முன்னேற்ற அமைப்பு கல்விக்கான ஒருமுனைப்போடு ஏற்கெனவே இயங்கி வந்த பிரார்த்தனா சமாஜ் என்ற அமைப்பிலிருந்து உருவாகியது. இவ்வமைப்பை வழிநடத்திச் சென்றவர் மராத்திய சீர்திருத்தவாதியான விட்டல் ராம்ஜி ஷிண்டே. இவர் மாநாடு ஒன்றினை நடத்தினார். மாநாட்டின் தலைவராக பிராமணரும், பிரார்த்தனா சமாஜின் உறுப்பினராகவும், பழைய காங்கிரஸ் கட்சியின் தலைவராகவும் இருந்த எஜ்.ஜி.சந்தர்வார்க்கர் இருந்தார்.

2500 தாழ்த்தப்பட்ட மக்கள் இம்மாநாட்டில் கலந்து கொண்டதாகக் குறிப்புகள் உள்ளன. 1916-ல் ஏற்பட்ட காங்கிரஸ்-லீக் ஒப்பந்தம் மூலம் ஏற்படவிருந்த சுய ஆட்சியை இம்மாநாடு ஏற்றுக் கொண்டது. இதற்குக் கைமாறாக, ‘இந்திய தேசிய காங்கிரஸ் தங்கள் அடுத்த சந்திப்பில் ஒரு முக்கியமான, தன்னிச்சையான முடிவு ஒன்றை எடுக்க வேண்டும்’ என்ற கோரிக்கையை வைத்தது: இந்திய மக்கள் மத்தியில் மதம், பழக்க வழக்கம் என்பதன் மூலம் தாழ்த்தப்பட்ட மக்களுக்குப் பாதகமாக இருந்து வரும் தடைகள் அனைத்தும் நீக்கப்பட வேண்டும்.’[11]

காங்கிரஸ் கட்சியும் அப்படிப்பட்ட ஒரு தீர்மானத்தை முன்வைத்தது. இதுவே அக்கட்சி தீண்டாமைப் பிரச்னை பற்றிக் கொண்டுவந்த முதல் தீர்மானம். தாழ்த்தப்பட்ட மக்களின் முன்னேற்ற அமைப்பின் தீர்மானம் காங்கிரஸ் கட்சியின் ஆதரவோடு மாண்டேகு-செம்ஸ்போர்டு குழுவின் கருத்துத் தொகுப்பில் இடம் பெற்றது. தாழ்த்தப்பட்ட மக்களின் அமைப்பு காங்கிரஸுக்கு ஆதரவளித்த சில தருணங்களில் இதுவும் ஒன்று.

பம்பாயில் தாழ்த்தப்பட்ட முன்னேற்ற அமைப்பு மாநாடு நடந்து முடிந்த அடுத்த வாரத்தில் இன்னொரு மாநாடு நடத்தப்பட்டது. தாழ்த்தப்பட்ட மக்களின் அரசியல் நாளை எப்படியிருக்கும் என்பதை முன்கூட்டியே சொல்லுவதுபோல் அது நடந்து முடிந்தது. இந்த மாநாடும் சாதி இந்து ஒருவரால்தான் நடத்தப்பட்டது. பிராமணரல்லாத இவர், அப்போது மதராஸ் ராஜதானியில் பிராமணர் அல்லாதார் நடத்திய அமைப்பைப் போலவே செயல்பட்டார். பாபுஜி நம்தியோ பகாதே இந்த மாநாட்டைத் தலைமை தாங்கி நடத்தி வைத்தார். இரண்டாயிரம் உறுப்பினர்கள் கலந்து கொண்ட இம்மாநாடு பம்பாயில் 1917 நவம்பர் மாதத்தில் நடந்தது.

இம்மாநாட்டின் முக்கிய நோக்கமே காங்கிரஸ்-லீக் ஒப்பந்தத்துக்கு எதிர்ப்பைத் தெரிப்பதே. டிப்ரஸ்ட் இந்தியா அசோஷியேஷன் என்ற அமைப்பு விதர்பா பகுதி மஹர்களும் பிராமணரல்லாத சிலரும் இணைந்து ஆரம்பிக்கப்பட்டிருந்தது. இவர்களது கோரிக்கையான சாதி வாரி தனித் தொகுதி வாக்குரிமையை அந்த மாநாடு ஆதரித்தது.[12] ஆனால், தெட்ஸ் என்ற மூன்றாம் பிரிவினர் பற்றி எந்தக் குறிப்பும் இந்த மாநாட்டில் இல்லை. இவர்கள் குஜராத்திய தீண்டப்படாதவர் என்பதால் அப்படி இருந்திருக்கலாம்.[13]

வந்திருந்த மூன்று கோரிக்கைகளில் இரண்டு சாதி இந்துக்களின் தலைமையின் மூலம் வந்தவை; மற்றொன்று வேறொரு அமைப்பி லிருந்து வந்தது. ஆனால், அந்த அமைப்பு பின்னாளில் அடையாளம் ஏதுமின்றிப் போய்விட்டது: அனைத்திந்திய மக்களின் எண்ணங்களை தேசியக் கோட்பாடுகளிலும் கொள்கைகளிலும் முற்றிலுமாகப் பிரதிபலிக்கவேண்டும் என்பது மேல்தட்டு மக்களின் எண்ணமா யிருந்து வந்தது. இந்த எண்ணம் அப்படியே விழிப்புணர்வு அடைந்த தாழ்த்தப்பட்ட மக்களின் முன்னேற்ற அமைப்பின் மாநாட்டிலும் இருந்தது.

இரண்டாவது மாநாடு மராத்தி ஒருவரால் நடத்தப்பட்டது. இம்மாநாடு பிராமணரல்லாதார் மத்தியில் உருவாகியிருந்த ஜனநாயக உணர்வின் மூலம் மட்டுமல்லாமல் அம்மக்களும் பிராமணர்களின் ஆதிக்கத்தி லிருந்து விடுபட்டு, சாதிய வாக்குரிமை பெறக் காட்டிய தீவிரத்தினாலும் உந்துதல் பெற்றதாகவே இருந்தது.

இந்த இரு மாநாட்டின் தீர்மானங்களும் அதிகாரபூர்வமான முறையில் மாண்டேகு அவர்களிடம் கொடுக்கப்பட்டது. ஆனால் மாண்டேகு எழுதிய 'இந்திய நாட்குறிப்புகள்' (An Indian Diary) என்ற நூலில் பம்பாயின் தாழ்த்தப்பட்ட மக்கள் பற்றிய குறிப்புகள் அதிகமாக இடம் பெறவில்லை. ஒரு குறிப்பு மட்டும் அதில் காணக் கிடக்கிறது.

'1917 டிசம்பர் 27ஆம் தேதி ராவ் பகதூர் தோக்ரே என்பவர் தாழ்த்தப்பட்ட மக்களின் சர்பாக எங்களைச் சந்தித்தார். மிக நல்ல மனிதர். தாழ்த்தப்பட்ட மக்களின் மீது மிகுந்த ஆர்வம் கொண்டிருந்தார். அவர் ஒரு சாதி இந்து. அவர் தன்னோடு தீண்டப்படாத மக்கள் இருவரையும் அழைத்து வந்திருந்தார். அவர்களில் ஒருவருக்கு மட்டுமே ஆங்கிலம் தெரிந்திருந்தது. ஆனால் அவர்களது அறிவுக்கூர்மை என்னை ஆச்சரியப்பட வைத்தது. தனது சாதியினருக்குத் தனி பிரதிநிதித்துவம் வேண்டும் என்று கேட்டுக்கொண்டார்கள்.'[14]

1918-1919-ல் லார்ட் சவுத்பரோவின் தலைமையில் வாக்குரிமைக் குழு ஒன்று இந்தியா முழுவதிலும் பயணம் செய்தது. தேர்தலையும், வாக்குரிமைகளையும் ஒழுங்குபடுத்துவதற்கான பயணம் இது. இந்தக் குழு அமைவதுவரை தாழ்த்தப்பட்ட மக்களுக்கான அரசியல் உரிமைகள் தருவதற்கான எவ்வித சிபாரிசுகளும் தரப்படவே இல்லை. மாண்டேகுவின் பயணம் தொடங்கி சவுத் பரோ பயணம் வரை பம்பாயில் இரு மாநாடுகள் நடத்தப்பட்டன. தாழ்த்தப்பட்ட மக்களுக்காக, அவர்களின் நன்மைக்காக நடந்த மாநாடுகள் அவை.

தேசியத் தலைவர்கள் பலரும் தாழ்த்தப்பட்ட மக்களுக்கான அரசியல் உரிமைகள் தருவதில் ஆர்வம் காட்ட ஆம்பித்திருந்தனர். 1918 மார்ச் மாதத்தில் அகில இந்திய தாழ்த்தப்பட்ட மக்களுக்கான மாநாடு, தாழ்த்தப்பட்ட மக்களின் கூட்ட அமைப்புகளினால் நடத்தப்பட்ட போது பாலகங்காதர திலகர் அதில் கலந்துகொண்டார். மாநாட்டின் தலைவராக பரோடாவின் அரசர் கெய்க்வாடும், வரவேற்பு கமிட்டியின் தலைவராக சர் எஸ்.என்.சந்தவர்க்கரும் பங்கேற்றனர்.

இந்த மாநாட்டில்தான் திலகர் தனது புகழ் பெற்ற வாக்கியத்தை முதன்முறையாகச் சொன்னார்: *'தீண்டாமையைக் கடவுள் கண்டு கொள்ளாமல் இருந்தால், நான் அவரைக் கடவுளாகவே மதிக்கமாட்டேன்.'*[15] ஆனால், இவ்வளவு தீவிரமாகப் பேசிய திலகர், விட்டல் ராம்ஜி ஷிண்டே தீண்டாமையை ஒழித்துக் கட்டுவதற்காகக் கொண்டு வந்த மனுவில் பிற சாதி இந்துக்களைப்போல் கையெழுத்திட, மறுத்துவிட்டார்.[16] இந்த மறுப்பு தாழ்த்தப்பட்ட மக்களின் மனதில் நெருடலாகப் பதிந்துவிட்டது.[17]

அதே ஆண்டில் இன்னொரு மாநாடு தீண்டப்படாத மக்களின் அரசியல் உரிமைகளுக்காக நடந்தது. சுபோதர் கண்பத்ராவ் கோவிந்த் ரோக்தே - அநேகமாக இவர் ஒரு மஹர் சாதியினராக இருக்கலாம் - என்பவரின் தலைமையின் கீழ் இம்மாநாடு நடந்தது. இந்த மாநாட்டில் தாழ்த்தப் பட்டவர்களுக்குத் தனிப்பட்ட தொகுதிகள் வேண்டுமென்பது முக்கிய

குறிக்கோளாக இருந்தது. தாழ்த்தப்பட்ட மக்களின் கூட்டமைப்பு இதற்கு முன் நடத்திய மாநாட்டின் தீர்மானத்தோடு இம்மாநாடு உடன்படவில்லை. ஏனெனில் முந்திய மாநாட்டின் தீர்மானத்தின்படி சட்டசபையின் உறுப்பினர்கள் தாழ்த்தப்பட்ட மக்களிலிருந்து சிலரைத் தேர்ந்தெடுக்கவேண்டும். ஆனால், இரண்டாம் மாநாடு தாழ்த்தப்பட்ட மக்கள் நேரடியாகத் தேர்தல்கள் மூலமாகவே தேர்ந்தெடுக்கப்பட வேண்டும் என்று வலியுறுத்தியது.[18]

வாக்குரிமைக்கான சவுத் பரோவின் குழு

1918-1919-ல் சவுத் பரோவின் குழு இந்தியப் பயணத்தின் மூலம் வாக்குரிமை கொடுப்பதற்கான தரவுகளைத் தொகுத்தது. அதே நேரத்தில் மஹர் சாதியினரும் மக்களின் அரசியல் உரிமைகளுக்காகத் தங்கள் தனிப்பட்ட வேண்டுகோள்களைத் தயாரித்து வைத்திருந்தனர். அதிலும் அம்பேத்கர் மிகவும் அரசியல் ரீதியான, மதிப்பு மிகுந்த உரையைத் தன் உயர்ந்த மொழியில் தந்திருந்தார். அவை மஹர்களின் ஆவல்கள் அனைத்தையும் பொதிந்து வைத்திருந்தன. ஆனால், மஹர் சாதி அம்பேத்கரின் குரல் ஒற்றை மனிதரின் குரலாக இருந்திருக்க வில்லை. பெரார் என்ற இடத்திலுள்ள அம்ரோதி பகுதியில் இருந்த ஜி.ஏ. கவாய் மஹர்களின் இன்னொரு உரத்த குரலாக, தன் கருத்துகளை வெளிக்கொணர்ந்தார். தாழ்த்தப்பட்ட இந்திய மக்களின் சார்பாக கவாய் பேசினார்.[19]

இந்த அமைப்பு பெரார், பம்பாய் ராஜதானிலிருந்து ஐந்தாறு உறுப்பினர்களோடு இயங்கியது. கவாய், அம்பேத்கர் வலியுறுத்திய பலவற்றையும் பற்றித் தன் கருத்துகளைக் கூறி வந்தார். தாழ்த்தப்பட்ட மக்களுக்கான தனித் தொகுதிகளை வற்புறுத்தினார். 'எங்களது அமைப்பு எந்த உறுப்பினர்களுக்காகப் பாடுபடுகிறதோ அவர்கள் தனிப்பட்ட தேர்தல் தொகுதிகள் வேண்டும் என்பதில் மிக உறுதியாக உள்ளனர்.' தாழ்த்தப்பட்ட மக்களின் பங்களிப்பு அதிகார நிலைகளில் கட்டாயம் இருக்க வேண்டும். பெரார், மத்திய ராஜதானியில் உள்ள நாக்பூரில் உள்ள அரசு அலுவலகங்களில் ஒரே ஒரு தாழ்த்தப்பட்ட வரைக் கூடக் காண்பிக்க முடியாது' என்று எடுத்துக் கூறியுள்ளார்.

தாழ்த்தப்பட்ட மக்களில் கல்வி கற்போர் மிக மிகக் குறைவு. ஆனால் வெகு சிலர்களும் மிகவும் திறமையானவர்கள். பெரார், மத்திய பகுதிகளில் மெட்ரிகுலேஷன் முடித்த மூன்று நான்கு பேரைப்பற்றி கவாய் பேசுகிறார். அவர்கள் கல்லூரிப் படிப்பை முடித்ததைப் பற்றியும் பேசுகிறார் (அந்த நபர் அம்பேத்கர்தான். ஆனால், அம்பேத்கரின் பெயரைத் தனிப்பட்டுக் கூறவில்லை).

அம்பேத்கரைப் போலவே இவரும் கல்வியின் முக்கியத்துவம் புரிந்தவரே. ஜனநாயகத்தில் கல்வியின் மூலம் மக்கள் தங்கள் தரத்தை உயர்த்திக் கொள்ள முடியும். மற்ற உயர் சாதியினரோடு கல்வியின் மூலமாக தாழ்த்தப்பட்ட மக்கள் வெற்றிகரமாக இணைந்துகொள்ள முடியும். இதற்கான உந்துதல் எப்போது இந்த சாதி மக்களுக்கும் சரியான, நியாயமான அதிகாரப் பங்கு கிடைக்குமோ அப்போதுதான் முழுமையாகக் கிடைக்கும். எல்லா சாதி மக்களோடும், மாறுபட்ட குழுக்களோடும் அப்போதுதான் இணையாகச் செல்ல முடியும் என்று நம்பினார்.

கவாய் தந்த அறிக்கை அம்பேத்கர் கொடுத்ததுபோல் திறம்பட எழுதப்படவில்லை; ஆனால், அம்பேத்கரின் கருத்துகளோடு மிகவும் ஒத்துப் போயிருந்தது. சமயம் சார்ந்த பார்வை எதையும் முன்வைக்காமல், ஒரு ஜனநாயக நாட்டில் கல்வித் திறன் மூலமும், அரசியல் உரிமைகள் மூலமும் மக்கள் உயர் நிலை பெற முடியும் என்பதே அந்தக் கருத்துகளின் மையப்புள்ளியாக இருந்தன. இதைப் போலவே உயர்சாதி மக்கள் மீது கவாய்க்கு எவ்வித நம்பிக்கையும் கிடையாது. அம்பேத்கரின் கருத்தும் அதே அவநம்பிக்கையின் மீதுதான் கட்டப்பட்டிருந்தது. கவாய் அம்பேத்கரின் அளவுக்கோ அல்லது அதைவிட அதிகமாகவோ சாதி இந்துக்கள் மீது நம்பிக்கை இல்லாமல் இருந்தார். தாழ்த்தப்பட்ட மக்களின் குறைகளையும் வேதனை களையும் அந்த மக்கள் எப்போதும் புரிந்து கொண்டதுமில்லை; ஆதரவு கொடுத்ததமில்லை என்பது கவாயின் அழுத்தமான கருத்து.

இந்தக் கருத்தை முழுமையாக நிரூபிப்பதுபோல் பழைய காங்கிரஸ் கட்சியின் தலைவராக இருந்த பிராமணரான ராவ் பகதூர் ஆர்.என். முதோல்கர் சவுத்பரோ குழுவினரிடம் தாழ்த்தப்பட்ட மக்கள் மிகக் கீழான நிலையில் உள்ளனர். தங்கள் உறுப்பினர்களைத் தேர்ந்தெடுக்கும் அளவுக்குக்கூட அவர்களிடம் அறிவில்லை. மஹர் சாதி அளவுக்குக் கூட அறிவில்லாதவர்கள் அந்த மக்கள். இதனால் முதோல்கர் ஒரே ஒரு உறுப்பினரை நியமனம் மூலம் தேர்ந் தெடுக்கலாம் என்று அக்குழுவிடம் பரிந்துரைத்திருந்தார். ஆனால், எதிர்மாறாக மூன்று உறுப்பினர்களை தேர்தல் மூலமாகத் தேர்ந்தெடுக்க வேண்டும் என்பது கவாயின் பரிந்துரையாக இருந்தது.[20]

சவுத்பரோ குழுவினரிடம்[21] அம்பேத்கர் தன் கருத்துகளை முன்வைத்தார். அப்போது அவர் எந்த அமைப்பின் சார்பாகவும் பேசவில்லை. பம்பாய்க்கான நிர்வாக அமைப்பு, சமூக பிரதிநிதித்துவம் தொடர்பாக ஆங்கிலேய அரசுக்கான ஆலோசகராகவும் தீண்டப்படாதவர்களின் உரிமைகள் சார்பாகப் பேசுபவராகவும் ஒரே நேரத்தில் செயல்பட்டார். அவர் பத்து பக்கங்களில் செறிவான தன் கருத்துகளைக்

| 151 |

கொடுத்திருந்தார். அதில் தாழ்த்தப்பட்ட மக்களின் உரிமைகளையும் தாண்டிப் பல விஷயங்களைப் பேசியிருந்தார்.

இஸ்லாமியர்களுக்கு இடங்கள் தனியாக ஒதுக்கப்படலாம்; ஆனால், அனைத்து தரப்பினரும் அவர்களுக்கு வாக்களிக்க முடிவதாகவே இருக்கவேண்டும். ஏனென்றால் மதவாரியான தனி பிரதிநிதித்துவம் இந்து-முஸ்லிம் வேற்றுமையை அதிகரிக்கும் என்றும் குறிப்பிட்டிருந்தார். மேலும், மராத்தாக்களுக்கும் குறைந்த தொகுதிகள் கொடுத்தால் பெரும்பான்மை மக்களுக்கு நன்மை பயக்கும்; மராத்தாக்களுக்கு என்று தனித் தொகுதிகள் கொடுத்தால் 'பிராமணர்களின் அதிகார ஆதிக்கத்திலிருந்து விடுதலை' என்ற மகிழ்ச்சி ஒலி மக்களிடமிருந்து கிளம்பும் என்றும் கூறியுள்ளார்.

மேலும் தீண்டப்படாத மக்களின் குரலையும், வேதனைகளையும் பற்றி நன்கு விவரித்துள்ளார். இம்மக்களைப் பற்றிப் பேசும் போதெல்லாம் அவர்களை 'அடிமைகள்', 'மனித உணர்ச்சி நீக்கப்பட்டவர்கள்', 'எதிர்வினை ஆற்றாத அளவுக்கு மட்டுப்படுத்தப்பட்ட சமுதாயக் குழு' என்றே அழைக்கிறார். இவர்களுக்குத் தரப்படும் தனி பிரதிநிதித்துவ மானது உரிய பிராயச்சித்தங்களைக் கோரமுடியும் வகையிலேயே இருக்கவேண்டும். தாழ்த்தப்பட்டவர்களுக்குத் தரப்படும் தனி பிரதிநிதித்துவமானது 'ஏராளமான தாழ்த்தப்பட்டவர்கள் அரசியல் உணர்வு பெற உதவும்வகையில் மிகவும் குறைவாகவே இருக்க வேண்டும்' என்று குறிப்பிட்டிருக்கிறார்.

அம்பேத்கர் தீண்டப்படாத மக்களுக்கு சாதி அடிப்படையில் தனி பிரதிநிதித்துவம் கேட்டது ஏன் என்பதை இங்கு பார்க்கவேண்டும். அவர்கள் ஆதி இந்துக்கள் (இந்துக்களுக்கும் முந்தைய பூர்வகுடிகள்) என்பதால் அல்ல; தனியான சாதியினர்; இந்து சமுதாயத்தில் இருந்து மாறுபட்ட கலாசாரத்தைக் கொண்டவர்கள் என்பது போன்ற காரணங்களால் அல்ல; சாதி இந்துக்களால் ஒதுக்கப்பட்டதால் தனியான பிரிவாகக் கருதப்படவேண்டியவர்கள் என்கிறார்.

வாலங்கர், பன்சோத் போன்ற பல மஹர் தலைவர்கள் தாழ்த்தப்பட்ட மக்களை ஆரியர்களுக்கும் முந்தையவர்கள் என்று நினைத்தனர். இதைப்போலவே மற்ற இந்தியர்களும், ஆங்கிலேயர்களும் இந்தியாவின் மேற்குப் பகுதியில் வாழும் மக்களைப் பற்றி நினைத்தனர். ஆனால், அம்பேத்கர் இதற்கு எதிர்க்கருத்து கொண்டிருந்தார். தாழ்த்தப்பட்டவர்கள் தனியானவர்கள் என்பதற்குச் சொல்லப்படும் இந்தக் காரணத்தை அவர் ஏற்கவில்லை. காலப்போக்கில் சீர் செய்ய முடிந்த மாறுபாட்டுக்குப் பதிலாக அது சாதிரீதியான சிக்கல்களைக் கொண்டுவந்துவிடும் என்று கருதினார்.

ஆனால், தாழ்த்தப்பட்ட மக்கள் மற்ற பெரும்பான்மை சாதி இந்துக்களிலிருந்து நிச்சயம் தனித்து பிரதிநிதித்துவம் பெறவேண்டும். ஏனெனில், அடிப்படையில் தீண்டத் தக்கவர்கள், தீண்டத் தகாதவர்கள், என்ற இரு வகை மக்களுக்கும் நடுவே 'ஒத்த சிந்தனை' கிடையாது; 'கீழ் மேல் நகர்வு' கிடையாது (இந்தப் பதங்கள் கொலம்பியாவில் ஜான் டி.யு. ப்ராங்களின், கிட்டிங்க்ஸ் ஆகியோருடனிருந்த அம்பேத்கரின் மாணவப் பருவத்தை நினைவுபடுத்துகிறது. அச்சமயத்தில் அம்பேத்கர் முதன்முதல் 'இந்தியாவில் சாதிகள்' என்ற தலைப்பில் எழுதிய ஆராய்ச்சிக் கட்டுரையிலும் இதே வார்த்தைகள் பயன்படுத்தப்பட்டன. கொலம்பியாவில் 1916-ல் சமர்ப்பிக்கப்பட்ட இக்கட்டுரை 1917-ல் 'இந்தியன் ஆண்டிக்குரி' என்ற தலைப்பில் வெளிவந்தது).

அம்பேத்கர் ஆய்வுக் குழுவிடம் 'இந்தியாவில் நடக்கும் ஆங்கிலேய ஆட்சி அனைவருக்கும் சமமான வாய்ப்புகளைத் தர வேண்டும் என்றுதான் இயங்குகிறது. பெரும்பான்மையான அரசியல் அதிகாரத்தை மக்கள் சபைக்கு அளிப்பதற்கான ஏற்பாடுகளைச் செய்து வருகிறது. ஆனால், இதன் மூலம் பன்னெடுங்காலமாக தாழ்த்தப்பட்ட மக்கள் மீது ஏற்றி வைக்கப்பட்ட சிரமங்களும், கையாலாகாதத் தன்மைகளும் புதிதாக வரும் அரசியல் அதிகார அமைப்புகளிலும் தொடர்ந்து இருந்துவிடக்கூடாது' என்று திடமாகக் கூறினார்.

தீண்டப்படாத மக்களிடம் அன்று பம்பாய் ராஜதானியில் அம்பேத்கர் என்ற ஒரே ஒரு பட்டதாரியும், ஆறு அல்லது ஏழு மெட்ரிக் பள்ளியிறுதி முடித்தவர்களும், ஏறத்தாழ இருபது அல்லது இருபத்தி ஐந்து தேவையான அளவு ஆங்கில அறிவு கொண்டவர்களும் மட்டுமே இருந்தனர். அவர்கள் சட்டசபையில் பங்கேற்கும் அளவுக்குத் தகுதி பெற்றிருந்தனர். பம்பாய் சட்டசபையின் எண்ணிக்கை நூறாக இருந்தது. அம்பேத்கர் இந்த நூறு பேரில் 9 பேர் தாழ்த்தப்பட்ட மக்களிலிருந்து அழைக்கப்பட வேண்டும் என்றார். இந்த ஒன்பது பேரிலிருந்து ஒருவர் தில்லியில் உள்ள மத்திய சட்டசபைக்கு அவர்களாலேயே தேர்ந்தெடுக்கப்படுவார் என்று விரும்பினார்.

சவுத்பரோ ஆணையத்திடம் தாழ்த்தப்பட்ட மக்களுக்கான மனுக்களாக நேரடியாக வந்தவை அம்பேத்கர், கவாய் ஆகிய இருவரிடமிருந்து மட்டும்தான். மதராஸ் போன்ற மற்ற மாநிலங்களில் பிராமணரல்லாதார் இந்த ஆணையத்தை முற்றும் புறக்கணித்தனர். ஆகவே, அந்தந்த மாநிலங்களில் தாழ்த்தப்பட்டவர்களின் உரிமைகளுக்காகக் குரல் கொடுத்த குழுக்களும் பிராமணரல்லாதாரைப் பின்பற்றி, இந்த ஆணையத்திடம் நேரடியான மனுக்கள் எதையும் கொடுக்கவில்லை.

இந்த ஆணையத்தைப் புறக்கணிப்பதற்கான காரணங்களாக சில முன்வைக்கப்பட்டன: 'பிராந்திய, சமூக பிரதிநிதித்துவப் பரிந்துரைக்

குழுவின் பாரபட்சமான அணுகுமுறை, பிராமணரல்லாதாரின் வேண்டுகோள்களைக் கண்டுகொள்ளாமல் கள்ள மௌனம் சாதித்தது; ஜனநாயக முறையில் நடந்துகொள்ளாமல், பிராமண மேலாதிக்கத்தை முன்னெடுப்பவர்களுக்கு அரசு காட்டிய ஆதரவு.[22]

மெட்ராஸ் ஆதி-திராவிடர் ஜன சபா இன்னொரு முக்கிய காரணத்தையும் முன்வைத்தது: இந்த ஆணையத்தின் உறுப்பினர்களில் ஒருவர் வி.எஸ்.சீனிவாச சாஸ்திரியார். இவர் பிராமணர்களுக்கு முழுமையாக ஆதரவாகப் பேசுபவர்; பிராமணர்களை மட்டும் தூக்கிப் பிடிப்பவர்.

இன்னொரு பிரச்னைக்குரிய நபரும் அந்த ஆணையத்தில் இருந்தார். அவர் சுரேந்திர நாத் பானர்ஜி. ஆங்கிலேயரிடமிருந்து அதிகாரம் சாதி இந்துக்களிடம் கொடுக்கப்படுவதை எதிர்த்துப் போராடுவோம் என்று மாண்டேகு-செம்ஸ்போர்டு முன்னிலையில் தாழ்த்தப்பட்டவர்களின் பிரதிநிதிகள் தெரிவித்திருந்தனர். அதை கிண்டலடித்த பானர்ஜி, போரிடுவதென்றால் நாகரிகத்துக்கும் சுதந்தரத்துக்கும் எதிராகப் போராடும் ஜெர்மானியப் படையில் சேர்ந்துகொண்டு போராடுங்கள் என்று விமர்சித்திருந்தார்..[23]

சவுத்பரோ ஆணையத்திடம் மஹர்கள் தாழ்த்தப்பட்ட மக்களுக்காக வேண்டுகோள் வைத்தது போலவே, மகாராஷ்டிராத்தில் கல்வியறிவுள்ள சில சாதி இந்துக்களும் தாழ்த்தப்பட்ட மக்களுக்கான சிறப்பு பிரதிநிதித்துவம் கொடுக்க வேண்டுமென்றனர். இந்தியாவில் உள்ள மற்ற மாநிலங்களில் இல்லாத அளவு பம்பாயில் தாழ்த்தப்பட்ட மக்களுக்கான அரசியல் பங்களிப்புக்கு சாதி இந்துக்கள் துணை நின்றனர். பம்பாய் ராஜதானியில் இருந்து, தாழ்த்தப்பட்ட மக்களுக்கான சேவைக் குழுவை ஆரம்பித்தவரான வி.ஆர். ஷிண்டே, ஏற்கெனவே தங்களது குழு உறுப்பினர்களைத் தேர்தல் இல்லாமல் நியமனம் மூலம் தேர்ந்தெடுக்கவேண்டும் என்று தீர்மானம் இயற்றியிருந்தார். ஆனால் இப்போது அந்த நிலைப்பாட்டை மாற்றிக்கொண்டு, ஒரேயடியாக ஒன்பது தாழ்த்தப்பட்ட மக்களைத் தனித் தொகுதிகள் மூலம் தேர்ந்தெடுக்கவேண்டும் என்று தன் கோரிக்கையை அழுத்தமாக முன்வைத்தார்.

தாழ்த்தப்பட்ட மக்களுக்கான அரசில் பங்களிப்பைத் தந்தே ஆக வேண்டும் என்ற குறிக்கோளுடன் இருந்த பலரின் பட்டியல் இது: வி.ஜே. பட்டேல், ஆர்.பி. பராஞ்சபே, தக்காண விவசாயிகளின் சங்கத்தைச் சார்ந்த வி.ஆர். கோத்தாரி, தக்காண சபையின் ஹெ.என். ஆப்தே, என்.எல். கெல்கர், இந்திய சேவகர்கள் அமைப்பின் என்.எம்.ஜோஷி, பிராமணரல்லாதார் கட்சியின் தலைவர் பி.வி.

ஜாதவ். இப்பட்டியலில் உள்ள இருவர் ஜாதவ், ஜோஷி - தனித் தொகுதி மூலம் தாழ்த்தப்பட்ட மக்கள் தேர்ந்தெடுக்கப்படவேண்டும் என்று கூறினார்.[24] சில மராத்தாக்களும் பிராமணர்களும்கூட இதே கோரிக்கைகளை முன்வைத்தனர். பம்பாயிலிருந்த சாதி இந்து சீர்திருத்தவாதிகளின் விரிந்த உள்ளமும், பரந்த நோக்கும் இதன் மூலம் வெளிப்படுகிறது. தாழ்த்தப்பட்ட மக்களின் - அதிலும் குறிப்பாக மஹர்களின் அரசியல் விழிப்புணர்வுக்கு அவர்கள் கொடுத்த அங்கீகாரமும் தெரியவருகிறது.

மஹர்களுக்குக் கிடைத்த பரவலான ஆதரவு ஏனைய தாழ்த்தப்பட்ட மக்களுக்குக் கிடைக்கவில்லை. மஹர்களின் இயக்கம் தங்கள் புறச் சூழலில் செலுத்திய தாக்கம் இதில் தெரிகிறது. இதனால் ஐக்கிய ராஜதானிகளில் உள்ள பண்டிட் மதன் மோகன் மாளவியா, மோதிலால் நேரு ஆகியோர் 'தகுந்த நபர்கள் இருந்தால் தாழ்த்தப்பட்ட மக்களுக்கான உறுப்பினர்களைத் தேர்ந்தெடுப்பதை காங்கிரஸ் ஆட்சி ஆதரிக்கும். ஆனால், கல்வியறிவு இல்லாத அவர்களுக்கு எவ்வாறு தேர்தலை நடத்துவது' என்றனர்.[25]

வங்காளத்தில் அம்பிகாசரண் மஜூம்தார் 'இம்மாநிலத்து மஹிஷ்யாகள், நாம-சூத்திரர்கள் ஆகியோருக்காக தேவை என்று நினைத்தால் அரசு இரு நியமன உறுப்பினர் பதவிகளைத் தரட்டும்; ஆனால், பொதுவாக தாழ்த்தப்பட்ட மக்களுக்கு அதில் ஆர்வம் இருப்பதாகத் தெரியவில்லை' என்று கூறினார்.[26]

சில பகுதிகளில் தாழ்த்தப்பட்ட மக்களிடமிருந்து அரசியல் பிரதிநிதித்துவத்துக்கான குரல் எழவில்லை; எழுந்த சில இடங்களில் இருந்தவர்கள் அதை வழங்க விரும்பியிருக்கவில்லை. இப்படியான சூழலில் தாழ்த்தப்பட்ட மக்களுக்கு ஆதரவாக பிராமணர்களும் மராத்தாக்களும் இருந்ததால் மற்ற ராஜதானிகள் போலல்லாமல் பம்பாய் இந்தச் சமூக மாற்றங்களுக்கு சாதகமான பகுதியாக இருந்தது.

மாறாக, பிரிட்டிஷ் அரசாங்கம் செயல்பட்டவிதத்தை வைத்துப் பார்த்தால், பம்பாய் அரசைவிட மெட்ராஸ் அரசு தாழ்த்தப்பட்ட மக்களுக்கான விஷயங்களில் கூடுதல் கரிசனத்துடன் இருந்தது. இதைப் பற்றி மெட்ராஸ் அரசு அளித்த அறிக்கையோடு ஒப்பிட்டால் பம்பாய் அரசு அளித்த குறிப்பில் தாழ்த்தப்பட்ட மக்களுக்கான அக்கறை மிகக் குறைவாகவே இருந்தது. தாழ்த்தப்பட்ட மக்களின் அரசியல் ஆசைகளைப்பற்றி மற்ற சாதி மக்களின் ஆர்வமும் அதில் பிரதிபலிக்கவில்லை.

இதன் அடுத்த கட்டமாக பம்பாய் அரசு எடுத்த முடிவு தாழ்த்தப்பட்ட மக்களுக்கு எதிரானதாகவே அமைந்தது. தாழ்த்தப்பட்ட மக்களுக்கான

தனி பிரதிநிதித்துவம் எதையும் அந்த அரசு அளிக்கத் தயாராக இல்லை. இதற்கு எந்த சாதியினரை எந்தப் பட்டியலில் வைக்கலாம் என்பதில் உள்ள பிரச்னையும், தாழ்த்தப்பட்ட மக்களுக்குப் போதுமான அறிவு இல்லாததும் காரணமாகக் கூறப்பட்டன.[27]

அம்பேத்கர், கவாய், இன்னும் பல முற்போக்குவாதிகள் பிராந்திய, சமுதாய பிரதிநிதித்துவம் தொடர்பான ஆணையத்திடம் தாழ்த்தப் பட்ட மக்களுக்கான பிரதிநிதித்துவம் பற்றி கோரிக்கைகள் பல கொடுத்திருந்தனர். ஆனால், புதிதாக சீர்திருத்தம் செய்யப்பட்ட சட்டசபைகளில் அப்படிப்பட்ட பிரதிநிதித்துவம் ஏதும் கொடுக்கவே யில்லை. மெட்ராஸ் சட்டசபையில் தீண்டப்படாத மக்களுக்காக இரண்டு இடங்கள் அனுமதிக்கப்பட்டன. உறுப்பினர்களைத் தேர்ந்தெடுக்கும் முறைதான் கொடுக்கப்பட்டது. பின்பு பம்பாயில் ஓர் இடமும், உத்தரப் பிரதேசம், வங்காளம், பீகார், மத்திய ராஜதானியில் ஒவ்வொரு இடமும் அளிக்கப்பட்டன. பம்பாயில் நேரடியாக உறுதியாகக் கோரிக்கைகள் வைத்தாலும், ஏனைய இடங்களிலிருந்து பல முணுமுணுப்புகள் வந்ததாலும் அவற்றைத் தீர்த்துவைத்து மக்களைத் திருப்திப்படுத்துவது முடியாது போயிற்று.

மிகச் சிறிய அளவில் கிடைத்த இந்தப் பிரதிநிதித்துவம் தீண்டப்படாத மக்களுக்கு பெருத்த ஏமாற்றமாக இருந்தது. அவர்களுக்கு மட்டு மல்ல... இந்திய அரசுச் சட்டத்தை லண்டனில் இருந்து கொண்டு ஆய்வு செய்யும் இணைத் தீர்ப்பாயம், சீர்திருத்த விசாரணைக் குழு (முட்டிமேன் குழு), 1924-ல் 'இரட்டை அரசாங்க அமைப்பின்' முதல் மூன்றாண்டு பற்றிய விசாரணைகளை ஆய்வு செய்யும் குழு ஆகியவை ஏமாற்றமடைந்தன.[28]

இந்த ஆணையத்தின் பரிந்துரைகளை எதிர்த்து பாண்டுரங்க பத்கல் தலைவராக இருந்த 'பம்பாய் தீண்டப்படாதவர்கள்' என்ற பெயரில் பிற அடையாளங்கள் எதுவும் இல்லாத மக்கள் அமைப்பிடமிருந்து லண்டனில் உள்ள அந்தத் தீர்ப்பாயத்துக்கு தந்தி ஒன்று அனுப்பப் பட்டது. அதில் 'ஒவ்வொரு தரப்பின் மக்கள் தொகைக்கேற்ப பிரதிநிதித்துவம் கட்டாயம் தேவைப்படுகிறது. இதன் மூலமே மக்கள் தங்களைச் சீர்திருத்திக் கொள்ள முடியும். பிராமணியத்தால் சுமத்தப் பட்ட மனிதத் தன்மையற்ற, சமுதாய, சமய தாழ்வு நிலையிலிருந்து வெளிவந்து உண்மையான விடுதலை பெற முடியும்' என்ற கூறப்பட்டிருந்தது.[29] தீர்ப்பாயத்துக்கு பம்பாயிலிருந்து வந்த இந்த தந்தி போலவே, மெட்ராஸிலிருந்தும் அதிக எண்ணக்கையில் தந்திகள் வந்து குவிந்தன. 'பொருத்தமான பிரதிநிதித்துவம்' வேண்டும் என்று அழுத்தமாக வலியுறுத்தின.

ஃப்ரான்சைஸ் ஆணையம் மீது செம்ஸ்போர்டு, ஓர் ஆய்வறிக்கை சமர்ப்பித்திருந்தார். அந்த இந்திய அரசு அறிக்கையில் தாழ்த்தப் பட்டவர்களுக்குப் போதுமான பிரதிநிதித்துவம் தரப்படவில்லை என்ற குற்றச்சாட்டை முன்வைத்திருந்தார்.

மேலும், அக்குறிப்பில் அந்த ஆணையம், இரண்டு முறை மட்டும் தாழ்த்தப்பட்ட மக்கள் என்று குறிப்பிட்டுள்ளது. அதுவும் சரியான தேர்தல் தொகுதிகள் இல்லாத காரணத்தால் பரிந்துரை மூலம் தேர்ந் தெடுக்கப்பட்டதாகக் கூறியிருந்தது. அப்படிப் பரிந்துரைக்கப்பட்ட ஆட்களின் கல்வி நிலை என்ன என்பது பற்றியோ, அவர்கள் தங்களைத் தாங்களே கவனித்துக் கொள்வார்களா என்பதுபற்றியோ எதுவும் குறிப்பிடபப்படவில்லை. அதுவும் எத்தனை பேர் பிரதிநிதித்துவம் பெற வேண்டும் என்பதுபற்றி எந்தப் பரிந்துரையும் அதில் இல்லை என்றும் குற்றம்சாட்டியிருக்கிறார்.

செம்ஸ்போர்டு குழு அந்த அறிக்கையில் மேலும் கூறுகையில், 'தாழ்த்தப்பட்ட மக்களுக்குப் போதுமான எண்ணிக்கையில் பிரதிநிதித்துவம் கொடுக்க வேண்டும். அதன் மூலம் தான் அவர்கள் இந்தச் சமூகச் சகதியில் முங்கி மூழ்கிவிடாமல் தங்களைக் காப்பாற்றிக் கொள்ள முடியும். அதே நேரத்தில் அவர்கள் சமூகத்துடன் குழுவாய் இணைந்து தங்கள் முன்னேற்றத்துக்குச் செயல்பட வேண்டுமென்ற ஊக்கத்தையும் அவர்களுக்குத் தரவேண்டும்.'

மேலும் இக்குழு எத்தனை பேரை உறுப்பினர்களாக ஆக்க வேண்டும் என்பதற்கு ஒரு பட்டியலையும் தயாரித்து அளித்துள்ளது; மெட்ராஸில் மிக அதிகமான தாழ்த்தப்பட்ட மக்கள் இருப்பதால் அங்கு ஆறு இடங்களுக்கும், வங்காளம், ஒன்றிணைந்த ராஜதானி (இன்றைய உத்தரபிரதேசம், உத்தராகண்ட்), பீகார், ஒரிஸ்ஸாவுக்குத் தலா நான்கு இடங்கள், மத்திய ராஜதானி, பம்பாய் ஆகிய பகுதிகளுக்கு இரண்டு இடங்கள் குறிப்பிடப்பட்டன.[30]

ஃப்ரான்சைஸ் குழுவின் மீதான மூன்றாவது குற்றச்சாட்டு மட்டிமேன் குழுவிடமிருந்து (சீர்திருத்த விசாரணைக் குழு) 1924-ல் வெளிவந்தது. இக்குழு தாழ்த்தப்பட்ட மக்களும், ஆலைத் தொழிலாளர்களும் மேலும் அதிக இடம் பெற வேண்டும் என்று வற்புறுத்தியிருந்தது. அதிலும் பரிந்துரை இல்லாமல் நேரடியாகவே அவர்கள் முறையான தேர்தல் மூலம் கொண்டு வரப்பட வேண்டும் என்றும் கூறியிருந்தது.[31]

ஃப்ரான்சைஸ் ஆணையம் தாழ்த்தப்பட்ட மக்களின் நிலைமை உயர்வதற்காகப் பெரிதும் முயற்சி எடுத்திருக்க வேண்டும் என்று கண்டிப்புடன் கூறப்பட்டிருந்தது. அதையும் தாண்டி அக்குழு மேலும் ஆர்வத்துடன் தங்கள் குழுவின் குறிப்புகளை உண்மை என்று நிரூபிக்கும் முறையில், 'தாழ்த்தப்பட்ட மக்களின் பிரச்னைகளும்,

துன்பங்களும் முறையான ஒரு பொறுப்புள்ள அரசினால் மட்டுமே களைய முடியும்' என்றும் அறுதியிட்டுச் சொல்லியிருந்தனர். அந்தச் சமயத்தில் மஹர்களின் தூதுக் குழு சந்தித்த பிறகு அதற்குப் பதிலாக மத்திய ராஜதானியின் ஆளுநராக இருந்த சர். ப்ராங்க் ஸ்லை 1924ம் ஆண்டு ஜூலை மாதம் 24ஆம் தேதி கீழ்க்கண்டதைத் தன் பதிலாகச் சொன்னதையும் மேற்கோள்காட்டியிருந்தனர்:

> 'என்னுடைய நீண்ட பணிக் காலத்தில் தாழ்த்தப்பட்ட மக்கள் பெரும் முன்னேற்றங்களைக் கண்டிருப்பதைக் காண்கிறேன். மற்ற சாதியினர் எவரும் இதே காலகட்டத்தில் பெற முடியாத பல முன்னேற்றங்களை இவர்கள் சாதித்துள்ளனர். மஹர் சாதியில் பலர் சிறப்பான உயர்நிலைகளுக்குச் சென்றுள்ளதை நானே பார்த்திருக்கிறேன். நாட்டின் வணிகத் துறையிலும் ஈடுபட்டு பலர் செல்வந்தராக உயர்ந்ததும் உண்டு. எனக்குத் தெரிந்தவரை பல மஹர்கள் ஒப்பந்தக்காரர்களாக உயர்ந்துள்ளனர். உங்களது கல்வி மேம்பாடு வெகு வேகமாக வளர்ந்துள்ளது. மக்கள் மத்தியில் ஆரம்பக் கல்வி வசதிகள் இன்னும் வேண்டும் என்ற கோரிக்கைகளையும் நான் பார்த்துள்ளேன்'.[32]

இந்தக் குறிப்புகள் தெஜ் பஹதூர் சப்ரு பி.எஸ். சிவசாமி ஐயர், முகமது அலி ஜின்னா, பி.ஆர். பரஞ்சபை ஆகியோரின் கையொப்பங்களோடு வெளிவந்தன. ஆனால், இந்த அறிக்கையில் மட்டிமேன் குழுவின் உறுப்பினரும் தாழ்த்தப்பட்ட மக்களின் பிரதிநிதியுமான மெட்ராஸ் ஆதி-திராவிடர் மஹாஜன சபையின் கௌரவச் செயலாளராக இருந்த ராவ் பகதூர் எம்.சி. ராஜா கையெழுத்திட மறுத்துவிட்டார். இந்த அறிக்கை, மட்டிமேன் குழுவின் அறிக்கை என்ற இந்த இரு அமைப்புகளும் தாழ்த்தப்பட்ட மக்களுக்காக ஏற்படுத்தப்பட்ட ஆய்வுக் குழுக்கள் கிடையாது. இரண்டுமே இரட்டை ஆட்சியை நடத்தும் முறைகளை ஆய்வு செய்வதற்காக மட்டுமே நிறுவப்பட்ட அமைப்புகள் என்பதை நினைவில் கொள்ள வேண்டும்.

இருப்பினும் மட்டிமேன் குழுவின் ஆய்வின்படி பம்பாயின் சட்டசபையில் தாழ்த்தப்பட்ட மக்களுக்காக இருந்த ஒரே ஒரு பிரதிநிதித்துவம் இரண்டாகக் கூடியது. இதே போல் மற்ற ராஜதானிகளிலும் அவர்களின் பிரதிநிதித்துவம் எண்ணக்கையில் சிறிது கூடியது. அதோடு மத்திய சட்டசபையிலும் தாழ்த்தப்பட்ட ஒருவரைப் பரிந்துரை மூலம் நியமித்தது. இந்த இடத்துக்கு 1927-ல் முதல் உறுப்பினராக எம்.சி.ராஜா பரிந்துரைக்கப்பட்டார். ராஜா ஏற்கெனவே மெட்ராஸ் சட்டசபையின் உறுப்பினராக இருந்தவர். மேலும் தீண்டப்படாத மக்களைப் பற்றிய நூல் ஒன்றினை ஆங்கிலத்தில் இவர் எழுதிப் பதிப்பித்தார்.[33] அந்த சாதியில் பிறந்து வளர்ந்தவர் எழுதிய முதல் ஆங்கில நூல் அது.

சட்டசபையில் மஹர்களின் பங்களிப்பு

மஹர்களின் இயக்கத்தில் தீவிரமாக இயங்கிய பம்பாய் மக்களில் சிலர் சட்டசபை உறுப்பினராகப் பரிந்துரைக்கப்பட்டு தேர்ந்தெடுக்கப் பட்டார்கள். ஷிண்டே ஆரம்பித்த தாழ்த்தப்பட்ட மக்கள் முன்னேற்ற சங்கத்தின் உறுப்பினராக சர் எஜ்.ஜி. சந்தவர்கரின் சிபாரிசின்படி டி.டி. கோப்லப் 1921-ல் முதன்முறையாக சட்டசபைக்குத் தேர்ந் தெடுக்கப்பட்டார். இந்த சத்தாரா மஹர் அதிகம் படித்தவரில்லை. ஆனால், அம்பேத்கர் சவுத்பரோ குழுவுக்குத் தயாரித்த ஆய்வறிக்கைக்குத் துணையாக இருந்தவர். மேலும், மூக்நாயக் என்ற அம்பேத்கரின் முதல் செய்தித் தாளுக்கு இவரே ஆசிரியராக இருந்தவர்.

இவர் சபையில் அம்பேத்கரின் கருத்துகள்படியே செலயலாற்றி வந்தார். இவர் சட்டசபையில் இலவச, கட்டாயக் கல்விக்கான தீர்மானம் ஒன்றைக் கொண்டு வந்தார். இதே கோரிக்கை முன்பே 1911ல் ஜி.கே.கோகலே என்பவரால் கொண்டு வரப்பட்டிருந்தது. தாழ்த்தப் பட்ட மக்களின் மாநாட்டுத் தீர்மனங்கள் இதே கருத்தை வலியுறுத்தி வந்துள்ளன. இந்தத் தீர்மானம் அதனைக் கொண்டு வந்தவர்களுக்கு மட்டுமல்லாது, மொத்த மஹாராஷ்டிர மக்களின் எண்ணமாகவே இருந்தது. சட்டசபையில் தீர்மானமும் ஏற்கப்பட்டது. ஆனால் அரசு இதை ஒத்துக்கொள்ளவில்லை.[34]

கோப்லப் கொண்டு வந்த இரண்டாம் தீர்மானம் மஹர்களின் 'வதன்' உரிமை பற்றிய அம்பேத்கருடைய கருத்துக்கு மிக நெருக்கமானது. வதன் நில உரிமையும் சுமைகளும் மஹர்களைக் கிராமத்தோடு பிணைத்துவிடுகின்றன. அதன் மூலம் மற்றவர்களுக்கான சேவை களைச் செய்வது வாழ்க்கையின் சுமையாக மஹர்கள் மேல் ஏற்றப்படுகிறது. ஆனால், அந்த நிலம் உழைப்பவரின் முழு வயிற்றை நிறைக்குமா என்றால் அப்படிப்பட்ட நிலை இல்லை.

மஹர்களுக்கு இந்த வதன் நில உடைமை பிடித்திருந்தது. ஆனால், அம்பேத்கர் பல ஆண்டுகளாக இந்தப் பிணைப்பை உடைப்பதற் காகவும் சட்டப்படி வதன் நிலங்களிலிருந்து மக்களைப் பிரிக்கவும் தொடர்ந்து போராடினார். கோப்லப் அளித்த தீர்மானம் அவர்களின் முயற்சியின் முதல் படி. கோப்லப் இந்த வதன் நிலங்கள் எல்லாம் 'ரயத்வாரி' நிலங்களாக - குடியானவர்களின் சொந்த நிலமாக - மாற்றிக் கொடுக்கவேண்டும்; அதன் மூலம் வதன் நிலங்கள் வேண்டாதவர்கள் அவற்றை விற்றுவிட்டுப் புதிய வழியில் வாழ்க்கையை ஆரம்பிக்கலாம் என்பதே.[35]

மஹர்களின் இந்தக் கோரிக்கை தோல்வியடைந்தது. அரசும், சாதி இந்துக்களும் தங்கள் பார்வையை வேறு திசையில் திருப்பி புது

சீர்திருத்தங்களைக் கொண்டு வர முயன்றார்கள். ஆர்.பி. பரஞ்சபை கல்வித் துறையின் முதல் அமைச்சராக இருந்தவர். இவர் 1922-ல் புனேவில் தாழ்த்தப்பட்ட மக்களுக்காக விடுதி ஒன்றைத் திறந்து வைத்தார். இதுவே பம்பாய் ராஜதானியில் முதன்முதலாக ஆரம்பிக்கப் பட்ட அரசாங்க அமைப்பு. பரஞ்சபை இதே விடுதியில் ஐம்பது மாணவர்களுக்கு இலவச உணவு, உடை, கல்வி கொடுக்கப்பட வேண்டும் என்றும், அவர்களுக்கான கல்விச் செலவுகள் அந்தந்தப் பள்ளிகளினால் அளிக்கப்படவேண்டும் என்றும் உத்தரவிட்டார்.[36]

பரஞ்சபை தனது வாழ்க்கை வரலாற்றை எழுதும்போது அவர் எடுத்த இன்னொரு அதிரடி முடிவைப் பற்றியும் சொல்கிறார். சில பொதுப் பள்ளிகளில் தாழ்த்தப்பட்ட சாதி மாணவர்களைத் தனித்தனியே வகுப்பறைகளுக்கு வெளியே, தாழ்வாரங்களில் உட்கார வைக்கப்பதை அறிந்து, ஓர் அரசியல் ஆணையை வெளியிடுகிறார். மாணவர்களை சாதியின்படி பிரித்துப் பார்க்கும் பள்ளிகளுக்கு அரசின் உதவிப் பணம் நிறுத்தப்படும் என்பதே அந்த ஆணை.[37]

பரஞ்சபையின் இந்த உத்தரவுக்கு இன்னொரு இந்து சீர்திருத்த வாதியான எஸ்.கே. போலே என்ற பந்தாரி சாதியைச் சேர்ந்தவர்[38] கொண்டுவந்த சட்டசபைத் தீர்மானமும் ஆதரவும், உறுதியும் அளித்தன. போலே 1908-ல் அம்பேத்கர் மெட்ரிகுலேஷன் தேர்வில் வெற்றி பெற்றதற்கு நடத்தப்பட்ட விழாவுக்கும் வந்திருந்தார். அந்நாளிலிருந்து அவரது நீண்ட நெடிய வாழ்வின் இறுதி வரை அம்பேத்கருடன் நெருங்கிய தொடர்பு கொண்டிருந்தார். அவர் கொண்டு வந்த தீர்மானம்:

'இச்சட்டசபை பொதுப் பணத்திலிருந்து கட்டப்பட்டு, அரசின் ஆணைக்கு உட்பட்ட, அரசினால் நடத்தப்பட்ட அனைத்து நீர்நிலை களிலும், கிணறுகளிலும், தார்சாலைகளிலும் தீண்டப்படாத மக்கள் வேறுபாடின்றி அனுமதிக்கப்பட வேண்டும். இந்த உத்தரவு பொதுப் பள்ளிகள், நீதி நிலையங்கள், அலுவலகங்கள், மருத்துவ விடுதிகள் அனைத்துக்கும் பொருந்தும்.[39]

இந்தச் சட்டங்களை மேலும் வலுவுள்ளதாக்க 1926-ல் இன்னொரு அரசுத் தீர்மானம் வெளிவந்தது. இந்த உத்தரவுகளை ஏற்று வழி நடத்தாத முனிசிபாலிடிகளுக்கு அரசின் உதவிப் பணம் கொடுக்கப்பட மாட்டாது என்ற தீர்மானம் அது.

இந்தத் தீர்மானம் முழுமையாகக் கையாளப்பட்டதா என்பது மிகப் பெரிய கேள்விக்குறி.

புனேயில் விடுதி ஆரம்பிக்கப்பட்டதற்கு அடுத்தாண்டில் ஆரம்பக் கல்விச் சட்டம் 1923 இயற்றப்பட்டது. ஆண்டுக்கு 100 கல்வி உதவிப்

பணம் உயர்நிலைப் பள்ளிகளில் பயிலும் தாழ்த்தப்பட்ட மக்களுக்காகக் கொடுக்கப்பட வேண்டும்.[40] இச்சட்டத்தின் மூலம் தாழ்த்தப்பட்ட மக்கள் பள்ளியின் சில அதிகாரங்களில் பங்கு வேண்டும் என்ற கோரிக்கையும் எடுத்துக் கொள்ளப்பட்டது. 1923 உள்ளமைப்புகள் சட்டம் (Local Boards Act of 1923) அவர்கள் கோரிக்கைக்குச் சிறிது இடம் கொடுத்தது.

இச்சட்டத்தின்படி உள்ளமைப்புகளில் எங்கு தாழ்த்தப்பட்ட மக்கள் கணிசமான எண்ணிக்கையில் இருக்கிறர்களோ அங்கு தீண்டப்படாத சாதியினர் தகுதியும் விருப்பமும் கொண்டு பங்கேற்கத் தயாராக இருந்தால் அப்பணியிடம் அவர்களுக்குக் கொடுக்கப்பட வேண்டும். என்று ஒரு சட்டம் பிறப்பிக்கப்பட்டது. தாழ்த்தப்பட்டவர்களின் தகுதி, விருப்பம் இவைபற்றி அரசு சபையில் விவாதிக்கப்பட்டுவந்தது. ஆனால், தாழ்த்தப்பட்ட மக்கள் அது போன்ற வேலையிடங்களுக்கு நேரடியாகத் தேர்தல்கள் மூலம் தேர்ந்தெடுக்கப்பட வேண்டும் என்ற அவர்களின் கோரிக்கை நிராகரிக்கப்பட்டது.[41]

1924-30 ஆண்டுகளில் பம்பாய் இரண்டாம், மூன்றாம் சட்டசபையில் பி.ஆர். அம்பேத்கர், ஆர்.எஸ். நிக்கல்ஜி என்ற மஹர், உஜி. சோலன்சி என்ற குஜராத் மாநிலத்து தீண்டப்படாதவர்[42] தாழ்த்தப்பட்ட மக்களின் பிரதிநிதிகளாகச் செயல்பட்டனர் அந்த ஆண்டுகளில் புதிய சட்டம் ஏதும் வரவில்லை. ஆனால், சீர்திருத்தங்கள் வேகமாக நடக்க ஆரம்பித்திருந்தன.

இந்தியாவில் கல்வி நிலை பற்றிய ஆய்வைச் செய்த ஹார்ட்டாக் குழு 1929-ல் தன் அறிக்கையை அளித்தது. மற்ற எல்லாப் பகுதிகளையும்விட பம்பாயில் தாழ்த்தப்பட்ட சாதி மாணவர்கள் அதிக விழுக்காட்டில் இருந்தனர். பம்பாயின் மொத்த மக்கள் எண்ணிக்கையில் 5.7 விழுக்காடு கல்வித் தொடர்போடு இருந்தனர். தாழ்த்தப்பட்ட மக்களின் இந்த விகிதாச்சாரம் 4.1 ஆக இருந்தது. பம்பாய் மாநிலத்தோடு ஒப்பிடும் போது பஞ்சாபின் விழுக்காடு அதிர்ச்சிகரமாக மிகக் குறைவாக இருந்தது. பஞ்சாபில் இவை 5.2, 1.1 ஆக இருந்தன. இதையும்விட மெட்ராஸ் ராஜதானி மிக அதிகமான எண்ணிக்கையில் தாழ்த்தப்பட்ட மக்கள் இருந்தும், அரசு இயந்திரம் வேகமாக இயங்கியும், கிறிஸ்துவ கல்விச் சேவை அதகிமாக இருந்தும் விழுக்காடுகள் 6.8, 3.5 என்ற எண்ணிக்கையில்தான் இருந்தன.[43]

அம்பேத்கர் சட்டசபையில் இருந்ததால் தாழ்த்தப்பட்ட மக்களில் ஒருவருக்கு முதன்முறையாக அரசிதழ்ப் பதிவு பெற்ற அதிகாரம் என்ற பதவி கிடைத்தது. எம்.கே. ஜாதவ் என்ற மஹர் நியூ புனே கல்லூரியிலிருந்து இரண்டாம் வகுப்பில் சம்ஸ்கிருதத்தில் பட்டம்

பெற்றிருந்தார். அது 1925ம் ஆண்டு 1927-28-ல் இவருக்குப் பிஜாபூர் மாவட்டத்தில் துணை ஆட்சியர் பதவிப் பொறுப்பு கிடைத்தது. அரசின் இந்தப் புதிய கொள்கை மாற்றத்துக்கு முழுக் காரணம் அம்பேத்கரே.[44]

சோலன்கி தனது சட்டசபைக் காலத்தில் 1928-ல் புதிய தீர்மானம் ஒன்று கொண்டு வர வழி வகுத்தார். இந்தத் தீர்மானத்தின் மூலம் தாழ்த்தப் பட்ட மக்கள் ஆதிவாசி மக்கள் ஆகியோரின் கல்வி, சமூக, பொருளாதார நிலைகள் பற்றி ஆய்வு செய்யவேண்டும் என்று சொல்லப்பட்டது.[45] இந்த ஆய்வுக் குழுவின் தலைவராக ஓ.ஹெச்.பி. ஸ்டார்ட், குற்றப் பரம்பரை செட்டில்மெண்ட் அதிகாரியாக அமைக்கப்பட்டார். அவரோடு சோலன்கி, அம்பேத்கர், சால்வேஷன் ஆர்மியைச் சேர்ந்த லெப்.கர்னல் பர்ஃபூட், இந்திய சமூகத்தின் பணியாட்கள் என்ற அமைப்பிலிருந்த ஏ.வி. தக்கார், என்னும் நான்கு சாதி இந்துக்களை உறுப்பினர்களாகக் கொண்டிருந்தது அந்த ஆய்வுக் குழு. இந்தக் குழு தன் இறுதி அறிக்கையை 1930-ல் கொடுத்தது.[46] இந்த ஆய்வு வெகு முழுமையானது; தாழ்த்தப்பட்ட மக்களின் உண்மையான நிலையை அறிந்து, ஆய்வு செய்து, அவர்களை உயர்த்துவதற்கான, அதுவும் அந்தக் கால சூழலுக்கு ஏற்ப பல பரிந்துரைகளை அளித்தது.

இக்குழு தன் முதல் ஆய்வுக்கூட்டத்தை 1929 பிப்ரவரி 15ம்தேதி துவங்கியது. அதே காலகட்டத்தில் சைமன் ஆய்வமைப்பு பல இடங்களுக்குச் சென்று தன் ஆய்வை நடத்தி வந்தது. இக்குழு மொத்தம் முப்பத்திரண்டு நாட்கள் தன் ஆய்வுக் குழுக் கூட்டங்களை நடத்தியது. அவை முக்கியமாக பம்பாய், புனே, தார்வார், பெல்காம், அகமதாபாத் என்ற இடங்களில் நடத்தின. தங்கள் ஆய்வினால் 185 ஆட்களிடம் வினாத்தாள்கள் கொடுத்து, பதில் கேட்டிருந்தனர். 16 அதிகாரிகள், 16 தூதுக் குழுக்கள், 34 நேரடி நேர்காணல் என்று அவர்களின் ஆய்வுகள் தொடர்ந்து நடந்தன.

பின்னாளில் சுதந்திர இந்தியாவின் பட்டியல் இன, பட்டியல் பழங்குடிகள் என்ற துறைக்கு ஆணையராக லக்ஷ்மிதாஸ் ஸ்ரீகாந்த், சாதி இந்துக்களும் சீர்திருத்தவாதிகளுமாக இருந்த வி.ஆர். ஷிண்டே, எஸ்.எம். டேம் முக்கிய ஆளுமைகளும் நேர்காணல் செய்யப்பட்டனர். மேலும் அம்பேத்கரோடு தொடர்பில் இருந்த பல தீண்டப் படாதவர்களும் இந்த ஆய்வுக் குழுவுக்கு வந்து தங்கள் கருத்துகளைப் பகிர்ந்து கொண்டனர். அவர்களில் சிலர் - மாவட்ட முதல் நிலை துணை ஆட்சியராக பீஜப்பூரில் இருந்த எம்.கே. ஜாதவ்; புனேவின் முனிசிபல் மன்ற உறுப்பினரும், பின்னாளில் அம்பேத்கரின் இரண்டாம் அரசியல் கட்சியின் செயலராக இருந்த பி.என். ராஜ்போஜ்; மஹர் சாதியினரும் அம்பேத்கரோடு பல காலம் ஒன்றாக இருந்த, ஜலகாவ் என்ற ஊரில்

தாழ்த்தப்பட்ட மக்களுக்காக இருந்த விடுதியின் மேற்பார்வையாளாக இருந்த எஸ்.என். மெதே; புனேயில் இருந்த சுபோதர் ஆர்.எஸ். கட்கே, ‘மிஸ்டர் கெர்மோத் என்றழைக்கப்பட்டவரும், அம்பேத்கரின் வாழ்க்கை வரலாற்றை மராத்தி மொழியில் எழுதியவராகக் கருதப்படும் சி.பி. கைர்மோத்[47] பின்னாளில் மஹர் அரசியல் தலைவராகவும் பள்ளியின் தலைமை ஆசிரியராகவும் இருந்த பி.எஸ். சவாந்த்; அம்பேத்கரின் இயக்கத்தில் பல காலம் பணிபுரிந்தவரும், பம்பாயில் உள்ள சோம்வம்ஷியா கல்வி முன்னேற்ற நிதியமைப்பின் செயலருமாக இருந்த எஸ்.ஏ. உப்ஷாம்.

ஸ்டார்ட் ஆய்வுக் குழு தங்களுடைய அறிக்கையைப் பெரும்பாலும் தாழ்த்தப்பட்ட மக்கள் அளித்த கருத்துரைகளின் அடிப்படையிலேயே எழுதியதால், அவை தாழ்த்தப்பட்ட மக்களின் கோரிக்கைகளை நிறைவேற்றும் முகமாகவே இருந்தன. ஆயினும் அவர்களின் கருத்துகளில் ஒரே ஒரு கருத்து மட்டும் தாழ்த்தப்பட்ட மக்களின் குரலுக்கு எதிராக இருந்தது. ‘எங்களது விசாரணைகளின் போது தாழ்த்தப்பட்ட மக்களில் பெரும்பான்மையோர் தங்களுக்கென்று தனிப்பட்ட பள்ளிகள் வேண்டும் என்ற வேண்டுகோள்களை முன்னிறுத்தினர்.’ இது அவர்களுக்கு அதிகப் பாதுகாப்பையும், தாழ்த்தப்பட்ட மக்களிலிருந்தே ஆசிரியர்களுக்கு வேலை வாய்ப்பும் கிடைக்கும் என்று எண்ணினர். ஆனால், இந்த ஆய்வுக் குழு எல்லா சாதியினரும் இணைந்த பள்ளிகளே எதிர்காலத்துக்கு நல்லது என்று திண்ணமாக நம்பியது. அம்பேத்கர், சோலன்கி ஆகியோரின் கருத்துகளும் இதனோடு ஒத்துப்போனது.

ஸ்டார்ட் ஆய்வுக் குழுவின் அறிக்கைதான் கல்வித் துறை தொடர்பான அறிக்கைகளிலேயே மிக நீளமானது. அந்த அறிக்கையில் அனைத்து சாதியினர் கலந்து படிக்கவேண்டும்; ஆசிரியர்களிலும் அனைத்து சாதியினர் இருக்கவேண்டுமெனு பரிந்துரைத்திருந்தது. மேலும் ஊக்க நிதித் திட்டம் ஒன்றையும் அறிவித்திருந்தனர். பிற்படுத்தப்பட்ட மாணவன் ஒருவன் தேர்ச்சி பெறும் போது ஆசிரியருக்கு ஊக்கத் தொகை அளிக்கப்படும் என்று பரிந்துரைக்கப்பட்டிருந்தது. மேலும் 400 பிற்படுத்தப்பட்ட மாணவிகளுக்கு உறைவிடம், ஆரம்ப, நடுத்தரக் கல்விக்கான பண உதவித் தொகையும், பிற்படுத்தப்பட்ட மாணவர்களுக்குக் கல்விக் கட்டணம் இல்லாத இலவசக் கல்வி, அப்படிப்பட்ட மாணவர்களின் தேர்ச்சிக்குப் பின் அயல் நாட்டுக் கல்விக்கான உதவி, இரவுப் பள்ளிகளின் எண்ணிக்கையைக் கூட்டுவது, நடமாடும் நூலகங்கள் அமைப்பது, 9 விழுக்காடு எண்ணிக்கையில் தாழ்த்தப்பட்ட மாணவர்களுக்குப் பள்ளிகளிலும் தொழிற் பள்ளிகளிலும் இடம் தர வேண்டும் என அறிக்கையில் பரிந்துரைக்கப்பட்டிருந்தன.

மேலும், பொதுக் கல்வி இயக்குனருக்குத் துணைவர் ஒருவர் பிற்படுத்தப்பட்ட மக்களின் நலன் பேணுவதற்காக அமர்த்தப்பட்டார். இவரோடு ஒன்றுக்கு மேற்பட்ட கண்காணிப்பாளர்கள் ஒவ்வொரு பள்ளியிலும் பணியில் அமர்த்தப்பட்டனர். இவர்கள் பிற்படுத்தப்பட்ட மாணவர்களின் முன்னேற்றத்திலும், தொழிற்கல்வியை முன்னெடுத்துச் செல்லும் பணியிலும் ஈடுபடுத்தப்பட்டனர்.

ஸ்டார்ட் ஆய்வுக்குழுவின் பரிந்துரைகளின்படி பொருளாதார உதவிகள், கூட்டுறவு சங்கங்களும், வருங்கால வைப்பு நிதி அமைப்புகளும் துப்புரவுப் பணியாளர்களுக்கு அமைக்கப்பட்டன. சிந்துப் பகுதியில் நிலச்சீர்திருத்தம் செய்யவும் ஆய்வு ஆர்வம் காட்டியது. தாழ்த்தப்பட்ட மக்கள் தங்கள் கிராமத்திலிருந்து வெளியேறி, ராணுவப் பணியிலும், காவல் பணியிலும் சேர்வதற்கான ஆர்வத்தை ஊட்டின. அரசியல் அலுவலகங்களில் துப்புரவுப் பணியிலும், கீழ்நிலை பணிகளிலும் சேரும் தாழ்த்தப்பட்ட மக்களின் எண்ணிக்கைக்கு ஈடாக காவல் துறையிலும் பலர் சேர வேண்டும் என்று வலியுறுத்தப்பட்டது. வதன் முறைமை பற்றிய ஆய்வும் குறிப்பிடப்பட்டிருந்தது.

பல சமூகச் சீர்திருத்தங்களும் அந்த ஆய்வறிக்கையில் குறிப்பிடப் பட்டிருந்தன. கோவில்களுக்கு பெண் பிள்ளைகளை நேர்ந்துவிடும் பரம்பரை வழக்கத்துக்கு எதிரான சட்டம் கொண்டுவரவேண்டும்.[47] அரசு அலுவகலங்களில் தாழ்த்தப்பட்ட மக்களை கனிவுடன் நடத்த வேண்டும். பொது நீர்நிலைகளின் அருகே அவை அனைவருக்கும் பொது என்ற விளம்பரப் பலகைகள் வைக்கவேண்டும். மெட்ராஸ் பிரசிடென்சியில் உள்ளது போல் தாழ்த்தப்பட்ட மக்களுக்கு மல ஜலம் கழிக்கத் தனி நிலங்கள் வழங்கவேண்டும். இறந்த மிருகங்களின் உடலைத் தின்பதற்கு எதிரான சட்டங்கள் இயற்றுவதும் வழிமொழியப் பட்டன.

மேலும், இந்த ஆய்வுக் குழு மெட்ராஸ் ராஜதானியில் உள்ளது போல் தொழிலாளர் அதிகாரி ஒருவரை பணியில் அமர்த்தி, அவரைக் குற்றப் பரம்பரை நிர்வாகத்தையும் சேர்த்துக் கண்காணித்து, அவர்கள் நலம் பேண வேண்டும். பிற்படுத்தப்பட்டோரின் அமைப்பு ஒன்றினை ஏற்படுத்தவேண்டும். இதில் மூன்று உறுப்பினர்கள் தாழ்த்தப்பட்ட மக்களிடமிருந்தும், பூர்வீகக் குடிமக்களிலிருந்த மூன்று உறுப்பினர் களையும், சட்டசபை உறுப்பினர்கள் மூவரும், இன்னுமொரு அரசு அதிகாரி அல்லது ஒரு சமூகச் சீர்திருத்தக்காரரும் சேர்க்கப்படவேண்டும் என்று சொல்லப்பட்டது.

ஸ்டார்ட் ஆய்வுக் குழு தாழ்த்தப்பட்ட மக்கள் அளித்த அத்துணை கருத்துகளையும் ஏறத்தாழ முழுமையாக ஏற்றுக் கொண்டது.

இதனாலேயே அக்குழுவின் உறுப்பினர் ஒருவர் - ஒரு பிராமண உறுப்பினரும் - தன் எதிர்ப்புக் கருத்தை அவைக் குறிப்பில் பதிந்துள்ளார். ஐ.பி. தேஷ்பாண்டே என்ற அந்த உறுப்பினர் ஆய்வுக் குழுவின் அறிக்கையில் தன் கையெழுத்தைப் போட மறுத்துவிட்டார். தாழ்த்தப்பட்ட மக்கள் கொடுத்த கோரிக்கைகளில் பல மிகவும் மிகைப்படுத்தப்பட்ட குறைகள் என்றார் அவர். அவரைப் பொறுத்தவரை தீண்டாமை வேகமாக வழக்கொழிந்து வருகிறது. எனவே, அதற்காக தனி ஒரு அதிகாரி தேவையில்லை என்று கூறினார். அதோடு தாழ்த்தப்பட்ட மக்கள் எழுப்பும் பிரச்சினைகள், குழப்பங்கள் பற்றி அறிக்கையில் ஏதும் குறிப்பிடப்படவில்லை என்றார். ‘எனக்குத் தெரிந்த வரையில் பல சமயங்களில் மஹர் சாதியினர் எந்தப் பணியும் செய்யாமலேயே அவர்களுக்கு கிராமத்தினர் தரவேண்டிய பலூதன் பணத்தை பறித்துச் சென்றுள்ளார்கள்’ என்றார் அவர்.[48]

ஸ்டார்ட் குழு பல பரிந்துரைகளை அளித்தன. ஆனால், அவற்றில் பல எவ்விதப் பயனுமின்றி கைவிடப்பட்டன. சிந்துப் பகுதியில் புதிய குடியிருப்புகள் அமைக்கப்படவில்லை; இறந்த மிருகங்களைத் தின்பதற்குத் தண்டனை என்று எந்தச் சட்டமும் இயற்றப்படவில்லை. தாழ்த்தப்பட்ட மக்களுக்கான, கிராமங்களை ஒட்டி, காலைக்கடன் களுக்கு வேறு புதிய நிலங்கள் ஏதும் ஒதுக்கப்படவில்லை. ஆனாலும், கொள்கையளவில் அம்மக்களுக்கான சிறப்புக் கண்காணிப்புகள் உறுதியாக்கப்பட்டன. மாணவர்களுக்கான பண உதவி, கல்வித் துறையில் இம்மக்களுக்கான விழுக்காடு, அரசியல் பணிகளிலும் அவர்களுக்கான பணி வாய்ப்புகள், அரசு அதிகாரி நியமித்து சீர்திருத்தங்களைக் கண்காணித்தல் ஆகியவை மேற்கொள்ளப்பட்டன. தாழ்த்தப்பட்ட மக்களையும், மற்ற பூர்விகக் குடிகளையும் பேணுதல் அரசின் கடமையே என்பதும் ஆழமான கருத்தாகிவிட்டது.

சைமன் ஆணையம்

மாண்டேகு-செம்ஸ்போர்டு ஆய்வுக் குழுவின் இந்திய வருகைக்குப் பத்து வருடங்கள் கழித்து வந்த சைமன் ஆணையம் (இந்திய சட்ட ஆய்வுக் குழு) நாடாளுமன்ற நடவடிக்கைகளைச் சீர்திருத்தும் நோக்கில் இந்தியாவுக்கு வருகை தந்தது. ஏற்கெனவே நடந்த பல ஆங்கிலேய ஆய்வுக் குழுக்களுக்குக் கிடைத்த வரவேற்பு போல் அல்லாது 1928-ல் நடந்த இந்த ஆய்வுக் குழுவுக்குக் கிடைத்த வரவேற்பு மிகவும் வித்தியாசமாக இருந்தது.

பிரிட்டிஷ் அரசு எதிர்பார்த்ததைவிட தேசிய இயக்கங்கள் அரசிடம் அதிகமான உரிமைகளைக் கோரும் நிலைக்கு நகர்ந்துவிட்டிருந்தன.

தேசிய அளவில் இக்குழு சந்தித்தது ஆரம்பத்திலிருந்தே மிகப் பெரும் தோல்வியே. காங்கிரஸ் கட்சியுடன் எவ்வித ஒப்பந்தமும் நல்லுறவும் கொள்ள முடியாதபடி, ஆணையத்தில் இருந்த இந்தியர்கள் வெளியேறறப்பட்டனர். இதனால் இக்குழு இந்தியாவில் சென்ற அனைத்து நகரங்களிலும் முழுப் புறக்கணிப்பைக் கண்டது. காங்கிரஸ் கட்சியில் இல்லாதவர்கள் மட்டுமே ஆணையத்தைச் சந்திக்கத் தயாராக இருந்தனர்.

ஆனால், தாழ்த்தப்பட்ட மக்களின் அமைப்பும் ஏனைய சிறுபான்மை மக்களின் அமைப்பும் இந்த ஆணையத்திடம் மிகுந்த எதிர்பார்ப்புடன் நெருங்கி வந்தனர். நாளைய அரசாங்க அமைப்பில் தங்களுக்குத் தேவையான உரிமைகளைப் பெற முடியும் என்ற நம்பிக்கை அவர்களுக்கு. சைமன் ஆணையத்தின் வருகை பற்றி அதில் பங்கேற்ற கிளமென்ட் அட்லீ முப்பதாண்டுகளுக்குப் பிறகு நினைவுகூர்ந்து, தங்களுக்கு வந்த பெரும் கோரிக்கைகளைப் பற்றிக் கூறினார்: ‘நாங்கள் எங்கு சென்றாலும் சிறுபான்மை மக்கள் தங்களுக்கான பிரதிநிதித்துவம் அரசியலில் இல்லாமல் போனால் தாங்கள் மிகவும் தாழ்த்தப்பட்டு துன்புறுத்தப்படுவோம் என்றனர். ஆனால், அவர்கள் கேட்டவாறு பிரதிநிதித்துவம் அளிக்கப்பட்டால் பெரும்பான்மையோருக்கு என்று ஐந்து விழுக்காடு மட்டுமே கிடைக்கும்.’[49]

மாண்டேகு-செம்ஸ்போர்டு சீர்திருத்தக் காலத்தில் மிதவாதியாக இருந்த தீண்டப்படாத மக்கள் இப்போது முழுமூச்சான தங்கள் குறைகளோடு தீவிரமாக இறங்கினார்கள். இருபது தாழ்த்தப்பட்ட சாதிக் குழுக்கள் ஏனைய உயர் சாதி இந்துக்களின் தூண்டுதல் ஏதும் இல்லாமலேயே ஒன்றாக இணைந்து அடுத்து வரும் தேர்தல்களுக்கு முன்பே தனிப்பட்ட பிரதிநிதித்துவம் வேண்டுமென்ற கோரிக்கைளை வைத்தனர். இந்த இருபது சாதிக் குழுவிலிருந்து பதினாறு சாதியினர் வெறும் கோரிக்கைகள் வைப்பது என்பதையும் தாண்டி தாழ்த்தப்பட்ட மக்களுக்காக தனியாக ஒதுக்கப்பட்ட தொகுதிகள் வேண்டுமென்றும், ஏனைய இந்து வாக்காளர்களிலிருந்த தனிப்பட்ட இரட்டை வாக்குரிமை வேண்டும் என்றும் வற்புறுத்தினர்.[50]

இச்சூழலில் அம்பேத்கர் தலைமையில் மஹர்களின் குழு ஒன்று ஆணையத்தைச் சந்தித்தது. இக்குழு மற்ற குழுவினரோடு ஒப்பிட்டுப் பார்க்கையில் மிக வித்தியாசமாக இருந்தது. பார்வையளவில் மட்டுமல்ல; அவர்கள் கருத்துகளும், கோரிக்கைகளுமே வித்தியாசமாக இருந்தன. அம்பேத்கரின் எழுத்துகள் நீளத்திலும் ஆழத்திலும் மட்டுமின்றி, மற்ற தாழ்த்தப்பட்டவர்களின் கோரிக்கைகளிலும் இருந்து வித்தியாசமாக இருந்தது. அம்பேத்கருக்கு குடியாட்சியின் மீது

முழுமையான நம்பிக்கை இருந்தது. மேற்கத்திய நாடுகளின் முறைகளை நமது நாட்டுச் சூழலுக்கு ஏற்றதுபோல் அவர் மாற்றி இருந்து தெளிவாக இருந்தது. அரசியல் சீர்திருத்தங்களில் முழுமையாகப் பங்கேற்பது மூலம் எதிர்காலத்தில் சமத்துவம் உருவாக முடியும் என்ற கருத்து ஏனைய குழுக்களின் கோரிக்கைகளில் காணப்படவில்லை. வேறு மஹர் குழுக்களிடம்கூட இந்த எண்ணம் இருந்ததாகத் தெரியவில்லை.

வங்காளப் பகுதியில் இருந்து வந்த ஒரு நாம சூத்திரர், 'அடிமைப் படுத்தப்பட்ட மக்கள் நம்மை நாமே ஆள்வதைவிட ஆங்கிலேயர்கள் ஆள்வதையே விரும்புகிறார்கள். அந்நியப் பொருட்களின் புறக்கணிப்பிலும், ஒத்துழையாமை இயக்கத்திலும் வெகு சிலரால் புதிதாகத் தோன்றியுள்ள சுதந்திரப் போராட்டத்திலும் சேராமல் இம்மக்கள் தனித்தே நிற்கின்றனர்' என்று கூறியுள்ளார்.[51]

இக்கருத்து நாட்டின் ஏனைய பகுதிகளிலிருந்து வந்த கோரிக்கை களிலும் எதிரொலிக்கவே செய்தன. 'சோம்வம்ஷி சேவகர்கள்' என்ற அமைப்பிலிருந்தும், பம்பாயின் இந்திய தாழ்த்தப்பட்ட அமைப்பில் இருந்தும் வந்த பிரதிநிதிகளும் அம்பேத்கர் மஹர்களுக்காகப் பேசும் கருத்துகளோடு சிறிது வேறுபட்டு தங்கள் கோரிக்கைகளை ஆணையத்திடம் அளித்தனர். இந்த இரு அமைப்பின் பிரதிநிதிகள், 'உயர் சாதி இந்துக்கள் அரசியல் பணிகளில் தொடர்ந்து இடம் பெற்று, அதிகாரத்தில் கொடிகட்டிப் பறக்கிறார்கள். இன்னும் அது மேலும் அதிகரிக்கும் போது, எங்களுக்கும் சிறிதளவே கிடைத்து வரும் ஒரு சில நன்மைகளும் மெல்ல மெல்லக் குறைந்துவிடும். எந்த சாதி இந்துவும் நல்லதொரு நிலைமைக்கு வந்த பின் நிச்சயமாக ஒரு தாழ்த்தப்பட்டவர் சமூகத்திலோ பொருளாதாரத்திலோ மேம்பட்டு வருவதை அனுமதிக்க மாட்டார். நாங்கள் ஆங்கில அதிகாரிகள் மீதுதான் அதிக நம்பிக்கையை வைத்திருக்கிறோம்'என்று கூறினார்கள்.[52]

அம்பேத்கருக்கு அடுத்ததாக அரசியல் விவகாரங்களை நளினமாகக் கையாளும் ஜி.ஏ.கவாய்யும் அரசியல் அதிகாரங்கள் இந்தியர்களின் கைகளுக்கு மாறுவதைத் தீவிரமாக எதிர்த்தார். அந்த எண்ணத்துக்கே அவர் முரண்பாடாக இருந்தார். அவர் அரசு வேலைகளில் தாழ்த்தப் பட்ட மக்களுக்குரிய இடங்கள் தரப்பட வேண்டும் என்று தன் கோரிக்கையில் உறுதியாக இருந்தார். ஆனாலும், சைமன் ஆணைய உறுப்பினர்கள் எழுப்பிய சில கேள்விகளுக்கு மிக உறுதியான பதில்களை அளித்தார்.

'நீங்கள் அரசு இயந்திரம் இந்தியமயமாக்கப்படுவதற்கு எதிராக உள்ளீர்களா?'

'ஆம்.'

'ஏன்?'

'நீங்கள் வெளிநாட்டுக்காரர்கள். எங்களிடம் நல்ல முறையில் பழகுகிறீர்கள். இதை எங்கள் நாட்டவரிடம் - அதாவது எங்கள் சகோதர்களிடமும் நிச்சயமாக நாங்கள் எதிர்பார்க்கவே முடியாது.'

இன்னொரு கேள்வி ஆணையத்திடமிருந்து வெளிவந்தது. 'அரசுப் பணிகளில் உங்களுக்கான பங்கு கிடைத்தால், அதன் பின்னும் இந்தியமயமாக்குதலுக்கு எதிராகப் பார்ப்பீர்களா?'

கவாய் உறுதியான பதில் ஒன்றை அளித்தார். 'ஆம்.'[53]

இதேவிதமான பதில்தான் மெட்ராஸிலிருந்தும் ஒலித்தது. அம்பேத்கருக்குத் தேசிய அளவில் போட்டியாக இருந்த எம்.சி. ராஜாவின் குரல் அது. ராஜா இவ்வாறு ஆணையத்துக்குப் பதிலளித்த பிறகு, தாழ்த்தப்பட்ட மாணவர்களுக்கான மாநாடு ஒன்றை புது தில்லியில் 1928-ல் கூட்டினார். காங்கிரஸ் கட்சி அனைத்துக் கட்சிகளின் கூட்டம் ஒன்றை நடத்தி முடித்ததும் ராஜா இதை நடத்தினார். இதில் சுதந்திரத்துக்காக மற்ற அணிகளும், கட்சிகளும் தங்கள் கோரிக்கை களை முன்வைத்ததுபோல் ராஜாவும் தாழ்த்தப்பட்ட மக்களின் கோரிக்கைகளையும் முன்வைத்தார். அதிலும், அந்த 'அகில இந்திய தாழ்த்தப்பட்டோரின் மாநாடு' சுதந்திரத்துக்கான தேவையை முழுவதுமாக மறுத்து நின்றது.

இம்மாநாட்டுக்குப் பிறகு ராஜா 500 தாழ்த்தப்பட்ட மக்களோடு ஊர்வலமாகச் சென்றார். அதன் முடிவில் ராஜாவைச் சார்ந்தோர் அரசிடமிருந்து சில பாதுகாப்புகளைக் கேட்டனர். சுயாட்சி தேவையில்லை என்றனர். மக்கள் கணக்கெடுப்பில் 'இந்துக்கள்' என்ற பிரிவிருந்து விலக்கி தங்களை ஆதி தர்மி (சனாதன தர்மத்துக்கும் முந்தையவர்கள் அதாவது ஆரியர்களுக்கும் முந்தையவர்கள்) என்று அடையாளப்படுத்தும்படிக் கோரினர். ஏனெனில், இவ்வாறு மதத்தைக் காரணமாக் காட்டி தங்களை இஸ்லாமிய மக்களைப் போல் தனியாகப் பிரித்துக் காண்பித்து அரசியலில் ஒதுக்கீடு பெறும் திட்டம் அது. ராஜாவின் குழு அடுத்ததாக 'மனுஸ்மிருதி'யை முழுவதுமாகத் தடை செய்ய வேண்டும் என்றும் வலியுறுத்தியது.[54]

அம்பேத்கர் இந்த மாநாட்டில் பங்கு பெறுவதை முற்றிலுமாகத் தவிர்த்தார். இன்னொரு தலைவர் முன்னெடுத்துச் செல்லும் மாநாட்டில் கலந்து கொள்ள வேண்டுமா என்று யோசித்ததால் இருக்கலாம். அல்லது யாருடைய கட்டுப்பாடுமின்றித் தனது முன்னெடுப்பைத் தானே தனியாகச் செய்ய வேண்டுமென்று எண்ணத்தால் இருக்கலாம்.

இந்திய சட்ட ஆணையத்துக்கு அம்பேத்கர் அளித்த வேண்டுகோள்கள் இந்திய அரசியல் சூழலை முன்னெடுத்துச் செல்லும் முற்போக்கான போக்கில் இருந்தது. கூடவே தீண்டாமையில் வாழும் மக்களின் வேண்டுகோளில் இருந்த அழுத்தமும் அதில் குறைவற இருக்கவே செய்தது.[55] அவர் பொதுத் தொகுதி வாக்குரிமையை வலியுறுத்திக் குறிப்பிட்டிருந்தார். தாழ்த்தப்பட்ட மக்களுக்குமன்றி இஸ்லாமியருக்கும் சேர்த்தே இந்த உரிமையைக் கோரியிருந்தார். ஏனெனில், இரட்டை வாக்குரிமை அமைப்பு மக்களிடையே உள்ள வேறுபாடுளை நீடித்து நிலைத்து நிற்கச் செய்துவிடும் என்று பயந்தார். சிறுபான்மை யினருக்கான சட்டங்களை நிறைவேற்ற அது தடையாக இருக்கும். மேலும், வாக்குகள் சேகரிக்கும் போதும், அதன் பின் சட்டசபையிலும் தேர்தல் சமயத்திலும் சட்டசபையிலும் ஒருவர் மீது மற்றவர்களுக்கு நம்பிக்கையை ஏற்படுத்த தடையாக இருக்கும் என்று கருதினார்.

'சாதிவாரி வாக்கெடுப்பு மிகவும் தீமையானது; உரிய வயதானவர்கள் அனைவரும் வாக்குரிமை பெறுவது நல்லது. எல்லோருக்குமான வாக்களிக்கும் உரிமையும், பொதுத் தொகுதி முறையும் நல்லவற்றையே விளைவிக்கும்; மக்கள் அனைவரிடமும் தேசிய ஒருமைப்பாடு என்ற எண்ணம் வளர்ந்தோங்கும்' என்று அவர் தெரிவித்தார்.[56] அக்கருத்து அவரது தனி வாக்குமூலம் என்று சொல்ல முடியாது. ஏனெனில் வங்காளத்தில் உள்ள நாமசூத்திரர்களின் குழுவும், 'அவர் எதிர்கால இந்தியாவைப் பற்றி ஏதும் சிந்தித்துச் செய்வது போல் தெரியவில்லை; அதைப்பற்றி அவர்கள் ஏதும் நினைத்தும் பார்க்கவில்லை' என்று கூறி இரட்டை வாக்குரிமையை விமர்சித்திருந்தது.[57]

ஆனாலும், எதிர்காலத்தைப் பற்றிய அம்பேத்கரின் நம்பிக்கை தன் மக்களுக்கான பலவிதமான பாதுகாப்புகளையும் கோரிக்கைகளையும் கொண்டதாகவே இருந்தது. பம்பாய் சட்டசபை உறுப்பினர் எண்ணிக்கையில் தாழ்த்தப்பட்ட மக்களின் விழுக்காட்டை வைத்து பதினைந்து பேருக்கான இடம் கேட்டார். அதனோடு தாழ்த்தப்பட்ட மக்களின் சிறப்பான தேவைகளின் அழுத்தத்தைக் குறிப்பிட்டு மேலும் ஒன்பது உறுப்பினருக்கான இடம் வேண்டும் என்றும் கேட்டார். ஆக மொத்ததில் 140 எண்ணிக்கையில் இருக்கும் சட்டசபையில் இருபத்தி நான்கு இடங்களை தாழ்த்தப்பட்ட மக்களுக்காகக் கேட்டார்.[58] இந்தக் கோரிக்கையை இடைக்கால அரசு ஒத்துக்கொள்ளாதிருப்பின் மேல் முறையீடாக இந்திய கவர்னர் ஜெனரலிடம் இக்கோரிக்கையை வைக்க அனுமதி வேண்டும் என்றும் கேட்டிருந்தார்.[59]

'இடைக்கால அரசின் நிதி நிலையின் முதல் நடவடிக்கையாக' தாழ்த்தப்பட்ட மக்களின் கல்விக்கான நிதியை அதிகமாக்க வேண்டும்

என்ற கோரிக்கையையும் முன்வைத்தார்.[60] அவரது அடுத்த கோரிக்கையும் மிக முக்கியமானது. அரசுப் பணிகளில் தாழ்த்தப்பட்ட மக்களுக்கு இடமளிக்க வேண்டும். அதில் குறைந்தபட்ச கல்வி உடையவர்களுக்கும் இடம் தரவேண்டும். வயது வரம்பை உயர்த்தி வாய்ப்பளிக்க வேண்டுமென்றும் கேட்டிருந்தார். ஒவ்வொரு மாவட்டத்திலும் தாழ்த்தப்பட்ட சாதியைச் சேர்ந்த ஒரு சிறப்புக் காவல் அதிகாரி நியமிக்கப்பட வேண்டும் என்றும், காவல் துறையிலும் ராணுவத்திலும் கப்பல் படையிலும் இத்தனை பேர்தான் என்ற எந்தவித வரையறையுமின்றி பணியமர்த்தவேண்டும் என்றும் கோரினார்.

மேலும் அவர், 'நான் ஒரு கனவு காண்கிறேன்; அது நடக்கும் என்றும் நம்புகிறேன்; பின்னாளில் இந்திய நாட்டு மக்கள் ஒன்றாகிவிடுவார்கள். அப்போது இந்தக் கோரிக்கைகளுக்கான தேவையேதும் இருக்காது. ஆனால், அது பெரும்பான்மை மக்களின் மனப்பாங்கு சிறுபான்மை மக்களைப் பொறுத்தவரை எப்போது மாறுமோ அப்போதுதான் நடக்கும்' என்று குறிப்பிட்டார்.[61]

அவரது கோரிக்கைகளோடு பின்னிணைப்பாக, பல்வேறு தினசரிகளில் வெளியான தீண்டப்படாதவர்கள் பற்றிய பல செய்திக் குறிப்புகளும் தொகுக்கப்பட்டிருந்தன. அவர்கள் அப்போது அனுபவித்துவரும் துயரங்களை அவை விவரித்தன. அம்பேத்கர் தன்னுடைய குறிப்பாக அதில் எதையுமே எழுதிச் சேர்த்திருக்கவில்லை.

அம்பேத்கர் தன் அரசியல் மேதைமையையும், தீண்டப்படாத மக்களின் பெரும் தலைவராகவும் இக்கோரிக்கைகள் மூலம் தன்னை வெளிப்படுத்துகிறார். அவரது எழுத்துகள் இந்தியாவைப் புதுப்பிக்க முனையும் மேதைகளின் பட்டியலில் ஒருவராகவும், ஆனால் அதே சமயத்தில் தேசிய இயக்கத்துக்கு வெளியே நிற்பவராகவும் காண்பித்தது. பெரும் சமூக சீர்திருத்தங்கள், தாழ்த்தப்பட்ட மக்களுக்கான உரிமைகள் என்ற இரு பெரும் கோட்பாடுகளைத் தூக்கிப்பிடித்துக்கொண்டு நின்றார். இந்த இரண்டின் மூலமே இந்தியா ஒரு வளர்ந்த நாடாக முன்னேற முடியும் என்ற கண்ணோட்டத்தோடு இருந்தார்.

அவர் முன்னெடுத்து அளித்த கோரிக்கைகள், அவர் பெற்ற கல்வியறிவு, பம்பாய் வாழ்க்கையின் போது சட்டம், கல்வி என்ற இரண்டிலும் அவர் அளித்த பங்களிப்பு[62] என்று எல்லாம் இணைந்து பம்பாயின் அறிவுஜீவிகளில் ஒருவராக அவரை அடையாளம் காட்டியது. அது போல் அவர் இந்த இரண்டு அம்சங்களில் உறுதியாக நின்றதால் மஹர் மக்களுக்கு மட்டுமல்ல, அனைத்து தீண்டாமைச் சூழலுக்குள்

சிக்கியிருந்த மக்களிடையேயும் அவரைச் சுற்றி பெருமை மிகுந்த ஒளி வட்டம் ஒன்று உருவானது.

அம்பேத்கர் இந்த இரு தரப்பு மக்களின் பொருத்தமான பிரதிநிதியாக இருந்தார். அவரது இந்த வளர்ச்சிக்கு முக்கிய காரணமாக இருந்தது அவரது மேதமை மட்டுமே. நாட்டின் எதிர்காலத்துக்கான அரசியல் சாசனம் எழுதும் பணியில் ஆர்வமாக ஈடுபட்டது அவருடைய பெரும் பலங்களில் ஒன்று. ஆனால், அவரது குறைந்தபட்ச கோரிக்கைகளும் நிராகரிக்கப்பட்டபோது அவரது மேதமையும் தலைமையும் சமூகத்துக்குக் கிடைக்காமல் போகத்தான் செய்தன. அவர் அளிக்கத் தயாராயிருந்த ஒத்துழைப்பை அந்த சமூகம் ஏற்க மறுத்ததாகவே அது ஆனது.

1930-32-ல் நடந்த வட்ட மேஜை மாநாட்டில் அம்பேத்கர் தாழ்த்தப் பட்ட மக்களின் சார்பாளராக அழைக்கப்பட்டிருந்தபோது, அவர் தனது மேதமையைத் திறம்பட அங்கே நிறுவினர். இந்த அழைப்பை அவர் ஏற்ற பிறகுதான் பல மஹர்களுக்கு அம்பேத்கரைப் பற்றி முதன் முறையாகத் தெரிய ஆரம்பித்தது. இதுவரை அவர் நடத்திய மாநாடுகளும், சத்யாகிரகப் போராட்டங்களும் கிராமங்களுக்கு முழுமையாகச் செல்லவில்லை. ஆனால், அம்பேத்கர் என்ற நம்மில் ஒருவர் இன்று அரச குமாரர்களோடு, லண்டனிலிருந்து வந்த அரசியல் மேதைகளோடும் ஒருங்கே சரிசமமாக அமர்ந்திருக்கிறார் என்ற செய்தி மூலை முடுக்கெல்லாம், அனைத்துச் சிறு சிறு கிராமங்களுக்கும் பரவின.

வட்ட மேஜை மாநாடு முடிந்த பிறகு, அதிலிருந்து மஹர்களின் தலைவராக மட்டுமின்றி, அனைத்து தீண்டப்படாதவர்களின் ஒருமித்த தனித் தலைவராக உயர்ந்து நின்றார். ஆனால், இதே வட்ட மேஜை மாநாட்டில்தான் தாழ்த்தப்பட்டவர்களின் முன்னேற்றத்துக்காக அம்பேத்கர் எழுப்பிய குரல் அப்போதிருந்த காங்கிரஸ் கட்சியின் கொள்கைகளோடு முரண்படவும் தொடங்கியது. லண்டனில் காந்தியுடனான சந்திப்பு நிகழ்ந்ததைத் தொடர்ந்து மகாத்மாவுடனான அவருடைய கசப்புகள் அதிகரிக்கத் தொடங்கின.

வட்ட மேஜை மாநாடுகள்

முக்கியமான முடிவுகள் எடுக்கும் உயர்நிலை குழுக்களிலும் தாழ்த்தப்பட்ட மக்களின் பிரதிநிதிகளுக்கும் இடம் அளிப்பது முதன்முறையாக 1927-ல் தான் நடந்தது. மத்திய சட்டசபையின் உறுப்பினரான எம்.சி.ராஜா அவ்வாறு முதன்முதல் இடம் பெற்றார். இந்த வழக்கத்தை சைமன் ஆணையமும் பின்பற்றியது.

ஆணையத்தில் நேரடியாக உறுப்பினராகும் வாய்ப்பு இந்தியர்களுக்கு அளிக்கப்படவில்லை. அதற்குப் பதிலாக ஆணையத்துக்காக ஆலோசனைக் குழுக்கள் மத்தியிலும் மாநில அளவிலும் ஆரம்பிக்கப் பட்டன.

எம்.சி. ராஜா ஆலோசனைக் குழுவினர் உறுப்பினராக 1928-29 ஆண்டுகளில் இந்த ஆணையத்தோடு சென்றார். தாழ்த்தப்பட்ட மக்களின் சார்பாக மூன்று உறுப்பினர்கள் மாநிலங்களில் இருந்து இக்குழுவில் இணைக்கப்பட்டிருந்தனர். அவர்கள் பம்பாயிலிருந்து அம்பேத்கர்; மெட்ராஸிலிருந்து என். ஷிவராஜ்; யுனைட்டட் பிராவின்ஸ் சார்பாக, ராம சரணா. சைமன் ஆணையம் நாடு முழுவதும் நடத்திய பயணத்தில் தாழ்த்தப்பட்ட மக்களின் அரசியல் ஆர்வம் நன்கு தெரிந்ததால் அதனை அடுத்து வந்த வட்ட மேசை மாநாடு லண்டனில் நடக்கும்போது தாழ்த்தப்பட்ட மக்களின் பிரதிநிதிகளையும் உள்ளிழுத்துக் கொள்வது இயல்பானதாக இருந்தது; இதனால் அந்த மாநாட்டுக்கு பம்பாயிலிருந்து அம்பேத்கர் அவர்களையும், அடுத்ததாக இந்தியாவில் தாழ்த்தப்பட்ட மக்களின் உரிமைக் குரல் அதிகமாக ஒலித்துக் கொண்டிருந்த மெட்ராஸ் ராஜதானியிலிருந்த ராவ் பகதூர் சீனிவாசன்[63] அவர்களையும் தேர்ந்தெடுத்தனர்.

தேர்ந்தெடுக்கப்பட்ட இவர்கள் இருவருமே மிதவாதிகள்தான். அதனால் அவர்கள் கோரிக்கைகள் மென்மையானவைகளாகவே இருந்தன. அந்தக் காலகட்டத்தில் தாழ்த்தப்பட்ட மக்களுக்கென்று தனியான தேர்தல் தொகுதிகள் வேண்டும்; தாழ்த்தப்பட்ட மக்கள் முழுவதுமே இந்து மதச் சமூகத்திலிருந்த எப்போதைக்கும் பிரிந்து விலகியவர்களாகக் கருதப்பட வேண்டும் என்ற தீவிரமான கருத்துகளை அவர்கள் இருவரும் முன்வைக்கவே இல்லை.

1930ம் ஆண்டு இலையுதிர் காலம். அம்பேத்கர் லண்டனில் நடக்கும் மாநாட்டுக்குப் புறப்படும் நேரம். அப்போது நாக்பூரில் தாழ்த்தப்பட்ட மக்களுக்காக நடந்த ஒரு பெரும் மாநாட்டின் தலைமை உரையை அம்பேத்கர் நிகழ்த்தினார்.[64] அதே ஆண்டின் வசந்த காலத்தில் நாசிக் நகரில் ஆலய நுழைவுக்காக ஆரம்பித்த சத்யாகிரக நிகழ்ச்சியைக்கூட அதிகமாகத் தொடாமல் தன் பேச்சை நிகழ்த்தினார். பேச்சு முழுவதிலும் ஐரோப்பிய நாடுகள் போலவே சுதந்திரத்துக்குப் பின் நமது நாடும் சுயாட்சியைத் திறம்பட நடத்தும் திறமை உடையதுதான் என்பதை வலியுறுத்தினர். மேலும் ஆங்கில அரசு பொது மக்களுக்காகவும் தாழ்த்தப்பட்ட மக்களுக்காகவும் ஏதும் அதிகமாகச் சாதிக்கவில்லை. அவர்களின் நிலைமைகளில் முன்னேற்றம் ஏதும் ஏற்படவில்லை.

மேலும், நேருவின் செயற்குழு 1928-ல் தாழ்த்தப்பட்ட மக்களுக்கும் இஸ்லாமிய மக்களுக்கும் தனிச் சலுகைகள் கொடுக்க மறுத்ததை அம்பேத்கர் சாடினார். சைமன் ஆணையமோ தேர்தலில் தனித் தொகுதியைத் தாழ்த்தப்பட்ட மக்களுக்குத் தருவதை விடுத்து, அவர்களுக்கு நியமன முறையை மட்டுமே தன் அறிக்கையில் அளித்தது. ஆகவே தேசிய காங்கிரஸ் கட்சியும் ஆங்கிலேயர் ஆட்சியும் தாழ்த்தப்பட்ட மக்களின் கோரிக்கைகளை விலக்கி வைத்து அம்மக்களின் ஆவல் மீது ஒரு சேர கறுப்புச் சாயம் அடித்து விட்டனர். அன்றைய பேச்சில் அம்பேத்கர் சுயாட்சிக்காக ஆழமாக வாதிட்டார். ஆனால், அதே சமயம் தாழ்த்தப்பட்ட மக்களுக்குப் பாதுகாப்புகளைத் தரும் உறுதியான விதிமுறைகள் மீதும் மிக உறுதியாக நின்றார்.

இந்த உறுதிப்பாட்டை அவர் 1930, நவம்பர் 20ஆம் தேதி நடந்த முதல் வட்ட மேசை மாநாட்டில் தன் கன்னிப் பேச்சில் தேசிய உணர்வோடு கலந்து வெற்றிகரமாகப் பேசினார்.

'வெறும் அதிகாரிகளை வைத்து மட்டும் நடத்தப்படும் இப்போதைய இந்திய அரசு மாற்றப்பட்டு, மக்களுக்கான, மக்களுக்காக, மக்களால் ஆளப்படும் புதிய அரசு மலர வேண்டும். நான் அடுத்து சொல்வது பலருக்கு ஆச்சரியமும் அதிர்ச்சியும் அளிக்கலாம். நீண்ட பல காலமாக அடிமைத்தளையில் கட்டுண்ட தாழ்த்தப்பட்ட மக்கள் ஆங்கிலேயர்கள் தங்களைச் சுதந்திரமாக விடுவித்தவர்கள் என்ற எண்ணத்தில் உள்ளனர். ஆனாலும் இன்றைய சூழலில் இப்போதிருக்கும் அரசைப் பார்க்கையில், எங்கள் அனுபவங்களைப் பொறுத்தவரை, இந்த அரசு இன்னும் பல குறைபாடுகளுடன்தான் உள்ளன. நிச்சயமாக ஒன்று மட்டும் தெரிகிறது - தாழ்த்தப்பட்ட மக்களின் கைகளில் அரசியல் அதிகாரம் வந்து சேரும் வரை அவர்களது பிரச்னைகள் என்றும் தீராத தொடர் பிரச்னைகளாகவே இருக்கும்.'[65]

இந்த முதல் வட்ட மேசை மாநாட்டில் மோகன்தாஸ் கரம்சந்த் காந்தி பங்கு பெறவில்லை. 1930-ல் ஆரம்பித்த ஒத்துழையாமை இயக்கப் போராட்டத்துக்காக அவர் சிறையில் அப்போது அடைக்கப் பட்டிருந்தார். அவர் மட்டுமல்ல, எந்த காங்கிரஸ் உறுப்பினரும் மாநாட்டில் கலந்து கொள்ளவில்லை. இந்தச் சூழலிலும் அம்பேத்கர் தனது தீவிரமான நிலைப்பாட்டை வைத்தார்.

அம்பேத்கர் வயது வந்தோருக்கு வாக்குரிமை கொடுக்க வேண்டும் என்றே நினைத்தார். அம்முறையின் மூலம், ஒன்றைப் பொது வாக்குரிமை மூலமும் மட்டும் நாட்டில் இருந்த அனைத்து சாதி மக்களையும் ஒற்றுமைப்படுத்த முடியும் என்றே நம்பினார். ஆனால், அன்றைய சூழலில் அனைவருக்கும் வாக்குறுதி என்பதை ஒரு

நியதியாக புதிய சாசனச் சட்டத்தில் சேர்க்க முடியாத நிலைமை இருந்தது.[66] சிறுபான்மைகள் துணைக் குழுவில் இருந்த பல சாதிக் குழுக்களிடமிருந்து தவிர்க்க முடியாத, அசைக்க முடியாத கோரிக்கைகளாக இரட்டை வாக்குரிமை வேண்டும் என்ற குரல் எழுந்தது. இதனால் அம்பேத்கர், சீனிவாசன் இருவரும் ஒட்டுமொத்த தேர்தலில் தனித் தொகுதிகள் என்ற தங்கள் கொள்கைகளைக் கை விட்டுவிட்டு, அனைத்து வயது வந்தோருக்கான பொதுத் தேர்தல்களில் இரட்டைத் தொகுதிகள் சில காலத்துக்கு வேண்டும் என்ற நிலைக்கு மாறினார்.

அதேபோல், மத வாரியான பிரதிநிதித்துவம் அமைச்சரவையில் இருக்கக்கூடாது என்ற அம்பேத்கரின் எண்ணம் இஸ்லாமியர்கள் தனிப் பிரதிநிதித்துவம் வேண்டுமென்று கோரியபோது சிதைக்கப்பட்டது. 1931ஆம் ஆண்டு ஜனவரி 16ஆம் தேதியன்று சிறுபான்மையினர் அமைப்பின் கோரிக்கைகளில், 'கூட்டாட்சி அமைப்பில் இஸ்லாமியர் களுக்கான பிரதிநிதித்துவம் வேண்டுமென்பதில் இஸ்லாமியர் என்பதற்குப் பதிலாக அனைத்து முக்கிய சிறுபான்மையருக்கு' என்று மாற்றுவதற்கு அம்பேத்கர் தயாராக இருந்தார்.[67]

ஏனைய மத வாரி அமைப்புகளின் கோரிக்கைகளால் தாழ்த்தப்பட்ட மக்களின் கோரிக்கைகள் மழுங்கடிக்கப்பட்டு விடுமோ என்ற அச்சம் அம்பேத்கர், சீனிவாசன் மனங்களில் இருந்தது. அதற்கேற்றது போல் திரு ஐசக் ஃபுட் என்பவர் அவர்களுக்கு நினைவூட்டுவது போல், தாழ்த்தப்பட்ட மக்கள் தனித் தொகுதிகள் கேட்கும் தங்கள் கோரிக்கை களிலிருந்து அவர்கள் விலகுவது போல் தெரிகிறது என்று கூறினார்.[68]

1931 ஜனவரி 19ஆம் தேதி அறிக்கையில், 'தாழ்த்தப்பட்ட மக்கள் சுயாட்சி பெற்ற இந்தியாவின் பெரும்பான்மை அரசின் கீழ் இருக்கவேண்டுமெனில் அவர்களுக்குத் தரப்பட வேண்டியவற்றைக் குறிப்பிட்டு, அம்மக்களின் அழுத்தங்களுக்கு ஒப்புதலும் காணப்பட்டது. அம்மக்களின் பாதுகாப்புக்கான நான்காவது குறிப்பில், சட்டசபையில் போதுமான பிரதிநிதித்துவம், வயது வந்தோருக்கான வாக்குரிமை அளித்தல், பத்து ஆண்டுகளுக்குத் தனித் தொகுதிகள் என்பவை தரப்பட்டிருந்தன. தரப்பட்ட ஏனைய கோரிக்கைகள் யாவும் ஏற்கெனவே நன்கு தெரிந்தவைதான்: சமத்துவக் குடியுரிமை, உரிமைகளோடு வாழ்தல், சமுதாயப் புறக்கணிப்புக்கு எதிரான சட்ட திட்டங்கள், ஒதுக்கப்படுவதற்கு எதிர்ப்பான சட்டப் பாதுகாப்பு, பணிகளில் போதுமான பிரதிநிதித்துவம், மோசமான சட்ட திட்டங்களிலிருந்து முழுப் பாதுகாப்பு, தாழ்த்தப்பட்ட மக்களுக்குப் பணி புரிய தனியே ஒரு துறை, தாழ்த்தப்பட்ட மக்களுக்கு அமைச்சரவையில் இடம்.[69]

காங்கிரஸ் பங்களிக்காத முதல் வட்ட மேசை மாநாட்டில் முழுமையான முடிவுகள் எதுவும் எடுக்கப்படவில்லை. அதன்பின் 1931 இளவேனிற் பருவத்தில் நடந்த காந்தி-இர்வின் உடன்படிக்கையால் ஒத்துழையாமை இயக்கம் நிறுத்தப்பட்டது. இதன் பிறகு அதே ஆண்டின் இலையுதிர் பருவத்தில் இரண்டாம் வட்ட மேசை மாநாடு நடத்தப்பட்டது. இந்த இரு மாநாடுகளின் இடைக்காலத்தில் காந்தியை அம்பேத்கர் பம்பாயில் நேரடியாகச் சந்தித்துப் பேசினார். உயர்சாதி மக்கள் ஏற்பாடு செய்த சந்திப்பு இது. இரண்டாம் வட்ட மேசை மாநாட்டில் இந்த இரு பெரும் தலைவர்களும் மோதிக்கொள்ளக் கூடாதே என்ற எண்ணத்தினால் இச்சந்திப்பு நடைபெற்றது.[70]

இருவருக்குள்ளும் நடந்த இச்சந்திப்பு ஒரு வரலாற்று விசித்திரம். காந்தியால், தான் மோசமாக நடத்தப்பட்டோம் என்ற குறை அம்பேத்கருக்கு. காந்திக்குத் தன்னிடம் பேச்சுவார்த்தை நடத்தியவர் தீண்டப்படாத மக்களைச் சேர்ந்தவர் என்பது தெரியாது. காந்தி இச்சந்திப்புக்குப் பின் தன் செயலரிடம், 'நான் இச்சந்திப்புக்குப் பின்பு லண்டன் சென்ற பிறகே அவர் ஒரு ஹரிஜன் என்பது எனக்குத் தெரிய வந்தது. பிராமணர் ஒருவர் ஹரிஜனங்கள் மீதுள்ள பற்றினால் என்னிடம் பேச வந்துள்ளார் என்றே அதுவரை நினைத்திருந்தேன். அதனாலேயே அவரிடம் கடினமாகப் பேசிவிட்டேன்' என்று கூறியுள்ளார்.[71] மாநாட்டுக்குச் சென்ற காந்திக்குத் தாழ்த்தப்பட்ட மக்களின் அரசியல் எழுச்சி பற்றிய விவரம் தெரியாதிருந்ததால் இரண்டாம் வட்ட மேசை மாநாடு பல குழப்பங்களோடும் எதிர் விவாதங்களோடும் நடந்து முடிந்தன. அங்கு விட்டுக் கொடுத்து செல்லுதல் என்பதன் நிழலேகூட படாமல் முடிந்தது.

ஆயினும் இந்த மாநாட்டின் இரண்டாம் பகுதி 1931 செப்டம்பர் 7ஆம் தேதியிலிருந்து டிசம்பர் முதல் தேதி வரை நடந்தது. காந்தியும் அம்பேத்கரும் சிறுபான்மை ஆணையத்தின் சார்பாளர்களாகக் கலந்து கொண்டனர். மாநாட்டின் கூட்டங்கள் அத்தனையும் தோல்வியில் மட்டுமே முடியும் என்பது துவக்கத்திலிருந்தே தெரிந்து. அக்டோபர் முதல் தேதியன்று இப்பகுதியின் இரண்டாம் கூட்டத்தில் ஒரு வாரம் சந்திப்பைத் தள்ளி வைத்துவிட்டு அதற்குள் கருத்துப் பரிமாற்றங்கள் சில செய்து கொள்ளலாம் என்று காந்தி கூறினார். அம்பேத்கர் இதற்கு எதிர்க் குரல் கொடுத்ததோடு மட்டுமின்றி, 'காந்தி இஸ்லாமியர், சீக்கியர் என்ற இரு தரப்பினரைத் தவிர வேறு யாரையும் சிறுபான்மையினராக ஏற்கத் தயாராக இல்லை' என்று வெளியான செய்தியைப் படித்துவிட்டு 'இப்படியான புரிதல் உடையவருடன் பேசுவதில் அர்த்தமே இல்லை' என்று கூறினார்.

காந்தி இந்த மறுப்புகளையும், எதிர்ப்புகளையும் எளிதாகப் புறந்தள்ளினார். 'ஒரு தனிப்பட்ட குழுவுக்கோ, ஏன் ஒரு தனி மனிதருக்குக்கூட அரசியல் பங்களிப்பு தருவதற்கு எதிராக இருப்பதற்கு நான் யார்?'[72] என்ற கேள்வியை எழுப்பினர். அடுத்து ஒரு வாரம் பரிமாற்றங்கள் நடந்தன.

சிறுபான்மையர் குழு மீண்டும் அக்டோபர் 8ஆம் தேதி கூடியது. பேச்சவார்த்தைகள் தோல்வியில் முடிந்தன. காந்தியும் அதை ஒத்துக் கொண்டார். அவர் அப்போது, 'இந்தத் தோல்விக்குக் காரணம் இந்திய உறுப்பினர்களின் தன்மையே' என்றார். தோல்விக்குக் காரணம் சிறுபான்மையர்களின் குழுவே என்பதால், அடுத்த கட்டப் பேச்சு வார்த்தைகளை காலவரையின்றித் தள்ளிவைத்து, சட்ட திட்டங்களை மறு பரிசீலனை செய்ய வேண்டும் என்றார்.[73]

இதற்குப் பல உறுப்பினர்களிடமிருந்து எதிர்ப்புகள் கிளம்பின. நாங்கள் ஆங்கிலேயர்களால் தேர்ந்தெடுக்கப்பட்டவர்கள். நாங்கள் அனைவரும் எங்களுக்கென்று உள்ள எங்கள் குழுக்களுக்காகத் திறம்பட பங்கேற்றுக் கொண்டிருக்கிறோம். ஆகவே தள்ளி வைக்கத் தேவையில்லை என்று காந்திக்கு எதிர்ப்பாகப் பேசினார். அம்பேத்கரும் இதே கருத்தை வலியுறுத்தினார். மேலும் அம்பேத்கர், 'நாங்கள் சிறுபான்மை யினருக்கு ஆதரவாகப் பேசிக் கொண்டிருக்கிறோம். நிச்சயமாக காங்கிரஸ் கட்சி அப்படியில்லை' என்றார்.

மேலும், தன் விவாதத்துக்கு உரமூட்ட இந்தியாவிலிருந்து அவருக்கு வந்திருந்த ஒரு தந்தியின் வாசகங்களை மேற்கோள்காட்டினார். 'எனக்கு முன்பின் தெரியாத ஒருவர்... எனக்குத் தெரியாத இடத்திலிருந்து தந்தி ஒன்றை அனுப்பியுள்ளார். உ.பி. மாநிலத்தில் உள்ள அல்மோரா என்ற பகுதியில் உள்ள தாழ்த்தப்பட்ட மக்களுக்கான இயக்கத்தின் தலைவரான குமாவுன் அனுப்பிய தந்தி அது. 'எங்களது இயக்கத்துக்கு காங்கிரஸ் கட்சியின் மீது எவ்வித நம்பிக்கையுமில்லை' என்பதே அந்தத் தந்தியின் வாசகம்.[74]

இந்தத் தடங்கல்களால் சிறுபான்மையர் ஆணையம் அன்றைய கூட்டத்தை அன்று மட்டும் தள்ளி வைத்தது. மீண்டும் அவர்கள் கூடிய போது 'வகுப்புவாதப் பிரச்னைக்குத் தீர்வுகள்' என்ற தலைப்போடு அறிக்கை ஒன்றைத் தயாரித்து அளித்தனர். அதில் கையெழுத் திட்டவர்கள்: இஸ்லாமியரின் சார்பாக ஆகா கான், தாழ்த்தப் பட்டவர்களின் சார்பாக அம்பேத்கர், கிறிஸ்துவர்களின் சார்பாக ராவ் பகதூர் பன்னீர் செல்வம், ஆங்கிலோ-இந்தியர்களின் சார்பாக சர் ஹென்றி கிட்னி, ஐரோப்பியர்களின் சார்பாக சர் ஹூயூப்ட் கார்.

இந்த அறிக்கையில் தாழ்த்தப்பட்ட மக்களுக்கான குறைகளைச் செப்பனிடுதல் பற்றியவை இருந்தன. இவை குடியுரிமைத் தகுதி; தாழ்த்தப்பட்ட மக்களை ஒதுக்கிவைக்கும் சட்ட திட்டங்களை மாற்றுவது தாழ்ந்த நிலையில் இருந்து அவர்களை உயர்த்துவதற்கான தனித் துறைகள்; வழக்கமாக அமைச்சரவைகளில் அவர்களுக்கான இடங்கள்; தனித் தொகுதிகளின் வழியாக அடுத்த இருபது ஆண்டுகளுக்கு பிரதிநிதித்துவம்; அதனோடு வயது வந்தோருக்கு வாக்குரிமை; அனைத்து சாதி மக்களுக்கும் சரியான முறையில் சமூகத்தில் இடமளிப்பதும், தாழ்த்தப்பட்ட மக்களுக்கு ‘கனிவான நடைமுறைகள்’; மக்களைப் பாகுபடுத்தி, தாழ்த்தி வைக்கும் பாரம்பரிய பழக்க வழக்கங்களைச் சட்டப்படி மாற்றுதல்; மேல் விசாரணைக்கு எடுத்துச் செல்லும் சுதந்திரம்; பஞ்சாப் மாநிலத்தில் இருந்த பஞ்சாப் நில உரிமை மாற்றல் சட்டத்தைத் தாழ்த்தப்பட்ட மக்களுக்கும் நீட்டித்தல்; தாழ்த்தப்பட்ட மக்களுக்கான தனித் தொகுதிகளின் எண்ணிக்கையை ஏற்கெனவே இருப்பதைவிட அதிகமாக்குதல்[75] என்பன.

இந்த அறிக்கை சிறுபான்மையினரின் ஆணையத்துக்குக் கொண்டு வரப்பட்டதும் சீக்கியரிடமிருந்தும், இந்துக்களிடமிருந்தும் பெரும் எதிர்ப்புக் குரல் பீறிட்டு எழும்பியது. இதை வலியுறுத்துவது போல் காந்தி, ‘இந்து, இஸ்லாமியர், சீக்கியர் அனைவருக்கும் கொடுக்கும் தீர்வுகளைக் காங்கிரஸ் கட்சியும் ஏற்றுக் கொள்ளும். ஆனால், வேறு எந்த சிறுபான்மையினருக்கும் தனித் தொகுதிகள் கொடுப்பதையோ, தனி வாக்குரிமை அளிப்பதையோ காங்கிரஸ் கட்சி எவ்வகையிலும் ஒத்துக்கொள்ளாது’ என்றார். தாழ்த்தப்பட்ட மக்கள் அரசியல் அதிகாரங்களில் பங்களிப்பதற்காகக் கேட்ட நேரடி பிரதிநிதித்துவத்துக் கான கதவுகள் முழுமையாக அடைக்கப்பட்டன.

காந்தி தன் எண்ணங்களை உணர்ச்சி மிகுந்த சொல் நயத்தோடு எழுதினார். இது அடிக்கடி மேற்கோள் காட்டப்படும் அளவுக்குச் சிறப்புப் பெற்றது.

> சிறுபான்மையினரின் கோரிக்கைகளை என்னால் புரிந்து கொள்ள முடிகிறது. ஆனால், தீண்டப்படாத மக்களின் சார்பாக கேட்கப் பட்டுள்ளதை மிக மிக மோசமானதாகக் கருகிறேன். அது முற்றிலுமாக மக்களைக் கூறுபோட்டுவிடும். நாடு சுதந்திரம் பெற வேண்டும் என்பதற்காக நிச்சயம் நான் தாழ்த்தப்பட்ட மக்களின் கோரிக்கைகளை எப்போதும் புறந்தள்ள மாட்டேன். சுதந்திரத்துக் காக அவற்றைக் கைவிடமாட்டேன். தீண்டப்படாத மக்களின் பக்கம் எப்போதும் நான் ஒன்றி நிற்பேன்.

> இங்கு நடக்கும் இந்த மாநாடும், உலகமும் ஒன்றைப் புரிந்து கொள்ள வேண்டும். இந்து சீர்திருத்தவாதிகள் பலர் புரையோடிப் போன தீண்டாமையை முற்றிலும் ஒழிக்க முயற்சிக்கிறார்கள். நமது குறிப்பேடுகளிலோ, மக்கள் மொத்தக் கணக்கெடுப்பிலோ எதிலுமே சிலர் தீண்டப்படாதவர்கள் என்று பட்டியலிடப்படக் கூடாது. தீண்டாமைச் சிறையில் இப்போது இருப்பவர்கள் எப்போதும் அங்கேயே அடைபட்டு காலங்காலமாய் கிடப்பார்களா?
>
> அம்பேத்கர் இந்தியாவில் உள்ள அனைத்துத் தீண்டப்படாதவர்களின் சார்பாக, தான் நிற்பதாகக் கூறுகிறார். இது சரியல்ல. நான் அதை ஒத்துக்கொள்ள முடியாது. இதன் மூலம் இந்து மதம் பிளவுபடும். தீண்டப்படாத மக்கள் இஸ்லாமுக்கோ, கிறிஸ்துவ மதத்துக்கோ மனம் மாறி மதம் மாறலாம். அது அவர்களது விருப்பம். ஆனால், இந்து மதம் என்ற ஒரே எல்லைக்குள் இரு வேறுபட்ட அமைப்புகள் இருப்பதை என்னால் பொறுத்துக் கொள்ள முடியாது. ஒரு கிராமத்தில் இரண்டு எதிரெதிர் அமைப்புகளா? நான் ஒருவன் மட்டுமே தனியாக இதற்கு எதிராக நிற்கும் நிலைவந்தாலும் நிச்சயமாக என் இறுதி மூச்சு வரை அதற்காகத் துணிந்து உறுதியாக நிற்பேன்.[76]

இதற்கு மறுப்புகள் தெரிவிக்கவெல்லாம் அவகாசம் தரப்படவில்லை. சிறுபான்மையாளர்கள் ஆணையத்தின் தலைவரான ராம்சே மெக்டொனால்ட், ‘ஆணையத்தின் ஒவ்வொரு உறுப்பினரும் தலைவரிடம் பொறுப்பை ஒப்படைக்க சம்மதிப்பதாகவும், அவருடைய முடிவுக்கு கட்டுப்படுவதாகவும் எழுதிக் கையெழுத்திட்டுக் கொடுக்கவேண்டும். கமிட்டியின் பணி முடிந்துவிட்டது’ என்று கறாராகச் சொல்லிவிட்டார்.

மொத்தத்தில் இந்த ஆணையத்தின் சாதனையாக அதிகார பூர்வமல்லாத இருபது புது சேர்க்கைகள் ஆணையத்தின் அறிக்கையில் சேர்ந்தது. இந்தப் புது சேர்க்கைகள் எல்லாமே பல்வேறு குழுக்களின் கோரிக்கைகள் சார்ந்தே இணைக்கப்பட்டன. காங்கிரஸ் மஹாசபை, சீக்கியர், பஞ்சாப் மாநிலத்து இந்து மக்கள், இந்தியக் கிறிஸ்துவர்கள், ஆங்கிலோ-இந்தியர்கள், நாடு பெயர்ந்து இங்கேயே தங்கிய ஐரோப்பியர்கள், மராத்தியர்கள், தொழிலாளர்கள், பெண்கள், தாழ்த்தப்பட்டவர்கள், சிறுபான்மையினரின் தவிர்க்கப்பட்ட ஒட்டுமொத்த கோரிக்கைகள் என்று அனைவரின் கோரிக்கைகளும் தொகுக்கப்பட்டன. இவை அனைத்துக்கும் தீர்வு காண்பது அரசின் பொறுப்பு என்றும் தீர்மானம் ஆனது.

வட்ட மேசை மாநாடு முடிந்த உடனேயே காந்தி இந்தியா திரும்பினார். 1931 டிசம்பர் 28ஆம் தேதி பம்பாயில் வந்து இறங்கினார். ஆனால்,

அவர் வருகையை எதிர்பார்த்து இரு வேறு அமைப்பின் மக்கள் காத்திருந்தனர். அம்பேத்கர் நடத்தி வந்த தாழ்த்தப்பட்ட மக்களின் நிறுவனத்தின் செயலரான ஷிவ்தர்க்கர் தலைமையில் கறுப்புக் கொடியோடு காந்தியை வரவேற்றனர். காங்கிரஸ் கட்சியின் சார்பில் வந்த தாழ்த்தப்பட்ட மக்களின் அணியின் வரவேற்புக்கு பதிலடி தரும் நோக்கில் இந்த எதிர்ப்பு நடந்தது.

கீர் அவர்களின் கணக்குப்படி சுமார் எட்டாயிரம் தாழ்த்தப்பட்ட ஆண்களும் பெண்களும் கருப்புக்கொடிகளோடு அந்த அதிகாலை வேளையில் திரண்டு வந்திருந்தனர். காந்தி தன் தாய் நாட்டுக்குத் திரும்பியபோது அவரை வரவேற்க வந்திருந்த தாழ்த்தப்பட்டவர்களும் உள்ளிட்ட காங்கிரஸ் ஆதரவாளர்கள் ஒருபக்கம் இருக்க இந்த எதிர்ப்புக் குரலும் பதிவுசெய்யப்பட்டது.[77]

அம்பேத்கர் இந்த நிகழ்வுக்குப் பின் ஒரு மாதம் கழித்தே நாடு திரும்பினார். அவரோடு லோதியன் ஆணையத்தின் உறுப்பினர்களும் வந்தனர். இந்த ஆணையம் தேர்தல் நடத்துவதில் எழுந்த சில கேள்விகளுக்குப் பதில் தேடும் முயற்சிகளில் இருந்தது. அம்பேத்கர் நாடு திரும்பும்போது அவரை வரவேற்க தாழ்த்தப்பட்ட மக்களின் தலைவர்கள் பலர் வந்தனர். அதில் காங்கிரஸ் சார்புள்ள பி. பாலு, என்.எஸ். கஜ்ரோல்கர் என்ற இரு சம்பர் தலைவர்களும் இருந்தனர். அன்று மாலையே பம்பாயில் உள்ள பரேல் என்ற இடத்தில் பொதுக் கூட்டம் நடந்தது. தொழிலாளர்கள் நிறைந்த பகுதிஅது. அங்கே 114 தாழ்த்தப்பட்ட மக்களின் குழுக்களின் சார்பாக அம்பேத்கருக்குப் பாராட்டுரை வழங்கப்பட்டது.[78]

புனே ஒப்பந்தம்

லண்டனில் நடந்த வட்ட மேசை மாநாட்டுக்கு ஓராண்டு கழித்து மீண்டும் காந்தியும் அம்பேத்கரும் இரண்டாம் முறையாக தங்கள் அரசியல் பாதைகளில் மோதிக் கொண்டார்கள். தீண்டப்படாத மக்களின் போராட்டமே இந்த மோதல்களுக்கு மையப் புள்ளியாக இருந்தது. ஆனால், இம்முறை அதன் குரல் வேறு மாதிரியாக இருந்தது.

முதலாவதாக, ஆங்கிலேய அரசின் தொடர்பு இம்முறை ஏதுமில்லை. இரண்டாவதாக, தாழ்த்தப்பட்ட மக்களின் மனதில் பெரும் மாற்றங்கள் நிகழ்ந்திருந்தன. மூன்றாவதாக, இரு பெரும் தலைவர்களின் மோதல்கள் அவர்களின் தனிப்பட்ட மோதல்களாகவும், எதிர்பாரா திருப்பங்களுடன் இருந்தன.

காந்தி லண்டனிலிருந்து திரும்பி வந்த ஒரே வாரத்தில் கைது செய்யப் பட்டு புனேக்கு அருகில் உள்ள எரவாடா சிறையில் அடைக்கப்பட்டார்.

அப்போது அரசு தாழ்த்தப்பட்டவர்களுக்குத் தனித் தொகுதி வழங்குவது தொடர்பாக ஒரு தீர்மானம் எடுத்திருப்பதாக காந்தி அறிந்தார். அது பற்றிய விவரங்கள் அவருக்குக் கிடைத்ததும் அவர் உடனே உள்நாட்டுச் செயலராக இருந்த சர். சாமுவேல் ஹோரே என்பவருக்கு மார்ச் மாதம் கடுமையான கடிதம் ஒன்றை அனுப்பினார். அதில் தாழ்த்தப்பட்ட மக்களுக்கு தனித் தொகுதி அளிப்பதைத் தன் உயிரைக் கொடுத்தாவது எதிர்ப்பேன் என்ற தனது முந்தைய உறுதியை நினைவுபடுத்தினார்.

இதே சமயத்தில் அம்பேத்கர் 1931-ன் முற்பகுதியில் தேர்தல் சீர்திருத்த ஆணையத்துடன் இணைந்து பயணம் செய்து கொண்டிருந்தார். தனித் தொகுதி வாக்குரிமை வேண்டுமா... வேண்டாமா, எத்தனை பேர் தாழ்த்தப்பட்ட மக்களுக்கான பிரதிநிதிகளாக இருக்க வேண்டும் போன்ற கேள்விகளைத் தவிர்த்துவிடவேண்டும் என்பது ஆணையத்தின் சுற்றுப் பயணத்தில் எடுத்துக்கொண்ட ஏற்பாடு. இருந்தும் இந்தக் கேள்விகள் மீண்டும் மீண்டும் தாழ்த்தப்பட்ட மக்களின் பிரதிநிதி களிடமிருந்து வினாக்களாக வடிவெடுத்தன. முதலில் வேறு கோரிக்கை களோடு பேச ஆரம்பித்தவர்கள் கடைசியில் இந்தக் கேள்விகளில் வந்து முடித்தனர். அப்படிப் பேச வந்த மக்களிடம் வேறுபாடுகளும் முளைத்தன. அதிலும் மஹர்கள் கொடுத்த வாக்குமூலங்களிலும் அந்தப் பிளவுகள் தெரிந்தன.

அம்பேத்கர் முதலில் பொதுத் தொகுதி வாக்குரிமை என்ற நிலையில் இருந்து தனித் தொகுதி தேவை என்ற நிலைக்கு வட்ட மேசை மாநாடுகள் நடக்கும் காலத்தில் மாறினார். ஆனால், 'தாழ்த்தப்பட்ட மக்களின் அரசியல் அறிஞர்' என்ற பட்டத்துக்கு அம்பேத்கருடன் போட்டியிட்ட இன்னொரு தாழ்த்தப்பட்ட மக்களின் தலைவரான எம்.சி. ராஜா தனக்கென இன்னொரு வழியில் தன் முயற்சிகளைத் தொடர்ந்தார். தாழ்த்தப்பட்ட சாதியினரின் கூட்டமைப்பின் தலைவராக இருந்த ராஜாவும் அவரது கூட்டமைப்பும் 16 உறுப்பினர்கள் அடங்கிய வாக்குரிமை ஆணையத்தை டில்லியில் வைத்து சந்தித்தனர். அதில் அவர்களது கூட்டமைப்பு மட்டுமே நாட்டின் முழுமைக்கும் தாழ்த்தப்பட்ட மக்களுக்காகப் பாடுபடும் அமைப்பு என்ற உரிமை கொண்டாடியது. அதோடு அந்த அமைப்பு 'பொதுத்தொகுதி' என்ற கருத்தோட்டத்தில் உறுதியாக நின்றது.

பம்பாயிலிருந்து வந்த மூன்று அமைப்புகளும் அம்பேத்கர் வட்ட மேசை மாநாட்டில் கூறிய கருத்துக்களோடு உடன்பட்டு நின்றனர்.[79] விதர்பா பகுதி மட்டும் அம்பேத்கரின் கருத்துக்கு எதிராக இருந்தது. நாக்பூரிலிருந்து வந்த ஜி.எம். தவேர் முதலில் 1932 பிப்ரவரி 19ஆம் தேதி அன்று, தனித் தொகுதி வேண்டுமென்று ஆணையத்திடம் கூறினர்.

ஆனால், மார்ச் 4ஆம் தேதி கேள்வி நேரத்தில் தன் கருத்தை எம்.சி. ராஜாவின் கருத்துக்கிணங்க பொதுத் தொகுதி வேண்டுமென்று மாற்றிக் கொண்டார்.[80]

1932ஆம் ஆண்டின் வசந்த காலத்திலிருந்து கோடைக் காலம் வரை அம்பேத்கர் - ராஜா என்ற இரு தலைவர்களுக்கும் இருந்த எதிர்ப்புகள் தொடர்ந்துவந்தன. அந்த ஆண்டின் செப்டம்பர் மாதம் வரை காந்தியுடனான சமரச முயற்சிகளின் மீது இவை எந்தத் தாக்கத்தையும் செலுத்தவில்லை. இந்து மகாசபையும் ராஜாவின் கருத்துகளோடு கை கோர்த்துக் கொண்டது. இதனால், தாழ்த்தப்பட்ட மக்களுக்கான நாடு தழுவிய ஓர் இயக்கம் உருத்திரள ஆரம்பித்தது. இதனால் ஏற்கெனவே தாழ்த்தப்பட்டவர்களின் தலைவர்கள் என்று பிராந்திய அளவில் ஆங்கிலேய அரசால் தேர்ந்தெடுக்கப்பட்டவர்களுக்குள் தகராறு முளைத்தது.

இந்து மகாசபையின் டாக்டர் பி.எஸ். மூஞ்சே ராஜாவோடு இணைந்து 'ராஜா-மூஞ்சே ஒப்பந்தம்' என்ற மிகவும் பிரபலமான திட்டத்தைக் கொண்டு வந்தனர். திட்டம் மூலம் தாழ்த்தப்பட்ட மக்கள் இந்துக்களுடனே அடையாளப்படுத்தப்படுவார்கள். ஆனால், பொதுத் தொகுதியில் அவர்களுக்கு ரிசர்வ்ட் தொகுதிகள் தரப்படவேண்டும் என்று வலியுறுத்தப்பட்டது. ஆனால், இத்திட்டம் மகாராஷ்டிரப் பகுதிக்கு மட்டுமேயானதாக இருந்தது.

அம்பேத்கர் மஹர்கள் மேல் வைத்திருந்த பிடிமானம் எவ்வளவு என்பது அப்போது தெளிவாகத் தெரியவந்தது. தவாரே என்ற மஹர் மார்ச் 31ஆம் தேதி ராஜாவின் தலைமையை உயர்த்தி, பொதுத் தொகுதிக்காக அவரைப் புகழ்ந்து பேசினார். மேலும் மெட்ராஸில் பிராமணர் இல்லாத நீதிக் கட்சி மூலம் தனித் தொகுதிகள் இல்லாமலேயே அரசியல் வெற்றி பெற்றதைப் பாராட்டினார். இதனோடு, அம்பேத்கர் ராஜாவின் பக்கம் நிற்காமல், அதற்குப் பதிலாக அவர் தனக்கென 'வெறும் காதிகத்தில் இயங்கும்' அமைப்பு ஒன்றை நடத்திக்கொண்டு இருந்ததைக் குறை சொன்னார். 'அம்பேத்கர் தன் புத்திசாலித்தனத்தினால் பல பட்டங்களைப் பெற்றிருக்கலாம்; ஆனால், அவை எதுவும் அரசியலில் நிச்சயமாகப் பிரதிபலிக்கவில்லை' என்றார்.[81]

இப்படி ஒரு பக்கம் குற்றச்சாட்டுகள் எழுந்தாலும் அம்பேத்கர் நாக்பூர் அருகே கம்ப்தி என்ற இடத்தில் 1932 மே 7ஆம் தேதி நடத்திய மாநாட்டுக்குப் பதினைந்தாயிரம் மஹர்களும், வங்காளம், பஞ்சாப், மெட்ராஸ், ஐக்கிய மாநிலத்தின் கூட்டமைப்பு என்று பல்வேறு இடங்களிலிருந்தும் பல மாநிலப் பிரதிநிதிகள் பெரும்

எண்ணிக்கையில் திரண்டு வந்திருந்தனர். தவாரேயின் அமைப்பினர் இந்த மாநாட்டைப் புறக்கணித்தனர்.[82]

புனேவைச் சார்ந்த பி.என். ராஜ்போஜ் என்பவரின் சிறு அமைப்பு மாநாட்டுக்கு எதிர்ப்பு தெரிவித்தது. கோபமுற்ற மாநாட்டுத் தொண்டர்கள் அவர்கள் மேல் பாய்ந்தார்கள். ஏற்கெனவே முன்பு நடந்த பார்வதி சத்தியாக்கிரப் போராட்டத்தில் அவரது மண்டை அடிபட்டுப் பிளந்தது. இப்போதோ அவர் சார்ந்த தாழ்த்தப்பட்ட மக்களாலேயே கடுமையாகத் தாக்கப்பட்ட வேதனையான நிகழ்வும் நடந்தது.

1932 ஆகஸ்ட் மாதம் 17ஆம் தேதி தாழ்த்தப்பட்டவர்களுக்கு வாக்குரிமை பற்றி ஆங்கிலேய அரசால் ஓர் அறிவிப்பு வெளியிடப் பட்டது. இதில் அரசு ஒரு சமரச முயற்சியை மேற்கொண்டது. அம்மக்களுக்கு இரட்டை வாக்குரிமை வழங்கப்பட்டது. அதில் ஒன்று சிறப்புத் தொகுதிகளில், தாழ்த்தப்பட்ட மக்களின் பிரதிநிதிக்கு வாக்களிக்கலாம்; இரண்டாவது, பொதுத் தொகுதியிலும் வாக்களிக்கலாம். பொதுத் தேர்தலில் போதுமான அளவு ரிசர்வ்ட் தொகுதிகள் அளிக்கப்பட்டிருக்கும். இது பற்றிய அறிவிப்பைப் படித்த உடனேயே காந்தி பிரதமர் ராம்சே மெக்டொனால்ட் அவர்களுக்கு அவசர அவசரமாகக் கடிதம் ஒன்றை அனுப்பினார். ஆங்கிலேய அரசு தாழ்த்தப்பட்ட மக்களுக்கான திட்டத்தை உடனே நிறுத்தவேண்டும். இல்லையெனில் அதுவரை தான் சாகும் வரை உண்ணாவிரதம் இருக்க முடிவெடுத்திருப்பதாக எழுதியிருந்தார்.

காந்தியின் கடிதத்துக்குப் பதில் எழுதிய பிரதமர், 'அரசு உத்தேசித்துள்ள தேர்தல் ஏற்பாடுகள் சமூகத் தரப்புகளின் கருத்தொற்றுமையால் மட்டுமே நடத்தப்பட முடியும்' என்று கூறினார்.[83] சமாதானமாகாத காந்தி 1932 செப்டம்பர் 20ஆம் தேதி சாகும்வரை உண்ணாவிரதத்தை ஆரம்பித்தார்.

இந்தத் திட்டத்தில் மாற்றங்கள் வேண்டுமாயின் அதில் தொடர்புள்ள தாழ்த்தப்பட்ட சாதி மக்களின் மூலமாகவே முடியும். அரசு எதுவும் செய்யாது என்ற நிலையில் காந்தியின் ஆயுள் அம்பேத்கரின் தோளில் ஏற்றப்பட்டது போலானது. அம்பேத்கரின் வாழ்க்கை வரலாற்றை எழுதிய ஆசிரியர், 'இதுவரை அம்பேத்கரை தாழ்த்தப்பட்ட மக்களின் தலைவர் என்பதை ஒத்துக்கொள்ள விரும்பாத அரசியல் தலைவர்களும், ஊடகங்களும் இப்போது அவரை அம்மக்களின் தலைவர், பிரதான பேச்சாளர் என்று சொல்லி, அவர் தோள் மீது பெரும் சுமையை ஏற்றி வைத்தது ஒரு பெரும் நகை முரணாக இருந்தது. ஒட்டுமொத்த நாட்டின் ஒரே இலக்காக அவர் ஆக்கப்பட்டார்' என்று எழுதியுள்ளார்.[84]

காந்தியின் உண்ணாவிரதம் ஒரு புதிய முயற்சிக்குக் காரணமானது. நாட்டில் முதன்முறையாக சாதி இந்துக்களும் தாழ்த்தப்பட்ட மக்களும் ஆங்கிலேய அரசின் ஈடுபாடு ஏதும் இல்லாமலே முதல் முறையாக இணைந்து ஒரு மாநாட்டை நடத்தினர். தாழ்த்தப்பட்ட மக்களுக்கான அரசியல் பங்களிப்பு இந்த மாநாட்டின் மையப் புள்ளியாக இருந்தது. இம்மாநாட்டைப் பற்றி காந்தியின் வரலாற்றாசிரியர் இவ்வாறு கூறுகிறார்: 'பம்பாயில் 1932 செப்டம்பர் மாதம் 19ஆம் தேதி மாளவியா தலைமையில் இந்து சமயத் தலைவர்களின் மாநாடு ஒன்று நடந்தது. நூற்றுக்கும் மேற்பட்ட தலைவர்கள் கலந்துகொண்டனர். அதில் கலந்து கொண்டவர்களின் பட்டியல் இது: சப்ரு, ஜெயகர், ராஜகோபாலாச்சாரி, ராஜேந்திர பிரசாத், எம்.சி.ராஜா, அம்பேத்கர், சர் சிமன்லால் ஸ்டெட்டல்வாட், எம்.எஸ்.அனே, டாக்டர் மூஞ்சே, பி. பாலூ, குன்ஸுரு, ஏ.வி. தாக்கர்.[85]

தாழ்த்தப்பட்ட மக்களுக்கு வாக்குரிமை உண்டு என்ற ஒரு நிலையை ஏற்கனவே தாண்டியாகிவிட்டது. அடுத்ததாக, முடிவெடுக்க வேண்டியது எந்த அளவு, எப்படி அவர்களுக்கு பிரதிநிதித்துவம் அளிப்பது என்பது பற்றியும், தாழ்த்தப்பட்ட மக்களுக்கான சரியான விகிதாச்சாரம் என்ன என்பது பற்றியும்தான். இக்காலகட்டத்தில் காந்தியும் தன் உறுதியான கருத்துகளில் மாறியிருந்தார். தாழ்த்தப்பட்ட மக்களுக்கு ரிசர்வ்ட் தொகுதிகள் என்பதை அவர் ஏற்றுக்கொண்டார். ஆனால் தனித் தொகுதி என்பதை எதிர்த்தார்.

அவர் உண்ணாவிரதம் ஆரம்பித்த செப்டம்பர் 20ஆம் தேதி அவர் பி.என். ராஜ்போஜ் அவர்களுக்கு எழுதிய கடிதம் இது:

'எனது உண்ணாவிரதத்தின் நோக்கம் தாழ்த்தப்பட்டவர்களுக்குத் தனித் தொகுதி பற்றியது மட்டும்தான். ரிசர்வ்ட் தொகுதி என்பது கூட எனக்கு விருப்பமான ஒன்றல்ல. ஆனால் தனித் தொகுதி அளவுக்கு அதை நான் எதிர்க்கவில்லை. தனித் தொகுதி தருவதன் மூலம் தாழ்த்தப்பட்ட மக்களின் வளர்ச்சி அதிகமாகப் பாதிக்கப்படும் என்பதில் எனக்கு எந்த சந்தேகமும் இல்லை. இயற்கையான அவர்களது வளர்ச்சி தடைப்பட்டு விடும். இதன் மூலம் அம்மக்களை அடக்கி வைத்திருப்பவர்கள் தாங்களாகவே தங்களைக் கண்ணியமாகத் திருத்திக் கொள்ளும் வாய்ப்பும் அரிதாகிவிடும்.

என் இதயத்தின் அடித்தளத்திலிருந்து நான் விரும்புவதெல்லாம் இந்த இரு தரப்பினரின் புரிந்து கொள்ளல்தான். அடக்கியவர்கள் மனம் வருந்துவதற்கான வாய்ப்புகள் பெருக வேண்டும். அவர்கள் தங்கள் போக்கினைச் செம்மைப்படுத்திக்கொள்ளவேண்டும். இந்த நேரம் மாற்றங்கள் கனிவதற்கான மிகச் சரியான நேரமாக

இருப்பதாக உறுதியாக நம்புகிறேன். இந்த நேரத்தில் தாழ்த்தப் பட்ட மக்களுக்கு மிக அதிக பிரதிநிதித்துவம் தரப்படவேண்டும். இரு தரப்பினரும் ஒன்று கூடி அதற்கு ஒரு வழி கண்டுபிடிக்க வேண்டும் என்பதே என் விருப்பம்' என்றார்.[86]

தாழ்த்தப்பட்டவர்களுக்கும் சாதி இந்துக்களுக்கும் ஏற்றவகையில் ஓர் ஒப்பந்தத்தைத் தயாரிக்க அம்பேத்கரும் சாதி இந்துக்களும் அமர்ந்து பேச ஆரம்பித்தனர். இதனிடையில் காந்தியின் உடல்நிலை மெள்ள மோசமடையத் தொடங்கியது. நிலைமை மிகவும் உணர்சிமயமாகத் தொடங்கியது. அம்பேத்கர் படுத்த படுக்கையாகக் கிடந்த காந்தியைச் சென்று சந்தித்தார். காந்தியின் மகன் தேவ்தாஸ் காந்தி தன் தந்தையின் உயிரைக் காப்பாற்றும்படி அம்பேத்கரின் கையைப் பிடித்துக்கொண்டு மன்றாடினார்.[87] புனே ஒப்பந்தம் என்றழைக்கப்படும் அந்த ஒப்பந்தம் செப் 24 அன்று இறுதி செய்யப்பட்டது. பிரிட்டிஷ் அரசாங்கம் அதை செப் 26-ல் அங்கீகரித்து ஏற்றுக்கொண்டது. அன்றே காந்தி தன் உண்ணாவிரதத்தை முடித்துக்கொண்டார்.

அரசின் முந்தைய தீர்மானத்தில் தாழ்த்தப்பட்டவர்களுக்குத் தரப்பட்டிருந்த ரிசர்வ்ட் தொகுதிகளின் எண்ணிகையை 78லிருந்து 148 ஆக இந்த ஒப்பந்தத்தின் மூலம் உயர்த்தினார்கள். தாழ்த்தப்பட்டவர்கள் மட்டுமே வாக்களிக்கும்படியான தனித் தொகுதி என்பதை மாற்றி, தாழ்த்தப்பட்ட மக்கள் மட்டுமே வாக்களித்து ஒரு நபரை முதல் கட்டமாகத் தேர்ந்தெடுத்தபின் அவரே அனைவரும் வாக்களிக்கும் தொகுதியில் போட்டியிடலாமென்பதாகத் திருத்திக்கொண்டார்கள். பிரிட்டிஷ் இந்திய மத்திய நிர்வாகத்தில் 18% இடங்கள் தாழ்த்தப் பட்டவர்களுக்கு ஒதுக்கப்பட்டன. அரசுப் பணிகளில் தாழ்த்தப் பட்டவர்களுக்கு பிராந்தியரீதியில் நியாயமான இடங்கள் தரப்பட வேண்டும்; தாழ்த்தப்பட்டவர்களின் கல்வி மேம்பாட்டுக்கு கூடுதல் நிதி ஒதுக்கப்படவேண்டும் என்ற முடிவுகளும் எடுக்கப்பட்டன.

தாழ்த்தப்பட்டமக்கள் சார்பில் பம்பாயிலிருந்து அம்பேத்கர், சோலன்கி, பி. பாலு, ராஜ்போஜ்; மெட்ராஸிலிருந்து எம்.சி. ராஜா, ராவ் பகதூர் சீனிவாசன்; மத்திய மாகாணங்களிலிருந்து கவாய்; வங்காளத்திலிருந்து விஸ்வாஸ் ஆகியோர் இந்த ஒப்பந்தத்தில் கையெழுத்திட்டனர்.[88]

ஒப்பந்தம் முடிந்த பின் வந்த ஆண்டுகளில் சாதி இந்துக்களுக்கும் சரி, தாழ்த்தப்பட்ட மக்களுக்கும் சரி... இந்த ஒப்பந்தம் எந்த மகிழ்ச்சியையும் அளிக்கவில்லை. அதிலும் வங்காளத்து சாதி இந்துக்கள் மத்தியில் தாழ்த்தப்பட்ட மக்களுக்கு ஒதுக்கப்பட்ட தொகுதிகளின் எண்ணிக்கை இந்து, இஸ்லாமிய மக்களின் தொகுதிகள்

பலவற்றை விழுங்கிவிட்டது என்றனர். தாழ்த்தப்பட்ட மக்களின் தலைவர்கள் தேர்தல்கள் செலவு மிக்கதாகவும், கைக்கு அடங்காத ஒன்றாகவும் இருப்பதாகவும் கருதினர். அதை மாற்றுவதற்கு அம்பேத்கர் முயற்சி ஒன்றும் எடுத்தார். ஆனால், அது பலன் தரவில்லை.[89]

பல தாழ்த்தப்பட்ட சாதித் தலைவர்கள் காங்கிரஸ் கட்சி சரியான, பொருத்தமான, நல்ல வேட்பாளர்களை மக்களின் பிரதிநிதிகளாகத் தேர்ந்தெடுக்கும் பழக்கத்தைக் கைக்கொள்ளவில்லை என்று குறை கூறினர்.[90] காங்கிரஸ் கட்சி ஒருபோதும் நேரடியாக இந்த புனே ஒப்பந்தத்தை ஏற்றுக்கொள்ளவில்லை. இருப்பினும் 1937ஆம் ஆண்டின் தேர்தல் இந்த ஒப்பந்தத்தின்படியே நடந்து முடிந்தது.

புனே ஒப்பந்தம் பெரிதாக எதையும் சாதிக்கவில்லை. ராஜா-மூஞ்சே ஒப்பந்தமோ வட்ட மேசை மாநாடு நடந்த நேரத்தில் உருவான சமரச தீர்மானத்தையோ தாண்டி எதையும் அது சாதிக்கவில்லை. ஆனால், புனே ஒப்பந்தம் கையெழுத்தான சூழல், அப்போதே நடந்தேறிய நிகழ்வுகள் அனைத்தும் இந்த ஒப்பந்தத்தை மிகவும் முக்கியமானதாக்கி விட்டது. காந்தியின் உண்ணாவிரதம், அவர் ஹரிஜனங்கள் மீது வைத்திருந்த கரிசனம், அம்பேத்கரின் தலைமை எல்லாம் மக்களிடம் சென்றடைந்தன.

ஒரு கத்தோலிக்க கிறிஸ்துவர் இந்த நிகழ்வுக்கு மக்கள் மத்தியில் கிடைத்த மாற்றம் பற்றிப் பெருமையாக எழுதியுள்ளார். 'காந்தியின் உண்ணா நோன்பு தீண்டாமையை முழுவதுமாக அழித்தொழிக்கும் முயற்சிகளை முடுக்கிவிட்டுள்ளது. காந்தி-ஹோரே-மெக்டொனால்ட் மூவருக்குள்ளும் நடந்த கடிதத் தொடர்புகள் இதுவரை இல்லாத அளவுக்கு இந்துப் பெரும் சமூகத்தையே உணர்ச்சிகரமாக மாற்றி விட்டது. ஏறத்தாழ ஒரு மாபெரும் அற்புதம் நடந்தேறிவிட்டது.'[91]

ஆனால், 'மாபெரும் அற்புதம்' போதுமானதாக இருந்திருக்கவில்லை. பல இந்துக் கோவில்கள் தீண்டாமையால் தள்ளி வைக்கப்பட்டவர்களுக்கும் திறந்து விடப்பட்டன. ஆயினும் அந்த 'வேகம்' காந்திய வாதிகளுக்குப் போதுமானதாகவும், திருப்திகரமாகவும் இல்லை.'[92] கோவில் திறப்பு சட்டம் மெட்ராஸிலும், மத்திய மாகாணத்திலும் முன்வைக்கப்பட்டன. ஆனாலும், அவை தோற்கடிக்கப்பட்டன. இந்தத் தோல்விக்கு காங்கிரஸ் கட்சியும் காரணம்.[93]

காந்தி தன் நோன்பு முடிந்த பின்பும் ஹரிஜனங்களுக்கான தன் சேவைகளைத் தொடர்ந்தார். தீண்டாமையைப் பற்றிய எண்ணங்கள் முற்றாக மாறவேண்டும் என்ற எண்ணத்துடன் பத்து மாதங்களுக்குத் தொடர்ந்து சுற்றுப் பயணம் மேற்கொண்டார். செல்லுமிடமெல்லாம்

தீண்டாமையை எதிர்த்துப் பேசினார். அவர்களின் பொருளாதாரத் தொல்லைகளை நீக்க பணம் திரட்டினார். இதற்காக ஆரம்பித்த அமைப்பே ஹரிஜன சேவா சங்கம். இது சாதி இந்துக்கள் தாழ்த்தப் பட்ட மக்களுக்கு எதிராகச் செய்த தவறுகளுக்கு பிராயச்சித்தம் செய்யும் அமைப்பாக ஆரம்பிக்கப்பட்டது.[94]

சந்தேகமில்லாமல் இந்து மக்களிடையே தாழ்த்தப்பட்ட மக்களை நடத்தும் முறைகளில் நல்ல பல மாற்றங்கள் நடைபெற ஆரம்பித்தன. இந்துக்களின் மனசாட்சியை உலுக்கிய நிகழ்வு இது. காந்தி தந்த இந்த அழுத்தத்தால் காங்கிஸ் கட்சி மூலம் தாழ்த்தப்பட்ட மக்களின் ஆலய நுழைவுக்கான சட்டமும் கொண்டுவரப்பட்டது. ஆங்கிலேயர் தாழ்த்தப்பட்ட மக்களுக்குக் காண்பித்த சலுகைகளைத் தொடரவும் 1937-39-ல் சட்டசபை அமைச்சரவைகளில் அவர்களுக்கான இடங்களைக் கொடுப்பதும் நடந்தேறின. ஆனால், தாழ்த்தப்பட்ட மக்கள் விழைந்த சமூக, அரசியல், சமய சமத்துவம் அவர்களுக்குக் கிடைத்திருக்கவில்லை.

'ஹரிஜன்' – 'பட்டியல் இனம்' – இதில் எது வேண்டும்?

1935-லிருந்து தீண்டப்படாத மக்கள் முன் இரண்டு வார்த்தைகள் முன் நின்றன. தீண்டப்படாதவர் என்ற கீழ்ச் சொல்லுக்குப் பதில் ஹரிஜன்/ பட்டியல் இனம் என்ற இரு வார்த்தைகளில் ஒன்றைத் தேர்ந்தெடுக்கும் வாய்ப்பு. அது 'ஹரிஜன்' என்ற சொல் 'கடவுளின் மக்கள்' என்று பொருள்படும். இச்சொல் குஜராத் சமயத் துறவி ஒருவரால் முதலில் பயன்படுத்தப்பட்டது. காந்திக்கு இது பிடித்ததால் காந்தியும், அதன்பின் காங்கிரஸ் கட்சியும் 1933-லிருந்து இச்சொல்லைப் பயன்படுத்த ஆரம்பித்தனர். இச்சொல் தாழ்த்தப்பட்ட மக்கள் மீதான நல்லதொரு கரிசனத்தைக் காண்பிப்பதாகக் கருதப்பட்டது. பிராமணன், வைஷ்யா, க்ஷத்திரியர், சூத்திரர் என்ற இந்து சமயத்தின் வர்ணாசிரம வழக்கத்திலிருந்து தீண்டாமையை அகற்றுவதும் இச்சொல்லால் முடியும் எனக் கருதப்பட்டது.[95]

பிராயச்சித்தம், கடமை என்ற இரண்டுமே இதனோடு தொடர்புடைய சொற்கள். இம்மக்களின் கல்விச் செல்வத்தினை உயர்த்துவது, சுத்தம், சுகாதாரம் பேணித் தருவது ஒரு பக்கம்; மறுபக்கத்தில், சாதி இந்துக்களின் மனத்திலிருந்து தீண்டாமை என்ற தீய கருத்தை நீக்குவது என்பதாக அது செயல்பட்டது. ஆனால், தாழ்த்தப்பட்ட அந்த மக்களின் 'உரிமைகள்' இம்மக்களிடம் தலைமைப் பண்புகளை வளர்த்தல், இம்மக்களை அரசியலில் ஈடுபடுத்துதல் என்பது போன்ற நோக்கங்கள் 'ஹரிஜனம்' என்ற கோட்பாட்டுக்குள் வரவேயில்லை.

1935ஆம் ஆண்டு ஆங்கிலேய அரசு தீண்டாமைக்குள் அடைபட்டிருக்கும் சில சாதிகளைத் தனியாகப் பட்டியலிட்டது. அப்பட்டியலில் இருந்த சாதிகள் 'பட்டியல் இனங்கள்' என்றழைக்கப்பட்டன. இந்த சாதி மக்கள் சட்டசபையில் ரிசர்வ்ட் தொகுதிகளில் தேர்தலில் போட்டியிடவும், கல்விக்கு உதவி பெறவும், அரசுப் பணிகளில் இடப் பங்கீடு பெறவும் தகுதி உடையவர்கள். அன்று பிரிட்டிஷ் அரசால் கொண்டுவரப்பட்ட இந்த நடைமுறை இன்று இந்திய அரசின் முக்கிய அங்கமாக ஆகிவிட்டது. இப்படி ஒரு தனிப் பெயர் அம்மக்களுக்கு வைப்பதற்கான காரணம் அவர்களுக்குச் சிறப்புக் கவனமளித்து, 'தூய சாதிக்காரர்'களுக்கு இணையாக அவர்கள் வளர்வதற்கேற்ப சமூக, அரசியல் கவனம் அளிக்கப்பட வேண்டுமென்பதற்குத்தான். வளரும் புதிய இந்தியாவில் சாதி, வர்ணம் போன்ற பிளவுகள் இல்லாத ஒரே சமத்துவ சமூகம் உருவாக வேண்டும் என்பதுதான் இதன் குறிக்கோள்.

ஹரிஜன், பட்டியல் இனம் என்ற இரண்டு பெயர்களில் அம்பேத்கர் தலைமையின் கீழிருந்த மஹர் சாதியினர் இரண்டாவது பெயரையே தேர்ந்தெடுத்தனர். ஆயினும் 1942-ல் அம்பேத்கர் பட்டியல் இனத்தவருக்கென்றே ஆரம்பித்த அரசியல் கட்சிக்குப் பிறகே இந்தப் பெயர் முழுப் புழக்கத்துக்கு வந்தது. அவர்களது அரசியல் பார்வையில் இந்தப் பெயரே அவர்களுக்கும் பொருத்தமானதாக இருந்தது. சில மஹர்கள் ஹரிஜன சேவா சங்கம் நடத்திய பள்ளிகளையும் விடுதிகளையும் பயன்படுத்திக்கொண்டனர். காந்தியே நேரடியாக சில மஹர்களுக்கு நேரடியாக உதவி செய்துள்ளார். வேறு சிலர் டேவிட் திட்டம் என்பதன் கீழ் மஹர்களுக்குக் கல்லூரி செல்ல பண உதவி பெற்றனர்.[96] இப்படியெல்லாம் இருந்தும் பெரும்பான்மையான மஹர் சாதி மக்கள் தமது தலையாய தலைவராகக் கருதியது அம்பேத்கரையே; காந்தியை அல்ல. அம்பேத்கரே அவர்களுக்குத் தலைவராகவும், வழிகாட்டியுமாக இருந்தார்.

ஹரிஜன், பட்டியல் இனம் என்ற கோட்பாடுகள் இந்திய அரசியல் களத்தில் பல குழப்பங்களை விளைவித்தன. காந்தியின் கருத்துகளோடு அம்பேத்கர் ஒத்துப்போகவும் முடியவில்லை. காந்தி போன்று பொறுமையாகப் பல காலம் காத்திருக்கவும் தயாரில்லை. தீண்டாமை என்ற விலங்கை நொறுக்கி அதன்பின் அரசியல் திட்டங்களை நிறைவேற்றவேண்டும் என்பது அம்பேத்கருக்கு நீண்ட, கடுமையான, கசப்பான பயணமாகத் தோன்றியது.

வட்ட மேசை மாநாட்டின் போதும், அதன் பின் நடந்த பல பேச்சு வார்த்தைகளிலும் அம்பேத்கர் காந்தியை நேருக்கு நேர் எதிர்த்து

நின்றிருக்கிறார். அனைத்திலும் தாழ்த்தப்பட்ட மக்களுக்குத் தனித் தொகுதி வேண்டும் என்ற அம்பேத்கரின் கருத்தை காந்தி முழுவதுமாக எதிர்த்து வந்துள்ளார். அரசியல் அதிகாரம் பெற இதுவே பொருத்தமான வழி என்று நினைத்தார் அம்பேத்கர். இந்த விவாதங்கள் ஓரளவுக்கு முடிவுக்கு வந்தவுடன், புனே ஒப்பந்தத்தினை ஒட்டி, அதன் வரம்புக்குள் உழைக்க முனைந்தார். காந்தியின் ஹரிஜன் சேவா சங்கத்தில் தன் பங்கை அளிக்க சில காலம் முயற்சித்து, தோல்வியுற்றார்.[97]

இத்துடன் நிற்காது, அம்பேத்கர் சுதந்திரம் கிடைப்பதற்கு முன்பே காந்தியின் கருத்துக்களுக்கு முற்றிலும் எதிரான தன் கருத்தான தனித் தொகுதிகளையும் ஆங்கிலேயர் காங்கிரஸ் கட்சியிடம் அரசு அதிகாரத்தை ஒப்படைப்பதற்கு முன்பே அவர்களிடமிருந்தே பெற்று விடவேண்டும் என்று தீவிரமான முயற்சிகளை மேற்கொண்டார். 1932-1942 என்ற ஆண்டுகளில் அம்பேத்கர், காந்தியை எந்தவிதத்திலும் முன்னிலைப்படுத்தாமல் தாழ்த்தப்பட்ட மக்களைப் பலதுறைகளிலும் முன்னேற்றிவிட வேண்டுமென்று தீவிரமாக உழைத்தார்.

அம்மக்களைக் காலத்துக்கேற்ப மாற்ற, கல்வியும் அரசியல் மேலாண்மையும் அளித்துவிட வேண்டுமென்பதே அவர் குறிக்கோளாக இருந்தது.

1930களில் அம்பேத்கரின் பெயரும், புகழும் மூன்று பிரிவு மக்களிடம் மிகவும் உயர்வாக இருந்தது. அவரது சாதி மக்களிடமும், நாட்டின் பிற பகுதிகளிலிருந்த தாழ்த்தப்பட்ட மக்களில் கல்வியறிவு பெற்றவர் களிடமும் அவரது புகழ் பரவியிருந்தது. ஆங்கில அதிகாரிகள் காங்கிரஸ் கட்சிக்கும் அரசுக்குமான முக்கியமான போராட்டங்களைத் தவிர்த்து நடந்துவரும் பிற போராட்டங்கள் பற்றியும், அம்பேத்கருக்கு அதில் உள்ள பங்கு பற்றியும் நன்கு தெரிந்திருந்தனர். குறைந்தபட்சம், மகாராஷ்டிர மாநிலத்தில் இருந்த பிரிட்டிஷ் உயர் குடியினருக்கு அவரது பெயரும் போராட்டமும் நன்கு தெரிந்திருந்தன.

1933ம் ஆண்டு காந்தி நடத்திய ஹரிஜனங்களுக்கான சுற்றுப் பயணத்தின் முடிவில் வெளிவந்த அறிக்கையில் மஹர் மக்கள் அம்பேத்கரின் மீது வைத்திருந்த அளப்பரிய அன்பும் மரியாதையும் தெளிவாகத் தெரிகிறது. காந்தியின் செயலர் சுற்றுப் பயணத்தில் நடந்த ஒரு நிகழ்வை இதற்கான அத்தாட்சியாகத் தருகிறார். மஹர் ஒருவரை காந்தியின் செயலர் சந்தித்து உரையாற்றுகிறார். அவர் அகோலா என்ற இடத்திலிருந்து வந்தவர். காந்தாரே அவரது பெயர். காந்தியின் சமூக, அரசியல் பணிகளையும் பற்றிய உரையாடல் அது. அப்போது காந்தாரே, 'இந்துக்கள் சிலர் லோகமான்ய திலகரின் படத்தை

வீடுகளில் வைத்துள்ளனர். அதில் திலகருக்கு நான்கு கரங்கள் இருப்பது போல் சித்திரித்திருக்கின்றனர். அப்படத்தை எல்லோரும் பக்தியோடு வணங்குகின்றனர். இதைப்போல் அம்பேத்கருக்கு நான்கு கரங்கள் இருப்பது போல் வரைந்து அதை நாங்கள் கும்பிட்டால் அதில் உங்களுக்கு ஏதேனும் ஆட்சேபணை உண்டா? ஏனெனில், எங்களுக்கு அவர் அவ்வளவு நல்லது செய்துள்ளார்' என்று சொல்லியிருக்கிறார். அதற்குப் பதிலாக காந்தி, 'எதிர்ப்பு ஏதும் இல்லை. உங்களுக்கு அதைச் செய்ய அனைத்து உரிமையும் உண்டு' என்று பதிலளித்துள்ளார்.[98]

அம்பேத்கருக்குத் தனிப்பட்ட முறையில் ஆங்கிலேயர்களிடம் பெரிய நட்பு இல்லை. ஆனாலும் அவர்கள் மத்தியில் தாழ்த்தப்பட்ட மக்களுக்கான தலைவர் என்ற பெருமையைப் பெற்றுவிட்டார். புனே ஒப்பந்தத்துக்குப் பின் லண்டனில், 'இந்தியாவில் சீர்திருத்தமும் தாழ்த்தப்பட்ட மக்களும்' என்ற தலைப்பில் விவாத அரங்கம் ஒன்று நடந்தது. அதில் பேசிய ஜான் கோட்மேன் அம்பேத்கர் மீது சூட்டிய புகழாரம் இது:

> 'முனைவர் அம்பேத்கர் மிக முக்கியமான ஒரு தலைவர் என்பதை நாம் ஒப்புக்கொண்டேயாகவேண்டும். அதோடு தாழ்த்தப்பட்ட மக்களுக்கான ஒரு நல்ல பிரதிநிதி அவர். அவர் அளவுக்கு வேறெந்தத் தலைவர்களிடம் கல்வியறிவோ, சட்டம் சார்ந்த நுண்ணறிவோ, தீவிரத் தன்மையோ நிச்சயமாகக் காண முடியாது. மேலும் சில நாட்களுக்கு முன்பு நடந்த காந்தியின் உண்ணா நோன்பின் போது அவர் நடந்து கொண்டவிதமும், ஏனைய இந்துப் பங்களிப்பாளர்களிடமிருந்து அவர் பெற்ற வழக்கத்துக்கு எதிரான ஒப்பந்த உடன்படிக்கைளும் அவரை ஓர் உன்னத அரசியல் வல்லுனர் என்பதை மெய்ப்பிக்கின்றன.'[99]

அம்பேத்கரைச் சுற்றி பம்பாயில் அவருக்கு ஆதரவாக நின்றவர்களில் இருந்த மூன்றாவது குழுவினரான சாதி இந்துக்கள் அவரின் தனிப்பட்ட அரசியல் பயணத்தை மிகவும் ஊக்கப்படுத்தினர். காந்திய வழிகளில் நம்பிக்கையிழந்தாலும், அதனால் காங்கிரஸில் இருந்து விலகி இருந்தாலும் படித்த மேன்மக்கள் மத்தியில் அவர் வெகுவாக மதிக்கப்பட்டிருந்தார். 1920-ல் திலகர் மரணத்துக்குப் பின் மகாராஷ்டிரர் மத்தியில் சுதந்திரம் கிடைக்கும் வரை பெரிய காங்கிரஸ் தலைவர்கள் யாரும் பெயரெடுக்கவில்லை. சுதந்தரப் போராட்டச் செயல்பாடுகளின் கீழ் அடுக்குகளில் மராத்தியர்களுக்கும், பிராமணர்களுக்கும் நடுவில் தொடர்ந்து நடந்த மறைமுகப் போர் யார் அதிகாரம் பெறுவது என்பதைக் குறியாகக் கொண்டிருந்தது. அதோடு காந்தியக் கருத்தியல்கள் பல மகாராஷ்டிர மேட்டுக்குடிகளுக்கு உகந்ததாக இல்லை.

மகாராஷ்ட்ரியர்களின் மனோபாவம் பற்றிப் பின்னாளில் நடந்த இரண்டு மதிப்பிடல்களில் இருந்து அம்பேத்கர் என்னவிதமான சூழலில் பணிபுரிந்தார் என்பது நன்கு புரியவருகிறது. ராம் கோஷி மகாராஷ்டிர நகரத்து அறிவுஜீவிகளைப் பற்றிக் குறிப்பிடுகையில் 'அவர்களுடைய அறிவார்ந்த அம்சங்களையோ வீர தீர சாகஸங்களையோ தூண்டாத எந்தவொரு மத தார்மிக விஷயங்களிலும் சீர்திருத்தச் செயல்பாடுகளிலும் அவர்களுக்கு ஈடுபாடு இருந்ததில்லை'[100] என்று கூறியிருக்கிறார்.

மேலும் என்.வி. சோவானி சொன்ன அதே கருத்தையே அம்பேத்கரும் கொண்டிருந்தார்: '1920களில் ஆரம்பித்த காந்தியின் தேசிய இயக்கம் முழுமையும் இந்துமயமானது; அறிவார்ந்த நடைமுறைகளுக்கு எதிரானது. முந்தைய காலங்களையும்விட பின்னோக்கிச் செல்லும் இயக்கமாகவே இருந்தது.'[101]

1930களின் நடுவில் அம்பேத்கர் தன்னை வேறுபடுத்திக் கொள்வதில் தவறேதுமில்லை என்று நினைத்தார். அப்போதிருந்த அரசியல் போக்குகளும், இந்து தத்துவத்தை உள்ளிருந்தே திருத்திவிடலாம் என்ற காந்தியின் நம்பிக்கைகளும் அவரிடம் நம்பிக்கை எதையும் விளைவிக்கவில்லை. சில தாழ்த்தப்பட்ட மக்களின் தலைவர்கள், குறிப்பாக நாக்பூரிலிருந்து வரும் தலைவர்கள் சிலரைத் தவிர மஹர்களின் மத்தியில் அம்பேத்கரின் தலைமைக்கு எந்தவொரு எதிர்ப்பும் இருந்திருக்கவில்லை. மேலதிக சமத்துவத்தை நோக்கிய பயணத்தில் அவர் பின் செல்ல அவர்கள் அனைவரும் தயாராக இருந்தனர்.

4

மதம் மாறும் இயக்கம், 1935-1956

~

இந்து மதத்தை விட்டு விலக வேண்டும் என்ற தன் முடிவை 1935-ல்தான் அம்பேத்கர் முதன்முதலாக வெளியிட்டார். அந்த ஆண்டின் அக்டோபர் மாதத்தில் 13ம் தேதியன்று நடந்த தாழ்த்தப்பட்ட மக்களின் மாநாட்டில் 'நான் ஓர் இந்துவாக இறக்கமாட்டேன்' என்று அவர் அறிவித்தபோது, இந்தியா முழுமைக்கும் அது ஒரு பெரும் அதிர்ச்சியாக இருந்தது. ஆனால், மஹர் சாதியினருக்கு அப்படி பெரிய அதிர்ச்சி ஏதுமில்லை; ஏனெனில், ஏற்கெனவே அவர்கள் இதற்காகப் பதப்படுத்தப்பட்டுவிட்டிருந்தார்கள்.

1920-ல் அம்பேத்கர் தான் ஆரம்பித்த 'மூக்நாயக்' (குரலற்றோரின் தலைவன்) என்ற செய்தித் தாளின் தலையங்கத்தில், 'தாழ்த்தப்பட்ட மக்கள் தங்களுக்கான கோவிலைத் தாங்களே கட்டிக் கொள்வதா அல்லது போராடி இந்துக் கோவில்களுக்குள் நுழையலாமா என்ற கேள்விக்கு என்ன பதில் தருவது என்று இன்னும் நாம் தயாராக இல்லை' என்று எழுதியுள்ளார்.[1] இந்த இரு கேள்விகளுக்குப் பிந்தியதே சரி என்று 1929ஆம் ஆண்டுதான் முடிவு செய்யப்பட்டது. ஏனெனில், மஹர்கள் கோதாவரி நதி நாசிக் வழியாக ஓடும் இடமான த்ரியம்பக மேளாவில் கோவில் ஒன்று கட்டத் திட்டமிட்டனர். ஆனால்,

அம்பேத்கர் மக்கள் அப்படி ஒரு கோவிலைக் கட்ட வேண்டியதில்லை. அதற்குப் பதிலாக அவர்கள் தங்கள் சக்தியைத் தீண்டாமை ஒழிப்புக்காகச் செலவிட வேண்டும் என்று வழிநடத்தினார்.[2]

இந்த முடிவெடுப்பதற்கு இரண்டாண்டுகளுக்கு முன்பேயும், அதன் பிறகு மூன்று நான்கு ஆண்டுகளுக்கும் இந்து மதத்தில் தங்கள் உரிமைகளை நிலைநாட்ட அம்பேத்கர் பல முயற்சிகளை எடுத்தார்; போராட்டங்களை நடத்தினார். பம்பாயில் பெரும் விழாவாக நடக்கும் விநாயகர் விழா, ரத்னகிரி மாநாட்டில் பூணூல் அணியும் விழாவை நடத்துவது, இந்து சமயச் சடங்குகளோடு திருமண விழாக்களை நடத்துவது, அம்ரோதி, புனே, நாஸிக் போன்ற புண்ணிய இடங்களில் ஆலய நுழைவுக்காக சத்தியாகிரகப் போராட்டம் நடத்துவது போன்ற பல போராட்டங்களை முன்னின்று நடத்தி இந்து சமயத்தில் தீண்டப்படாதவர்களுக்கும் இடமுண்டு என்று நிறுவப் பாடுபட்டார்.

இந்தப் போராட்டங்களுக்குத் தலைமை தாங்கிக் கொண்டே வேறு பல ஆக்கபூர்வமான பணிகளுக்கும் தன் நேரத்தையும் உழைப்பையும் செலவழித்தார். தன் மக்களிடம் கல்வியறிவை வளர்க்கத் திட்டங்கள் கொண்டு வந்தார். அரசியல் அதிகாரத்தில் பங்கு பெறப் பயிற்சியளித்தார். பல முறை ஆங்கிலேயர்களின் ஆணையங்களில் பங்கு பெற்று, இந்து மதத்தை விமர்சித்ததோடு, தாழ்த்தப்பட்ட மக்கள் இந்த மதத்திலிருந்து எந்த அளவு ஒதுக்கப்பட்டிருக்கிறார்கள் என்பதையும் விளக்கினார். ‘இந்து சமூகத்திலிருந்து ஒதுக்கிவைக்கப்பட்டுள்ளவரை நான் என்னை ஒரு இந்து என்று சொல்லிக்கொள்கிறேனா... இந்து அல்ல என்று சொல்லிக்கொள்கிறேனா என்பது ஒரு பொருட்டே அல்ல’ என்று 1928ஆம் ஆண்டில் சைமன் ஆணையத்திடம் திடமாக அறிவித்தார்.[3]

வட்ட மேசை மாநாட்டில் தங்களை கிறிஸ்துவ மதத்தில் இருப்பது போல் ‘சீர்திருத்த இந்துக்கள்’ என்றோ ‘அவிசுவாச இந்துக்கள்’ என்றோ அழைக்கும்படிக் கேட்டுக்கொண்டார்.[4]

1933-ல் அம்பேத்கர் காந்தியிடம் நேரடியாகவே ‘தாழ்த்தப்பட்ட மக்கள் இந்து மதத்தில் கூறியிருப்பதுபோல் சூத்திரர்களாக மதத்துக்குள் இருக்க விரும்பவில்லை. மேலும் தன்னை உண்மையான இந்துவாகத் தன்னால் கருதவேமுடியாது’ என்று கூறியுள்ளார்.[5] இந்தப் புள்ளியிலிருந்துதான் அம்பேத்கர் இந்து மதத்திலிருந்து தன்னைப் பிரித்துக் கொள்ள ஆரம்பித்திருக்கிறார். காந்தி இந்து வேதங்கள் கற்பிக்கும் ‘வர்ணாசிரமம்’ (நான்கு ‘வர்ணங்கள்’ அல்லது படிநிலை) என்பதில் உறுதியாக இருந்தது திலகரின் கருத்து ஒன்றினைப் பிரதிபலிப்பதாகத் தோன்றியது.

‘இந்து மதம் சூத்திரர்களை உள்வாங்கிக்கொண்டதுபோலவே தீண்டப் படாதவர்களையும் ஏற்றுக்கொள்ள முடியாதா?’[6] என்பது திலகரின் கருத்து. இதனால் தானோ என்னவோ, அம்பேத்கர் காந்தியின் தீண்டாமை எதிர்ப்புப் பிரசாரத்தை மறுத்தார். ஏனெனில், இதன் மூலம் தாழ்த்தப்பட்ட மக்கள் தங்கள் அடையாளத்தை முற்றுமாக இழந்துவிட்டு இந்து மதத்தின் படி நிலையில் கடைசிப் படிக்குள் தள்ளப்பட்டு, ஒதுக்கப்பட்டுப் புறக்கணிக்கப்படுவார்கள் என்ற அச்சம் அவருக்குள் எழுந்தது.

‘திரு.காந்தியின் தீண்டாமை எதிர்ப்பின் மூலம் தீண்டப்படாத மக்கள் அதிசூத்திரர்கள் என்பதற்கு மாற்றாக ‘சூத்திரர்கள்’ என்று அடையாளப் படுத்தப்படுவார்கள். அப்படியானால் பழைய சூத்திரர்கள் இந்தப் புதிய சூத்திரர்களைத் தங்களோடு இணைத்துக்கொள்வார்களா என்று காந்தி யோசித்துப் பார்க்கவில்லை’ என்றார் அம்பேத்கர்.[7]

அம்பேத்கர் இதைவிட இன்னொரு எதிர்மறையான கருத்தை 1932-ல் வாக்குரிமை ஆணையத்திடம் கூறினார். அந்த வாக்குமூலத்தை வெறுமனே தனித் தொகுதிக்காக நடக்கும் போராட்டத்தினை மட்டும் வைத்து எடை போடாமல், தீண்டாமை வெகுவேகமாக மறைந்து வருகிறது என்ற காந்தியின் கருத்தையும் சேர்த்து வைத்துத்தான் மதிப்பிட வேண்டும்.

> இந்து சமூகத்தின் எஃகுச் சட்டகமாக (ஆதார உடம்பாக) சாதியும் தீண்டாமையும் இருக்கின்றன. பகுத்தறிவு, பொருளாதார ஏற்றத் தாழ்வு, சாதி அம்சங்கள் போன்ற எதுவும் இதற்கு அடிப்படையாக இல்லையே என்று இதை எளிதில் புறமொதுக்கிவிடவே முடியாது. மத அங்கீகாரத்தின் பேரிலேயே அவை நிலைபெற்றுள்ளன என்பதை நம்பிக்கை மிகுந்த ஒரு சீர்திருத்தவாதி ஏற்றுக்கொள்ள வாய்ப்பு மிகவும் குறைவு. இன்னும் அதிக காலத்துக்கு இந்தக் கோட்பாடு நீண்டு நீடித்து சமூகத்தை ஆளும் வாய்ப்பு அதைவிட மிக அதிகம்.
>
> ஒரு வெகு சாதாரண இந்து, தீண்டாமையைத் தங்கள் மதத்தின் ஒரு பகுதியாகவே எண்ணுகிறார். அதைப் பற்றிய ஐயம் ஏதுமில்லை அவரிடம். இதனால் தீண்டப்படாத மக்களை கீழ்த்தரமாக நடத்துவது அவரது கொடூர மனத்தினால் அல்ல; ஆனால், அதை அவர் தன் மதம் கற்றுக் கொடுத்த கடமையாகவே நினைத்து அவ்வாறு மனிதத் தன்மையற்று நடக்கிறார். ஒரு இந்து தீண்டாமையைச் செயல்படுத்த முடியாத வேளையில் மட்டும் அதை விலக்கி வைத்துவிடுகிறார். ஆனால், அதை முற்றாக எப்போதும் கை விடுவதே இல்லை. அப்படி ஒரு வேளை

தீண்டாமையை முற்றாகக் கை கழுவி விட வேண்டும் என்றால், அது அவரது அனைத்து மதக் கோட்பாடுகளையும் கை கழுவி விடுவதுபோல் அவருக்குத் தோன்றும். இதைத்தான் அந்தத் தனி இந்து மட்டுமல்ல, இந்து மக்கள் அனைவருமே நம்பி, தங்கள் பழக்க வழக்கங்களைத் தொடர்ந்து நடத்திக் கொண்டிருக்கின்றனர்.

வரலாற்றுப் பாதையில் அங்கங்கு பல மகாத்மாக்கள் தோன்றி, இந்திய மண்ணிலிருந்து தீண்டாமையை ஒழிக்கப் பாடுபட்டு, தோல்வியடைந்துள்ளனர். புத்தரும் ராமானுஜரும் பின்னாளில் வந்த வைஷ்ணவ ஞானிகளும் அப்படிப்பட்ட மகத்தான மனிதர்கள்தான். காலம் காலமாய் நின்று, வேரூன்றி, நீடித்து நிற்கும் இந்தக் கீழ்த்தரப் பழக்கம் நாளை முடிந்துவிடும் என்று நம்புவது பெரும் வேதனையான வேடிக்கைதான்...[8]

ஆலய நுழைவுப் போராட்டங்கள் நடத்தி வரும் காலத்திலும் அவ்வப்போது தனது சொற்பொழிவுகளின் ஊடே மத மாற்றம் பற்றிய தன் கருத்தைக் கூறி வந்தார். 1939-ல் நாசிக்-நாக்பூர் என்ற இரு ரயில் பாதைகளின் நடுவில் இருந்த ஜல்காவ் என்ற இடத்தில் 'நம் குறைகள் தீரா விட்டால் நாம் மதம் மாறத் தயாராக இருக்கவேண்டும்' என்று அம்பேத்கர் தன் உரையில் கூறினார். அடுத்த ஒரே மாதத்திலேயே பன்னிரண்டு மஹர்கள் இஸ்லாம் மதத்தில் சேர்ந்தனர்.[9]

மதம் மாற வேண்டும் என்ற கோட்பாடு அப்போதெல்லாம் மிகவும் மிதமாகவே இருந்தது. இருப்பினும் மஹர்கள் நடத்திய இன்னொரு கூட்டத்தில் 1920-ல் புனேவுக்கு அருகில் உள்ள கோரிகாவ் என்ற நினைவிடத்தில் நாக்பூரைச் சேர்ந்த டி. பட்டேல் 'தாழ்த்தப்பட்ட மக்கள் புத்த மதத்தில் சேரவேண்டும்' என்ற தன் கருத்தைக் கூறினார்.[10] 1933-ல் அம்பேத்கர் இஸ்லாத்துக்கு மாறிவிட்டார் என்ற வதந்தி வெகுவாகப் பரவியது. ஆனால், அம்பேத்கர் விரைந்து அதனை மறுதலித்தார். அதோடு தான் அப்படி மதம் மாறுவதாக இருந்தால் புத்த மதத்துக்குத்தான் மாறுவேன் என்று கூறினார்.[11]

மதம் மாறுவது என்பது மஹர்களுக்குப் புதிதில்லை. மிகச் சரியான கணக்கெடுப்பு எண்ணிக்கை தெரியாது; இருந்தும் கோவா கிறிஸ்துவர்களைத் தவிர, ஏனைய மகாராஷ்டிர கிறிஸ்துவர்களில் பெரும்பான்மையோர் மஹர்களே. கிறிஸ்துவ மதத்தில், போஹ்ரா, கோஜாஸ் என்று சமீபத்தில் கிறிஸ்துவத்துக்குள் வந்தவர்களைத் தவிர - மற்றவர்களின் பழைய சாதிகள் மறக்கப்பட்டன. இஸ்லாம் மதத்துக்கு மதம் மாறிச் சென்றவர்களின் பழைய சாதிகள் அவர்களோடு ஒட்டியபடியே இருந்தன. எனினும் மகாராஷ்டிர மாநிலத்தில் இஸ்லாத்துக்கு மாறியவர்களில் பலர் மஹர்களே.

வேறு மதங்களுக்கு மாறினால் தீண்டாமை என்ற தீமை ஒழிந்து விடும் என்று பொதுவாக நம்பப்படுகிறது. ஆனால், மதம் மாறியவர்கள் தங்கள் கல்வி நிலையை உயர்த்திக் கொண்டாலோ, பாரம்பரியத் தொழில்களில் விலகிச் சென்றோலோ மட்டுமே தீண்டாமையில் இருந்து தப்ப முடிந்தது. மத மாற்றம் தொடர்பான இந்த யூகம் பற்றி 1910-ல் ராணுவத்தில் மீண்டும் பணி பெறுவதற்காக கொடுக்கப்பட்ட மஹர்களின் மனுக்களில் மிகவும் தெளிவாகக் குறிப்பிடப் பட்டிருக்கிறது: ‘கிறிஸ்துவ மதத்துக்கு மாறியதும் எங்கள் வாழ்வின் நிலை மந்திரம் போட்டதுபோல் மாறிவிடுகிறது. சமூக, அரசியல் மாற்றங்கள் எளிதில் எங்களை வந்து சேர்ந்தடைகின்றன. இதேபோல் ஆங்கிலேயரின் சட்டங்களும், நீதியுமே இதே மந்திரவித்தையை நனவாக்க முடியாதா? அதுவும் எங்களின் பழைய பாரம்பரிய மதத்தில் நாங்கள் இருக்கும்போதே இதை ஏன் ஆங்கிலேயரின் அரசு செய்யக்கூடாது?’[12]

எட்டு ஆண்டுகள் இந்துக் கோவில்களில் நுழையும் உரிமைக்கான போராட்டங்களும் சத்தியாகிரகமும் தொடர்ந்து நடைபெற்று வந்தன. இந்தப் போராட்டங்களை மத மாற்றத்துக்குத் தயார்ப்படுத்தும் நிகழ்வு களாகவே பார்க்கவேண்டும். அம்பேத்கர் இதே மதம் மாறும் திட்டத்தை முதன்முதலில் இயோலா என்ற இடத்தில் அறிவித்தார். இதே இடம் ஐந்து வருடங்களாக, தொடர்ந்து காலாராம் கோவிலில் நுழையும் உரிமைக்காக சத்தியாகிரகப் போராட்டங்களை நடத்திய இடத்துக்கு மிக அருகில் இருந்தது. அப்பகுதியின் தாழ்த்தப்பட்ட மக்கள் அனைவரும் இப்போராட்டத்தில் நிச்சயம் கலந்து கொண்ட மக்களாக இருப்பார்கள்.

அக்காலகட்டத்தில் நடந்த பல நிகழ்வுகள் மதம் மாறும் கொள்கைக்கு ஏதுவாகவே நடந்து கொண்டிருந்தன. 1932-ல் காந்தி மிகவும் தீவிரமாக நடத்திய ஆலய நுழைவு முயற்சிகளுக்கு ஆதரவாக மக்கள் மனதில் எந்த மாற்றம் நடந்தமைக்கான அறிகுறிகள் ஏதும் தெரியவில்லை.[13] மத்திய சட்டசபையில் ரங்க ஐயரால் கொண்டு வரப்பட்ட ஆலய நுழைவு மசோதா உட்படப் பல மசோதாக்கள் முழுவதுமாக முறியடிக்கப்பட்டன.[14] இந்தத் தோல்விகள் பெரும் மனச் சோர்வுக்கு இட்டுச் சென்றன. மக்கள் தன் பக்கம் இல்லையென்று நன்கு தெரிந்த போதும்,[15] காந்தி இதற்காக எவ்வித பட்டினிப் போராட்டமோ, சத்தியாகிரகமோ மேற்கொள்ளவில்லை. ஏனெனில், கோவிலுக்குச் செல்லும் பக்தர்களில் பெரும்பான்மையோர் முடிவு செய்ய வேண்டிய கருத்து இது என்று அவர் கருதினார்.

அம்பேத்கரும் காந்தி மேற்கொண்ட ஆலய நுழைவுப் போராட்ட பிரசார முயற்சிகளிலிருந்து தன்னைத் தள்ளிவைத்துக் கொண்டார்.

மலபாரில் உள்ள குருவாயூர் கோவிலின் கதவுகள் தாழ்த்தப்பட்ட மக்களுக்காகத் திறக்காவிட்டால் காந்தி உண்ணாவிரதம் இருக்கப் போவதாக எச்சரித்திருந்தார். ஆனால், அதனை அவர் செய்யவில்லை. இதை அம்பேத்கர் கடுமையாக விமர்சித்தார்.[16]

அதேபோல் அம்பேத்கர் ஆலய நுழைவு மசோதாக்களுக்கான தன் ஆதரவைத் தர மறுத்துவிட்டார். சட்ட மசோதா மூலம் இப் பிரச்னையைத் தீர்க்கமுடியும் என்பதில் அவருக்கு உடன்பாடில்லை. ஆலய நுழைவு மசோதாக்களில் 'தீண்டாமையைப் பற்றி ஏதும் பேசப்படவேயில்லை. சாதியை வைத்துக்கொண்டு ஆலய நுழைவைப் பற்றியும் பேசுவது உண்மைப் பிரச்னையைத் தள்ளிப் போடும் விஷயம்தான்' என்று விமர்சித்தார்.[17]

இயோலா கூட்டத்தில் அம்பேத்கர் மத மாற்றம் பற்றிய எண்ணத்தை வெளியிட்ட போது அது அரசியல் பிரிவினைக்கு ஆதரவு தேடும் செயல் என்று யாரும் அம்பேத்கரை விமர்சிக்கவில்லை. ஆனால், அது அம்பேத்கரைப் பொறுத்தவரை ஓர் ஆழமான, தீர்க்கமான முடிவு. அறிவுபூர்வமாகவும், உணர்வுபூர்வமாகவும் எழுந்த ஓர் எண்ணம் அது. தனக்கு சமத்துவம் அளிக்காத, தன் சுயமரியாதையைப் புறந்தள்ளும் ஒரு மதத்துக்கு எதிரான தீர்ப்பு அது. அம்பேத்கரின் இந்த முடிவு காயம் பட்ட ஒரு மனதின் ஆற்றாமையை மட்டும் வெளிப்படுத்துவதோடு இல்லாமல், ஓர் அச்சுறுத்தும் கருவியாகவும் இருந்தது. நல்லிணக் கத்துக்காகப் பெயர் பெற்ற இந்து மதத்தைக் கேள்வி கேட்பதாகவும், இந்துக்களின் அரசியல் வலிமையைக் கேள்விக்குட்படுத்துவதாகவும் இருந்தது மேலும், அம்பேத்கரின் கருத்தோடு அவரைச் சார்ந்தவர்கள் ஒன்றிணைந்து நின்றது அவரது தலைமையை அனைவரும் ஏற்றுக் கொண்டதற்கான சாட்சியாக இருந்தது. அதையும்விட இன்னொரு உண்மையும் தெளிவாகத் தெரிந்தது. இந்து அமைப்பின் உறுப்பினர்கள் என்ற முறையில் ஆலய நுழைவுக்காகத் தீவிரமாக அவர்கள் நடத்திய உரிமைப் போராட்டமும், அதில் அவர்கள் பெற்ற கடும் தோல்வியும் வரலாற்றுப் பக்கங்களில் அழுத்தமாகப் பொறிக்கப்பட்டுவிட்டன.

மத மாற்றம் பற்றிய அறிவிப்பு

1935, அக்டோபர் 13ஆம் தேதி தோண்ட்-மன்மாத் என்ற இரண்டு இடங்களை இணைக்கும் ரயில் பாதையில், நாசிக் நகரிலிருந்து 35 மைல்கள் தொலைவில் இருக்கும் இயோலா நகர் என்ற நகரில் பத்தாயிரம் மக்கள் திரண்டு வந்திருந்தனர். அவர்கள் ஹைதராபாத்தி லிருந்தும் மத்திய மாநிலப் பகுதிகளிலும் இருந்து வந்திருந்தனர். அன்று அங்கு நடந்தது, 'பம்பாய் மாநில தாழ்த்தப்பட்ட மக்களின் மாநாடு.'

அம்பேத்கர் தனது தலைமை உரையை ஒன்றரை மணி நேர அளவில் பேசி முடித்தார். மக்களின் முன்னே தங்கள் தோல்விகளை அவர் பட்டியலிட்டார். காலாராம் ஆலய நுழைவுப் போராட்டத்தின் மூலம் இந்து சமுதாயத்தில் தாங்கள் சமத்துவ நிலை பெற முடியாமல் போனதும், இந்த சமூகத்தில் தங்களுக்கான மிக அடிப்படையான உரிமைகளைக் கூடப் பெற முடியாமல் போன தோல்விகளை எடுத்து முன்வைத்தார்.

> 'நாம் நம்மை இந்துக்கள் என்றழைத்துக்கொள்ளும் அவல நிலையால்தான் மற்றவர்களால் கீழ்த்தரமாக நடத்தப்படுகிறோம். நாம் வேறு மதத்தைச் சேர்ந்தவர்களாக இருந்தால் நம்மை இப்படி நடத்தப் பயப்படுவார்கள். நமக்கு மரியாதையையும், நல்ல நிலைமையையும் தரும் எந்தவொரு மதத்தையும் தேர்ந்தெடுத்துக் கொள்ளுங்கள். இதுவரை நாம் செய்து கொண்டிருக்கும் தவறை இப்போது திருத்திக் கொள்வோம். பிறக்கும் போதே நான் தீண்டப்படாதவன் என்ற முத்திரையோடு பிறந்தேன். அப்படிப் பிறந்தது என் தவறல்ல. என்னையும் மீறியது. ஆனால், நான் இப்படியே சாக மாட்டேன். ஏனெனில், பிறந்தபோது வந்த விதியை மாற்றும் வலிமை என் கைகளில் இருக்கிறது.'[18]

அம்பேத்கர் தன் உரையில் அனைத்து தாழ்த்தப்பட்ட மக்களும் தங்களுக்குள் உள்ள வேற்றுமைகள், ஏற்றத்தாழ்வுகள், பொறாமைகள் அனைத்தையும் ஒதுக்கிப் புறந்தள்ளி விட்டு ஒன்றுபட்டு நிற்க வேண்டும் என்று கேட்டுக்கொண்டார். நடக்கவிருக்கும் தேர்தலில் போட்டிகளில் உலகத்தின் முன்னே நாம் ஒருங்கிணைந்து நின்று, நம் சார்பாக உறுதியாக நிற்கக்கூடிய சரியான மனிதர்களைத் தேர்ந்தெடுத்து, அதன் மூலம் புதிய சட்டசபைகளில் நமக்கான உரிமைகளை அடையவேண்டும் என்றார்.

அவரது உரையின் முடிவில் பல அரசியல் அறிவுரைகளை எடுத்து வைத்தார். அவற்றில் முக்கியமாக தாழ்த்தப்பட்ட மக்கள் இந்து வரையறைக்குள் நிற்பதால் அவர்கள் இழந்து நிற்கும் உரிமைகளைப் பற்றிப் பேசினார். அந்த உரிமைகளைப் பெற அவர்கள் எடுத்த அனைத்து முயற்சிகளும் எப்படித் தோற்றுப் போயின என்ற உண்மையை விளக்கினார். இறுதியில் மத மாற்றம் என்பது ஒவ்வொருவர் மீதும் தனிப்பட்ட முறையில் ஏற்றப்பட்டுள்ளது. இனி எந்த ஆலய நுழைவுப் போராட்டமும் மேற்கொள்ள வேண்டாம் என்ற தீர்மானம் நிறைவேற்றப்பட்டது. மேலும், இந்து மதத்துக்குள்ளே இருந்து கொண்டு சமத்துவம் தேடுவது பயனற்றது என்ற அறிவுரையையும் அவர் மக்களுக்குக் கொடுத்தார்.[19]

இயோலாவில் அம்பேத்கர் பேசியதையும் அங்கு நிறைவேற்றப்பட்ட தீர்மானங்களையும் கேட்டறிந்த காந்தி, ‘இவை நம்ப முடியாதவை யாகவும் சகித்துக் கொள்ள முடியாதவையாகவும் உள்ளன’ என்றார்.

> ‘கௌவித்தா போன்ற கிராமங்களில் நடத்தப்பட்ட பெரும் கொடுஞ்செயல்களால், உயர்ந்த பண்பும் மிகுந்த படிப்பறிவும் கொண்ட அம்பேத்கருக்கு ஏற்பட்ட உச்சபட்சக் கோபத்தை என்னால் புரிந்துகொள்ள முடிகிறது. ஆனால், மதம் நாம் தங்கும் ஒரு வீடு போலவோ ஒரு கடிகாரம் போலவோ நம் இஷ்டத்துக்கு ஏற்றாற் போல் திருத்தக்கூடிய ஒன்றல்ல. அதேபோல் அவரும் அவருடைய ஆதரவாளர்களும் தங்கள் நம்பிக்கைகளை மாற்றிக் கொள்வதால் எந்த நல்ல மாற்றமும் ஏற்படப் போவதில்லை. அவர்கள் உள் மனத்துக் காரணங்கள், எதிர்பார்ப்புகள், பயனளிக்கப் போவதில்லை.
>
> மேலும் பல்லாயிரக்கணக்கான, படிப்பறிவு இல்லாத ஹரிஜனங்கள் அவர் பின்னால் போகப் போவதில்லை; அவர் அறிவுரையைக் கேட்கப் போவதில்லை; தங்கள் பாரம்பரிய மத நம்பிக்கைகளை அவர்கள் புறந்தள்ளப் போவதில்லை. ஏனெனில் அனைத்து மக்களின் வாழ்வும், நல்லதோ அது கெட்டதோ, ஏனைய சாதி இந்துக்களின் வாழ்வோடு பின்னிப் பிணைந்தே கிடக்கிறது.’[20]

காந்தியின் இந்த எதிர்ப்புக்கு அம்பேத்கர் பதிலளித்தார். மிகவும் மென்மையான எதிர்ப்பு அது. அம்பேத்கர் தன் முடிவின் மீது இருந்த நம்பிக்கையால், தன் வழக்கமான அறுதியிட்டுச் சொல்லும் முறையிலிருந்து மாறி, மிகவும் கட்டுப்படுத்திக் கொண்டு தன் பதிலை அளித்தார்.

‘இன்னும் எந்த மதத்துக்கு மாறவேண்டும் என்பதையோ, அதற்கான எந்த முறையைக் கையாளுவதென்றோ நாங்கள் இன்னும் தீர்மானிக்க வில்லை. ஆனால், தீர்க்கமான முடிவு ஒன்றை எடுத்து விட்டோம். ஆழ்ந்து யோசித்த பின்னும், மிகுந்த நம்பிக்கையோடும் இந்து மதம் எங்களுக்கு உவப்பானதல்ல என்று முடிவெடுத்து விட்டோம். ஏதோ கௌவித்தா கிராமத்தில் நடந்த அல்லது வேறு பல இடங்களில் தாழ்த்தப்பட்ட மக்கள் மீது நடந்த கொடூரத்தின் எதிர்வினையாக, கோபத்துடனும் அவசரத்துடனும் எடுத்த முடிவல்ல என்று எல்லோரும் புரிந்துகொள்ளவேண்டும். ஆழந்து சிந்தித்ததின் விளைவே இது.

ஒவ்வொருவருக்கும் ஒரு மதம், அதன் மீதான நம்பிக்கை இருக்க வேண்டும் என்று காந்தி சொல்வதை நானும் ஒத்துக் கொள்கிறேன். ஆனால், அந்த மதம் பாரம்பரியமாகத் தொடர்ந்து வரும் அதே

மதமாகத்தான் இருக்க வேண்டுமென்பதில்லை. நான் என் மதத்தை மாற்றிக் கொள்வதென்று முடிவெடுத்துவிட்டேன். மக்கள் என்னோடு வரவில்லையாயினும் எனக்குக் கவலையில்லை. அதை அந்த மக்களே முடிவு செய்து கொள்ளட்டும். தாழ்த்தப்பட்ட மக்கள் தாங்களே முடிவெடுத்து, தங்களுக்கென்று ஒரு பாதையை வகுக்க காந்தி வழிவிட வேண்டும். கௌவித்தா கிராமத்து நிகழ்வு தனிப்பட்ட ஒரே ஒரு நிகழ்வல்ல. ஆனால், பாரம்பரியமாக இருந்து வரும் இந்து மதம் தன் அடிப்படைக் கொள்கைகளாக வகுத்து வைத்தவற்றால் தொடர்ந்து நடைபெறும் கொடுமைகள் அவை.'[21]

தாழ்த்தப்பட்ட மக்களுக்கான பிரச்னைகள் மீது அம்பேத்கருக்கும் காந்திக்கும் வெவ்வேறு விதமான பார்வைகள் இருந்தன. காந்தி தன்னைத் தானே, விருப்பத்துடன், ஒரு தீண்டப்படாதவராக அழைத்துக் கொண்டார். இந்தப் பிரச்னையில் அவரது பார்வை ஒரு சாதி இந்துவின் கண்ணோட்டத்துடன் இருந்தது. தாழ்த்தப்பட்ட மக்கள் மனித குலத்தின் அவதியுறும் பெரும் மக்கள் கூட்டமாகத் தெரிந்தனர். சாதி இந்துக்களின் வாழ்க்கையோடு பின்னிப் பிணைந்த வாழ்க்கை அவர்களுடையது. மனித குலத்தின் மிக அடிப்படை உரிமைகளுக்காகப் போராடும் கூட்டம் அவர்கள் என்று கருதினார்.

காந்தி, ஜான் மோட் என்பவருடன் தாழ்த்தப்பட்ட மக்களைப் பற்றிப் பேசியபோது தாழ்த்தப்பட்ட மக்களை கிறிஸ்துவத்துக்கும், இந்து மதத்துக்கும் உள்ள வேறுபாடுகளைப் புரிந்து கொள்ள முடியாத 'பசுக்கள்' என்றார்.[22] தாழ்த்தப்பட்ட மக்களைக் குறை சொல்வதற்காக காந்தி இதைக் கூறவில்லை. ஆனால் வெளியிலிருந்து அந்த மக்களின் தாழ்ந்த நிலையை இரக்கத்தோடு பார்க்கும் கரிசனமான பார்வை அது.

ஆனால், அம்பேத்கர் கல்வியறிவும் மற்றும் பல சாதனைகளையும் செய்திருந்தாலும், அவரது கண்ணோட்டம் அவரது சாதியின் வழியில் மட்டுமே இருந்தது. அவரது செயல்களும் இன்னும் பல மஹர்களின் செயல்களும் இந்து மதத்தின் தங்கள் உரிமைகளைப் பெறுவதற்காக ஒரிஸ்ஸாவில் உள்ள ஒரு கிராமத்து தாழ்த்தப்பட்ட மக்கள் போராடியபோது எப்படி நடந்துகொண்டார்களோ அதுபோலவே இருந்தது. அந்தக் கிராமத்து நிகழ்வை ப்ரட்ரிக் பெய்லி என்ற ஆங்கிலேயர், 'பாரம்பரிய கிராமத்தில் இருந்த பழக்க வழக்கங்களையும், அரசியல் அமைப்புகளையும் மீறி எழுந்திருக்க முடியாதபடி சில மக்கள் அடக்கப்பட்டுக் கிடந்தார்கள். இதனால் அவர்கள் அந்தக் கிராமத்திலிருந்து விலகி தங்களுக்கான தனி கிராமம் ஒன்றை உருவாக்க முயன்றார்கள்' என்று கூறியுள்ளார்.[23]

பொருளாதாரத்தில் சிறிது முன்னேற்றம்... அரசியல் அதிகாரத்தில் சிறிது பங்கு... கல்வியில் சிறிது மேலேறும் சிறப்பு... என்று வேறு பல முன்னேற்றங்கள் வந்தாலும் சமயச் சார்புள்ள தடைகள் நீங்காமல் நிற்கும்போது, புதிய வளர்ச்சிகள் கூட அதிகமான வேதனையைத் தான் தருகின்றன. இதனாலேயே அம்பேத்கர் காட்டும் புது வழி ஒளிமயமாகத் தெரிகிறது.

அம்பேத்கர் சாதி அடிப்படையைத் தாங்கிப் பிடிக்கும் இந்து மதத்தை முற்றிலும் புறக்கணித்தார். இது இந்து மதத்தில் தேங்கிக் கிடக்கும் மக்களைப் பல வழிகளில் புதுமைப்படுத்துவதாகத் தோன்றுகிறது. கல்வியிலும் வாழ்க்கையிலம் முன்னேறும் மக்கள் அதற்கு இணையாக மதக் கோட்பாடுகளிலும் புது வழி கண்டு முன்னேற வேண்டும் என்றார். அம்பேத்கர் ஆலய நுழைவுப் போராட்டத்தின் முன்னணித் தலைவராக இல்லை. ஆனால், அரசியல் பேராட்டத்தை முன்னெடுப்பதில் முதல்வராக நின்றார். அரசியல் முனைப்புள்ளவர்களின் தனித் தலைவராக இருந்தார். இதனால் பல மஹர்கள் அம்பேத்கர் கூறியதைப் போல் இந்து மதத்தை விட்டு விலகத் தயாராக இருந்தனர். இயோலாவில் இதைப் பற்றிய தீர்மானம் நிறைவேறியது. இதற்குப் பிறகு இந்தத் தீர்மானம் தொடர்ந்து 'ஜனதா' என்ற செய்தித் தாளின் முதல் பக்கத்தில் அச்சிடப்பட்டு வந்தது. இந்து சமயம் சிறிதுகூட வளைந்து கொடுக்காததால் அதிலிருந்து வெளியேறுவதே சரி என்று அறிவுறுத்தியது.

> தாழ்த்தப்பட்ட மக்களுக்கான செய்தி: புதிய மனு தரும் குறிப்பு.
>
> பம்பாய் மாநிலத்தின் தாழ்த்தப்பட்ட மக்கள் பெரும் சத்தியாகிரகப் போராட்டங்களை நாசிக்கில் உள்ள காலாராம் கோவிலிலும், மகத்தில் செளதார் குளத்திலும் நடத்தினர். தீண்டத்தகுந்த என்றும் தீண்டத்தகாத என்று அழைக்கப்படும் இரு பிரிவினருக்கு இடையே சமத்துவமும் ஒற்றுமை உணர்வும் வரவேண்டுமென்று போராடினர். ஏதும் நடக்கவில்லை. இம்மக்களுக்கு இதற்குத் தேவையான மக்கள் சக்தியோ, செல்வச் செழிப்போ இல்லை. ஆறாண்டுகளுக்கு முன்பே காலாராம் ஆலய நுழைவுக்கான சத்தியாகிரகப் போராட்டம் ஆரம்பிக்கப்பட்டு, இன்னும் தொடர்ந்து நடைபெற்றுக் கொண்டிருக்கிறது. ஆனால், தீண்டத்தகுந்த என்று சொல்லப்படும் மக்களின் மனமாச்சரியங்கள் ஏதும் சிறிது கூடக் குறைந்ததாகத் தெரியவில்லை. அது மட்டுமில்லை. அவர்கள் நடந்து கொள்வதைப் பார்க்கும்போது இந்த சமூகத்தை முன்னேற்ற வேண்டும் என்ற எண்ணம் ஒரு குண்டுமணியளவு கூட இல்லை என்பதும் தெளிவாகப் புலனாகிறது.

தீண்டத் தகுந்தவர்களுக்கும் தீண்டப்படாதவர்களுக்கும் நடுவில் எந்த விதமான ஒற்றுமையைக் காணவும் வழியேதுமில்லை. இந்தக் காரணங்களால் தாழ்த்தப்பட்ட மக்களின் மாநாடு ஒரு தீர்மானம் கொண்டுவந்துள்ளது. சாதி இந்துக்களின் ஆதரவைப் பெற வேண்டும் என்ற நமது முயற்சிகள் எல்லாமே தோல்வியுற்றதால் அதற்காக நமது சக்தியை வீணாகச் செலவிடுவதை நிறுத்திவிட்டு, நமது சத்தியாகிரகப் போராட்டத்தைக் கைவிடுகிறோம். இந்த மாநாடு தீண்டத் தகுந்தவர்களாகத் தங்களை நினைத்துக்கொள்ளும் சாதி இந்துக்களிலிருந்து நாம் விலகி, நமது சாதியைத் தனித்து இயங்கும் சுதந்திரமான அமைப்பாக மாற்றுவோம். தாழ்த்தப்பட்ட மக்களாகிய நாம் ஒரே மனத்தோடு சம உரிமையும், மரியாதையும் பெறுவதற்காக இந்துஸ்தானில் தனி ஒரு குழுவாகப் பாடுபடுவோம்.[24]

இயோலா மாநாடு முடிந்து தீர்மானங்கள் நிறைவேற்றப்பட்ட பின் ஏறத்தாழ 800 இளைஞர்கள் (பெரும்பாலும் மஹர் சாதி) நாசிக் சாலையில் சந்தித்தனர். அவர்கள் மகிழ்ச்சியாக மனுஸ்மிருதி நூலை எரித்தனர். மஹர்களால் 1927-ல் நடத்தப்பட்ட மஹத் போராட்டத்திலும் அதுவே நடந்திருந்தது. இந்த இளைஞர் பட்டாளம் மேலும் பல முடிவுகளை எடுத்தனர். கோவில்களுக்குப் புனிதப் பயணங்கள் நடத்துவது நிறுத்தப்பட்டன; கோவில்களுக்குப் போவதும், அங்குள்ள பூசாரிகளுக்குப் பணம் கொடுப்பதும் நிறுத்தப்பட்டன.

இந்து மதப் பண்டிகைகளைக் கொண்டாடுவதையும் நிறுத்தினர். ஆலய நுழைவுப் போராட்டத்துக்கான சத்தியாகிரக அமைப்புகள் கலைக்கப் பட்டன. அதனைச் சார்ந்து அனைத்து செயற் குழுக்களும் நிறுத்தப் பட்டன.[25] அதே நாளான 1935 நவம்பர் 9ஆம் தேதி நாக்பூரில் இயங்கியவர்கள் 'இந்து தர்ம தியாக் (இந்து மதத்திலிருந்து பிரிவோர் குழு)' என்ற அமைப்பினை உருவாக்கினர். இக்குழு இந்து மதத்திலிருந்து வெளியேற தயாராக உள்ளவர்களின் பட்டியல் ஒன்றைத் தயாரிக்க முனைந்தனர்.[26]

1936, ஜனவரி மாதம் புனேயில் தாழ்த்தப்பட்டவர்களின் இளைஞர் மாநாடு ஒன்று நடந்தேறியது. இந்து மதத்திலிருந்த முழுவதுமாக விட்டு வெளியேற வேண்டும் என்ற தன் தீவிரமான கருத்தை அம்பேத்கர் தன் தலைமை உரையில் அழுத்தமாகக் குறிப்பிட்டுப் பேசினார்.[27]

அம்பேத்கரின் பிறந்த நாளான ஏப்ரல் 14ஆம் தேதி நாக்பூரில் மத மாற்ற ஆதரவாளர்களின் மாநாடு ஒன்று நடத்தப்பட்டது. நாசிக் சத்தியாகிரகப் போராட்டத்தின் உண்ணாவிரதம் இருந்த பதிதபவன் பாபா என்பவர் மாநாட்டின் தலைவராக இருந்தார். இம்மாநாட்டில் கிறிஸ்துவ மதப்

பணியாளர்களும், இஸ்லாமிய மௌலானாக்களும் பங்கு பெற்றனர். அம்மாநாட்டில் அம்பேத்கர் கலந்து கொள்ள முடியவில்லை. ஆனாலும், அவரது தலைமையை முழுவதுமாக ஒப்புக்கொண்ட மாநாடு அது. அம்மாநாட்டில், 'சாதி இந்துக்கள் இருவர் மத மாற்றக் கருத்தை மாற்றிக் கொள்ள வேண்டும் என்று பேசினர். கூட்டம் அவர்கள் பேச்சைக் கேலி செய்தது.'[28]

நாக்பூரில் நடந்த இந்த மாநாட்டுக்குக் கிடைத்த வரவேற்பு அம்பேத்கருக்கு மிக முக்கியமானது. ஏனெனில், நாக்பூரில் இருந்த மிக முக்கியமான மஹர் சமூக சீர்திருத்தவாதியான கிஸான் பங்கோஜி பன்சோத் பல காலமாக இந்து மதத்துக்குள்ளாக இருந்தபடியே சமய உரிமைகளைப் பெறுவதற்காக தொடர்ந்து போராடி வந்தவர். இவர் மத மாற்ற அறிவிப்புக்குக் கடும் கண்டனத்தைத் தெரிவித்திருந்தார்.

அம்பேத்கரின் குரலுக்கு மஹர்களிடமிருந்து எந்த எதிர்ப்புக்குரலும் பொது வெளியிலோ, செய்தித்தாள்களிலோ வரவேயில்லை. ஆனால், மூன்று சம்பர்கள் - பி.பாலு, பி.என். ராஜ்போஜ், என்.எஸ். கஜ்ரோல்கர் - மிகக் கடுமையாக அம்பேத்கரைப் பொதுவெளியில் எதிர்த்தனர். அம்பேத்கரின் துணையாக இருந்த இன்னொரு பட்டியல் இன டாக்டர் பி.ஜி. சோலன்கியும் அம்பேத்கரின் கருத்தை எதிர்த்தார். ஆனால், குறுகிய காலத்தில் அவர் அம்பேத்கரின் இயக்கத்தோடு தன்னை இணைத்துக்கொண்டார்.

முக்கியமான எதிர்ப்பு மகாராஷ்டிரத்துக்கு வெளியிலிருந்து வந்தது. அம்பேத்கரைப் போல் தாழ்த்தப்பட்ட தலைவர்கள் மூவர் - வட்ட மேசை மாநாட்டில் உறுப்பினராக இருந்த ராவ் பகதூர் ஆர். சீனிவாசன், பீகார் காங்கிரஸ் கட்சியிலிருந்த ஜகஜீவன் ராம், மத்திய சட்டசபையில் முதல் தாழ்த்தப்பட்டவராக நுழைந்த எம்.சி. ராஜா - அம்பேத்கரின் மதமாற்றத் திட்டத்துக்கு எதிர்ப்புத் தெரிவித்தனர். வேறு சில தாழ்த்தப்பட்ட மக்களின் குழுக்களும் தங்கள் எதிர்ப்பைத் தெரிவித்தன.

பல பழமைவாத இந்து அமைப்புகள் எதிர்த்தபோதிலும் இந்து மகாசபை மிதமான தொனியில் பேசியது. புனேவில் 1935ஆம் ஆண்டு டிசம்பர் மாதம் நடந்த அகில இந்திய இந்து மகாசபைக் கூட்டத்தில் என்.சி.கெல்கர் என்ற புனே நகரத்து பிராமணர், 'அம்பேத்கர் சமூக நீதி வேண்டும் என்பதற்காக மிகவும் வீரியமான முடிவெடுத்துள்ளார். ஆயினும் அவர் மஹர் அல்லாத ஹரிஜனங்களைத் தன் பக்கம் இழுத்துக் கொள்ளவில்லை. அதிலும் அவரது மஹர் சாதி மக்களும்கூட அனைவரும் இதில் சேர்ந்து கொள்ளவில்லை' என்று கூறியுள்ளார்.[29]

ஆனால், அதற்குப் பிந்தைய மகாசபையின் கருத்துகளிலும் நடவடிக்கைகளிலும் தீவிரத்தன்மையே வெளிப்பட்டன.

மத மாற்றத்துக்கான அடிப்படைக் காரணங்களைத் தீவிரமாக அலசி ஆராய்ந்தனர். மகாசபையின் தலைவரான பண்டிட் மதன் மோகன் மாளவியா இந்து மதத்துக்குள் இருக்கும் தவறுகளை, அநீதிகளைச் சரி செய்து, இந்து மதத்தைச் செம்மைப்படுத்த வேண்டும் என்றார். 'வரும் ஆண்டில் பணம் சேகரித்து, தாழ்த்தப்பட்ட மக்களுக்கு 'தீட்சை மந்திரம்' கொடுத்து (புனிதச் சடங்கு மூலம் இந்து மதத்துக்குள் அரவணைத்தல்) அவர்களை மதத்துக்குள் அழைத்து வர வேண்டும். சம பந்தி, திருமண உறவுகள் என்ற இரண்டைத் தவிர அவர்களது ஏனைய துன்பங்கள் யாவையும் நீக்கிவிடவேண்டும்' என்று முடிவெடுத்தார். மேலும் அவர், 'ஹரிஜன மக்கள் நம் புராதான இந்து மதத்தைக்கை விட்டு விடக் கூடாது. தாழ்த்தப்பட்ட மக்களின் காலடி மண்ணை எடுத்து நெற்றியில் நாம் இட்டுக் கொள்ள வேண்டும்' என்றார்.

மகாசபையில் ஒரு தீர்மானம் இயற்றப்பட்டது. இத்தீர்மானத்தில் அவர்களது பழைய தீர்மானங்கள் மேலும் உறுதி செய்யப்பட்டன: இந்துக்கள் அனைவருக்கும், அவர்கள் எந்த சாதியினராக இருந்தாலும், பொது நிலைகளிலும், பொது இடங்களிலும், கோவில் வழிபடுதலும் சமய உரிமைகள் கொடுக்கப்பட வேண்டும். மேலும், பிறவியாலும், சாதியாலும் இந்து சமூகத்தில் மக்கள் மத்தியில் உள்ள ஏற்றத் தாழ்வுகள் அறவே அழிக்கப்பட வேண்டும். இந்தக் காலத்தில் அவை அர்த்தமற்றவையாகிவிட்டன.'[30]

இந்தத் தீர்மானங்கள் நிறைவேறப்பட்டபோது நடந்த ஒரு நிகழ்வு ஜகஜீவன் ராம் அவர்களின் வாழ்க்கை வரலாற்றுக் கட்டுரை ஒன்றில் இடம் பெற்றுள்ளது. ஹரிஜன மக்களை கோவிலின் கர்ப்பகிரஹம் வரை அனுமதிக்கப்படுவது பற்றிய விவாதம் கார்வார் மடத்து சங்கராச்சாரியார் (மகாசபையோடு தொடர்பு கொண்ட டாக்டர் குர்த கோடி) ஜகஜீவன் ராம் இடையே நடந்தது. மாளவியா, மூஞ்சே, எம்.ஆர். ஜெயகர் - மூவரும் ராம் கருத்துக்கு ஆதரவாக இருந்தனர். இந்தத் தீர்மானம் நிறைவேற்றப்படாவிட்டால் தாங்கள் தங்கள் ஆதரவாளர்கள் முப்பது பேருடன் வெளி நடப்பு செய்வோம் என்று தெரிவித்தனர். இரவில் வெகுநேரம் நடந்த விவாதம் காலை 2.30 மணிக்கு முடிவடைந்து, தீர்மானம் நிறைவேறியது. விவாதம் முடிந்து வெளியே வந்த பாபு ஜெகஜீவன் ராமை, அம்பேத்கரின் ஆதரவுக் குழு மகிழ்ச்சியாக எதிர்கொண்டது. அவர்கள் இந்தத் தீர்மானத்துக்காக தாழ்த்தப்பட்ட மக்கள் சார்பில் நன்றி கூறினர். மேலும், 'இம்முடிவை எடுக்காது வேறுவித முடிவெடுத்திருந்தால் உங்களை நாங்கள் வேறு விதமாக வரவேற்றிருப்போம்' என்றனர்.[31]

மகாராஷ்டிரத்துக்கு வெளியே அம்பேத்கரின் தீர்மானங்களுக்கு வந்த அதிக ஆதரவு கேரளாவின் ஈழவர் சாதியிடமிருந்து வந்தது. இம்மக்களும் மஹர்கள் போலவே புது விழிப்புணர்வுடன் இருந்தனர். ஆயினும் ஈழவர்களின் பெரும் தலைவரான நாராயண குரு அரசியலை விட மதம் சார்ந்த விஷயங்களிலேயே அதிக ஈடுபாட்டோடு இருந்தார்.[32] கேரளாவின் மலபார் பகுதியில் ஈழவர் தலைவராக இருந்த கே.சி. குட்டன் அனைத்து கேரளா ஈழவ இளைஞர் அமைப்பின் செயலாளராக இருந்தவர். இந்த அமைப்பின் மாநாட்டுக்கு அம்பேத்கரைத் தலைமை தாங்க அழைத்தார். அந்த அழைப்புக் கடிதத்தில் '25 லட்சம் பேர்களை' (ஈழவர்கள் மற்றும் கேரளத்தின் வடக்குப் பகுதி ஈழவர்களான தியாஸ் மக்கள்) முன்னின்று வழி நடத்துவதாகக் கூறியிருந்தார்.

1924-25ஆம் ஆண்டுகளிலேயே வைக்கம் ஆலய நுழைவுப் போராட்டம் திருவாங்கூரில் நடந்திருந்தது. இதில் காந்தியும் பல காங்கிரஸ் மக்களும் இணைந்து கொண்டனர். இருப்பினும் காந்தி மீது பெரிய மரியாதை ஏதுமில்லை. அவர், 'மகாத்மா காந்தி ஒரு மூன்றாம் தர இந்து. அவருக்கு இந்து மதத்தைப் பற்றிப் பேசுவதற்கு எந்த அதிகாரம் கிடையாது. அவரது கருத்துகளை இந்து மத்தின் முதல் நிலை சாதியினரான பிராமணர்கள் நிச்சயமாக எடுத்துக் கொள்ள மாட்டார்கள். மகாத்மாவின் முயற்சிகள் அனைத்தும் இந்தியாவில் உள்ள இந்து மக்களின் பெரிய எண்ணிக்கையைக் குறையாமல் வைத்திருக்கவே' என்று விமர்சித்தார்.[33]

'எக்சாமினர்' என்ற செய்தித்தாள் 1935 நவம்பர் 30ஆம் நாள் ஓர் அறிக்கையை வெளியிட்டது. அம்பேத்கர் கிறிஸ்துவத்தில் சேர்ந்து விடலாம் என்று சொன்னால் ஆயிரக்கணக்கான ஈழவ மக்கள் அதனைப் பின்பற்றத் தயாராக உள்ளனர் என்றது அந்த அறிக்கை.[34] அதே சமயத்தில் மகா போதி சங்கம் வேறொரு அறிக்கையை வெளியிட்டது: 'நாசிக் தீர்மானம் வெளியிடப்பட்டதும் சிலோனிலிருந்து மலபாருக்கு சில புத்த பிக்குகள் மதம் பரப்பும் நோக்கில் வந்து சேர்ந்திருக்கின்றனர்.'[35]

அடுத்து வந்த ஆண்டில் 5 தியாக்கள், சீக்கியரானார்கள்.[36] காந்தியின் மகன்களில் இஸ்லாத்துக்கு மாறிய அப்துல்லா காந்தி கேரளா முழுமைக்கும் இஸ்லாத்தைப் பரப்ப பயணம் மேற்கொண்டார்.[37] இந்தச் சுறுசுறுப்பான சூழலை 'எக்சாமினர்', 'மலபார் முழுவதும் அம்பேத்கரின் தீர்மானத்தை வைத்துப் பயனடைவதற்காகப் பலரும் தீவிர முயற்சியெடுக்கிறார்கள். பொதுவாக தாழ்த்தப்பட்ட மக்களும் குறிப்பாக ஈழவர்களும் திருவாங்கூரிலும், கொச்சினிலும் சமூக சமத்துவத்துக்காகவும், மத சமத்துவத்துக்காகவும் இந்து மதத்திலிருந்து

வெளியேறி பிற மதங்களுக்குச் செல்லத் தயாராக இருந்தனர்’[38] என்று எழுதியிருந்தது.

இந்தக் குழப்பமான சூழலில் 1936 நவம்பர் 12ஆம் நாளில் அரசின் கட்டுப்பாட்டுக்கும், திருவாங்கூர் அரச குடும்பத்தின் கீழும் இருந்த அனைத்துக் கோவில்களும் அனைத்து இந்துக்களுக்கும் தங்கள் நீண்ட நெடிய கதவுகளைத் திறந்துவிட்டன. இந்திய சுதந்திரத்துக்கு முன் நடந்த இந்த ஆலய நுழைவு மிகவும் தீவிரமான ஒன்று.

கேரளாவில் பார்த்த ஆர்வம் மகாராஷ்டிரத்தில் ஓயவில்லை. ஆனால், கர்வார் மடம், டாக்டர் குர்த்தா கோடி இந்துக்களை நோக்கிக் குரல் கொடுத்தனர். 1935 அக்டோபர் 21 அன்று நாசிக் கூட்டத்தில் ஹரிஜனங்களிலிருந்து பெரும் எண்ணிக்கையில் மதம் மாற்றி, இந்து மதத்தில் உள்ளோருக்கு எல்லாவிதத்திலும் சமத்துவமாக இருக்க புதிய அமைப்பு ஒன்றை உருவாக்கி[39] அதில் தாழ்த்தப்பட்ட மக்களை இணைக்க வேண்டும் என்றனர்.[39]

இயோலா மாநாடு முடிந்த பின் அம்பேத்கர் பேசெய்ன் என்ற இடத்தில் மிக நீண்ட பேச்சுவார்த்தை ஒன்றை மசூர்கர் மஹாராஜ் என்ற இந்து மத துறவியுடன் நடத்தினர். இவர் கோவா பகுதியில் கிறிஸ்துவத்துக்கு மதம் மாறியவர்களை மீண்டும் இந்து மதத்துக்குள் கொண்டு வர முயன்று கொண்டிருந்தார். தாழ்த்தப்பட்ட மக்கள் இந்து மதத்திலிருந்து பெரும் எண்ணிக்கையில் வெளியேறுவதைத் தடை செய்வது இந்து மதத்திலுள்ள சாதி இந்துக்களின் கைகளில்தான் இருக்கிறது என்று அம்பேத்கர் அவரிடம் சொன்னதாகத் தெரியவருகிறது.

எப்படி என்று மசூர்கர் கேட்ட கேள்விக்கு அம்பேத்கர், சாதி இந்துத் தலைவர்கள் தீண்டாமை என்பது முற்றும் முழுவதுமாக ஒரு கால வரையறைக்குள் நின்றுவிடும்; நிறுத்தப்பட்டு விடும் என்ற வாக்குறுதி ஒன்று தர வேண்டும். இதற்காக தான் ஐந்து அல்லது பத்து ஆண்டுகள் வரை காத்திருக்க முடியும் என்றார். ஆனால், அந்தக் காலக் கெடுவுக்குள் திலகர் நடத்திய ‘கேசரி’ என்ற செய்தித் தாளில் மிகவும் மதிப்புக்குரிய இந்து என்று அழைக்கப்பட்ட கே.கே. சகத் எனும் தாழ்த்தப்பட்ட சாதியைச் சேர்ந்தவரைக் குறைந்த அளவு ஓராண்டுக்காகவாவது சங்கராச்சாரியராக அமர்த்தவேண்டும். இதனை சித்பவன் பிராமணர்கள் அனைவரும் ஒத்துக்கொள்ளவேண்டும் என்று அம்பேத்கர் கேட்டுக்/ கொண்டார்.[40]

பம்பாயில் உள்ள தாதர் என்ற இடத்தில் உள்ள நயி காவ் பகுதியில் இருந்த பெரிய மைதானத்தில், 1936 மே மாதம் 30-31 நாட்களில் அனைத்து பம்பாய் வட்ட மஹர் மாநாடு ஒன்று நடந்தது. மஹர்களில்

மதம் மாறுவது பற்றிய முடிவெடுப்பதற்காக இந்த மாநாடு நடத்தப்பட்டது. மாநாடு நடந்த இப்பகுதியில் தொழிலாளிகளாக மஹார்கள் அதிக எண்ணிக்கையில் இருந்தனர். இம்மாநாட்டின் தலைவராக 'ஹைதராபாத் அம்பேத்கர்' என்றழைக்கப்பட்ட பி.எஸ். வெங்கட்ராவ் இருந்தார். காலாராம் சத்தியாகிரகப் போராட்டத் தலைவரும், நாசிக் பகுதிக்காரருமான பி.கே. கெய்க்வாட் மதம் மாறவேண்டும் என்ற தீர்மானத்தைக் கொண்டு வந்தார். ஆனால், இந்த மாநாட்டின் மையப் புள்ளியே அம்பேத்கரின் கருத்துரைதான். தனது உரையில் அம்பேத்கர் தீண்டாமையும் அதோடு சேர்ந்த பிரச்னைகள் பற்றியும் பேசினார். தீண்டாமையை இரு வகுப்பு மக்களின் ஊடே உள்ள மோதல் என்று விளக்கினார். சாதி இந்துக்களுக்கும் தீண்டப்படாதவர்களுக்கும் நடுவில் உள்ள போராட்டம் இரண்டு சமூக நிலைகளுக்கு நடுவில் உள்ள முரண்பாடு என்றார். இப்போராட்டத்தில் சிறுபான்மையினரான தாழ்த்தப்பட்ட மக்களின் பிரச்னை என்று தீண்டாமையை அடையாளப்படுத்தினார்.

காந்தியின் அறிவிப்புகள் பற்றிய தனது விளக்கத்தை அடுத்ததாக எடுத்துவைத்தார். சாதி இந்துக்கள், தீண்டப்படாதவர்கள் ஆகியோரின் நலன்கள் ஒன்றை ஒன்று சார்ந்தவை என்ற கருத்துக்கு இஸ்லாமுடனான ஒப்பீட்டின் மூலம் ஒரு பதிலைச் சொன்னார் :

> 'இந்த பம்பாய் பிரசிடென்சியில் மூன்று அல்லது நான்கு மஹார்களின் குடும்பமும், ஒன்று அல்லது இரண்டு இஸ்லாமியர் குடும்பம் இருக்கலாம். இதில் இஸ்லாமியர் குடும்பத்தினருக்கு யாரும் பிரச்னை தருவதில்லை. ஆனால், மஹார்கள் மீது அனைத்துக் கொடுமைகளும் விதிக்கப்படுகின்றன. இதற்கு எது காரணம்? ஒரே ஒரு விளக்கம் மட்டுமே கொடுக்கப்படும். இந்த இரண்டு குடும்பத்துக்குப் பின்னால் இந்திய இஸ்லாமியர்களின் அனைத்து சக்தியும், பலனும் இருக்கின்றன. ஆனால் உங்கள் பின்னால் இருப்பது என்ன?... அதைப் போன்ற பெரும் சக்தி ஒன்றை, இந்து சமூகத்தின் வெளியிலிருந்து நாம் தேடவேண்டும்...'

இதற்கு மேலும் அம்பேத்கர் இந்துத்துவத்தின் உள்ளே இருக்கும் சமத்துவமின்மை, தீண்டப்படாத மக்களின் உள்ளுக்குள்ளேயே இருக்கும் ஏற்றத் தாழ்வுகள், இவற்றுக்கெல்லாம் இந்து சமூகத்தின் படித்தரக் கட்டமைப்பே காரணம் என்று சொன்னார். 'இந்துவாக இருந்து கொண்டு சாதிமுறைகளை ஒழிக்கவேண்டும் என்பது விஷத்துக்கு இனிப்புச் சுவையை ஊட்டுவது போன்றது.'[41]

அம்பேத்கர் தன் பேச்சின் முடிவில் மதம் மாற வேண்டும் என்ற தன் வேண்டுகோளைக் கேள்வி-பதில் உள்ள பாசுரத் தொகுதி போல்

வடிவமைத்து முடித்தார். அவை மராத்தியில் அச்சடிக்கப்பட்டு, ஒரு பாட்டு வடிவத்தில் முன்வைக்கப்பட்டது.

மனிதனுக்காக மதம்; மதத்துக்காக மனிதனல்ல.

சுயமரியாதை வேண்டுமா?[42] மதம் மாறி விடு

ஒற்றுமைச் சமுதாயம் வேண்டுமா?...மதம் மாறி விடு

சக்தி வேண்டுமா?.. மதம் மாறி விடு

சமத்துவம் வேண்டுமா?...மதம் மாறி விடு

சுதந்திரம் வேண்டுமா?... மதம் மாறி விடு.

உன்னைச் சுற்றியுள்ள உலகம் இன்பமயமாக இருக்க வேண்டுமா? மதம் மாறி விடு

உன் மனிதத் தன்மையை மதிக்காத ஒரு மதத்தில் இன்னும் நீ இருக்க வேண்டுமா?

உன்னைக் கோவிலுக்குள் அனுமதிக்காத மதத்துக்குள் நீ இன்னும் இருக்க வேண்டுமா?

குடிப்பதற்கு நீர் கூடத் தராத மதத்துக்குள் நீ இன்னும் இருக்க வேண்டுமா?

உன் அறிவுக் கண்களைத் திறப்பதற்குத் தடை செய்யும் மதத்துக்குள் நீ இன்னும் இருக்க வேண்டுமா?

நல்ல பணிகளில் சேருவதற்குத் தடை போடும் மதத்துக்குள் நீ இன்னும் இருக்க வேண்டுமா?

வாழ்க்கையின் ஒவ்வொரு படியிலும் அவமதிக்கப்படும் மதத்துக்குள் நீ இன்னும் இருக்க வேண்டுமா?

மனிதனுக்கு மனிதன் நடுவே உள்ள மனிதத் தன்மையை ஒழிக்கும் மதம்; அது ஒரு மதமல்ல. அது ஒரு தண்டனைக் குவியல்.

மனிதனின் சுய மரியாதையைக் கொல்லும் மதம். அது ஒரு மதமல்ல. அது ஒரு தீரா வியாதி.

விலங்கினைத் தொடும் கரங்கள் இன்னொரு மனிதனைத் தொடாது.

அது ஒரு மதமல்ல. அது ஒரு வடிகட்டிய முட்டாள்தனம்.

ஒரு பிரிவினருக்கு கல்வி வராது; பொருளும் சேராது; வீரம் வளராது என்று சொல்லும் அது ஒரு மதமல்ல. அது ஒரு மனித வாழ்வையே கேலி செய்யும் ஒரு அமைப்பு.

படிக்காதவர் படிக்காமலேயே இருக்கட்டும்; ஏழையாகவே
இருக்கட்டும் என்று சொல்லும் அது ஒரு மதமல்ல. அது ஒரு
நீண்ட தண்டனை.

உடன் வாழும் மனிதர்கள் மீது அன்பில்லாமல்,
விலங்குகள் மீது அன்பு செலுத்திக்கொண்டு,
எல்லா பிராமணர்களையும் கடவுள் என்று சொல்லிக்கொண்டு
இருப்பவர்களே மதநம்பிக்கைகொண்டவர்கள் என்று
சொல்லாதே.

சொல்லாதே இனி அப்படிச் சொல்லாதே.

எறும்புகளுக்கு இனிப்பைத் தீனியாகக் கொடுத்துக்கொண்டு,
அடுத்த பக்கம் மனிதர்களுக்குக் குடிக்க நீர் கூட தராமல்
இருப்பவர்களை மத நம்பிக்கை கொண்டவர்கள் என்று
சொல்லாதே இனி அப்படிச் சொல்லாதே

மாற்று மதத்தை அணைத்துக்கொண்டு தங்கள் மதத்தை விலக்கி
வைப்பவர்களை சமூக வெறுப்பாளர்கள் என்று சொல்லாதே.[43]

'நமது சுதந்திரத்துக்கான வழி எது?' என்ற தலைப்பில் இந்த வாசகங்கள் அச்சடிக்கப்பட்டன. ஆனால், எந்த மதத்துக்கு மாறுவது என்று எம்மதத்தையும் குறிப்பிடவில்லை. இஸ்லாம், சீக்கியம், கிறிஸ்துவம் என்ற மதங்கள் தாழ்த்தப்பட்ட மக்களுக்கான பெரியதொரு சமூகப் பாதுகாப்பைக் கொடுக்க முடியும். அதில் இஸ்லாமிய சமுதாயம் கொடுக்கும் பாதுகாப்பே மிக அதிகமாக இருக்க முடியும். ஏனெனில், அச்சமூகத்தின் வலிமை இந்தியாவில் அதிகம். ஆனால், அம்பேத்கரின் உரையில் அந்த மூன்று மதங்களில் எது வேண்டுமென்று குறிப்பிட வில்லை. அம்பேத்கர் தன் உரையின் இறுதியில் புத்தரின் மேற்கோள் ஒன்றினைச் சொல்லியிருந்தார்.

'ஆதவன் தனது சொந்த ஒளியில் ஒளிர்வதுபோல் நீங்களும் ஒளிர வேண்டும். உலகம் கடன் வாங்கிய ஒளியைத்தான் வைத்திருக் கிறது. அதுபோல் இருக்காதீர்கள். யாரையும் சார்ந்திருக்காதீர்கள்... உங்களையே நம்பியிருங்கள். உண்மையை இறுகப் பற்றிக் கொள்ளுங்கள்.'

சீக்கியம், இஸ்லாம், கிறிஸ்துவம்?

அம்பேத்கரின் மதம் மாறும் கருத்தும் மஹர்களின் தீர்மானங்களும் பல கல்வியறிவு பெற்ற தாழ்த்தப்பட்ட இளைஞர்களை எளிதாகச் சென்றடைந்தது. பம்பாய் மாநாடு நடந்து முடிந்த அதே மாதத்தில்,

அதாவது 1936 மே மாதம், அகில இந்திய தாழ்த்தப்பட்ட மக்கள் இயக்கம் அனைத்து மத மாநாடு ஒன்றினை லக்னோவில் நடத்தியது. ஏழு மாநிலங்களிலிருந்து 100 பிரதிநிதிகள் வருகை தந்தனர். வந்தவர்கள் அனைவரும் அம்பேத்கர் மீதுள்ள தங்கள் நம்பிக்கையைத் தெரியப்படுத்தவே வந்தார்கள். இயோலாவில் அவர் நிறைவேற்றிய தீர்மானமான 'மத மாற்றத்தை முன்னெடுப்போம்' என்பதை முழு மனதோடு ஏற்றுக்கொள்வதைத் தெரியப்படுத்தவே வந்தனர்.

ஒரு கிறிஸ்துவ மதப் பிரச்சாரகர், 'தாழ்த்தப்பட்ட மக்களின் பிரதி நிதிகளின் கருத்துகள் உன்னிப்பாகக் கவனிக்கப்பட வேண்டியவை. அவர்களைப் பற்றி மற்றவர்கள் கணிப்பு போல் அல்லாமல் அம்மக்களிடம் ஆழமான பார்வையும், தீர்க்கமான முடிவுகளும் இருந்தன.' இந்து மதத்தை விட்டு விலக வேண்டும் என்ற அவர்களது தீர்மானத்தின் தீவிரம் ஐயத்துக்கு அப்பாற்பட்டது. தங்கள் சிரமங்கள், கடைசிப் படிநிலை என்று அனைத்துமே இந்து மதம் தங்கள் மேல் திணித்ததே' என்று கூறினர்.[44]

இந்த லக்னோ மாநாட்டில் தாழ்த்தப்பட்ட மக்களின் பிரநிதிகளின் எண்ணிக்கையைவிட பிற தரப்பினரின் பிரதிநிதிகளின் எண்ணிக்கை மிக அதிகம். பதின்மூன்று வகையான பல்வேறு மதத்தினரும், நம்பிக்கையாளர்களும் வந்து குவிந்திருந்தனர். தாழ்த்தப்பட்டவர்கள் எல்லோரும் தங்கள் மதத்துக்கு, நம்பிக்கைகளுக்கு மாறி வந்து விட வேண்டும் என்ற ஆசை அத்தனை பேருக்கும்.'

மஞ்சள் நிற அங்கிகளில் புத்த பிக்குகள், நீண்ட சட்டையுடன் மௌல்விகள், ஐரோப்பிய உடையில் மிளிர்ந்த ஓய்வு பெற்ற சிவில் சர்வீஸ் அதிகாரிகள், ஒரு கல்லூரியின் தலைவர், ஒரு தீவிர 'ஜான் தி பாப்டிஸ்ட்', சீக்கியர்கள், பருமனான ஜெயின் வியாபாரி, இரண்டு இந்தியக் கிறிஸ்துவ பாதிரிகள், ஒரு இந்தியக் கிறிஸ்துவப் பெண்மணி, ஓர் ஒல்லியான குறும்புத்தனமும் தீவிரமும் கலந்த ஆர்ய சமாஜத்தி லிருந்து ஒருவர் என்று இன்னும் பலர் மாநாட்டின் மேடையில் பேசினார்கள்.

ஓர் இந்துவும் மேடையில் ஏறி பேச முயன்றபோது மக்கள் கத்தி கலாட்டா செய்து அவரைப் பேச விடாது செய்தனர். ஆரிய சமாஜ்காரர் ஓரளவு தன் கருத்தைப் பகிர்ந்தார். ஆனால், இவர்கள் பேச்சுகளின் முடிவில் வந்த தீவிரப் பேச்சாளரான சந்திரிகா பெர்ஷாத் என்ற தாழ்த்தப் பட்ட மக்களின் தலைவர் மிகுந்த ஏளனத்தோடும், விமர்சனத்தோடும் இந்து மதத்தைக் கேலிப் பொருளுக்குள்ளாக்கினார்.'[45]

மேடையேறிய மதக்காரர்கள் தங்கள் மதங்களைப் பற்றிப் பேசுவதோடு தங்கள் அமைப்பின் சிறப்பப் பண்புகள் பற்றியும் பேசினர்.

'இஸ்லாமியர் உறவினர்; ஒன்றாய் அமர்ந்து உணவுண்டனர். நாற்பது சீக்கியர்கள் தங்கள் தாடி, தலைப்பாகை, இடுப்பினில் அணியும் வாளோடு மாநாட்டுப் பிரதிநிதிகளிடம் ஆவலோடும் ஆர்வத்தோடும் கலந்துகொண்டனர். கிறிஸ்துவ மக்கள் தங்களது கிறிஸ்துவ மடங்கள், சேவைகள் பற்றி விவரித்தனர்.[46]

இந்த மாநாட்டில் கலந்து கொள்ள முடியாத அளவுக்கு அம்பேத்கர் உடல்நலமில்லாமல் இருந்தார். ஆயினும் அவர் 'ஜத் பத்தோடக் மண்டல்' என்று அமைப்புக்கு எழுதிய 'சாதிகளை முற்றாக ஒழித்தல்',[47] என்ற கட்டுரை அங்கே வாசிக்கப்பட்டது. அப்போது 'அம்பேத்கர் வாழ்க' என்றும், 'அம்பேத்கருக்கே வெற்றி' என்றும் உரத்த குரல்களில் மக்கள் தங்கள் எழுச்சியை வெளிப்படையாகக் காண்பித்தனர். அவர் உடலளவில் அங்கில்லாவிட்டாலுமே அவர்கள் அப்போது அமைத்த இயக்கத்தின் தலைவராகத் தேர்ந்தெடுக்கப்பட்டார். இந்த இயக்கம் மாநாட்டுக்குப் பிறகு மத மாற்றம் பற்றிய இயக்க முனைப்புகளை செயல்பாட்டில் கொண்டு வருவதற்காக அமைக்கப்பட்டது.

மாநாட்டில் அம்பேத்கரின் மத மாற்றத் திட்டத்துக்கு ஆதரவு கொடுத்ததோடு நில்லாமல் மாநாடு இறந்துபோன ஆங்கிலேயப் பேரரசர் ஐந்தாம் ஜார்ஜுக்கான தங்கள் துயரத்தைத் தெரிவித்தது. அடுத்து வரும் முன்னர் எட்டாம் எட்வர்டின் நீண்ட ஆயுளுக்காக வேண்டினர். மேலும் கான்பூர் பகுதியில் உள்ள ஸ்ரீ 108, சுவாமி அச்சுதானந்த் (அந்த 108 எண் எதற்காக என்று தெரியாது) அவர்களின் மறைவுக்காக இரங்கல்களைத் தெரிவித்தது. 'ஹரிஜனம்' என்ற சொல்லின் மீதுள்ள தங்கள் வெறுப்பையும் வெளிப்படுத்தினர். காந்தி முன்னெடுத்துள்ள ஹரிஜனங்களுக்கான இயக்கத்தின் மீது தங்கள் முழு அதிருப்தியை வெளிப்படுத்தினார். இறுதியான தீர்மானமாக, இரு தாழ்த்தப்பட்டவர்களை உள்ளடக்கிய நபரைக் கொண்ட குழு ஒன்றினை அரசு அமைத்து அடிமைத்தனத்தையும் கொத்தடிமைகள் பற்றியும் ஆராயவேண்டும் என்று மாநாடு தீர்மானித்தது.

அம்பேத்கர் இந்த மாநாட்டில் நேரடியாகக் கலந்து கொள்ளாதது மட்டுமின்றி, அமைப்பினரோடு எவ்விதத் தொடர்பும் வைத்துக் கொள்ளவில்லை. அதோடு அடுத்த 1937-ல் நடந்த மாநாட்டிலும் கலந்து கொள்ளவில்லை. அந்த மாநாட்டின் நிகழ்வுகள் பற்றிய குறிப்புகள் ஜகஜீவன் ராமின் வாழ்க்கை வரலாற்று நூலில் காணப்படுகிறது. பாட்னாவில் நடந்த அந்த மாநாடு ராம் மூலம் எப்படி முடக்கப்பட்டது என்பதைக் குறிப்பிடுகிறது.

இந்த மாநாடு ஆரம்பிப்பதற்குச் சில நாட்களுக்கு முன்பே இந்த மாநாடு போலித் தனமானது என்றும், 'பால் தியோ பிரசாத் ஜெய்ஸ்வர்

கிறிஸ்டியன் மிஷனரி ஆக்சிஸ்' இந்த மாநாட்டை நடத்துவதாக பாபு ஜெகஜீவன் ராம் வெளிப்படையாகக் குற்றம்சாட்டினார். ஜெய்ஸ்வர் ஏற்கெனவே கத்தோலிக்க கிறிஸ்துவர்களோடு ஓர் உடன்படிக்கை செய்து கொண்டுள்ளார் என்ற செய்தியையும் பரப்பினார். மகாவீர்தாஸ் என்ற ஜெகஜீவன் ராமின் ஆதரவு பெற்ற நபர்தான் அந்த மாநாட்டின் வரவேற்புக் குழுவின் தலைவராக இருந்தார். இவர், 'நான் மத மாற்றத்துக்குச் சார்பானவன்' என்று வெளியில் காட்டிக் கொண்டிருந்தார்.

மாநாட்டின் முதல் பகுதி 1937 ஏப்ரல் 10ஆம் தேதி பாட்னாவில் உள்ள அஞ்சுமான் இஸ்லாமிய மன்றத்தில் நடந்தது. இரண்டாம் பகுதியில் மகாவீர்தாஸ் திடீரென்று மேடையேறி, தான் மத மாற்றத்தை எதிர்ப்பதாகத் தெரிவித்தார். 'மாநாட்டின் முழு கட்டுப்பாடும் அவர்கள் வசம் வந்துவிட்டிருந்தது'. ஜெய்ஸ்வர்க்கு நிலைமை தமது கையை விட்டுப் போய்விட்டது என்பது கடைசிவரை தெரிந்திருக்கவில்லை. குழப்பங்கள் வெடித்தன. அங்கிருந்து அச்சத்தால் தப்பி ஓடினார் ஜெய்ஸ்வர்.

எப்படியோ ஜகஜீவன் ராம் தன் எண்ணத்தில் முழுமையான வெற்றி பெற்றார். மாநாட்டுக்கு வந்திராத அம்பேத்கரையும் கிறிஸ்துவ பிரச்சாரர்களையும் எளிதில் வென்றார். அதன் பிறகு இத்தகைய மாநாடுகள் ஏதும் நடக்கவே இல்லை.

நடந்து முடிந்த இரு மாநாடுகளும் ஒன்றை மிகத் தெளிவாக வெளிக் காட்டின. ஏனைய மதத்துக்காரர்கள் தீண்டப்படாத இந்துக்களை தங்களோடு இணைத்துக்கொள்ள மிகவும் தயாராக இருந்தனர். ஆனாலும், தீண்டாமையால் அழுத்தப்படும் மக்கள் அனைவருமே மத மாற்றத்துக்கு உடன்பாடாக இல்லை. அதிலும் அம்பேத்கர் அழுத்தப்படும் மக்கள் அனைவரையும் ஒன்றுகூட்டி முன்னெடுக்க முடியாமேலா மனதில்லாமேலா இருந்தார்.

அம்பேத்கர் வெவ்வேறு மதங்களைச் சீர்தூக்கிப் பார்க்க ஆரம்பித்தார். அதேபோல் வெவ்வேறு மதக்காரர்கள் தங்கள் மதங்களின் உயர்வுகள் பற்றிய தரவுகளுடன் தங்களை நோக்கி இழுக்க முற்பட்டனர். அம்பேத்கர் முன்னால் பல கதவுகள் திறக்கப்பட்டன. ஒரே ஒரு முறை மட்டும் ஒரே ஒரு மதம் பற்றிய மறுப்பு அறிவிப்பு மட்டும் வெளியிடப் பட்டது. பின்னால் மற்ற மதங்கள் ஒவ்வொன்றாக பட்டியலில் இருந்து நீக்கப்பட்டன. மகாராஷ்டிர மாநிலத்துக்குள் நிலைபெற முடிந்திராத ஆர்ய சமாஜத்தில் சேர்வதில்லை என 1935-ல் அறிவிக்கப்பட்டது.

'புதிய மதம் ஒன்றினை ஆரம்பிப்பத்கு நான் நிச்சயமாக ஒரு காரணமாக இருக்க மாட்டேன்' என்று அம்பேத்கர் பத்திரிகையாளர்களிடம் உறுதியாகக் கூறினார். மேலும் 'புத்த மதத்தில் இணைவதற்குச் சில

கஷ்டங்கள் உள்ளன. ஆர்ய சமாஜ் வேண்டாமென்று முடிவெடுத்து விட்டிருக்கிறோம். சீக்கிய மதத்தில் சேர்வதுபற்றியும் யோசித்து வருகிறோம்' என்றார்.[49]

இந்த மத மாற்ற யோசனைக்கு கிறிஸ்துவ மத அமைப்புகள் மிகுந்த விளம்பர வெளிச்சம் கொடுத்தன. ஆனால், அம்பேத்கரை நேரடியாகக் கிறிஸ்துவர்கள் சந்தித்த நிகழ்வு பற்றிய தகவல்கள் அதிகம் வெளிவர வில்லை. அப்போது பம்பாயிலிருந்த கிறிஸ்துவ பிரசாரகரான ஜான் ஆர்.மோட் அம்பேத்கரை நேரடியாகச் சந்திக்க விரும்பினார். ஆனால், அதற்கு முன்பாக அவர் காந்தியை முதலாவதாகச் சந்திக்க நினைத்தார். இது அம்பேத்கருக்கு உடன்பாடாக இல்லை.[50]

தாழ்த்தப்பட்ட மக்கள் மத மாற்றத்தைப் பற்றி விவாதிக்கும் பல கூட்டங்களில் கிறிஸ்துவ மிஷனரிகள் பங்கெடுத்தனர். அவர்கள் மத்தியில் தாழ்த்தப்பட்ட மக்கள் அனைவரும் ஒருவர் பின் ஒருவராக கிறிஸ்துவத்துக்குள் வந்துவிடுவார்கள் என்றொரு நம்பிக்கை பரந்து கிடந்தது. ஆனால், கிறிஸ்துவ மக்களிடையே பெரும் எண்ணிக்கையில் தாழ்த்தப்பட்டமக்கள் மொத்தமாக மதம் மாறி கிறிஸ்துவத்துக்குள் வரவேண்டும் என்ற எண்ணம் இருந்திருக்கவில்லை. 1937-ல் மெட்ராஸிலிருந்து பதினான்கு கல்வியறிவு பெற்ற கிறிஸ்துவர்கள் தங்கள் கொள்கை அறிவிப்பு ஒன்றை வெளியிட்டனர். அப்படி அனைவரும் வந்தால் 'அப்படியான சூழலில் உள்ள அபாயம்' பற்றிய எச்சரிக்கையொன்றை அதில் வெளியிட்டிருந்தனர்.

இஸ்லாமியரும் கிறிஸ்துவரும் தங்கள் மதத்தின் மேம்பாடுகளை தாழ்த்தப்பட்ட மக்களின் முன்னால் எடுத்தியம்பியது 'இந்து மக்களிடையே சந்தேகத்தையும் மிகுந்த சினத்தையும் இயல்பாகவே உருவாக்கின'. இதற்காக அவர்கள் வெளியிட்டுள்ள அறிக்கையில் 'மாபெரும் கூட்டு மத மாற்றங்களில் கிறிஸ்துவ மதத்தின் தரம் குறைகிறது. இதனால் சாதி சார்ந்த கொடுமைகளும் வெறுப்புகளும் இந்திய கிறிஸ்துவ சபையின் பாரம்பரியத்தின் ஓர் அங்கமாகிவிட்டது.'[51] சாதி உணர்வுகள் கிறிஸ்துவ மதத்துக்குள் ஏற்கெனவே வேரூன்றிவிட்டது என்பது அம்பேத்கருக்கும் தெளிவாகத் தெரிந்திருந்தது. அதோடு கிறிஸ்துவம் அந்நிய நாட்டு மதம் என்ற எண்ணமும் அவர் மனதில் இருந்ததால் கிறிஸ்துவ மதத்துக்கு மாறலாம் என்று அவர் என்றேனும் தீவிரமாக எண்ணியிருப்பாரா என்பது சந்தேகமே.

புத்த மத அமைப்புகளும், தனி மனிதர்கள் பலரும் இந்தச் சூழலில் இணைந்துகொண்டார்கள். அதிலும் ஓர் அமைப்பு 1935-ல் இயோலாவில் நடந்த மாநாட்டுக்கு முன்பேயே மத மாற்றத்துக்கான

முனைப்பைக் கையிலெடுத்தனர். 1932-ல் மே மாதம் நாக்பூருக்கு அருகிலுள்ள காம்ப்தி என்ற இடத்தில் தாழ்த்தப்பட்ட மக்களின் மாநாடு நடந்தபோதே புத்த மகா சபையின் பொதுச் செயலர் வருகை தந்து, அம்பேத்கர் கேட்டுக் கொண்டிருந்த தனித் தொகுதிகளுக்கு தன் ஆதரவைத் தெரிவித்தார். அம்மாநாட்டில் தாழ்த்தப்பட்ட மக்களுக்கு வாழ்த்து சொன்ன அவர் எல்லோரையும் புத்த மதத்துக்கு வருமாறும் அழைப்பு விடுத்தார்.[52]

பெனாரஸ் பகுதியிலிருந்த மகா போதி அமைப்பு இயோலா மாநாடு முடிந்ததும் அம்பேத்கருக்கு தந்தி ஒன்றை அனுப்பியது. அதில் பௌத்தத்துக்கு வரும் அனைவரும் சம நிலையில் வைக்கப்படுவார்கள் என்று உறுதியளித்தது. அதோடு தங்கள் அமைப்பிலிருந்து தொண்டர்களை அனுப்பி வைக்கவும் தயாராக இருந்தது.[53] கல்கத்தாவி லிருந்த மகா போதி அமைப்புகளும் அம்பேத்கரோடு தொடர்பு கொண்டது. ஆனால், அவர்களின் ஆர்வம் சற்றே குறைவாகவே இருந்தது. 'அம்பேத்கரின் இந்து சமயத்துக்கு எதிரான எதிர்ப்பை ஒரு குறையாக, தவறாகவே பார்த்தனர். ஆனால், இந்து மதத்திலிருந்த விலக முடிவெடுத்தால், அவர் விரும்பும் அத்தனையும் புத்த மதத்தில் இருக்கும்' என்றனர்.[54]

இக்காலகட்டத்தில் விநோதமான நிகழ்வொன்றும் நடந்தது. இத்தாலிய நாட்டிலிருந்து வந்திருந்த புத்த பிக்கு - லோகநாதா - சிலோன் நாட்டிலிருந்து தான் எழுதிய சிறு குறிப்பை இந்தியாவின் தாழ்த்தப்பட்ட மக்களுக்காக எழுதிப் பதிப்பித்திருந்தார். குறிப்பேட்டின் தலைப்பு; 'உங்களை புத்த மதம் முழுமையாக விடுவிக்கும்.'[55] லோகநாதா தன் குறிப்பேட்டில் தாழ்த்தப்பட்ட மக்களை 'ஹரிஜனங்கள்' என்று அழைத்திருந்தார். அது காந்தியின் சொல்; அது தாழ்த்தப்பட்ட மஹர்களுக்கு விருப்பமில்லாத சொல் என்பது ஒருவேளை லோகநாதருக்குத் தெரியாமல் இருந்திருக்கலாம்.

அவர் அந்த குறிப்பேட்டில் தாழ்த்தப்பட்ட மக்களை 'சகோதர, சகோதரிகளே' என்று அழைத்து, 'நீங்கள் பழங்காலத்தில் புத்த மதத்தினராகத் தான் இருந்தீர்கள்... ஆனால் அம்மதத்திலிருந்து வெளிவர நீங்கள் மறுத்ததால் இந்து மதம் உங்களைத் தாழ்த்தப்பட்ட மக்கள் என்று ஆக்கிவிட்டது. புத்த மதத்தில் சாதிகள் ஏதும் கிடையாது. ஆகவே இம்மதத்தில் இணைந்து, சமத்துவம் பெற்று உங்களை உயர்த்திக் கொள்ளுங்கள்' என்று லோகநாதா அழைப்பு விடுவித்திருந்தார்.

மேலும் அக்குறிப்பேட்டிலும் அம்பேத்கருக்கு 1936 ஜூலை 4ஆம் தேதியிலும், ஆகஸ்ட் 21ஆம் தேதி எழுதிய கடிதங்களின் நகல்களும் இணைக்கப்பட்டிருந்தன. அக்கடிதங்களில் அம்பேத்கரோடு தாதரில்

நடந்த நேரடிச் சந்திப்பு, அப்போது பேசியவை பற்றியும் கூறி, அப்போது அம்பேத்கரது நூலகத்தின் சுவரில் தொங்கிக் கொண்டிருந்த அமைதியான அழகான புத்தரின் படமும் நினைவு கூறப்பட்டிருந்தன. லோகநாதரின் கருத்தின்படி அம்பேத்கரின் மனதில் புத்த மதத்துக்கு எதிராக, போட்டியாக நின்ற இன்னொரு மதம் சீக்கியம். இதை வைத்து லோகநாதா அம்பேத்கருக்கு ஓர் எச்சரிக்கையையும் அளித்தார். அவர் தன் மக்களோடு சீக்கிய மதம் சென்றால் அவர் தனது தலைமையை இழக்க நேரிடும். அதற்கும் மேலாக, ஒழுக்கம், சுய கட்டுப்பாடு என்று ஏதுமில்லாத மக்கள் கூட்டத்தோடு இணைய வேண்டியதிருக்கும் என்றும் கூறியிருக்கிறார்.

இக்கடிதங்களுக்கு அம்பேத்கர் பதில் ஏதும் கொடுக்கவில்லை. ஒருவேளை அவர் லோகநாதரைப் பெரிதாக எடுத்துக் கொள்ளாமல் இருந்திருக்கலாம். ஆனாலும், அக்கடிதங்களில் லோகநாதா தாழ்த்தப் பட்ட மக்களின் ஆதி மதம் பௌத்தம் என்று சொன்ன அந்த விவாதப் பொருள் அம்பேத்கரின் மனதில் ஆழமாக விதைக்கப்பட்டிருக்கலாம். ஏனெனில், இந்த நிகழ்ச்சிக்குப் பிறகு பன்னிரண்டு ஆண்டுகள் கழித்து அம்பேத்கர் எழுதிய 'தாழ்த்தப்பட்டவர்கள்' என்ற நூலில் இக்கருத்து மையப் புள்ளியாக உள்ளது. 1936-ல் புத்த மதத்துக்கு இந்திய மண்ணில் பெரிதான அறிவு சார்ந்த பெருமையோ, தட்டி எழுப்பும் வீரியமோ இல்லாமல் இருந்தது. பின்வந்த ஆண்டுகளில்தான் புத்த மதம் அந்த முக்கியத்துவத்தைப் பெற ஆரம்பித்தது.

இஸ்லாம் மதத்துக்கு மாறக்கூடும் என்பதே அம்பேத்கர் இந்து மக்களின் தலை மீது தொங்கவிட்ட கத்தி. முன்பே அவர் தன் பேச்சுக்களில் இஸ்லாம் மதத்தில் சேர மாட்டேன் என்று தனிப்பட்டுக் கூறியிருந்தாலும், வெளியே பரவலாகப் பேசும்போது அவருடைய மக்கள் இஸ்லாம் மதத்தைத் தேர்ந்தெடுக்கக்கூடும் என்பதுபோல் அவர் பேசினார். இஸ்லாம் மதத்தின் அகில உலக அமைப்பு ஒன்று அம்பேத்கர் இயோலாவில் எடுத்த தீர்மானத்தைப் புகழ்ந்து வரவேற்றிருந்தது. தொடர்ச்சியாக, 1935 அக்டோபர் மாதம் மௌலானா, முகமது இர்பான், இஸ்லாமிய காலிபாக்களின் மத்திய அமைப்பின் பிரதிநிதி அம்பேத்கரைச் சந்தித்துப் பேசினார்.

இஸ்லாம் மதம் அனைத்து மக்களுக்கும் சமத்துவம் அளிக்கும் என்பதோடல்லாமல், இந்தியாவில் உள்ள எட்டு கோடி இஸ்லாமியர் களின் தலைவர்களில் ஒருவராக அவர் மாற முடியும் என்றார்.[56] இதே மாதத்தில் இந்திய உலாமா அமைப்பின் அமைப்பாளரான மௌலானா அகமது சேட் அம்பேத்கருக்கு தந்தி ஒன்றை அனுப்பினார். அதில், 'என் இதயத்தின் அடித்தளத்திலிருந்து உங்களை இயற்கையான எம்

மதத்துக்கு அழைக்கிறேன். இம்மதத்தின் மூலமாக மட்டுமே நீங்கள் உங்கள் நம்பிக்கைகள் அனைத்தையும் பெற முடியும்’[57] என்று குறிப்பிட்டிருந்தார்.

அடுத்து, முற்போக்கு இஸ்லாமிய மன்றம் புதிய பிரசாரப் பிரிவு ஒன்றை ஏற்படுத்தியது.[58] அரேபிய பிரஸ் ‘ஹரிஜனங்களின் அடுத்த அடி என்ன என்பதில் அதிக ஆர்வமும் எதிர்பார்ப்பும்’ காட்டியது.[59] கெய்ரோ இஸ்லாமியர் பிரசாரத்துக்காகப் பணம் சேகரித்தனர். அதையும் விட கெய்ரோவில் உள்ள அஸார் சமய முகவர் புதிதாக மதம் மாறி வரும் தாழ்த்தப்பட்ட மக்கள் விருத்தசேதனம் செய்வதும், பெண்கள் முழு நீள அங்கி அணிவதும் கூட செய்ய வேண்டியதில்லை என்றும் விலக்கு அளித்தார்.[60]

1936 டிசம்பர் முதல்தேதி அல்-அஸர் பகுதியின் சார்பாக ஐந்து பேர் கெய்ரோவிலிருந்த புறப்பட்டு இந்தியாவுக்கு வந்து தாழ்த்தப்பட்ட மக்களைப் பற்றித் தெரிந்துகொள்ள வந்தனர். அப்போது அவர்கள் அம்பேத்கரை நேரடியாகச் சந்தித்துப் பேசியதாகச் செய்தி ஏதுமில்லை. இவ்வாறு வந்த ஐவரும் 1937 ஜூன் முதல் தேதி தங்கள் அறிக்கையை அளித்தனர்: ‘அல்-அஸர் நேரடியாக செயலில் இறங்க வேண்டும். இஸ்லாமியப் பண்பாடுகள், இஸ்லாமியக் கோட்பாடுகள் எல்லா வற்றையும் அறிமுகப்படுத்த பல புதிய அமைப்பினை இந்தியாவில் தென்மேற்கு தட்சிணப் பகுதியில் உள்ள கேரல் என்ற இடத்திலும், சூரத், டெக்கா என்ற வங்காளப் பகுதியில் உள்ள இடங்களிலும், ரங்கூனிலும், நாக்பூரிலும் ஆரம்பிக்க வேண்டும்’[61] (இந்த ஐந்து பகுதிகளில் நாக்பூர் மட்டுமே மஹர்கள் அதிகமாக வாழும் பகுதி).

அந்த அறிக்கையில் மேலும் பல பரிந்துரைகள் செய்யப்பட்டன. அல்-அஸர் மெட்ரிகுலேஷன் முடித்த தாழ்த்தப்பட்ட ஐந்து பேரைத் தேர்ந்தெடுத்து பொருளுதவி செய்ய வேண்டும்; லக்னோவில் உள்ள உலாமாவிலிருந்து தாழ்த்தப்பட்ட பையன்களைத் தேர்ந்தெடுத்து உதவ வேண்டும்; நாக்பூரில் உள்ள இஸ்லாமிய அமைப்புக்கு உதவி, அங்கு தாழ்த்தப்பட்ட மாணவர்களுக்குப் புதிய பள்ளி ஆரம்பிக்க வேண்டும். கேரளாவில் உள்ள தாழ்த்தப்பட்ட மக்களிடையே இஸ்லாம் சமயப் பிரச்சாரங்கள் மேற்கொள்ள வேண்டும் என்றெல்லாம் சொல்லப் பட்டிருந்தன.

இந்த சமயத்தில் இஸ்லாமியரின் பண உதவி அம்பேத்கருக்கு நேரடியாகக் கொடுக்கப்பட்டது என்ற வதந்திகளும் பரவின. மத மாற்றம் பற்றிய முயற்சிகள் நடந்து கொண்டிருந்தபோது ஹைதராபாத்தில் உள்ள நிஜாம் பணம் கொடுத்ததாகச் சொல்லப் பட்டது. ஆனால், அதற்குரிய ஆவணக் குறிப்புகள் ஏதுமில்லை.[62]

அம்பேத்கருக்கு இஸ்லாமில் தன் மக்களோடு சேர வேண்டும் என்ற எண்ணம் இருந்ததேயில்லை. ஆயினும் அப்படி ஒரு நிலை வரலாம் என்று வெளிப்படையாக அவ்வப்போது கருத்துகளைச் சொல்லி வந்தார். 1939 அக்டோபர் 11ஆம் தேதி அன்று 'இந்தியாவை இரு பகுதிகளாக இந்துக்களுக்கும், இஸ்லாமியருக்கும் பிரிக்க வேண்டும்' என்ற கொள்கை எழுந்தபோது, பெரும் எண்ணிக்கையில் உள்ள மக்களோடு இணைவதே நல்லது என்ற முடிவை தாழ்த்தப்பட்ட மக்கள் எடுக்கும் வேளையில் வெகுவாகச் சிரமப்பட்டு அந்த எண்ணத்தை மாற்ற வேண்டியதிருந்தது. சிரமமான அந்தப் பணியை மேற்கொண்ட அம்பேத்கர், 'காங்கிரஸ் கட்சிக்கு 'நல்ல புத்தி' பிறந்து சாணக்கியம் கை வந்து, இந்தியாவை இரு பகுதிகளாக ஆக்கும் முயற்சிகளை கைவிட வேண்டும். அதோடு பட்டியலினத்து மக்கள் அனைவரும் ஒன்றிணைந்து அதிக செல்வாக்கும் அதிகாரமும் கொண்ட வேறு சிறுபான்மையரோடு கலக்கும் நிலையையும் தடுக்க வேண்டும்' என்றார்.[63]

சீக்கிய சமூகத்தோடு இணைவது என்பதை அம்பேத்கர் ஆழ்ந்து யோசித்து வந்தார். சீக்கிய மதம் இந்திய மண்ணில் பிறந்த மதம். அதனால் அம்மதத்தில் இணைவதால் யாருடைய தேசப் பற்றும் கேள்விக்கு உள்ளாகாது. இஸ்லாமியரைப் போலவே, சீக்கியர்கள் போர்க்குணம் மிகுந்தவர்கள். அதனால் கடும் கொத்தடிமை மனப்பான்மையிலிருந்து தம் மக்கள் முதலில் விடுதலை பெற வேண்டும் என்ற அம்பேத்கரின் கருத்துக்கு இது இசைவாக, இணைவாக இருந்தது.[64]

ஏற்கெனவே பஞ்சாபில் இருந்த தாழ்த்தப்பட்ட மக்களை சீக்கியம் தனக்குள் ஐக்கியமாக்கிக் கொண்டுள்ளது. அதன் பின்னும் பல ஆண்டுகளாக மத மாற்றம் பற்றித் தொடர்ந்து பிரசாரம் செய்து வந்துள்ளது. ஆனால், சீக்கிய மதத்தினுள்ளே தாழ்த்தப்பட்ட மக்கள் தனியான ஒரு சமூகமாகவே இயங்கி வந்தனர். இதனால் 'சமத்துவம்' என்பது செயலாக்கப்படவே இல்லை. ஆனால், கல்விச்சலுகை, அரசுப் பணிகளில் இடம், சட்டசபையில் தனிப்பட்ட பகுதிகள் போன்றவை அங்கே இருந்தமையால், அவற்றில் புதிதாகச் சேரும் தாழ்த்தப்பட்ட மக்களுக்கும் இது எளிதாகக் கைக்கெட்டும். ஏற்கெனவே பஞ்சாப் தொகுதிகளில் பெற்று அதை அனுபவித்து வந்தனர். இந்தியாவில் பஞ்சாபில் மட்டுமே இந்த உரிமை வழங்கப்பட்டிருந்தது. பின்னாளில் ஏனைய இந்தியப் பகுதிகளிலும் இது பரவ பஞ்சாப் வழிகாட்டக்கூடிய இடத்தில் இருந்து வந்தது.

1936 ஏப்ரல் 13-14 தேதிகளில் அம்ரித்சரில் சீக்கிய மதக் குழு பஞ்சாப், கேரளா, ஐக்கிய மத்திய மாநிலங்களிலிருந்து வந்த தாழ்த்தப்பட்ட மக்களோடு இணைந்து மாநாடு ஒன்றை நடத்தினார். அந்த

மாநாட்டிலேயே ஏறத்தாழ ஐம்பது பேர் சீக்கிய மதத்துக்கு மாறினார்கள். அதில் ஐந்து பேர் கேரளாவிலிருந்து வந்த தியாக்கள். ஆனால் பம்பாயிலிருந்து வந்த யாரும் மதம் மாறவில்லை.[65]

மேலும் அப்போது ஒரு நிகழ்வு நடந்ததாக வதந்தி ஒன்று உலாவியது. மாநாடு நடந்த சமயத்தில் அம்பேத்கர் சீக்கியர்களோடு நடந்த பேச்சுக்களின் போது, புதிதாக தாழ்த்தப்பட்ட மக்கள் சீக்கியத்துக்குள் நுழைந்தால் அவர்களோடு ஏனைய சீக்கியர்கள் திருமண உறவு வைத்துக் கொள்ளத் தயாராக இருப்பீர்களா என்று கேட்டதாகவும், அதற்கு சீக்கியர்கள் இருப்போம் என்ற உறுதி தந்ததாகவும் சொல்லப்பட்டது.[66]

அதே ஆண்டின் செப்டம்பர் மாதத்தில் பம்பாயிலிருந்து அம்பேத்கரின் ஆதரவாளர்கள் சிலர் பம்பாயிலிருந்த அமிர்தசரஸுக்கு அனுப்பப் பட்டனர். அவர்கள் எல்லோரும் பெரிதும் படித்தவர்களோ அல்லது அம்பேத்கரின் அடியொற்றி வருபவர்களோ இல்லை.[67] சீக்கியம் கற்று வர வேண்டும் என்று வந்தவர்கள் அவர்கள். அவர்கள் சீக்கியத்தைப் பற்றிப் படித்ததோடு நில்லாமல், சீக்கியர்களாக மதத்தில் சேர்ந்து மாறி விட்டனர். ஆனால், பம்பாய்க்குத் திரும்பிய பின் அடையாளம் ஏதுமின்றி மறைந்து போய்விட்டனர்.

சீக்கியர்கள் அம்பேத்கரும் அவரது மக்களும் சீக்கிய மதத்துக்கு வந்து விட வேண்டும் என்று அதிகமாகவே எதிர்பார்த்தனர். பம்பாயில் கால்சா கல்லூரி ஒன்றை உருவாக்கினர். இதன் மூலம் அவர்கள் தங்கள் உண்மையான விருப்பத்தினைத் தெளிவாகக் வெளிக் காட்டினார். தாழ்த்தப்பட்ட மக்களுக்கு உதவவே இக்கல்லூரி. மேலும் இக்கல்லூரி ஆரம்பிப்பதற்கான அடிப்படைத் திட்டம், அமைப்பு, பேராசிரியர்கள் தேர்ந்தெடுப்பு போன்ற ஆக்கபூர்வ வேலைகள் அம்பேத்கரால் செய்யப்பட்டு, சீக்கியரின் பண உதவியால் ஆரம்பிக்கப்பட்டது என்ற பேச்சு அடிபட்டது.

இது உண்மையாக இருக்கலாம். அம்பேத்கரின் நண்பர்கள் இதை ஒத்துக்கொண்டனர். மேலும் அம்பேத்கரின் நண்பர்கள் பலரும் கால்சா கல்லூரியின் ஆசிரியர்களாகத் தேர்ந்தெடுக்கப்பட்டனர். ஆனால், இந்த நண்பர்கள் பின்னாளில் அம்பேத்கர் 1946-ல் நிறுவிய சித்தார்த் கல்லூரிக்கு மாறி வந்துவிட்டனர்.

இந்து சமயத்தின் மதிப்பைக் காத்து, அதை ஒற்றுமையாக வைத்திருக்க வேண்டும் என்ற ஆவல் கொண்டிருந்த இந்து மகாசபை அம்பேத்கர் தன் சாதி மக்களோடு சீக்கியத்தில் இணைவதற்குத் தன் ஆதரவை அளித்தது. 1936 ஜூன் மாதத்தில் அம்பேத்கரோடு பேச்சுவார்த்தைகள்

நடத்திய பின், டாக்டர் பி.எஸ். மூஞ்சே தன் கருத்துகளை வெளிப்படையாகத் தெரிவித்தார். மூஞ்சே வட்ட மேசை மாநாட்டில் இந்து மகா சபையின் சார்பாளராகக் கலந்து கொண்டவர். இப்போதுஅவர் அம்பேத்கரின் கருத்துக்கு மிக அனுசரணையாக இருந்து, தாழ்த்தப்பட்ட மக்கள் சீக்கிய மதத்தில் இணைவதற்கு இந்து சமயத் தலைவர்கள் ஆமோதிக்கவேண்டும் என்ற தனது கருத்தை மெல்லப் பரப்பினார்.

ஆனால், எம்.ஹைச். ஜெயகர், பம்பாயிலுள்ள என்.டி. சவர்க்கார், மெட்ராஸிலிருந்து காங்கிரஸ் தலைவராக இருந்த விஜயராவாச்சார்யா போன்ற இந்து தலைவர்கள் இதற்கு எதிர்ப்பு தெரிவித்தனர்.[68] டாக்டர் மூஞ்சே 1932-ல் கம்யூனல் அவார்டு (தாழ்த்தப்பட்டவர்களுக்குத் தனி தொகுதி வழங்கப்பட்ட நிகழ்வு) பிரச்னை தீர தன்னோடு பங்களித்த மெட்ராஸில் உள்ள எம்.சி. ராஜா அவர்களுடன் தன் ஆலோசனையைத் தொடர்ந்தார். ஆனால், யாரும் எதிர்பார்க்காத விதமாக ராஜா இந்த எண்ணத்தை மகாத்மா காந்தி, சி. ராஜகோபாலாச்சாரி, பண்டிட் மாளவியா என்ற மத மாற்றத்தை எதிர்க்கும் இந்துத் தலைவர்களிடம் பகிர்ந்துகொண்டுவிட்டார். மேலும், மூஞ்சே, அம்பேத்கர் இருவருக்கும் இடையே நடந்த கடிதப் போக்குவரத்துகளையும் பத்திரிகைத் துறையினரிடம் கொடுத்து விட்டார்.

மூஞ்சே மத மாற்றத்துக்கு இணைவாக இருந்த கருத்தை காந்தி மிகத் தீவிரமாக எதிர்த்தார். 'அம்பேத்கரின் எண்ணத்தின் மீது மூஞ்சே வைத்திருக்கும் கருத்தை என்னால் ஏற்றுக் கொள்ளவே முடியாது. என்னைப் பொறுத்தவரை அந்தப் பண்டமாற்ற அணுகுமுறை பொருட்படுத்தத்தகுந்ததே அல்ல' என்றார் காந்தி மிகக் கடுமையாக.[69]

இதற்கான பதிலடியாக அம்பேத்கர், 'புனே ஒப்பந்த மாநாட்டில் காந்தி எடுத்த நிலைப்பாடே ஒரு பண்ட மாற்றுதான். டாக்டர் குர்த்தகோடி சங்கராச்சார்யா இந்த மத மாற்றத்தை அனுமதித்து விட்டார். மேலும் பல புகழ் பெற்ற இந்து மதத்தலைவர்கள் முதலடியை எடுத்து வைத்து என் மீது அழுத்தம் கொடுத்தனர். நான் மத மாற்றத்துக்கு இத்தனை நீண்ட காலம் யோசிக்கிறேன் என்றால் அது இந்துக்களின் விதி மீது எனக்குள்ள அக்கறையால் மட்டுமே' என்றார் அம்பேத்கர்.[70]

1936 நவம்பர் 11. அம்பேத்கர் அன்று இங்கிலாந்துக்குப் புறப்பட்டுச் சென்றார். ஒருவேளை இப்பயணத்தின் நோக்கம், ஆங்கிலேய அரசியல் சக்தியாளர்கள் புதிய அரசியல் சட்டத்தில் தாழ்த்தப்பட்ட மக்கள் சீக்கிய மதத்தில் இணைந்தால் அவர்களுக்கு வேண்டிய பாதுகாப்பு பற்றிப் பேசுவதற்காக இருக்கலாம். அவரது பேச்சு வார்த்தைக்குப் பிறகு பஞ்சாபில் மட்டும் சீக்கியர்களுக்குத் தனித்

தொகுதிகள் கொடுக்கப்படும் என்று முடிவானது. ஆனால், அம்பேத்கர் இந்தியாவுக்குத் திரும்பி வந்தபின், 1937 ஜனவரி மாதத்தின் நடுப் பகுதிவரை எந்த முடிவுகளும் வெளியிடவில்லை. சீக்கியர்களோடான தொடர்பும் நீடித்து வந்தது.

இந்தியாவுக்குத் திரும்பி வந்தவுடன் அம்பேத்கர் குரு கோவிந்த் சிங் அவர்களின் பிறந்த நாளன்று, சீக்கியர்களுடன் உரையாடினர். சீக்கிய மதத்தின் புகழ் பாடினர். ஆனால், தன் இறுதி முடிவு என்று எதுவும் சொல்லவில்லை[71] ஏப்ரல் மாதம் ஆறு பேர் சீக்கியத்தில் சேர்ந்ததை அம்பேத்கரோடு நெருங்கியவரும், மஹருமான ஆர்.ஆர். போலே என்பவர் பாராட்டிப் பேசினார். அந்த ஆறு பேரில் மூவர் சத்தாரா பகுதியிலிருந்து வந்த மஹர்கள்.[72]

இதற்குப் பின் சீக்கிய மதத்துக்கு மாறும் பேச்சுகள் மெலிந்து, நாளடைவில் ஒன்றுமில்லாமல் மறைந்து போனது. அம்பேத்கர் தன் எண்ணத்தை மாற்றிக்கொண்டார் என்பது அவர் அடுத்து இங்கிலந்துக்குக் கிளம்பிச் சென்றதிலிருந்து அறியலாம். அதோடு தனஞ்செய் கீர் எழுதிய அம்பேத்கரின் வரலாற்று நூலில் இருந்த ஒரு சிறு குறிப்பும் அச்செய்தியைச் சொல்கிறது. அக்குறிப்பில் 'அம்பேத்கரும் சீக்கிய சமயப் பொறுப்பாளர்களும் இணைந்து முடிவெடுக்க முடியாமல் போனது' என்றுள்ளது.[73]

தொடர்ந்து நடந்தவற்றைத் தொகுத்துப் பார்த்தால் இரண்டு முக்கிய விஷயங்கள் தெரியவரும். முதலாவதாக, மஹர்களில் சிலர் மட்டும் சீக்கியரானார்கள். இரண்டாவதாக, அம்பேத்கர் எப்படியெப்படியோ அச்சுறுத்தினாலும், அவர் இந்து மதத்தைத் தீவிரமாகக் காயப்படுத்த விரும்பியிருக்கவில்லை.

மத மாற்றத்தில் ஏற்பட்ட கால தாமதம்

மத மாற்றத்தைப் பற்றிய விவாதங்கள் தொடர்ந்து கொண்டிருந்த காலத்தில் மஹர்கள் தங்களுடைய இந்து பண்பாடுகளைக் கை விட்டு விட்டார்களா இல்லையா என்பதை அறிந்து கொள்ள எந்த நிரூபணங்களும் இருந்திருக்கவில்லை. ஆனால், தாழ்த்தப்பட்ட மக்களுக்கு ஆதரவாக இருந்த ஓர் இந்து பிராமணர் என்.வி. கட்கில் மத மாற்றம் பற்றி 1937-ல் விவாதங்களை ஆரம்பித்த பிறகு மஹர்களின் வாழ்வுப் பகுதிகளில் இந்துக் கோயில்களே கடவுள்களோ காணப்பட வில்லை என்ற பதிவு செய்துள்ளார்.[74]

இன்னொரு சாதி இந்து எழுத்தாளர் 1941-ல் எழுதும் போது, 'புதிய தலைமுறை மஹர்கள் அவல்பாய் (அம்பாபாய்) என்ற காலரா நோய் தீர

வேண்டி ஆராதிக்கும் கடவுளைக் கூட கண்டு கொள்வதில்லை,'[75] என்று எழுதியுள்ளார். இக்கடவுள் மாரி அல்லது லஷ்மி என்றும் அழைக்கப்படுவர். இந்த தெய்வத்துக்கான சிறு கோவில்கள் கூட மராத்வாடா பகுதியில் காணப்படுவதில்லை. இம்மாற்றம் புதிய தலைமுறையில் தோன்றுவதற்கான காரணங்களில் முக்கியமானது அவர்களது கல்வியறிவு. இந்தத் தலைமுறை மனிதர்கள் அக் கடவுளைத் தங்கள் கிராமத்து வாழ்க்கையோடும் அறியாமையோடும் மட்டுமே இணைத்துப் பார்த்தனர். இந்தக் காரணத்தோடு மத மாற்றம் பற்றிய தொடரும் விவாதங்களும் இன்னொரு முக்கிய காரணியாகி விட்டது.

இந்த மாற்றத்தை நன்குணர்ந்த அம்பேத்கர் 1942-ல் தனது ஐம்பதாவது பிறந்த நாளன்று, பட்டியலினத்து மக்கள் வாழ்வில் ஏற்பட்டுள்ள நல்ல பல வழக்கங்களைக் குறிப்பிட்டுள்ளார். இறந்த மிருகங்களைத் தின்பதை முற்றிலுமாக நிறுத்திவிட்டனர்; அர்த்தமற்ற இந்துப் பழக்க வழக்கங்களைத் தவிர்க்கத்தொடங்கிவிட்டனர். சட்டசபைக்குத் தங்கள் பிரதிநிதிகளை அனுப்பும் அளவுக்கு வளர்ந்துள்ளனர் என்று பட்டியலிட்டுள்ளார்.[76] ஆனால், அனைத்து இந்துப் பழக்க வழக்கங் களையும் அவர்கள் முற்றிலுமாகக் கைவிடவில்லை. 1956-ல் மத மாற்றம் செயல்பாட்டுக்கு வந்த போதும் அவர்கள் பல இந்துக் கடவுள் களை மஹர் பகுதிகளிலிருந்து வெளியேற்ற வேண்டியதிருந்தது.

ஆனால், 1935க்குப் பிறகு நடந்த மாற்றங்களில் முக்கியமானதாக மஹர்கள் இந்துக் கோவிலுக்குள் நுழையும் முயற்சிகள் எதையுமே எடுக்கவில்லை. அதே போல் சாதி இந்துக்களின் பழக்கங்களுக்குத் தங்கள் வாழ்க்கையில் இடம் கொடுப்பதை விட்டுவிட்டனர். மதம் மாற வேண்டும் என்று முடிவெடுத்து அதன் பின் இருபதாண்டுகள் கழித்து அது செயல்படும் போது மாற்றங்கள் எளிதாக நடந்தேறின. இக்காலத்துக்குள் மக்கள் தங்கள் மனதை முழுவதுமாக மாற்றிக் கொண்டுவிட்டனர். மஹர்களின் மனங்கள் அனைத்தும் மத மாற்றத்துக்காகப் பண்பட்டுத் தயாராக இருந்தது.

அம்பேத்கர் முன்வைத்த மத மாற்றம் என்பது இந்துக்களை ஏதேனும் ஆக்கபூர்வ முடிவுகள் எடுக்கும்படித் தூண்டுவதற்கான எச்சரிக்கை நடவடிக்கையே என்று பார்க்கவும் இடம் உண்டு. ஏனென்றால், மத மாற்றத்தால் இந்து சமயத்துக்கும் இந்திய ஒற்றுமைக்கும் ஒரு பின்னடைவு ஏற்படுவதோடு மட்டுமின்றி, சட்டசபைகளில் இந்துக்களுக்கான வலிமை குறைந்துவிடும். இஸ்லாம், சீக்கியம், கிறிஸ்தவம் போன்ற மதத்தினர் இதுவரை இருந்து வந்த மொத்த இந்துக்களின் இடங்களில் கட்டாயம் பங்கேற்பர். இவையெல்லாமே இந்து மதத்தை அச்சுறுத்தும் கூர்முனைகளாக இருந்தன.

அம்பேத்கர் பட்டியலினத்து மக்களின் கோரிக்கைகளுக்கு இந்து மக்கள் எவ்வாறு எதிர்வினையாற்ற முடியும் என்ற பட்டியலையோ, விளக்கங்களையோ தரவில்லை 1936-ல் லாகூரில் ஜத்பத் தோடக் மண்டல் நடத்திய கூட்டத்துக்காக அம்பேத்கர் தயாரித்த குறிப்புகளை அந்தக் கூட்டத்தில் பேச முடியாது போயிற்று. அதில் இந்து மதம் மாற்ற வேண்டியவைகளாக சிலவற்றைக் குறிப்பிட்டிருந்தார். மிக முக்கியமான மாற்றம் என்னவெனில், இந்து மதம், ‘கடும் சட்ட திட்டங்கள் நிறைந்த மதம்’ என்பதிலிருந்து, ‘நற்கொள்கைகள் நிறைந்த மதமாக’ மாற வேண்டும். இந்த மாற்றம் நடப்பதற்கு முன்பே இந்து மதம் ஓர் ‘உண்மையான மதம்’ என்று மாறியாக வேண்டும். மாற்றங்களாக அவர் இட்ட பட்டியல் தேர்ந்த வழக்கறிஞர் எழுதியதா என்ற சந்தேகத்தையே ஏற்படுத்தியது. ஏனெனில் அவர் எண்ணிய மாற்றங்களுக்கும் இந்து சமயத்துக்கும் நடுவில் அத்தனை இடைவெளி இருந்தது!

அவர் பட்டியலில் உள்ளவை: இந்து மதத்துக்கான ஒரே ஒரு வேத புத்தகம்; வேத குருவாக வருவது பரம்பரை பரம்பரையாக அல்ல; தேர்தல் முறையில் படித்துப் பட்டம் பெறும் எவரும் வேத குருவாகலாம்; குருவாவதற்கு அரசின் அனுமதி பெற வேண்டும்; குருக்களின் எண்ணிக்கை சட்டத்தின் கட்டுப்பாட்டில் இருக்கும்; குருக்களின் நல்லொழுக்கம், நம்பிக்கைகள், வழிபாடு என்று அனைத்தையும் அரசின் கண்காணிப்பில் இருக்கும்.[77]

பத்தாண்டுகள் கடந்த பின் அம்பேத்கர் நடைமுறைப்படுத்தக் கூடிய புதிய கோட்பாடுகளை இந்த மதம் புதிதாக மாறுவதற்காகக் கொடுத்தார். கலப்புத் திருமணங்கள், சம பந்தி விருந்துகளும் நடக்க வேண்டுமென்றார். ஆனால், இந்த மாற்றங்களைப் பற்றிப் பேசும் போது அவர் குரலில் கோபம் கொப்பளிக்கவில்லை; ஆனால், ஆழ்ந்த வருத்தம் உள்ளடங்கி நின்றது. தாழ்த்தப்பட்ட மக்களையும் மற்றவரோடு சமமாக வைக்கும் விருப்பத்தை இந்து மதம் புறக்கணித்து விட்டதே என்பதே அந்த வருத்தத்துக்கான காரணம்.

> பட்டியலினத்து மக்கள் இந்து சமூகத்தோடு ஒன்றிவிட வேண்டும் என்பது நடக்க இயலாதது. பொது உரிமைகள், தனிப்பட்ட சிலருக்கு வசதி வாய்ப்புகள், சமூக ஏற்றத் தாழ்வுகள் என்ற அனைத்தும் தாழ்த்தப்பட்ட மக்களுக்கு எதிராக இருந்தன. பட்டியலினத்து மக்கள் இந்து மதத்தில் இணைய வேண்டும் என்றால் அதற்குத் தேவை முதன்முதலாக இந்து சமுதாயத்தின் மன நிலை மாற்றம்தான். அவர்கள் விரும்பி அதை முன்னெடுக்க வேண்டும். தாழ்த்தப்பட்ட மக்களின் காலங்காலமாக இருந்த ஆதங்கம் அதுவே. அதற்காக அந்தத் தாழ்த்தப்பட்ட மக்கள் முயற்சி எடுத்தவையெல்லாம், வீணாகப் போய் விட்டது. தாழ்த்தப்பட்ட

மக்களின் முயற்சியின் மூலமாக இந்து சமூகத்தின் இறுகிய மனப்பான்மையை மாற்ற முடியவில்லை. அவர்கள் தாழ்த்தப்பட்ட மக்களை இந்து சமூகத்திலிருந்தே முழுமையாக விலக்கியே வைத்துவிட்டார்கள்...[78]

இதே நேர்காணலில், பிரசாரகர் ஒருவர் தாழ்த்தப்பட்ட மக்கள் இஸ்லாம் மதத்தில் சேருவதைவிட கிறிஸ்துவ மதத்தில் சேர வேண்டும் என்று வற்புறுத்திச் சொன்னபோது, அம்பேத்கர் இந்து மதம் ஓர் ஆன்மிக பலத்தையோ சமூக ஒன்றிணைப்பையோ தர முடியவில்லை. எந்தவொரு மதமும் தர வேண்டிய இவற்றை இந்து சமயம் தரவில்லை; மனிதநேயத்தை முற்றாக வேரோடு பிடுங்கி எறிவது சாத்தியமில்லை; ஒருவேளை தாழ்த்தப்பட்ட மக்களுக்கான அரசியல் அதிகாரங்கள் அவர்களுக்குக் கிடைத்தால் தற்போது இருக்கும் இந்து மதத்திலேயே இருக்கவே விரும்புகிறார்கள் என்று சொன்னார். எந்த மதத்துக்கு மாறுவது என்பதில் தங்களிடையே ஒருமித்த கருத்து எதுவும் இல்லை என்பதையும் ஒப்புக்கொண்டார்.

1936-ல் அம்பேத்கர் மத மாற்றம் என்ற புதிய கருத்தை விதைத்தார். ஆனால், அதைச் செயல்படுத்த 20 ஆண்டுகள் காத்திருக்கும்படி நேர்ந்தது. ஏனெனில், அவர் புது வழி ஒன்றைக் கண்டுபிடிக்க வேண்டியிருந்தது. அந்தப் புது வழி அறிவுக்குப் பொருத்தமானதாகவும், அரசியல் வழிக்கு ஏதுவானதாகவும் இருக்க வேண்டும். இதையும்விட, அவர் தனது திறமைக்கு ஏற்ற பிறிதொரு கடமையிலும் முழுமூச்சாக ஈடுபட்டிருந்தார். அரசியல் சாசனம் எழுதும் பெரும் பணி.

உண்மையில் அம்பேத்கர் இப்பெரும் பணியில் ஈடுபடுவதற்கான அறிவையும் ஆற்றலையும் கொண்டிருந்தார். ஆனால், அவரோ சாதி இந்துக்களின் மனதை மாற்றும் முயற்சிகளிலும் தாழ்த்தப்பட்ட மக்களுக்காகப் புதிய சமய இயக்கம் ஒன்றை வழிகாட்டவும் வேண்டியதிருந்தது. நினைவில் நிறுத்தவேண்டிய ஒரு விஷயம் என்னவெனில் அவர் மஹர் மக்களிடையே மதம் மாறுவது தொடர்பான களப்பணிகளில் சிறிதளவே ஈடுபட்டிருந்தார். மற்ற சாதி மக்களிடையே அந்தச் சிறிதளவு வேலைகூட அவர் செய்திருக்கவில்லை.[79]

கேரளத்து ஈழவ மக்களைச் சந்திக்க அவருக்கு அழைப்பு வந்தது. அவரால் செல்ல முடியவில்லை. அதேபோல் வடக்குப் பகுதிகளில் அவர் பெயரை வைத்துப் பல மாநாடுகள் நடத்தப்பட்டன. ஆனால், பல மாநாடுகளில் அவர் கலந்து கொள்ள முடியாது போயிற்று. இதைப் போலவே அரசியல் அமைப்புகளை ஆரம்பிப்பதிலும் அவருக்கு அலாதி ஆசை, ஆர்வம் இல்லை. அவரது ஆர்வமெல்லாம் பிரச்னைகளைக் கண்டெடுத்து உருவம் கொடுத்து தீர்ப்பதிலும்,

மக்களைத் தன் பேச்சுத் திறனால் கட்டிப் போட்டு வைத்திருப்பதிலும், உயர்மட்ட அரசியல் நிலைகளில் பணியாற்றுவதிலும் இருந்தன.

1937லிருந்து 1951 வர அரசின் உயர் மட்ட நிலைகளில் தொடர்ந்து பணியாற்றிக் கொண்டிருந்ததால் மத மாற்ற இயக்கம் பின்னால் தள்ளப்பட்டுவிட்டது. ஆனால், அது அவர் மனதிலிருந்து விலகிவிட வில்லை. ஆனால், அதை முன்னெடுத்துச் செல்ல முடியாதவராக இருந்தார். 1937-39-ல் அவர் பம்பாய் சட்டசபையில் தேர்ந்தெடுக்கப் பட்ட உறுப்பினராக இருந்தார். 1942-1946 வரை வைஸ்ராயின் செயற்குழுவில் தொழிலாளர்களின் உறுப்பினராக இருந்தார். 1946-1951வரை அரசியல் சாசனக் குழுவின் உறுப்பினராகவும் நேருவின் முதல் அமைச்சரவையிலும் இருந்தார்.

இப்பணியின் நடுவிலும் அவர் மனதுக்குள் மதமாற்ற முடிவுகள் ஓடிக் கொண்டுதானிருந்தன. பல மதங்களைப் பற்றியும் பேசி வந்தாலும் அவரது முதல் தேர்வாக முதலிலிருந்தே புத்த மதம் தானிருந்தது. 'புத்தரும் அவரது தம்மமும்' என்ற நூலுக்கு எழுதப்பட்ட வெளியிடப் படாத அவரது முன்னுரையில் அவர் புத்தர் மிக இளம் வயதிலேயே தம் மனதில் இடம்பிடித்த நிகழ்வை எழுதியுள்ளார். அவரது ஆங்கில ஆசிரியரான 'தாதா' (கே.ஏ.) கெலுஸ்கார் அம்பேத்கர் நான்காம் வகுப்பு ஆங்கிலத் தேர்வு நேரத்தில் அவர் புத்தரின் கதையைக் கற்பிக்கிறார். அப்பாடம் அவரது மனதில் உயரிய இடத்தைப் பெற்று அவர் மனதையும் ஆழமாகத் தொட்டு விடுகிறது.[80]

அதன் பின்னால் வந்த ஆண்டுகளில் புத்த மதத்தைத் தூக்கிப் பிடிக்கும் சீர்திருத்தக்காரர்கள், அம்மதத்தின் அறிஞர்கள் என்று பலரைப் பற்றியும் ஆர்வத்தோடு தொடர்ந்து அறிந்து கொண்டிருந்திருக்கிறார். அப்படிப் பட்ட அறிஞர்களான வி.ஆர். ஷிண்டே,[81] ஏ.ஆர். குல்கர்னி[82] என்பவர் களோடும் தர்மானந்த கோசாம்பியோடும் தொடர்பில் இருந்தார்.[83]

1934-ல் பம்பாயில் பிராமணர் மிகுதியாக வசிக்கும் தாதர் பகுதியில் கட்டப்பட்ட தன் புது வீட்டுக்கு புத்தர் காலத்தில் மகத அரசர்களின் பெரிய நகரத்தின் பெயரான 'ராஜ் கிரஹா' என்பதையே சூட்டினார். அதே போல் 1946-ல் பம்பாயில் ஆரம்பித்த தன் கல்லூரிக்கும் புத்த பெருமானின் தனிப் பெயரான சித்தார்த்தா என்ற பெயரையே சூட்டினார். அவரது இரண்டாவது கல்லூரி 1961-ல் ஔரங்காபாத் நகரில் ஆரம்பிக்கப்பட்டது. அதன் பெயர் 'மிலிந்த்'. கிரேக்க அரசன் புத்த பிக்குவான நாகசேனாவிடம் கேள்விகள் கேட்டு விவாதிக்கிறார். அந்த விவாதங்கள் 'லிந்தா பண்கா' என்ற நூலில் தொகுக்கப்படுகிறது.

புத்த மதத்துக்குள் நுழைவதற்கு முன்பே அம்பேத்கர் தன் குருவாக மூவர் பெயரைக் குறிப்பிடுவார். புத்தர், மஹாத்மா பூலே, கபீர்.

இவர்களில் பூலே பிராமணரல்லாத சீர்திருத்தவாதி. அதோடு பத்தொன்பதாம் நூற்றாண்டில் இருந்த பெரும் கல்வியாளர். மூன்றாவது குருவான கபீர் வடக்கு இந்தியாவின் இடைக்கால பக்தி மார்க்கத்தைச் சேர்ந்த கவிஞர்; கபீர் அம்பேத்கரின் அப்பாவின் சாதியைச் சேர்ந்தவரும்கூட.

இந்திய அரசியல் சாசனக் குழுவின் தலைவராகவும், 1947-51-ல் நேருவின் அமைச்சரவையில் சட்ட அமைச்சராகவும் இருந்து, புதிய சுதந்திர இந்தியாவை உருவாக்கும் பணியில் முழுமையாக ஈடுபட்டிருந்தார். இத்தனை கடினமான, முக்கிய வேலைகளுக்கும் நடுவே புத்த மதம் தொடர்பான நூல்களை வாசிப்பதற்கும், புத்த மதம் தொடர்பான இடங்களுக்குச் சென்று வருவதற்கும் காலத்தை ஒதுக்கினார்.

புத்த மதத்தின் மீது அவர் கொண்டிருந்த பற்றை இதில் தெளிவாகக் காண முடியும். இக்காலகட்டத்திலும் 'தீண்டப்படாதவர்கள்' என்ற தலைப்பில் 1947-ல் ஒரு நூலை எழுதி வெளியிட்டார். தீண்டாமை எவ்வாறு உருவானது என்ற ஒரு கோட்பாட்டை அதில் முன்வைக்கிறார். அதன்படி, தீண்டப்படாத மக்கள் என்பவர்கள் 'நொறுங்கிய மனிதர்கள்' ஆக இருந்திருப்பார்கள். இவர்கள் ஒரு கிராமத்தில் குடியேறும் பழங்குடி மக்களிடமிருந்து மாறுபட்ட பழங்குடிகளாகவும், புத்த மதத்தைப் பின்பற்றியவர்களாகவும் இருந்திருப்பார்கள்; இந்து மதம் புத்துணர்ச்சி பெற்று வலுவடைந்த காலகட்டத்திலும் தமது பழைய நம்பிக்கையைக் கைவிடாமலும் மாட்டுக்கறியைத் தொடர்ந்து உண்டு வந்தவர்களாகவும் இருந்திருப்பார்கள்' என்கிறார்.[84]

அதே ஆண்டில் அம்பேத்கர் லக்குமி நரசு இருபதாம் நூற்றாண்டின் புத்த மதம் பற்றி எழுதிய, 'புத்தமதத்தின் சாரம்' என்ற நூலின் இரண்டாம் பதிப்புக்கான முன்னுரை எழுதியிருந்தார்.[85] 1950ஆம் ஆண்டு இளவேனில் காலத்தில் 'மஹாபோதி' என்ற இதழில் அம்பேத்கர், 'புத்தரும், எதிர்காலத்தில் அவரது மதமும்' என்ற தலைப்பில் கட்டுரை ஒன்று எழுதியிருந்தார். அக்கட்டுரையில் ஒழுக்க நெறிகளோ, சமத்துவமோ இல்லாத இந்து மதம் என்று சாடியிருந்தார். அம்மதம் இருக்கும் இந்நாட்டில் எதிர்காலத்தில் புத்த மதம் தழைத்தோங்கும் என்று நன்னம்பிக்கையோடு எழுதியிருந்தார். 'இந்து மக்கள் உய்விக்கப்பட்டால் அவர்கள் நிச்சயமாக புத்த மதத்தை நோக்கித் திரும்புவார்கள்' என்று அதில் திட்டவட்டமாகக் கூறியிருந்தார். 'இந்துக்கள் தங்கள் மதத்தில் ஏதோ தவறு இருக்கிறது என்பது புரிந்தும், அதை வெளிப்படையாகப் பேசாதிருந்தால் இந்து மதம் தேய்ந்து போகவே வழிசெய்வார்கள். அப்போது அந்த இடத்தை புத்த மதம் நிரப்பும்' என்றார்.

அந்தக் கட்டுரையின் முடிவில் மூன்று முக்கியமான தேவைகளைக் குறிப்பிடுகிறார்; முதலாவதாக, புத்த மதத்துக்கென்றே தனியொரு வேத நூல். அதை அவர் 'புத்த பைபிள்' என்று அழைக்கிறார். இரண்டாவதாக, சிதைந்து கிடக்கும், 'புத்த சங்கம்' புது உருவெடுத்து தழைத்தோங்கி நல்லதொரு அமைப்பாக மாறி கல்விச் சேவை, சமுதாயச் சேவை செய்ய வேண்டும்; இறுதியாக, பௌத்த நாடுகள் புத்தமத்தின் பரவலுக்கு முயற்சிகள் எடுக்கவேண்டும்.[86] இக்கருத்துகளை எழுதிக் கொண்டிருந்த அதே நேரத்தில் அவர் ஒரு 'புத்த பைபிளை' உருவாக்குவதற்கான வேலைகளில் ஈடுபட்டுக் கொண்டிருந்தார்.[87]

1950 முதல் புத்த ஜெயந்தி விழா கொண்டாடப்பட்டது. அம்பேத்கர் சிந்தனைப்பள்ளி இதற்கான ஏற்பாடுகளைச் செய்தது. டெல்லியில் உள்ள பட்டியலினத்தார் மேம்பாட்டு அமைப்பின் திடலில் இவ்விழா நடந்தேறியது. பர்மாவின் இந்தியாவுக்கான தூதுவரான ஹேச்.இ. மாங் கைய் இந்த விழாவுக்குத் தலைமை தாங்கினார். அவ்விழாவில் பேசிய அம்பேத்கர் புத்தப் பண்பாட்டுக்குறிகள் இந்தியாவின் தேசியக் கொடியிலும், தேசிய முத்திரையிலும் இடம் பெற்றுள்ளதைக் குறிப்பிட்டார்.[88]

ஜெயந்தி விழா முடிந்ததும், அம்பேத்கர், அவரது மனைவி[89] சம்பர் சாதிக்காரரும், புத்த மதத்துக்கு மாறுவதைக் குறித்து எதிர்வினை எடுத்தவருமான பி.என். ராஜன் போஜ் ஆகிய மூவரும் சிலோனில் உள்ள புத்த இளைஞரணி அமைப்பு தங்கள் நாட்டுக்கு வருகை தரும்படி கொடுத்த அழைப்பை ஏற்றுக் கொண்டனர். அதன்படியே மூவரும் கொழும்பு, கண்டி என்ற இடங்களுக்கும் சென்று, விழாக்களிலும் பிரார்த்தனைச் சடங்குகளிலும் கலந்து கொண்டனர்.

இதோடு புத்த மதம் அந்நாட்டில் எந்த அளவு தன் புனிதத்தன்மை கெடாமல் பாதுகாக்கப்படுகிறது என்பதையும், புத்த மதம் எந்த அளவு உயிர்த் துடிப்போடு அங்கு இயங்கிக் கொண்டிருக்கிறது என்பதையும் ஆய்வு செய்தனர்.[90] மேலும் புத்த மதம் இந்தியாவில் எழுந்து, பின் வீழ்கிற வரலாறு பற்றி ஒரு குருவிடம் உரையாற்றினார். புத்த மத அமைப்பு இந்தியாவில் துடைத்தழிக்கப்பட்டிருக்கலாம். ஆனால், புத்தர் காண்பித்த ஆன்மிக நிலை இன்னும் இந்தியாவில் தொடர்ந்து இருந்து கொண்டிருக்கிறது என்றார். அங்குள்ள நகர்மன்றம் ஒன்றில் பேசும்போது கொழும்புவில் உள்ள தாழ்த்தப்பட்ட மக்கள் இன்னொரு புதிய அமைப்பு என்று ஏதும் அமைக்காமல், அனைவரும் புத்த மதத்தில் இணைய வேண்டும் என்று கேட்டுக் கொண்டார்.[91]

சிலோனிலிருந்து திரும்பியதும் பம்பாயில் இரு கூட்டங்களில் அம்பேத்கர் கலந்து கொண்டு பேசினார். ராயல் ஆசியக் கழகத்தின்

பம்பாய் கிளையில் ஜூலை மாதம் பேசினார். சந்தர்ப்பவாதி என்று அவர் மீது வைக்கப்பட்ட விமர்சனத்துக்கு பதில் சொல்லும்முகமாக, சிறு வயதிலிருந்தே தனக்கு புத்த மதத்தின் மீது ஆர்வமும் மதிப்பும் இருந்தது என்றார்.[92] அடுத்த செப்டம்பர் மாதம் பம்பாய் ஒர்லி பகுதியில் உள்ள புத்த கோவிலில் அவர் இறுதியாகத் தன் நோக்கத்தை வெளியிட்டார். தன் வாழ்வின் மீதி நாட்களைப் புத்த மதம் மீண்டு வரவும், வளர்ந்து தழைக்கவும் செலவழிப்பேன் என்றார்.[93]

ஆனால்... அம்பேத்கர் புத்த மதத்தை உயர்த்திப் பேசுவதெல்லாம் இந்து மதத்தின் மீதான விமர்சன நோக்கில்தான் செய்கிறார் என்று சொல்லப்பட்டது; அதனால் சாதி இந்துக்கள் அவரைச் சந்தேகக் கண் கொண்டு பார்ப்பதும், புத்த மதத்தின் மேல் அவருக்கிருக்கும் கரிசனத்தைக் கேள்விக்குள்ளாக்குவதும் நடந்து வந்தது. அம்பேத்கரைப் பொறுத்தவரை நாடாளுமன்ற ஜனநாயகத்தைப் பற்றிப் பேச நேர்ந்தால் நீண்ட நெடும் நேரம் அவரால் அதைப் பற்றி ... அதைப் பற்றி மட்டும், அவரால் பேச முடியும். சாதிப் பிரச்னைகள், தீண்டாமையால் மக்கள் படும் துன்பங்கள், அவமானங்கள் ஏதும் இடம் பெறாமலேயே அப்பேச்சை அவர் பேச முடியும். ஆனால், அதே நேரத்தில் மதங்களைப் பற்றிப் பேச ஆரம்பித்தால் அவரால் இந்து மதத்தை...அவர் பிறந்து வளர்ந்த இந்த மதத்தை - தாக்காமல் அவரால் பேச முடியாது. அப்பேச்சில் ஆழ்ந்த கசப்பின் நெடி இருக்கும். அது பொறாமையாலோ கோபத்தாலோ வருவதல்ல. முழு மூச்சான ஏமாற்றத்தின் விளைவே அது. அவரது மெல்லிய உள் உணர்வுகளை இந்து மதத்தின் சாதி வேறுபாடுகள் மிகவும் ஆழமாகக் காயப்படுத்தி இருந்தன.

இக்காலகட்டத்தில் அவர் எழுத்தில் புத்தம் இருந்தது. பல புத்த மதமுள்ள இடங்களுக்கும் பயணப்பட்டார். 1950-ல் சிலோன், 1954-ல் பர்மா. பாலி மொழியைக் கற்க ஆரம்பித்தார்.[94] மகாராஷ்ட்ராவில் உள்ள புது குகைகளைப் பார்க்கப் பயணமானார். முன்பு கிறிஸ்தவம், சீக்கியம், இஸ்லாம் பற்றிப் பேசும் போதெல்லாம் நடக்காத புது நிகழ்வுகள் இவை.

புத்த மதத்திற்கு மாற்றம்

1930ம் ஆண்டுக்குப் பின் அம்பேத்கர் புத்தமதம் பற்றி அதிகமாகப் பேசினாலும் 1954 ஆம் ஆண்டு வரைக்கும் மஹர்கள் முன்னிலையில் அதிகம் பேசியதில்லை. டேகு ரோட் என்ற இடத்தில் வசித்த மஹர்கள் - அவர்களில் பலர் அருகிலிருக்கும் துப்பாக்கிக் குண்டு தயாரிக்கும் தொழிற்சாலையில் வேலை பார்ப்பவர்கள் - சொக்க மேளாவுக்காகப் புதிதாகக் கட்டப்பட்ட கோவிலின் திறப்பு விழாவைச் சிறப்பிக்க

அழைத்தனர். ஆனால், புதிதாக ஒரு புத்த விகார் கட்டினால் மட்டுமே வருவேன் என்றார். மஹர் மக்களும் இசைந்து புதிய விகார் ஒன்றைக் கட்டி மீண்டும் அழைத்தனர். அம்பேத்கர் தான் மட்டும் வருவதோடல்லாமல் பிக்கு ஒருவரையும் உடன் அழைத்து வந்தார். பிக்கு புத்தருடைய சிலை ஒன்றை இருபதாயிரம் மக்கள் கூட்டத்தின் முன் விகாருக்குள் நிறுவினர்.

அம்பேத்கர் அதன் பிறகு ஆற்றிய உரையில் புத்த மதத்தையும் பதினான்காம் நூற்றாண்டை சேர்ந்த துறவியும் கவிஞருமான சொக்கமேளாவையும் இணைத்துப் பேசினார். சொக்க மேளா வணங்கிய, பந்தர்பூர் பகுதியில் உள்ள விதோபா என்ற கடவுளின் உருவம் புத்தரது உருவத்திலிருந்து வந்ததுதான் என்று கூறினார். இந்த விழாவுக்குப் பிறகு உடனே மத மாற்றங்கள் ஏதும் நடக்கவில்லை. ஆனால், மஹர்கள் வாழும் பகுதியில் ஓர் இந்துக் கோவில் போலவே அந்த விகார் உயர்ந்தோங்கி நின்றிருந்தது. மஹர்களுக்கு விகாரின் அமைப்பு பற்றி ஏதும் தெரியாது. ஆகவே இந்துக் கோவில் மாதிரியே கட்டியிருந்தனர். எப்படியோ... புதிய மகாராஷ்டிர மாநிலத்தின் முதல் புத்த கோவில் அதுதான்.[95]

1956 அக்டோபர் மாதம் வரை உண்மையான மத மாற்றம் ஏதும் நடக்கவேயில்லை. எங்கு முதலில் நடத்துவது என்றொரு கேள்வி. சாரநாத்... பம்பாய்... என்று பேசப்பட்டு பின்பு அம்பேத்கரால் நாக்பூரில் மத மாற்றச் சடங்குகளை நடத்தலாம் என்று முடிவானது. நிகழ்ச்சிக்கும் ஐந்தே வாரங்களுக்கு முன்புதான் அப்பகுதித் தலைவர்களுக்கு செய்தி அறிவிக்கப்பட்டது. வாமன் கோட்போலே என்ற ரயில்வே தொழிலாளி இந்திய புத்த மதத்தினரின் குரு என்ற அமைப்பின் தலைவராகவும் இருந்தார். இந்தக் குழு அம்பேத்கரால் ஓராண்டுக்கு முன்பே ஆரம்பிக்கப்பட்டது. இந்தக் குழுவிலிருந்து அழைப்புகள் வெளியிடப்பட்டடன.

மத மாற்றத்துக்குத் தயாராகும் மக்கள் அனைவரும் தசரா பண்டிகையின் போது நாக்பூருக்கு சுத்தமான வெள்ளை உடையில் வர வேண்டும் என்ற அழைப்பு சென்றது. அப்போது இந்தியாவில் இருந்த வயதில் மூத்த பிக்கு மகாஸ்தவீர் சந்திராமணி என்பவரை நாக்பூர் வரச் செய்து தனக்கு தீட்சை கொடுக்க அழைத்திருந்தார் அம்பேத்கர். மேலும் மத மாற்ற நிகழ்வுக்கு முறைப்படி என்னென்ன சடங்கு சம்பிரதாயங்கள் செய்யப்படவேண்டும் என்பதை மகாபோதி சங்கத்தின் டி. வல்சின்காவைத் தொடர்பு கொண்டு ஏற்பாடு செய்து வைத்திருந்தார். ஆனால், அம்பேத்கர் இந்தியாவில் இருந்த இரு புத்த குழுக்களை இவ்விழாவில் கலந்து கொள்ள அழைக்கவில்லை. இந்த இரு குழுக்களுமே சமூகத்தின் அடிநிலையில் இருப்பாரோடு

நெருங்கிய தொடர்பில் இருந்தவை. மெட்ராஸில் இருந்த தென்னிந்திய புத்த சங்கம்,[96] ராஜஸ்தானில் அஜ்மீரில் இருந்த கொலியா புத்த சங்கம்[97] என்ற அந்த இரு சங்கங்களையும் அம்பேத்கர் அழைத்ததாகத் தெரியவில்லை.

மத மாற்றம் அக்டோபர் மாதம் 14, 15 தேதிகளில் நாக்பூரில் நடந்தது. ஊர் முழுவதும் திருவிழாக்கூட்டம். வெண்ணிற ஆடையில் தீக்ஷார்த்திகள் நிறைந்து வழிந்தனர். அவர்களில் பெரும்பான்மையோர் மஹர்களே. ஆயினும் குறைந்த எண்ணிக்கையில் மற்ற சாதி மக்களும் வந்திருந்தனர். நாக்பூர் புறநகர்ப் பகுதியில் தடுப்பு மருந்து நிறுவனத்துக்கு அகில் பெரிய மைதானம் ஒன்றில் தான் இம்மத மாற்றச் சடங்குகள் நடந்தன. தீட்சை கொடுக்கும் நாளில் வந்தவர்களின் எண்ணிக்கை ஐந்து லட்சத்தை நெருங்கியிருக்கும்.

45 அலுவலகங்கள் நகர் முழுவதும் அமைக்கப்பட்டிருந்தன. மத மாற்றத்துக்கு வருவோர் இங்கு தங்கள் பெயர்களைப் பதிவிட வேண்டும். 65 ஆயிரம் பேர் இதில் பெயர் கொடுத்திருந்தனர். ஆனால், மொத்தாக மத மாற்றச் சடங்கில் கலந்து கொண்டவர்களின் எண்ணிக்கை மூன்றிலிருந்து ஐந்து லட்சம் மக்கள் என்று கணக்கிடப் பட்டது. பார்வையாளர் ஒருவர், 'அம்பேத்கர் நாக்பூரை இன்னொரு பந்தர்பூராக மாற்றிவிட்டார். இப்படிப்பட்ட பெருங்கூட்டத்தை நான் எங்கும் பார்த்ததில்லை'[98] என்று குறிப்பிட்டுள்ளார்.

அம்பேத்கர் பர்மாவிலிருந்து வந்திருந்த எண்பத்தி மூன்று வயதான புத்த பிக்குவிடமிருந்து தீட்சை பெற்றார். அதன்பின் மூன்று சரணங்களையும் ஐந்து வாக்குறுதிகளையும், இருபத்தி இரண்டு உறுதிமொழிகளையும் எடுத்தார். இந்த உறுதிமொழிகள் மத மாற்றத்துக்கு வந்திருந்த அவைருக்காகவும் அவரே சிந்தித்து உருவாக்கியவை. சரணங்கள் என்பது பாலி மொழிப் பாடல். தேரவாத புத்த அமைப்பு உள்ள நாடுகளில் பாடப்படும் பாலி மொழிப் பாடல் அது.

புத்தரிடம் நான் சரணடைகிறேன்; தம்மாவிடம் (சட்டம், நம்பிக்கை, ஒழுக்கம்) சரணடைகிறேன்; சங்கத்திடம் (பிக்குகளின் கூட்டமைப்பு) சரணடைகிறேன்.

அடுத்த ஐந்து வாக்குறுதிகளும் புத்த மதத்தின் அடிப்படையில் உள்ளவை: பிற உயிரைக் கொல்ல மாட்டேன்; திருட மாட்டேன்; பொய் சொல்ல மாட்டேன்; மதுவைத் தொட மாட்டேன்; தவறான பாலுறவு கொள்ள மாட்டேன்.

இருபத்தி இரண்டு உறுதிமொழிகள் புத்த மதத்தைச் சார்ந்தும், இந்து மதத்தை எதிர்த்தும் எழுதப்பட்டவை. மராத்தி மொழியில் அம்பேத்கரால் உருவாக்கப்பட்டவை. பாலி மொழியில் அல்ல.

புத்த மதத்தின் உறுதிமொழிகள்

1. நான் கடவுளாக பிரம்மா, விஷ்ணு, மகேஷ்வரன் என்பவர்களைக் கருதவில்லை; அவர்களை நான் கும்பிட மாட்டேன்.
2. நான் கடவுளாக ராமரையோ, கிருஷ்ணரையோ கருதவில்லை; அவர்களை நான் கும்பிட மாட்டேன்.
3. இந்துக் கடவுள்களான கௌரி, கணபதி போன்றவர்களை நான் ஒத்துக்கொள்ள மாட்டேன்; நான் அவர்களைக் கும்பிட மாட்டேன்.
4. கடவுள் பிறந்தார்; பல உருவத்தில் அவதரித்தார் என்பதை நம்ப மாட்டேன்.
5. புத்த விஷ்ணுவின் அவதாரம் என்பதை நான் நம்ப மாட்டேன்; இந்தப் பிரசாரம் விளையாட்டுத்தனமானது; தவறானது.
6. எவ்வித சிரார்த்தமும் செய்ய மாட்டேன்; திதி கொடுக்க மாட்டேன்.
7. புத்த மதக் கொள்ளைகளுக்குப் புறம்பாக நடக்க மாட்டேன்.
8. பிராமணர்களை வைத்துப் பரிகாரம் ஏதும் செய்ய மாட்டேன்.
9. மனிதர்கள் அனைவரும் சமம் என்ற கொள்கையை நம்புகிறேன்.
10. சமத்துவத்தைக் கடைப்பிடிக்க முயலுவேன்.
11. புத்தர் காண்பித்த ‘எட்டு அடுக்குப் பாதை’யைப் பின்பற்றுவேன்.
12. தம்மவான் பத்து ‘நல்லொழுக்க வழிகளை’ப் பின்பற்றுவேன் (பரமிதாக்கள்).
13. எல்லா உயிர்களிடத்தும் கனிவோடிருப்பேன்; அவற்றைக் காக்க முயலுவேன்.
14. பொய் சொல்ல மாட்டேன்.
15. திருட மாட்டேன்.
16. வரம்பு மீறிய காம, பாலினச் செயல்களில் ஈடுபட மாட்டேன்.
17. மது அல்லது போதை மயக்கம் தரும் பொருட்களைத் தொட மாட்டேன்.
18. அறிவொளி காணுதல், கட்டளைகள், இரக்கம் என்பவற்றின் மேல் கட்டப்பட்ட புத்தரின் அறிவுரையின்படி என் வாழ்க்கை வழியை அமைத்துக் கொள்ள முயல்வேன்.
19. இன்று இந்து மதத்தைத் துறந்து புத்த தம்மத்தோடு என்னை இணைத்துக் கொள்கிறேன். ஏனெனில், இந்து மதம் மனித உயர்வுக்காகப் பெரும் தடை; அது சமத்துவமின்மையை

நம்புகிறது; பிராமணரைத் தவிர ஏனைய மனிதர்கள் எல்லோரும் இழிந்த பிறப்புடையவர்கள் என்று சொல்கிறது.

20. பௌத்த தம்மம் தான் மிகச் சிறந்த மதம் என்பதை நம்புகிறேன்.

21. இன்று நான் புதிதாகப் பிறந்துள்ளதாக நம்புகிறேன்.

22. இன்று முதல் பௌத்த தம்மம் காண்பிக்கும் வழியில் தான் நான் நடப்பேன் என்ற உறுதிமொழியை எடுக்கிறேன்.[99]

மத மாற்ற விழா முடிவடைந்த அதற்கு அடுத்த நாள் அம்பேத்கர் உரையாற்றினார். அழகு மராத்திய மொழியில் எளிமையாக, இனிமையாக, புதிதாக மதம் மாறியியிருக்கும் பௌத்தர்களிடம் பேசினார். ஏன் நாக்பூரில் இந்த விழா நடத்த முடிவெடுத்தேன் என்றும் கூறுகிறார். நாக்பூர் நாகர்கள் வாழ்ந்த இடம் அது. நாகர்கள் மிகவும் தைரியமான புத்த மதத்தினர்.

ஒரு காலத்தில் மஹர்கள் கால்நடைகளை துன்புறுத்துவதையும் அவற்றின் மாமிசத்தை உண்பதையும் கைவிட்டது பற்றிப் பேசினார். அன்று சாதி இந்துக்கள் இந்த நற்செயல்களை விமர்சித்ததையும் குறிப்பிட்டார். ஒரு ஒழுக்கமான பெண் தன் வாழ்க்கையை மிக நேர்த்தியாக, மரியாதையாக நடத்துவதையும், எளிதான ஒழுக்கமற்ற வாழ்க்கையை வாழும் ஒரு விபச்சாரப் பெண்ணின் வாழ்க்கையையும் ஒப்பிட்டுப் பேசினர். இதனைத் தொடர்ந்து சுயமரியாதை நிறைந்த ஒரு வாழ்க்கையை வாழ நாம் செய்ய வேண்டிய தியாகங்களைப் பற்றிப் பேசினார்.

இயோலாவில் தான் பேசிய வார்த்தைகளை மீண்டும் இங்கே குறிப்பிட்டார்: 'நான் ஓர் இந்துவாக இறக்கமாட்டேன்.' அந்த மேற்கோளைச் சொல்லிவிட்டு மேலும் தொடர்ந்தார். 'இன்று ஒரு நரகத்திலிருந்து தான் மீண்டு வெளியேறிவிட்டதாகச் சொன்னார். அவர் இந்த உரையாற்றும் போதும் அவருக்கு அருகில் இருந்தவர்கள் இந்த வார்த்தைகளைப் பேசும்போது அவர் குரல் குழைந்தது. அழுத கண்ணீரோடுதான் இதைப் பேசினார் என்றனர். தன்னுடைய மிகக் கடுமையான இளம் வயது வாழ்க்கை; அதையும் மீறி அவர் எட்டிய உயரங்கள் என்று பேசினார். அடுத்தடுத்த கை தட்டல்களால் நிரம்பிய பேச்சு அது. புத்த மத்ததின் பெருமைகளையும் இந்து மதத்தின் இழிவுகளையும் பற்றிப் பேசினர்.

அவர் இரண்டு மணி நேரம் தன் சொந்த வாழ்வு, தன் தனிபட்ட கருத்துகள், மஹர்களின் வாழ்க்கையில் நிகழ்ந்த பல நிகழ்ச்சிகள், புத்தரின் போதனைகள் பற்றி நிறைய பேசினார். புத்த மதம் மிகவும் ஒழுக்கமான உன்னதமான மதம்; அனைவருக்கும் மகத்துவமளிக்கும்

சமயம்; உலகம் முழுமையும் போற்றும் உயர்ந்த மதம் என்ற எண்ணங்களையும் தன் பேச்சில் தொட்டுக் காட்டினார். இறுதி வார்த்தைகளாக, மஹர்கள் மிகுந்த மரியாதையுடனும் சிறப்புடனும் வாழ்ந்து, புதிதாக ஏற்றுள்ள புத்த மதத்தின் நிலையை எப்போதும் உயர்வாக வைத்து, அதன் மூலம் தங்களையும் உயர்த்திக் கொண்டு இந்த நாட்டையும் பெருமையுடன் தலை நிமிர்ந்து நிற்க வைக்க வேண்டும் என்றார்.[100]

நாக்பூர் மத மாற்றம் நடந்து முடிந்த இரண்டே மாதங்களில் மரணம் அம்பேத்கரைக் கவ்வியது. 1956 டிசம்பர் 6. அம்பேத்கர் மரணம் அடைந்த நாள் அது. பம்பாயில் அவரது உடல் எரிக்கப்பட்டு அன்றும் மத மாற்றம் நடந்தது. ஏறத்தாழ ஒரு லட்சம் மக்களை ஆனந்த கௌசல்யாமன் என்ற பிக்கு புத்த மதத்துக்குள் சேர்த்தார். அம்பேத்கரின் இறுதி ஊர்வலம் பம்பாய் மாநகர் பார்க்காத அளவுக்கு மிகப் பெரிதாக இருந்தது. கூட்டத்தினர் அனைவரும், 'புத்தம் சரணம் கச்சாமி' (புத்தரிடம் சரணம் அடைகிறோம்) என்று இசைத்துக் கொண்டு சென்றனர். டிசம்பர் 16ஆம் தேதி நாக்பூரின் தீட்சை மைதானத்தில் பெருமளவில் மக்கள் வழிபாட்டுக்காகக் கூடினர். அதே நாளில் நாசிக், பம்பாய் நகரங்களில் மத மாற்றங்களும் தொடர்ந்து நடந்தன. அதற்கடுத்த இரண்டு மாதங்களிலும் மகாராஷ்டிர மாநிலம் முழுவதும் மத மாற்றங்கள் தொடர்ந்து நடந்து கொண்டிருந்தன.

1961-ல் நடந்த மக்கள் கணக்கெடுப்பின்படி பௌத்தர்களாகத் தங்களை அடையாளப்படுத்திக் கொண்டவர்களின் எண்ணிக்கை 32,50,227. இவர்களில் 27,89,501 பேர் மகாராஷ்டிராவினர். மஹர்களில் எண்பது விழுக்காடு பௌத்தர்களாகியிருந்தனர்.[101]

இந்திய பௌத்தர்களுக்கான மூன்று தேவைகளை அம்பேத்கர் வலியுறுத்தி வந்திருந்தார்: ஒரு புத்த பைபிள்; புத்த சந்நியாசிகளின் பொது அமைப்பு; ஏனைய புத்த மத பெரும்பான்மை நாடுகளின் ஆதரவு. இந்த மூன்று தேவைகளில் அம்பேத்கர் முதல் தேவையை மட்டுமே நிறைவேற்ற முடிந்தது. அதுவும் அவர் மரணத்துக்குப் பின்புதான் நடந்தது. 1957-ல் பம்பாயின் மக்களின் கல்வி மன்றம் 'புத்தரும் தம்மமும்' என்ற நூலை வெளியிட்டது. அம்பேத்கரால் ஆங்கிலத்தில் எழுதப்பட்ட நூல் இது. இதன் இந்தி மொழிபெயர்ப்பு ஆனந்த் கௌசல்யாயன் என்ற பிக்குவால் எழுதப்பட்டு 1961-ல் வெளியிடப்பட்டது.[102]

'புத்தரும் தம்மமும்' என்ற நூல் பாலி மொழியில் உள்ள நூல்களிலிருந்து தொகுத்து எழுதப்பட்டது. ஆனால், அதில் பல மாற்றங்களையும் அம்பேத்கர் செய்துள்ளார். சான்றாக, அதில்

எழுதப்பட்டிருந்த பல அதிசயங்கள் தவிர்க்கப்பட்டன; மறு பிறவி பற்றிய கருத்துகள் சேர்க்கப்படவில்லை. இவை போன்றவற்றைத் தவிர்த்துவிட்டு புத்த மதத்தை பகுத்தறிவுக்கும் மனிதத் தன்மைக்கும், நீதிக்கும் இயைந்த ஒரு மதமாக மாற்றியிருந்தார்.[103]

இதனோடு அம்பேத்கர் மத மாற்ற சடங்கு, எளிய திருமண விழா போன்றவற்றுக்கான வழிகாட்டுதல்களையும் தயாரித்துக் கொடுத்திருந்தார். இந்துப் பண்டிகைகளுக்குப் பதிலாக பௌத்தர்கள் கொண்டாட புத்தரின் பிறந்தநாள் விழா தோன்றியது. கல்லூரிகளில் புத்த மதம் பற்றியும், பாலி மொழியையும் கற்றுத் தர ஏற்பாடு செய்தார். புத்த சரணங்களும், வாக்குறுதிகளும் புத்த விழாக்கள் எல்லாவற்றிலும் ஒரு பகுதியாக இருந்தன. உறுதிமொழிகள் புத்த மதத்தின் புனிதத்தன்மைக்கு வழி காட்டும் பணியைச் செய்தன.

புத்த மத சங்கத்தின் மீது அம்பேத்கருக்குக் குறைபாடுகள் இருந்தன. அதனால் அம்பேத்கர் மஹர்களை வைத்து புத்த பிக்குகளின் புதிய அமைப்பு ஒன்றை நிறுவ முயற்சியெடுத்தார். அவரது மரணத்துக்குப் பின் மத மாற்றங்களை நடத்தும் பொறுப்பு அரசியல் தலைவர்கள் மேல் விழுந்தது. ஏனெனில் அவர்களே ஓர் அமைப்பாய், மக்களோடு தொடர்பு இருப்பவர்களாக இருந்தனர். ஆயினும் கல்விச் சாலைகளில் புத்த மதம் பற்றிய படிப்புகள் இருந்ததால், பல மாணவர்களும், அரசியல் பணியாளர்களும், அரசியல் தலைவர்களும் மத விழாக்களை நடத்தும் திறன் பெற்றிருந்தனர். புத்தரின் கோட்பாடுகளைப் பரப்பவும் தெரிந்துவைத்திருந்தனர். பல கூட்டங்கள், புனிதப்பயணங்கள், மராத்தியில் புத்த கருத்துக்களை எழுதுதல் போன்ற பல பணிகளை அவர்கள் மேற்கொண்டனர்.

அம்பேத்கர் பெங்களூரில் ஓர் இடம் வாங்கி, அதில் புத்த மடம் ஒன்று நிறுவ திட்டமிட்டிருந்தார்.[104] ஆனால், அதைச் செயல்படுத்துவதற்கு முன் மரணம் வெற்றி பெற்றுவிட்டது. பின்னாளில் அம்பேத்கரின் மகன் யஷ்வந்த் அம்பேத்கர் இந்திய புத்த அமைப்பின் தலைவரானார். அதுவே புதிதாக மதம் மாறியவர்களுக்கான அமைப்பாகவும் வழிகாட்டியாகவும் அமைந்தது. ஆனால், கிராமங்களில் சரியான தலைவர்கள் இருக்கும் இடங்கள் தவிர பிற பகுதிகளில் திறமையாகச் செயல்படமுடியாமல் போய்விட்டது.

ஆசிய புத்த நாடுகளின் ஆதரவு வேண்டுமென்று அம்பேத்கர் எதிர்பார்த்திருந்தார். அதுவும் நம் நாடு சுதந்திரம் பெற்ற பின் ஆசிய புத்த நாடுகள் பற்றிய ஆர்வமும் அதிகம் இருந்தது. 1956ஆம் வருடம் புத்தரின் 2500ஆம் ஆண்டு விழாவும், அம்பேத்கரின் மத மாற்ற நிகழ்வும் ஒரு சேரக் கொண்டாடப்பட்டன. அதோடு பர்மா, சிலோன்,

நேப்பாளம் போன்ற இடங்களுக்கு அம்பேத்கர் பயணம் செய்தார். ஆனால், காத்மாண்டு நகரம் சென்றபோது மிகுந்த உடல்நலக் குறைவால் நேப்பாலில் புத்த மத ஆய்வு நடத்தவோ, அங்கு நடந்த அகில உலக புத்தர்களின் நான்காவது மாநாட்டில் பங்கு கொள்ளவோ முடியாது போயிற்று.

தனது மரணத்துக்கு மூன்று வாரங்களுக்கு முன்பு 'புத்த மதமும் பொதுவுடைமையும்' என்ற தலைப்பில் ஒரு விரிவுரை ஒன்றைக் கொடுத்தார். அதில் கம்யூனிசத்தைவிட புத்த மதமே ஆசியாவில் அமைதி, நீதி நிலை நாட்டுதல் போன்றவற்றால் சிறப்பான சேவை செய்ய முடியும் என்று சொல்லியிருந்தார்.[105] அம்பேத்கர் ஏனைய புத்த நாடுகளில் இருந்து தொடர்ந்து உதவி பெறுவதற்கான வழிமுறைகள் எதையும் செய்ய முடியாது போயிற்று. ஆனாலும், புத்த பிக்குகள் தாய்லாந்து, பர்மா, சிலோன், திபெத், ஜப்பான் போன்ற நாடுகளிலிருந்து மகாராஷ்டிராவுக்கும், ஏனைய பகுதிகளுக்கும் வந்து புதிய புத்த அமைப்புகளோடு தொடர்பு கொண்டிருந்தனர். இதனால் இந்திய புத்த அமைப்புகளுக்கு உலகத் தொடர்புகள் கிடைக்கவே செய்தன. ஆயினும் இந்தத் தொடர்புகளில் மொழி ஒரு முக்கிய தடையாக இருந்தது. மகாராஷ்டிர புத்தர்களுக்கு உலக புத்த அமைப்புகளோடு தொடர்பு இருந்தாலும் மற்ற நாட்டு புத்த அமைப்புகளோடு முறையான ஆதரவு எதையும் பெற முடியாமல் போயிற்று.

5

அரசியல் வளர்ச்சி, 1935-56

~

1935-ல் அம்பேத்கர் மத மாற்றம் பற்றிய முதல் அறிவிப்பை வெளியிட்டார்; அது மஹர் மக்களின் சமயப் பாதையை நிர்ணயித்தது. அதுபோல், 1936-ல் ஒரு அரசியல் கட்சி ஆரம்பிக்கப் போகிறேன் என்று அறிவித்தார். அதுவே அவர்களது அரசியல் பாதையை நிர்ணயித்தது.

1936-ல் நடந்த மஹர் மாநாட்டில் இந்து மதத்தைக் கை கழுவுவது ஒன்றே 'மஹர் மக்களை சமத்துவத்துக்கும், சமதானத்துக்கும் நடத்திச் செல்ல முடியும்'[1] என்பது உறுதி செய்யப்பட்டது போலவே ஆலய நுழைவுப் போராட்டம் நடத்தும் முயற்சிகளையும், இந்து சமயம் தொடர்பான அனைத்து முயற்சிகளையும் கை விட்டு விடுவது என்றும் முடிவானது. ஆனால், இந்த முடிவுகளில் மத மாற்ற முயற்சி இருபது ஆண்டுகள் கழித்தே செயலுக்கு வந்தது. இடைப்பட்ட காலத்தில் அவர்கள் இயக்கம், முழுச் சக்தியும் அரசியலில் இடம் பெறும் புது முயற்சிகளுக்கும், அரசியல் வழிகள் மூலம் சமத்துவம், சமாதானம் நோக்கி நடைபோடவும் செலவிடப்பட்டன.

அரசியல் நடவடிக்கைகள் மஹர்களுக்குப் புதிதானதல்ல. அரசுக்குத் தங்கள் குறைகளைக் கூறவும், தங்கள் உரிமைகளை நிலைநாட்டவும் 1800களிலேயே அரசுக்குப் பல மனுக்கள், கோரிக்கைகள் எழுதி தங்கள் அரசியல் முயற்சிகளை முன்னெடுத்த மக்கள் தாம் அவர்கள். இந்த

முயற்சிகளிலும் புதுத் திருப்பங்களையும் கொண்டு வந்தனர். 1921-க்குப் பிறகு வெறும் கோரிக்கை மனுக்கள் எழுதுவதோடு நிற்காமல், அரசியலில் நேரடியாகவும் இறங்கி, தங்கள் முயற்சிகளைத் தொடர்ந்தனர். சட்டசபைகளில் நியமிக்கப்பட்ட இடங்களில் தாழ்த்தப் பட்ட மக்களின் பிரதிநிதிகளாக அமர்ந்து தங்கள் அரசியல் வாழ்க்கையைத் தொடர்ந்தனர்.

1935 முதல் இந்திய அரசியல் சட்டங்களில் பெரும் மாற்றம் ஒன்று வந்தது. தாழ்த்தப்பட்ட மக்கள் இப்போது அரசினால் பட்டியல் இனத்தவர் என்று அழைக்கப்பட்டனர். அரசாங்கத்தால் நியமிக்கப் பட்ட இடங்கள் என்பது மாறி, அவர்களின் எண்ணிக்கைகளுக்கு ஏற்றதுபோல், அவர்களுக்கே உரித்தான தனித் தொகுதிகளிலிருந்து தேர்ந்தெடுக்கப்பட்டனர். இதனால் சட்டசபைகளில் அவர்களின் எண்ணிக்கை உயர்ந்தது. அதோடல்லாமல் அவர்கள் தேர்தல் மூலம் மக்களால் தேர்ந்தெடுக்கப்பட்டு வந்தமையால் அவர்களது அரசியல் நடவடிக்கைகள் ஆழமாகவும் அகலமாகவும் விரிவடைந்தன. இதனால் பணிபுரியும் விதமும் மாறியது. 1937-ல் மாகாண சட்டசபைகளுக்குத் தேர்ந்தெடுக்கப்பட்ட மக்கள் ஒன்றிணைந்து ஒரே நோக்கோடு செயல்பட ஆரம்பித்தனர்.

1936 ஆகஸ்ட் 15 டைம்ஸ் ஆஃப் இந்தியா தினசரியில் பி.ஆர். அம்பேத்கர் ஆரம்பித்த 'சுதந்திர தொழிலாளர் கட்சி'யினைப் பற்றிய செய்தி முதன்முதலாக வந்தது. மாநாடு மத மாற்றத்துக்காக நடந்த மஹர் மாநாடு முடிந்து இரு மாதங்களுக்குப் பிறகுதான் கட்சி ஆரம்பிக்கப்பட்டது. மாநாடும் தொடர்ந்து புது அரசியல் கட்சியும் ஒரே குறிக்கோளை முன்வைத்தே ஆரம்பிக்கப்பட்டன: பழைய பாதையிலிருந்து புதிய பாதைக்கு மாற உதவவேண்டும்; தன் சாதி சுதந்திரமாகவும், தனித்துவமாகவும் இயங்க முடியவேண்டும்; தாங்க முடியாத செல்வாக்குள்ள மக்களை எதிர்த்து நிற்கவேண்டும்; பழைய பாரம்பரியங்களை உடைத்துப் புதிய வழிகள் திறக்கவேண்டும். இந்த மாநாடும் புதுக் கட்சியும் இந்த இலக்குகளுக்கு உறுதுணையாக இருக்கவேண்டும்.

ஆனால், இந்த மத மாற்ற முடிவுக்கும், புதிதாக ஆரம்பித்த கட்சிக்கும் நடுவில் ஒரு சிக்கல் இருந்தது. பட்டியல் இன மக்களுக்குப் பெரும் போராட்டங்களுக்குப் பிறகே ரிசர்வ்ட் தொகுதிகள் என்ற நன்மை கிடைத்திருந்தது. ஆனால், அந்த நன்மை மத மாற்றத்தால் பறிக்கப்பட்டு விடக்கூடாது. அம்பேத்கர் 1936-ல் பம்பாயில் நடந்த மஹர் மாநாட்டில் ஓர் உறுதியளித்திருந்தார். 'நமக்குக் கிடைத்துள்ள அரசியல் நன்மைகள் எந்தக் காரணத்தாலும் - மத மாற்றம் நடந்தாலும் - நம்மிடமிருந்து பறிக்கப்பட மாட்டாது.[2] நன்மைகள் நாம் எங்கு

சென்றாலும் அனைத்தும் நம்மைத் தொடர்ந்தே வரும் என்றார் அம்பேத்கர். இந்த மாநாட்டுக்கு இரண்டு மாதம் கழித்து கட்சி ஆரம்பித்தபோது அதில் மதங்கள் பற்றி ஏதும் பேசப்படவேயில்லை.

தாழ்த்தப்பட்ட மக்கள் தங்களை முழுவதுமாக பிரதிநிதித்துவப் படுத்தும் உரிமைகள் 1935ஆம் ஆண்டு இந்திய அரசின் சட்டத்தின் மூலம் வழங்கப்பட்டு 1937ஆம் ஆண்டு நடந்த தேர்தலில் நடைமுறைப் படுத்தப்பட்டது. மிக நீண்ட நெடிய போராட்டத்தின் விளைவாகவே இது சாத்தியமானது. இப்போராட்டத்தில் அம்பேத்கர் அரசின் கவனத்தை ஈர்ப்பது மட்டுமின்றி அதற்கு மேலான பல சீர்திருத்தங்கள் உருவாவதற்கான பல அமைப்புகளிலும், செயற்குழுக்களிலும் முழுமையாக இருந்து பணியாற்றியுள்ளார். இதற்கும் மேலாக இந்தப் போராட்டங்களின் ஊடே தனிப்பட்ட முறையில் அவர் காந்தியை எதிர்கொண்டுள்ளார்.

1932-ல் காந்தி நடத்திய வரலாற்று முக்கியத்துவம் வாய்ந்த உண்ணா நோன்பின்போது முக்கியமான கேள்வி ஒன்றோடு எதிர்நின்றுள்ளார். இதனால் தாழ்த்தப்பட்ட மக்களின் பிரதிநிதித்துவத்தை இறுதிப் படுத்துவது முழுமையும் அவர் பொறுப்பில், அவர் கைகளால்தான் வடிவமைக்கப்பட்டன. இத்திட்டத்தின்படி பொதுத் தேர்தலுக்கு முன்பே ஒரு முதல் நிலை தேர்வு சாதிக் குழுக்களின் உள்ளே நடைபெற வேண்டியதிருந்தது. இந்த திட்டம் அம்பேத்கருக்கு முழுவதும் உவப்பாக இல்லை. இருந்தும் கடந்த 15 ஆண்டுகளில் நடத்திய போராட்டத்தின் விளைவாக தாழ்த்தப்பட்ட மக்களின் அரசியல் உரிமைகள் கிடைத்தது அம்பேத்கருக்குப் பெரும் மகிழ்ச்சியை அளித்தது.

1937-ல் நடந்த தேர்தல் களத்தில் தனது அரசியல் ஆளுமை அளித்த முழு நம்பிக்கையோடு அந்த ஜனநாயகக் கடமையை ஆற்ற முழு மூச்சோடு பங்கு கொண்டார்.

இச்சமயத்தில் அம்பேத்கரின் அரசியல் நம்பிக்கை, அவரைத் தனி அரசியல் கட்சிகளை ஆரம்பிக்க வைத்தது. மூன்று அமைப்புகளை உருவாக்கினார். ஆனால், எல்லா அமைப்புகளுமே ஒரே ஒரு கருத்தைத்தான் மையமாகக் கொண்டிருந்தன. தாழ்த்தப்பட்ட மக்களுக்கான தனிப்பட்ட கருத்துகளைத் தாங்கிப் பிடிக்கும் அமைப்பாகவும், காங்கிரஸ் மற்றும் ஏனைய அரசியல் அமைப்புகளிலிருந்து முற்றிலும் வேறுபட்டதாகவும் இருக்க வேண்டும்.

இன்னொரு சிறுபான்மை அமைப்பு இருந்தது. இஸ்லாமியர்களுக்கான அமைப்பு அது. இஸ்லாமியர் சிறுபான்மையராக இருக்கும் இடங்களில் எல்லாம் பெரும்பான்மை மக்கள் எண்ணிக்கையில் நாம் கரைந்து மறைந்து விடுவோமோ என்ற அச்சமும், தங்கள்

தனித்தன்மையை இழந்து விடுவோமோ என்ற கவலையும், தங்களின் தேவைகளை நிறைவேற்றிக் கொள்ள முடியாதோ என்ற ஆதங்கமும் இஸ்லாமியருக்கு இருந்தன. இதே உணர்வுகள்தானே தாழ்த்தப்பட்ட மக்களின் மனதையும் அரித்துக் கொண்டிருந்தன. ஆயினும் தாழ்த்தப் பட்ட மக்கள் அரசியல் களத்தில் எடுத்து வைத்த முதல் அடிகள் இஸ்லாமியரிடமிருந்து வேறுபட்டிருந்தன. சில இடங்களிலும், சில நேரங்களிலும் தவிர, இந்த இரு அமைப்புகளும் தங்கள் தங்கள் வழியே நடந்தன. காங்கிரஸ் கட்சியை வெவ்வேறு வகையில் எதிர்த்து நின்றன. தங்கள் அரசியலை முன்னெடுக்கவும், தங்கள் தேவைகளைப் பெறுவதற்காகவும், சிறுபான்மையினருக்கான தங்கள் சலுகைகளைக் காத்துக்கொள்ளவும் வெவ்வேறு வகைகளில் முயற்சித்தனர்.

அம்பேத்கரின் போராட்டத்தின் அடிப்படையாகவும், அவரின் முக்கியமான பலமுமாகவும் அவரது மஹர் சாதியே இருந்தது. ஆனால், அவர் ஆரம்பித்த மூன்று அரசியல் அமைப்புகளும் அந்த சாதியை மட்டுமே நடுப்புள்ளியாக வைத்துக் கொள்ளவில்லை. அவரது முதல் கட்சி - 'சுதந்திர தொழிலாளர் கட்சி' - தொழிலாளர்கள் ஒன்றிணைந்த அரசியல் அமைப்பாக உருவாக்கப்பட்டது.

இரண்டாவது கட்சி 1942-ல் 'பட்டியல் இனத்தவரின் கூட்டமைப்பு' இந்திய முழுமைக்கான அமைப்பாக உருவாக்கப்பட்டது. இந்தியாவின் அனைத்து பட்டியல் இனத்தவரும், சுதந்திரத்துக்கு முன்பே ஆங்கிலேயரிடமிருந்து சிறுபான்மையினர் என்ற அரசியல் நிலைப்பாட்டைப் பெறுவதற்காக உருவானது.

மூன்றாவது கட்சி - 'ஜனநாயகக் கட்சி'. பட்டியல் இனத்தவரையும், பிற்படுத்தப்பட்ட மக்களை ஒருங்கிணைக்கும் அரசியல் அமைப்பாக உருவானது. தாழ்த்தப்பட்டோர், பிற்படுத்தப்பட்டோரையும் ஒருமித்து ஒரு பெரும் அரசியல் கட்சியாக உருவாக்கி, நலிந்தோரின் நலனுக்காகப் போராட வேண்டும் என்ற அடிப்படை எண்ணத்தில் தோன்றியது. ஆனால், மூன்று கட்சிகளுமே தங்கள் அடிப்படை நோக்கத்தை எட்டிப் பிடிக்க முடியாது போனது.

ஆனாலும் வெற்றிகரமாக மக்களை அணி திரட்டவும், தங்களுக்குள் சிலரைத் தேர்ந்தெடுக்கவும், தாழ்த்தப்பட்ட மக்களின் ஒருமித்த குரலாக இருக்கவும் முயன்றன; தங்களுக்குக் கிடைத்த அரசியல் வன்மையை முறையாகப் பயன்படுத்தவும், தாழ்த்தப்பட்ட மக்களின் தேவைகளைப் பொது மக்களின் முன்னால் நிலைநிறுத்தவும் இந்த மூன்று கட்சிகளும், முழுவதுமாக நன்கு செயல்பட்டன. இதனால் அம்பேத்கரின் வழி நடந்தவர்கள் அனைவரும் மிகுந்த நம்பிக்கை யோடு தங்களுக்கான தனிக் கட்சியினைத் தாங்கிப் பிடித்து வந்தனர்.

சுதந்திரத் தொழிலாளர் கட்சி

அன்று வந்த 'டைம்ஸ் ஆப் இந்தியா' தினசரியில் அம்பேத்கரின் உண்மையான குறிக்கோள் பற்றிய குறிப்புகள் வெளிவந்தன.

தாழ்த்தப்பட்ட மக்களுக்கென்றே ஒரு கட்சியை ஆரம்பித்து நடத்துவதுதான் அவருடைய நோக்கம். ஆனாலும் மாற்று சாதி நண்பர்கள் பலரின் வேண்டுகோளின்படி, அவர் தன் கட்சிக்குப் பொதுவான ஒரு பெயரைத் தேர்ந்தெடுத்தார்.[3] அத்துடன் தன் திட்டங்களை அனைவருக்கும் பொதுவானதாகவே வைத்துக் கொண்டார். ஆயினும் பம்பாய் சட்டசபைக்குத் தேர்ந்தெடுக்கப் பட்ட பதினைந்து தாழ்த்தப்பட்ட மக்கள்தான் இக்கட்சியின் ஆதார உறுப்பினர்களாக இருந்தனர். ஆனால், மற்ற சாதி மக்களும் கட்சியில் சேர எளிதாக முடியும். இதனோடு, தாழ்த்தப்பட்ட மக்களுக்கான ரிசர்வ்ட் தொகுதிகளைத் தவிர, ஏனைய பல தொகுதிகளில் தாழ்த்தப்பட்ட மக்கள் எண்ணிக்கையில் நிறைய இருக்கின்றனர். அந்த இடங்களில் எங்கள் கட்சியில் சேர விரும்பும் பிற சாதி வேட்பாளருக்கு அவர்கள் ஆதரவாக நிற்கலாம்.[4]

தனது கட்சிக்கு 'சுதந்திர தொழிலாளர் கட்சி' என்ற பெயர் வைத்ததின் மூலம் அம்பேத்கர் ஆங்கிலேயரின் நாடாளுமன்ற ஜனநாயகத்தின் மீது கொண்டிருந்த ஈர்ப்பு நன்கு புலனாகிறது. அதைப் போலவே அக்கட்சி தாழ்த்தப்பட்ட மக்களுக்கு மட்டுமல்லாமல் பரந்து விரியும் என்றும் நம்பியிருந்தார். கட்சியின் கருத்தாக சோஷியலிசம் இருந்தது. தொழிலாளர் வர்க்கம் நலன்களைப் பெறவேண்டும் என்பது அதன் குறிக்கோளாக இருந்தது.

இந்த பிரிட்டிஷ் இந்திய அரசு பல குறைகளோடும் தவறுகளோடும் இருந்தது. முறையான பொறுப்பான அரசாக நடக்கவில்லை என்ற விமர்சனத்தை முன்வைத்திருந்தார். எனினும் கட்சி புதிதாக வந்திருந்த அரசியல் அமைப்பின் சட்டத் திட்டங்களுக்குள் செயல்பட வேண்டுமென்று அம்பேத்கர் முனைப்போடு இருந்தார்.

மக்கள் நலனுக்குத் தேவைப்படும் துறைகளில் இடங்களில் தொழில்கள் அரசின் கட்டுப்பாட்டுக்குள் அரசுடைமையாகவே இருக்க வேண்டும் என்பது கட்சியின் முதல் நோக்கமாகவும் எதிர்பார்ப்பாகவும் இருந்தது. நில அடமான வங்கி, விவசாயிகளின் கூட்டுறவு அமைப்புகள், வணிக அமைப்புகள் போன்றவற்றை அமைத்துக் கொடுக்கவும், நிலங்களை மேலும் மேலும் பிளவுபடுத்துதலைத் தடுக்கவும் வேண்டிய நடவடிக்கைகளைத் தன் கட்சி செயலாக்கும் என்பது கட்சியின் அறைகூவலாக இருந்தது.

நிலக் குத்தகை முறை கோட்டி, தாலுக்தாரி என்ற பெயர்களில் ரத்னகிரியிலும், குஜராத்திலும் இருந்து வந்தன. இந்த நடைமுறைகள் தொடர்ந்து பாதுகாக்கப்படவேண்டும்; விவசாயத் தொழிலில் மிகுதியாக இருப்பவர்களை உள்ளிழுக்கும் வகையில் தொழிற்சாலைகள் புதிய இடங்களுக்கு மாற்றப்பட்டு, வளர்ச்சிக்கு உதவவேண்டும். தொழிற்கல்விக்கு முதலிடம் தரப்படவேண்டும்.

சிறந்த தாராளவாத ஒதுக்கீட்டின் மூலம் தொழிற்சாலை ஊழியர்களின் மேம்பாடு உறுதிப்படுத்தப்படும். புது நிலங்களில் குடியமர்த்துதல், பொதுப் பணிகளை முடுக்கிவிடுதல் மூலம் வேலையில்லாத் திண்டாட்டத்தை முறியடிக்க முடியும். வரிவிதிப்பில் பல சீர்திருத்தங்கள் தேவை. ஏனெனில் ‘இப்போதுள்ள வரி விதிப்பு முறை நியாயமற்றதாகவும், ஏழை எளிய மக்களின் மீதான வரிச் சுமை அதிமாகவும் இருக்கிறது. ஆனால், அதற்காக வரியே இல்லாத நிலையைக் கொண்டு வருவது முடியாதது. அதீத வட்டி வாங்கும் கந்து வட்டிக்காரர்களை அடக்குவதற்காக புதிய சட்டங்கள், நகரங்களில் வீட்டு வாடகை மீதான தனிக் கவனம், பிச்சைக்காரர்கள் மீதான கண்காணிப்பு, வளர்ந்து வரும் சமுதாய வளர்ச்சியோடு கிராமத்து மக்களும் இணைந்து, வளர்ந்து தம் நிலையை உயர்த்திக் கொள்ள வேண்டும்’ என்பதற்கேற்ப புதிய கொள்கைகளை, சட்டங்களை உருவாக்க முயற்சிகள் மேற்கொள்ளப்படும்.

கட்டாய இலவச ஆரம்பக் கல்வி, முதியோர் கல்வித் திட்டம், தொழிற் கல்வி போன்றவை முன்னணிக்கு எடுத்துச் செல்லப்படும். பல்கலைக் கழகங்களின் கல்வித் திட்டங்கள் அவை இருக்கும் இடங்களுக்கேற்ப மாற்றப்படும். பல்கலைக்கழகக் கல்வி முறை ‘ஏற்கெனவே தேர்வுகள் என்ற மட்டமான அளவுகோல்களால் மாணவர்களின் அறிவு மழுங்கடிக்கப்பட்டதை’ மாற்றி சீர்திருத்தம் செய்ய வேண்டும். மேலும் நல்லதொரு நிர்வாகத்தைக் கொண்டு வர வேண்டும் என்ற கட்சியின் விருப்பத்துக்கு ஏற்ப, சட்டத் துறையானது அரசின் நிர்வாகக் கட்டுப் பாட்டிலிருந்து சுதந்தரமாகச் செயல்படவேண்டும். பராம்பரியமாக இருந்து வந்த வத்தன் முறையைக் காலத்துக்கேற்றது போல திருத்தி அமைக்க முயற்சி மேற்கொள்ளும்.

கட்சியின் திட்டப் பட்டியல்களில் பட்டியலினத்து மக்களுக்கான நலத் திட்டங்கள் சிறிதளவே இடம் பெற்றன. அனைத்து மக்களுக்கான நலத் திட்டங்களில் இரண்டு முக்கியக் குறிப்புகள் ஏற்கெனவே மஹர்களின் நீண்ட நாள் கோரிக்கையாக இருந்தவைதான். அவை கட்டாய இலவச ஆரம்பக் கல்வியும், வத்தன் முறைக்கான சீர்திருத்தம் என்ற கோரிக்கைகள். இந்தத் திட்டங்கள் அல்லாமல் மூன்று பத்திகள் அனைத்து மக்களுக்கான சாதி சார்ந்த சமுதாய சீர்திருத்தங்கள் பற்றியவையாக இருந்தன.

ஒவ்வொரு மனிதனின் சுதந்திரமான வாழ்க்கைக்கான தடைக் கற்களை நீக்கவும், எந்த சாதி மக்களுக்கும் தடைகளாக இருக்கும் பொருளாதாரச் சிக்கல்களை மாற்றவோ, அழிக்கவோ, திருத்தவோ கட்சி முழுமையாகச் செயல்படும். கட்சி முக்கியத் தேவையான பல சமுதாய சீர்திருத்தங்களுக்குக் குரல் கொடுத்து புதுச் சட்டங்களுக்காகப் பாடுபடும். (அ) சமுதாயச் சீர்திருத்தவாதிகளை மத அடிப்படைவாதிகள் சாதித் துரோகிகளாக ஒதுக்கி வைப்பதைத் தடுக்க வேண்டும். (ஆ) சில மக்களிடமிருந்து அல்லது இனத்தவரிடமிருந்தும் சட்டப்படி கொடுக்கப்பட்ட உரிமைகளையும், சுதந்திரத்தையும் தட்டிப் பறிப்போரையும் தீவிரவாதிகளையும் தடுத்து, சட்டப்படி அவர்கள் மீது நடவடிக்கை எடுத்துத் தண்டிக்கப்பட வேண்டும். அதிகாரங்கள் அனைத்தும் ஏதோ ஒரு குறிப்பிட்ட பிரிவினரிடம் மட்டுமே இருப்பதைத் தடுக்க கட்சி முயற்சி எடுக்கும். அதிகாரங்களை நியாயமான, திறமையான முறையில் மாற்றியமைக்கவும், எல்லா சாதி மக்கள் அதில் பங்கேற்கவும் கட்சி முழுமையாகப் பாடுபடும்.[5]

கட்சியின் சமூக இலக்குகள் மிகவும் பரந்துபட்டு விவரிக்கப் பட்டுள்ளன. காங்கிரஸ் கட்சியின் மீது ஆர்வமில்லாத மக்களையும் பரந்த மனம் கொண்டோரையும் ஈர்க்கும்படியாக அவை இருந்தன. தீண்டாமையைச் சட்டப்படி ஒழிப்பதற்கான திட்டம் எதையும் கட்சி அறிவிக்கவில்லை. அதோடு மத மாற்ற எண்ணங்கள் பரவலாக இருந்தால் ஆலய நுழைவு பற்றிய எக்கருத்தும் இடம்பெறவுமில்லை. பட்டியலினத்து மக்களுக்குக் காவல் துறையிலும், அதிகாரத் துறைகளிலும் இருக்க வேண்டிய வேலை வாய்ப்புகளைப் பற்றியும் ஏதும் கூறப்படவில்லை. மது விலக்கு பற்றிய குறிப்புகளும் கட்சியின் கொள்கைப் பட்டியலில் இடம் பெறவில்லை. இது மக்களிடையே தானாக வர வேண்டிய ஒரு சீர்திருத்தம் என்பதால் அதைக் குறிப்பிடாமல் விட்டிருக்கலாம்.

இந்த சுதந்திர தொழிலாளர் கட்சியின் கொள்கைப்பட்டியலிலிருந்து தாழ்த்தப்பட்ட மக்களின் இன்றைய தேவை, பொருளாதாரத்திலும் சமூகத்திலும் சமயங்களிலும் அவர்கள் முன்னேறியாக வேண்டும் என்ற அம்பேத்கரின் ஆழமான நம்பிக்கை தெள்ளெனத் தெரிகிறது. அவரின் வேறு எந்த அறிக்கைகளையும் விட இது மிகவும் வெளிப்படையான ஆழமான கொள்கைகளைக் கொண்டதாக இருக்கிறது. வத்தன் முறையில் கிராமத்தார்கள் தாங்கள் செய்யும் பணிக்கான பொருட்களை மட்டுமே கூலியாகப் பெற்றுக் கொண்டிருந்த 'பலூட்டா' என்ற பாரம்பரிய முறையை மாற்றி, அவர்கள் உழைப்புக்கேற்ற கூலியைப் பணமாகத் தர வேண்டும் என்பது அம்பேத்கரின் தலைமையின் கீழிருந்த அனைத்து மக்களின் நீண்ட காலக் கோரிக்கை.

பழைய வதன் முறை மக்களின் ஆழ்மனதோடு தொடர்புடையது. ஏனெனில் இம்முறையின் மூலம் மஹர்கள் தாழ்த்தப்பட்ட இனம் என்பது அடிக்கோடிட்டப்பட்டிருந்தது. அதோடு, இம்முறை மஹர்களைப் பொருளாதாரத்திலும் மிகவும் கீழ்த் தட்டில் வைத்திருந்தது. எந்த லாபகரமான நிலையிலும் அம்மக்கள் இல்லை. அவர்கள் சமூகக் கட்டுப்பாடுகளால் வேறு தொழில் செய்யவோ, நகரங்களில் குடியேறி வேறு தொழிற்சாலைப் பணிகளில் சேரவோ முடியாத நிலையிலேயே இருந்து வந்துள்ளனர். ஆனால் வதன் முறையில் சீர்திருத்தம் நடந்தால் மட்டும் போதாது. ஏனெனில், பெரும்பான்மை மஹர்கள் விவசாயக் கூலிகளாக மட்டுமே இருந்து வந்துள்ளனர்.

நிலங்களாடு கட்டப்பட்டுக் கிடக்கும் மக்களுக்கு நில உரிமைகளும், அரசுப் பணிகளும் தரவேண்டும். நகரத்தை நோக்கிச் செல்லும் கிராமத்து மக்களுக்கும் வங்கிகளும், கூட்டுறவு அமைப்புகளும் ஆதரவுக் கரங்கள் நீட்ட வேண்டும். நிலமற்ற விவசாயக் கூலிகளாக பொருளாதாரத்தில் நலிந்து கிடக்கும் மக்களை உயர்த்தி விட இவ்வமைப்புகள் மிகவும் தேவை. அவையே இம்மக்கள் உயர்வதற்கான முதல் படிக்கட்டுகள். இந்த திட்டம் மிகவும் பெரியது... ஒரு வகையில் பேராசையும் கூட. ஆனால், இந்த நம்பிக்கைகளைவிட அம்பேத்கர் பின்னாளில் எடுத்த திட்டங்கள் மிகவும் பெரியவை; தீவிரமானவை; பட்டியலினத்து மக்களுக்கான தனிக் குடியிருப்பு களும், நிலத்தை அரசின் சொத்தாக, பொதுவுடைமையாக்கவேண்டும் என்பதே தீவிர குறிக்கோளாக இருந்தது.

பம்பாய் சட்டசபைக்கு நடந்த தேர்தலில் பட்டியல் இனத்துக்கான பதினைந்து தொகுதிகளில் சுதந்திர தொழிலாளர் கட்சி பதினான்கு இடங்களில் அதன் வேட்பாளர்களை நிறுத்தியது. நான்கு சாதி இந்துக்கள் இக்கட்சியிலிருந்து பொதுத் தொகுதிகளுக்கு வேட்பாளர் களானார்கள். மேலும் பத்து வேட்பாளர்களுக்கு கட்சி தன் ஆதரவை அளித்தது. அம்பேத்கர் நடத்திய 'ஜனதா' என்ற தினசரி மூலம் இந்த ஆதரவு தேர்தல் காலத்தில் அளிக்கப்பட்டது. ஒதுக்கப்பட்ட தொகுதிகளிலிருந்து பதினோரு வேட்பாளர்கள் வெற்றி பெற்றனர்.[6]

காங்கிரஸ் கட்சி நான்கு தொகுதிகளில் வெற்றி பெற்றது; அதில் இரண்டு தொகுதிகளில் பம்பாய் மாகாணத்தின் குஜராத் பகுதியிலும் வடக்கு பம்பாய் என்ற துணை மாவட்டத்தில் இன்னொரு தொகுதியும், கொலாபா மாவட்டத்தில் இன்னொரு தொகுதியும் இருந்தன. இந்த கொலாபா தொகுதியில்தான் 1927ஆம் ஆண்டு மஹர்களின் சத்தியாகிரகப் போராட்டம் நடைபெற்றிருந்தது. இந்தத் தொகுதியில் நின்று தோற்றவர் சுரேந்திரநாத் ஜி. டப்னிஸ் என்ற மஹர் இனத்தவர். இவர்தான் சத்தியாகிரகப் போராட்டத்தை முன்னின்று நடத்தியவர்.

சுதந்திர தொழிலாளர் கட்சியிலிருந்து மூன்று சாதி இந்துக்கள் வெற்றி பெற்றனர். அம்மூவரில் ஒருவர் தெற்கு ரத்தினகிரியைச் சேர்ந்த சரஸ்வத் ப்ராமணர்; அடுத்த இருவர் கிழக்கு புனே, வடக்கு ரத்னகிரியிலிருந்து இரு CKPகளே. தேர்தல் ஆவணங்களில் வடக்கு சத்தாரா, வடக்கு பிஜாபூர் என்ற இரண்டே இடங்களில் மட்டும் பட்டியலினத்தாரின் முதல் நிலை தேர்தல்கள் நடந்தன எனக் குறிப்பிடப்பட்டுள்ளது. அதிகமான தொகுதிகளில் பொதுத் தொகுதிக்கு வாக்களித்த மக்களை விடக் குறைவாகவே ரிசர்வ்ட் தொகுதிகளில் வாக்களித்தனர்.[7]

சுதந்திர தொழிலாளர் கட்சியின் முக்கியமான பிரசாரம் பம்பாய் மாகாணத்தில்தான் இருந்தது. ஆனால், தேர்தலுக்குச் சிறிது நாட்களுக்கு முன்பு 'ஜனதா' தினசரியில் மத்திய மாகாணத்திலும் பெரர் என்ற இடத்திலும் உள்ள தொகுதிகளில் கட்சியோடு தொடர்புள்ளவர்கள் தேர்தல் களத்தில் நிற்பதை ஆதரித்து எழுதப்பட்டன. இப்பகுதியில் காங்கிரஸ் பதினொன்பது இடங்களில் ஒன்பது இடங்களில் போட்டியிட்டு ஐந்து இடங்களில் வென்றது. சுதந்திர தொழிலாளர் கட்சி நான்கு இடங்களில் வென்றது.[8]

சுதந்திர தொழிலாளர் கட்சியின் ரிசர்வ்ட் தொகுதி வேட்பாளர்களில் இருவர் மஹர்கள் அல்லாத பட்டியலினத்தவர். ஒருவர் குஜராத்தி; இன்னொருவர் மங்க் இனத்தவர். தேர்தலில் வெற்றி பெற்ற பலர் மஹர் இனத்தவர். இவர்களில் இருவர் புனேயிலிருந்த ஆர்.ஆர். போலே, சந்தோஷ் பகுதியில் டி.ஜி. யஜாதவ் - புதிதாக கல்லூரிப் படிப்பினை முடித்த மஹர்கள். ஆனால், நாசிக் பகுதியின் பி.கே. கெய்க்வாட், அகமத் நகர் பகுதியின் பி.ஜே. ரோகம் என்ற இருவரும் மேல் படிப்பு இல்லாதவர்கள். ஆயினும் ஆங்கிலப் புலமையும், தங்கள் இனத்தவரிடம் சமுதாயப் பணிக்காகவும், கல்விக்காகவும் செல்வாக்கு பெற்றிருந்த மக்கள்.

தொகுதி வேட்பாளர்களில் சம்பர் இனத்திலிருந்து யாரும் இல்லை. அவர்கள் அம்பேத்கரின் முந்திய போராட்டங்கள் எதிலும் கலந்து கொள்ளவில்லை. இந்தத் தேர்தலிலும் அவர்கள் காங்கிரஸ் கட்சியோடு தங்களை அடையாளப்படுத்திக் கொண்டு, அதன் பிந்திய அரசியல் திட்டங்களோடு ஒன்றிக் கொண்டனர்.

சம்பர் இனத்தவர் போராட்டங்களில் தன்னோடு இணைந்து நிற்காததால் அம்பேத்கரின் 'பஹிஷ்கரித் ஹிதாகரினி சபா'வின் செயலாளராக இருந்த எஸ்.என். ஷிவ்தர்கார் என்ற சம்பரை வேட்பாளராகத் தேர்வு செய்ய மறுத்துவிட்டார். அதன் காரணமாகத் தான் தன் செயலர் பதவியிலிருந்து விலகிவிட்டதாக அவர் அறிவித்தார்.

பம்பாயில் - பைகுல்லா, பட்டேல் தொகுதியில் - அம்பேத்கர் போட்டியிட்ட போது அவரை எதிர்த்து நின்றவர் காங்கிரஸ் கட்சியினரும் கிரிக்கெட் விளையாட்டுக்காரருமான பி. பாலு என்பவர்.[9] தேர்தலில் அம்பேத்கர் வெற்றி பெற்றார். இதன் மூலம் சம்பர் உதவியின்றியே மஹர்கள் தனித்து வெற்றியடைய முடியும் என்ற மஹர்களின் எண்ணம் உறுதிப்பட்டது. பி.என். ராஜ்போஜ் என்ற சம்பர், பின்னாளில் அம்பேத்கரின் இரண்டாவது அரசியல் கட்சிக்குச் செயலராக இருந்தார்; தனி நபராக இதுபோல் சம்பர் சாதியினர் சிலர் அம்பேத்கருக்கு ஆதரவாக இருந்தாலும் இந்தக் காலகட்டத்துக்குப் பின்னர் சம்பர் சாதியினர் ஒரு குழுவாக காங்கிரஸின் ஆதரவாளர்களாகவே ஆகிப்போனார்கள்.

ஆனால், இது போன்று வேற்றுமை பார்த்து வேட்பாளர்களைத் தேர்ந்தெடுத்ததால் சில நம்பிக்கைக்குரிய மஹர்களும் கட்சியில் அதிருப்தியடைந்தனர். இந்தச் சூழலில் மிகுந்த அனுபவம் வாய்ந்த, புனேவைச் சேர்ந்த ஷிவ்ராம் ஜன்ப காம்ப்ளே என்பவரும் அம்பேத்கரிடமிருந்து பிரிந்து விலகினார். நாசிக் பகுதியில் ரான் காம்பே என்பவரின் தலைமையின் கீழ் இருந்த மஹர்கள் அம்பேத்கரின் அமைப்பிலிருந்து வெளியேறினார்கள். ஆனால் அவர்களால் வேறொரு திடமான அரசியல் அமைப்பு எதையும் நிறுவ முடியாது போயிற்று.

1937-ல் பம்பாய் மாகாண சட்டசைபயில் சுதந்திர தொழிலாளர் கட்சி இடம் பிடித்தது. அவர்களோடு சட்டசபையில் இடம் பிடித்த கட்சிகள் - காங்கிரஸ், பிராமணரல்லாதவர் கட்சி, ஜனநாயக ஸ்வராஜ் கட்சி, வர்ணாசிரமக் கட்சி, கொட்டி சபா, முஸ்லீம் லீக், சில சுயேட்சைகள். எதிர்க் கட்சிகள் வரிசையில் முஸ்லீம் லீக்குக்கு அடுத்த இரண்டாவது இடத்தில் அம்பேத்கரின் கட்சி இடம் பிடித்தது. புதிய தேசிய காங்கிரஸ் மொத்தம் இருந்த 185 தொகுதிகளில் 85 தொகுதிகளில் வெற்றி பெற்றனர். பி.ஜி. கெர் என்பவரை முதலமைச்சராகக் கொண்டு தேசிய காங்கிரஸ் கட்சி அமைச்சரவை அமைத்தது. கெர் முன்பு நடந்த நாசிக் சத்தியாகிரகப் போராட்டத்தில் கலந்து கொண்டவர்தான். இருந்தும் சட்டசைபயில் காங்கிரஸ் கட்சிக்கும் தொழிலாளர் கட்சிக்கும் எவ்விதக் கூட்டுறவும் இருந்திருக்கவில்லை.

பம்பாய் மாகாண சட்டசபையில் கிடைத்த பட்டறிவினால், ஒரு ஜனநாயக அமைப்பில் பெரும்பான்மைக் கட்சியின் எண்ணிக்கை யானது வலுக் குறைந்த கட்சிகள் மீது முழு ஆக்கிரமிப்பு செலுத்தி, அவர்களை நசுக்கக்கூடாது என்பதை அம்பேத்கர் தெளிவாகப் புரிந்துகொண்டார். இதனாலேயே பின்னாளில் அவர், 'நான் பம்பாய் சட்டசபை உறுப்பினராக இருந்தபோது எங்களுக்கு சில நண்பர்கள் - திரு. மொர்ராஜி, திரு. முன்ஷி, திரு. கெர்றோரும் இன்னும் பலரும்

இருந்தனர். அவர்கள் எந்த ஒரு தள்ளி வைப்பு தீர்மானம் வரும் போதும் அதை விவாதிக்க அனுமதிப்பது இல்லை. அப்போது சட்டசைபயின் சபாநாயகராக இருந்தவரும், எங்கள் நண்பருமான திரு.மவ்லங்கர் அத்தீர்மானங்களை அனுமதிப்பதில்லை; அல்லது அவரே சொன்னது போல ஆளுங்கட்சியின் அமைச்சரே அதை எதிர்த்துவிடுவார்[10] என்று கூறினார்.

காங்கிரஸ் கட்சி ராஜினாமா செய்வதற்கு முன்பான குறுகிய கால அவகாசமான 1937லிருந்து 1939 வரையில் சுதந்திர தொழிலாளர் கட்சி மிகத் தீவிரமாகச் செயல்பட்டது. ஆயினும் காங்கிரஸ் பெரும் பான்மையாக இருந்த பம்பாய் சட்டசபையில் எந்த மாற்றத்தையும் ஏற்படுத்த முடிந்திருக்கவில்லை. அமைச்சர்களுக்கான சம்பளமாக மிகக் குறைந்த அளவு பரிந்துரைக்கப்பட்டது. இது நடைமுறை சாத்தியமற்ற லட்சியவாதம் என்று விமர்சித்தார்.

1938ஆம் ஆண்டு பிப்ரவரி மாதம் சட்டசபையில் அந்த ஆண்டின் வரவு செலவுத் திட்டத்தைக் கடுமையாக எதிர்த்தார். அது பிற்போக்குத் தனமான திட்டம்... பணக்காரர்களுக்கான திட்டம்... ஏழைகளுக்கான தல்ல என்று முழுமையாக எதிர்த்தார். திட்டத்தின் பல அம்சங்கள் சட்டசபையில் எந்த விவாதத்துக்கும் உட்படுத்தப்படாமல் அப்படியே நேரடியாக நிறைவேற்றப்பட்டுள்ளன. ஆனால், இவை அனைத்தும் மிக முக்கியமானவை. கல்வி, தன்னார்வ காவல் துறை, கிராமத்துப் பஞ்சாயத்துகள், தொழிலாளர்களுக்கான உதவிகள் போன்றவை விவாதமின்றி நிறைவேற்றப்பட்டது மிகவும் தவறு'[11] என்று கூறினார்.

சுதந்திர தொழிலாளர் கட்சியும் பல விஷயங்களுக்கு எதிர்க்குரல் கொடுத்துள்ளது. கல்வி பற்றிய வார்தா திட்டம், கலகங்கள் தவிர பிற நேரங்களில் காவல் துறைக்கு அளிக்கப்படும் அதிகமான அதிகாரங்கள், விளம்பரப் பலகைகளில் 'ஹரிஜன்' என்று எழுதுவதற்கு எதிர்ப்பு என கட்சியினர் பல விஷயங்களுக்கு எதிர்ப்பு தெரிவித்தனர். இதே போல் தாழ்த்தப்பட்ட மக்களுக்கான சில புதிய திட்டங்களும் பல்வேறு சமயங்களில் எழுப்பப்பட்டன. பட்டியலினத்து மாணவர்களுக்கான கல்வி உதவிகள், பட்டிலியனத்து ஆசிரியர்கள் மேல் உள்ள பிரச்னைகள், தீண்டப்படாத மக்களுக்கான நீர் வசதிகள், (ஆர்.ஆர். போலே பத்து லட்சம் ரூபாய் செலவில் தாழ்த்தப்பட்ட மக்களுக்கான தண்ணீர் வசதியை இந்த வரவு செலவுத் திட்டத்தில் கொண்டு வர வேண்டும் என்று கூறியுள்ளார்).[12]

மேலும் வதன் முறை கைவிடப்பட வேண்டும் என்பது போன்ற தாழ்த்தப்பட்ட மக்களின் பிரச்னைகளை கட்சி அவ்வப்போது எழுப்பியுள்ளது. ரத்னகிரியிலிருந்து தேர்ந்தெடுக்கப்பட்ட சுதந்திர

தொழிலாளர் கட்சியினரான ஜி.வி. பருலேக்கர் என்ற சாதி இந்து சட்டசபையில் மிக அதிகமாக குரலெழுப்பிய உறுப்பினர். அவர் முக்கியமாக அரசின் விவசாயக் கொள்கைகள், தொழிலாளர்கள் மீதான கொள்கைகள் பற்றி அதிக விமர்சனங்களை சட்டசபையில் எழுப்பினார்.[13] காங்கிரஸ் அரசு கொண்டு வந்த ஹரிஜன மக்கள் கோவில் வழிபடுதல் மசோதா எந்தவித விவாதங்களின்றி சுதந்திர தொழிலாளர் கட்சியால் ஏற்றுக் கொள்ளப்பட்டது. ஆனால், சட்டசபைக்கு வெளியே அடிப்படைவாதியான இந்துக்கள் அதற்குத் தங்கள் எதிர்ப்பைத் தெரிவித்தனர்.[14]

இரு மசோதாக்கள் சட்டசபையில் இயற்றப்பட்ட போது சட்ட சபைக்குள் நடந்த எதிர்ப்புகள், வெளியில் சாலைகளிலும் எதிரொலித்தன. இந்த எதிரொலியின் மூலம் மஹர்களின் கட்சிக்கான ஆதரவு தெளிவாகப் புரிந்தது. 1938ஆம் ஆண்டு பம்பாய் நகரத்தில் விவசாயப் பெருமக்கள் 'கோட்டி' என்றழைக்கப்பட்ட வழக்கத்தை ஒழித்துக்கட்ட ஊர்வலம் ஒன்று நடத்தினர். ரத்னகிரி, கொலபா என்ற இடங்களில் இருந்து வந்த வழக்கம் இது. அம்பேத்கர் இதை ஒழிக்க பெருமுயற்சி எடுத்தார். இப்போராட்டத்துக்கு மஹர்கள் மட்டுமின்றி, இப்பழக்கத்தால் அவதியுறும் 'கன்பீஸ்' சாதி ஒப்பந்த விவசாயிகள் அம்பேத்கரின் தலைமையை ஏற்று அவர் பின் இப்போராட்டத்தில் கலந்து கொண்டனர். 'கோட்டி ஒழிப்பு மசோதா' என்ற மசோதாவை அம்பேத்கர் சட்டசபைக்குக் கொண்டு வந்தார். ஆனால், காங்கிரஸ் கட்சி இதற்கு எதிர்ப்புத் தெரிவித்தது. ஏனெனில், அந்தக் கட்சியின் வருமானத் துறை அமைச்சர் இதற்கான சட்டம் ஒன்றைக் கொண்டு வருவதாக தன் உறுதிமொழியைக் கொடுத்தார்.[15]

1938 நவம்பர் 7ஆம் ஒரு நாள் அடையாள வேலை நிறுத்தம் ஒன்று நடந்தது. இது 'தொழிலாளர் விவகார மசோதா'[16] என்ற திட்டத்துக்கு எதிராக நடந்தது. அம்பேத்கர் இந்த மசோதாவை, 'மிகவும் தவறான, கொடுமையான திட்டம்' என்றழைத்தார். இத்திட்டத்தோடு இன்னொரு மசோதாவும் கொண்டு வரப்பட்டது. 'உழைப்பாளிகளின் சமுதாய சுதந்திரத்தை நீக்கி வைத்தல்' என்ற சட்டம் அது.[16] இத்திட்டமும் எதிர்க்கப்பட்டது. இந்தப் போராட்டத்தில் பொது வுடைமைக் கட்சியாரும் இணைந்து கொண்டனர். இப்போராட்டம் ஒரு பெரும் வெற்றி என்றது. ஆனால், உண்மையில் தொழிலாளர் விவகார மசோதா சட்டசபையில் நிறைவேற்றப்பட்டது.

சுதந்திர தொழிலாளர் கட்சி தாழ்த்தப்பட்ட மக்களின் பிரச்னை களுக்காக மட்டுமே போராடாமல், எல்லோருக்காகவும் போராடியது. ஆனாலும் சாதி இந்துத் தொழிலாளர்களின் மத்தியில் இக்கட்சிக்கான செல்வாக்கு வளரவில்லை. கட்சி ஆரம்பித்த விதம் இக்கட்சிக்கே

எதிராக நின்றது. ஆனால், காங்கிரஸ் கட்சி எப்போதும் சுதந்திரப் போராட்டத்தோடு சேர்த்து இணைக்கப்பட்டிருப்பதால் அதன் பலம் வளர்ந்தே வந்தது. 1937ஆம் ஆண்டில் அம்பேத்கர் ரயில்வே உழைப்பாளர்களில் உள்ள தாழ்த்தப்பட்ட மக்களுக்காக பேருரை ஒன்றை ஆற்றினார். அதில் அவர் கொண்டிருந்த குழப்பம் நன்கு தெரிந்தது.

அம்பேத்கர் முதலாளித்துவத்துக்கு எதிரான கருத்து கொண்டவர். தொழிலாளர்களை ஒன்றுபடுத்தி அதனை உரம் பெற்ற அமைப்பாக மாற்ற ஆசைப்பட்டார். ஆனால், அவர் பிராமணியத்துக்கும் எதிராக இருந்தார். இதனால் தொழிலாளர்களின் அமைப்புக்கு உள்ளேயே தாழ்த்தப்பட்ட தொழிலாளர்களுக்காகத் தனியான சங்கம் ஒன்றை அமைக்க விரும்பினார். அம்பேத்கர் இந்தக் காலகட்டத்தில் அப்படி ஒரு தனியான சங்கம் அமைக்க முயற்சிக்கவில்லையென்றாலும், தாழ்த்தப்பட்ட தொழிலாளர்கள் அனைவரும் வேறு அரசியல் கட்சிக்கு ஆதரவு எதுவும் தராமல், தனது சுதந்திர தொழிலாளர் கட்சிக்கு அளிக்க வேண்டுமென கேட்டுக் கொண்டார்.[17]

இதே போன்ற ஒரு கட்டுப்பாட்டைத் தன் கட்சியினரிடம் அவர் வலியுறுத்தினார். சுதந்திர தொழிலாளர் கட்சியின் உறுப்பினர்கள் கட்சியின் சமூகக் கோட்பாடுகளோடு இருந்தால் மட்டும் போதாது. அதோடு, தாழ்த்தப்பட்ட மக்களுக்காக எழுப்பப்படும் சமூக, அரசியல் கோரிக்கைகளையும் ஏற்றுக் கொள்ள வேண்டும். ஆனால், தாழ்த்தப்பட்ட மக்கள் தவிர, வேறு சாதி இந்துக்களிலும் காங்கிரஸ் கட்சியின் திட்டங்களோடு ஒத்துப் போக முடியாதவர்கள் பலர் இருந்தனர். அவர்கள் இக்கட்சியில் இணைவதால் சட்டசபைக்குள் நுழையும் வாய்ப்பு கிடைக்கலாம் என்ற நம்பிக்கையோடு இக்கட்சியில் தங்களை இணைத்துக் கொண்டார்கள். கட்சியின் மீதான அவர்களது ஆர்வம் இவ்வளவே!

பிரிட்டிஷ் அரசு இந்திய மக்களுடன் விவாதிக்காமல், தாங்களாகவே உலகப் போரில் இந்தியாவையும் ஈடுபடுத்துவதென்று முடிவெடுத்தனர். இதற்கு எதிராக காங்கிரஸ் தனது மாகாண அமைச்சரவைகளை ராஜினாமா செய்தது. அரசியல் செயல்பாடுகள் முடங்கிவிட்டன. காங்கிரஸ் அமைச்சரவையின் வீழ்ச்சியை உற்சாகமாகக் கொண்டாடினார் அம்பேத்கர். 1939 டிசம்பர் 22ஆம் தேதி எம்.கே. ஜின்னாவுடன் இணைந்து ஒரு விழாக் கூட்டம் நடந்தது. பம்பாயில் இஸ்லாமியர் அதிகமாக இருந்த பகுதியில் இவ்விழா நடந்தேறியது. அவ்விழாவை அம்பேத்கர், 'துயரங்களில் இருந்து விடுபட்ட நாள்' என்றழைத்துக் கொண்டாடினார். அழகான உருது மொழியில் அம்பேத்கர் பேசினார் என்று செய்தித்தாள்கள் குறிப்பிட்டன.

காங்கிரஸ் அரசுக்கு எதிராகப் போர்க் கொடி தூக்கிய காலத்தில் இருந்து, 1942ஆம் ஆண்டுக்குப் பின் நடந்த கைது போன்றவற்றைப் பயன்படுத்தி ஜின்னா முஸ்லீம் லீக் கட்சியைத் தன் முழுக் கட்டுப்பாட்டில் கொண்டுவந்தார். இந்தியத் துணைக் கண்டத்திலிருந்து அனைத்து இஸ்லாமிய மக்களும் ஜின்னா என்ற குடையின் கீழ் வந்து சேர்ந்தனர். ஆனால், உலகப் போர் ஆரம்பித்த சமயத்தில் அம்பேத்கரின் தீவிரம் குறைந்துவிட்டது. எனினும் தொடர்ந்து பல கூட்டங்களில் மஹர்களையும் வேறு பட்டியலினத்து மக்களையும் சந்தித்து வந்தார்.

1939ஆம் டிசம்பர் மாதம் ஹரேகாவ் என்ற அகமது நகருக்கு அருகில் அவர் வதன் முறைக்கு எதிராக நடத்திய கூட்டத்தில் இருபதாயிரம் மக்கள் கூடிய கூட்டத்தில் உரையாற்றினார். அதில் மஹர்கள், மங்குகள், வேத்தியஸ் என்ற இனத்தவர் கலந்து கொண்டனர்.[18] 1940 மார்ச் மாதம் பத்தாயிரம் மக்கள் மஹத் பகுதியில் திரண்டனர். அன்று மஹத் சத்தியாகிரக நினைவு நாளாக இருந்தது. அந்த நாள் தாழ்த்தப்பட்டவர்களின் சுதந்திர நாளாகக் கொண்டாடப்பட்டது.[19]

ஆனாலும், அம்பேத்கரின் மேதமை என்பது மக்களை அவர் பின்னே திரள வைப்பதிலும் பெரும் அதிகாரப் பதவியில் இருந்த நபர்களை எளிதாகக் கையாள்வதிலும்தான் இருந்தது. ஆனால் ஒரு பெரும் அமைப்பை உருவாக்கி, அரசியலில் வழிநடத்துவது அவரால் இயலவில்லை. மக்களைக் கவர்ந்தாலும், உணர்ச்சிபூர்வமான விஷயங்கள் தாண்டித் தன் அரசியல் நடவடிக்கைகளில் அம்மக்களை ஈடுபடுத்த முடியாது போயிற்று. அம்பேத்கர் மஹர் சாதி மக்களைப் பெருமளவு தன் பக்கம் அணைத்துக் கொண்டதைப் பார்த்துத் தான் ஹூக் டின்க்கர் (Hugh Tinker) அம்பேத்கரை, ‘எதிர்கால கடைநிலை மக்களின் அரசியலின் ஆரம்பகட்ட முன் மாதிரி’ என்று அழைத்தார்.[20] ஆனால், இந்தப் புகழுரை சொல்லும் அளவுக்கான கட்டமைப்பை உருவாக்கும் அணுகுமுறை அம்பேத்கரிடம் இருந்திருக்கவும் இல்லை.

அம்பேத்கரின் வாழ்க்கை வரலாற்றை எழுதிய தனஞ்செய் கீர் அவரது தலைமைப் பண்பைப் பற்றி இவ்வாறு கூறுகிறார்:

> அம்பேத்கர் நவீன காலத்துக்குரிய முறையில் தன் அரசியல் கட்சியைக் கட்டமைக்க முயற்சிக்கவில்லை. ஒரு பெரும் அமைப்பைக் கையாளும் முறை பற்றி அவருக்கு அதிகம் ஆர்வம் ஏதும் கிடையாது. அவர் ஆரம்பித்த கட்சிகளின் வருடாந்திரக் கூட்டங்களோ, பொது உறுப்பினர் கூட்டமோ ஏதும் நடப்பதில்லை. எங்கே, எப்போது அவர் உட்காருகிறாரோ அந்த இடமும், அந்த நேரமும் தான் அவர் முடிவெடுக்கும் இடம்... தன் மக்களைச் சந்திக்க வேண்டுமென்று நினைத்ததும் உடனே ஒரு

அறிவிப்பு அவரிடமிருந்து வந்துவிடும். அது ஒரு மழைக் காலமாக இருந்தும், மக்களும் திடீரென்று ஒன்று கூடுவார்கள். வெயில் காலத்தில் வெளியே நிகழ்ச்சிகள் ஏதுமின்றி பதாகைகள் அவர் அறையில் முடங்கியிருக்கும். மக்களோ வீடுகளில் முடங்கிக் கிடப்பார்கள்.'[21]

பட்டியலினத்தாரின் கூட்டமைப்பு

உலக யுத்தம் நடந்துகொண்டிருந்த காலத்தில் அம்பேத்கர் தனது அமைப்பை விரிவாக்க முயற்சியெடுத்தார். தன் பழைய வழியைத்தான் இப்போதும் பின்பற்றினார். கூட்டம் பற்றிய அவரது அழைப்பு வெளியானது. ஆனால், பிரிந்து கிடக்கும் ஒதுங்கியிருக்கும் பல சாதி மக்களைப் பற்றிய முறையான அணுகுமுறை இல்லை. உதாரணமாக வடக்கே உள்ள 'ஆதி தர்மர்கள்' பற்றி எந்த அரசியல் தொடர்பும் ஏற்படுத்திக் கொள்ளவில்லை.[22] 1930-ல் நடந்த அனைத்திந்திய தாழ்த்தப்பட்ட மக்களின் மாநாடு மீண்டும் 1942 ஜூலை மாதத்தில் நாக்பூரில் நடத்தப்பட்டது. கிடைத்த ஒரு குறிப்பின்படி, அன்று எழுபதாயிரம் மக்கள் குழுமினர். வங்காளம், பம்பாய், பஞ்சாப், மத்திய மாகாணம், பெரார், ஒன்றிணைந்த மாகாணங்கள் என்று பல்வேறு இடத்திலிருந்தும் மக்கள் திரண்டு வந்திருந்தனர். மெட்ராஸிலிருந்து வந்த ராவ் பகதூர் என். ஷிவராஜ் கூட்டத்தைத் தலைவராக இருந்து நடத்தினார்.

கூட்டத்தில் ஐயமேதுமின்றி மஹர்களே அதிக எண்ணிக்கையில் இருந்தனர். இந்த மாநாடு கிரிப்ஸ் தூதுக் குழுவின் மீது அம்பேத்கர் கொண்டிருந்த எதிர்க் கருத்தை ஆராதிப்பதற்கே கூட்டப்பட்டது. அதன் முதல் தீர்மானமே ஆங்கிலேய அரசு புதிதாக அரசியல் சாசனத்தில் கொண்டு வந்த மாற்றத்துக்கு எதிராக இருந்தது. சர். ஸ்டாபோர்டு கிரிப்ஸ் இந்தியாவுக்குக் கொண்டு வந்த அப்புதிய திருத்தம் பட்டியலினத்து மக்களின் நலனை முழுவதுமாகப் புறக்கணிப்பதாக வும் கேடு விளைவிப்பதாகவும் இருந்தது. ஏற்கெனவே சாசனத்தின் எப்பகுதியும் அவர்களின் ஆமோதித்தலின்றி அவர்கள் மேல் சுமத்தப்பட மாட்டாது என்ற பழைய உறுதிமொழி இதனால் முழுமையாக மீறப்பட்டது.

இதைத் தவிர ஏனைய தீர்மானங்கள் பல காலமாக, அவர்கள் இயக்கம் ஆரம்பித்த காலத்திலிருந்து, தாழ்த்தப்பட்ட மக்களின் அரசியல் அதிகாரத்தில் பங்கு கேட்பதற்கான கொள்கைகள்தான். ஆரம்பக் கல்வியும் உயர் கல்வியும் தாழ்த்தப்பட்ட மக்களுக்குக் கிடைக்கும் வழிமுறைகளும், பொதுப் பணிகளில் அவர்களுக்கு பிரதி

நிதித்துவமும், சட்டசபைகளில் தனித் தொகுதிகளின் மூலம் இடம் பெறுதலும்தான் அந்தக் கொள்கைகள்.

1942 மாநாட்டின் கடைசி இரு தீர்மானங்களும் புதியவையாக இருந்தன: 'பல நீண்ட, முதிர்ச்சியான விவாதங்களுக்குப் பிறகு மிக முக்கியமான, தீவிரமான முடிவாக, பாரம்பரியமாக இந்தியாவில் கிராமங்களில் நிலவி வந்த நடைமுறைகள் முழுவதும் மாற்றப்பட வேண்டும். அவையே அனைத்துத் தீமைகளுக்கான ஆணி வேர். சாதி இந்துக்களிடமிருந்து தாழ்த்தப்பட்ட மக்கள் பல நூற்றாண்டுகளாக அனுபவித்து வரும் கொடுமைகள் முற்றிலுமாக நீக்கப்பட வேண்டும்'.

தீர்மானம் மேலும் தொடர்ந்தது: 'தாழ்த்தப்பட்ட மக்களுக்கான தனியான கிராமங்களை 'இந்து மக்களின் கிராமங்களிலிருந்து தனித்து சுதந்திரமாகத் தள்ளி அமைந்திருக்கும்படி அரசியல் சாசனத்திலேயே வசதி செய்துதரவேண்டும்'.

இறுதித் தீர்மானத்தில் 'தனி அரசியல் கட்சி ஆரம்பிக்கப்பட்டு, அதன் மூலம் தாழ்த்தப்பட்ட மக்களுக்கான அரசியல் இயக்கம் நடத்த ஒரு பட்டியலினத்து கூட்டமைப்பு ஏற்படுத்தப்பட வேண்டும்' என்றும் கூறப்பட்டது.[23]

தனிக் கிராமங்கள் அமைக்கப்பட வேண்டும் என்ற தீர்மானம் எந்த அளவு கிராமத்து மஹர்களின் உள்ளத்தின் பிரதிபலிப்பாக இருந்தது என்பதைச் சொல்வது மிகக் கடினம். அத்தீர்மானம் தாழ்த்தப்பட்ட மக்களின் பொருளாதார முன்னேற்றத்துக்கு எந்த அளவுக்கு சரியான பலன் தரும் என்பது இன்னொரு கேள்வி. அதேபோல் பட்டியலினத்து மக்கள் தங்கள் அரசியல் அடையாளத்தைத் தேடும் தீவிர முயற்சிகளில் வெற்றி பெற இந்தத் தனித்துவம் கை கொடுக்குமா என்பதும் இன்னுமொரு கேள்வி.

1926-ன் ஆரம்பத்தில் தெற்கு புனே மாவட்டத்தில் உள்ள ஜெஜுரி என்ற இடத்தில் நடந்த ஒரு கூட்டத்தில் அம்பேத்கர் தாழ்த்தப்பட்ட மக்கள் தங்களுக்கான குடியேற்ற நிலங்களைப் பெற முயற்சி செய்ய வேண்டுமென்றார்.[24] பின் 1929-ல் ரத்னகிரி மாவட்டத்தில் நடந்த மாநாட்டில் சிந்து, இந்தோர் பகுதிகளில் தாழ்த்தப்பட்ட மக்களின் விவசாயத்துக்காக நிலம் வாங்கிக் கொடுக்க முயல்வதாகச் சொன்னார்.[25] அதற்கு அடுத்த ஆண்டு அம்பேத்கர் உறுப்பினராக இருந்த மாநிலக் குழு ஒரு சிபாரிசினை முன்வைத்தது: 'சில தாழ்த்தப்பட்ட மக்களுக்கு சிந்து பகுதியில் விவசாய நிலம் கொடுப்பது முடியும். இதற்காக பரேஜ் வருவாய்த் துறை அதிகாரிகள் இப்பணிக்காக அங்குள்ள பின்தங்கியோர் துறை அதிகாரிகளைச் சந்தித்துப் பயனுள்ள

தகவலைத் திரட்ட முடியும்.'[26]

தானமாக நிலங்களும் புதிய கிராமங்களுக்கான இடங்களும் மெட்ராஸ் அரசின் திட்டங்களின் மூலம் தாழ்த்தப்பட்ட மக்களுக்குத் தர ஏற்பாடு செய்யப்பட்டது.[27] அதேபோல் தனிக் குடியிருப்புகள் தாழ்த்தப்பட்ட மக்களுக்காக மலபார் பகுதியில் கொடுக்க ஏற்பாடு செய்யப்பட்டது.[28] வடக்கே சாதி இந்துக்களிடமிருந்து விலகி, தனித்து நிற்க வேண்டும் என்ற கருத்து தாழ்த்தப்பட்ட மக்கள் மனதில் இடம் பிடித்தது. 1930-ன் இறுதியில் சர் எட்வர்டு ப்ளண்ட் எழுதிய குறிப்பு: 'தாழ்த்தப்பட்ட மக்கள் எல்லோருக்கும் எளிதாகத் தெரியும் காரணத்தால், சிறு கிராமப் பகுதிகளை சற்று தொலைவில் உருவாக்க வேண்டும் என்று போராடி, தொடர்ந்து அரசிடம் விண்ணப்பங்கள் கொடுத்து வந்தனர்.'[29] ஆனால், தென்னக அரசுகளைத் தவிர்த்து ஏனையவை இந்த முயற்சியில் தலையிடாது இருந்துவிட்டார்கள்.

தனிக் குடியிருப்புகள், தனிக் காலனிகள் வேண்டும் என்று தாழ்த்தப்பட்ட மக்களின் பேரவை கொடுத்த கோரிக்கைகளுக்கு ஆங்கிலேய அரசிடமிருந்து எவ்வித ஆதரவும் வரவில்லை. வேறு யாரும் அதனைப் பொருட்படுத்தவும் இல்லை. 1942-ல் நாக்பூரில் நடந்த மாநாட்டுத் தீர்மானங்களும் மஹர்களின் இன்னொரு கோரிக்கையான தனித் தொகுதிகளுக்கு உறுதியளிப்பதில் மற்றவற்றைத் தள்ளிவைத்துவிட்டன. அப்போது, 1940-ல் முதன்முதலாக முஸ்லீம் லீக் கட்சியினர் முன்வைத்த தனி நாட்டுக் கோரிக்கையே எல்லோர் கவனத்தையும் ஈர்த்தது. காங்கிரஸ், ஆங்கிலேயர்கள் இரண்டு அணியாயினர். கிரிப்ஸ் தூதுக் குழுவும் இந்து-முஸ்லீம் பிளவைச் சீர்படுத்தும் முயற்சியிலும் நடந்து வந்த உலகப் போர் பற்றியுமே தங்கள் கவனத்தைச் செலுத்தினர். தாழ்த்தப்பட்ட மக்களின் கோரிக்கைகள் கவனிக்கப்படவில்லை.

பம்பாயிலிருந்த முற்போக்காளரான எம்.ஆர். ஜெய்கர் நாக்பூர் மாநாட்டுக்கு ஓராண்டுக்கு முன்பே தன் சக சிந்தனையாளரான தேஜ் பகதூர் சப்ரு என்பவருக்கு எழுதிய கடிதம் ஒன்றில், 'அம்பேத்கரின் தலைமையில் கீழ் உள்ள தாழ்த்தப்பட்ட மக்கள் தாங்கள் தனித்திருப்பதையே விரும்புகிறார்கள். இந்து மதத்தோடு இணக்கமாக இருப்பதில் விருப்பமில்லை. இன்னும் சில நாளில் மஹர்-ஸ்தான் வேண்டும் என்று போராட ஆரம்பிப்பார்கள்' என்று குறிப்பிட்டிருக்கிறார்.[30]

நாக்பூர் மாநாட்டில் பிறந்த புதிய கட்சி, 'அகில இந்திய பட்டியலினத்து மக்களின் கூட்டமைப்பு' என்ற பெயரோடு இருந்தது. இக்கட்சி காங்கிரஸ் கட்சியிலிருந்தும் சாதி இந்துக்களிடமிருந்தும் பிரித்து தனித்து இயங்கியது. அவர்கள் பட்டியலினத்து மக்களுக்குத் தனித்

தொகுதிகள் என்பதை வலியுறுத்திப் போராடினர். 1932ஆம் ஆண்டின் புனே ஒப்பந்தத்துக்கு முன்பே தாழ்த்தப்பட்ட மக்களின் தலைவர்கள் அரசியலில் முழுப் பங்கு பெற வேண்டும் என்பதற்காகவே இக்கொள்கையை முன்வைத்தனர். அதுவும் நாட்டுக்குச் சுதந்திரம் கிடைக்கும் தருணம் நெருங்கி வருவதால், அதற்கு முன்னமேயே ஆங்கிலேயரிடமிருந்து தங்கள் அரசியல் நோக்கங்களைப் பெற பெருமுயற்சி எடுத்தனர்.

தாழ்த்தப்பட்ட மக்களின் தலைவர்களில் அம்பேத்கருக்கு புனே ஒப்பந்தத்தின் போது எதிர்ப்பைக் காண்பித்த எம்.சி. ராஜாவும் தனித் தொகுதிக்கான இந்தப் போராட்டங்களில் முழு மூச்சாகக் கலந்து கொண்டார். ஆயினும் கூட்டமைப்பில் இணையாது தனித்திருந்தார்.[31]

1942-ன் கூட்டமைப்பின் மாநாடு புதிய கட்சி ஒன்றை ஆரம்பிப்பதற்கு மட்டுமில்லாது, தாங்கள் கடந்து வந்த பாதையை அம்மக்கள் திரும்பிப் பார்க்கவும் ஏதுவாக இருந்தது. தாங்கள் இதுவரை பெற்றது என்ன என்பதையும் அவர்களுக்குப் புரிய வைத்தது. அந்த நாக்பூர் மாநாட்டில் அம்பேத்கர் தன் மக்களைப் பார்த்து, அவர்களது அரசியல் விழிப்புணர்வுக்காகப் பாராட்டினார். ஏனெனில், 20 ஆண்டுகளுக்கு முன்பு அவரது பொதுக் கூட்டங்களிலும் அம்மக்கள் காண்பித்த ஆர்வமின்மை, அவருடைய நினைவில் வந்தது. அம்மக்கள் கல்வியில் காட்டியுள்ள முன்னேற்றமும், காவல் துறையிலும் ராணுவத்திலும் பங்கேற்றுள்ளதும் அவருக்குத் திருப்தியளித்தன.

'நாம் அடைந்துள்ள முன்னேற்றத்தையும் பெண்களிடத்தே ஏற்பட்டுள்ள மாற்றத்தையும் பார்க்கிறேன். இதோ இந்த மாநாட்டில் 20லிருந்து 25 ஆயிரம் பெண்கள் பங்கெடுத்துள்ளனர். அவர்கள் நடை, உடை பேச்சு வழக்கங்கள்... அத்தனையும் பாருங்கள். அவர்களைப் பார்த்தால் யாராவது அவர்களைத் தீண்டப்படாதவர்கள் என்று கூற முடியுமா?' என்றார் அம்பேத்கர்.[32]

1942-ல் அம்பேத்கர் புதிய கட்சி ஆரம்பித்தார். 1946-ல் தேர்தல் வந்து விட்டது. 1939ஆம் ஆண்டில் அவர் வகித்து வந்த சட்டசபைப் பதவியும் முடிந்தது. இதில் 1939லிருந்து 1946 வரை அவர் தன் கட்சியை வளர்க்கவோ, வரும் தேர்தலுக்குத் தன் மக்களைத் தயாரிக்கவோ செலவிடவில்லை. அக்காலம் முழுவதையும் முனைப்பான எழுத்துக்களில் ஈடுபட்டிருந்தார். அரசியல் நன்மைகள் பெற வேண்டும்; தனித் தொகுதிகளைப் பெற்றேயாக வேண்டும்; அதோடு உயர்நிலை அரசியல் வட்டாரத்தில் தன் திறமைகளை முன்னிறுத்தி அதன் மூலம் தாழ்த்தப்பட்ட மக்களுக்கான நன்மைகளைப் பெற்றுத் தர வேண்டும் என்ற குறிக்கோள்களோடு இருந்தார்.

1940ஆம் ஆண்டில் அம்பேத்கர் 'பாகிஸ்தான் பற்றிய நினைவுகள்'[33] என்ற நூலை வெளியிட்டார். இந்தியாவில் இருந்த இஸ்லாமியர் தனி நாடு கோரிக்கை வைப்பதை ஆதரித்து எழுதியிருந்தார். 'இந்து மக்களோடு இஸ்லாமியர்களுக்கு சில ஒற்றுமைகள் இருந்தாலும், உணர்வுபூர்வமாக அவர்கள் தனி நாட்டுக் கொள்கையோடு இருக்கின்றனர். அப்படிப்பட்ட பிரிவினை மன நிலையில் இருக்கும் மக்களை சுதந்தர இந்தியாவில் இருந்து விலக்கி வைப்பதே நல்லது. இல்லையென்றால் புதிய ஜனநாயகத்தில் அது ஒரு பிரிவினை அமைப்பாகவே இருக்கும்' என்றார்.

பாகிஸ்தான் வேண்டுமென்ற அவர்களின் கோரிக்கைகளை அம்பேத்கர் புரிந்துகொண்டிருந்தார் என்பதை இந்தப் புத்தகம் தெளிவாக வெளிப்படுத்துகிறது. மேலும் இந்தப் புத்தகம் இஸ்லாமியரும் தாழ்த்தப்பட்ட மக்களும் தங்களுக்கு ஒரு தனிப்பட்ட உணர்வைக் கொண்டிருக்கிறார்கள் என்றும், அதற்குக் காரணமாக பெரும் பான்மையான இந்து மக்களின் புறக்கணிப்புதான் என்றும் புரிந்து கொள்ள இடமளிக்கிறது. அந்த நூலில் இஸ்லாமியர் பற்றி அவர் கொண்டிருக்கும் தீவிர மனப்பாங்கைப் பார்க்கும் போது, அம்பேத்கர் ஒருபோதும் இஸ்லாத்துக்கு மாற வேண்டும் என்ற கருத்து ஏதும் கொண்டிருக்கவில்லை என்பதும் புலனாகும்.[34]

1941 ஜூலை மாதம் அம்பேத்கர் தேசிய பாதுகாப்பு அமைப்பின் உறுப்பினரானார். 1942 ஜூன் மாதம் வைஸ்ராயின் செயற்குழுவில் தொழிலாளர்கள் சார்பில் உறுப்பினரானார். தாழ்த்தப்பட்ட மக்களில் இருந்து ஒருவர் இத்தனை பெரிய பதவிக்கு வந்தது இதுவே முதன்முறை. இந்தப் புதிய பொறுப்புகள் அவரை டெல்லியிலேயே இருத்தின. அதிலிருந்து இறுதிக் காலம் வரை அவர் அங்கேயே இருந்தார். பம்பாய்க்கு அவ்வப்போது வேலை நிமித்தம் வருவதுண்டு. 1944-ல் கல்கத்தா, ஹைதராபாத், மெட்ராஸ் ஆகிய இடங்களுக்கும் பயணப்பட்டார். அச்சமயங்களில் தாழ்த்தப்பட்ட மக்கள் அவரைச் சந்தித்தாலும் அம்பேத்கரது முழுக் கவனம் அரசியல் விஷயங்களில் தான் குவிந்திருந்தது. அம்பேத்கர் தாழ்த்தப்பட்ட மக்களுக்கு உதவி செய்வதில் மிகக் கவனமாக இருந்தார். ஆனால், அம்மக்களுக்கான நிரந்தரப் பயன் தரும் விஷயங்கள் நிறைவேற மிகுந்த முயற்சியெடுத்தார். இதை அவர் ஜி.கே. கெய்க்வாட்க்கு எழுதிய கடிதம் ஒன்றில் காணலாம்.

> 'சிலவற்றை நான் செய்ய முடியும்; சிலவற்றை என்னால் செய்ய முடியாது; சிலற்றை நான் செய்யமாட்டேன். நான் எத்துணை கடினமானவன்... அது உங்களுக்கே தெரியும். நமது இளைஞர் களுக்கு நான் அமைத்துக் கொடுத்த வாய்ப்புகள் பற்றி உங்களுக்குத்

தெரியும். ஆனால் தனிப்பட்ட ஓர் இளைஞனின் நலனை நானோ நீங்களோ கையில் எடுக்கவேண்டும் என்ற நிலையோ கட்டாயமோ நிச்சயம் இல்லை.'[35]

தன்னால் செய்யக்கூடியது என்ற அவர் நினைத்த ஒன்று, 50 ஆண்டு காலமாக தாழ்த்தப்பட்ட மக்கள் ராணுவத்தில் மீண்டும் சேர வேண்டும் என்ற கோரிக்கையை நிறைவேற்றுவதே. அம்பேத்கர் தேசிய பாதுகாப்பு அமைப்பின் உறுப்பினராக இருந்த நேரத்தில் மஹர் பட்டாளப் பிரிவு புத்துயிர் பெற்று மீண்டு வந்தது. இப்பிரிவு அம்பேத்கர் செயற்குழு உறுப்பினரான பின் நிரந்தரமாகப்பட்டது.[36] 1943 நவம்பர் மாதம் அம்பேத்கர் புது டெல்லி பட்டியலினத்து மக்கள் குழு ஒன்றில் பேசும் போது தான் இதுவரை அம்மக்களுக்காகச் செய்துள்ள சேவைகளைப் பட்டியலிட்டார்: $8\,{}^{1}/_{3}\%$ அரசியல் பணிகளில் இடப் பங்கீடு; தொழிற் கல்வியில் தாழ்த்தப்பட்ட மக்களுக்கு இடப் பங்கீடு; மத்திய சட்டசபையில் அதிகமாக ஓரிடம்; மாநில அமைப்புகளில் தாழ்த்தப் பட்ட மக்களுக்குப் புதிதாக ஒரு தொகுதி.[37]

செயற்குழுவில் தொழிலாளர் நல உறுப்பினராக இருந்த நேரத்தில் அம்பேத்கர் காங்கிரஸ் கட்சிக்கு எதிரான நூல் ஒன்றை எழுதி வெளியிட்டார். நூலின் தலைப்பு: 'காங்கிரஸ் கட்சியும் காந்தியும் தாழ்த்தப்பட்ட மக்களுக்குச் செய்தவை என்ன?' நிறைய விளக்கங் களோடும் மிகுந்த அக்கறையோடும் அம்பேத்கர் தாழ்த்தப்பட்ட மக்கள் படும் துயரங்களைப் பட்டியலிட்டிருந்தார். காந்தியும் கட்சியும் எத்தனை 'போலித்தனமாக' வெறும் வார்த்தைகளை அள்ளித் தெளித்து உருப்படியான உதவிகள் எதையும் செய்யவில்லை என்று கூறியிருந்தார்.

இந்த நூல் எழுதுவதில் முழுவதுமாக ஆழ்ந்து ஈடுபட்ட அம்பேத்கர் இந்த எழுத்து வேலையிலும், அரசியல் பணிகளிலும் முழுமையாக தன் நேரத்தைச் செலவழித்தார். கட்சியை 1946 ல் நடக்கவிருந்த தேர்தல் களுக்காகக் கட்டியமைப்பதிலும் கவனம் செலுத்தவில்லை. இதனால் 1946-ல் கெய்க்வாட்க்குத் தேர்தலுக்கு முன் எழுதிய கடிதத்தில், 'எந்தெந்த தொகுதிகளுக்கு யார் யாரை நிறுத்துவது என்று எனக்குத் தெரியாது. அதை நீங்களே செய்துவிடுங்கள்' என்று எழுதியிருந்தார்.[38]

1946-ல் நடந்த மாகாண சட்டசபைத் தேர்தல்களில் பட்டியலினத்து மக்கள் கூட்டணி தன் முதல் தேர்தலில் தோல்வியடைந்தது. 1937-ல் நடந்த தேர்தலில் சுதந்திர தொழிலாளர் கட்சி பெற்ற வெற்றிகள் இப்போது கிடைக்கவில்லை. ரிசர்வ்ட் தொகுதிகளில் கூட மக்கள் காங்கிரஸ் பக்கமோ, சுயேட்சை வேட்பாளர்கள் பக்கமோ திரும்பி விட்டனர். தாழ்த்தப்பட்டவர்களின் கூட்டமைப்பு வேட்பாளர்கள்

யாரும் பம்பாயில் வெற்றி பெறவில்லை. ஒரே ஒரு வேட்பாளர் வங்காளத்திலும், இன்னொருவர் மத்திய மாகாண சட்டசபைக்கும் தேர்ந்தெடுக்கப்பட்டனர்.

1946 மே மாதம் அமைச்சரவை தூதுக்குழு வந்தபோது அதற்காகத் தயாரிக்கப்பட்ட தகவல் அறிக்கையில் தாழ்த்தப்பட்ட மக்கள் மட்டுமே வாக்களித்த முதன்மைத் தேர்தல்களில் தாழ்த்தப்பட்டவர் கூட்டமைப்பானது காங்கிரஸ் கட்சியைவிட மெட்ராஸ் மாகாணத்திலும், அம்பேத்கரின் செல்வாக்கு மிகுந்திருந்த பம்பாய், மத்திய மாகாணங்களிலும் அதிக வாக்குகள் பெற்றிருந்தது.[39] தூதுக் குழுவுக்காகத் தயாரிக்கப்பட்ட இன்னொரு அறிக்கையில் பயமுறுத்தல்களும், வன் செயல்களும், வெளிப்படையான எதிர்ப்புகளும் தேர்தலை நடத்தும் அதிகாரிகளின் மீது காட்டப்பட்டன. இதுவும் தேர்தலில் கூட்டமைப்பு கண்ட தோல்விகளுக்குக் காரணமாக இருந்திருக்கலாம் என்று சொன்னது.[40] ஆனால், தூதுக் குழுவின் சர் ஸ்டாபோர்ட் க்ரிப்ஸ் இந்தக் காரணத்தை ஏற்றுக் கொள்ளவில்லை. 'அம்பேத்கரின் கட்சிக்குச் சில சிறப்புச் சலுகைகளை தேர்தல் சமயத்தில் கொடுக்க விரும்பியிருந்தாலும் அது சாத்தியப்பட்டிருக்காது. ஆனால், அக்கட்சி தேர்தலில் தோல்வியடைந்துவிட்டிருக்கிறது. அதனுடைய செல்வாக்கை வலிந்து தூக்கி நிறுத்த எங்களால் முடியாது.'[41]

அம்பேத்கரின் முயற்சிகள் ஆங்கிலேய அரசிடமும் தோல்வியுற்றது. தேர்தலிலும் அவரது கூட்டமைப்பு தோல்வியைத் தழுவியது. இதனால் அம்பேத்கர் நாடாளுமன்ற ஆளுகைக்கு உட்படாத மாற்றுப் போராட்ட வழிகளைக் கையிலெடுத்தார். தாழ்த்தப்பட்ட மக்களைத் தனி ஒரு அமைப்பாக இந்திய அரசியலமைப்பில் அடையாளம் காட்டப்பட்டு அங்கீகரிக்கப்பட வேண்டும் என்ற கோரிக்கையை முன்னெடுத்து போராட்டங்களை ஆரம்பித்தார். கூட்டமைப்பு மூலம் பெரிய அளவில் சத்தியாகிரகங்களை நடத்தினார்.

1946 அக்டோபர் மாதம் புனே, நாக்பூர், லக்னோ, கான்பூர் ஆகிய இடங்களின் மாகாண சட்டசபைக்கு முன்னால் இப்போராட்டங்கள் நடைபெற்றன. போராட்டங்கள் பெரிய அளவில் இருந்தாலும், வெளியே இவை பற்றிய விவரங்கள் அதிகமாக வெளிவரவில்லை; வெளிவர விடப்படவும் இல்லை. ஆனாலும் உ.பி.யிலும், மகாராஷ்டிராவிலும் அவை நினைவில் நின்ற போராட்டங்களாக இருந்தன. தனித் தொகுதிகளுக்காகவும் ஏனைய அரசியல் உரிமைகளுக்காகவும் மக்கள் ஆழ்ந்த பக்தர்கள் போல பெரிய எண்ணிக்கையில் போராட்டத்தில் குதித்தனர்.[42]

1946 ஆகஸ்ட் மாதம் ஜகஜீவன்ராம்[43] தாழ்த்தப்பட்ட மக்களின் பிரதிநிதியாக, தற்காலிக அமைச்சரவையில் இடம் பெற்றார். இதனால், அம்பேத்கர் தன் செயற்குழு உறுப்பினர் பதவியை இழக்க நேர்ந்தது. தாழ்த்தப்பட்ட மக்களுக்குப் பிரதிநிதியாக ஒருவர் மட்டும் இருப்பது சரியில்லை என்ற அம்பேத்கரின் உரிமைக் குரல் மற்றொரு வழியில் அடக்கப்பட்டுவிட்டது. ஜோகேந்திர நாத் மண்டல் என்ற பட்டியல் இனக் கூட்டமைப்பின் உறுப்பினர் வங்காள முஸ்லீம் லீக்கினால் அக்டோபர் மாதம் அமைச்சராகத் தேர்ந்தெடுக்கப்பட்டார்.[44] ஆனால், ஜோகேந்திரநாத் மண்டலுக்கு இருந்த செல்வாக்கின் மூலம் முஸ்லீம் லீக் உதவியுடன் வங்காள மாகாணத்திலிருந்து அம்பேத்கர் சாசன சட்டசபைக்கு அனுப்பப்பட்டார்.

ஆனால், இந்தியப் பிரிவினையால் வங்காளம் இரு பகுதிகளாகப் பிரிக்கப்பட்டது. இதனால் அம்பேத்கர் தன் பதவியை இழந்தார். இருந்தும் நல்லெண்ண முறையில் காங்கிரஸ் அம்பேத்கரை சாசன சட்டசபை உறுப்பினராக அமர்த்தியது. 1947 ஆகஸ்ட் மாதம் சுதந்திர இந்தியாவின் முதல் அமைச்சரவையில் சட்ட அமைச்சராகச் சேர்ந்தார். இப்பதவியோடு இந்திய சாசனம் எழுதும் குழுவுக்குத் தலைவராகவும் பொறுப்பேற்றார். மாபெரும் சாதனைகள் படைக்க இந்தப் புதிய பதவி உதவியது.

1947-1951 வரை அவர் அரசியல் மேல் மட்ட நிலையில் பணி புரியும் வாய்ப்பு கிடைத்தது. ஆயினும், ஒரு நிமிடம் கூட தான் தாழ்த்தப்பட்ட மக்களின் பிரதிநிதி என்ற எண்ணம் அவர் மனதை விட்டு அகலவில்லை. அந்த நினைவோடு தனக்கு எளிதாக வரக் கூடிய அரசியல் மேதமையோடு பணியாற்றினார். அதன் மூலம் தாழ்த்தப் பட்டவர்களின் தலைவன் என்ற பெருமிதத்தோடும் இருந்தார். அவர்களுக்காகப் பணியாற்றுவதில் எக்குறையுமில்லை.[45]

1947 மார்ச் மாதம் முன் மொழியப்பட்ட 'இந்திய ஐக்கிய கூட்டமைப்பு' சாசனத்தை 'மாநிலங்களும் சிறுபான்மையினரும்' என்ற தலைப்பில் வெளியிட்டார். இது அவரது புதுப் பதவி வருவதற்கு முன் நடந்தது. ஆனால், இந்நூலின் உள்ளடக்கம் 1948 நவம்பர் மாதம் சாசன சட்டசபை முன் ஆதரித்துப் பேசிய உண்மையான சாசனத்திலிருந்து அதிகமாக வேறுபட்டிருந்தது. விவசாயம் ஒரு மாநில உரிமை என்பது மாறிவிட்டது. இதுவே தாழ்த்தப்பட்ட மக்களின் பிரச்னைகளுக்கான ஒரே தீர்வு என்று அவர் கருதினார். ஏனெனில், தாழ்த்தப்பட்ட தொழிலாளர்களில் பெரும்பான்மையோர் விவசாயத் தொழிலாளர்கள்தான்.[46]

இரட்டை வாக்குரிமையும், தாழ்த்தப்பட்ட மக்களுக்கான தனிக் குடியிருப்பும் காற்றோடு கலைந்து போய் விட்டன. பாகிஸ்தான்

பிரிவினையால் சிறுபான்மையிரான இஸ்லாமியருக்கு இரட்டை வாக்குரிமை என்ற பிரச்னை முடிவுக்கு வந்து விட்டதால், அதே போல் தாழ்த்தப்பட்ட மக்களுக்கும் இல்லாது போயிற்று. இதைப் போலவே, தனியான வாழ்விடப் பகுதிகள் என்ற கோரிக்கையும் புதிதாக முளைத்துள்ள கூட்டு சுதந்திர வாழ்க்கை என்பதால் மறக்கடிக்கப் பட்டது.

தீண்டாமைக்கு எதிரான சட்டம் 'சிறுபான்மையோர் நலன்கள்' என்ற துறையின் கீழ் கொண்டு வரப்பட்டது. சட்டசபையிலும் பொது அரசுப் பணிகளிலும் தாழ்த்தப்பட்ட மக்களுக்கான பிரதிநிதித்துவம், பட்டியலினத்து மக்களுக்கான கல்வியளிக்கும் திட்டம் ஆகியவை அரசின் கடமைகளாக ஆக்கப்பட்டன. இந்தக் கோரிக்கைகள் அனைத்தும் சுதந்திர இந்திய அரசின் கொள்கைகளாக ஆக்கப்பட்டன.

அரசியல் சாசனத்தின் உள்ளடக்கம் அனைத்துமே அப்போதிருந்த காங்கிரஸ் தலைவர்களின் எண்ணங்களின் பிரதிபலிப்பே அன்றி, அம்பேத்கரின் உள் மனதைப் பிரதிபலிக்கவில்லை. மையப்படுத்தப் பட்ட அரசின் கீழ் வரும் உரிமைகள், அதிகாரங்களுக்கு அழுத்தம் கொடுப்பதே அவருடைய முக்கிய பங்களிப்பாக இருந்தது. ஏனெனில், அவரைப் பொறுத்தவரை வலுவான மைய அரசு இருந்தால்தான் ஜனநாயகத்துக்கும் சிறுபான்மையினர் நலனுக்கும் நல்லது என்று கருதினார். ஒற்றைத் தனி அலகான நீதிமன்றங்கள் அவசியம் என்று கருதினார். அவற்றையே சாசன சட்டசபை மூலம் அரசியல் சாசனமாக்குவதில் தன் முழுத் திறமையையும் வெளிப்படுத்தினார்.

அம்பேத்கர் தனது மிகக் கசப்பான நேரம் ஒன்றில் அரசியல் சாசன உருவாக்கத்தில்தனது பங்கைத் தானே விமர்சித்துக் குறிப்பிட்டிருக்கிறார்.[47] ஆனால், தாழ்த்தப்பட்ட மக்களின் மனங்களில் அம்பேத்கர் தங்களது நலன்களைக் கைவிட்டுவிட்டார் என்ற எண்ணம் ஏதும் ஏற்பட வில்லை. அவர்களுக்கு இது மிகுந்த பெருமையளித்தது. அவர்களின் கண்ணெதிரில் அம்பேத்கர் ஒரு 'தற்காலத்து மனு' என்று கம்பீரமாக எழுந்து நின்றிருந்தார். தாழ்த்தப்பட்ட சமூகத்திலிருந்து ஒருவர் சுதந்திர இந்தியாவின் ஜனநாயக அரசுக்கான சாசனத்தைத் தந்துள்ளார் என்பது உளவியல் பூர்வமான மிகுந்த மகிழ்ச்சியை அவர்களுக்குத் தந்தது.

இதன் எதிரொலியாகவே 1950ஆம் ஆண்டு பம்பாயில் பட்டியல் இனங்களின் கூட்டமைப்பும் நாட்டில் அரசியல் சாசனத்தின் நகலைத் தங்கத்தில் செய்து அதனை அம்பேத்கருக்கு அளித்து, தங்கள் மகிழ்ச்சியை உலகறியச் செய்தனர். அம்பேத்கர் அப்போது சொன்ன சில வார்த்தைகளின் உட்பொருள் மறைந்து போய்விட்டது; ஆனால், அம்மக்களின் பெருமிதம் மறையாமல் இன்றும் நிற்கிறது. அம்பேத்கர்

அப்பரிசளிப்பு விழாவில், 'சாதிப்பற்றை விட நாட்டுப்பற்று உயர்ந்து நிற்க வேண்டும்; இல்லாவிட்டால் நாம் பெற்ற சுதந்திரத்துக்கு அது ஆபத்தை விளைவிக்கும்' என்று கூறினார்.

தாழ்த்தப்பட்ட மக்கள் இதுவரை குறுகிய பார்வையோடு இருந்தது போல் அல்லாமல் விரிந்த பார்வையோடு, அனைத்தையும் அணைத்துப் பார்க்க வேண்டும். காங்கிரஸ் கட்சியுடனும், ஏனைய அரசியல் கட்சிகளோடும் முன்பிருந்த வேற்றுமைகளை மறக்க வேண்டும். தனிப்பட்டு வேறு யாரோடும் கூட்டுறவு அமைக்கா விட்டாலும், ஒட்டுமொத்த கூட்டு முயற்சியே நமது குறிக்கோளாக இருக்கவேண்டும் என்றார்.[48]

ஆனால், இந்தக் கூட்டு முயற்சி 1951ஆம் ஆண்டின் இலையுதிர் காலத்தில் முறிந்து போனது. சுதந்திர இந்தியாவின் முதல் பொதுத் தேர்தலுக்குச் சிறிது முன்பு இது நடந்தது. அம்பேத்கர் அமைச்சரவையி லிருந்து தன் பதவியை விட்டு விலகிவிட்டார். ஏனெனில் சட்ட அமைச்சராக அவர் கொண்டு வந்த இந்துச் சட்ட மசோதா காங்கிரஸ் கட்சியின் ஆதரவில்லாததால் தோற்றுவிட்டது. தோல்விக்குப் பொறுப் பேற்று அமைச்சர் பதவியைத் துறந்தார். மேலும் அமைச்சரவையில் ஒரு காங்கிரஸ் அல்லாத தனி மனிதராக இருந்தமையால் அவரது குரல் எடுபடவில்லை.

தகுதியான பதவிகளும் தரப்படவில்லை. எடுத்துக்காட்டாக, திட்ட கமிஷன் தன் தகுதிற்கேற்ற அமைப்பு என்று அம்பேத்கர் நினைத்தார். இந்தியாவின் அயல் நாட்டுக் கொள்கைகள் தவறு என்றும், மேற்கத்திய நாடுகளோடு கொண்ட நடுநிலை தவறு என்றும் கருதினர். தாழ்த்தப் பட்ட மக்களின் மீதான கடும் சமூக அழுத்தங்கள் இன்னும் அப்படியே இருப்பதாகக் கருதினார்.[49] 1951-1952-ல் நடந்த பொதுத் தேர்தலில் அவர் அரசின் தோழனாக அல்லாமல் எதிர்ப்பாளராகவே கலந்துகொண்டார்.

பட்டியலினத்து சாதியினரின் கூட்டமைப்பு இந்தத் தேர்தலில் ஒரு சில கட்சிகளைப்போல முன் அனுபவத்தோடு கலந்து கொண்டது. இக்கட்டமைப்பு போதுமான கல்வியறிவு உள்ள மக்களுக்கு இடப் பங்கீடு தேவை என்பதை வற்புறுத்தியது. இது தாழ்த்தப்பட்ட மக்களுக்கு மட்டுமின்றி, பிற்படுத்தப்பட்டோர், பட்டியல் இனப் பழங்குடியினர் அவைருக்கும் குறைந்தபட்ச தகுதி வரம்புகளுடன், 'ராணுவ மற்றும் பிற அரசுத் துறைகளில் இடம் கிடைக்காமல் இருக்கும் நிலை மாறும்வரை' இட ஒதுக்கீடு வழங்கவேண்டும் என்று வற்புறுத்தியது. இதையும்விட, கூட்டமைப்பின் அறிக்கைகள் பிற பெரிய பிரச்னைகள் பற்றியும் பேசின. உற்பத்தியைப் பெருக்குதல், கருத்தடை, கூட்டுறவு அல்லது கூட்டு விவசாயம், காஷ்மீர் பிரிவினை,

| 257 |

அயல் நாட்டுக் கொள்கைகளில் கூட்டு சேராமைக் கொள்கையைத் தவிர்த்து, அனைத்து ஜனநாயக நாடுகளோடு ஒட்டுறவு கொள்ளுதல், மது விலக்கை நீக்குதல், ஆயுள் காப்பீடு நிறுவனங்களைத் தேசியமயமாக்குதல், மொழிவாரி மாகாணங்கள் அமைத்தல் போன்ற பல்வேறு அரசியல் கோட்பாடுகளை இந்த பட்டியல் இனங்களின் கூட்டமைப்பு விவாதித்தது.[50]

1951-52 தேர்தலில் பட்டியில் சாதிகளின் கூட்டமைப்பு பெரும் தோல்வியைச் சந்தித்தது. பம்பாய் மாகாணத்தில் நான்கு வேட்பாளர்கள் மட்டும் மக்கள் சபைக்குப் போட்டியிட்டனர். அவர்களில் ஒரே ஒருவர் பி.என். ராஜ்போஜ் மட்டும் வெற்றி பெற்றார். பழைய காங்கிரஸ் கட்சியினரும் சம்பர் இனத்தவருமான இவர் ஷோலாபூர் பகுதியில் போட்டியிட்டு வென்றார். அம்பேத்கர் இத்தேர்தலில் தோல்வியையே சந்தித்தார். அவரது நெடுநாளைய சம்பர் சாதி எதிர்ப்பாளராக இருந்து வந்த என்.எஸ். கஜ்ரோல்கர் என்பவரால் வடக்கு பம்பாய் தொகுதியில் தோற்கடிக்கப்பட்டார்.

சாதி இந்துக்களின் வாக்குகள் ஒட்டுமொத்தமாக அம்பேத்கரை எதிர்த்து விழுந்திருக்கக்கூடும். அத்தொகுதியில் 16.92 விழுக்காடு வாக்காளர்கள் பட்டியலினத்து மக்கள்; பட்டியலினத்துக் கூட்டமைப்பு 17.27 விழுக்காடு வாக்குகள் பெற்றன.[51] பட்டியலினத்துக் கூட்மைப்பு (எஸ்.சி.எப்.) பம்பாய்ச் சட்டசபைக்கு 38 வேட்பாளர்களைக் களமிறக்கியது. ரிசர்வ்ட் தொகுதியாகப் பிரிக்கப்பட்ட 27 தொகுதிகளுக்கு அதிகமான எண்ணிக்கையில் வெற்றி பெற வேண்டும் என்பது அக்கட்சியின் பேராசை. ஆனால் நடந்ததென்னவோ... பெரும் தோல்வியைக் கட்சி சந்தித்தது. வெற்றி பெற்றது பி.சி. காம்ப்ளே என்ற மஹர் வழக்கறிஞர் மட்டுமே. இவர் பம்பாய் நகரத்தின் சின்ச்போக்லி-லோவர் பரேல்-லவ் க்ரோவ் என்ற தொகுதியில் போட்டியிட்டு வென்றார்.

'இந்தப் படுதோல்வியை எப்படிப் புரிந்து கொள்வது என்று தெரியவில்லை'[52] என்றார் அம்பேத்கர். ஆனால், ஒன்று உறுதியாகப் புரிந்தது. பெருமையிலும் ஒற்றுமையிலும் உச்சம் தொட்டிருந்த காங்கிரஸ் கட்சியின் வேட்பாளர்களை எதிர்த்து, ஒரு சிறிய, அடிப்படைகூடச் சரியாக இல்லாத ஒரு பட்டியலினத்துக் கூட்டமைப்பு வெற்றி பெற முடியாது என்பது நிதர்சனமான உண்மைதான். மேலும் இக்கூட்டமைப்போடு கூட்டணி வைத்திருந்த சோஷியலிசக் கட்சியும் வெற்றிக்கு அழைத்துச் செல்லும் வலிமையுடையது இல்லை.

மகாராஷ்டிராவின் தெற்குப் பகுதியில் கூட்டமைப்பு விவசாயிகள் - தொழிலாளர்கள் கட்சியோடு உடன்பாடு கொண்டிருந்தது.

கூட்டமைப்பு வேட்பாளர்களின் காந்திக்கு எதிரான கடும் வார்த்தைகளும், பம்பாய் நகர் மகாராஷ்டிராவோடு இணைக்கப்பட வேண்டும் என்ற அம்பேத்கரின் கோரிக்கையும் நடுத்தர குஜராத்திகளின் வாக்குகளை இழக்கக் காரணமாக இருந்திருக்கலாம்.[53] ஆனால், கூட்டமைப்பு அல்லாமல் கட்சியின் அணுகுமுறையே பட்டியலினத்து மக்களின் ஆதரவோடு சுருங்கிவிடக் காரணமாக இருந்திருக்கும்.

பட்டியல் இனத்தவர் கூட்டமைப்பு தோற்றிருந்தாலும், ஆறுதலாகவும் சில விஷயங்கள் இருந்தன. காங்கிரஸ் கட்சி தவிர ஏனைய கட்சிகளை விட கூட்டமைப்பின் வேட்பாளர்கள் பெற்ற வாக்குகளின் விகிதாசாரம் அதிகமாக இருந்தது. பட்டியலில் சாதியினர் கூட்டமைப்பு 1946-ல் நடந்த தேர்தலை மூன்று மடங்கு அதிக வாக்குகள் பெற்றிருந்தன. காங்கிரஸ் கட்சி செய்ய முடியாத ஒரு நிகழ்வு இது.

மேலும் கூட்டமைப்பு தன் தாக்கத்தை அதிகமான இடங்களில் பெற்றிருந்தது. ஹைதராபாத், மெட்ராஸ், பாட்டியாலா, கிழக்கு பஞ்சாப், பம்பாய், இமாச்சல பிரதேசம், மைசூர் என்ற இடங்களில் எல்லாம் மக்கள் சபைத் தேர்தலில் ஆறு மாநிலங்களில் பன்னிரண்டு தொகுதிகளில் வெற்றி பெற்றிருந்தனர். ஆனாலும் இவை எல்லாம் தோல்வியையும் தோல்விச் சோகத்தையும் எவ்விதத்திலும் குறைக்கவில்லை. இதனைக் குறிப்பிட்டு ஹுக் டிங்கர், 'பட்டியல் இனத்தவர் கூட்டமைப்பின் வேட்பாளர்களே மிகுந்த ஏமாற்றமடைந்தவர்கள்... தனித் தொகுதிகளில் பெரும்பான்மையான இடங்களில் காங்கிரஸ் கட்சி நிறுத்திய பெயரில்லா ஆட்கள்தான் வெற்றி பெற்றனர். நேருவின் பெயர் பெருமையே இந்த வெற்றிக்கான முழுக் காரணம்' என்று கூறியுள்ளார்.[54]

1954-ல் இன்னொரு இடைத் தேர்தல். அம்பேத்கரும், 1952-ல் அவரோடு இணைந்திருந்த சோஷியலிசக் கட்சியின் உறுப்பினரான அசோக் மேத்தாவும் நாக்பூர் மாவட்டத்தில் உள்ள பந்தாரா என்ற இடத்தில் நடந்த இடைத் தேர்தலில் போட்டியிட்டனர். இதில் பொதுத் தொகுதியில் அசோக் மேத்தா வென்றார். ஆனால், கூட்டமைப்பின் வாக்களாராக அம்பேத்கர் ரிசர்வ்ட் தொகுதியில் போட்டியிட்டுத் தோல்வியைத் தழுவினார்.

இந்த முடிவுகளிலிருந்து சோஷியலிச ஆதரவாளர்களின் வாக்கு கூட்டமைப்புக்குச் செல்லவில்லை என்பது புரிகிறது. அம்பேத்கர் நேருவுக்கும் காங்கிரஸ் கட்சிக்கும், காந்தியின் கொள்கைகளுக்கும் எதிராக எழுப்பிய கண்டனக் குரல்கள், திரளாகத் தொகுதிக்கு விஜயம் செய்த பெரும் காங்கிரஸ் தலைவர்களின் பிரசாரம், மகானுபவ பந்த் என்ற கிருஷ்ண பக்தி அமைப்பில் சேர்ந்திருந்த மஹார்கள்

அம்பேத்கருக்கு எதிராகச் சென்றது ஆகியவை அம்பேத்கரின் தோல்விக்குரிய காரணங்களாக இருந்திருக்கலாம். பந்தாரா பகுதியில் இருந்த மஹர்களில் பலர் மகானுபாவர்கள் என்ற அமைப்பைச் சார்ந்தவர்கள். இவர்கள் ஒருவகையில் பழமைக்கு மாறானவர்கள் எனினும், கிருஷ்ண பகவானின் பெரிய பக்தர்கள்.[55]

ஜி.எம். தவேர் ஒரு மகானுபாவ மஹர். 1930-1940 ஆண்டுகளில் அம்பேத்கரோடு அவ்வப்போது சண்டையும்-சமாதானமுமாக இருந்து வந்தவர். இறுதியில் அம்பேத்கரிடமிருந்து முற்றிலும் விலகி காங்கிரஸ் கட்சியில் 1950-ல் சேர்ந்தார். இவர்களுக்குள்ளே நடந்த மோதல்களால் அம்பேத்கருக்கு மஹர்களின் வாக்குகளில் பெரிய சரிவும் ஏற்பட்டிருக்கலாம். காரணம் எத்தனையோ சொன்னாலும் சாதி இந்துக்களின் வாக்குகளே அம்பேத்கரின் தோல்விக்கு அடிப்படை காரணமானது.

அரசியல் விழிப்புணர்வும் மெல்லிய ஒற்றுமை வலிமையும் பெற்ற மஹர்களுக்கு வேறு வழியெதுவும் இல்லை என்பது அம்பேத்கருக்கு தேர்தலுக்கு முன்தான் நினைவுக்கு வந்தது. செய்தித்தாள் ஒன்றில் 1948ஆம் ஆண்டு உ.பி.யில் நடந்த பட்டியலினத்து பொதுக் கூட்டம் ஒன்றில் அம்பேத்கர், 'அரசியல் அதிகாரம் மட்டுமே எல்லாவித சமூக முன்னேற்றங்களுக்குமான திறவுகோல் என்று கூறி, பட்டியலினத்து மக்கள் வாழ்க்கையில் ஒன்றிணைந்து இந்த அதிகாரங்களைக் கைப்பற்றுவதிலேயே உள்ளது' என்றார். இதற்காக 'மூன்றாவது வலுவான கட்சியாக கூட்டமைப்பை வளர்த்து காங்கிரஸ், சோஷலிசக் கட்சிகளுக்கு இணையாக அதிகாரப் பங்கீட்டுக்கு வளரவேண்டும்' என்றார்.[56]

அரசியல் வலிமை பெறவேண்டும் என்ற கருத்தின் அடிப்படையில் தான் 1952ஆம் ஆண்டு சோஷயலிசக் கட்சியோடு கூட்டணி அமைத்து தேர்தலைச் சந்தித்தார். ஆனால், வெற்றிக் கனி கிட்டவில்லை. காங்கிரஸ் கட்சி மாபெரும் வெற்றி மாலை சூடியது. இந்த அரசியல் அமைப்பில் போட்டி இரு சமமான கட்சிகளுக்கு இடையே இல்லை; எனவே அதிகாரப் பங்கீடும் சாத்தியமில்லை என்பதுதான் அப்போது நிரூபணமாயிற்று.

அமைச்சரவையிலிருந்து ராஜினாமா...பின், தேர்தலில் 1952-ல் தோல்வி... பின் அம்பேத்கர் மக்கள் சபைக்கு முயன்றார். ...இப்போது இறுதியாக மேல் சபை அல்லது ராஜ்ய சபை அவரது அரசியல் பணித் தளமாக அமைந்தது. இந்திய நாடாளுமன்றத்தின் மேல் சபைக்கு மக்களுடைய வாக்களிப்பு இல்லாத தேர்தல் மூலம் உறுப்பினர்கள் தேர்ந்தெடுக்கப்படுவார்கள். தேர்தலில் பம்பாயில் தோற்றவர் பம்பாய்

சட்டசபையால் தேர்ந்தெடுக்கப்பட்டு இந்த மரியாதைக்குரிய அதே நேரம் அரசியல் முக்கியத்துவம் இல்லாத பணியைச் செய்ய வேண்டும். இவ்வாறு ராஜ்ய சபாவுக்குள் நுழைந்த அம்பேத்கர் 1951-ல் அமைச்சர் பதவியை ராஜினாமா செய்த பிறகும் தன் டெல்லி வீட்டில் இருந்தே பணியாற்றவும், அரசியல் பணிகளைத் தொடரவும் முடிந்தது.

1956 மே மாதம் டைம்ஸ் இந்திய தினசரியில் அந்த அதிகாரமற்ற ஆண்டுகளில் அம்பேத்கரின் அரசியல் முகம் பொது வெளியில் எப்படி இருந்தது என்று விவரித்துள்ளது. இக்கட்டுரையில் தொனிக்கும் குரல் மிகப் பெருமையுடன் உள்ளது. பம்பாயின் மகனுக்குக் கொடுக்கப் பட்ட மரியாதை இது என பல்வேறு நகரங்களில் இருந்து வந்த செய்தித் தாள்களின் தலையங்கங்களில் காண முடிகிறது.

> அம்பேத்கர் ராஜ்ய சபையில் பேசும் கருத்துக்கள் எல்லாமே மிகச் சிறந்த நிமிடங்கள்... அவர் ஒரு விவாதத்தில் பங்கேற்கப் போகிறார் என்ற செய்தி பரவியதும் அனைத்து உறுப்பினர்களும் ஆர்வத்தோடு அதைக் கேட்கக் குழுமிவிடுவார்கள்... டாக்டர் அம்பேத்கர் ஆறாண்டு கால உறுப்பினராக இரண்டாம் முறை மேல் சபைக்குத் திரும்ப வந்துள்ளார். கடந்த வாரம் அவர் மாநிலங்கள் மறு சீரமைப்புச் சட்டம் பற்றி உரையாற்றினார். அன்று அவர் மிகவும் வயதானவராகவும், களைப்படைந்தவராகவும் காணப்பட்டார். வயதாகியிருந்தாலும் உள்ளே அவிந்து விடாத கனல் சுடர் விட்டு எரிந்தது. பேச்சின் நடுவே இருந்த தடைகளையெல்லாம் அவரது பளிச்சிடும் திறமையான எதிர்மொழிகளால் எளிதாக அழகாகக் கடந்தார்.
>
> அவரது கருத்துகளுடன் முரண்பட்ட ஒருவர், 'கல்வியறிவு மிகுந்த இந்த டாக்டரின் ஆன்மாவுக்காக இறைவனிடம் வேண்டிக் கொள்வேன்' என்று முணுமுணுத்திருக்கிறார். சட்டென்று அழகிய பதில் ஒன்று அம்பேத்கரிடமிருந்து வந்தது: 'உறுப்பினருக்கு அப்படி வேண்டிக் கொள்ளும் சிரமம் எதுவும் தேவையில்லை; நான் ஒரு பௌத்தன்; எனக்கு ஆன்மா என்று ஏதுமில்லை!'
>
> அவர் இப்போது ஒரு பெரிய அரசியல் சக்தி அல்ல. ஆனால், இன்றும் அவரது கருத்துகள் எவரையும் ஈர்க்கின்றன; அனைவரின் மரியாதைக்குரியதாகவும் உள்ளன.[57]

இந்தக் கடைசி ஆண்டுகளில் அம்பேத்கருக்குப் புத்தம் புதிய இரண்டு கருத்துக்கள் தெளிவாகப் புரிந்தன. ஒன்று, எண்ணிக்கை பெரும் பான்மையால் ஆளப்படும் ஜனநாயக அமைப்பில் தாழ்த்தப்பட்ட மக்களுக்கான முதல் அரசியல் எதிரி பிராமணர்கள் அல்ல; அதிகாரம் மிக்க இடைநிலை விவசாய சாதிதான்; இரண்டாவதாக,

பட்டியலினத்து மக்கள் தங்கள் அரசியல் சக்தியை பெரிய தொகுதிகள் மூலம் இல்லாமல் வேறு முறையில் பயன்படுத்த முடியாது.

அம்பேத்கர் சொன்ன அந்த இரு அரசியல் உண்மைகளில், முதலாவது மிகவும் தெளிவானது. ஏனெனில், தனக்கு மிகவும் தெரிந்த பகுதியில் - மகாராஷ்டிராவில் - நடக்கும் உண்மை அது. 1948ஆம் ஆண்டு அவர் ஓர் ஒருங்கிணைந்த மகாராஷ்டிர மாநிலத்தை கண் முன் நிறுத்தியிருந்தார். பம்பாய் அம்மாநிலத்தின் ஒரு பகுதியாக இருக்க வேண்டும் என்றும் நினைத்திருந்தார். அதேபோல் மொழிவாரியாக மாநிலங்கள் பிரிக்கப்படுவதில் தவறேதும் இல்லை. ஆனால், அம்மாநிலத்தின் அதிகார மொழியாக பிராந்திய மொழி இருக்கக் கூடாது என்றும் கூறினார்.[58]

ஆனால், 1955-ல் பெரிய மொழிவாரி மாநிலம் இந்திய ஒருமைப் பாட்டுக்கு ஆபத்தானதாகவும், சிறுபான்மையருக்கு அச்சுறுத்தலாகவும் இருக்குமென்ற முடிவுக்கு வந்தார். அதே ஆண்டு நவம்பர் மாதம் அம்பேத்கர் இந்திய பிரதமருக்குத் தன் எதிர்ப்பைத் தந்தி மூலம் அறிவித்தார். 'உ.பி., பிகார், மகாராஷ்டிரா மாநிலங்கள் பெரும் பூதாகரமான, ஒற்றைத்தனமான மாநிலங்கள்; அவை மத்திய அரசுக்கு ஆபத்தானவை; இந்த ஒவ்வொரு மாநிலம் மும்மூன்றாகப் பிரிக்கப்பட வேண்டும்' என்று அதில் தெரிவித்திருந்தார்.[59]

1955 டிசம்பர் மாதத்தில் அம்பேத்கர், 'மொழிவாரி மாநிலங்கள் மீதான சில சிந்தனைகள்' என்ற நூலை வெளியிட்டார். அதன் மையக் கருவாக, பெரிய மாநிலங்களாக ஆக்கப்படுவதைவிட இயல்பான அடையாளத்தின் அடிப்படையில் துண்டுகளாகப் பிரிக்கப்பட்டு சிறு மாநிலங்களாக்கப் பட்டால்தான் அவற்றின் ஜனநாயகப் பங்களிப்பு பயனளிப்பதாக இருக்கும்; மத்திய அரசுக்கு வலுவூட்டுவதாகவும் இருக்கும்' என்று குறிப்பிட்டிருந்தார்.[60]

இந்த நூலில் மகாராஷ்டிராவின் பெரிய விவசாய சாதியாக இருந்த மராத்தா சாதியினரைப் பற்றி நேரடியான குறிப்புகள் ஏதுமில்லை. ஆனாலும், இந்த சாதியினர் அங்குள்ள தாழ்த்தப்பட்ட மக்களுக்கு ஆபத்தானவர்களாக, ஒன்றிணைந்த மகாராஷ்டிர மாநிலத்தில் இருப்பார்கள் என்ற செய்தி மறைபொருளாக இருந்தது. மராத்தி மொழி பேசும் பகுதிக்குள் தனி இடங்கள் வேண்டுமென்று வேண்டுகோள் விடுத்தார். அப்பகுதி மட்டுமே சிறுபான்மையருக்கும் பட்டியலினத்து மக்களுக்குமான பாதுகாப்பான இடமாக இருக்கும். 'பம்பாயை உள்ளடக்கிய பெரிய ஐக்கிய மகாராஷ்டிர மாநிலம் இருந்தால் அம்மக்கள் தங்கள் பாதுகாப்புக்காக எங்கேதான் போவார்கள்? கோட்சே என்ற பிராமணர் காந்தியைக் கொலை செய்தபோது,

கிராமங்களில் வாழ்ந்த பிராமணர்கள், மார்வாரிகள், குஜராத்திகள் மீது மராத்தியர்கள் வன்முறையை அவிழ்த்து விட்டனரே. அதுபோலவே மீண்டும் நடைபெறாதா? என்று கேள்வி எழுப்பினார்.'[61]

இன்னொரு விவாதமாக, மகாராஷ்டிர மாநிலம் மேற்கு, மத்திய, கிழக்கு பகுதிகளாகப் பிரிக்கப்பட்டு, பம்பாய் தனியான மகாராஷ்டிர நகர - மாநிலமாக மாற்றினால் ஒவ்வொரு பகுதியிலும், அரசியல் வாழ்வு வளர ஏதுவாக இருக்கும் என்றார். இந்த விஷயத்திலும் மராத்தா சாதியினர் மீதான அச்சமே முன்னிலைப்படுத்தப்பட்டது:

> மராத்தாக்களுக்கு அரசியல் திறமைகள் என்று ஏதும் கிடையாது. திலகர், கோகலே, ரானடே போன்ற பெரும் தலைவர்கள் யாரும் இப்போது அவர்கள் மத்தியில் இருப்பதாக அடையாளம் ஏதுமில்லை. இப்போதுள்ள ஒரு மஹாராஷ்டிரர் எதிலும் தேற மாட்டார்... இதனால் மகாராஷ்ட்ரியர்களை அரசியல் வாழ்க்கையில் பயிற்றுவிப்பது மிகவும் முக்கியம். மகாராஷ்டிரத்தை ஆளப் போகிறவர்கள் மராத்தா மொழி பேசுபவர்கள் இல்லை. மராத்தா சாதிக்காரர்கள்தான். பிராமணர்களின் எதிர்பார்ப்புகள் அல்ல. இந்த நிலையில் மராத்தாக்கள் அரசியல்ரீதியாக மிகவும் பின் தங்கிய நிலையில் இருப்பவர்கள் என்பதை யாரும் மறுக்கவே முடியாது (மூன்று மகாராஷ்டரிய மாநிலங்களாகப் பிரிக்கப்பட்டால் அம்மக்கள் அதிகமாய் அரசியல் நுட்பங்களைக் கற்றுக் கொள்ளும் வசதி வாய்ப்புகள் அதிகமாகும்).[62]

மேற்கூறிய கருத்தை அம்பேத்கர் வெளியிட்டதும் டைம்ஸ் ஆப் இந்தியா தினசரிக்குக் கடிதம் ஒன்று 1953 மே 9ஆம் தேதி வந்தது. இதில் அம்பேத்கரை மராத்தாவினருக்கு எதிரானவராகக் கூறப்பட்டிருந்தது. அதனோடு மஹர்களின் அரசியல் விழிப்புணர்வு பற்றியும் அக்கடிதம் பேசியது.

> காந்திய கொலைக்குப் பிறகு பனியாக்களும் பிராமணர்களும் துன்புறுத்தப்பட்டார்கள் என்று அந்த இரண்டு தரப்பை இணைத்துப் பேசியிருக்கிறார். அதோடு மாலிகளையும், கோலிகளையும் மராத்தா மக்களிடமிருந்து பிரித்தும் வைத்திருக்கிறார். இது மிகவும் குயுக்தியான தந்திரமான செயல். அம்பேத்கர் புதிய அரசியல் இனவாத வியூகம் வகுக்கப்போவது போலவும், முக்கிய எதிரிகளாக மராத்தாக்களைக் குறி வைப்பதாகவும் தோன்றுகிறது.
>
> ஓர் இனத்தின் அரசியல் எதிர்காலம் அம்மக்களின் எண்ணிக்கையால் மட்டுமல்ல, அவர்களது அரசியல் விழிப்புணர்வும், சமூகப் பிரக்ஞையும் மூலம் மட்டுமே சாதிக்க முடியும். மராத்தாக்களிடம் இந்த இரண்டுமே இல்லை. அம்பேத்கர் முழுவதும் மிகத் தீவிரமாக

ஹரிஜன மக்களின் உயர்வுக்காகவே பாடுபட்டார். அச்செயல் நிச்சயமாக மராத்தியர்களுக்கு மட்டுமல்ல; பிராமண மக்களுக்கும் கூட இன்னும் அதிக அரசியல் விழிப்புணர்வையும் சாதி உணர்வுகளையும் உறுதியாகத் தூண்டிவிடும்.[63]

மராத்தா மக்களது மேலாண்மையின் தீவிரத்தைப் பற்றிய அச்சம் அம்பேத்கருக்கு இருந்த அளவுக்கு அவரது மக்களுக்குப் புரியவில்லை. இதனால் 1956 ஆண்டு முழுமையும் அரைகுறை மனதோடு, தனது கட்சியின் உதவியாளர்களின் ஆர்வத்தின் காரணமாக தனது பட்டியலினத்து கூட்டமைப்பை சம்யுக்த மகாராஷ்டிர சமிதி (ஐக்கிய மகாராஷ்டிர குழு) என்ற அமைப்போடு இணைந்து செயல்பட அனுமதித்தார். புத்த மதத்துக்கு மாறியவர்கள் அதிகமாக இருக்கும் மஹர்கள் ஐக்கிய மகாராஷ்டிரத்துக்கான போராட்டத்திலும் பங்கெடுத்தனர்.

மகாராஷ்டிர காங்கிரஸ்காரரும், மராத்தியருமான ஒய்.பி. சவான் மாநிலத்தின் உயர் மட்டத்தில் இருந்த மகாராஷ்டிரர்கள் - மராத்திகள் என்ற இரு தரப்புக்கும் நடுவில் வேறுபட்ட கோரிக்கைகள் இருந்தாலும் அப்போராட்டத்தில் கலந்துகொண்டதால் மராத்திய மக்கள் பட்டியலினத்து மக்களுக்கு எதிரானவர்கள் என்ற உண்மையை மராத்தியர்களே உணரவில்லை. கிராமியப் பிரச்னைகள் தலை தூக்கும் போதெல்லாம் மராத்தியர்களுக்கும் மஹர்களுக்கும் நடுவில் தான் மோதல் ஏற்படும். ஆனால், கருத்தியலின் அடிப்படையில் இன்றும் மஹர்களின் பகைவர்கள் பிராமணர்களே.

குடியரசுக் கட்சி

பட்டியல் இனத்தவரின் கூட்டமைப்பு பெரிய அளவு தொகுதிகளுக்கு முதலிடம் கொடுக்கவேண்டும் என்ற அம்பேத்கரின் இரண்டாவது கருத்து நிறைவேற, புதியதொரு அரசியல் கட்சியைப் பற்றிய அறிவிப்பு ஒன்று வெளிவந்தது. இது அம்பேத்கரின் இறப்புக்குச் சற்று முன்பே வெளிவந்தது. 1955 அக்டோபர் மாதம் அம்பேத்கர், 'தேர்தலில் ரிசர்வ்ட் தொகுதி முறையை ஒழித்தாக வேண்டும் என்ற நிலைப்பாட்டை எடுக்கவேண்டிய நேரம் வந்துவிட்டது; அதற்கான புதியதொரு அரசியல் கட்சியை ஆரம்பிக்கப் போகிறேன்' என்று அறிவித்தார்.[64]

இவ்வறிவிப்பில் பெரும் நகை முரண் ஒன்று பலராலும் கண்டுகொள்ளாமல் விடப்பட்டது. சட்டசபைகளில் தாழ்த்தப்பட்ட மக்களுக்கான ரிசர்வ்ட் தொகுதிகள் வேண்டுமென்று கடினமாகப் போராடிய கட்சி இப்போது அப்படிப்பட்ட ஒதுக்கீடு தேவையில்லை என்று சொன்னதே அந்த முரண்பாடு. ரிசர்வ்ட் தொகுதி இருக்கும் போதும் தேர்தல்களில் வெற்றி பெறுவது காங்கிரஸ்

கட்சியிலிருந்துதான். பட்டியல் இனத்துக் கட்சி உயர்த்திப் பிடிக்கும் தாழ்த்தப்பட்டவரைவிட காங்கிரஸ் கட்சி கை காட்டுபவரே தேர்ந்தெடுக்கப்பட்டார். இதனால் இரு கட்சிகளிலுமே ரிசர்வ்ட் தொகுதி பற்றிய பார்வை அப்படியே முற்றாக மாறின. காங்கிரஸ் கட்சி, ரிசர்வ்ட் தொகுதி முறையை ஆதரிக்கத் தொடங்கியது. பட்டியலினத்துக் கூட்டமைப்பு அதை வேண்டாம் என்று சொன்னது!

ஆனாலும், ரிசர்வ்ட் தொகுதிகள் வேண்டாமென்று தீர்மானம் கொண்டுவரப்பட்டாலும், எந்தப் பயனும் ஏற்படப் போவதில்லை. அம்பேத்கரின் கட்சிக்கு பெரிய அளவில் ஆதரவுத் தளம் உருவானால் தான் பயன் கிடைக்கும்.

1956 அக்டோபர் 13ஆம் தேதி நாக்பூர் மத மாற்றத்துக்கு முந்திய நாள் அம்பேத்கர் தேசிய குடியரசுக் கட்சி என்ற பெயரில் புதியதொரு அரசியல் கட்சி ஆரம்பிக்கப் போவதாக அறிவித்தார்: 'அடுத்த பொதுத் தேர்தலுக்கு முன்பு இக்கட்சி ஆரம்பிக்கப்படும். அக்கட்சியின் கோட்பாடுகள் - விடுதலை, சமத்துவம், தோழமை. கட்சியின் கதவுகள் அனைவருக்குமாகத் திறந்திருக்கும். இப்போது இருக்கும் பட்டியல் இனத்தவரின் கூட்டணியோடு எவ்விதத் தொடர்பும் புதுக் கட்சிக்கு இருக்காது' என்று அறிவித்தார்.[65]

மதம் மாறுவதன் மூலம் தாழ்த்தப்பட்டவர்கள் பெரியதொரு குழுவின் உறுப்பினர்கள் ஆவார்கள் என்று எதிர்பார்த்ததுபோலவேதான் இந்தப் புதிய கட்சி தொடங்கும்போதும் ஒரு எதிர்பார்ப்பு இருந்தது. ஆனால், புத்த மதத்துக்கு மாறுவதற்காக எடுத்த பெரும் முயற்சிகளைப் போல், இக்கட்சியை ஆரம்பிக்கும் முன் தேவையான அமைப்பு சார்ந்த முன்னேற்பாடுகள் ஏதும் செய்யப்படவில்லை.

அம்பேத்கரின் எதிர்பார்ப்புகளும் பெரிதாக இருந்தது. தனது புதிய கட்சியில் பட்டியல் இனத்தவர், பட்டியல் பழங்குடியினர் பிற்படுத்தப் பட்டோர் என்று மொத்த இந்திய மக்கள் எண்ணிக்கையில் 30 விழுக்காடு மக்கள் சேர்வார்கள் என்று நம்பிக்கையோடு நினைத்திருந்தார். ஆனால், மஹர்களிடம் அரசியல் விழிப்புணர்வு வருவதற்காகச் செய்த முயற்சிகள் போல், பட்டியலினத்துப் பழங்குடிகள், பிற்படுத்தப்பட்ட மக்கள் மத்தியில் இதுவரை முயற்சிகள் ஏதும் செய்யப்பட்டதே இல்லை. ஆகவே இந்தத் தடவை அம்பேத்கரின் முயற்சியும், ஆசையும் விழலுக்கிழைத்த நீராகிப் போனது. எல்லா வித 'உரிமைகளும் பறிக்கப்பட்ட மக்களின்' ஒத்துழைப்பு பற்றிய எதிர்பார்ப்பு மிக சமீபமாக அவருக்கு ஏற்பட்ட ஒன்றே. பத்தாண்டுகளுக்கு முன் பட்டியல் இனப் பழங்குடிகளைப் பற்றிய அவரது கணிப்பே வித்தியாசமாக இருந்தது.

1945 மே 6ஆம் தேதி நடந்த பட்டியலினத்து கூட்டமைப்பின் மாநாட்டில் அம்பேத்கர் சட்டசபையில் மக்களின் மொத்த எண்ணிக்கைக்கு ஏற்ப இடப் பங்கீடு பற்றிப் பேசும் போது பழங்குடி மக்களை முழுமையாகப் புறக்கணித்திருந்தார். அதற்கான காரணம் பற்றிச் சொல்லும் போது 'பழங்குடி மக்கள் இன்னும் எந்தவித அரசியல் விழிப்புணர்வும் பெறவேயில்லை. அதனால் அரசியல் வாய்ப்புகள் கிடைத்தால் அவர்களால் அதைத் திறமையாகப் பயன்படுத்த முடியாது. பெரும்பான்மையினர் அல்லது சிறுபான்மையினரின் கைப்பொம்மையாக மட்டுமே இருக்க முடியும். அதனால் அவர்களுக்கென்று நல்லது எதுவும் நடக்கவும் செய்யாது. அதிகாரச் சமநிலையையும் மாற்றிவிடுவார்கள்.' என்று குறிப்பிட்டார்.[66]

அம்பேத்கர் மத மாற்ற நிகழ்ச்சிகளுக்காக முழு மும்முரத்தில் இருந்தார். இரண்டு முக்கிய அரசியல்வாதிகளுடனான தொடர்புகள் நீங்கலாக கட்சிக்கான முன்னேற்பாடுகள் ஏதும் இல்லை. உ.பி. மாநிலத்து பிற்படுத்தப்பட்டோரின் தலைவர் எஸ்.டி. சிங் சௌராசியா[67] என்பவர் ஒருவர். இன்னொருவர், சோஷியலிசக் கட்சியின் ராம் மனோகர் லோஹியா. இவர் தானாகவே அம்பேத்கரிடம் தொடர்பு ஏற்படுத்திக் கொண்டார்.[68]

மத மாற்ற நிகழ்வின் அவசரத்தில் புதிய கட்சி ஆரம்பிக்க, புதிய அரசியல் தொடர்புகளை விரிவுபடுத்திக்கொள்ள நேரமும் பொறுமையும் இல்லாமல் அவற்றை ஒதுக்கிவிட்டார். அதோடு, அந்தக் காலகட்டத்தில் அவரது உடல்நலம் சீரான நிலையில் இல்லை. அதன் பின் இரண்டு மாதம் மட்டுமே அவர் வாழ்ந்திருந்தார். குடியரசுக் கட்சி 1957 அக்டோபர் மாதம், அவரது மரணத்துக்குப் பின்புதான் ஆரம்பித்தது. ஆனால், அதே ஆண்டில் நடந்த தேர்தலில் அம்பேத்கரின் கட்சி தன் பழைய பேரான பட்டியல் இனத்தவர் கூட்டமைப்பு என்ற பெயரிலேயே போட்டியிட்டது. அக்கட்சியின் உறுப்பினர்களே தேர்தலில் உழைத்தனர்.

தன் வாழ்நாளுக்குப் பின் தன் அரசியல் பின்னோடிகளுக்காகச் சிலவற்றை அரைகுறை மனதோடு விட்டுச் சென்றிருந்தார். அது அவரது பெருந்திரள் போராட்ட முறை. அடிக்கடி இம்முறையை அவர் பயன்படுத்தவில்லை. அகிம்சா முறையில் அவை நடந்தன. அம்பேத்கருக்கு அகிம்சா முறையில் நம்பிக்கை இருக்கவில்லை. ஆயினும் 1920களில் வதன் முறையை எதிர்த்தபோது இது போன்ற மக்கள் எழுச்சிக் கூட்டத்தை நடத்தினார்.[69] அதன் பின் புனேயில் உள்ள அம்ரோதியில் நடந்த ஆலய நுழைவுப் போராட்டம், 1927-ல் நடந்த மஹத் போராட்டம் ஆகியவற்றில் மஹர்கள் அம்பேத்கருக்கு

செவிமடுத்து, அவர் அழைப்புக்கு இணங்கிப் போராட்டத்தில் குவிந்தார்கள்.

இப்போராட்டங்களால் பின்னாளில் தங்கள் மீது விழும் பெரும் சமூக அழுத்தம் பற்றித் தெரிந்தும் போராடினார்கள். அதுவும் மஹர்கள் குறைந்த எண்ணிக்கையில் இருக்கும் பகுதிகளில் இது போன்ற போராட்டங்களை நடத்துவதால் அவர்களுக்கான ஆபத்துகள் மிக அதிகம். இருந்தும் அது போன்ற இடங்களிலும் அம்பேத்கர் அப்போராட்டங்களை ஊக்குவித்தார். இது போன்ற போராட்டங்களை அவர் திட்டமிடுவதோ தலைமையேற்பதோ இல்லாமல் இருக்கலாம். ஆனாலும் தீண்டாமையில் அவதியுறும் அம்மக்களுக்குத் தேவையான தைரியத்தையும் போராட்ட குணத்தையும் ஊட்டி விட்டார். அம்பேத்கர் அடிக்கடி சொல்லும் ஒரு மேற்கோள்: 'பலியிடப்படுவது ஆடுகள்தான்; சிங்கங்கள் அல்ல.'

அம்பேத்கர் மூன்று முக்கிய மக்கள் திரள் போராட்டங்களை நடத்தினார். அவை 1. 1937-ல் தொழில் துறை மசோதாவினை எதிர்த்து ஒருநாள் வேலை நிறுத்தப் போராட்டமும், கோட்டி எதிர்ப்பு நடைப் பயணமும்; 2. முதன்மை சட்டசபையில் தனித் தொகுதிகளுக்காக 1946-ல் நடத்திய போராட்டம்; 3. 1950களில் நிலங்களுக்காக ஒரு சத்தியாகிரகம் நாடாளுமன்றத்தின் வெளியே.

1953-ல் மகாராஷ்டிராவில் மரத்வாடா பகுதியில் நடந்த சத்தியாகிரகம், ஹைதராபாத் மாநிலத்தில் நடந்த போராட்டம் ஆகியவை அம்பேத்கர் ஆரம்பித்தவை அல்ல. ஆனால் அவர் ஹைதராபாத் நில உள்துறை அமைச்சருக்கு கடிதம் ஒன்றை எழுதினார். அதில் நிலங்களைத் தாழ்த்தப்பட்ட மக்களுக்குக் கொடுப்பது தொடர்பாக அரசு தீர்மானம் ஏதேனும் எடுத்தால் அப்போராட்டத்தில் குறுக்கிட்டு அதை நிறுத்த உதவுவதாக எழுதினார்.[70]

அம்பேத்கரின் மரணத்துக்குப் பிறகு நாசிக்-அகமதா நகர் பகுதியில் 1959-ல் ஒரு மிகப் பெரிய சத்தியாகிரகப் போராட்டம் ஆரம்பித்தது. 1964-65 ஆண்டின் குளிர் காலத்தில் தங்களின் கோரிக்கைகளை ஒரு மௌனப் பேரணி மூலம் வெளிப்படுத்திய அதில் ஏறத்தாழ மூன்று லட்சம் மக்கள் பங்கேற்றனர்.[71] 1965-ல் ஒரு தொகுதிக்கு - ஒரு நபர் என்பதை எதிர்த்து பெருமக்கள் பேரணி நடந்தது;[72] மீண்டும் 1965-ல் தெற்கு மகாராஷ்டிராவில் அனைத்து எதிர்க்கட்சிகளையும் இணைத்துப் பட்டினிப் போராட்டம் ஒன்று நடந்தது.[73] மேற்சொன்ன அடுக்கடுக்கான போராட்டங்கள் அனைத்தும் கட்சியில் மிக முக்கியமான போராட்டங்களாகவும், கூட்டமைப்பின் இயங்கும்

முறையாகவும் இருந்தன. அம்பேத்கர் அதிகம் பயன்படுத்தாத போர் முறைகள் அவர் கட்சியால் வகுக்கப்பட்டு மேலும் தொடர்ந்தன.

1956 டிசம்பர் மாதம் அம்பேத்கர் மரணமடைந்தார். இதற்கு முன் அவர் குடியரசுக் கட்சிக்கு ஒரு முறையான அமைப்பும், அடிக்கட்டுமானமும் கொடுக்காமல் முழுமையான ஓர் அரசியல் கட்சியாக மாற்றாமல் விட்டுவிட்டார். ஆயினும் அவர் மகாராஷ்டிராவின் மஹர்களையும், புத்த மதத்துக்கு மாறியவர்களையும், தீவிர விழிப்புணர்வு பெற்ற தாழ்த்தப்பட்ட மக்களைப் பிற மாநிலங்களிலும் உருவாக்கியிருக்கிறார். அரசியல் தளங்களிலும், நாடாளுமன்றத்துக்குப் புறம்பான ஆக்கங்களிலும் குடியரசுக் கட்சி தனி ஒரு அமைப்பாக உருவெடுக்க முடியும்.

மகாராஷ்டிராவில் உள்ள ஒவ்வொரு சிறு கிராமத்துக்குள்ளும் மஹர்களின் இயக்கங்களைக் காண முடியும். அம்பேத்கர் ஆரம்பித்த கட்சியில் அவரது இறப்புக்குப் பின் அதன் தலைவர்கள் பலரும் ஒருவருக்கொருவர் மாறுபட்டு நின்றாலும் பெரும்பாலும் மஹர்களுக்கு நடுவே தோழமை நீடித்து நின்றது. ஓர் அரசியல் நிபுணர், 'மகாராஷ்டிராவில் பொதுவாக தாழ்த்தப்பட்ட மக்கள், குறிப்பாக மஹர் மக்கள் ஏனைய உயர்சாதி மக்களையும்விட அதிகமாக அரசியல் விழிப்புணர்வோடு இருக்கிறார்கள் என்பதை யாரும் மறக்க முடியாது' என்று எழுதியுள்ளார்.[74] இரு மானுடவியல் நிபுணர்களும் தங்கள் கருத்தைப் பரிமாறியுள்ளனர்: 'எடுத்துக் கொண்ட மூன்று கிராமத்து மக்களிடையே, பட்டியலினத்து மக்கள் ஏனைய மக்களைவிட அரசியல் விழிப்புணர்வோடும், உலகப் பிரச்னைகள் பற்றிய அறிவார்ந்த பார்வையுடன் இருந்ததைத் தெள்ளெனக் காண முடிந்தது.'[75]

1944-ல் அம்பேத்கரின் பேச்சு: 'நமது குறிக்கோளும் பேரார்வமும் நம்மை ஒரு ஆளும் வர்க்க மக்களாக மாற்ற வேண்டும் என்பதே. இதை எப்போதும் உங்கள் நினைவில் பொறித்து வைத்துக் கொள்ளுங்கள்; உங்கள் வீட்டுச் சுவர்களில் இதை எழுதி வையுங்கள்.'[76]

ஒரு மஹர் தனது சமூகத்துக் குழந்தைகளுக்காக ஆரம்பித்த நூல் நிலையத்தின் சுவர்களில் இந்த வாசகங்களை நான் வாசித்திருக்கிறேன். விழிப்புணர்வு அடைந்தாயிற்று. தாழ்த்தப்பட்டவர்களுக்கு சாதி இந்துக்கள் செய்ய வேண்டிய பிராயச்சித்தம் என்று காந்தியடிகள் மூலம் உருவாக்கப்பட்ட உணர்வு, சமத்துவம் சிந்தனைகள் சார்ந்த பொதுவான அறிவார்ந்த தரப்பின் அக்கறை, இவற்றின் மூலம், 'தாழ்த்தப்பட்ட மக்களுக்கு இந்திய அரசினால் தரப்பட்டிருக்கும் விசேஷமான சலுகைகள் போல் உலக வரலாற்றில் வேறு எங்குமே கடைநிலை

சிறுபான்மை மக்களுக்குத் தரப்பட்டிருக்கவில்லை' என்ற நிலை உருவாகியிருக்கிறது.[77]

ஏற்கெனவே அரசினால் கொடுக்கப்பட்ட உறுதிமொழிகளைச் செயலாக்கவேண்டும்; இன்னும் அதிகமாக சோஷியலிஸ செயல்பாடுகள் நடக்க வேண்டும் என்பதையும் தவிர, வேறு எவ்வித எதிர்பார்ப்பும் இப்போதைய அரசியல் இயக்கங்களில் இல்லை. இருந்தும் அம்பேத்கரின் ஆதவாளர்களின் அரசியல் விழிப்புணர்வு இன்னும் மறையவில்லை. அம்பேத்கரின் அடிச்சுவடில் பயணிக்கும் தலைவர் பின்னால் அவர்கள் அணி திரளத் தயாராகவே இருக்கிறார்கள்.

இன்னும் தீர்க்கப்படவேண்டிய பிரச்னைகள் உள்ளன. தாழ்த்தப் பட்டவர்களும் பழங்குடி சாதியினர்களுமே ஏழை தேசத்தில் மிக மிக ஏழ்மையில் இருப்பவர்கள். அரசாங்க வேலைகள், அரசுப் பொறுப்பில் இருக்கும் நிலங்கள் எல்லாம் சொற்பமானவர்களுக்கு மட்டுமே பலன் தரமுடியும். ஹரால்டு ஐசக் எழுதிய, 'இந்தியாவின் முன்னாள் தீண்டாமைக்காரர்கள்'[78] நூலில் சொல்லப்பட்டுள்ளது போல், படித்த நகரத்து மக்களும்கூட இன்னும் நுட்பமான தீண்டாமைப் பிடிக்குள் அகப்பட்டுக் கிடக்கிறார்கள்.

கிராமங்களில் இன்று வரை பொதுக் கிணறுகளும், கோவில்களும் கீழ் சாதியினருக்கு மறுக்கப்படுகின்றன. தீண்டப்படாத மக்கள் கீழ்த்தரமான வேலைகளைச் செய்ய மறுத்தாலோ, மற்றவர்களோடு சமத்துவம் கேட்டாலோ வன்முறையே அவிழ்த்துவிடப்படுகிறது. தனி மனிதர்களின் தொழில்களிலும் இம்மக்களுக்கு வேலை வாய்ப்புகள் கிடைப்பது அரிது. தொழில் மையங்களில் மிகக் குறைவான கூலிக்குரிய வேலைகள் இந்த மக்களுக்காக ஒதுக்கி வைக்கப்பட்டுள்ளன. இப்பிரச்னைகளுக்கு உடனடியாக தீர்வு என்பது இல்லையென்று குடியரசு கட்சி வெளிப்படையாக அறிவிக்கிறது. இந்தியாவின் பொருளாதார நிலை உயர வேண்டும்; நிலங்கள் தேச உடைமையாக்கப்பட வேண்டும்; ஏற்கெனவே எழுதி வைக்கப் பட்டுள்ள சட்டங்களும் நீதிகளும் செயலாக்கப்பட வேண்டும். இந்த வழிகள் மூலமே தாழ்த்தப்பட்ட மக்களின் குறைகளைத் தீர்க்க முடியும் என்று சொல்கிறது.

அரசியல் விழிப்புணர்வினால் மஹர்கள் தங்களை சுயமரியாதை உள்ளவர்களாக, தங்கள் உரிமைகள் மீதான உணர்வோடு, தங்கள் தலைவர்களின் கைகாட்டலின்படி ஒன்றாக நிற்கவோ, வாக்களிக்கவோ, போராடவோ தயாராக உள்ளனர். புத்த மதத்துக்கு மாறியவர்கள் அழுத்தி நிற்கும் இந்து சமயத்தின் படிநிலைகளிலிருந்து விடுதலை பெற்று, ஒரு புதிய சமூக அடையாளத்தோடு நிற்க

முடிகிறது. ஆயினும் இன்னும் சாதி இந்துக்கள் இந்த அடையாளத்தை அதிகமாகக் கண்டு கொள்வதில்லை.

இன்னும் அம்பேத்கர் தாழ்த்தப்பட்ட மக்களின் முகமாக, அடையாளமாகவே நெடிதுயர்ந்து நிற்கின்றார். அதோடு இந்து மதத்தினருக்கு, பிறப்பினால் தாழ்த்தப்பட்டாலும் உழைப்பினால் மிகுந்த உயரத்தையும் அடைய முடியும் என்று சொல்லும் கல்வெட்டாக அடையாளம் காட்டி நிற்கிறார்.[79] இக்கருத்துகள் அனைத்தும், நுரைத்துப் பெருக்க வைக்கும் நுண்ணுயிர் போன்று இந்தியச் சூழலில் கலந்து நிற்கின்றன.

6

முடிவுரை

~

டாக்டர் அம்பேத்கர் முன்னாள் மஹர்களுக்கு மூன்று பெரும் அமைப்புகளை வாரிசுரிமையாக விட்டுச் சென்றுள்ளார். 1945-ல் மக்களின் கல்வி அமைப்பு; 1953-ல் இந்திய புத்த மத அமைப்பு; 1956-ல் குடியரசுக் கட்சி. இவை எதுவுமே வெறும் மஹர்களுக்கு மட்டுமான தல்ல. நேரடியாகவோ, மறைமுகமாகவோ மஹர்கள், மற்ற தாழ்த்தப் பட்டவர்கள், மகாராஷ்டிரத்திலே ஏனைய பிற இடங்களிலோ உள்ளவர்கள் என அனைவருக்கும் இவற்றின் தாக்கம் கிடைத்திருக்கும்.[1] ஆயினும் இவை அத்தனையும் மஹர் இயக்கத்தின் ஆரம்பப் புள்ளிகள் தான். இசை, கல்வி, சமயம், அரசியல், புத்த மதம் என்று அனைத்திலும் அம்பேத்கரின் மேலான ஆளுமை படர்ந்திருக்கும்.

அம்பேத்கர் மறைந்து 12 ஆண்டுகள் கழிந்த பின், அவர் ஆரம்பித்து வைத்த அமைப்புகளை இரு வேறு பார்வைகளில் பார்த்தால் அவை நமக்கு ஒரு தெளிவான மதிப்புரையைத் தரும். இன்றைய இந்தியாவில் அம்பேத்கருடைய மக்களின் நிலை பற்றிய புரிதல் நன்கு புலப்படும்.

முதலாவதாக, இந்த மூன்று அமைப்புகளும் அம்பேத்கரின் சமூக, அரசியல் நடவடிக்கைகளுக்கு அனுசரணையாக இருந்தனவா?

தாழ்த்தப்பட்ட மக்கள் அனைவரையும் சமத்துவம் என்ற ஒற்றை நிலைக்குக் கொண்டுவர வேண்டுமாயின், அதற்கு முன்பு

சமத்துவமில்லாத நிலையை உருவாக்கிக்கொண்டு அதன் பின் மிகவும் கீழ் நிலையில் இருக்கும் மக்களுக்கான சிறப்பு உதவிகளை அளிக்க வேண்டும்.[2]

இரண்டாவதாக, இந்த மூன்று அமைப்புகளும் எப்படி நடந்து கொண்டிருக்கின்றன? அம்பேத்கரின் கீழ் வளர்ந்த மஹர் இயக்கம் அடிப்படையில் வித்தியாசமாக இருந்து சிலரையாவது உயர் நிலைக்கு எடுத்துச் சென்றதா? இயக்கம் ஒவ்வொரு மஹரிடம் முழுமையாகப் போய்ச் சேர்ந்ததா? மாற்றங்களுக்கான காரணிகளாக பாரம்பரியத்தைத் தூக்கியெறிந்து விட்டு புதிய வழிகளைக் கொண்டு வந்ததா?

அம்பேத்கரின் மறைவுக்கு முன்பு மக்களின் கல்வி அமைப்பு இரண்டு புதிய கல்லூரிகளை ஆரம்பித்தது. ஒன்று பம்பாயிலும், இன்னொன்று பல்கலை இல்லாத, மரத்வாடாவில் உள்ள அவுரங்காபாத் என்ற இடத்திலும் ஆரம்பிக்கப்பட்டன. அவர் காலத்துக்குப் பிறகு இந்தக் கல்லூரிகளில் பல புதுப் பாடத் திட்டங்கள் இணைக்கப்பட்டன. இன்னொரு கல்லூரி மஹத்தில் உள்ள கொங்கணி நகரில் தொடங்கப் பட்டது. இந்த நகரில்தான் முதன்முறையாக 1927-ல் வரலாற்று சிறப்புமிக்க சௌதார் குளம் சத்தியாகிரகம் ஆம்பிக்கப்பட்டது. பம்பாயிலும் அவுரங்காபாத்திலும் மூன்று உயர்நிலைப் பள்ளிகளை இந்த அமைப்பு ஆரம்பித்தது. பிற்படுத்தப்பட்ட மாணவர்களுக்கான உறைவிடம் பந்தார்பூர், தப்போலி என்னும் இடங்களில் துவங்கப்பட்டன.[3]

அரசின் உதவி பெற்ற ஏழு உறைவிடங்களும் மகாராஷ்டிர மாநிலத்தில் நடத்தப்பட்டன. 1964-ல் ஏழாயிரம் மாணவர்கள் இந்த அமைப்பின் கீழ் உதவி பெற்றார்கள். இதில் மூவாயிரம் மாணவர்கள் பட்டிலியனத்தி லிருந்தும், பட்டியல் ஆதிவாசி மக்களிலிருந்தும், மீதி மாணவர்கள் பிற்படுத்தப்பட்டவர்களாகவும் இருந்தனர்.[4] இந்த அமைப்பிலிருந்து இன்னொரு கல்வி நிலையம் ஆரம்பிக்கப்பட்டது.

மத மாற்றம் நடந்த நாக்பூரில் உள்ள புத்த மக்களால் இன்னொரு கல்லூரியும், பல பள்ளிகளும், உறைவிடங்களும் மகாராஷ்டிராவில் பல இடங்களில் ஆரம்பிக்கப்பட்டு நடத்தப்பட்டன. பல பட்டியலினத்து பிள்ளைகள் அரசுக் கல்லூரிகளுக்கும், பள்ளிகளுக்கும் சென்று படிக்க ஆரம்பித்தனர். இந்தக் கல்வி நிலையங்களின் ஆசிரியர்கள் சாதி இந்துக்களாகவும், பட்டியலினத்தராகவும் புத்த மதத்தினராகவும் இருந்தனர்.

இத்தனை இத்தனைக் கல்வி கூடங்கள்... அமைப்புக்கு உதவியாக புத்த மதத்தினர். இவ்வனைத்தும் மஹர் இயக்கத்தின் வேகத்தையும், கல்வி மேல் அவர்களுக்கிருந்த பெரும் ஆவலையும் தெள்ளெனத்

தெளிவாக்குகிறது. மகாராஷ்டிராவில் உயர்ந்த சாதிகளுக்கு இணையாக கல்வியில் ஆர்வம் புத்த மதத்தினர் மத்தியில்தான் காணப்படுகிறது. என்னிடம் ஒருவர், 'எப்படியும் பௌத்தர்கள் இந்து மதத்துக்கு நிச்சயம் திரும்பிச் சென்றுவிடுவார்கள் - ஆனால், ஒரு தாழ்த்தப்பட்டவராக இல்லை. ஏனெனில், அவர் பெற்றிருக்கும் கல்வியால் அவர் உயர்ந்த அந்தஸ்துடன் செல்வார்கள்' என்று கூறினார்.

எதிர்காலம் எப்படி இருக்குமோ! ஆனால், புத்த மதத்தினரோ, மஹர்களோ உயர்கல்வி பெற அவர்களுக்கு அளிக்கப்பட்டுள்ள சிறப்பு சலுகைகள் கட்டாயம் தேவை. அரசின் உதவிப் பணம் இல்லாமல் புத்த மதத்தினர்கள் தங்கள் குழந்தைகளுக்கு உயர்நிலைப் பள்ளிக் கல்வியோ, கல்லூரிக் கல்வியோ கொடுக்க முடியாது. படிப்பினால் மட்டுமே தீண்டப்படாத மக்கள் தங்கள் நிலைமையைச் சிறிது உயர்த்தி, தீண்டாமையிலிருந்து சற்றே விலக முடியும்; ஓரளவு பொருளாதாரத்தில் முன்னேறி நடுத்தர நிலைமைக்கு சற்றே கீழே உள்ள நிலைக்கோ அல்லது அதை விட சிறிது உயர்ந்த நிலைக்கோ தங்களை உயர்த்திக் கொள்ள முடியும். இந்த சாதி மக்களிடையே ஏழெட்டு பேர் முனைவர் பட்டம் பெற்றுள்ளனர்; சிலர் மிக நல்ல அரசுப் பணி அதிகாரிகளாக ஆகியுள்ளனர். இச்சிறப்புச் சலுகைகள் நல்ல மாற்றத்தையும், சமூக சமத்துவத்தையும் நிலைநிறுத்துகின்றன. சாதியப் படிக்கட்டுகளில் கீழ்ப்படியில் இருக்கும் மக்களுக்கு இதைத் தவிர வேறு நல்வழிகள் இருப்பது போல் தெரியவில்லை.

கல்வியின் மேலுள்ள ஈர்ப்பு அதிகமாயிருந்தும், புத்த மதத்தினருள் பெரும் அறிவாளிகள் முளைத்து விடவில்லை. ஆனால், அந்த ஈர்ப்பு சமூகத்தில் உள்ள கீழ்த்தட்டு மக்கள் வரை பாய்ந்துவிட்டது. இதனால் மாற்றங்களுக்கான ஆரம்பங்கள் சமூகத்தில் முளைவிட ஆரம்பித்துள்ளன.

கல்வியிலிருந்து முளைவிட்ட கிளைகளாகப் பல இலக்கியக் கீற்றுகளின் உச்சங்கள் நடைபெற்றன. மஹர்களாக இருந்த மக்கள் தனி மனிதர்களின் உயர்வுகளைப் பற்றிய குறிப்புகளை எழுதுவதிலும், தங்கள் குடும்பம், சாதி, வாழ்க்கை பற்றி எழுதித் தொகுப்பதிலும் ஆர்வம் காட்டியுள்ளனர். பல பாடல்கள், புத்த மதத்தைப் பற்றிய விவாதங்கள், அரசியல் விவாதங்கள் போன்றவை பெயர் தெரியாத பலராலும் எழுதப்பட்டு வந்தன. இப்படிப்பட்ட படைப்பாளிகளில் மூன்று மஹர்கள் மகாராஷ்டிர மாநில இலக்கியத் துறையில் நுழைந்து தங்கள் எழுத்துகளால் உயர்ந்து நின்றனர்.

நாக்பூரிலிருந்து என்.ஆர். ஷிண்டே என்ற இலக்கியவாதி புதினங்கள், கட்டுரைகள், வாழ்க்கை வரலாறுகள், இந்திய நாட்டுப்புறவியல் என்று தன் நாலாவித படைப்புகளைத் தந்தார். இவர் ஒரு பெரிய எழுத்தாளர்

என்று பெயர் எடுக்காவிட்டாலும், கிழக்கு மகாராஷ்டிரப் பகுதியில் இருந்த இலக்கிய அமைப்பான விதர்பா சாகித்திய சங்கத்தின் தலைவராக இருந்தார்.

புனே நகரத்தின் சங்கர்ராவ் காரத் தன் எழுத்தால் அதிகம் புகழடைந்த இன்னொரு மஹர். இவர் ஐந்து அல்லது ஆறு சிறுகதைத் தொகுப்பு களை எழுதியுள்ளார். கதைத் தொகுப்புகளை மராத்தி மொழியில் பதிப்பித்தார். அம்பேத்கரின் தலைமை, மத மாற்றத்துக்கான அவரது முயற்சிகள், மகாராஷ்டிரத்தில் தீண்டப்படாத மக்களின் வளர்ச்சி என்பவை பற்றி எழுதியிருக்கிறார்.

மூன்றாவது மஹர் சி.பி. ஹைர்மோதே. மராத்தி மொழியில் டாக்டர் அம்பேத்கரின் வாழ்வை எட்டுத் தொகுதிகளாக எழுத முனைந்து ஐந்து தொகுதிகளை எழுதி வெளியிட்டுள்ளார். இக்கட்டுரைகள் அம்பேத்கரின் புகழ் பாடும் கட்டுரைகளாக இல்லாமல், அனைத்து அம்சங்களையும் முன்வைப்பவையாக இருக்கின்றன.

அடுத்த முக்கியமான படைப்பாளி மகாராஷ்டிர மாநிலத்து தீண்டப்படாதவர்களிடமிருந்து உதித்தவரும், மஹர் இயக்கத்தில் நேரடித் தொடர்பில் இல்லாத அன்னபாகு சாத்தே என்ற மங்கு சாதியைச் சேர்ந்தவர். சிறுகதைகள், புதினங்கள் போன்றவற்றைத் தனக்குப் பிடித்த பொதுவுடைமைக் கருத்துகளோடு பிணைத்து எழுதியுள்ளார். தனது இலக்கியப் படைப்பில் ஒன்றை டாக்டர் அம்பேத்கருக்குச் சமர்ப்பணம் செய்துள்ளார்.

புத்த மத அல்லது அறிவிஜீவிகள் பொதுவாக அரசியலில் ஈடுபாடு இல்லாதவர்கள். தங்கள் சாதியின் எளிய மக்களைப் போல் தீவிர அரசியலிலோ, போட்டிகளிலோ அதிகம் ஆர்வம் காட்டாதவர்கள். இருந்தும் தங்கள் சாதியினரின் தனிப்பட்ட வாழ்க்கைகள் பற்றி எழுதியுள்ளனர்.

மகாராஷ்டிர மாநிலத்தில் வழக்கமாகச் செய்வதுபோல் இலக்கிய ஆர்வலர்களைப் போற்றி வளர்ப்பதற்கான அமைப்பு ஒன்றை ஆரம்பித்தனர். புத்த இலக்கிய மாநாடு ஒன்று ஆரம்பிக்கப்பட்டு அதில் இலக்கிய ஆய்வுகள் வாசிக்கப்பட்டு விவாதிக்கப்பட்டன. சமூகவியல் கட்டுரைகளும் அதில் இடம் பெற்றன. 1967-ல் பம்பாயில் இதன் கூட்டம் நடந்த பிறகு இன்னொரு கூட்டம் நடந்தது. அதில் கவிதைகளும் இடம் பெற்றன. இந்த இரு கூட்டங்களிலும் சாதி இந்துக்களும் பௌத்தர்களும் கலந்துகொண்டு ஆய்வுக் கட்டுரைகளை அரங்கேற்றினர். தலைமைப் பொறுப்புக்கான பயிற்சியிலும் கலந்து கொண்டனர்.

மகாராஷ்டிர மாநிலத்தில் வழக்கமாகச் செய்யப்படும் இன்னொரு விஷயமான செய்தித்தாள் ஆரம்பிப்பதும் இந்த அமைப்பால் செய்யப்பட்டது. செய்தித்தாள்களில் அம்பேத்கர் ஆரம்பித்த, 'பிரபுத்த பாரத்' என்ற தினசரி அதிக அளவில் புழக்கத்தில் இருந்ததால் மற்ற செய்தித்தாள்கள் வெவ்வேறு இடங்களில், வெவ்வேறு நகரங்களில் சில காலம் வரை நடந்தன. சமூக வரலாற்றில் விருப்பம் கொண்ட புத்த மதத்தினர் தாழ்த்தப்பட்ட மக்கள் பற்றிய செய்திகளை மராத்தி மொழியில் ஒரு தொகுப்பாக வெளிக் கொணர்ந்தனர். 120 செய்தித் தாள்களின் தொகுப்பு அதில் இடம் பெற்றன. அவற்றில் மிக அதிகமான எண்ணிக்கையில் மராத்தி மொழியில் இருந்தன.[5]

அம்பேத்கரின் இரண்டாவது முக்கிய அமைப்பான இந்திய புத்த மத அமைப்பு இயங்கிய முறை மிகவும் சிரமமானதாக இருந்தது. அம்பேத்கருக்குப் பிறகு அவரது மகன் யஷ்வந்த் அம்பேத்கர் தலைமையில் நடந்த இந்த அமைப்பு முறையாக இயங்கவில்லை. புதிய விகார்களைக் கட்டவோ, மத வகுப்புகள் நடத்தவோ, சமூகத்தில் வழிநடத்த புது பிக்குகளைத் தேடிப் பிடிப்பதிலோ, மத ஊர்வலங்கள் நடத்தவோ, புனித நாட்களில் பெரும் கூட்டங்கள் நடத்தவோ, உள்ளூர் மக்களின் பங்களிப்பும் ஆதரவும் கட்டாயம் தேவை.

இந்த அமைப்பு அகில உலக புத்த மதக் கூட்டங்களுக்கும் மாநாடு களுக்கும் தங்கள் பிரதிநிதிகளை அனுப்பினார்கள். பம்பாயிலும் ஒரு மாநாட்டை நடத்தினார்கள். அம்பேத்கர் எரியூட்டப்பட்ட இடத்தில் சாஞ்சியில் உள்ளது போன்ற ஸ்தூபி ஒன்றைக் கட்டியெழுப்பினர். அனைத்துச் செயல்பாடுகளுக்கும் பம்பாயிலுள்ள இந்த அமைப்பே தலைமைப் பொறுப்பெடுத்து நடத்தி வந்தது.

தாழ்த்தப்பட்ட மக்கள் உயர்ந்து சமநிலை அடைவதற்குத் தனிப்பட்ட சலுகைகள் தேவை என்பதோடு, புத்த மதத்துக்கு மாறுவது சமூகத்தில் உயர்வதற்கான இன்னொரு வழியாகப் பார்க்கப்பட்டது. தாழ்வு மனப்பான்மையிலிருந்து விடுபடவும் சமய மரியாதையை மக்கள் மனதில் வளர்க்கவும் புத்த மதம் உதவியிருக்கலாம். ஆனாலும், சாதி இந்துக்கள் மனதில் மஹர்கள் அல்லது புது புத்த மதத்தினரின் சமூக அந்தஸ்து தொடர்பாகப் பெரிய மாற்றங்கள் எதையும் ஏற்படுத்த வில்லை என்பது ஒரு பெரும் சோகம்.

மேலும், இந்தப் புதிய புத்த மதத்தினருக்கு இன்னொரு பிரச்னை வந்தது. மத்திய, மாநில அரசில் இருந்தும் வரும் தாழ்த்தப்பட்ட மக்களுக்கான சிறப்புச் சலுகைகள், கேரள, மகாராஷ்டிர மாநிலங்கள் தவிர ஏனைய மாநிலங்களில் புத்த மதத்தினர் பெற முடியாது. புத்த மதத்தினரிடம் இரு வேறு கருத்துகள் இருந்தன. சில புத்த மதத்தினர்

அந்த 'பிராயச்சித்த ஒடுக்குமுறை' இல்லாததை வரவேற்றனர். ஆனால், பலருக்கு இது பெரும் இழப்பாகத் தோன்றியது. இவர்களில் பலர் அந்தச் சலுகைகளைத் தமது உரிமைகள் என்று நினைத்தனர். கடந்த காலத்தில் அவர்கள் மீதிருந்த அடக்குமுறைகளும் இன்று இருக்கும் பொருளாதாரக் கட்டுப்பாடுகளும் இந்தச் சலுகைகளை அவர்களுக்கான நியாயமான உரிமைகள் என்றே நினைக்கவைத்தன.

இந்தச் சிந்தனையில் உள்ள புத்தமதக்காரர்கள் தங்கள் பிள்ளைகளை புத்த மதத்தினர் என்று குறிப்பிடாமல், படிப்பு முடியும் வரையும் அரசுப் பணிகள் கிடைக்கும் வரையும் காத்திருக்கின்றனர்.

புத்த மதத்தினருக்கு சலுகைகள் கிடையாது என்று சொல்வதால் மதம் மாற்றுவது கடினமாக இருக்கிறது என்று புத்த மதத் தலைவர்கள் சொல்கிறார்கள். கல்விச் சலுகையும் அரசு வேலைகளில் இடப் பங்கீடும் மதம் மாறியவர்களுக்கும் நீடிப்பதாக இருந்தால் பலரும் புத்த மதத்துக்கு மாறிவிடுவார்கள் என்று அவர்கள் சொல்கிறார்கள். தேசிய அளவில் பட்டியல் இன மக்கள் மதம் மாறினால் சலுகைகளை நிறுத்தக்கூடாது என்ற கோரிக்கை நீண்ட நாளாகக் கேட்பாரற்று நிற்கிறது.

மகாராஷ்டிர புத்த மக்களில் சிலர் புத்த பிக்குகளாக மாறிவிட்டார்கள். ஆனால், புத்த சமய வட்டத்துக்குள் வெகுவாக அறியப்படவோ மதிக்கப்படவோ இல்லை. ஆயினும் இந்த மதமாற்ற இயக்கம் மக்களிடையே நன்கு நுழைந்துவிட்டது. மந்திரங்களும், பலியிடும் பழக்கமும், ஆயிரத்தெட்டு சடங்கு முறைகளும் வேண்டாம் எனச் சொல்வது நவீன மனோபாவம் என்றால் இந்து மதத்தை விட்டு விட்டு புத்த மதத்துக்கு மாறுவது நவீனத்துவம் என்று சொல்லலாம். புதிய புத்த விகார்களில் டாக்டர் அம்பேத்கரின் புகைப்படத்துக்கு இடம் இருப்பதைப் பார்த்து, அதை ஒரு புது சமய மரபு என்றும் சொல்லலாம். ஆனால், அது கல்வி, ஒழுக்கம், வாழ்க்கைத் தரம், பகுத்தறிவு, ஒற்றுமை, சுயமரியாதை என டாக்டர் அம்பேத்கர் அடிக்கடி செய்த போதனைகளையே நினைவுக்குக் கொண்டுவருகின்றன.

மஹர் இயக்கத்தில் முன்னின்று பங்கெடுப்போருக்கான தனித் தன்மையே அரசியல்தான். 1956-லேயே டாக்டர் அம்பேத்கர் தனது குடியரசுக் கட்சியைப் பற்றிய தகவல்களைச் சொல்லியிருந்தாலும் 1957 வரை அதை அமைப்பதற்கான வேறு முயற்சிகளைச் செய்யவே இல்லை. அம்பேத்கரது தளபதிகள் பலருக்கு மத மாற்றம் பற்றிய மாறுபட்ட கருத்துகள் உண்டு. பலரும் 1957 தேர்தலைத் தங்கள் முந்திய கட்சியின் பெயரைப் பயன்படுத்தவே விரும்பினர். தேர்தலுக்குப் பின்

கட்சிப் பொறுப்பாளரில் எந்த மாற்றமும் இன்றி தங்கள் கட்சியை குடியரசுக் கட்சி என்று மாற்றிக் கொண்டனர்.

அந்த ஒரே சூழலில் மட்டுமே பட்டியல் இன மக்களோ, குடியரசுக் கட்சியோ பெரிய வெற்றியைக் கண்டனர். குஜராத் தவிர்த்து, பம்பாய் நகரம் இணைந்து ஒன்றிணைந்த மகாராஷ்டிர மாநிலம் என்பது அந்தத் தேர்தலில் முக்கிய குறிக்கோளாக இருந்தது. பட்டியல் இனக் கூட்டமைப்பு (சம்யுக்த மகாராஷ்டிர சமிதி) ஐக்கிய மகாராஷ்டிர அமைப்பு என்ற கட்சியோடு இணைந்து பத்தொன்பது சட்டசபைத் தொகுதிகளில் வென்றது.

இத்தேர்தலுக்குப் பின் 1962, 1967 ஆண்டுகளில் நடந்த தேர்தலில் எவ்வித உணர்ச்சிகரமான போராட்டங்களும் பின்புலத்தில் இல்லை. அந்தத் தேர்தல்களில் குடியரசுக் கட்சி சாதி சார்ந்த கட்சியாக மட்டுமே பார்க்கப்பட்டது. அந்த இரு தேர்தல்களிலும் மாநில சட்டசபை, மத்திய மக்கள் சபைகளில் பெற்ற வெற்றி வெகு சொற்பமே. இருப்பினும் மகாராஷ்டிரா மாநிலத்தில் பட்டியல் இன மக்கள் உ.பி., பஞ்சாப், மைசூர் (மகாராஷ்டிர மாநிலம் எல்லைக்கு அருகில்) குஜராத் மாநிலங்களிலும் நல்ல எண்ணிக்கையில் இருந்தார்கள்.

டாக்டர் அம்பேத்கரின் இடத்துக்கு சரியான ஆளைத் தேடுவதிலும், கூட்டணி வைப்பதிலும் குடியரசுக் கட்சி பல வழிகளிலும் முயற்சித்தன. கட்சி நன்கு வேரூன்றியிருந்த மகாராஷ்டிராவிலும், உ.பி.யில் ஆக்ரா-அலிகார் பகுதிகளிலும் தலைமைப் பேட்டியில் கட்சி உடைய ஆரம்பித்தது. மகாராஷ்ரா மாநிலத்தில் டாக்டர் அம்பேத்கருடன் பல்லாண்டு ஒன்றாக இருந்தவரும், மஹத், நாசிக் சத்தியாகிரகப் போராட்டங்களில் முன்னோடியாக இருந்தவருமான பி.கே. (தாதாசாகேப்) கெய்க்வாட் என்பவரின் தலைமையை எதிர்த்துப் படித்த இளைஞர்கள் விலகி பிளவுபடுத்தினர். அதன் பிறகு கெய்க்வாட் தன்னோடு இருந்த அதிக உறுப்பினர்களோடு சேர்ந்து தங்கள் பழைய பகைவர்களான காங்கிரஸ் கட்சியோடு கூட்டணி வைத்துக்கொண்டார். இருந்தும் 1967 தேர்தலில் தோல்வியே மிஞ்சியது. கெய்க்வாடின் பகுதியான நாசிக் நகரிலிருந்தே 500 இளைஞர்கள் கட்சியின் தலைமையை எதிர்த்து சோஷியலிசக் கட்சியுடன் கூட்டணி வைக்க முனைந்தனர்.[6]

பட்டியலினத்தாருக்குத் தனிப் பிரதிநிதித்துவம் என்பதுதான் கட்சியின் முக்கிய வேண்டுகோளாக இருந்தது. ஆனால், இப்போது அக்கொள்கை புறந்தள்ளப்பட்டது. வட நாட்டில் குடியரசுக் கட்சி வலிமையோடு இருந்தாலும் பட்டியலினத்துக்கான ரிசர்வ்ட் தொகுதிகளில் ஒரு காங்கிரஸ் பட்டியலினத்தவர் வேட்பாளராக நிறுத்தப்படுவார்.

ஆகவே, இதுவரை உயிர் மூச்சாகக் கேட்டு வந்த கொள்கையால் பட்டியலினத்து மக்களுக்கு எவ்வித பயனும் இல்லாது போயிற்று என்று அம்பேத்கரின் வழி வந்தோருக்குப் புரிந்தது. இனி இரட்டை வாக்குகள் என்ற பழைய கோரிக்கைகளைக் கையிலெடுக்கும் காலமும் தாண்டிப் போய் விட்டது. அதனால் இப்போது சரியான கூட்டணி வைத்துக் கொள்வதே சரியான வழியாக இருக்கும்.

கட்சியினருக்கு இப்போதைய நிலையில் பட்டியலினத்துக்காரர்களையும் தாண்டி ஒரு பெரிய வாக்காளர்களின் எண்ணிக்கைதான் தேவையாக இருந்தது. குடியரசுக் கட்சியின் இப்போதைய கோரிக்கைகள் அம்பேத்கரின் ஆலோசனைகள் அனைத்தையும் உள்ளடக்கியதோடு புதிய உலகின் படிப்பினைகளையும் எதிரொலித்தன.

மகாராஷ்டிராவின் பட்டியலினத்து மக்கள், புத்த மதத்துக்கு மாறியவர்கள், மைசூர், பஞ்சாப், உ.பி.யில் உள்ள மக்கள் என்று பல ஆயிரம் மக்கள் ஒன்று திரண்ட தங்கள் கோரிக்கைகளின் பட்டியலை அரசுக்கு 1964-ல் கொடுத்தனர். ஒரு வேளை மொழியின் நடை அம்பேத்கரின் உயர்ந்த நடைபோல் இல்லாமல் இருக்கலாம். அவர்கள் தந்த பட்டியல்

1. இந்திய அரசியல் சாசனத்தின் தந்தையான பாபா சாகேப் டாக்டர் அம்பேத்கரின் உருவப் படம் நாடாளுமன்றத்தின் நடு மண்டபத்தில் வைத்து மரியாதை செய்யப்பட வேண்டும்.
2. நாட்டின் நிலங்கள் 'உழுபவனுக்கே நிலம்' என்ற கொள்கை அடிப்படையில் உண்மையான விவசாயிகளுக்கு நிலம் கிடைக்க வேண்டும்.
3. தரிசு நிலங்கள் நிலமில்லா விவசாயிகளுக்குச் செல்ல வேண்டும்.
4. தானியங்கள் தாராளமயமாக மக்களுக்குக் கொடுக்கப்பட வேண்டும். உயரும் விலைவாசிகளை மட்டுப்படுத்த வேண்டும்.
5. சேரிப் பகுதிகள் சீரடைய வேண்டும்.
6. 1948-ல் இயற்றிய 'குறைந்தபட்சக் கூலி'யை நடைமுறைப்படுத்த வேண்டும்.
7. பட்டியலினத்து மக்களுக்கு அரசுகளால் அளிக்கப்படும் சலுகைகள் புத்த மதத்துக்கு மாறிய பிறகும் கொடுக்கப்பட வேண்டும்.
8. தாழ்த்தப்பட்ட மக்களை அவமதிப்பது உடனடியாக நிறுத்தப்பட வேண்டும்.
9. தீண்டாமை தடைச் சட்டத்துக்கு முழு மரியாதை தரப்பட வேண்டும்.

10. 1970-க்கு முன்பே ராணுவத்தில் பட்டியலினத்து மக்களுக்கும், பழங்குடி சாதியினருக்கும் இடப் பங்கீடு முழு அளவில் நிறைவேற்ற வேண்டும்.[7]

குடியரசுக் கட்சி மட்டுமே - சமீபத்தில் மங்கு சாதியினர் மகாராஷ்டிராவில் ஆரம்பித்த கட்சியைத் தவிர - முன்பு தீண்டாமையில் சிக்கியிருந்த இந்தியாவின் தாழ்த்தப்பட்ட மக்களை உறுப்பினர்களாகக் கொண்ட ஒரே கட்சியாக இருந்தது. இந்தியாவின் ஏனைய இடங்களில் இருந்தவர்கள் தங்கள் விருப்பப்படி வேறு பல கட்சிகளில் தங்களை இணைத்துக்கொண்டார்கள். ஈழவர்களும், கேரள மாநிலத்து தீண்டப்படாத மக்களும் பொதுவுடைமைக் கட்சியில் இணைந்துவிட்டனர். மெட்ராஸில் உள்ளோர் திராவிட முன்னேற்றக் கழகத்துக்குச் சென்றுவிட்டனர். மற்றும் பல இடங்களில் உள்ள பட்டியலினத்து மக்கள் காங்கிரஸ் கட்சியில் சேர்ந்து கொண்டனர்.

இந்த அரசியல் விழிப்புணர்வினால் தாழ்த்தப்பட்ட மக்கள் சாதிய அரசியல் கட்சிகளுடன் அல்லது வேறு பெரிய கட்சிகளில் இணைந்து விட்டனர். இது அம்மக்களை இந்தியப் பொது வாழ்க்கையின் பங்குதாரர்களாக ஆக்கிவிட்டது. குடியரசு ஒன்றில் சாதி ஒரு தடையாக இருக்கக்கூடாது என்பது பொதுவாக ஒத்துக் கொள்ளப்பட்டுவிட்டது.

> பிரதீப் ஷா, 'மாறி வரும் அரசியல் சூழலில் பெருமளவில் இருக்கும் படிப்பறிவில்லா மக்களை ஜனநாயக அரசியல் அமைப்பில் பங்கெடுக்க அவர்களைத் திரட்டி வரும் ஊர்திகளாக சாதிகள் பயன்பட்டன. இதனால் இறுதியாக சாதிப் பிரிவினைகளை ஊடறுத்து, சாதி சமய வேறுபாடில்லாமல் அரசியல் கூட்டணிகள் உருவாகும்.'[8]

மஹர் இயக்கம் தன்னுடைய கடைசி நிலைக்கு இன்னும் வந்து சேரவில்லை. ஆனால், பெருகி வரும் நடுத்தர நிலையில் உள்ள புத்த மதத்தினர் அவர்களை ஏதோ ஓர் அரசியல் கட்சியோடு இணைத்துக் கொள்ளக்கூடும். அதே நேரத்தில் டாக்டர் அம்பேத்கர் மேலுள்ள மரியாதையையும், நம்பிக்கையையும் தொடர்ந்து தக்கவைத்துக் கொண்டு, அவர் ஆரம்பித்த பல அமைப்புகளில் பெரிய எண்ணிக்கையில் மக்கள் உள்ள அமைப்பில் தொடர்ந்தும் இருந்து விடலாம். புதிய தொடர்புகள், முழு ஒற்றுமை இல்லாவிட்டாலும் கூட்டுறவுகள் போன்றவை அந்த அமைப்புகளின் தலைவர்கள் மத்தியில் இருக்கலாம்.

அம்பேத்கருக்கும், காந்திக்கும் போர்க்களங்களாக இருந்த அரசியல் சூழல் இப்போது கூட்டுறவுக்கும், ஒத்துழைப்புக்கும் இடம் கொடுத்தே ஆக வேண்டிய காலத்தின் கட்டாயத்தில் இருக்கிறது. அத்தகைய புது

உறவுகள் முழுமையாக திருப்திகரமானவையாக இருக்கும் என்பதும் நிச்சயமில்லை. அம்பேத்கர் எளிதாக மனதார ஒப்புக்கொள்ளக்கூடிய பல அரசியல் செயல்பாடுகள் இப்போது காந்தியின் செயல்பாடுகள் என்ற பெயரில்தான் வெளிவருகின்றன. அதற்கான சான்று ஒன்று: தாழ்த்தப்பட்ட மக்கள் நாடாளுமன்றத்தில் தங்களுக்கான பிரதிநிதித்துவம் இல்லையென்று போராடிக்கொண்டிருந்தபோது இந்திரா காந்தி மக்கள் சபையில், 'காந்தியின் கனவுகளில் ஒன்று உண்மையாக நடந்தேறி விட்டது. கல்வி, வேலை ஹரிஜனங்களுக்கு நில உரிமை, தாழ்த்தப் பட்ட ஹரிஜனங்களுக்கு அரசியல் அதிகாரத்தில் இருந்து கொண்டு தங்கள் மக்களின் பிரச்னைகளையும் தீர்த்துக் கொள்ளும் அளவில் உயரிய அதிகாரப்பீடத்தில் அமர்ந்திருப்பது.... என்று காந்தியின் கனவுகள் நனவாக்கப்பட்டுள்ளன' என்று பேசினார்.[9]

புது இந்தியாவில் அனைவருக்கும் ஒரே சமூக நீதி என்ற கருத்தியல் ஏற்றுக்கொள்ளப்பட்டிருப்பதற்கான காரணங்கள் எல்லாருக்கும் தெரிந்த விஷயமே. அம்பேத்கரைப் பின்பற்றுபவர்கள் மனதிலும் சில மாற்றங்கள். மகாராஷ்டிர காங்கிரஸின் தலைவர் யஷ்வந்த் சவான் மீது அவர்களுக்கு மரியாதை மட்டுமல்ல... வேறு சிலரின் கூற்றுகளையும் கருத்துக்களையும் ஏற்றுக் கொண்டனர்.

எழுத்தாளர் ஷங்கர்ராவ் காரத், 'தீண்டாமையை ஒழிப்பது மகாத்மா காந்தி போன்ற பெரியவர்களின் வழிமுறைகளால் மட்டுமே சாத்தியமானதல்ல; ஆனாலும், அவை மூலம் ஓர் ஆரம்பம் நிகழ்ந்துள்ளது. அதன் எதிரொலி சாதி இந்துக்களின் காதுகளில் நல்ல மாற்றங்களை ஏற்படுத்தியுள்ளது. அதை நாமும் மதிக்க வேண்டும்' என்று குறிப்பிட்டுள்ளார்.[10]

காங்கிரஸ் கட்சியின் பலம் மங்கி வருவதால் ஓர் அன்பான சூழல் அமைவதற்கான தருணம் பிறந்தது. அம்பேத்கர் தன் தொலைதூரப் பார்வையில் தீண்டப்படாதவர்கள், அரசியல் கட்சிகளின் நடுவே சமநிலை உண்டாக்கும் நிலையில் இருப்பார்கள் என்றார். தேசிய அளவில் காங்கிரஸ் கட்சியின் பலம் குறைந்தபோது அவர்களுக்குத் தாழ்த்தப்பட்ட மக்களின் உறுப்பினர்களின் உதவி மிகவும் தேவையாக இருந்தது. நாடாளுமன்றத்தின் இரு சபைகளிலும் உள்ள 115 தாழ்த்தப் பட்ட மக்களின் உறுப்பினர்களில் 80 பேர் காங்கிரஸின் உறுப்பினர்களாக இருந்தனர். அவர்கள் அனைவரும் ஒரே குழுவாக இருக்கவில்லைதான். ஆயினும் முக்கிய வாக்களிப்பில் அவர்களின் வாக்குகளின் பலம் அதிகமாகத் தேவைப்பட்டது. 'அவர்கள் அனைவரையும் மிகவும் திறமையோடும் எச்சரிக்கையோடும் கட்சியில் உள்ள மூன்று அதிகாரக்குழுக்கள் கண்காணித்து வளர்த்து வருகின்றன.'[11]

இன்று தாழ்த்தப்பட்ட மக்களை அரசியல்மயமாக்குவது சமூக மாற்றத்துக்கான ஒரு புதிய வழி. இந்த அரசியல் ஆர்வமும் வளர்ச்சியும் எந்த அளவுக்கு மஹர் சமூகத்திலும் அவர்கள் கிராமத்திலும் ஊடுருவியுள்ளது என்பது தெளிவாகத் தெரிகிறது. அவர்கள் மத்தியில் அம்பேத்கர் மட்டுமே புகழின் உச்சாணிக் கொம்பில் உள்ளார். காங்கிரஸ் தலைவர்களில் முக்கியமாக எப்போதும் அமைச்சரவையில் இடம் பிடிக்கும் ஜகஜீவன்ராம், சிறிது காலத்துக்குக் காங்கிரஸ் தலைவராக இருந்த என். சஞ்சீவய்யா போன்ற சிலர் இந்திய அளவில் அனைவருக்கும் தெரிந்தவர்கள். வேறு எந்த குடியரசுக் கட்சித் தலைவரும் அந்த அளவுக்குப் பிரபலமாகவில்லை.

மிகவும் மூத்த தாழ்த்தப்பட்ட சாதிப் பிரதிநிதியும் மஹர் சாதியிலிருந்து புத்த மதத்துக்கு மாறியவருமான ஆர்.டி. பந்தாரே, முதலில் ஜனநாயகக் கட்சியின் உறுப்பினராக இருந்து, பின்பு காங்கிரஸ் கட்சியில் சேர்ந்துகொண்டார். பிரதமர் இந்திரா காந்தி அவரை ஐக்கிய நாட்டு சபைக்குச் செல்லும் குழுவில் சேர்த்துக் கொண்டார். அவரது கட்சி மாற்றம் மிகுந்த விளம்பரத்துடன் குறியீட்டுரீதியில் நடைபெற்றது. புத்தரின் படம் ஒன்றும், அம்பேத்கர் எழுதிய நூல் ஒன்றும் காந்தியின் படம் ஒன்றோடும் தேசியக் கொடியோடும் பரிமாற்றம் செய்து கொள்ளப்பட்டன. அப்படி புதிய காங்கிரஸ்காரராக மாறிய பந்தாரே 1968-ல் ஐக்கிய நாட்டு சபையில் இந்தியாவின் பிரதிநிதியாக அனுப்பப்பட்டார்.

ஆயினும், இத்தனை நடந்த பின்னும், அம்பேத்கரின் புகழ் இன்னும் பத்திரமாக உச்சத்திலேயே இருக்கிறது. வேறு எந்த தலைவரும், 'சுய மரியாதையின் மொத்த உருவமாக' தன்னை நிலைநிறுத்திக் கொண்டு, தாழ்த்தப்பட்ட மக்களின் இயக்கத்துக்கு ஒரு மரியாதைச் சின்னமாகத் தங்களைஆக்கிக் கொள்ளவில்லை. 1964-ல் நடந்த சத்தியாகிரகத்துக்குப் பின் அவரது சிலை நாடாளுமன்றத்துக்கு முன் எழுப்பப்பட்டது.[12] சமீபத்தில் அவரது உருவப் படம் தபால் தலையில் இடப் பெற்றது. அம்பேத்கரை பலர் தொடர்ந்து பெருமைப்படுத்திக் கொண்டிருக்கிறார்கள். இது மகாராஷ்டிர மாநிலத்தில் மட்டுமின்றி நாட்டின் பல பாகங்களிலிருந்தும் பல குழுவினரால் பெருமைப்படுத்தப்பட்டுக் கொண்டே இருக்கிறார்.

குஜராத் சட்டசபையில் மூன்று தாழ்த்தப்பட்ட சட்டசபை உறுப்பினர்கள் - சுதந்திர கட்சியின் உறுப்பினர்கள் - உண்ணா நோன்பிருந்து வேலை நிறுத்தம் செய்து அவரது உருவப் படத்தைச் சட்டசபையில் வைத்து பெருமைப்படுத்த வேண்டும் என்று போராடினார். போராட்ட நேரத்தில் அவர்கள் அம்பேத்கரின் சிறிய படம் ஒன்றினை சட்டசபையில் இருந்த மகாத்மா காந்தி, பண்டிட்

நேரு, சர்தார் படேல், ஜனாதிபதிகள் ராஜேந்திர பிரசாத், டாக்டர் ராதாகிருஷ்ணன் என்பவர்களின் படங்களுக்கு அருகில் ஒட்டி வைத்தனர்.[13]

டாக்டர் அம்பேத்கர் ஆரம்பித்த மூன்று அமைப்புகளால் தொடாமல் விடப்பட்ட முக்கியமான விஷயம் பொருளாதார முன்னேற்றம். பாரம்பரியமாக கிராமங்களில் மஹர்களைப் பிணைத்துவைத்த வதன் முறை 1958-ல் முற்றிலுமாக ஒழிக்கப்பட்டது. ஆனால், அது விவசாயத் தொழிலாளர்களாக இருந்த பெரும்பான்மை மஹர்கள், புத்த மதத்தினர் ஆகியோரின் நல வாழ்க்கையில் எந்தத் தாக்கத்தையும் செலுத்த வில்லை. மேலும் அம்பேத்கர் கூறிய தனிக் குடியிருப்புகளும், தரிசு நில உரிமைகளும் அவ்வப்போது கோரிக்கைகளாக எழுப்பப்படும். ஆனால், மக்கள் தொகை அதிகமாகவும் நிலத் தேவை அதிகமாகவும் இருக்கும் இந்திய நாட்டில் இந்தக் கோரிக்கைகள் எடுபடவில்லை.

தாழ்த்தப்பட்ட மக்களை வணிகம் செய்ய வைக்கும் முயற்சியாக வணிகவியலைக் கற்பிக்க கல்லூரிகள் ஆரம்பிக்கப்பட்டன. ஆனால், அதில் படித்து முடித்தவர்கள் பலரும் அரசு அலுவலகங்களுக்கே படையெடுத்தனர். ஆயினும் அரசுப் பணிகளில் அச்சு வேலை, ரயில்வே பணி, அரசு நிர்வாகப் பணி போன்ற பணிகள் தாழ்த்தப்பட்ட அனைவருக்கும் கிடைக்காது. 12.5 விழுக்காடு தாழ்த்தப்பட்ட மக்களுக்கான இடப் பங்கீடு முழுமையாகத் தரப்பட்டாலும் பலருக்கும் வேலை கிடைக்காத நிலைதான் தொடரும்.

காந்தியப் பொருளாதார முறை சிலருக்குப் பயனளித்திருக்கலாம். ஆனால், பெரும்பான்மையோருக்கு அதனால் பயனில்லை. துப்புரவுப் பணித் தொழிலாளர்களின் நிலை சில நகரங்களில் மேம்பட்டிருக் கலாம். தோல் தொழிலில் ஈடுபட பலருக்கு ஆலோசனை தரப்பட்டது. வினோபா பாவேயின் நில தான இயக்கம் நிச்சயமாக தாழ்த்தப்பட்ட மக்களுக்கு நன்மை தந்த ஒன்றே. ஆனால் எந்த அளவுக்கு என்று யாருக்கும் தெரியாது.[14]

மஹர் இயக்கத்தின் பலனாக கல்வியறிவு பலருக்குக் கிடைத்தது. மத்திய தர மக்களாக அவர்கள் மாறினார்கள். இது அவர்களுக்குள் ஒற்றுமையையும் சுய மரியாதையையும் வளர்த்தது. பலர் தொழிலாளி களாக மாறினர். கிராமத்தாரும் தொழிலாளர்களும் இரண்டு பிரிவுகளாக இருந்தும், நம்பிக்கையால் ஒன்றுபட்டு இயக்கத்தை வளர்த்தெடுத்தனர். கல்வியும் பதவிகளும் பெற்றவர்கள், எளிய மக்கள் என இரு தரப்புக்கும் இடையே நல்லிணக்கம் நிலவுகிறது. இந்த இயக்கத்தின் முக்கியமான குணங்களில் அதுவும் ஒன்று. காலப்போக்கில் இது வளர்ந்து இயக்கம் வலுப்பெறும் என்பதன் அறிகுறியும் கூட.

டாக்டர் அம்பேத்கர் உரிமைகளுக்குக் குரல் கொடுத்தார். ஒடுக்குமுறைகளுக்கு சிறப்புச் சலுகைகளும் எதிர்பார்த்தார். அவருடைய தலைமையின் இரண்டாம் பாதியில் இந்த விஷயங்களை தாழ்த்தப்பட்டவர்களை சமூகத்தில் இருந்து பிரித்துத் தனித்து அடையாளப் படுத்தியதன் மூலம் பெற முயற்சி செய்தார். இந்த தனித்து அடையாளப் படுத்தும் மனோபாவம் சிலர் மனதில் சாதி உணர்வை பலப்படுத்தியது. அதைத் தொடர்ந்து சாதி அடக்குமுறையும் உருவானது.

இன்னொரு கோணத்தில் பார்த்தால், இந்த இயக்கத்தில் மட்டுமின்றி எல்லா நாடுகளிலும் உள்ள தாழ்த்தப்பட்ட மக்கள் மத்தியில் இப்படியாகப் பிரித்து அடையாளப்படுத்தும் போக்கு இருப்பதைப் பார்க்கமுடியும். பொதுவாகவே, ஒரு குறிப்பிட்ட மக்களிடையே சுய மரியாதையை வளர்க்கும்போதும் மக்கள் சக்தியை ஒன்று திரட்டும் போதும் நடக்கும். தாழ்த்தப்பட்ட மக்களின் நடுவே உள்ள ஒற்றுமையுணர்வானது அந்த இயக்கத்தின் ஆரம்பகட்டத்திலேயே முன்னெடுக்கப்பட்ட அரசியல், சமயப் பிரிவினையாலும், சிறப்புச் சலுகைகளாலும் நடந்துள்ளது. .

மஹர் சாதியினரை வேறு தாழ்த்தப்பட்ட சாதியினரோடு ஒப்பிடுவது மிகவும் கடினமானது. ஆனால், மஹர்கள் என்ன வித்தியாசமாக சாதித்துள்ளார்கள் என்று கூறுவது எளிது. கல்வியும், தொழில் முறையிலும் எந்தெந்த சாதியினர் எவ்வளவு சாதித்துள்ளனர் என்ற புள்ளி விவரக் கணக்கு கிடையாது. அதனால், சாதிகளை ஒப்பிடுவது முடியாத ஒன்று. அதிலும் அப்படி ஒப்பிடுவதில் பயனேதும் இருக்காது. எனவே சாதியின் வரலாற்றைச் சொல்வதென்றால், அது மேல்நோக்கி முன்னேற முயலும் கூட்டு முயற்சியின் கதை; அதைச் சுற்றி நடக்கும் அரசியல் சமூக இயக்கங்களின் ஆதரவு; அந்த சாதிகளில் இருந்தும் சாதி இந்துக்களில் இருந்தும் உருவான தலைவர்களின் வாழ்க்கை வரலாறு இவற்றை உள்ளடக்கியதாகவே இருக்கும்.

நியாயமான சமத்துவமான சமுதாயம் ஒன்றைப் படைப்பதில் இந்தியா இன்னும் முயற்சி செய்து கொண்டிருக்கிறது. ஆனால், அதன் இதுகாறுமான வரலாறு மிகவும் முக்கியமானதுதான். மஹர் இயக்கம் அப்படிப்பட்ட வரலாற்றின் ஒரு பக்கம். மஹர்கள் நவீனத்துவத்தை நோக்கி நடைபோட்டனர்; உயர் சாதியினரை நகலெடுக்கும் சம்ஸ்கிருதமயமாக்கத்தை நோக்கி நடை போடவில்லை.

அவர்கள் இயக்கத்தின் போக்கில் அரசியல் கோரிக்கைகள், உள்ளேயே நடக்க வேண்டிய சீர்திருத்தங்கள், தங்களுக்கு உள்ளேயிருந்து வரும் தலைமைகள், தங்கள் பழைய வரலாற்றின் மீதான பெருமை, உட்பிரிவினைகள், பழமையில் ஊறிய மதத்தை வெறுத்தொதுக்குதல்

என்று ஒன்றன்பின் ஒன்றாக அணிவகுத்து நின்றன. இவர்களைப் போலவே பாடுபட வேண்டிய சாதிகள் நிறையவே இருந்தன. மஹர்களின் இயக்கத்தின் போக்குகள் அனைத்தும் இந்தியத் தன்மை கொண்டவை. இந்த இயக்கத்துக்கு, சாதி இந்துக்களிடமிருந்து உடனடியாக ஒரு எதிர்வினை தரப்பட்டது. அது மஹர்களை முழு விரக்தி நோக்கியும் முழு பிரிவினை நோக்கியும் செல்லவிடாமல் தடுக்கும்வகையில் அமைந்தது. இந்தியர்கள் அனைவருமே பெருமைப்படவேண்டிய விஷயம் அது.

●

குறிப்புகள்

Introduction

1. *Indu Prakash*, 5 May 1890, 4.

2. The Ezhuvas are today officially listed not as untouchable but as an OBC (Other Backward Class) community. For the Ezhuva movement see A. Aiyappan, *Iravas and Culture Change,* Bulletin of the Madras Government Museum 5, no. 1 (Madras: Government Press, 1944); "Swami Narayan and His Movement," in "Travancore, Part 1, Report," in *Census of India, 1931,* vol. 28 (Trivandrum: Superintendent, Government Press, 1932), 353-54; and Stephen Fuchs, "Among the Ezhavas," in *Rebellious Prophets* (Bombay: Asia Publishing House, 1965), 268- 75.

3. For the earliest Christian-centered book on the Untouchables of the south see T.B. Pandian, *Slaves of the Soil in Southern India* (Amsterdam, 1899).

4. John H. Broomfield, *Elite Conflict in a Plural Society: Twentieth-Century Bengal* (Berkeley and Los Angeles: University of California Press, 1968), 158. See also "Namasudra" in "Bengal and Sikkim, Part 1, Report," in *Census of India, 1931,* vol. 5, (Calcutta: Central Publishing Branch, 1933), 528-29.

5. M.N. Srinivas' useful concept of Sanskritization as emulation of the Brahman rites and customs was first expressed in his *Religion and Society Among the Coorgs of South India* (Oxford: Clarendon Press, 1952). He somewhat expanded the definition of the term and indicated that the process was a necessary step toward Westernization in "A Note on Sanskritization and Westernization," in *Caste in Modern India: and Other Essays* (Bombay and London: Asia Publishing House, 1962). The concept is extended to include the emulation of castes other than Brahman and to take into consideration the dominant caste of the area in *Social Change in Modern India* (Berkeley and Los Angeles: University of California Press, 1966). In this last essay, Professor Srinivas notes a phenomenon which applies to the Mahar movement—that "mobility may also occur without Sanskritization" (ibid., 7).

Chapter 1

1. There seem to be Dravidian elements in Marathi, but these have not yet been thoroughly studied. Marathi in the border areas takes on coloring from the adjacent languages—Gujarati in the north, Hindi in the east, Kannada in the South. The language spoken in the Konkan is called Konkani, and whether it is a dialect of Marathi or a distinct language is a debatable issue.

2. The Maratha complex includes castes formerly known as Kunbi. Political consciousness in the twentieth century has unified formerly endogamous groups so that the mass of Marathas consider themselves one community, Whether the Marathas were Kshatriya (warriors) or Shudra (servants) in the *varna* system was in the past an important issue. The Maratha king, Shivap, won with some difficulty the right to

be crowned according to Kshatriya rite., and a number of aristocratic Maratha families were acknowledged as Kshatriya Brahmans generally held the Marathas to be Shudra. The term "non-Brahman has been of more importance in the twentieth century than the *varna* issue of Kshatriya or Shudra. A study of the various important Maratha families cu clans may be found in V.S. Shrivastavya, *Elements Amongst the Marathas* (Pound Aitihasik Gaurav Grantha Mala, 1952).

3   There were various *potjats* (literally, stomach castes, or endogamous groups) among the Mahars, particularly in the Konkan and Vidarbha. Like the Marathas the Mahars now think of themselves as one community, although in some .ihh marriage may be preferred among members of the same *potjat*.

4   Particularly in the urban areas, Parsis, Jain and Marwari merchants, ami ilir Khoja and Bohra Muslim groups are influential and wealthy communities Of these groups, only the Parsis, with their charitable organizations, have been of a marginal importance to the Mahar movement.

5   For a study of the *bhakti* movement in Maharashtra, see G.A. Deleury, *The* Cult of *Vithoba* (Poona: Deccan College Postgraduate and Research Institute, 1960) The importance of this movement to the Mahars will be discussed at a later point in this chapter.

6   "Maratha" may refer either to the caste or to a Maharashtrian entity, as in "Maratha Brahman" or "Maratha kingdom." Useful histories in English of the Maratha empire are M.G. Ranade's pioneering work, *Rise of the Maratha Power* (first published in 1900 in Bombay by Punalekar and Co.; more recently in Delhi: Publications Division of the Ministry of Information and Broadcasting, 1961), which links *bhakti* unity with the rise of empire; Sir Jadunath Sarkar's *Shivaji and His Times* (Calcutta: M.C. Sarkar, 1920); Govind Sakharam Sardesai's *New History of the Marathas*, 3 vols. (Bombay: Phoenix Publications, 1946-48); and Charles A. Kincaid's *History of the Maratha People*, 2nd ed. (London: Oxford University Press, 1931).

7   I have found no source for this supposition of strictures during Peshwa rule, although it is common folklore among Mahars. Untouchables in other areas also carry this legend of degradation, in a different historical context, but always before British rule.

8   For discussions of the effect of British rule, see Kenneth Ballhatchet, *Social Policy and Social Change in Western India, 1817-1830* (London: Oxford University Press, 1957), and Ravinder Kumar, *Western India in the Nineteenth Century* (London: Routledge and Kegan Paul; and Toronto: University of Toronto Press, 1968).

9   My paper, "Cokhamela, a 14th century Mahar Saint-Poet" (paper presented at the Maharashtra Mandali Conference, as well as at the University of Minnesota in 1968), discusses the first of these movements in relationship to the Mahars more thoroughly than I am able to do in my thesis. A neglect of non-elite group history makes it difficult to refer in detail to the effect of British rule on low- caste groups, or to the relationship of the non-Brahman and Mahar movements.

10 The *maharwada*, the living quarters of the Mahars, is always separate from the village proper, usually lying to the east of the village.

11 Alexander Robertson, *The Mahar Folk* (Calcutta: Y.M.C.A. Publishing House; and Oxford University Press, 1938), 1. In *Marathi Proverbs* (Oxford: Clarendon Press, 1899), 243, the Rev. A. Manwaring gives the meaning of this proverb, as " Nothing is perfect in this life."

12 Irawati Karve, *Paripurti,* 4th ed. (Poona: Deshmukh & Co., 1959).

13 In the 1961 Census, Chambhars, Mahars, and Mangs account for ninety percent of the Scheduled Caste population: fifty-four small castes, many of them non- Marathi speaking, account for ten percent. The 1961 figures are:

Mahar 782,008

Mang 727,006

Chambhar491,326

Buddhist (former Mahars) 2,789,914

which together with other Scheduled Castes total 5,016,828, or 12.7 percent of the Maharashtra population of 39,553,718. "Maharashtra, Part 5-A, Scheduled Castes and Scheduled Tribes in Maharashtra, Tables," in *Census of India, 1961,* vol. 10 (Delhi: Manager of Publications, 1964), 26-32.

14 "Bombay, Part 1, Report" in *Census of India, 1911,* vol. 7 (Bombay: Government Central Press, 1912), 287.

15 Varying lists of *balutedars* may be found in J.T. Molesworth's *A Dictionary: Murathee and English* (Bombay: Bombay Education Society's Press, 1831); *Selections from the Minutes and Other Official Writings of the Hon. Mountstuart Elphinstone,* ed. George W. Forrest (London: Richard Bently and Son, 1884), 21; *Gazetteer for the Haidarabad Assigned Districts, Commonly Called Berar,* comp, by A.C. Lyall (Bombay: Education Society's Press, 1870), 206; A.R. Kulkarni's "Village Life in the Deccan in the 17th Century," *Indian Economic and Social History Review* 4, no.l (1967): 38-52; and Shankarrao Kharat's volume of short stories, *Bara Balutedar* (Poona: Thokal Prakasan, 1959), which contains a story for each of twelve *balutedars.*

16 Harold Mann, the pioneering agricultural officer (and sociologist) of the Poona area, in his study of Jategaon Budruk village defines the Mahars as "a class of village servants who are always provided with land, as they form an absolutely necessary part of the village organisation." Harold H. Mann and N.V. Kanitkar, *Land and Labour in a Deccan Village,* study no. 2 (Bombay: Oxford University Press, 1921), 32. From Harold Mann also comes an indication of the amount of *watan* land held by Mahars. He records an account of land records for the year 1770 in a village near Poona which notes the village Mahars are assigned twenty-eight acres, the village Patil fourty-two; other *inams (watan* land) go to temples and individuals by name. The Mahars held the same amount of *watan* land in 1917. There were ten families of Mahars in the village, certain of them holding the *balutedar* post in rotation. Harold H. Mann, in collaboration with D. L. Sahasrabudhe, N.V. Kanitkar and V.A. Tamhan, *Land and Labour in a Deccan Village,* University of Bombay, Economic Series, no. 1 (Bombay: Oxford University Press, 1917), 35-37.

17 R.E. Enthoven in *The Tribes and Castes of Bombay,* vol. 2 (Bombay: Government Central Press, 1922), 416-17, records the legend of fifty-two rights but found on I y twenty among the Mahars of the Bombay Presidency. Alexander Robertson In *The Mahar Folk,* 27-29, also found twenty of the fifty-two rights current in the Central Provinces, but adds that the government had substituted a monthly wage in cash in Berar.

18 *Enthoven,* Tribes and Castes of Bombay, 417.

19 Robertson, *The Mahar Folk, 26.* The towns listed cover a large part of that area of Maharashtra known as the Desh.

20 A.S. Altekar, in *A History of Village Communities in Western India* (Madras: Oxford

University Press, 1927), 43, notes that the panchayat consisted of the Patil, the Kulkarni and all the village servants including Mahars and Mangs. "Thus the judgment of the village Panchayat in Babaji Javaji vs. Babaji Baji delivered in 1673 is signed by twenty three patels, ten chaugdlas, four goldsmiths, one carpenter, one potter, two shoemakers, six mahars and one mang." His reference is V.K. Rajwade, *Aitihasika Lekhasamgraha* (Chitrasala Press, 1928-35), xvi, 55.

21 The most complete records of Mahar duties may be found in R.N. Gooddine, "Report on the Village Communities of the Deccan," in *Selections from Records of Bombay Government*, no. 4 (Bombay: Education Society's Press, 1852), 13-14, and Coats' 1823 study of Lonikand quoted in G.S. Ghurye, *After a Century and a Quarter: Lonikand Then and Now* (Bombay: Popular Book Depot, 1960), xxxv-xxxvii. Some of the duties of the Mahar are immortalized in legends. Cokhamela, the fourteenth-century Mahar saint, was aided in dragging out cattle carcasses by the god Vithoba himself, was born in a miraculous way while his parents were on an errand for the Patil, and died mending the village wall. In another legend the god Krishna took the form of a Mahar in order to carry the treasury of the village, Mangalvedhe, to the governor of Bedar. See C.A. Kincaid's interpretation of Mahipati's *Bhaktavijaya* in Tales *of the Saints of Pandharpur* (Bombay: Oxford University Press, 1919), 111-15.

22 Robertson, *The Mahar Folk*, 23. See also G.S. Ghurye, *After a Century and a Quarter*, 66-67.

23 Mariai is the smallpox or cholera goddess. The 1831 Marathi-English dictionary defines *mari* as epidemic disease or pestilence. The propitiation of this goddess at the time of a smallpox or cholera epidemic was an important function in which all the village took part. Ghurye reports (ibid., 69), that in Lonikand "a cart dedicated to Mariai arrived from a western direction in the season of Ashadha (beginning of the monsoon). The Mahars of Lonikand went to Wagholi to receive it, drew the cart to Lonikand, and sent word to the Mahars of the eastern village of Perne to come to receive it."

24 One of the many names used for Mahars is *Kathivale* (men with a stick). Enthoven, *Tribes and Castes of Bombay*, 401.

25 Joan Mencher has noted that Untouchables in Madras are also judges of boundary disputes, but in the actual instances she has seen, the duty is a symbolic one of walking the boundary under some official's direction (in conversation, November 1967).

26 Mountstuart Elphinstone, *Report on the Territories Conquered from the Paishwa* (Calcutta: Government Gazette Press, 1821), 47.

27 C.B. Agarwal, *The Harijans in Rebellion* (Bombay: Taraporevala Sons and Co., 1934), 67.

28 Goodline, "Report on the Village Communities," 13.

29 Krishnaji Keshav Damle, known as Keshavsut. Translated by Prabhakar Machwe in his short biography, *Keshavsut* (New Delhi: Sahitya Akademi, 1966), 45-46.

30 Robertson, *The MaharFolk*, 22. The proverb also illustrates the usual practice of considering people from outside one's own linguistic area as a language group, without reference to caste, i.e. Kanarese, Telugu, but noting the exact caste of any person speaking one's own language.

31 Ibid., 3.

32 Ibid., 23.

33 "Chanda District," in *Central Provinces District Gazetteer*, vol. A, compiled by L.F. Begbie and A.E. Nelson (Allahabad, 1909), 117.

34 Poem in the style of Tukaram by Pandit Kondiram attached to Gopal Baba Walangkar's 1894 petition. (The handwritten copy is available in the Khairmode Collection of Ambedkar materials, Bombay University Library.) The poem is a bitter criticism of Mahar religious practices and the restrictions visited upon them, evidently written by a Mahar holy man. It concludes, "Burn the Brahmanical Scriptures. This is the warning of Pandit Kondiram" (translated from the Marathi with the help of Pramod Kale).

35 This was reported to me by several Mahars. One staunch Buddhist in Nagpur kept five stones in the cupboard as a reminder of the Mahar degraded past.

36 The Gazetteer of Khandesh notes, "In some cases, Mhar Sadhus [who worship Vithoba] have been worshipped by other Hindus." "Khandesh" in *Gazetteer of Bombay*, vol. 12, compiled by James M. Campbell, W. Ramsay and John Pollen (Bombay, 1880), 119. In Poona, the *samadhi* of Gopal Swami Yagavkar, a Mahar holy man who was also a paymaster in the British army in the nineteenth century, serves today as a center of worship for Mahars and other castes as well.

37 I.M.P. Raeside, "A Bibliographical Index of Mahanubhava Works in Marathi," *Bulletin of the School of Oriental and African Studies* 23, no. 3 (1960): 465.

38 C.B. Khairmode, *Da Bhimro Ramji Ambedkar*, vol. 1 (Bombay: Y.B. Ambedkar, 1952), 9.

39 "Chanda District," in *Central Provinces District Gazetteer*, 117.

40 Mountstuart Elphinstone, "Minute on Education, March 1824," in *Selections from the Minutes and other Official Writings of the Hon. Mountstuart Elphinstone*. Edited by George W. Forrest. (London: Richard Bendy and Son, 1884), 105.

41 Rev. R.V. Modak. "History of the Native Churches," in *Memorial Papers of the American Marathi Mission, 1813-1881* (Bombay: Education Society's Press, 1882), 18, 26-27. Rev. Modak also notes that when a Mang family became converted in 1845, "the caste feeling of many of the Mahar Christians began to appear. For many years the conflict with caste was continued. But ... for the last few years caste feeling appears to have been entirely eradicated" (ibid., 17).

42 The 1961 census lists the number of Christians in Maharashtra as 560,594. "Paper no. 1, Religion" in *Census of India, 1961* (Delhi: Manager of Publications, 1963), 24. Not all of these were Mahars. Since Goanese Christians living in Bombay are included in this figure, it is possible that not even the majority were former Mahars. See J. Waskom Pickett's *Christian Mass Movements in India* (New York and Cincinnati, Chicago: Abingdon Press, 1933), for a discussion of widespread Christian conversions. Bombay province is not considered here as a major conversion area.

43 Robert J. Miller stresses this idea, "With movement into such jobs [in the textile mills and on the railroad] the potential of the communications network between Mahars (message-running from village to village, contact with other Mahar watchmen) could provide an essential component of political organization." In "They Will Not Die Hindus: The Buddhist Conversion of Mahar Ex- Untouchables," *Asian Survey* 7, no. 9 (September 1967): 637-44.

44 Enthoven, *Tribes and Castes of Bombay*, 404. Mahar caste organization seems to have been especially strong in the Nasik area and in Kolhapur. There is no clear picture of

the way in which this traditional leadership was absorbed into the modern Mahar caste structure based on political power.

45 *"Satara,"* in *Gazetteer of the Bombay Presidency,* vol. 19, ed. James M. Campbell (Bombay: Government Central Press, 1885), 112. The Mahar-Mang enmity seems to have been based at least partially on differing attitudes toward the pig, an animal revered by the Mangs and scorned by the Mahars. Some Gazetteers specify that the Mahar duty did not include the removal of pig carcasses from the village.

46 "Khandesh," in *Gazetteer of the Bombay Presidency,* Campbell, et al., 116, 119.

47 "Kolhapur," in *Gazetteer of Bombay,* vol. 24 James M. Campbell (Bombay: Government Central Press, 1886), 113.

48 There are no nineteenth-century sources of information on Mahar labor in the Sholapur and Nagpur mills. The weaving occupation of Mahars of the Nagpur area, their large numbers, and the information available on reform work among Mahar mill labor in the early twentieth century would argue for entry into the Nagpur mills at an earlier date and in larger numbers than in Bombay.

49 Morris David Morris, *The Emergence of an Industrial Labor Force in India: A Study of the Bombay Cotton Mills, 18S4-1947* (Berkeley and Los Angeles: University of California Press, 1965), 74.

50 Rasiklal P. Cholia, *Dock Labourers in Bombay,* ed. C.N. Vakil (Bombay: Longmans, Green and Co., 1941), 44.

51 Ibid., 60-61.

52 Harold H. Mann, "The Mahars of a Deccan Village," in *The Social Framework of Agriculture: India, Middle East, England,* ed. Daniel Thorner (Bombay: Vora & Co., 1967), 73-81.

53 Mann and Kanitkar, *Land and Labour,* 107.

54 Mann, *Land and Labour.* The ammunition factories seemed to be a Mahar preserve. Unusually large and well-off colonies of Mahars at Kirkee, Dehu Road and Pulgao, all near ammunition depots or factories, indicate an early arrival.

55 D.G. Jadhav, now an official in the Indian Railways, remembers his school days in Poona in the 1920s as a time when Mahar "butlers' sons" teased him for his village ways. At least one Poona Mahar servant other than Kamble participated in the early Mahar movement, but contemporary Mahars and Buddhists are reluctant to speak of any connection with this earlier occupation.

56 "Bombay Presidency, Part 2, Tables," in *Census of India, 1921,* vol. 8 (Bombay: Government Central Press, 1922), 363. The figures for those fully and partly dependent upon traditional occupations have been combined. Unfortunately, no definition is given for "traditional occupation," which makes the statistics suggestive of change rather than definitive proof of change.

57 The 1961 Census figures on urban percentages show:

Total Scheduled Castes	21.80%
Chambhar	28.27%
Mang	15.58%
Mahar	13.81%
Total Maharashtra pop.	28.22%

"Maharashtra, Part 5-A, Scheduled Tribes in Maharastra, Tables" in *Census of India, 1961,* vol. 10 (Delhi: Manager of Publications, 1964), 32-33. Unfortunately, no rural-urban breakdown is given for Buddhists. The 1931 census for Bombay Presidency does not give rural-urban breakdown by caste.

58   See Peter Harnetty, "The American Civil War and the Export of Indian Cotton," Association for Asian Studies (March 1967), mimeographed.

59   *The Berar Land Revenue Code for 1928,* compiled by K.V. Brahma (Amraoti: K.V. Brahma, 1932), gives a new cess for Jaglia (assistant to the headman) and Mahar service, tracing the history of cash payments back to a time after the American Civil War. See pp. 195-202 for the full legal arrangement.

60   *Report of the Land Revenue Settlement of the Nagpur District in the Central Provinces,* effected during the years 1890-95, compiled by R. H. Craddock (Nagpur, 1899), 28. The revised system of remuneration is described on pp. 222-24.

61   A thesis I have not been able to develop fully is that the chief Maharashtrian social reform group, the Prarthana Samaj, in contrast to both the Brahmo Samaj of Bengal and the Arya Samaj of Punjab, created an attitude toward the Untouchable that was conducive to the formation of a forceful movement among Untouchables themselves. The Brahmos conducted schools for the lower classes, but these rarely joined the Brahmo Samaj. See Satis Chandra Chakravarti and Sarojendra Nath Ray ed., *Brahmo Samaj: The Depressed Classes and Untouchability* (Calcutta: Sadharan Brahmo Samaj, 1933). The Arya Samaj at first concerned itself with *shuddhi* (purification) of Untouchables, later with education.

62   For studies of Phule's life and influence, see Dhananjay Keer, *Mahatma Jotirao Phooley* (Bombay: Popular Prakashan, 1964), and Laxman ShastriJoshi, "Jyotirao Phule, 1827-1890," in *Rationalists of Maharashtra* (Calcutta: Indian Renaissance Institute, 1962).

63   Syed Nurullah and J.P. Naik's *History of Education in India* (Bombay: Macmillan, 1951), 202. This is an excellent source for the study of education in Maharashtra; particular attention is paid to reform movements and the progress of Untouchables.

64   See A.B. Latthe, *Memoirs of His Highness Shri Shahu Chhatrapati-Maharaja of Kolhapur,* 2 vols. (Bombay: Times Press, 1924) for a full study of the Maharaja of Kolhapur (1874-22), an heir of the house of Shivaji and one of the leaders of the non-Brahman movement.

65   Anjilvel V. Matthew's biography, *Karmveer Bhaurao Patil* (Satara: Rayat Shikshan Sanstha, 1957), gives a full account of Patil's educational activities.

66   "The Depressed Classes in Bombay," by a Depressed Classes Mission worker, in *Social Service Quarterly* 2, no. 1 (July 1916): 35-41. The 1600 Depressed Class children in school represent over ten percent of the 13,500 Depressed Class school-age population.

67   V.R. Shinde, *The Theistic Directory* (Bombay: Depressed Classes Mission, 1912), 61-62. There is no study in English of Shinde's life or work.

68   Shinde (ibid., 139-53) notes that *samajes* in the Byculla area of Bombay, Kolhapur and Satara either included Depressed Class members or were composed of Mahars.

69   See Sir Ramakrishna Gopal Bhandarkar, "The Depressed Classes," *The Indian Review* 14 (1913): 482-85, and Gopal Krishna Gokhale, *Treatment of Indians by the Boers and Treatment of the Low Castes in India by Their Own Countrymen* (London: Christian Literature Society, 1903).

70   G.G. Agarkar (1856-95) wrote almost entirely in Marathi and is little known outside Maharashtra. His early death may have prevented the development of specific reform

institutions. However, the most radical of caste-Hindu reformers in all parts of Maharashtra seem to be disciples of Agarkar.

71 Shinde resigned from the Prarthana Samaj when his Depressed Classes Mission Society was not fully supported by its members, but the Mission itself is an outgrowth of his association with the Samaj. See Sivanath Sastri, *History of the Brahmo Samaj*, 2 vols. (Calcutta: Chatterji, 1911-12).

72 Mahadeo Desai, *The Diary of Mahadeo Desai*, trans. and ed. Valji Govindji Desai (Ahmedabad: Navajivan, 1953), 52-53. The incident is reported at a later date by Gandhi's secretary after a conversation with Gandhi. The Servants of India Society was founded by Gokhale in 1905. Although not a religious organization, it included Maharashtrians related intellectually to the Prarthana Samaj.

73 Elphinstone, "Minute on Education, March 1824," in *"Selections from the Minutes,"* 105.

74 "Report of the Department of Public Instruction, Bombay, 1856-57," quoted in Nurullah and Naik, *History of Education in India*, 421-22.

75 Government of India letter no. Ill, dated 23 January 1857 (quoted ibid., 422).

76 "Report of the Department of Public Instruction," quoted ibid., 422.

77 Ibid., 423.

78 Ibid., 589.

79 Almost all Indian and British authorities indicate that the Mahars were pre- Aryan or tribal groups. The claim that the name Maharashtra is derived from "country of the Mahars" has also been put forward by a number of British authorities, but is denied by most Indian writers. C.A. Kincaid, in the preface of *The Tale of The Tulsi Plant and Other Studies* (Bombay: Times of India Office, 1908), states that an earlier edition of his essay on Marathi proverbs contained a reference to Maharashtra as the country of the Mahars, but this had caused offense and he had withdrawn it. He states that R.G. Bhandarkar convinced him this etymology was linguistically incorrect. Two synonyms for Mahar recorded by Enthoven which mean "sons of the soil," *Bhumiputra and Dharnicheput*, might also be used to bolster the original-inhabitant concept, but these compete with thirteen other terms which connote occupation or refer to low status, and in themselves they can not be read to indicate previous overlordship of the land.

80 The name "Adi-Dravida" became a census designation in 1931. In Punjab, 400,000 Untouchables, chiefly Chamars and Churas, registered themselves as "Ad-Dharm" in the 1931 census in an organized effort to claim special status.

81 During the Simon Commission's tour in 1928, Dr Ambedkar answered a direct question about his caste being pre-Aryan with "That is an opinion. I do not know." Indian Statutory Commission, Great Britain, "Selections from Memoranda and Oral Evidence by Non-Officials," in *Report* vol. 16, part 1 (London: H.M.S.O., 1930), 54. He later evolved a theory of Untouchables as former Buddhists. See B.R. Ambedkar, *The Untouchables: Who were they and why they became Untouchables* (New Delhi: Amrit Book Co., 1948).

82 Dadasaheb Gaikwad, long-time lieutenant of Dr Ambedkar and current head of the original core of the Republican Party, in a news interview referred to his group as "the original people of Maharashtra" *(maharashtratil mul sthanik lok)*. In *Maharashtra Times*, 18 September 1967.

83 "Central Provinces and Berar, Part I, Report," in *Census of India, 1931*, vol. 12 (Nagpur: Government Printing, C.P., 1933), 329.

84 Major General S.P.P. Thorat, *The Regimental History of the Mahar MG Regiment* (Dehra Dun: The Army Press, 1954), 3.

85 Agarwal, *Harijans in Rebellion,* 69. One of the few solid bits of evidence substantiating the claim that the Peshwa used Untouchable soldiers is that it was noted during the time of testimony to the Simon Commission that there was a Depressed Classes voter in the list of Sardars and *inamdars* (holders of land by decree) whose *jagir* (land over which he has authority) was granted by the Peshwa for services on the battlefield. Indian Statutory Commission, "Selections from Memoranda," in *Report,* vol. 16, part 1, 58.

86 Agarwal, *Harijans in Rebellion,* 68.

87 Thorat, *Regimental History,* 3-4. Bassein is now known as Vasai, located to the north of Bombay.

88 Kincaid, *The Tale of the Tulsi Plant,* 2nd ed. (Bombay: D.S. Taraporevala and Sons, 1916), 123-24.

89 Lt. Col. W.B.P. Tugwell, *History of the Bombay Pioneers* (London: Sidney Press, 1938), Appendix 2, 373-75.

90 Thorat, *Regimental History,* 4.

91 Sir Patrick Cadell, *History of the Bombay Army* (London: Longmans, Green and Co. 1938), 154-55. The cap badge of the Mahar Regiment from its founding in 1942 until independence bore a replica of the Koregaon memorial and the word "Koregaon."

92 A.S. Ranpise, *Dalitanci Vrittapatre* [The Newspapers of the Depressed Classes] (Bombay: Bhausaheb Adsul for Maharashtra Bauddh Sahitya Parishad, 1962), 9. As far as I know, no copy of Walangkar's paper is extant.

93 Vitthal Ramji Shinde, *Majhya Athvani va Anubhav* [Memories and Experiences] (Poona: R.B. Andre, 1958), 214.

94 A hand-written copy of the petition in Marathi which had been in the possession of Dr Ambedkar is now in the Ambedkar collection of C.B. Khairmode at the Bombay University Library.

95 B.R. Ambedkar, *What Congress and Gandhi Have Done to the Untouchables,* 2nd ed. (Bombay: Thacker and Co. Ltd., 1946), 189. For a record of the British use ot Untouchables in the army, and the effect of that recruitment on the Untouchable community, see Stephen P. Cohen, "The Untouchable Soldier: Caste, Politics and the Indian Army*Journal of Asian Studies* 28, no. 3 (May 1969): 453-68.

96 See Bernard S. Cohn, "The Changing Status of a Depressed Caste," in *Village India: Studies in the Little Community,* ed. McKim Marriott (Chicago: University of Chicago Press, 1955), 54-79.

97 The Chambhars of Poona celebrate the birthday of Rohidas with a procession, The connection of Marathi-speaking Chambhars with the Hindi-speaking Chamar saint is an old one: Kincaid in his translation of the eighteenth-century *Bhaktavijaya* relates the tale of the saint Rohidas who lived in Pandharpur as a devotee (see Kincaid, *Tales of the Saints,* 94-95).

98 See Irawati Karve, "On the Road: A Maharashtrian Pilgrimage," *Journal of Asian Studies* 22, no. 1 (November 1962): 13-29. G.A. Deleury, author of *The Cult* of *Vithoba,* also writes about the pilgrimage from experience.

99 Mahipati, *Bhaktavijaya* [The Victory of the Saints], vol. 1, trans. Justin E. Abbot and Narhar R. Godbole (Poona: N.R. Godbole, 1933), 377-84.

100 *Cokhamela Abhang Gatha*[Collectionof Cokhamela'sSongs] (Bombay: Balkrishna Laksman Pathak, 1950), 2. This *abhanga* and the ones that follow were first translated for me by Mr B.S. Shinde of Poona. Later interpretations of phrases by Mrs Lalita Khambadkone, Mrs Shubha Fanse and Dr Pramod Kale were helpful in determining the final wording. The Badve were priests at Pandharpur wlui cared for the image of Vitthal. "Lord of the Wheel" is a synonym for Krishna.

101 This is an obscure reference, not to the Nila of the Ramayana but probably to some Puranic story.

102 *Cokhamela,* Abhanga 6.

103 *Cokhamela,* Abhanga 10.

104 *Cokhamela,* Abhanga 11. Of the 211 *abhangas* in this collection, thirty-one refer to untouchability, caste, impurity or ill-treatment, or use some image such as begged food which is directly related to Mahar customs. The vast majority are concerned only with devotion.

105 Robertson, *The Mahar Folk,* 82.

106 Ibid., 83.

107 Y.K. Pathak, *Sant Katha* [Stories of the Saints] (Poona: Maharashtra Pradeshik Lokashikshan Samiti, n.d.). The word Harijan replaces Mahar in this modern child's version of the old story. The booklet also contains stories of Cokhamela andjotiba Phule, the nineteenth-century Mali reformer.

108 Ranade, *Rise of the Maratha Power,* 76.

109 Another edition of Ranade's essay contains an introduction which refutes Ranade's view: "It must further be emphasized, as Prof G.B. Sardar has done, that while the saints in Maharashtra released the people from the thralldom of rituals they did not raise a revolt against Chaturvarna and the Caste system. Their revolt was more or less of a conceptual character, severely confined to the field of religious thinking." R.V. Oturkar, in the Introduction to *Rise of the Maratha Power,* vi-vii. Ranade's essay was first published in 1900.

110 Agarwal, *Harijans in Rebellion,* 62-64.

111 R.G. Bhandarkar, *Collected Works,* vol. 2, ed. Narayan Bapuji Utgikar (Poona: Bhandarkar Oriental Research Institute, 1928), 491.

112 Ambedkar wrote, "People have no mind to go into the individual merits of each Untouchable no matter how meritorious he is. All Untouchables realize this. There is a general attempt to call themselves by some name other than the 'Untouchables'. The Chamars call themselves Raidas or Jatavas. The Dorns call themselves Shilpakars. The Pariahs call themselves Adi-Dravidas. The Mahars call themselves Chokhamela or Somavanshi and the Bhangis call themselves Balmikis. All of them if away from their localities would call themselves Christians." From an unpublished manuscript, "Untouchables and Change of Religion." Several of the gazetteers report that Mahars, especially in the Desh, called themselves "Cokhamela."

113 S.V. Ketkar, in *The History of Caste in India,* vol. 1 (Ithaca, New York: Taylor & Carpenter, 1909), 115, tells of meeting a Mahar *varkari* who cheerfully observed all caste restrictions, confident that he would be born a Brahman in his next life. Ketkar adds that the Americans would be better off if they had taught *karma- dharma* to the Negro instead of Christianity, a comment that I read as sarcasm.

114 The petition is reproduced in *The Life of Shivram Janba Kamble and Brief History of the Poona Parvati Satyagraha*, by H.N. Navalkar (Poona: S.J. Kamble, 1930), 142- 57. The petition is in English, the biography in Marathi. This part of the appeal repeats the same request found in Walangkar's earlier petition.

115 Ibid., 144.

116 Ibid., 33.

117 Ibid., 171.

118 At the meeting, Harold Mann was thanked for his "yeoman service" for the uplift of the Mahars, beginning with helping a student in 1908 and continuing through the establishment of the government hostel for the Depressed Classes in Poona in 1922. The address "humbly requested" Dr Mann to look after Depressed Class interests and rights through some of his friends in parliament Harold Mann's correspondence with Shivram Janba Kamble continued aftei his return to England. The address is quoted in Navalkar's *Life of Shivram Janba Kamble,* 112-13, in English.

119 Ibid., 175.

120 Extract from the *Bombay Chronicle,* 2 April 1930, reprinted on the cover ol Navalkar, *The Life of Shivram Janba Kamble.*

121 This reference to the influence of Agarkaris one of many I have found in various parts of Maharashtra. Information on the life ofBansode has been gathered from his son, Shamrao Bansode, and others interviewed in Nagpur and the town ol Mopla.

122 N.R. Shende, G.A. *Gawai: Vyakti ani Karya* [Life and Work] (Amraoti: Prabhakm Pandurang Bhatkar, 1963), 25. Gawai was a more highly educated man lli.m Bansode and often was the one chosen to testify to government commissions but he did not seem to have had the personal following of either Bansode or Kamble. He lived in Amraoti, where he was associated with a hostel he began for the Depressed Classes, but he did not emerge as a leader in the Mahar political movement.

123 The connection between the Untouchables' movement and the Hindu Mahasabha is an interesting one. Many Mahasabha members, including Vinayak Damodarpant Savarkar, were more liberal on matters of caste tli.ni non-Mahasabha orthodox Hindus, and a number were engaged in reform work. The basis for their work was probably an attempt to prevent further to Islam and Christianity.

124 Quotation from S.V. Dahal of Nagpur, formerly of Bhandara district, an extremely able informant on the movement of the 1920s and 1930s.

125 A copy of the program of the Samaj is in the possession of Bansode's son, Shamrao Bansode. A hasty translation of it was made with the help of M.R. Panchbhai of Nagpur while we were at the Bansode home. A short account of the life of Bansode by N.R. Shende contained in *Pradip,* a collection of Bansode's poetry (Nagpur: Shamrao Bansode, 1958), 13, mentions the Samaj as an organization through which Bansode "for twenty years awakened the people of Maharashtra."

126 A copy of the Antyaja Samaj's message is in the possession of Shamrao Bansode.

127 The resolutions of the Mahar Sabha, in Hindi, are in the possession of Shamrao Bansode.

128 Kisan Fagoji Bansode, *Pradip,* 48. Translated from the Marathi with the help of Lalita Khambadkone.

Chapter 2

1. My basic source for the facts of Ambedkar's early life is the multivolume biography in Marathi, *Da Bhimrao Ramji Ambedkar*, by C.B. Khairmode, chiefly vol. 1 (Bombay: Sri Yeshwantrao Bhimrao Ambedkar, 1952)

2. Ambedkar, in an interview in 1947 with Satyabodh Hudlikar, *Navayug*, 13 April 1947, quoted in Khairmode, *Da Bhimrao Ramji Ambedkar*, vol. 1, 28, stated that all the women and children in his family could read. Khairmode claims that army children received compulsory education, thus boys and girls reared in army families were literate (ibid., 12-13).

3. Ibid., 37-39. Ambedkar first told the story of the Brahman teacher naming him in the *Navayug* article of 13 April 1947. He added that the schoolteacher wrote him an affectionate letter at the time of the Round Table Conferences. Khairmode, *Da Bhimrao Ramji Ambedkar*, vol. 1, 42.

4. Dhananjay Keer, *Dr. Ambedkar: Life and Mission*, 2nd ed. (Bombay: Popular Prakashan, 1962), 19. A 1933 article by K.A. Keluskar in *Janata Khas Ank*, a special issue of the Marathi journal *Janata* founded by Ambedkar, describes Keluskar's conversation with Bhimrao's father at the celebration and relates how Keluskar subsequently took Bhimrao to the Gaikwad of Baroda to secure the Gaikwad's help in the boy's further education. No mention of the gift of the *Life of Buddha* is made.

5. Ambedkar's and his bride's young age at marriage, 14 and 9-10 respectively, indicates a Sanskritizing change as his father's and mother's age at marriage was 19 and 13.

6. The Huzur Order reads: "Mr. B.R. Ambedkar, a Mahar student studying in the Elphinstone College in the Junior B.A. class, should be awarded one of the scholarships for Mahar students. If none is available a new one of a reasonable amount should be created and given to Mr. Ambedkar. Usual conditions as to service etc. should be put in the agreement to be entered into with Government by Mr. Ambedkar."

7. A few decades ago, even a man of a high non-Brahman caste, M.R. Jayakar of the Pathare Prabhu community, was refused to study Sanskrit at Elphinstone High School. Although the intervention of the school principal secured Jayakar's place in Sanskrit class, Jayakar wrote later that the incident determined his attitude of support toward lower caste uplift. Jayakar, *Story of My Life*, vol. 1 (Bombay: Asia Publishing House, 1958), 13. Such prohibitions, however, were soon lifted. The second Mahar college graduate, M.K. Jadhav, took his degree in Sanskrit from New Poona College in 1925. Chakravarti and Ray, *Brahmo Samaj*, 9 (see chap. 1, n. 61).

8. Khairmode, *Da Bhimrao Ramji Ambedkar*, vol. 2, 62-64. "A Soviet History of India" in *A Contemporary History of India*, ed. V.V. Balabushevich and A.M. Dyakov, 4th ed. (New Delhi: People's Publishing House, 1964) questions the Gaikwad's motives in being so generous to Ambedkar. Since the book is inaccurate in most of its facts about Ambedkar, who is written off as "the leader of the rich Bombay Untouchables," it is hardly necessary to give weight to these authors' account. A number of promising young men and reformers outside the state of Baroda received financial support, including Jotiba Phule, Vitthal Ramji Shinde and Bhaurao Patil. The Gaikwad's role as benefactor in Maharashtrian reform movements and in the intellectual life of Maharashtra has not yet been fully described.

9. *Columbia Alumni News*, 19 December 1930, 12.

10. There are several letters from B.R. Ambedkar in the Seligman papers at Columbia University Library.

11   Letter from Dr Ambedkar to V.B. Kadam, dated 24 August 1954, in the Ambedkar papers now with the Administrator General, Maharashtra State. In *Annihilation of Caste with a Reply to Mahatma Gandhi*, 3rd ed. (Amritsar: Ambedkar School (>! Thought, 1945), 78, Ambedkar quotes John Dewey, "who was my teacher and to whom I owe so much": "Every society gets encumbered with what is trivial, with dead wood from the past, and with what is positively perverse. As a society becomes more enlightened, it realizes that it is responsible *not* to conserve and transmit the whole of its existing achievements, but only such as make for a better future society." The speech, which appeared later as *Annihilation of Caste*, was written in 1936. The work on democracy Ambedkar is perhaps referring to is *Democracy and Education: An Introduction to the Philosophy of Education*, first published in 1916.

12   Khairmode, *Da Bhimrao Ramji Ambedkar*, vol. 1, 77-78.

13   Quoted ibid., 80. There is no record that Ambedkar met Sidney Webb.

14   Ibid., 78-80. The Parsi boarding house story was originally told in Blake Clark's article on Ambedkar, "The Victory of an Untouchable," in the *Reader's Digest* of March 1950. The story concerning Professor Joshi comes from the K.A. Keluskar article in *Janta Khas Ank*, 1933. The origin of the facts for both writers would have been Ambedkar himself. Along with these difficulties, Ambedkar probably had a strong feeling that his work did not lie in Baroda.

15   Bombay Archives, Government File, Education Department, no. 65, vol. 1, 1918, 237-38.

16   Khairmode, *Da Bhimrao Ramji Ambedkar*, vol. 1, 270. The Maharaja of Kolhapur also aided the founding of Ambedkar's first newspaper, *Mooknayak*, in 1920 (ibid., 260). For a full description of the life of the Maharaja of Kolhapur (1874- 1922) and his work on behalf of non-Brahmans, see A.B. Latthe, *Memoirs of His Highness* (see chap.l, n. 64).

17   Published in 1923 by P.S. King and Co., London.

18   Khairmode, *Da Bhimrao Ramji Ambedkar*, vol. 1, 71. My translation of an indirect quotation in Marathi.

19   Ibid., 93.

20   S. Natarajan, *A Century of Social Reform in India*, 2nd ed. (Bombay: Asia Publishing House, 1962), 140.

21   Keer, *Dr. Ambedkar*, 42.

22   Ibid., 43.

23   Ibid., 42.

24   Scattered notes in Keer's biography of Dr Ambedkar reveal that he often went to meetings in the Desh and Konkan areas. Later when he travelled with the Starte Committee of 1928 and the Franchise Committee of 1932 informal conferences were held wherever he happened to be.

25   There is a handwritten copy of Ambedkar's lengthy Marathi speech in the Khairmode collection at the University of Bombay library. A note on it is addressed to S.M. Mate, a Brahman reformer of Poona, asking him to read it.

26   Khairmode, *Da Bhimrao Ramji Ambedkar*, vol. 2,117-18.

27   Ibid.

28   Much of the information which follows is from an interview in Mahad with Surendranath Tipnis who was associated with the education work begun by Ambedkar and was responsible for the development of the Dr Ambedkar College of Arts, Science and Commerce in Mahad. See Keer, *Dr. Ambedkar*, 68- 70, 89-93, 97-108, for a long account of the Mahad *satyagrahas*.

29 Almost all Depressed Classes meetings were held in Muslim buildings or on Muslim-owned land, or in open public areas near the Mahar quarters. Occasionally a theater or a hall under Parsi auspices was used.

30 K.M. Jedhe, a well-known Maratha leader in the Non-Brahman Party, is said to have brought a group from Poona. In 1926, Ambedkar had successfully defended Jedhe and three others in the "Deshace Dushman" (Enemies of the Country) case. The family of a well-known Brahman, Vishnu Krishna Shastri Chiplunkar, had sued the author, the printer, and the contributor of the preface (Jedhe) and foreword of *Deshace Dushman*, a book which criticized the late Chiplunkar as well as a number of other Brahmans. As a result of this suit, there was considerable cooperation between the Poona non-Brahmans and Ambedkar in the mid-1920s.

31 Keer, *Dr. Ambedkar*, 69. Other estimates by sympathetic writers are even larger.

32 A clipping from the *Bombay Chronicle*, undated but circa March 1927, was inserted as evidence in Ambedkar's statement to the Indian Statutory Commission, "Selections from Memoranda and Oral Evidence by Non-Officials," in *Report*, vol. 16 (London: H.M.S.O., 1930), 37-47.

33 Keer, *Dr. Ambedkar*, 75.

34 See note 32.

35 Keer, *Dr. Ambedkar*, 78. Another member of the Hindu Mahasabha, P.P. Bapurao Joshi of Mahad, aided in the first conference there. In an interview, he told me that Ambedkar had been too independent a leader, not willing to cooperate with those caste Hindus who were sympathetic.

36 Keer, *Dr. Ambedkar*, 89.

37 Sahasrabuddhe is an interesting figure who established cooperatives among Untouchable groups, participated in the Mahad *satyagrahas*, and as late as the 1940s aided in the editing of Ambedkar's paper *Janata*. It is Surendranath Tipnis' belief that Ambedkar would not have burnt the *Manusmriti* at that time if Sahasrabuddhe had not urged him.

38 Keer, *Dr. Ambedkar*, 103-4.

39 Narhari Damodar Vaidya vs Bhimrao Ramji Ambedkar, *All-India Reporter*, 1938, 146.

40 Keer, *Dr. Ambedkar*, 71. Requests asking Government to enact laws prohibiting the eating of carrion were made until the early-1930s.

41 Ibid., 100-101.

42 Ibid., 105.

43 Ibid., 104.

44 Ibid.

45 S.V. Ketkar, a perceptive commentator on social matters, called Amraoti the "capital of social reformers" in Maharashtra in "An Essay on Hinduism," in *The History of Caste in India*, vol. 2 (London: Luzac & Co., 1911), 86. A possible reason is the cotton-based cash economy of the Berars, which loosened the social structure in the nineteenth century. There the *baluta* system had given way to cash payments for village *balutedars* as early as 1910. The area was also the site of the first Mahar-initiated schools and hostels.

46 Keer, *Dr. Ambedkar*, 95-97, gives a brief sketch of the Amraoti *satyagraha*, which I have supplemented with interviews in Amraoti.

47 My informants conclude, judging by the name, that K.G. Patade may have been a Mang. It is claimed that Mangs as well as Mahars participated in the *satyagraha*. A photograph of these five leaders appears in Navalkar, *Life of Shivram Janba Kamble* 58. Accounts of the

Parvati *satyagraha* also appear in the *Times of India*, 14 October 1929, and the *Evening News*, Bombay, 16 October 1929.

48 N.V. Gadgil gives a description of the Parvati *satyagraha* in his chapter on Ambedkar in *Kahi Moti Kahi Mohra* [Some Pearls, Some Gems] (Poona: Venus Book Stall, 1962), 204-43. S.M. Joshi is a veteran Socialist leader.

49 Indian National Congress, *Report of the Work Done by the Anti-Untouchability Sub- Committee* (Jamnalal Bajaj, secretary, April-December 1929). L.B. Bhopatkar, a Poona Brahman lawyer, is another example of the Mahasabha-Untouchable connection. He spoke in favor of the Mahad *satyagraha* (see Keer, *Dr. Ambedkar*, 78) and much later was supported by Ambedkar in the 1937 elections. A story current iri Poona, however, is that he had his house purified after Ambedkar's visit.

50 Tulshiram Lakshman Jamgekar, *Parvativaril Satyagrahaca Powada* (Poona: Anant Vinayak Patwardhan and T.L. Jamgekar, 1930).

51 Ambedkar wrote to B.K. Gaikwad on 20 February 1930, the month before the *satyagraha* began, that he was coming to Nasik to meet the Satyagraha Executive Committee. "Your Satyagraha is a matter of great anxiety to me, particularly because owing to the other pressing engagements, I have not been able to devote myself to it." During the second Round Table Conference, Ambedkar wrote to Gaikwad from London: "I feel quite ashamed of myself when I think I am so little helpful in a campaign which if I have not started I have been at least responsible for." The letter dated 23 September 1931 is in the possession of B.K. Gaikwad.

52 *Indian Annual Register* 1 (1930): 28.

53 Gadgil, *Kahi Moti Kahi Mohra*, 219.

54 Letter from B.R. Ambedkar in London to B.K. Gaikwad, 14 October 1931. Letter in the possession of B.K. Gaikwad.

55 *The Times*, 7june 1932.

56 Ambedkar states that a suit is being contemplated in the *Appeal on behalf of the Depressed Classes Institute* (London: November, 1931), circulated at the time of the Round Table Conference. Ambedkar may have been waiting until the Mahad case to be settled to determine his tactics. The Mahad settlement was in Ambedkar's favor, but was not decided until 1937. By this time, the push for temple entry was superseded by the announcement of conversion from Hinduism.

57 Keer, *Dr. Ambedkar*, 159.

58 Lelah Dushkin makes this point in her excellent thesis, "The Policy of the Indian National Congress toward the Depressed Classes: An Historical Study," (M.A. thesis, University of Pennsylvania, 1957). Although Ambedkar made use of the Nasik *satyagraha* publicity in London, the control of the *satyagraha* was in the hands of local Nasik leaders who were motivated more by social and religious than political considerations.

59 Letter from B.R. Ambedkar in Bombay to B.K. Gaikwad, 3 March 1934. Letter in the possession of B.K. Gaikwad.

60 According to the 1921 Census, there were 5,259 literate Mahars in the Central Division of Bombay province, 288 of them literate in English. "Bombay Presidency, Part 2, Tables," in *Census of India, 1921*, vol. 8 (Bombay: Government Central Press, 1922), 21.

61   P.N. Bhatkar, according to Khairmode, had matriculated in 1906, the first Mahar to achieve that degree of education, and had attended Fergusson College for two years. He was married to a Saraswat Brahman widow who was associated with V.R. Shinde. However, his work was not satisfactory, and the managing body of *Mooknayak* turned the charge of the paper over to D.D. Gholap Khairmode, *Da Bhimrao Ramji Ambedkar*, vol. 1, 271-72.

62   Tukaram, *The Poems of Tukarama*, vol. 3, trans.J. Nelson Fraser and K.B. Marathc, (London: The Christian Literature Society for India, 1915), 35. The word "over modesty" might better be translated as shyness or humility.

63   Khairmode, *Da Bhimrao Ramji Ambedkar*, vol. 1, 261-64. No copies of *Mooknayak* are available now. The issues Khairmode worked from were eaten by white aim before he placed his material in the Bombay University Library.

64   Ibid., 266.

65   The Servants of Somvanshi Society may have been in existence in the early twentieth century. By 1920, at least, it appealed for funds for a building. Whether it represented the Mahar sub-caste of Somvanshi or used the name (descent from the moon) in a broad Hindu context is not clear.

66   The Mahar Sevak Samaj was organized to plead for a second Mahar battalion during World War I, when a labor battalion was raised from Untouchable recruits.

67   The Cokhamela Reform Society, a Vidarbha group, held its second conference in 1923. The resolutions of this conference are in the possession of Vasant Moon. The society seems to have been most interested in working with caste Hindus to secure religious rights, although one resolution asks for two more members from the so-called Untouchable castes to be named to the Central Provinces Council.

68   Whether this organization is related to the 1917 Depressed India Association founded in Poona is a question. The Nagpur Association began in 1919 with an English lawyer, G.P. Dick, as its president. It established the Cokhamela Hostel in Nagpur in 1923, and also testified to the numerous Government commissions.

69   Bahishkrit Hitakarini Sabha [Depressed Classes Institute], *Report for 1925* (Bombay: Depressed Classes Institute, 1925).

70   Bahishkrit Hitakarini Sabha, *Rules of Constitution* (Bombay: Depressed Classes Institute, 1924).

71   *Appeal on behalf of the Depressed Classes Institute* (London: November, 1931).

72   Ambedkar states that a suit is being contemplated in the *Appeal on behalf of the Depressed Classes Institute*, circulated at the time of the Round Table Conference. Mahars had sued for temple entry rights at earlier times. See *All-India Reporter* 121, vol. 1 (1924), Nagpur for a 1922 case in Chanda district, quoted in Marc Galanter ed., "Part 2: Law and Caste from the Consolidation of the Modern Legal System to Independence," in "Legal Material for the Study of Modern India, 1860-1947" (mimeographed). The Mahars' appeal was that they as Shudras had a right to worship all Hindu gods, but the judge did not admit that right.

73   The letter is in the possession of B.K. Gaikwad of Nasik.

74   The exception is B.G. Kher, a Brahman who, although he was never closely associated with Ambedkar, participated in the Nasik *satyagraha* in the early 1930s. Kher was the Chief Minister of Bombay in the Congress ministry of 1937- 39.

75 Information from an interview with Deorao Naik of Bombay. Shridhar Balwant Tilak's participation in the Sangh's activities was cut short by his suicide in 1928. Ambedkar blamed his suicide on the opposition from his father's *Kesari* circle to Tilak's progressive position, in *Duniya*, 2 May 1928.

76 M.V. Donde's son, Arun Donde, gives the members of the Bhatt School circle as follows: D.M. Jadhav, known as Madkebhau, an uneducated but powerful Mahar who served as Ambedkar's companion-cum-bodyguard; and K.V. Chitre, A.V. Chitre, Surendranath Tipnis, M.B. Samarth, D.V. Pradhan, all CKP, most of whom participated in Ambedkar's educational institutions; B.R. Kadrekar, a Bhandari; and G.N. Sahasrabuddhe, a Brahman. Donde suffered caste boycott for three years in the early 1930s for inter-dining. Arun Donde is a professor at Siddharth College, founded by Ambedkar in 1945.

77 Members of the group were active in Ambedkar's institutions, including the labor unions, and in planning the political party of 1936, but after the Scheduled Castes Federation was formed in 1942, confined their help to educational institutions. All of those from the above list still living are active either in the People's Education Society which controls Ambedkar's colleges, or in *Prabuddha Bharat,* the newspaper Ambedkar founded.

78 S.D. Mehta reports, "It is claimed that B. R. Ambedkar... during the 1929 general strike undertook to supply strike breakers for a number of mills." See in *The Cotton Mills of India, 1854-1954* (Bombay: Textile Association, 1954), 112.

79 S.N. Shivtarkar, in an interview, stated that 99 percent of the Chambhars were with Congress. Nevertheless two Chambhars served as Ambedkar's organizational men, Shivtarkar from 1925 to 1935, P.N. Rajbhoj from 1942 to 1955. The following notes are from the interview.

80 F.G. Bailey, *Caste and the Economic Frontier* (Manchester: Manchester University Press, 1957), 211-27.

81 See Keer, *Mahatma Jotirao Phooley,* and Joshi, "Jyotirao Phule, 1827-1890" (see chap. 1, n. 62). Next to Ambedkar's, it is Phule's picture that is found in most Mahar institutions.

Chapter 3

1 I am indebted to Marc Galanter for the use of this term.

2 *Navalkar,* Life ofShivramJanba Kamble, 142-43.

3 See A.B. Keith, *A Constitutional History of India, 1600-1935* (London: Methuen, 1936), 222-36, for a brief review of the Minto-Morley reforms.

4 *Navalkar,* Life ofShivram Janba Kamble, 143.

5 "The Depressed Classes," by His Highness the Gaikwad of Baroda, reprinted from *The Indian Review,* December 1909, in *The Depressed Classes: An Enquiry into Their Condition and Suggestions for Their Uplift,* ed. G.A. Natesan (Madras: G.A. Natesan 8C Co., 1912), 2.

6 Sant Nihal Singh, in *The Indian Review,* September 1910, reprinted in Natesan, *Depressed Classes,* 89. See also Nihal Singh's article, "India's Untouchables," *Contemporary Review* 103 (March 1913): 376-85, for a review of Untouchables' progress at the time.

7 The Ezhuvas (also Ezhavas, Iravas, Illuvans) began their political protest with the Malayalee Memorial of 1891-92 and continued with frequent pleas for political representation in the councils of the state of Travancore. See A.K. Gopalan, *Kerala Past and Present* (London: Lawrence SC Wishart, 1959). This petition was from Ezhuvas (or Tiyas) living in the Malabar portion of the Madras Presidency.

8 The Buddhists of South India may have included others than Untouchables in their ranks. Their organized efforts in temple building seem to have begun about 1907, and according

to Mother A. Fiske's findings, those groups now are chiefly identified with the Scheduled Castes.

9 See Eugene Irschick, "Politics and Social Conflict in South India: The Non- Brahmin Movement and Tamil Separatism, 1916-1929" (Ph.D. thesis, University of Chicago, 1964), for a review of the non-Brahman movement in Madras. The political party of that movement, the Justice Party, adopted the cause of the Panchamas or outcastes as part of its platform in 1917, but as in the case of non-Brahmans and Untouchables in Maharashtra there was little consistent cooperation and much mutual criticism among non-Brahmans and Untouchables.

10 The Franchise Committee (1918-19), "Addresses Presented in India to His Excellency the Viceroy and the Rt. Hon. the Secretary of State for India," in *East India: Constitutional Reforms; Lord Southborough's Committees,* cd. 9178, Pari. Pap. 1918: XVIII (London: H.M.S.O., 1918), 60

11 Quoted in Ambedkar, *What Congress and Gandhi Have Done,* 15 (see chap. 1, n. 95). See also The Franchise Committee (1918-19), "Addresses Presented in India," in *East India* (see. n. 10), 74 The resolution passed by the Congress was similar in phrasing to this resolution.

12 Ambedkar, *What Congress and Gandhi Have Done,* 15-16. A Depressed India Association was begun in Poona in 1917 organized by Walchand Ramchandra Kothari, a non-Brahman. Those who called on Montagu, however, in the name of the Depressed India Association were Dougre and Vasnik, who were non-Brahmans, and the Vidarbha Mahars, Gawai and Bansode. See Shende *G.A. Gawai: Vyakti ani Karya,* 32-33 (see chap.l, n 122). Another organization with the same name began in Nagpur in 1919 with an Englishman, G.P. Dick, as president and the Mahar G.M. Thaware as a member (information from V.K. Moon of Nagpur).

13 Dhedwas used as a derogatory word for Mahar generally and as a synonym for Mahar in census lists, but was also a Gujarati Untouchable caste.

14 Edwin S. Montagu, *An Indian Diary,* ed. Venetia Montagu (London: William Heinemann Ltd., 1930), 306. Dougre was from Kolhapur. The Untouchable who knew English was probably G.A. Gawai, the one who did not, Kisan Fagoji Bansode. See note 12.

15 Quoted in G.P. Pradhan and A.K. Bhagwat, *Lokamanya Tilak: A Biography* (Bombay: Jaico Publishing House, 1959), 306.

16 V.R. Shinde told this story in *Lokamanya Tilkanchya Athavani va Akhyayika* [Reminiscences and Recollections of Lokamanya Tilak], vol. 2, ed. S.V. Bapat (Poona, 1924-28), 205, quoted in Pradhan and Bhagwat, *Lokamanya Tilak,* 306.

17 In his testimony before the Southborough Commission, Ambedkar used this incident as an example of token sympathy shown by the "Brahman oligarchy" to hoodwink Untouchables. I have also heard the story from present day Mahars.

18 *Khairmode,* Da Bhimrao Ramji Ambedkar, 266-67.

19 The Franchise Committee (1918-19), *Evidence Taken Before The Reforms Committee,* vol. 1 (Calcutta: Government of India, 1919), 278-79. G.A. Gawai, who was still living in 1964, was active in educational and political work during the 1920s and 30s in the Vidarbha area of Maharashtra, then Central Provinces and Berar. He joined neither Ambedkar's political party nor the Congress, although he did cooperate with the Hindu Mahasabha. He served as a member of the legislative council later in the Central Provinces. Considered an articulate and dignified spokesman by the Mahars, although he had studied only up to matriculation, he was often called upon to voice Depressed Class sentiment, but he seems not to have had a mass following.

20 Ibid., vol. 1, 283.
21 Ibid., vol. 2, 729-39.
22 Ibid., vol. 1, 281.
23 Ibid., vol. 2, 281-82.
24 Ibid., 723-93.
25 Ibid., vol. 1, 111.
26 Ibid., vol. 2, 435.
27 The Franchise Committee (1918-19), "Report of the Franchise Committee," in *East India: Constitutional Reforms; Lord Southborough's Committees*, vol. 1, cmd. 141, Pari. Pap. 1919: XVI (London: H.M.S.O., 1919), 136.
28 Dyarchy referred to the arrangement of government departments in the provinces into "transferred" and "reserved" categories, with the intention of giving some direct responsibility to legislative councils in non-sensitive areas. The transferred departments, such as education, were administered by ministers appointed by the governor on the recommendation of the majority party in the provincial councils. Other departments, such as home and finance, were administered by ministers appointed by the governor at his sole discretion. The arrangement was generally unsatisfactory to Indian nationalists. For a review of the Montagu-Chelmsford reforms period, see William Roy Smith, *Nationalism and Reform in India* (New Haven: Yale University Press, 1938), 83-138.
29 Joint Select Committee on the Government of India Bill, *Report and Proceedings*, vol. 3, H.C. 203-203; Ind. Pari. Pap. 1919: IV (London: H.M.S.O., 1919-1920), 140.
30 The Franchise Committee (1918-19), "Views of the Government of India upon the Reports of Lord Southborough's Committees," in *East India: Constitutional Reforms; Lord Southborough's Committees*, vol. 3, cmd. 176, Pari. Pap, 1919: XVI (London: H.M.S.O., 1919), 607.
31 India Reforms Enquiry Committee (1924), *Report*, cmd. 2360; Pari. Pap. 1924/1925:X (London: H.M.S.O., 1925), 54-55.
32 *Quoted in the Minority Report*, Report of the Reforms Enquiry Committee, 147.
33 M.C. Rajah's book, *The Oppressed Hindus* (Madras: The Huxley Press, 1925), is the first book on the Depressed Classes in English by a member of the group. A book by T.B. Pandian, a Christian, titled *Slaves of the Soil in Southern India* (Amsterdam, 1899), preceded it, but the author's background is not known. The predominance of the Madras Depressed Classes in early political agitation should be noted. Rajah became 'Rao Bahadur', a British honorary title in 1922, after his entrance to the legislative council in Madras as the first 'Adi-Dravida" member. As in the case of Ambedkar, his grandfather was an army man. His book indicates that he was well informed on the achievements of Depressed Class individuals all over India. At the time of writing, he states that he was fellow at Madras University and superintendent of the Wesley College Lower School.
34 *Bombay, 1921-1922: A Review of the Administration of The Presidency* (Bombay: Government Central Press, 1923), 43-44. A proposal for compulsory primary education had been made as early as 1911 by G.K. Gokhale, and a committee had been appointed in 1921 under the chairmanship of Sir Narayan Chandavarkar to inquire into the practicability of compulsory free primary education. Anjilvel V. Matthew, *Karmaveer Bhaurao Patil* (Satara: Rayat Shikshan Sanstha, 1957), 157.

35 Bombay Legislative Council Debates, 1923, *vol. 3, 587, in Khairmode*, Da Bhimrao Ramji Ambedkar, *vol. 2, 33*.

36 R.P. Paranjpye, *Eighty-Four, Not Out* (Delhi: Publications Division, Ministry of Information and Broadcasting, 1961), 61-82.

37 Ambedkar commented to the Simon Commission in 1929 that Dr Paranjpye had made a "bold attempt" to educate all classes but that his "circular regarding admission of the Depressed Classes to Schools is being evaded." The Indian Statutory Commission, "Reports of the Committees appointed by the Provincial Legislative Councils to co-operate with the Indian Statutory Commission," in *Report*, vol. 3, cmd. 3572. Pari. Pap. 1929/30: XII (London: H.M.S.O., 1930), 109.

38 The Bhandaris were traditionally toddy tappers, but one section of the caste advanced early in the modern period through seafaring and naval enterprises. At least three Bhandaris were associated with Dr Ambedkar's movement. It is reported that the Depressed Classes of Bombay were so pleased with Bole's efforts on their behalf that they held a congratulatory meeting in his honor, awarding him a gold medal. It was the Bole Resolution that was tested by the Mahad *satyagraha* described in chapter two.

39 Keer, *Dr. Ambedkar*, 83.

40 *Welfare of the Scheduled Castes in Bombay State: Steps to Abolish Vntouchability* (Bombay: Directorate of Publicity, Government of Bombay, 1956), 47-48.

41 A.E. Cumming, *The Bombay Local Boards Manual*, 3rd ed. (Bombay: Government Central Press, 1925), 6-8. There are records of Mahars serving on local boards in the Vidarbha area long before this Act was passed in Bombay.

42 Dr P.G. Solanki was a graduate of Bombay University and a long time associate of Dr Ambedkar's. How strong the Gujarati Depressed Classes' support of Ambedkar was in Bombay is not known. There are Gujaratis currently involved in the People's Education Society founded later by Ambedkar and there is now an active Buddhist group in Ahmedabad. R.S. Nikalji was a Mahar and a Bombay leader of some stature, but never attached to Ambedkar's organizations.

43 Indian Statutory Commission, "Review of the Growth of Education in British India by the Auxiliary Committee," in *Interim Report*, cmd. 3407, Pari. Pap. 1928/29:X (London: H.M.S.O., 1929), 219. Chapter X is devoted to "Education of the Depressed Classes."

44 M.K. Jadhav seems to have been the second college graduate from the Mahar caste, obtaining his degree twelve years after Ambedkar secured his B.A. in Bombay, although others in Poona, Bombay and Nagpur soon followed.

45 Solanki seems to have carried the burden of work in the Bombay Legislative Council during the time he and Ambedkar both served.

46 Depressed Classes and Aboriginal Tribes Committee (Starte Committee), Government of Bombay, *Report* (Bombay: Government Central Press, 1930).

47 This sort of measure was considered a provision to aid the Depressed Classes since it was largely from their ranks that dedicated girls, who later turned to prostitution, came.

48 Depressed Classes and Aboriginal Tribes Committee, *Report*, 85.

49 *Francis Williams*, A Prime Minister Remembers: The War and Post War Memoirs of the Rt. Hon. Earl Attlee *(London; William Heinemann Ltd., 1961), 203-4.* .

50 The Indian Statutory Commission, "Selections from Memoranda and Oral Evidence by Non-Officials," in *Report* (London: H.M.S.O., 1930), Vols. 16 and 17 contain testimony from the Depressed Classes Institute; the Depressed India Association; the Servants of Somvanshi in Bombay; Rama Charana; the All-India Shri Jatav Mahasabha; the Kumoan Shikar Sabha (Union of Industrial Workers); Ram Prasad Ahir; the Kahar Dusharak Maha Sabha; the Adi-Hindu Sabha; the All-India Adi-Hindu Mahasabha; Babu Sheo Dayal Chowrasia, and Babu Chet Ram of the United Provinces; the All-Bengal Namashudra; Bengal Depressed Classes Association; the All-India Adi-Dravida Mahajana Sabha; the Madras Arundhathi Mahajana Sabha; the Christian Depressed Classes of South India; the All-India Depressed Classes Association; and the Central Provinces Depressed Classes Association. Of these individuals and groups, Ambedkar speaking for the Depressed Classes Institute, Rao Saheb R. Srinivasan speaking for the Depressed Classes of Madras, the Christian Depressed Classes of Madras, and Ram Prasad Ahir of U.P. did not ask for separate electorates.

51 Indian Statutory Commission, "Selections from Memoranda and Oral Evidence by Non-Officials," in *Report*, vol. 17 (London: H.M.S.O., 1930), 96.

52 Ibid., vol. 16, 51. This group began its testimony, "Thanks to the joint influences of missionary education and British rule, the walls that divided us from the society of our fellow men have been breached."

53 Ibid., vol. 17, 508.

54 *Indian Quarterly Register* 1, no. 1, (1928): 438-40; no. 2, (1928): 126.

Indian Statutory Commission, "Selections from Memoranda and Oral Evidence by Non-Officials," in *Report*, vol. 16 (London: H.M.S.O., 1930), 37-47 and "Question Period," ibid., 52-61 (Ambedkar also gave a report which appears in Indian Statutory Commission, "Reports of the Committees appointed by the Provincial Legislative Councils to co-operate with the Indian Statutory Commission." vol. 3 (London: H.M.S.O., 1930), 87-156, as a member of the Bombay Provincial Committee to act as consultants to the Simon Commission). Ambedkar was teaching at Government Law College at this time, and his students walked out of his class in protest against his cooperation.

56 Ibid., 105, 88.

57 Indian Statutory Commission, "Selections from Memoranda and Oral Evidence by Non-Officials," In *Report*, vol. 17 (London: H.M.S.O., 1930), 103.

58 Ibid., vol. 16, 38.

59 Ibid., 41.

60 Ibid.

61 Ibid., 58.

62 Ambedkar was not only teaching at Government Law College and practicing at the Bar, he was fellow of the University of Bombay, Member of the Bombay Legislative Council, invited contributor to several publications, and vice president of the Bombay Textile Labour Union. Although the Round Table Conference added to his prestige, it could be said that by this time he was well known in Bombay and accepted as an intellectual by some, if not all, of Bombay's elite.

63 Rao Bahadur Rettamalai Srinivasan was a member of the Madras Legislative Council from Poonamallee, and was the leader of the Depressed Class members within the

council. Srinivasan's testimony for the Depressed Classes of Madras before the Simon Commission revealed that a Madras organization for the Depressed Classes, the Pariah Mahajana Sabha, had been formed in 1892 and a memorial on rights had been submitted to Parliament by 1894. He also indicated a serious disagreement with M.C. Rajah and the inability of the Madras Depressed Class groups to cooperate. Indian Statutory Commission, "Selections from Memoranda and Oral Evidence by Non-Officials," In *Report*, vol. 17 (London: H.M.S.O., 1930), 275, 282.

64 *The Presidential Address* of Dr Ambedkar at Nagpur is the first of his activities to be reported in the *Indian Annual Register*, vol. 2 (1930): 367-74.

65 1st Round Table Conference (12 November 1930-19 January 1931), *1st Proceedings* cmd. 3778; Pari. Pap. 1930/31: XII (London: H.M.S.O., 1931), 132.

66 Ambedkar had told the Simon Commission that adult franchise would be a necessary condition for joint electorates. At the Round Table Conference, N.M. Joshi and B.V. Jadhav, men involved in the labor and the non-Brahman movement in Bombay, Shiva Rao, R. Srinivasan and K.T. Paul from the South were the only other delegates who supported adult franchise.

67 1st Round Table Conference (12 November 1930-19 January 1931), *Proceedings of Sub-Committees*, vol. 2 (London: H.M.S.O., 1931), 8, 135.

68 Ibid., 86.

69 Ibid., 146-50.

70 See Keer, *Dr. Ambedkar*, 164-68.

71 Mahadeo Desai, *The Diary of Mahadeo Desai*, vol. 1, trans. and ed. Valji Govindji Desai (Ahmedabad: Navajivan Publishing House, 1983), 52.

72 2nd Round Table Conference (7 September 1931-1 December 1931), *Proceedings of Federal Structure Committee and Minorities Committee* (London: H.M.S.O., 1932), 528-29.

73 Ibid., 530.

74 Ibid., 534. The art of the telegram was far advanced among the Depressed Classes, as among other groups, at this time. A good bit of spadework was done to ensure support from the groups represented, but there is no reason to suspect the Almora telegram was not entirely genuine. Testimony to the Indian Statutory Commission from what is apparently the same group supports the same attitude. See the testimony of Munshi Hari Tamta, Kumoan Shikar Sabha (Union of Industrial Workers), Almora in Indian Statutory Commission, "Selections from Memoranda and Oral Evidence by Non-Officials," In *Report*, vol. 16 (London: H.M.S.O., 1930), 355-57.

75 2nd Round Table Conference (7 September-1 December 1931), *Proceedings of Federal Structure Committee and Minorities Committee*, 550-55. The special reference to Punjab indicates communication with Ad-Dharm (Depressed Class) groups there.

76 Ibid., 544.

77 Keer, *Dr. Ambedkar*, 191-92. During Ambedkar's visit to Ahmedabad in 1931, where he had gone to inspect a Depressed Class hostel, he was met at the station by Congress volunteers with black flags. Shivtarkar states that the black flag demonstration given to Gandhi was ordered by Ambedkar (interview with Shivtarkar, Bombay, January, 1965).

78 *Times of India*, 30 January 1932.

79 The Franchise Committee (1932), "Selections from Memoranda Submitted by Individuals and Oral Evidence," in *Report*, vol. 4, (London: H.M.S.O.), 1932, 338.

80 Ibid., vol. 5, 331-39. Thaware later joined Ambedkar's political party but never became a close associate.

81 G.M. Thaware, *Salvation of the Depressed Classes Lies in Joint Electorates* (Nagpur: All-India Depressed Classes Association, 1932).

82 *Indian Annual Register,* vol. 1 (1932): 328-32. Rai Sahib Muniswami Pillai of Madras was the President of the Kampti Conference. In his address, he denied that Rajah represented Depressed Class opinion in Madras.

83 The full correspondence between Gandhi, Sir Samuel Hoare and Ramsay Macdonald may be found in Gandhi's secretary's book, *The Epic Fast,* by Pyarelal (Ahmedabad: M.M. Bhatt, 1932), 99-112.

84 Keer, *Dr. Ambedkar,* 206.

85 D.G. Tendulkar, *Mahatma: Life of Mohandas Karamchand Gandhi,* vol. 3 (Bombay: V.K.JhaveriandD.G. Tendulkar, 1952), 204. Malaviya was a founder of the Hindu Mahasabha; his leadership here is another instance of Mahasabha concerns with the problem of the Depressed Classes.

86 Letter from Mahatma Gandhi to P.N. Rajbhoj, 20 September 1932. Rajbhoj is a Poona Chambhar who has been in the Congress camp, the secretary of Ambedkar's Scheduled Castes Federation, and an independent successively. He was a leader in the Parvati *satyagraha* of 1929, of which Gandhi did not approve, but in the early thirties Rajbhoj worked with the Harijan Sevak Sangh and spent some time in the Harijan Ashram at Ahmedabad. A somewhat more political motive for Gandhi's fast is indicated in the report of a conversation between Gandhi and Sardar Patel a day after the fast began. Mahadeo Desai recorded Gandhi's comments: "The possible consequences of separate electorates for Harijans fill me with horror. Separate electorates for all other communities will still leave room for me to deal with them, but I have no other means to deal with untouchables.' These poor fellows will ask why I who claim to be their friend should offer *satyagraha* simply because they were granted some privileges; they would vote separately but vote with me. They do not realize that the separate electorate will create division among Hindus so much that it will lead to bloodshed. 'Untouchable' hooligans will make common cause with Muslim hooligans and kill caste Hindus. Has the British Government no idea of all this? I do not think so." Desai, *The Diary of Mahadeo Desai,* vol. 2, 301.

87 J. Sivashanmugan Pillai of Madras used this incident in testifying before the Joint Committee in 1935 to show that the Poona Pact was signed by Ambedkar under duress. Government of India Act 1935, "Selections from Evidence," in *Report of Committees appointed in connection with the Delimitation of Constituencies and Connected Matters,* vol. 3 (London: H.M.S.O., 1936), 50.

88 Pyarelal, *The Epic Fast,* 153-56.

89 Ambedkar protested that dual elections were too expensive for the average Depressed Class candidate. He suggested instead that no Depressed Caste candidate be declared elected unless he secured at least 25 percent of the vote of the Depressed Class. Gandhi disapproved of the suggestion. *Times of India,* 28 April 1933.

90 See Ambedkar's notes on the literacy of Congress candidates in *What Congress and Gandhi Have Done,* 226. G.M. Thaware, who at the time of the Poona Pact supported M.C. Rajah, later accused caste Hindus of not behaving responsibly according to the accepted convention in the joint electorates. See *Gandhiji's Letters Re:Untouchables* (Nagpur: L. P. Meshram and H.G. Dongre, 1948), iii,13, 30.

91   *The Depressed Classes: A Chronological Documentation*, vol. 1 (Ranchi: Rev. Fr J. Jans, S.J., Catholic Press, ca. 1935), 11.

92   Rameshwari Nehru, mother of the diplomat B. K. Nehru, who toured India on behalf of the Harijan Sevak Sangh, wrote: "During Mahatma Gandhi's fast in 1932, several temples in odd corners of India were opened, but as this was done in the heat of the moment, without much previous preparation, in most cases this opening was temporary." In *The Harijan Movement* (Delhi: Harijan Sevak Sangh, 1940), 17. A report on the temple entry situation in 1939, after Bombay had passed the enabling Temple Entry Act, indicates that out of 15,751 temples in Bombay receiving grants from the government, 509 were open to all sections of the Hindu community; 435 of these were in Kaira District, 49 in Satara District, 25 in Ahmedabad, Thana and Poona Districts. G.S. Gupte, "Legislation for the Improvement of the Lot of 'Depressed Classes' or 'Harijans,'" *Social Reform Annual* (1939): 89.

93   Ambedkar's version of Congress political maneuvers to defeat the bill is unnecessarily harsh, but contains incontrovertible material from Ranga Iyer, the author of the Central Legislative Bill. See *What Congress and Gandhi Have Done*, 117-24.

94   Gandhi's organization was originally named the All-India Anti-Untouchability League. Ghanshyamdas Birla was president and Amritlal V. Thakkar, secretary. The name was changed to Servants of Untouchables Society and then translated into Hindi, and became Harijan Sevak Sangh. A newspaper entitled *Harijan* was begun in Poona on 11 February 1933, and was later moved to Ahmedabad. It served as Gandhi's chief publication from 1933 on.

95   Both Gandhi and Ambedkar dealt with the four fold *varna* system of Hinduism in their writings rather than the basic endogamous caste unit, *jati*. Although Gandhi's position on caste practices became increasingly liberal, he never repudiated the varna system with its corollaries of duty and occupation. For a sympathetic review of Gandhi's attitudes, see Dennis Dalton, "The Gandhian View of Caste, and Caste after Gandhi," in *India and Ceylon: Unity and Diversity: A Symposium*, ed. Philip Mason (London: Oxford University Press, 1967), 159-91.

96   The David scheme was administered by the Servants of Untouchables Society. It aided at least one Mahar in gaining a college education, but the extent of its operation is not known.

97   Dr Ambedkar, M.C. Rajah and Rettamalai Srinivasan were all named to the board of the All-India Anti-Untouchability League at its inception. Ambedkar resigned when a letter stressing his concern that the League should work primarily in the fields of civic rights, equal opportunity and economic matters and social intercourse went unanswered (see *What Congress and Gandhi Have Done*, 134-41). Rajah and Srinivasan seem to have quietly disappeared from the scene. In its form as the Harijan Sevak Sangh, the organization was closed to Untouchable members. Gandhi defended this policy against considerable criticism by explaining that it was an organization of penitents.

98   S. Mahadevan, *Mahatma Gandhi's Warning and Flashes in Harijan Tour* (Madras: Journalist Publishing House, 1936), 10.

99   John Coatman, "Reforms in India and the Depressed Classes," *Asiatic* Review 29, no. 97 (January 1933): 46-7.

100 Ram Joshi, "Maharashtra," *State Politics in India*, ed. Myron Weiner (Princeton: Princeton University Press, 1968), 194.

101 N.V. Sovani, "British Impact on India," in *The New Asia*, ed. Guy S. Metraux and Francois Crouzet (New York: New American Library, 1965), 169.

Chapter 4

1. Quoted in Khairmode, *Da Bhimrao Ramji Ambedkar*, vol. 1, 266.
2. Keer, *Dr. Ambedkar*, 126.
3. Indian Statutory Commission, "Selections from Memoranda and Oral Evidence by Non-Officials," in *Report*, vol. 16, 59.
4. 2nd Indian Round Table Conference (7 September 1931-1 December 1931), *Proceedings of Federal Structure Committee and Minorities Committee*, 563-64.
5. Keer, *Dr. Ambedkar*, 227.
6. B.G. Tilak, "The Emancipation of the Untouchable," in *The Hindu Missionary* 42 (15 April 1918).
7. Ambedkar, *What Congress and Gandhi Have Done*, 305. A similar fear is found in the writings of Rao Bahadur Srinivasan, quoted by Ambedkar on page 113 of the same volume.
8. Indian Franchise Committee (1932), *Report*, vol. 1, cmd. 4086; Pari. Pap. 1931/32: VIII (London: H.M.S.O., 1932), 211-12.
9. Keer, *Dr. Ambedkar*, 251. Keer adds that Ambedkar later discouraged other Untouchables in the area from conversion to Islam. The implication is that this conversion was made without Ambedkar's approval.
10. *Times of India*, 4 January 1930.
11. Keer, *Dr. Ambedkar*, 239.
12. *Navalkar, Life of Shivram Janba Kamble*, 151.
13. In spite of lists of opened temples in Gandhi's newspaper, the *Harijan*, it is generally conceded that the great majority of actively used temples remained closed to Untouchables.
14. See *The Depressed Classes: A Chronological Documentation* (vol. 1, Ranchi: Rev. FrJ. Jans. S.J., Catholic Press; vols. 2-7, Kurseong: St. Mary's College, 1935-37), 31-32. This volume not only expresses Catholic interest in the conversion movement but contains an invaluable collection of documents for the period just before and after the conversion announcement of Ambedkar.
15. For example, see Charles H. Heimsath, *Indian Nationalism and Hindu Social Reform* (Princeton: Princeton University Press, 1964), 344: "Finally he [Gandhi] broke completely with the earlier movements for both social and political reform by undertaking the *satyagraha* campaigns, notably on behalf of untouchables."
16. Ambedkar, *What Congress and Gandhi Have Done*, 115-17. The temple was later opened to all castes by the trustees.
17. Ambedkar reproduced his 14 February 1933, "Statement on Temple Entry Bill," in *What Congress and Gandhi Have Done*, 108-13.
18. *The Depressed Classes*, 41.
19. Keer, *Dr. Ambedkar*, 252.
20. *The Depressed Classes*, 42-43. Kowitha (or Kavitha) was a village in Gujarat where reprisals had been taken against Untouchables who attempted to send their children to school.
21. *The Depressed Classes*, 43-44.

22 *Harijan*, 19 December 1936.
23 F.G. Bailey, *Caste and the Economic Frontier* (Manchester: Manchester University Press, 1957), 226.
24 *Janata* (Bombay), February, March, and July 1936 Marathi issues. "The New Manu" is a reference to the long-felt need of replacing the Laws of Manu (the *Manusmriti*) with more egalitarian ideas.
25 The Depressed Classes, 49.
26 Ibid.
27 Keer, *Dr. Ambedkar*, 260-61. After the conference, a group of Mahar youth journeyed through nearby villages, spreading the word of conversion.
28 The Depressed Classes, 74.
29 Ibid., 58.
30 Ibid., 59.
31 N.V. Sharma, "A Biography of Jagjivan Ram," in *The Working Man*, ed. Vishwanath Verma and Gyaneshwar Prasad (Patna: Jagjivan Ram Abhinandan Granth Committee, 1957), 90-91.
32 For the Sri Narayana Guru movement, see J.N. Farquhar, *Modern Religious Movements in India* (London, N.Y.: Macmillan, 1917; reprinted by Munshiram Manoharlal, Delhi, 1967), 311-13; Stephen Fuchs, *Rebellious Prophets* (Bombay: Asia Publishing House, 1965), 268-75; and A. Aiyappan, *Iravas and Culture Change* (see Introduction, n. 2).
33 *The Depressed Classes*, 54-55. T.K. Madhavan, an Ezhuva, had begun the twenty- month *satyagraha* with the blessing of Gandhi and Malabar Congressmen. The *satyagraha's* success was somewhat ambiguous. In *Iravas and Culture Change*, 191, Aiyappan states: "The road in question was closed and a new one was constructed a little further up, which could be used by Iravas. But the moral effect of the campaign on the public of Malabar was very great."
34 The Depressed Classes, 54.
35 Ibid., 60-61. The Ezhuva legends refer to their coming to the Malabar Coast from Ceylon. In the twenties and thirties, some Ezhuvas also claimed that they had at one time been Buddhists.
36 Ibid., 72.
37 Ibid., 167-86.
38 Ibid., 193.
39 Sharma, "A Biography of Jagjivan Ram, "in *The Working Man*, 89.
40 Keer, *Dr. Ambedkar*, 257.
41 The Depressed Classes, 102-3.
42 The Marathi word *manuski*, a key word in the Mahar movement literature, is used four times in this segment of the address. It may be variously translated as humanitarian attitude, self-respect, manhood, humanity.
43 B.R. Ambedkar, *Mukti Kon Pathef* [What Path to Freedom?] (Bombay: Bharat Bhushan Printing Press, 1936).
44 *Depressed Classes Awakenings: News and Views of the All-India Depressed Classes Conference* (Lucknow: C.O. Forsgren, 24 June 1936). Article by Dr F.M. Perril reprinted

from *The Indian Witness*. The entire issue of the newspaper is given over to a description of the Lucknow Conference.

45 *Depressed* Classes *Awakenings*, article signed by Mr Mohini Dass, G.S. Ingram, G.M. Massey, D.A. McGavram, Samuel Datt, and J. Holmes Smith.

46 Depressed Classes Awakenings.

47 Ambedkar was invited to speak to the reforming organization Jat Pat Todak Mandal (Caste Destruction Group), an Arya Samaj offshoot, at Lahore in the spring of 1936. Upon reading Ambedkar's prepared speech, the Mandal cancelled the invitation. The speech and the correspondence with the Mandal were published as *The Annihilation of Caste*.

48 Sharma, *The Working Man*, 100-101.

49 *The Depressed Classes*, 55-56.

50 Information from Mildred Drescher, October 1966. Miss Drescher was a Methodist missionary in Bombay at this time and a close friend of Dr Ambedkar's.

51 Quoted from *The Guardian*, 11 March 1937, in *The Depressed Classes*, 354-59.

52 Keer, Dr. *Ambedkar*, 200.1 have been unable to find any other clear references to an organization called the "Buddha Mahasabha."

53 *Times of India*, 18 October 1935, quoted in Keer, Dr. *Ambedkar*, 253-54.

54 *The Depressed Classes*, 60.

55 Lokanatha (Salvatore), *Buddhism Will Make You Free* (Panadura, Ceylon: The Harijan Publishing Society, 1936).

56 *The Depressed Classes*, 46-47.

57 Ibid., 47.

58 Ibid., 47-48.

59 Quoted from *Oriente Moderno*, July 1936, in *The Depressed Classes*, 232.

60 Quoted from *Oriente Moderno*, September 1936, ibid., 238-40.

61 Quoted from *Al-Ahram*, 1 June 1937, ibid., 455-56.

62 Keer, Dr. *Ambedkar*, 262.1 have also heard this rumor directly from Buddhists in Maharashtra, although a later date was indicated.

63 Unidentified (probably *Times of India)* news clipping for 11 October 1939, in the Khairmode Collection at Bombay University Library.

64 A Nagpur Sikh (formerly Mahar) informed me that Ambedkar was very sympathetic with his conversion and had referred more than once to the strength and militancy of the Sikhs.

65 Keer, *Dr. Ambedkar, 266*. Some converts from the Central Provinces were reported who may have been Mahars. In the decade from 1921-31 in the Punjab, the number of Sikhs increased above expectations by 542, 576 persons. A large number were no doubt from the Depressed Classes, see *"Punjab, Part 1, Report,"* in *Census of India, 1931*, vol. 17 (Lahore, 1933), 306. Untouchables, however, generally entered the Mazhbi Sikh sect, which worshipped in Sikh *gurudwaras* but was considered somewhat socially inferior.

66 Conversation with C.B. Khairmode, January 1965.

67 Keer, *Dr. Ambedkar*, 282.

68 Keer, *Dr. Ambedkar*, 276. The Moonje-Ambedkar correspondence is reproduced in the *Indian Annual Register* 2 (1936) 276-79.

69 *The Depressed Classes*, 153.

70 *Times of India,* 8 August 1936, quoted in Keer, *Dr. Ambedkar,* 279-80.

71 *Times of India,* 31 January 1957, quoted in *The Depressed Classes,* 312-14.

72 *The Depressed Classes,* 419.

73 Keer, *Dr. Ambedkar,* 288.

74 Gadgil, *Kahi Moti Kahi Mohra,* 221 (see chap. 2, n. 48).

75 V.N. Barve, "A Note Containing Some Observations on the Harijan Problem in Maharashtra," in Vamanrai A. Bhatt, *The Harijans of Maharashtra* (Delhi: All- India Harijan Sevak Sangh, 1941), 42.

76 *Times of India,* 27 April 1942.

77 Ambedkar, *Annihilation of Caste,* 74-75.

78 *Jai Bheem* (Madras), 25 December 1944.

79 The Bharatiya Bauddha Mahasabha (The Buddhist Society of India) was founded by Ambedkar in 1953, but there is little record of its work before the 1956 conversion.

80 Unpublished foreword to *The Buddha and His Dhamma.*

81 Vitthal Ramji Shinde founded the Depressed Classes Mission Society for educational work among the Untouchables in 1906. He at one time called himself a Buddhist. Principal M.P. Mangudkar of Shri Shahu Mandir Mahavidyalaya, Poona, reports seeing letters from Ambedkar questioning Shinde on Buddhism in the Shinde papers, dating from some time in the 1920s.

82 A.R. Kulkarni, a Brahman from Nagpur, left his law practice in the 1930s to devote his time to a revival of Buddhism. Although he saw Buddhism as a pai l of Hinduism, he stressed its reform aspects. He had a number of talks with Dr Ambedkar and wrote an article in the *Maha Bodhi* 58, no. 10 (October 1950): 338 46, encouraging the conversion of Untouchables to Buddhism. Conversation with A.R. Kulkarni, October 1964.

83 Dharmanand Kosambi was one of the early Buddhist scholars in modern India *Bhagwan Buddha,* his Marathi book on Buddhism, was evidently known to Ambedkar, who took from it the de-mythicized version of the Buddha's home leaving used in *The Buddha and His Dhamma.*

84 Ambedkar, *The Untouchables* (chap.l, n. 81). The idea that Untouchables or low castes were former Buddhists was earlier accepted by some members of otlin castes, chiefly the Koliyas of Rajasthan, the Ezhuvas of Travancore, and the Namashudras and Dorns of Bengal.

85 P. Lakshmi Narasu, *The Essence of Buddhism,* 3rd ed., preface by B.R. Ambedkar, ed. Thakker (Bombay, 1948). Narasu was an associate of Pandit Iyothee Thass who began the South India Sakya Association around 1900 in Madras. (Manuscript on "Fifty Years of Buddhist Activity in South India" in Ambedkar's files, Office of the Administrator General, Bombay.)

86 B.R. Ambedkar, "The Buddha and the Future of His Religion," in *Maha Bodhi* 58, Vaishaka issue (April-May), 1950.

87 Letter from B.R. Ambedkar to Bhikkhu Sangarakshita, 1950. Bhikkhu Sangarakshita, a Buddhist of English birth, consulted with Ambedkar several times between 1950

and 1956, and has continued to make yearly tours among the Buddhists of Maharashtra and Gujarat.

88 *Times of India*, 3 May 1950. In a talk at the third World Buddhist Conference in 1954 in Burma, Ambedkar claimed that he had achieved several things in India for the propagation of Buddhism: provision for the study of Pali in the Constitution, the inscription of a Buddhist aphorism on the face of Rashtrapati Bhavan (the president's house) in Delhi, the acceptance of the Ashokan wheel as the symbol of Independent India, and the public celebration of Buddha Jayanti as a holiday. Keer, *Dr Ambedkar*, 478-79.

89 Ambedkar's first wife, Ramabai, an uneducated Ratnagiri Mahar girl who had been married to him in 1903, died in 1935. In 1948, Ambedkar, ill with diabetes and in need of someone to look after his health and household, married a Saraswat Brahman doctor, Sharda (Savita) Kabir. Her role as Ambedkar's companion and protector has been much criticized by Ambedkar's followers, but it is clear that she aided him in his study of Buddhism. She converted to Buddhism with him in 1956. After his death, she was active in work perpetuating his memory and in caring for Tibetan refugees.

90 *The Times* (Kandy), 26 May 1950.

91 Keer, *Dr. Ambedkar*, 419-20.

92 *Times of India*, 26 July 1950.

93 *Times of India*, 1 October 1950. I have been told by Buddhist converts that G.D. Birla built the Worli Buddhist temple in consultation with Ambedkar. It is much used by present-day Buddhists in Bombay. A Japanese Buddhist monk is in attendance there.

94 Ambedkar, prevented from taking Sanskrit because of his caste in his school days, studied occasionally with a pandit in Bombay and in Delhi. In his later years, he began a study of Pali. Preliminary work for a Pali dictionary, evidently begun by Ambedkar and his wife, is filed with Ambedkar's papers in the offices of the Administrator General in Bombay. Pali is offered at Siddharth College of Arts and Sciences and at other institutions in Maharashtra, and several Maharashtrian Buddhists have taken M.A.s in Pali studies.

95 *Times of India*, 25 December 1954, and conversation on 25 December 1965, with Dehu Road Buddhists. The technical meaning of the word *vihar* is a residence for *bhikkhus*, but in Maharashtra it is the word used for the Buddhist place of worship.

96 The South Indian Buddhist Association, an organization of some fifty years' standing, presented Ambedkar with a welcome address and a picture of Buddha during his Madras tour in 1944. *The Hindu* (Madras), 26 September 1944. N. Shivraj, president of the Republican Party at the time of his death in 1966, told me that his father was a Buddhist in Madras, evidently along with a number of other Scheduled Castes.

97 The Koliya Buddhist Association of Ajmer, Rajasthan, was officially founded in 1952, according to its publication, *Right View*. The Koliyas claim to be "the Lord Buddha's own Blood-Related Republican Dynasty of Ancient India." Ambedkar was invited to preside at their Buddha Purnima functions in 1951 and 1955 but seems not to have been able to participate.

98 "Nagpur Day by Day," in *Nagpur Times*, 5 October 1957.

99 *Dhamma Deeksha* (New Delhi: The Buddhist Society of India, n.d). The oaths are reproduced here as they appear in the pamphlet in English.

100 *Prabuddha Bharat* (Marathi), 27 October 1956. Translated with the aid of Rekha Damle.

101 "Paper No. 1, Religion," in Census of India, 1961 (New Delhi: Manager of Publications, 1963). See maps II and III.

102 B.R Ambedkar, *Bhagwan Buddh Aur Unka Dharm*, trans. Anand Kausalyayan (Bombay: Siddharth Prakashan, 1961).

103 Ambedkar made extensive but selective use of the Buddhist Pali Scriptures and the Buddhacarita of Ashvaghosa. A study of Ambedkar's sources and interpretation is found in "The Use of Buddhist Scriptures in Dr B.R. Ambedkar's 'The Buddha and His Dhamma,'" by Adele M. Fiske (M.A. thesis, Columbia University, 1966).

104 *Times of India*, 12 January 1955.

105 The speech, given on 20 November 1956 at the fourth conference of the World Fellowship of Buddhists at Kathmandu, has been published in a pamphlet, *Buddha and Karl Marx* (Nagpur: M.D. Panchbhai, 1965).

Chapter 5

1 *The Depressed Classes*, vol. 2-7, 107.

2 *The Depressed Classes*, vol. 2-7, 105.

3 The friends noted in the newspaper article were the circle of caste-Hindu friends, chiefly from the Chandraseniya Kayastha Prabhu (CKP) caste, who gathered around Ambedkar at the R.M. Bhatt High School during the 1930s. They provided Ambedkar a sounding board for ideas and also the intellectual companionship that the Mahars were not yet capable of giving. D.V. Pradhan, a CKP who had worked with Ambedkar in the Municipal Kamgar Union, was secretary of the Independent Labour Party.

4 *Times of India*, 15 August 1936. The news release was printed as a publicity booklet by the Independent Labour Party.

5 Ibid.

6 There is some confusion about the actual winning Independent Labour Party members since the *Return Showing the Results of Elections in India*, presented by the secretary of state for India to Parliament (New Delhi: Government of India, 1937) lists the party but not the name of the candidates, and Ambedkar in *What Congress and Gandhi Have Done to the Untouchables* gives two varying figures. The *Return* shows Independent Labour Party candidates for reserved seats returned. I have added one to this number because K.E. Savant, who stood for the North Satara reserved seat on the Independent Labour Party ticket, is listed as a member of the assembly, although the seat is shown in the *Return* as independent.

7 *Return Showing the Results of Elections in India*, 28-33. Since constituencies were plural member, i.e., one general seat, one for a Scheduled Caste candidate, it would seem that many Hindus voted for only the general. Scheduled Caste voting lists had been increased by lowering qualifications. Any Scheduled Caste member who was literate or who had in the previous year performed the duties of an inferior village office qualified for the electoral roll. See Government of India Bill, 1935, *Instruments of Instructions to the Governor General and Governors*, cmd. 4805, Pari. Pap. 1934/35: XVI (London: H.M.S.O., 1935), 259.

8 *Indian Annual Register* 2 (1937): 168. In the official *Return* the Ambedkarites are shown as winning three seats: Nagpur-Kampti, Chanda-Brahmapuri, and Yeotmal-Dharwha. In both documents, the terms "Ambedkar's Party" or "Ambedkarites" are used rather than Independent Labour Party.

9   Ambedkar had written the *manpatra* (welcome address, or literally, letter of honor) for Balu Babaji Palwankar, known as P. Balu, upon his return from a cricket tour in England nearly twenty years earlier, and had had some part in P. Balu's selection as a Depressed Class nominee on the Bombay Municipal Corporation in the early 1920s. However, Balu supported Gandhi and joint electorates during the Round Table Conferences, and stood for election on the Congress ticket in 1937.

10 *Dr. Ambedkar on Parliamentary Democracy* (Poona: Poona District Law Library Address, 1952), 17.

11 *Bombay Legislative Assembly Debates*, vol. 3, Part 1, February-March 1938, 168-79.

12 Indian Annual Register 2 *(1937): 183.*

13 G.V. Parulekar later became a communist, and seems to have been associated with Ambedkar only during the 1937-39 Legislative Assembly period.

14 *Indian Annual* Register 1 (1938): 143. G.S. Gupte in "Legislation for the Improvement of the Lot of 'Depressed Classes' or 'Harijans,'" (see chap. 3, n. 92) reviews temple entry legislation and discusses the 1938 Bombay Harijan Temple Worship Bill as a rather timid piece of "enabling" legislation.

15 *Indian Annual Register* 2 (1937): 188. The Khoti Abolition Act was finally passed in 1949. See Govindlal D. Patel, *Agrarian Reforms in Bombay* (Bombay: G.D. Patel, 1950), 100-142.

16 See debate in *Bombay Legislative Assembly Debates,* vol. 4, 1938, 1330-59.

17 B.R. Ambedkar, *Presidential Address* to G.I.P. Railway Depressed Class Workmen's Conference, 12 and 13 February (Manmad: privately printed, 1938).

18 Keer, *Dr. Ambedkar,* 328.

19 *Times of India,* 21 March 1940.

20 Hugh Tinker, *India and Pakistan: A Political Analysis* (New York: Frederick A. Praeger, 1962), 201.

21 *Keer,* Dr. Ambedkar, 477.

22 The 1931 census reports that four lakh people in Punjab returned themselves as Ad-Dharm, with concentrations in Jullundur and Hoshiarpur Districts. While not all Ad-Dharmis were Scheduled Caste, all belonged to some depressed group. Khan Ahmad Hasan Khan, *"Punjab, Part I, Report,"* in *Census of India, 1931,* vol. 17 (Lahore: Government of India, 1933), 295-310. While Ambedkar does have a number of followers in Jullundur, there is no evidence that he attempted to organize this group, or the equally restive Jatavs in Agra, as a structural part of his political movement.

23 Report of Depressed Classes Conference *(Nagpur: G.T. Meshram, 1942).*

24 Keer, *Dr. Ambedkar,* 63.

25 Ibid., 127.

26 Depressed Classes and Aboriginal Tribes Committee (Starte Committee), Government of Bombay, *Report,* (Bombay: Government Central Press, 1930), 42.

27 By 1937-38, the Madras Government had assigned 417,794 acres of land to the Depressed Classes. *Madras Administration, 1937-3S* (Madras: Superintendent, Government Press, 1939), 141.

28 Cochin State by 1933 had established 41 colonies of 1640 Depressed Class families on new land. *"Cochin, Part 1, Report,"* in *Census of India, 1931,* vol. 21 (Ernakulam: Cochin Government Press, 1933), 293. See also *"Travancore, Part I, Report,"* in *Census of India, 1931,* vol. 28 (Trivandrum: Superintendent, Government Press, 1932), 433-34.

29 Edward Blunt, *Social Service in India* (London: H.M.S.O., 1939), 81. Blunt also notes the insistence on leadership from their own ranks so marked in the Mahar movement: "It is worth remembering that, as more than one of their leaders has made plain, they do not wish to be raised by others, but to raise themselves" (ibid., 68).

30 Jayakar to Sapru, 7 April 1941. Letter number J65 in the Sapru Collection, National Library, Calcutta.

31 Keer, Dr. *Ambedkar*, 340.

32 Report of Depressed Classes Conference, *28-29*.

33 B.R. Ambedkar, *Thoughts on Pakistan* (Bombay: Thacker & Co., 1940). A second and third edition was published as *Pakistan or The Partition of India* in 1945 and 1946.

34 A speech given on the birth anniversary of Mahadeo Govind Ranade in Poona on 19 January 1943 contrasts Ranade's statesmanship and liberalism with Gandhi's and Jinnah's "colossal egotism," and adds to the doubt that Ambedkar could ever have worked happily within the Muslim political movement. B.R. Ambedkar, *Ranade, Gandhi and Jinnah* (Bombay: Thacker & Co., 1943). Reprinted Jullundur City: Bheem Patrika Publications, 1945.

35 Letter to B.K. Gaikwad, 24 July 1943, New Delhi. Another letter, dated 9 August 1942, New Delhi, indicates that Ambedkar did seek to involve those who had been working with him in high level conferences: "I am determined to help our people in every way I can during the tenure of my office. I have already given a start by inviting Donde [a CKP educator and labor leader] and Bhole [a Mahar lawyer and Independent Labour Party member of the Bombay legislature, 1937- 39] as delegates to the Labour Conference which was recently held in New Delhi under my chairmanship. Such a thing has never happened before." Both letters are in the possession of B.K. Gaikwad.

36 A report to the U.S. government from Delhi indicates that Wavell requested Ambedkar's assistance in recruiting three battalions from the Depressed Classes. Ambedkar agreed, with two provisions: the battalions were not to be disbanded after the war, and there were to be no caste-Hindu officers. *The Depressed Classes of India*, U.S. Office of Strategic Services, (Washington, D.C.: Research and Analysis Branch Report 911, 27 May 1943), 21. The training company which formed the nucleus of the present Mahar Machine Gun Regiment was formed on 1 October 1942, at Kampti. The 1st Battalion Mahar Regiment was raised on 1 October 1941 at Belgaum, the second on 1 June 1942 at Kampti, and the third on 1 November 1942 at Nowshera. These battalions, which were not limited to Mahars, did not go to the fighting areas. They served, however, in guard duties during the evacuation of Muslims from India to Pakistan and in the Jammu- Kashmir fighting later. Major General S.P.P. Thorat, *The Regimental History of the Mahar MG Regiment* (Dehra Dun: Army Press, 1934).

37 Keer, *Dr. Ambedkar*, 359-60. See Lelah Dushkin, "Special Treatment Policy", in *The Economic Weekly 8*, nos. 43-46 (1956), 1665-66, 1695-1705, 1729-38, for a full discussion of government benefits to Backward Classes.

38 Letter to B.K. Gaikwad, 29 January 1946, from New Delhi. An earlier letter is even more telling. Ambedkar wrote Gaikwad on 12 December 1944: "I am not going to be very long in politics. I want to get out of it and devote myself to something more congenial."

39 A copy of his chart is in C.B. Khairmode's collection of Ambedkar materials in the Bombay University Library.

40 B.R. Ambedkar, *The Cabinet Mission and the Untouchables* (Bombay: privately printed, 1946). Ambedkar's press was burned in the spring of 1946, and there seems to have been open warfare in some localities of Bombay and Nagpur between Untouchables and caste Hindus.

41 Anil Chandra Banerjee and Dakshina Rajan Bose, *The Cabinet Mission in India* (Calcutta: A. Mukherjee, 1946), 108.

42 Owen M. Lynch, in his study of the Chamars of Agra, "The Politics of Untouchability: Social Structure and Social Change in a City of India" (Ph.D. thesis, Columbia University, 1966), notes that the Agra Jatavs (Chamars) participated in the *satyagraha* at Lucknow. A "fairly reliable recorder of the movement" told him that 3023 persons were in prison as *satyagrahis*, but Dr Lynch notes that a leading English language newspaper of Lucknow, the *National Herald*, gave little publicity to the event (ibid., 126). I noted the same paucity of publicity during the days of the Republican Party *satyagraha* in 1964-65, except for short notices on the numbers arrested from day to day.

43 Jagjivan Ram, a Chamar from Bihar, began his political career in the early 1930s and although he was somewhat critical of an occasional remark by Gandhi about Untouchables (and also objected to the name Harijan), he had been a staunch supporter of the Congress. He had served several times as a cabinet minister in independent India, and displayed enough political power to be taken into the cabinet after the general elections of 1967. Gifted with practical political skill, his career offers an interesting comparison and contrast to Ambedkar's, and a study of the accomplishments of Ambedkar outside the Congress and Ram within would be worthwhile. For Jagjivan Ram's biography, see N.V. Sharma's essay in *The Working Man* (see chap. 4, n. 31).

44 Interview with Jogendranath Mandal, January 1964. Since Mandal worked closely with the Muslim League, there seems to be no reason to doubt that Ambedkar's election was secured in this way.

45 Lelah Dushkin makes a clear case for Ambedkar's two roles in "The Policy of the Indian National Congress toward the Depressed Classes: An Historical Study" (M.A. thesis, University of Pennsylvania. 1957).

46 Ambedkar did submit to the Constituent Assembly a scheme to come into force in ten years providing that all key industries would be owned by the state and that all land would be nationalized, with agriculture as a state industry. The scheme was rejected, and Ambedkar "retreated to the support of the Directive Principles." Granville Austin, *The Indian Constitution: Cornerstone of a Nation* (Oxford: Clarendon Press, 1966), 78.

47 In 1954, Ambedkar said he was "only a hack" in the preparation of the Constitution. *Times of India*, 3 July 1954. However, in 1955 he told the Rajya Sabha, "The Constitution was a wonderful temple we built for the gods but before they could be installed the devils have taken possession." P.T.I. News Service, 20 March 1955.

48 *Times of India*, HJanuary 1950.

49 Ambedkar was in ill health at the time of his resignation, although he denied that this was a factor in his decision. A touch of humor tightens his generally bitter statements on the failure of the Hindu Code Bill during a speech made in Kolhapur on 26 December 1952: "If you really wish to have the Hindu Code Bill passed find out two fat women and ask them to fast." *Times of India*, 27 December 1952. *The Times*

picked up his remarks in an editorial on 2 January 1953 entitled "A Great Idea": "Not even the perverse and obdurate hearts of orthodoxy could long resist the affecting spectacle of two fat females taking their stand on the steps of Parliament House and undergoing a process of slow, spiritual slimming." It should be added that the Hindu Code Bill was not chiefly concerned with Scheduled Castes but with women's rights, inheritance, divorce, and other general matters.

50 *Asian Guide to the First Elections* (Bombay: Asia Publishing House, 1951), 191-93.

51 M. Venkatarangaiya, *The General Election in the City of Bombay, 1952* (Bombay Vora & Co., 1953), 146.

52 M. Venkatarangaiya, "Bombay City," in *Report on the Indian General Elections, 1951-1952,* ed. S.V. Kogekar and Richard L. Park (Bombay: Popular Book Depot, 1956), 65.

53 Ibid., 66-67; and Venkatarangaiya, *The General Election,* 146.

54 Tinker, *India and Pakistan,* 55.

55 It is Jagjivan Ram's opinion that Mahanubhava Mahars in Bhandara voted against Ambedkar. I gathered from a conversation with Mr Ram in October 1965, that the Congress leaders who campaigned in Bhandara, including Mr Ram himself were aware of this division among the Mahars.

56 A.P.I. news release, 27 April 1948.

57 Feature article by Verghese in the *Times of India,* 4 May 1956.

58 B.R. Ambedkar, *Maharashtra as a Linguistic Province* (Bombay: Thacker and Co., 1949).

59 *Times of India,* 21 November 1955,

60 B.R. Ambedkar, *Thoughts on Linguistic States* (At end of preface: Milind Mahavidyalaya, 23 December 1955.)

61 Ambedkar, *Thoughts on Linguistic States,* 24. In reprisal for the assassination of Gandhi by a Brahman, and also because of a long-standing sense of grievance against Brahmans by non-Brahmans, Maharashtrian villagers, chiefly Marathas, burned Brahman homes in a violent demonstration of antipathy all through the western rural areas of the state. As a result, there are many villages in Maharashtra, especially in the Desh, today where no Brahmans are found.

62 Ambedkar, *Thoughts on Linguistic States,* 28.

63 *Times of India,* 9 May 1954; letter from S.B. Savant of Mahad. The Malis and Kolis belong to agriculturist castes distinct from the Marathas but of the same general status.

64 *Times of India,* 14 October 1955.

65 *Times of India,* 15 October 1956.

66 Address by B.R. Ambedkar to the All-India Scheduled Castes Federation, 6 May 1945 (privately printed), 25. Accusations that Ambedkar denied Scheduled Tribes rights and his defense that he does not claim to be their leader ("The problem of the Untouchables is quite enough for my slender strength"), and also that they "do not as yet possess the political capacity which is necessary to exercise political power for one's own good" were reprinted in *Aboriginals' Cry in the Wilderness: Controversy between Dr. Ambedkar and A.V. Thakkar* (Bombay: A.V. Thakkar, Servants of India Society, 1945). Ambedkar evidently knew Jaipal Singh, leader of the Jharkhand Party which for a time expressed Scheduled Tribe interests in Bihar, but there seems to

have been no development of a firm alliance. Information from Amar Singh, Philadelphia, October 1956.

67 Conversation with S.D. Singh Chaurasia, Delhi, January 1965.

68 The correspondence is published in Rammanohar Lohia's *The Caste System* (Hyderabad: Navahind, 1964).

69 On 3 August 1928, Ambedkar told the Bombay Legislative Council that if the Bill he had proposed to rectify *watan* injustices did not pass, "I am going to spend the rest of my time in seeing that the Mahars organise a general strike." *Bombay Legislative Council Debates*, vol. 23 (Bombay: Government Central Press, 1928), 721. The bill did not pass, and although Ambedkar continued to call meetings on the question of *watan*, he took no protest action.

70 Letter from B.R. Ambedkar to Shri Bindu, minister for home affairs, Hyderabad State; in the files of Nanak Chand Rattu, Ambedkar's personal secretary at that time. The letter indicates that 1700 Scheduled Caste men and women had been jailed.

71 The leaders of the *satyagraha*, all officials of the Republican Party, presented a *Charter of Demands* (New Delhi: Dada Sahib B.K. Gaikwad, B.P. Maurya, B.D. Khobragade, October 1964) before the *satyagraha* took place. (See conclusion). The estimated number of participants is from Republican Party sources.

72 *Dainik Maratha* (Bombay), 13 July 1965.

73 *Maharashtra Times* (Marathi, Bombay), 21 and 22 August 1965. The protest centered in Satara and Kolhapur in Maharashtra and was called off when the Kashmir troubles began. As in the case of village incidents in which Untouchables or Buddhists conflict with caste Hindus, more publicity is given to these Republican Party protests in the vernacular than in the English press.

74 V.M. Sirsikar, "A Study of Political Workers in Poona," *Journal of the University of Poona*, Humanities Section 13 (1961): 78

75 Irawati Karve and Y.B. Damle, *Group Relations in Village Community*, Deccan College Monograph Series 24 (Poona: Deccan College, 1963), 69.

76 *The Mail* (Madras), 26 August 1944.

77 Dushkin, "The Policy of the Indian National Congress", 1.

78 Harold R. Isaacs, *India's Ex-Untouchables* (New York: John Day Co., 1964).

79 The Mahar/Buddhist use of Ambedkar as a symbol of achievement cannot be overstressed. Now, some years after his death, a picture or a statue of Ambedkar or a quotation from his writings is the ever-present symbol of ex-Mahar pride and self-respect. Recognition of Ambedkar's achievement by other groups may be indicated by two instances: an anthropologist found Ambedkar, Shivaji, and Jawaharlal Nehru the three most recognized of fourteen public figures among all castes in a Maharashtrian village. See William A. Morrison, "Knowledge of Political Personages Held by the Male Villagers of Badlapur: An Introductory Delineation," *Sociological Bulletin* 10, no. 2 (September 1961): 1-26 and vol. 12, no. 1 (March 1963): 1-17. A tribute by K.M. Panikkar in *The Foundations of New India* (London: Allen and Unwin, 1963), 95, indicates another sort of common tribute: "The intellectual classes were the new Brahmins of India, an aristocracy of learning, sacrifice and service. Dr Ambedkar, the leader of the erstwhile untouchable classes, may be considered the most representative non-Brahman of the age."

Chapter 6

1. For an example of a non-Maharashtrian caste influenced by Ambedkar's methods and organization, see Owen M. Lynch, "The Politics of Untouchability: A Case from Agra, India," in *Structure and Change in Indian Society,* ed. Milton Singer and Bernard S. Cohn (Chicago: Aldine, 1968), 209-40.
2. *Keer,* Dr. Ambedkar, *80.*
3. K.B. Talwalkar, secretary, People's Education Society. The board of managers is composed of Maharashtrian Buddhists, Gujaratis, and several caste Hindus.
4. Although all hostels supported by government grants are required to be mixed in caste composition of residents, the Mahar-run hostels are often predominantly Mahar.
5. A.S. Ranpise, *Dalitanci Vrittapatre* [Newspapers of the Depressed Classes]. Bombay: Bhausaheb Adsul for Maharashtra Bauddh Sahitya Parishad, 1962.
6. *Maharashtra Times* (Marathi), 27 December 1967.
7. *Charter of Demands,* submitted to Lai Bahadur Shastri by the Republican Party of India. (New Delhi: Dadasahib B.K. Gaikwad, B.P. Maurya, B.D. Khobragadc. 1964).
8. Pradeep Shah, "Caste and Political Process," *Asian Survey 6,* no. 9 (Septembci 1966): 518. See also Lloyd I. Rudolph and Susanne Hoeber Rudolph, "The Political Role of India's Caste Associations," *Pacific Affairs* 33, no. 1 (March 1960): 5-22.
9. *Times of India,* 13 August 1967.
10. Shankarrao Kharat, *Da Babasaheb Ambedkarance Dharmantar* [Dr Babasahab Ambedkar's Religious Conversion] (Poona: Sri Lekhan Vacan Mandal, 1966), 19.
11. *Times of India,* 21 August 1967.
12. A photograph of the statue appeared in the *Hindu Weekly Review,* 29 April 1968.
13. Hindu Weekly Review, *1 April 1968.*
14. For information on governmental activity, anti-untouchability matters, the activities of Gandhian workers, and the general progress of Scheduled Castes, see the annual *Report* of the Commissioner for Scheduled Castes and Scheduled Tribes (Delhi: Manager of Publications, 1950).

•

Bibliography

The Writings of B.R. Ambedkar, Unpublished

Buddhism. Talk recorded for the British Broadcasting Company, 14 May 1956. Administrator General's Files, Bombay, 1955. [Typescript]

Criteria of Backwardness. Administrator General's Files, Bombay, 1955. [Typescript]

Essays on Caste. Administrator General's Files, Bombay. [Typescript] Foreword to *The Buddha and His Dhamma.* [Typescript]

Government of India Scheduled Castes Scholarship Scheme. Administrator General's Files, Bombay, 1942. [Typescript]

How a Movement Becomes a Political Party. S.S. Rege, Siddharth College, 1956. [Typescript]

A People at Bay: The Tragedy of the Untouchables of India (Outline and Chapter 9, "Slaves and Untouchables"; chapter 14, "The Condition of the Convert"). Mildred Drescher: Grand Rapids, Michigan. [Typescript]

The Philosophy of Hinduism. Administrator General's Files, Bombay. [Part typescript, part handwritten]

Presidential Address, 10 May 1924, Barshi, Solapur District. [Manuscript in Marathi in the Khairmode Collection, Bombay University Library]

Prantik Bahiskrit Parishad (Adhiveshan Dusre) [District Conference of the Depressed Class, Second Session],

Revolution and Counter-Revolution in Ancient India. Administrator General's Files, Bombay. [Typescript]

Riddles in Hinduism: An Exposition to Enlighten the Masses. Administrator General's Files, Bombay. [Typescript]

Statement in Explanation of Resignation. Administrator General's Files, Bombay, 10 October 1951. [Typescript]

Untouchables and Change of Religion. Administrator General's Files, Bombay. [Typescript]

The Writings of B.R. Ambedkar, Published

Address, All-India Scheduled Castes Federation. Privately printed, 6 May 1945.

Annihilation of Caste with a Reply to Mahatma Gandhi. 3rd ed. Amritsar: Ambedkar School of Thought, 1945. (1st published 1936)

Bhagwan Buddh aur Unka Dharm [The Buddha and His Dhamma]. Translated by Anand Kausalayayan. Bombay: Siddharth Prakashan, 1961.

A Bill to Control and Regulate Money-Lending. Independent Labour Party Publication no. 2. Bombay: Independent Labour Party, 1938.

The Buddha and His Dhamma. Siddharth College Publication 1, 1957.

"The Buddha and the Future of His Religion." *Maha Bodhi* 58 (April-May 1950): 117-18, 199-206.

Buddha and Karl Marx. [Speech to 4th Conference of Word Fellowship of Buddhists, Kathmandu, 1956] Nagpur: M.D. Panchbhai, 1964. [Another version printed as "Ambedkar on the Danger to Buddhism." In *Wesak Lotus Blossom Annual* (Penang, Malaya) (1960): 17-23.]

The Cabinet Mission and the Untouchables. Bombay: privately printed, 1946.

Case for Hindu Code. New Delhi: Beacon Information and Publications, 1949.

"Castes in India: Their Mechanism, Genesis and Development." *Indian Antiquary* 46 (1917): 81-95.

Communal Deadlock and a Way to Solve It. Address delivered to the session of the All-India Scheduled Castes Federation, 6 May 1945. Bombay: privately printed, 1945.

"Conditions Precedent for the Successful Working of Democracy," Address delivered under the auspices of the Poona District Law Library, 22 December 1952.

Evolution of Provincial Finance. London: P.S. King and Son, 1925.

Federation Versus Freedom. Poona: Gokhale Institute of Politics and Economics, 1939.

Grievances of the Scheduled Castes. Memorandum submitted to His Excellency the Governor-General on 29 October 1942. New Delhi: privately printed, 1942.

Maharashtra as a Linguistic Province. Bombay: Thacker & Co., 1948.

Mr Gandhi and the Emancipation of the Untouchables. Bombay: Thacker and Co., 1943.

"Presidential Address." [Presented at the All-India Depressed Classes Conference. Nagpur, 1930.] *Indian Annual Register 2* (1930): 367-74.

Presidential Address. Presented at the G.I.P. Railway Depressed Class Workmen's Conference. Manmad: Privately printed, 1938.

Problem of the Rupee: Its Origin and Solution. London: P.S. King and Company, 1923. [Reissued by Thacker and Co., Bombay, 1947, as *History of Indian Currency and Banking*, vol. 1]

Ranade, Gandhi and Jinnah. Bombay: Thacker & Co., 1943 (reprinted Jullundur City: Bheem Patrika Publication, 1964).

The Rise and Fall of the Hindu Woman: Who was Responsible For it? Hyderabad: Dr Ambedkar Publications Society, 1955.

States and Minorities. Bombay: C. Murphy for Thacker & Co., 1947.

Thoughts on Linguistic States. Privately printed, 1955.

Thoughts on Pakistan. Bombay: Thacker & Co., 1946. [Later published as *Pakistan or The Partition of India*]

"Thoughts on the Reform of Legal Education in the Bombay Presidency." *Government Law College Magazine* (1936): 6-17.

Thus Spoke Ambedkar: Selected Speeches. Edited and selected by Bhagwan Das. Jullundur City: Bheem Patrika Publications, 1963.

The Untouchables: Who were they and why they became Untouchables. New Delhi: Amrit Book Co., 1948.

What Congress and Gandhi Have Done to the Untouchables. 2nd ed. Bombay: Thacker and Co., 1946.

Who Were the Shudras? How They Came to be the 4th Varna in the Indo-Aryan Society. Bombay: Thacker & Co., 1946.

Unpublished Primary Sources

Ambedkar's documents in the Administrator General's files, Bombay.

Antyaja Samaj. Mopla, 1919. [Resolutions]

Bombay Archives, Government File, Education Department, no. 63, vol. 1, 1918.

Bombay Archives, Government File, Education Department, no. 65, vol. 1, 1918.

Cokhamela Reform Society. Ramtek, 1923. [Resolutions]

Khairmode, C.B. "Ethnographic Note on Mahar." [Typescript]

Khairmode Collection, Bombay University Library.

Letters in the possession of B.K. Gaikwad, Nasik.

Letters in the possession of Nanak Chand Rattu, Delhi.

Letters in the Seligman papers, Columbia University Library.

Loyal Mahar Sabha. Nagpur, 1914. [Resolutions]

Mahara Sabha Badnur. Badnur, 1924. [Resolutions, Hindi]

Nava Dikshit Bauddhanci Samasya [Newly converted Buddhists' Problems! Report of a conference held 3-5 June 1960 at Gokhale Institute of Politics and Economics, Poona (In English and Marathi). [Mimeographed]

Petition of Anarya Doshparihar Mandali [or Anarya Doshpariharak Mandali], Dapoli, July 1894.

Puna Jilha Bahishkrit Samnajatarphe Manpatra, 1932. [A welcome address to Dr Bhimrao Ramji Ambedkar from the Depressed Classes Society of Poona District]

Republican Party Resolutions. May 1, 1966.

Sanmarg Bodhak Nirashrit Samaj. Nagpur, 1903. [Message]

Sapru Collection. National Library, Calcutta.

U.S. Office of Strategic Services, Research and Analysis Branch. The Depressed Classes of India. Washington, 1943. [Film 1024. Ann Arbor: University of Michigan Microfilms]

Walangkar, Gopal Baba. 1894 petition. (The handwritten copy is available in the Khairmode Collection of Ambedkar materials, Bombay University Library.)

Published Primary Sources

Abbreviations for Parliamentary Papers:
    Cd., Cmd. - Command paper
    H.C. - House of Commons paper
    H.L. - House of Lords paper
    Pari. Pap. - Parliamentary papers (H.C. sessional papers)
    H.M.S.O. - His Majesty's Stationery Office
    Those documents in the Khairmode collection of the Bombay University Library are marked [K].

1st Round Table Conference (12 November 1930-19 January 1931). *1st Proceedings.* Cmd. 3778, Pari. Pap. 1930/31. London: H.M.S.O., 1931.

_____. *Proceedings of Sub-Committees.* 2 vols. London: H.M.S.O., 1931.

2nd Round Table Conference (7 September 1931-1 December 1931). *2nd Proceedings.* Cmd. 3997, Pari. Pap. 1931/32: VIII. London: H.M.S.O. 1932.

_____. *Proceedings of Federal Structure Committee and Minorities Committee.* London: H.M.S.O., 1932.

3rd Round Table Conference (17 November 1932-24 December 1932). *3rd Proceedings.* Cmd. 4238, Pari. Pap. 1932/33: XI. London: H.M.S.O., 1933.

All-India Scheduled Castes Federation. *Election Manifesto.* New Delhi: P.N. Rajbhoj, 1951.

_____. *Resolutions.* Chanda, 1955.

All-India Scheduled Castes Students Federation. *Report of Second Session.* Nagpur, 1947.

"Akola, Descriptive." In *Central Provinces and Berar District Gazetteer.* Vol. A. Compiled by C. Brown, and A. E. Nelson. Calcutta, 1910.

"Amraoti." In *Central Provinces and Berar District Gazetteer.* Compiled by S.V. Fitzgerald, and A.E. Nelson. Bombay, 1911.

Appeal on Behalf of the Depressed Classes Institute. London: November, 1931. [K]

An Appeal to the Princes and People of India: Funds for a Social Centre for the Untouchables in Bombay. New Delhi, 1942.

Backward Classes Commission. Govt, of India. *Report.* 3 vols. Delhi: Manager of Publications, 1956.

Bahishkrit Hitakarini Sabha [Depressed Classes Institute]. *Report for 1923.* Bombay: Depressed Classes Institute, 1925. [K]

_____. *Rules of Constitution.* Bombay: Depressed Classes Institute, 1924. [K]

Bansode, Kisan Phaguji. *Pradip.* Nagpur: Jagriti Prakashan, n.d.

The Berar Land Revenue Code for 1928. Compiled by K.V. Brahma. Amraoti: K.V. Brahma, 1932

Bhandare, R.D. *Presidential Address, Republican Party of India.* Given at Parel, Bombay, March 1965.

Bhandarkar, Sir Ramakrishna Gopal. "The Depressed Classes." In *The Indian Review* 14 (1913).

_____. "Presidential Address at 9th Indian Social Conference, 1895." In *Collected Works.* Vol. 2. Edited by Narayan Bapuji Utgikar. Poona: Bhandarkar Oriental Research Institute, 1928.

Bombay, 1921-1922: A Review of the Administration of the Presidency. Bombay Government Central Press, 1923.

Bombay Legislative Assembly Debates, 1937-39.

Bombay Legislative Council Debates, 1921-37.

Census of India, 1911.

_____. Vol. 7. "Bombay, Part 1, Report." Bombay: Government Centre Press, 1912

_____. Vol. 7, "Bombay, Part 2, Imperial Tables." Bombay, 1912.

_____. Vol. 14, "Punjab, Part 1, Report." Lahore, 1912.

Census of India, 1921.

_____. Vol. 8. "Bombay Presidency, Part 2, Tables." Bombay: Government Central Press, 1922.

Census of India, 1931

———. Vol. 1. "India, Part 1, Report." Delhi, 1933.

———. Vol. 5. *"Bengaland Sikkim, Part 1, Report."* Calcutta: Central Publishing Branch, 1933.

———. Vol. 8. "Bombay Presidency, Part 1, Report." Bombay, 1933.

———. Vol. 12. "Central Provinces and Berar, Part 1, Report." Nagpur:Government Printing, C.P., 1933.

———. Vol. 14, "Madras, Part 1, Report." *Calcutta, 1932.*

———. Vol. 17. "Punjab, Part 1, Report." Lahore: Government of India, 1933.

———. Vol. 18. "United Provinces of Agra and Oudh, Part 1, Report." Allahabad, 1933.

———. Vol. 21. "Cochin, Part 1, Report." Ernakulam: Cochin Government Press, 1933.

———. Vol. 28. "Travancore, Part 1, Report." Trivandrum: Superintendent, Government Press, 1932.

Census of India, 1961.

———. "Paper no. 1, Religion." Delhi: Manager of Publications, 1963.

———. Vol. I, "India, Parts 5-B, Consolidated Statement Showing Scheduled Castes, Scheduled Tribes" and "Denotified Communities and Other Communities of Similar Status in Different Statutes and Censuses Starting from 1921." New Delhi, 1966.

———. Vol. 10, "Maharashtra, Part 5-A, Scheduled Castes and Scheduled Tribes in Maharashtra, Tables." Delhi: Manager of Publications, 1964, 1964.

"Chanda District." In *Central Provinces District Gazetteer.* Vol. A. Compiled by L.F. Begbie, and A.E. Nelson. Allahabad, 1909.

Cokhamela. *Cokhamela Abhang Gatha.* Bombay: Balkrishna Lakshman Pathak, 1950.

Commissioner for Scheduled Castes and Scheduled Tribes. *Report.* Annual Reports. Delhi: Manager of Publications, 1950.

Demand to Institute an Enquiry into the Death of Dr B. R. Ambedkar. Scheduled Caste Communities of Konkan District, 1957. [K]

Depressed Classes and Aboriginal Tribes Committee (Starte Committee), Government of Bombay. *Report.* Bombay: Government Central Press, 1930.

Depressed Classes Awakenings: News and Views of the All-India Depressed Classes Conference. Lucknow: C.O. Forsgren, 24 June 1936.

"The Depressed Classes in Bombay." *Social Service Quarterly* 2, no. 1 (July 1916).

Desai, Mahadeo. *The Diary of Mahadeo Desai.* Vol. 1. Translated and edited by Valji Govindji Desai. Ahmedabad: Navajivan Publishing House, 1953.

Dhamma Deeksha. New Delhi: The Buddhist Society of India, n.d.

"Duldhana, Descriptive." In *Central Provinces District Gazetteer.* Vol. A. Compiled by C. Brown, and A.E. Nelson. Calcutta, 1910.

The Franchise Committee (1918-19). India Office, Great Britain. "Addresses Presented in India to His Excellency the Viceroy and the Right Honorable, the Secretary of State for India." In *East India: Constitutional Reforms; Lord Southborough's Committees.* Cd. 1978, Pari. Pap. 1918, XVIII. London: H.M.S.O., 1918.

———. *Evidence Taken Before the Reforms Committee.* 2 vols. Calcutta: Government of India, 1919.

———. "Report of the Franchise Committee." In *East India: Constitutional Reforms; Lord Southborough's Committees.* Vol. 1. Cmd. 141, Pari. Pap. 1919 : XVI. London: H.M.S.O., 1919.

———. "Report of the Division of Functions Committee." In *East India:Constitutional Reforms; Lord Southborough's Committees.* Vol. 2. Cmd. 103, Pari. Pap. 1919, XVI. London: H.M.S.O., 1919.

———. "Views of the Government of India upon the Reports of Lord Southborough's Committees." In *East India: Constitutional Reforms; Lord Southborough's Committees.* Vol. 3. Cmd. 176, Pari. Pap. 1919, XVI. London: H.M.S.O., 1919.

Gandhi, Mohandas K. *All Are Equal in the Eyes of God: Selections from Mahatma Gandhi.* Delhi: Publications Division, Government of India, 1964.

———. *Caste Must Go* and *The Sin of Untouchability.* Edited by R.K. Prabhu. Ahmedabad: Navajivan Publishing House. 1964.

———. *My Varnashrama Dharma.* Edited by Anand T. Hingorani. Bombay: Bharatiya Vidya Bhavan, 1965.

———. *The Nation's Voice* (Collection of Gandhi's speeches in England and Sjt. Mahadev Desai's account of the sojourn, September to December, 1931). 2nd ed. Edited by C. Rajagopalachari and J. C. Kumarappa. Ahmedabad: Navajivan Publishing House, 1947.

———. *None High, None Low.* Edited by Anand T. Hingorani. Bombay: Bharatiya Vidya Bhavan, 1965.

———. *The Removal of Untouchability.* Compiled and edited by Bharatan Kumarappa. Ahmedabad: Navajivan Publishing House, 1954.

Gazetteer of the Bombay Presidency.

———. Vol. 12. "Khandesh." Compiled by James M. Campbell, William Ramsay, and James Pollen. Bombay, 1880.

———. Vol. 15. Part 1. "Kanara." Compiled by James M. Campbell. Bombay. 1863.

———. Vol. 18. Parts 1-3. "Poona." Compiled by James M. Campbell. Bombay, 1885.

———. Vol. 19. "Satara." Compiled by James M. Campbell. Bombay:Government Central Press, 1885.

———. Vol. 20. "Sholapur." Compiled by James M. Campbell. Bombay, 1884.

———. Vol. 21. "Belgaum." Compiled by James M. Campbell. Bombay, 1884.

———. Vol. 23. "Bijapur." Compiled by James M. Campbell. Bombay, 1884.

———. Vol. 24. "Kolhapur." Compiled by James M. Campbell. Bombay, 1886.

Gazetteer of the Central Provinces of India. 2nd ed. Compiled by Charles Grant. Nagpur, 1870.

Gazetteer for the Haidarabad Assigned Districts, Commonly Called Berar. Compiled by A.C. Lyall. Bombay Education Society's Press, 1870.

"General Information." In *Gazetteer of the Baroda State.* Vol. 1. Edited by Govindbhai, Rao Bahadur, H. Desai and A.B. Clarke. Bombay, 1923.

Gokhale, Gopal Krishna. "Elevation of the Depressed Classes" (Speech given 27 April 1903, at Dharwar Social Conference). In *Speeches and Writings of Gopal Krishna Gokhale.* Vol. 3. Edited by D.G. Karve and D.V. Ambedkar. Poona: Servants of India Society; Bombay: Asia Publishing House, 1967.

_____. *Treatment of Indians by the Boers and Treatment of the Low Castes in India by Their Own Countrymen.* London: Christian Literature Society, 1903.

Government of India Bill, 1935. *Instruments of Instructions to the Governor General and Governors.* Cmd. 4805, Pari. Pap. 1934/35: XVI. London H.M.S.O., 1935.

Hazari. *An Indian Outcaste: The Autobiography of an Untouchable.* London Bannisdale, 1951.

Independent Labour Party: Its Formation and Its Aims. Independent Labour Party Publication no. 1, 1936. [K]

India Reforms Enquiry Committee (1924). *Report.* 2 vols. Cmd. 2360, Pari. Pap. 1924/25: X. London: H.M.S.O., 1925.

Indian Delimitation Committee. "Selections from Evidence." In *Government of India Act, 1935: Report of Committees appointed in connection with the Delimitation of Constituencies and Connected Matters.* Vol. 3. London : H.M.S.O., 1936.

Indian Franchise Committee (1932). *Report.* 5 vols. Cmd. 4086, Pari. Pap. 1931/32: VIII. London: H.M.S.O., 1932. (Contents: Vol. 1. *Report;* Vols. 2-3. *Memoranda submitted by the Local Governments and the Provincial Franchise Committees;* Vols. 4-5. *Selections from Memoranda Submitted by Individuals and Oral Evidence.)*

Indian National Congress. *Report of the Work Done by the Anti-Untouchability Subcommittee.* Jamnalal Bajaj, Secretary, April-December 1929. [Pamphlet]

Indian Statutory Commission, Great Britain. "Reports of the Committees appointed by the Provincial Legislative Councils to co-operate with the Indian Statutory Commission." In *Report.* Vol. 3. Cmd. 3572, Pari. Pap., 1929/30. London: H.M.S.O., 1930.

_____. "Selections from Memoranda and Oral Evidence by Non-Officials." Vols. 16-17. Cmd. 3572. Pari. Pap., 1929/30. London: H.M.S.O. 1930.

_____. "Review of the Growth of Education in British India by the Auxiliary Committee." In *Interim Report.* Cmd. 3407; Pari. Pap. 1928/29. London: H.M.S.O., 1929.

Jamgekar, Tulshiram Lakshman. *Parvativaril Satyagrahaca Powada.* Poona: Anant Vinayak Patwardhan and T.L Jamgekar, 1930. [Pamphlet]

Joint Committee on Indian Constitutional Reform, Great Britain Parliament. *Report and Proceedings.* 6 vols. H.L. 79, H.C. 112, Pari. Pap. 1932/33: V-IX. London H.M.S.O., 1933-34.

Joint Select Committee on the Government of India Bill. *Report and Proceedings.* 4 vols. H.C. 203-203, Ind, Pari. Pap. 1919: IV. London; H.M.S.O., 1919-20.

Judgements and Buddha Religion. Nagpur: Bharatiya Bauddhajan Mahasabha, Nagpur City Branch, 1963.

Khairmode, C.B. *Da Bhimrao Ramji Ambedkar.* Vol. 1. Bombay: Y.B. Ambedkar, 1952.

_____. *Da Bhimrao Ramji Ambedkar.* Vol. 2. Bombay: Bauddhjan Panchayat Samiti, 1959.

_____. *Da Bhimrao Ramji Ambedkar.* Vol. 3. Bombay: Pratap Prakashan, 1964.

_____. *Da Bhimrao Ramji Ambedkar.* Vols. 4-5. Bombay: Dr Ambedkar Education Society, 1966-1968.

Lokanatha (Salvatore). *Buddhism Will Make You Free.* Panadura, Ceylon: The Harijan Publishing Society, 1936. [Pamphlet]

Ministry of Law. Govt, of India. The Untouchability (Offences) Act, 1955. 22 of 1955.

Navalkar, H.N. *The Life of Shivram Janba Ramble and the Brief History of the Poona Parvati Satyagraha*. Poona: S. J. Kamble, 1930.

The Neo-Buddhist Movement in India. Bombay: Nalanda Education Society of India, 1964.

Pandian, T.B. *Slaves of the Soil in Southern India*. Amsterdam, 1899.

Paranjpye, R.P *Eighty-Four, Not Out*. Delhi: Publications Division, Ministry of Information and Broadcasting, 1961.

Pathak, Y.K. *Sant Katha*. Poona: Maharashtra Pradeshik Lokshikshan Samiti, n.d. [Pamphlet]

Pyarelal. *The Epic Fast*. Ahmedabad: M.M. Bhatt, 1932.

_______. *Mahatma Gandhi: The Last Phase*. Vol. 2. Ahmedabad: Navajivan, 1958.

Rajah, M.C. *The Oppressed Hindus*. Madras: The Huxley Press, 1925.

Rajwade, V.K. *Aitihasika Lekhasamagrah*. Chitrasala Press, 1928-35.

Report of the Depressed Classes Conferences. Nagpur: G.T. Meshram, 1942.

Report on the Land Revenue Settlement of the Bhandara District in the Central Provinces: Effected during the years 1894-1898. Nagpur: A.B. Napier, Settlement Office, 1902.

Report on the Land Revenue Settlement ofthe Nagpur District in the Central Provinces: Effected during the years 1890-1895. Nagpur: R.H. Craddock, Settlement Officer, 1889.

Report on the Land Revenue Settlement of the Nagpur District in the Central Provinces: Effected during the years 1890-1895. Nagpur: R.H. Craddock, Settlement Officer, 1899.

Republican Party of India. *Charter of Demands*. Delhi: Dada Sahib B.K Gaikwad, B.P. Maurya, B.D. Khobragade, 1964.

Return Showing the Results of Elections in India. New Delhi: Government of India, 1937.

Sayaji Rao III. *Speeches and Addresses of His Highness Sayaji Rao III, Maharaja of Baroda*. London: Macmillan, 1928.

Scheduled Castes Federation. *Election Manifesto* of 1957. Delhi: B.D. Khobragade, 1957.

Seminar on Casteism and Removal of Untouchability: Report. (Delhi: 26 September-2 October 1955.) Bombay: Indian Conference of Social Work, 1955.

Thaware, G.M. *Salvation of the Depressed Classes Lies in Joint Electorates*. Nagpur: All-India Depressed Classes Association, 1932. [Pamphlet]

Secondary Sources

Adhicary, Radica Mohan. *The Suppressed Classes of India*. Dacca: A.C. Roy Chowdhury, 1922.

Agarwal, C.B. *The Harijans in Rebellion*. Bombay: Taraporevala Sons & Co., 1934.

Ahir, D.C. *Babasaheb's Message*. Delhi: Institute of Buddhist Thought, 1962. [Pamphlet]

_______. *India's Debt to Buddhism*. New Delhi: Maha Bodhi Society of India, 1964.

Aiyappan, A. *Iravas and Culture Change*. Bulletin of the Madras Government Museum 5, no. 1. Madras: Government Press, 1944.

_______. *Social Revolution in a Kerala Village*. Bombay: Asia Publishing House, 1965.

Altekar, A.S. *A History of Village Communities in Western India*. Madras: Oxford University Press, 1927.

Alva, Joachim. *Men and Supermen of Hindustan*. Bombay: Thacker and Co., 1943.

Anand, Mulk Raj. *Untouchable.* London: Hutchinson International Authors, 1947.

Arthur, T.C. *Reminiscences of an Indian Police Official.* London: Sampson Low, Marston and Co., 1894.

Asad, Mohamed. "The Jingo Mahatma." *Living Age* 344 (August 1933): 489-95.

Ashly-Brown, W. *On the Bombay Coast and Deccan.* London: Society for the Promotion of Christian Knowledge, 193Gaze5.

Asian Guide to the First General Elections. Bombay: Asia Publishing House, 1951.

Atre, Prahlad Keshav. *Dalitance Baba.* Bombay: C.P. Parcure Prakashan Mandir, 1960.

_______. *Marathi Manse, Marathi Mane.* Bombay: C.P. Parcure Prakashan Mandir, 1957.

Austin, Granville. *The Indian Constitution: Cornerstone of a Nation.* Oxford: Clarendon Press, 1966.

Baden-Powell, B.H. *The Indian Village Community.* London: Longmans, Green and Co., 1896

Bailey, F.G. *Caste and the Economic Frontier.* Manchester: Manchester University Press, 1957.

Balabushevich, V.V. and A.M. Dyakov, ed. *A Contemporary History of India.* New Delhi: People's Publishing House, 1964.

Ballhatchet, Kenneth. *Social Policy and Social Change in Western India, 1817- 1830.* London: Oxford University Press, 1957.

Banerjee, Anil Chandra, and Dakshina Rajan Bose. *The Cabinet Mission in India.* Calcutta: A. Mukherjee, 1946.

Barnabas, A.P., and S. Mehta. *Caste in Changing India.* New Delhi: Everest Press, 1967.

Benz, Ernst. *Buddhism or Communism: Which Holds the Future of Asia1* New York: Anchor Paperback, 1966.

Beteille, Andre. "The Future of the Backward Classes: The Competing Demands of Status and Power." In *India and Ceylon: Unity and Diversity: A Symposium.* Edited by Philip Mason. London & New York: Oxford University Press, 1967.

Berreman, Gerald D. "Caste in India and the United States." *American Journal of Sociology* 66, no. 2 (September 1960): 120-27.

Bhagat, M.G. *The Untouchable Classes of Maharashtra.* Bombay: University of Bombay, 1935.

Bhandare, R.D. *The Problems of the Indian Buddhists.* Bombay: R.D. Bhandare, 1966.

Bhatt, Vamanrai A. *The Harijans of Maharashtra.* Delhi: All-India Harijan SevakSangh, 1941

Bhole, R.R. "The Untouchables on the Move." *Asiatic Review* 40, no. 142 (April 1944): 146-50. [Discussion, 150-57]

_______. *An Untouchable Speaks.* London: Britain Publishing Company, 1944.

Birla, G.D. *In the Shadow of the Mahatma: A Personal Memoir.* Calcutta: Orient Longmans Ltd., 1953.

Blunt, Edward, ed. *Social Service in India.* London: H.M.S.O., 1939.

Bombay 1921-1922: A Review of the Administration of the Presidency. Bombay: Government Central Press, 1923.

Brass, Paul. R. *Factional Politics in an Indian State: The Congress Party in Uttar Pradesh.* Berkeley and Los Angeles: University of California Press, 1965.

Brecher, Michael. *Nehru: A Political Biography.* New York: Oxford University Press, 1959.

Briggs, George W. *The Chamars*. London and New York: H. Milford for OUP, 1920.

———. "The Harijan and Hinduism." *Review of Religion* 2, no. 1 (November 1937): 33-59.

Broomfield, John H. *Elite Conflict in a Plural Society: Twentieth-Century Bengal*. Berkeley and Los Angeles: University of California Press, 1968.

Cadell, Patrick. *History of the Bombay Army*. London: Longmans, Green & Co., 1938.

Chakravarti, Satis Chandra, and Sarojendra Nath Ray ed. *Brahmo Samaj: The Depressed Classes and Untouchability*. Calcutta: Sadharan Brahmo Samaj, 1933.

Chintamani, C.Y. ed. *Indian Social Reform*. Madras: Thompson and Co., 1901.

Choksey, R.D. *Economic History of the Bombay Deccan and Karnataka, 1818- 1868*. Poona: R.D. Choksey, 1945.

———. *Ratnagiri Collectorate, 1821-1829*. Poona: R.D. Choksey, 1958.

Cholia, Rasikilal P. *Dock Labourers in Bombay*. Edited by C.N. Vakil. Bombay: Longmans, Green & Co., 1941.

Clark, Blake. "The Victory of an Untouchable." *Readers Digest* 56, no. 335 (March 1950): 107-11. Reprinted from *Christian Herald*, March, 1950.

Coatman, John. "Reforms in India and the Depressed Classes." *Asiatic Review* 29, no. 97 (January 1933): 41-53. [Discussion, 54-70]

Cohen, Stephen P. "The Untouchable Soldier: Caste, Politics and the Indian Army."*Journal of Asian Studies* 28, no. 3 (May 1969): 453-661.

Cohn, Bernard S. "The Changing Status of a Depressed Caste." In *Village India: Studies in the Little Community*. Edited by McKim Marriott. Chicago: University of Chicago Press, 1955.

———. "Changing Traditions of a Low Caste." In *Traditional India: Structure and Change*. Edited by Milton B. Singer. Philadelphia: American Folklore Society, 1959.

Crawford, Arthur. *Legends of the Konkan*. Allahabad: Pioneer Press, 1909.

Cumming, A.E. *Bombay Local Boards Manual*. 3rd ed. Bombay: Government Central Press, 1925.

Cumming, John, ed. *Political India 1832-1932: A Co-operative Survey of a Century*. London: Humphrey Milford, Oxford University Press, 1932.

Dalton, Dennis. "The Gandhian View of Caste, and Caste after Gandhi." In *India and Ceylon: Unity and Diversity: A Symposium*, Edited by Philip Mason. London and New York: Oxford University Press, 1967.

Dastur, Aloo J. and Usha Mehta. *Congress Rule in Bombay, 1932-1956*. Bombay: Popular Book Depot, 1958.

Deleury, G.A. *The Cult of Vithoba*. Poona: Deccan College Postgraduate and Research Institute, 1960.

The Depressed Classes: A Chronological Documentation. Vol. 1. Ranchi: Rev. FrJ. Jans. S.J., Catholic Press.

The Depressed Classes: A Chronological Documentation. Vols. 2-7. Kurseong: Catholic Press, St. Mary's College, 1935-1937.

Derrett, J.D.M. *Hindu Law Past and Present*. Calcutta: A. Mukherjee and Co., 1957.

Desai, Mahadeo. *The Epic of Travancore*. Ahmedabad: Navajivan, 1937.

Deshpande, V.V. *Dharma Shastra and the Proposed Hindu Code*. Kashi: Rao Bahadur S.M. Parande: All-India Varnashrama Swarajya Sangha, 1943.

D'Souza, Victor S. "Changing Status of Scheduled Castes." *Economic Weekly* 14, no. 48 (1 December 1962): 1853-54.

Dushkin, Lelah. "The Backward Classes: Special Policy Treatment." *Economic Weekly* 13, nos. 43-46 (1961): 1665-68, 1695-1705, 1729-38.

_______. *Fifty Years of Buddhist Activity in South India,* Manuscript in the office of the Administrator General, Bombay. [Typescript]

_______. "The Policy of the Indian National Congress toward the Depressed Classes: An Historical Study." M.A. thesis, University of Pennsylvania, 1957.

_______. "Scheduled Caste Policy in India: History, Problems, Prospects." *Asian Survey* 7, no. 9 (September 1967): 626-36.

Edwardes, S.H. "Sidelights on Deccan Village Life: 18th Century." *Indian Antiquary* 55 (June 1926): 108-13.

Elphinstone, Mountstuart. *Report on the Territories Conquered from the Paishwa.* Calcutta: Government Gazette Press, 1821.

_______. *Selections from the Minutes and other Official Writings of the Hon. Mountstuart Elphinstone.* Edited by George W. Forrest. London: Richard Bently and Son, 1884.

Encyclopedia of Social Work. 3 vols. New Delhi: Government of India, 1968.

Enthoven, R.E. *The Tribes and Castes of Bombay.* 3 vols. Bombay: Government Central Press, 1920-1922.

Farquhar, J.N. *Modern Religious Movements in India.* London and New York: Macmillan, 1917.

Fazal-ud-din, Joshua. *Tragedy of the Untouchables.* Lahore: Civil and Military Gazette, 1934.

Fiske, Adele M. "The Use of Buddhist Scriptures in Dr B.R. Ambedkar's 'The Buddha and His Dhamma.'" M.A. thesis, Columbia University, 1966.

Foot, Isaac. "The Round Table Conference, the Future and the Depressed Classes." *Contemporary Review* 139 (March 1931): 282-90.

Fuchs, Stephen. *The Children of Hart.* New York: F.A. Praeger, 1951.

_______. *Rebellious Prophets.* Bombay: Asia Publishing House, 1965.

von Furer-Haimendort, C. "Caste and Politics in South Asia." In *Politics and Society in India.* Edited by C.H. Philips. London: George Allen and Unwin, 1963.

Gadgil, N.V. *Kahi Moti Kahi Mohra.* Poona: Venus Book Stall, 1962.

Gajendragadkar, P.B. *Speech at the Unveiling of the Statue of Dr B.R. Ambedkar.* Poona: Poona Municipal Corporation, 1960. [Pamphlet]

Galanter, Marc. "Equality and Protective Discrimination in India." *Rutgers Law Review* 16, 1 (1961): 42-74.

_______. "Law and Caste in Modem India." *Asian Survey* 3, no. 11 (November 1963): 544-59.

_______. ed. "Part II: Law and Caste from the Consolidation of the Modern Legal System to Independence, 1860-1947." In "Legal Material for the Study of Modern India." [Mimeographed]

_______. "Protective Discrimination for Backward Classes in India." *Journal of the Indian Law Institute* 3, no. 1 (January-March 1961): 39-69.

_______. "The Religious Aspects of Caste: A Legal View." In *South Asian Religion and Politics.* Edited by Donald E. Smith. Princeton: Princeton University Press. 1966.

Ghurye, G. S. *After a Century and a Quarter: Lonikand Then and Now.* Bombay: Popular Book Depot, 1960.

―――. *Caste and Class in India.* Bombay: Popular Book Depot, 1950.

―――. *Caste, Class and Occupation.* Bombay: Popular Book Depot, 1961.

―――. "Social Change in Maharashtra." Part 1: *Sociological Bulletin* 1, no. 1 (1952): 71-86; part 2: vol. 3, no. 1 (1953): 42-60.

Gooddine, R.N. "Report on the Village Communities of the Deccan." In *Selections from Records of Bombay Government, No. 4.* Bombay: Education Society's Press, 1852.

Gopalan, A.K. *Kerala Past and Present.* London: Lawrence and Wishart, 1959.

Gune, Vithal Trimbak. *Judicial System of the Marathas.* Poona: Deccan College Postgraduate and Research Institute, 1953.

Gupte, G.S. "Legislation for the Improvement of the Lot of 'Depressed Classes' or 'Harijans.'" *Social Reform Annual* (1939): 86-90.

Harnetty, Peter. "The American Civil war and the Export of Indian Cotton." Association for Asian Studies, March 1967. [Mimeographed]

Harrison, Selig S. *India: The Most Dangerous Decades.* Princeton: Princeton University Press, 1960.

Hart, Frank. *Rahator of Bombay.* London: Epworth Press, 1936.

Hartman, L.O. "India's Lincoln." *Madhyam Marg* (Lucknow) (29 September 1957). Reprinted from *Zion Herald,* 11 March 1936.

Hayter, O.C.G. "Conversions of Outcastes." *Asiatic Review* 26, no. 87 (July 1930): 603-11.

Heimsath, Charles H. *Indian Nationalism and Hindu Social Reform.* Princeton: Princeton University Press, 1964.

Heinrich, J.C. *The Psychology of a Suppressed People.* London: George Allen and Unwin, 1937.

Irschick, Eugene. "Politics and Social Conflict in South India: the Non-Brahmin Movement and Tamil Separatism, 1916-1929." Ph.D. thesis, University of Chicago, 1964.

Isaacs, Harold R. *India's Ex-Untouchables.* New York: John Day Co., 1964.

Iyer, T. Sadasiva. *Problems of the Depressed Classes.* Adyar: M. Subrahmanya Iyer, 1923.

James, F.E. "Outcaste Progress in South India." *Asiatic Review* 26, no. 88 (October 1930): 716-24.

Jatava, Daya Ram. *Political Philosophy of B.R. Ambedkar.* Agra: Phoenix Publishing Agency, 1965.

―――. *Social Philosophy of B.R. Ambedkar.* Agra: Phoenix Publishing Agency. 1965.

Jayakar, M.R. *Story of My Life.* 2 vols. Bombay: Asia Publishing House, 1958 59.

Joshi, Laxman Shastri. "Jyotirao Phule, 1827-1890." In *Rationalists of Maharashtra.* Calcutta: Indian Renaissance Institute, 1962.

Joshi, Ram. "Maharashtra." In *State Politics in India.* Edited by Myron Weiner. Princeton: Princeton University Press, 1968.

Kadam, V.B. "Notable Dates in the Life of Dr Ambedkar." *Dr Babasaheb Ambedkar College of Arts, Science and Commerce Magazine,* March 1962.

Karnik, V.B. *Indian Trade Unions: A Survey.* Bombay: Labour Education Service, 1960.

Karve, Irawati. *Maharashtra: Land and Its People.* Maharashtra State Gazetteer. Bombay: Directorate of Government Printing, Maharashtra State, 1968.

———. "On the Road: A Maharashtrian Pilgrimage." *Journal of Asian Studies* 22, no. 1 (November 1962): 13-29.

———. *Paripurti.* 4th ed. Poona: Deshmukh & Co., 1959.

Karve, Irawati and Y.B. Damle. *Group Relations in Village Community.* Deccan College Monograph Series 24. Poona: Deccan College, 1963.

Karve, Irawati and Acharya Hemalata. "Neo-Buddhist." *Journal of the University of Poona,* Humanities Section 15 (1962): 130-33.

Karve, Irawati, and J.S. Ranadive. "The Social Dynamics of a Growing Town and its Surrounding Area." [Typescript]

Kaushik, P. Datt. "Gandhiji and Congress vis-a-vis Untouchables." *All-India Congress Committee (AICC) Economic Review* 15, no. 9 (1 October 1963): 27-30.

Keer, Dhananjay. *Dr. Ambedkar: Life and Mission.* 2nd ed. Bombay: Popular Prakashan, 1962.

———. *Mahatma Jotirao Phooley.* Bombay: Popular Prakashan, 1964.

———. *Savarkar and His Times.* Bombay: A.V. Keer, 1950.

Keith, A.B. *A Constitutional History of India, 1600-1935.* London: Methuen, 1936.

Kelkar, N.C. "The Elevation of the Depressed Classes." In *Pleasures and Privileges of the Pen.* Poona: Kashinath N. Kelkar, 1929. [Reprinted from *Mahratta,* 7 November 1909]

Ketkar, Shridhar Venkatesh. "An Essay on Hinduism." In *History of Castes in India.* Vol. 2. London: Luzac & Co., 1911.

———. *The History of Caste in India.* Vol. 1. Ithaca: Taylor & Carpenter, 1909.

———. *Maharashtriya Dyankosh.* Vol. 18. Poona: Maharashtriya Dyankoshmandal Ltd. Nagpur, n.d.

Khandolkar, Vaman Pandurang ed. *Indigenous Elementary Education in the Bombay Presidency in 1855 and thereabouts.* Bombay: Indian Institute of Education, 1965.

Kharat, Shankarrao. *Asprishyanca Muktisangram.* Poona: D. Shri Joshi and M.D. Lokhande, n.d.

———. *Babasaheb Ambekarancy Sahawasant.* Poona: Thokal Prakashan, 1961.

———. *Bara Balutedar.* Poona: Thokal Prakashan, 1959.

———. *Da Babasaheb Ambkarance Dharmantar.* Poona: Shri Lekhan Vacan Mandal, 1966.

Khare, Leelabai. *In Transit.* Bombay: Hind Kitabs, 1950.

Khare, N.B. *My Political Memories or Autobiography.* Nagpur: J. R. Joshi, 1959. Kincaid, Charles A. *The Anchorite and Other Stories.* London: Humphrey Milford for Oxford University Press, 1922.

———. *History of the Maratha People.* 2nd ed. London: Oxford University Press, 1931.

———. *The Tale of the Tulsi Plant and Other Stories.* Bombay: Times of India Office, 1908.

———. *The Tale of the Tulsi Plant.* 2nd. ed. Bombay: D.S. Taraporevala and Sons, 1916.

———. *Tales of the Saints of Pandharpur.* Bombay: Oxford University Press, 1919.

Kogekar, S.V., and Richard L. Park ed. *Reports on the Indian General Elections, 1951-1952.* Bombay: Popular Book Depot, 1956.

Kosambi, Dharmanand. *Bhagwan Buddha.* 2nd ed. Poona: Suvicar Prakashan Mandal, 1957.

Kothurkar, V.K, and V.V Pendse. "A Study of Social Prejudice in Three Villages: the Problem of Nava-Buddhas." *Journal of the University of Poona,* Humanities Section 15 (1962): 123-29.

Kulkarni, A.R. "Dr Ambedkar and Buddhism." *Maha Bodhi* 58, no. 10 (October 1950): 338-46.

———. "Village Life in the Deccan in the 17th Century." *Indian Economic and Social History Review* 4, no. 1 (March 1967).

Kulkarni, M.G. "Report on the Survey to Assess the Programme for Removal of Untouchability in Maharashtra State." Part 1: Buldana District, August 1962; Part 2: Nasik District. October 1962. [Typescript]

Kumar, Ravinder. "The New Brahmans of Maharashtra [and] The Rise of the Rich Peasants in Western India." In *Soundings in Modern South Asian History*. Edited by D.A. Low. Berkeley and Los Angeles: University of California Press, 1968.

———. *Western India in the Nineteenth Century*. London: Routledge and Kegan Paul, and Toronto: University of Toronto Press, 1968.

Lambert, R.D. "Untouchability as a Social Problem: Theory and Research." *Sociological Bulletin* 7, no. 1 (March 1958): 55-61.

Latthe, A.B. *Memoirs of His Highness Shri Shahu Chhatrapati Maharaja of Kolhapur*. 2 vols. Bombay: Times Press, 1924.

Lederle, M. "The Untouchables' Claim to Human Dignity." *Journal of the University of Poona, Humanities Section* 19 (1964): 67-76.

Lele. P.R., ed. *War and India's Freedom*. Bombay: Popular Book Depot, 1940.

Lohia, Rammanohar. *The Caste System*. Hyderabad: Navahind, 1964.

Lynch, Owen M. "The Politics of Untouchability: A Case from Agra, India." In *Structure and Change in Indian Society*. Edited by Milton Singer and Bernard S. Cohn. Chicago: Aldine, 1968.

———. "The Politics of Untouchability: Social Structure and Social Change in a City of India." Ph.D. thesis, Columbia University, 1966.

———. "Rural Cities in India: Continuities and Discontinuities." In *India and Ceylon: Unity and Diversity: A Symposium*. Edited by Philip Mason. London & New York: Oxford University Press, 1967.

Macnicol, Nicol. *Psalms of the Maratha Saints*. Calcutta: Association Press and Oxford University Press, 1919.

Machwe, Prabhakar. *Keshavsut*. New Delhi: Sahitya Akademi, 1966.

Madras Administration, 1937-1938. Madras: Superintendent, Government Press, 1939.

Madugulkar, Vyankatesh. *The Village Had No Walls*. Translated by Ram Deshmukh. Bombay: Asia Publishing House, 1958.

Mahadevan, S. *Mahatma Gandhi's Warning and Flashes in Harijan Tour*. Madras: Journalist Publishing House, 1936.

Mahar, Pauline M. "Changing Caste Ideology in a North Indian Village." *Journal of Social Issues* 14, no. 4 (1958): 51-65.

———. "Changing Religious Practices of an Untouchable Caste." *Economic Development and Cultural Change* 8, no. 3 (April 1960): 279-87.

Mahipati. *Bhaktavijaya: Stories of the Indian Saints*. Vol. 1. Translated by Justin E. Abbott and Narhar R. Godbole. Poona: N.R. Godbole, 1933.

Maine, Henry Sumner. *Village Communities in the East and West*. 4th ed. London: J. Murray, 1881.

Malkani, N.R. *Clean People and an Unclean Country.* Delhi: Harijan Sevak Sangh, 1965.

Mann. Harold H. "Housing of the Untouchable Classes in and Indian City (Poona)." In *The Social Framework of Agriculture: India, Middle East, England.* Edited by Daniel Thorner. Bombay: Vora and Co., 1967.

———. *Land and Labour in a Deccan Village.* University of Bombay, Economic Series, no. 1. Bombay: Oxford University Press, 1917.

———. "The Mahars of a Deccan Village." In *The Social Framework of Agriculture: India, Middle East, England.* Edited by Daniel Thorner. Bombay: Vora & Co., 1967.

———. "StatisticalAtlas." In *Bombay Presidency.* 3rded. Bombay: Government Central Press, 1925.

———. "The Untouchable Classes of an Indian City (Poona)." In *The Social Framework of Agriculture: India, Middle East, England.* Edited by Daniel Thorner. Bombay: Vora and Co., 1967.

Mann, Harold H., and N.V. Kanitkar. *Land and Labour in a Deccan Village.* Study no. 2. Bombay: Oxford University Press, 1921.

Manwaring, Rev. A. *Marathi Proverbs.* Oxford: Clarendon Press, 1899.

Matthew, Anjilvel V. *Karmveer Bhaurao Patil.* Satara: Rayat Shikshan Sanstha, 1957.

Mayhew, Arthur. *The Education of India.* London: Faber and Gwyer, 1926.

McGavran, D.A. *India's Oppressed Classes and Religion.* Jubbulpore. 1939.

Mehta, Ashok. *The Political Mind of India.* Bombay: Madhu Limaye for the Socialist Party, 1952.

Mehta, Ashok, and Achyut Patwardhan. *The Communal Triangle in India.* Allahabad: Kitabistan, 1942.

Mehta, S.D. *The Cotton Mills of India, 1854-1954.* Bombay: Textile Association, 1954.

Mehta, Subhash Chandra. "Persistence of the Caste System: Vested Interest in Backwardness." *Quest, no.* 36 (January-March 1963): 20-27.

Miller, Beatrice Diamond. "Revitalization Movements: Theory and Practice as Evidenced among the Buddhists of Maharashtra, India." Verrier Elwin Memorial Volume (forthcoming).

Miller, Robert J. "Button, Button...Great Tradition, Little Tradition, Whose Tradition?" *Anthropological Quarterly* 39, no. 1 (January 1966): 26-42.

———. "They Will Not Die Hindus: the Buddhist Conversion of Mahar Ex Untouchables." *Asian Survey* 7, no. 9 (September 1967): 637-44.

Modak, D.S. *The Bombay Land System and Village Administration.* Poona: D.S. Modak, 1932.

Modak, Rev. R.V. "History of the Native Churches." In *Memorial Papers of the American Marathi Mission, 1813-1881.* Bombay: Education Society's Press, 1882.

Moles worth, J.T. *A Dictionary: Murathee and English.* Bombay: Bombay Education Society's Press, 1831.

Montagu, Edwin S. *An Indian Diary.* Edited by Venetia Montagu. London: William Heinemann Ltd., 1930.

Morris, Morris David. The *Emergence of an Industrial Labour Force in India: A Study of the Bombay Cotton Mills, 1854-1947.* Berkeley and Los Angeles: University of California Press, 1965.

Morris-Jones, W.H. "Stability and Change in Indian Politics." In *Politics in Southern Asia*. Edited by Saul Rose. London: Macmillan, 1963.

Morrison, William A. "Knowledge of Political Personages Held by the Male Villagers of Badlapur: An Introductory Delineation." *Sociological Bulletin vol.* 10, no. 2 (September 1961): 1-26 and vol. 12, no. 1 (March 1963): 1-17.

Nanavati, Manilal B. and C.N. Vakil ed. *Group Prejudices in India: A Symposium*. Bombay: Vora and Co., 1951.

Narasu, P. Lakshmi. *The Essence of Buddhism*. 3rd ed. Preface by B.R. Ambedkar. Bombay: Thacker and Co., 1948.

———. *A Study of Caste*. Madras: K.V. Raghavulu, 1922.

"Narhari Damodar Vaidya vs. Bhimrao Ramji Ambedkar." *All-India Reporter* (Bombay) 146 (1938).

Natarajan, S. *A Century of Social Reform in India*. 2nd ed. Bombay: Asia Publishing House, 1962.

Natesan, G.A., ed. *The Depressed Classes: An Enquiry into their Condition and Suggestions for their Uplift*. Madras: G.A. Natesan & Co., 1912. Papers originally published in *The Indian Review*.

Nehru, Rameshwari. *Gandhi is My Star*. Patna: Pustakbhandar, 1950.

———. *The Harijan Movement*. Delhi: Harijan SevakSangh, 1940. [Pamphlet]

Nichols, Beverly. *Verdict on India*, New York: Harcourt Brace and Company, 1944.

Niyogi, M.B. "Problem of Nava Buddha in Maharashtra." *Social Service Quarterly* 48, no. 4 (April 1963): 97-105.

Nurullah, Syed, and J.P Naik. *History of Education in India*. Bombay: Macmillan, 1951.

O'Malley, L.S.S. *Indian Caste Customs*. Cambridge: University Press, 1932.

Orenstein, Henry. *Gaon: Conflict and Cohesion in an Indian Village*. Princeton: Princeton University Press, 1965.

Ouwerkerk, Louise. *The Untouchable of India*. London: Oxford University Press, 1945.

Overstreet, Gene D. and Marshall Windmiller. *Communism in India*. Berkeley: University of California Press, 1959

Pandya, B.V. *Striving for Economic Equality*. Bombay: Popular Book Depot, 1959.

Panikkar, K.M. *The Foundations of New India*. London: Allen and Unwin, 1963.

Park, Richard L., and Irene Tinker, ed. *Leadership and Political Institutions in India*. Princeton: Princeton University Press, 1959.

Patel, Govindlal D. *Agrarian Reforms in Bombay*. Bombay: Govindlal D. Patel, 1950.

Patterson, Maureen L.P. "Caste and Political Leadership in Maharashtra." *Economic Weekly* 6, no. 39 (25 September 1954): 1065-67.

———. "A Preliminary Study of the Brahmin versus Non-Brahmin Conflict in Maharashtra." M.A. thesis, University of Pennsylvania, 1952.

Phatak, N.R. "Gopalrao Deshmukh, 'Lokahitawadi,' 1823-1892." In *Rationalists of Maharashtra*. N.R. Phatak, Laxman Shastrijohsi, and G. P. Pradhan. Calcutta: Indian Renaissance Institute, 1962.

Phillips, Godfrey. *The Untouchables' Quest: The Depressed Classes of India and Christianity*. Foreword by B.R. Ambedkar. London: Edinburgh House Press, 1936.

Pickett, J. Waskom. *Christian Mass Movement in India*. New York: Cincinnati, Chicago: Abingdon Press, 1933.

Poplai, S.L., ed. *1962 General Elections in India*. New Delhi: Allied Publishers Pvt Ltd, 1962.

Pradhan, G.P. "Gopal Ganesh Agarkar, 1856-1895." In *Rationalists of Maharashtra*. N.R. Phatak, Laxman Shastri Johsi, and G. P. Pradhan. Calcutta: Indian Renaissance Institute, 1962.

Pradhan, G.P., and A. K. Bhagwat. *Lokamanya Tilak: A Biography.* Bombay: Jaico Publishing House, 1959.

Pradhan, G.R. *Untouchable Workers of Bombay City.* Foreword by B.R. Ambedkar. Bombay: Karnataka Publishing House, 1938.

Prakash, Indra. *A Review of the History and Work of the Hindu Mahasabha and the Hindu Sanghatan Movement*. New Delhi: Hindu Mahasabha, 1952.

Presler, Henry H. "New-Buddhist Stir in India." *India Cultures Quarterly* 21, no. 4 (1964).

Pytee, M.V. *India's Constitution.* Bombay: Asia Publishing House, 1958.

Raeside, I.M.P. "A Bibliographical Index of Mahanubhava Works in Marathi." *Bulletin of the School of Oriental and African Studies* 23, no. 3 (1960): 464-507.

Rai, Lala Lajpat. "The Depressed Classes." *Indian Review* 14, no. 6 (June 1913): 485-92.

Rajagopalachari, C. *Ambedkar Refuted.* Bombay: Hind Kitabs, 1946.

Ram, Pars. *A Unesco Study of Social Tension in Aligarh, 1950-1951*. Ahmedabad: New Order Book Company, 1955.

Ranade, M.G. *Rise of the Maratha Power.* Delhi: Publications Division of The Ministry of Information and Broadcasting, 1961. First published Bombay: Punalekar, 1900.

Ranade, R.D. *Pathway to God in Marathi Literature.* Bombay: Bharatiya Vidya Bhavan, 1961.

Ranpise, A.S. *Dalitanci Vrittapatre* [Newspapers of the Depressed Classes], Bombay: Bhausaheb Adsul for Maharashtra Bauddh Sahitya Parishad, 1962.

Ravenell, Barbara J. "The Scheduled Caste and Panchayati Raj." M.A. thesis, University of Chicago, 1965.

"Report on Native Newspapers in Bo vols. Bombay: Phoenix Publications, 1946-48.

Robbin, Jeanette. *Dr Ambedkar and His Movement.* Hyderabad: Dr Ambedkar Publishing Society, 1964.

Robertson, Alexander. *The MaharFolk.* Calcutta: Y.M.C. A. Publishing House; and Oxford University Press, 1938.

Rudolph, Lloyd I., and Susanne Hoeber Rudolph. *The Modernity of Tradition: Political Development in India.* Chicago: University of Chicago Press, 1967.

———. "The Political Role of Indian's Caste Associations." *Pacific Affairs* 33, no. 1 (March 1960): 5-22.

Russell, Robert Vane. *The Tribes and Castes of the Central Provinces of India.* 4 vols. London: Macmillan, 1916.

Sangharakshita, Stavira. "Mass Civil Disobedience in India by Ex-Untouchable Buddhists." *Institute of Race Relations News Letter,* March 1965, 11-13.

Sanjana, J.E. *Caste and Outcaste.* Bombay: Thacker and Co., 1946.

Santhanam, K. *The Fight Against Untouchability.* New Delhi: The Hindustan Times, 1949.

Sardesai, Govind Sakharam. *The Main Currents of Maratha History.* Patna University, 1926.

———. *New History of the Marathas.* 3 vols. Bombay: Phoenix Publications, 1946-48.

Sarkar, Sirjadunath. *Shivaji and His Times.* Calcutta: M.C. Sarkar, 1920.

Sastri, Sivanath. *History of the Brahmo Samaj.* 2 vols. Calcutta: Chatterji, 1911— 12.

Sen, Surendranath. *Administrative System of the Marathas.* Calcutta: University of Calcutta, 1923.

Setalvad, Chimanlal H. *Recollections and Reflections.* Bombay: Padma Publications, 1946.

Shah, Pradeep. "Caste and Political Process." *Asian Survey* 6, no. 9 (September 1966): 516-22.

Sharma, N.V. "A Biography of Jagjivan Ram." In *The Working Man.* Edited by Vishwanath Verma and Gyaneshwar Prasad. Patna: Jagjivan Ram Abhinandan Granth Committee, 1957.

Sharma, Ram Sharan. *Sudras in Ancient India.* Delhi: Motilal Banarsidass, 1958.

Shastri, Sankarananda. "A Report on the Conversion Movement." *Maha Bodhi* 65, no. 4 (April 1957): 128-30.

Sheean, Vincent. *Nehru: The Years of Power.* New York: Random House, 1960.

Shende, N.R. *G.A. Gawai: Vyakti ani Karya.* Amraoti: Prabhakar Pandurang Bhatkar, 1963.

Shinde, Vitthal Ramji. *Majhya Athvani va Anubhav* [Memories and Experiences], Poona: R.B. Andre, 1958.

_____. *The Theistic Directory.* Bombay: V.R. Shinde, Depressed Classes Mission, 1912.

Shrivastavya, V.S. *Elements Amongst the Marathas.* Poona: D.K. Shrivastavya for Aitihasik Gaurav Grantha Mala, 1952.

Singh, Mohinder. *The Depressed Classes: Their Economic and Social Condition.* Introduction by Radhakamal Mukerjee. Bombay: Hind Kitabs, 1947.

Singh, Nihal. "India's Untouchables." In *Contemporary Review* (March 1913): 376-85.

Sirsikar, V.M. *Political Behaviour in India: A Case Study of the 1962 General Elections.* Bombay: Manaktalas, 1965.

_____. "A Study of Political Workers in Poona." *Journal of the University of Poona, Humanities Section* 13 (1961): 77-158.

Sitaramayya, Pattabhi. *The History of the Indian National Congress.* Vol. 1 (1885-1935). Bombay: Padma Publications, 1946.

Smith, Donald Eugene. *India as a Secular State.* Princeton: Princeton University Press, 1963.

Smith, William Roy. *Nationalism and Reform in India.* New Haven: Yale University Press, 1938.

Sorensen, R.L. *My Impressions of India.* London: Meridian Books, 1947.

Sovani, N.V. "British Impact on India." In *The New Asia.* Edited by Guy S. Metraux and Francois Crouzet. New York: New American Library, 1965.

Speer, Robert E. *George Bowen of Bombay.* New York: Privately printed, 1938.

Srinivas, N.M. *Caste in Modern India: and Other Essays.* Bombay and London: Asia Publishing House, 1962.

_____. *Religion and Society Among the Coorgs of South India.* Oxford: Clarendon Press, 1952.

_____. *Social Change in Modern India.* Berkeley and Los Angeles: University of California Press, 1966.

Steele, Arthur, ed. *Summary of the Law and Custom of Hindoo Castes Within the Dekkun Provinces Subject to the Presidency of Bombay.* Ordered by the Governor in Council Bombay, 1827.

Stern, Robert W. "Maharashtrian Linguistic Provincialism and Indian Nationalism." *Pacific Affairs* 37, no. 1 (Spring 1964): 37-49.

Stevenson, Mrs Sinclair (Margaret). *Without the Pale: The Life Story of an Outcaste*. Calcutta: Association Press and Humphrey Milford for Oxford University Press, 1930.

Sundarananda, Swami. *Hinduism and Untouchability*. Calcutta: Udbodhan Office, 1946. Originally Published in 1922.

Tendulkar, D.G. *Mahatma: Life of Mohandas Karamchand Gandhi*. 8 vols. Bombay: V.K. Jhaveri and D.G. Tendulkar, 1952.

Thakkar, A.V. and B.R. Ambedkar. *Aboriginals' Cry in the Wilderness: Controversy between Dr. Ambedkar and A.V. Thakkar*. Bombay: A.V. Thakkar, Servants of India Society, 1945.

Thaware, G.M. *Gandhiji's Letters Re: Untouchables*. Nagpur: L.P. Meshram and H. G. Dongre, 1948.

Thorat, Major General S.P.P. *The Regimental History of the Mahar MG Regiment*. Dehra Dun: The Army Press, 1954.

_____. *Thought Currents in Maharashtra, 1850-1920*. Poona: Poona University Teachers' Social Sciences Seminar, 1962.

Tilak, B.G. "The Emancipation of the Untouchable." *The Hindu Missionary* 42 (April 15, 1918).

Tinker, Hugh. *India and Pakistan: A Political Analysis*. New York: Frederick A. Praeger, 1962.

Tiwari, Chitra. *Sudras in Manu*. Foreword by Jagjivan Ram. Delhi: Motilal Banarsidass, 1963.

Tope, T.K. *DrB.R. Ambedkar: A Symbol of Social Revolt*. New Delhi: Maharashtra Information Centre, 1964. [Pamphlet]

Tucker, Richard Philip. "M.G. Ranade and the Moderate Tradition in India: 1842-1901." Ph.D. thesis, Harvard University, 1966.

Tugwell, Lt. Col. W.B.P. *History of the Bombay Pioneers*. London: Sidney Press, 1938.

Tukaram. *The Poems of Tukarama*. 3 vols. Translated by J. Nelson Fraser and K.B. Marathe. London: The Christian Literature Society for India, 1909- 15.

Venkatarangaiya, M. *The General Election in the City of Bombay, 1952*. Bombay: Vora & Co., 1953.

Watson, Francis, ed. *Talking of Gandhiji*. Bombay: Orient Longmans, 1957.

Weiner, Myron. *The Politics of Scarcity*. Chicago: University of Chicago Press, 1962.

Welfare of the Scheduled Castes in Bombay State: Steps to Abolish Untouchability. Bombay: Directorate of Publicity, Government of Bombay, 1956.

Williams, Francis. *A Prime Minister Remembers: The War and Post War Memoirs of the Rt. Hon. Earl Attlee*. London: William Heinemann Ltd., 1961.

Windmiller, Marshall. "The Politics of States Reorganization in India: The Case of Bombay." *Far Eastern Survey* 25, no. 9 (September 1956).

Zelliot, Eleanor. "Background of the Mahar Buddhist Conversion." In *Studies on Asia, 1966*. Edited by Robert A. Sakai. Lincoln: University of Nebraska Press, 1966.

_____. "Buddhism and Politics in Maharashtra." In *South Asian Politics and Religion*. Edited by Donald E. Smith. Princeton: Princeton University Press, 1966.

_____. "Cokhamela, a 14th Century Mahar Saint-Poet." Paper presented at the Maharashtra Mandali Conference, as well as at the University of Minnesota in 1968.

Newspapers/Magazines

English

Andhra Republican (Hyderabad), 1964-65.

Columbia Alumni News (Columbia University, New York), 19 December 1930.

Dr Babasaheb Ambedkar College of Arts, Science and Commerce Magazine (Mahad, Maharashtra).

Harijan (Poona or Madras), 1933- 41; (Ahmedabad), 1942).

Hindu Weekly Review (Madras), 1967-68.

Indian Annual Register, 1923-30.

Indian Quarterly Register, 1930-46.

Indu Prakash, 5 May 1890. [English columns]

Jai Bheem (Madras), 25 December 1946.

Maha Bodhi (Calcutta), 1950-68.

The Mail (Madras), 26 August 1944.

Milind College of Arts Magazine (Aurangabad, Maharashtra).

Nagpur Times, 1935-36, 1956-57, 1963-65.

Siddharth College of Arts and Sciences Magazine (Bombay).

Siddharth College of Commerce and Economics Magazine (Bombay).

Siddharth College of Law Magazine (Bombay).

The Times (Kandy), 26 May 1950.

The Times (London), 1930-32.

Times of India (Bombay), 1930-68.

Young India (Ahmedabad), 1919-22.

Marathi

Cokhamela (Nagpur), 27 February 1936.

Dainik Maratha (Bombay), 13 July 1965.

Duniya (Bombay), 2 May 1928.

Janata (Bombay), 1929-55.

Janata Khas Ank (Bombay), 1933.

Keluskar, A.C, Nirvan Shyamsundar (Bombay), August 1963.

Kirloskar *(Kirloskarwadi)*, November 1935.

Maharashtra Times (Bombay), 1963-68.

Maratha (Poona), August 1964.

Maratha (Ambedkar School of Politics, Poona), 1946-47.

Navayug (Bombay) April 13, 1947.

Prabuddha Bharat (Bombay), 1955-68

Acknowledgments

Persons interviewed in India from November 1963 to April 1963

Satish Adsul, Poona
D.C. Ahir, Delhi
U.R. Amrao, Poona
Mrs B.R. Ambedkar, Delhi
Yeshwant B. Ambedkar, Bombay
D.M. Arolkar, Bombay
P.K. Atre, Bombay
H.D. Awode, Nagpur
L.R. Bailey, Jullundur City (interviewed in Delhi)
N.G. Bhagat, Kampti S. S. Bhalerao, Dhond R.D. Bhandare, Bombay K.D. Bhingardive, Ahmadnagar R.R. Bhole, Poona M.B. Bhonde, Poona P.T. Borale, Bombay S.D. Singh Chaurasia, Delhi M.B. Chitnis, Aurangabad Datta Copade, Dehu Road S.V. Dahat, Nagpur Bhagwan Das, New Delhi
B.M. Deshbhratar, New Delhi
C.D. Deshmukh, New Delhi
A.N. Deshpande, Nagpur Dadasaheb Dharmadikari, Nagpur
Balwant Savalaram Dhotre, Bombay
Arun Donde, Bombay
Damayanti Dongre, Nagpur
Kanji Dwarkadas, Bombay
Mrs L. Eshwari Bai, Hyderabad
S.J. Fulgele, Nagpur
D.R. Gadgil, Poona
D.K. Gaikwad, Poona
R.R. Gaikwad, Poona
B.K. (Dadasaheb) Gaikwad, Nasik
S.D. Gaikwad, Bombay

Hausraj Gajbhiye, Nagpur
B.P. Gajendragadkar, New Delhi
S.S. Gangaole, Bhusaval
G. A. (Nanasaheb) Gawai, Am rant i
R.S. Gawai, Amraoti
S.R. Godbole, Nagpur
W.M. Godbole, Nagpur
V.B. Gogate, Poona
N. G. Goray, Poona
M.S. Gotame, Poona
S.M. Hasan, Hyderabad
B.M. Hiwale, Bhusawal
D.G. Jadhav, New Delhi
M.S. Jagtap, Poona
B.M. Jedhe, Poona
P.P. Joshi, Mahad
Lakshman Shastri Joshi, Wai
S.C. Joshi, Bombay
K.N. Kadam, Ratnagiri (interviewed in Poona, Dapoli and Ambavade)
N.K. Kadam, Poona
V.B. Kadam, Bombay
Bhaskarrao Kadrekar, Bombay
B.C. Kamble, Bombay
B.D. Kamble, Poona
B.G. Kamble, Poona
C .J. Kamble, Dhayri (int'd in Poona)
J.G. Kamble, Wadace Masave
V.B. Karnik, Bombay
D.D. Karve, Poona
Irawati Karve, Poona
R.M. Kate, Poona
Bhadant Anand Kausalyayan, Kelaniya, Ceylon

Mr Kavadi, Nagpur
S.R. Kavade, Bopodi
Vitthal Govind Kedari, Poona
Kemchandra, Agra (interviewed in Ahmadabad)
C.B. Khairmode, Bombay
A.D. and Devidas Kharat, Poona
Shankarrao Kharat, Poona
B.N. Khasbe, Poona
B.D. Khobragade, Chanda (int'd in Ahmadabad and Nagpur)
V.B. Kolte, Amraoti
J.H Krishnamurti, Hyderabad
A.R. Kulkarni, Nagpur
M.G. Kulkarni, Poona
N.H. Kumbhare. Kampti M. Lederle, S.J., Poona Ram Manohar Lohia, New Delhi (interviewed in Poona)
G.T. Madkholkar, Nagpur
B.S. Mahadik, Dapoli
D.R. and Kashi Maheshkar, Poona
J.N. Mandal, Calcutta (interviewed in Bombay)
G.B. Mane, Phaltan
M.P. Mangudkar, Poona
B.P. Maurya, New Delhi
D.P. Meshram, Nagpur
V.W. Moon, Bramhapuri
V.K. Moon, Nagpur
V.E. Moray, New Delhi and London
P.S. More, Poona
Deorao Naik, Bombay
N.C. Naydive, Nagpur
B.S. Nimal, Poona
N.M. Nimgade, New Delhi
M.B. Niyogi, Nagpur
T.R. Padale, Poona
M.D. Panchbhai, Nagpur
Nalini Pandit, Bombay
R.N. Patil, Nagpur
R.R. Patil. Nagpur
D.D. Powar, Hadapsar
N.R. Phatak, Bombay

Jaidev Prasad, Patna
N.G. Pundik, Poona
P.N. Rajbhoj, Poona
Jagjivan Ram, New Delhi
S.N. Ramteke, Mahad
A.S. Ranpise, Bombay
J.M. Rathod, Ahmedabad
Nanak Chand Rattu, New Delhi
S.S. Rege, Bombay
P.J. Roham, Ahmednagar
S. Roy, New Delhi
D.T. Rupawate, Wai
Raj Salve, Poona
M.B. Samarth, Bombay
PC. Samudre, Poona
Stavira Sangarakshita, Poona
D.R. Sardesai, Poona
M.L. Shahare, Aurangabad
B.Sham Sundar, Hyderabad Y.C.
Shankaranand Shastri, New Delhi
Sohan Lai Shastri, New Delhi N.R.
Shende, Nagpur
N.M. Shewalay, Bombay
B.S. Shinde, Poona
L. Shivalingaiah, Bangalore (int in Poona)
N. Shivraj, Madras (int in Ahmedabad)
S.N. Shivtarkar, Bombay
L.M. Shrikant, Delhi
Balwant Singh, Delhi
Amar Dhar Singh, Nagpur
D.B. Sonavane, Kirkee
K.B. Talwatkar, Bombay
B.R. Tayade, Poona
C.P. Thorat, Bombay
Surendranath Tipnis, Mahad
N.K. Tirpude, Nagpur
T.K. Tope, Bombay
S.A. Upasham, Bombay
S.Y. Waghmare, Poona
S.S. Wanjari, Nagpur
G.V. Wanshiv, Poona

Long as this list is, some essential names were lost. To those who aided me and are not acknowledged here, I offer my apologies.

Yet I should lift out several names for special comment: D.R. and Kashi Maheskar, B.R. Tayade, S.Y. Waghmare, P.C. Samudre, U.R. Amrao and Shantabai Kamble for their assistance in interviews and travel and their sustained friendship; S.D. Gaikwad in Bombay for his conducted tours of Ambedkarian places and his aid in securing materials; C.B. Khairmode for sharing not only his collected materials in the Bombay University Library but also his experiences; V.W. (Vasant) Moon, then in Bramhapuri, whose collection of Vidarbha materials added a new dimension to my thesis; Dr V.E. Moray, who read and commented helpfully on a near-final draft of my thesis in London; Dadasaheb Gaikwad in Nasik who allowed me to read all Dr Ambedkar's correspondence with him during the vital years of the movement and who won my enduring respect; Dr Savita Ambedkar and Yeshwant Ambedkar, who graciously gave me permission to use the files of Dr Ambedkar's papers now in the Administrator General's office in Bombay; M.N. Panchbhai in Nagpur, who made sure that I saw and heard as much of the life and history of the Mahar and Buddhist movement in Nagpur as was humanly possible. Needless to say, all these men and women are not responsible for my interpretation of the history of the movement which has been at the core of their lives.

I must also acknowledge gratefully the cooperation of officials and librarians at the Deccan College Post Graduate and Research Institute and the Gokhale Institute of Economics and Politics in Poona; at the Administrator General's Office, the Government Bombay Archives, the Bombay University Library and the *Times of India Library* in Bombay; at the National Archives and the office of the Commissioner for Scheduled Castes and Scheduled Tribes in New Delhi; at the National Library in Calcutta (and to A.N. and P.N. Sapru for their permission to consult the Sapru papers there) and the Maha Bodhi Library in Calcutta; at the India Office Library and the British Museum in London; and in the United States, at the Library of Congress, the New York Public Library, the libraries of the University of the Pennsylvania and Columbia University and the Ames Library at the University of Minnesota.

Miss Mildred Drescher, then of Grand Rapids, Michigan, added to my knowledge both with material and with an American perspective of Dr Ambedkar and the movement in Bombay in the late 1930s and early 1940s. My typist, Mrs Darlene Bishop, has handled this unfamiliar material with speed and efficiency. I am also grateful to my adviser, Dr Holden Furber, for his constant and cheerful support.

●

நீங்கள் விரும்பும் புத்தகம் உங்கள் வீடு தேடி வர அழையுங்கள்

Dial for Books

94459 01234

9445 97 97 97

WhatsApp No

95000 45609

www.dialforbooks.in